அனா பர்ன்ஸ்

1962ல் வட அயர்லாந்தில் பிறந்தவர். *No Bones* (2001), *Little Constructions* (2007), *Milkman* (2018), ஆகிய நாவல்களையும் *Mostly Hero* (2014) என்கிற குறுநாவலையும் எழுதியுள்ளார். இந்நூலில் மொழிபெயர்க்கப்பட்டுள்ள *Milkman* நாவல் இவருக்கு புக்கர் பரிசு, டப்ளின் சர்வதேச இலக்கிய விருது, ஆர்வெல் விருது போன்றவற்றைப் பெற்றுத்தந்துள்ளது. இந்நாவலை எழுதிய காலத்தில் கடுமையான முதுகுவலியாலும் ஏழ்மையாலும் அவதிப்பட்டுள்ளார். ஏன் உங்களது எல்லாக் கதைகளும் 'The Troubles'ஐ மையமாகக் கொண்டுள்ளன என்னும் கேள்விக்கு, "நீண்ட கால வன்முறையை வெகு சாதாரணம் என எண்ணப் பழகிவிட்ட, தீவிர சர்வாதிகார அழுத்தத்தின் கீழ் வாழ்கிற எந்தவொரு சமூகத்தின் கதையாகவும் இதைக் கொள்ளலாம்" எனக் கூறுகிறார்.

இல. சுபத்ரா
மொழிபெயர்ப்பாளர்

பள்ளிக் கல்வித் துறையைச் சேர்ந்தவர். மொழிபெயர்ப்பாளர். திருப்பூரில் கணவர் மற்றும் இரு குழந்தைகளுடன் வசித்து வருகிறார்.

அமிதபா பக்சியின் 'பாதி இரவு கடந்துவிட்டது' நாவலின் மொழிபெயர்ப்பு, 'அது உனது ரகசியம் மட்டுமல்ல' என்கிற மொழிபெயர்ப்பு சிறுகதைகள் தொகுப்பு ஆகியன இவரது முந்தைய நூல்கள். ஆயன் இவரது மூன்றாவது மொழிபெயர்ப்பு நூலாகும். பல்வேறு இணைய இதழ்களிலும் புனைவு அபுனைவு இருவகைமைகளிலும் மொழிபெயர்த்து வருகிறார்.

ஆயன்

அனா பர்ன்ஸ்

தமிழில்

இல. சுபத்ரா

எதிர்
வெளியீடு

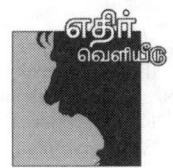

ஆயன்
அனா பர்ன்ஸ்
தமிழில்: இல. சுபத்ரா

முதல் பதிப்பு: ஜூலை 2023

எதிர் வெளியீடு,
96, நியூ ஸ்கீம் ரோடு, பொள்ளாச்சி – 642 002
தொலைபேசி: 04259 226012, 99425 11302

விலை: ரூ. 599

Milkman
Anna Burns
Translated by L. Subathra

Copyright © Anna Burns, 2023
Tamil Edition Copyright © with Ethir Veliyeedu
First Edition: July 2023

Published by
Ethir Veliyeedu, 96, New Scheme Road, Pollachi – 2
email: ethirveliyedu@gmail.com
www.ethirveliyeedu.com

ISBN: 978-93-90811-47-2
Cover Design: Santhosh Narayanan
Printed at Jothy Enterprises, Chennai.

All rights reserved. No part of this book may be reprinted or reproduced or utilised in any form or by any electronic, mechanical or other means, now known or hereafter invented, including Photocopying and recording, or in any information storage or retrieval system, without permission in writing from the Publisher.

கேட்டி நிக்கல்ஸன், க்ளேர் டைமண்ட் மற்றும் ஜேம்ஸ் ஸ்மித்திற்கு

மொழிபெயர்ப்பாளர் முன்னுரை

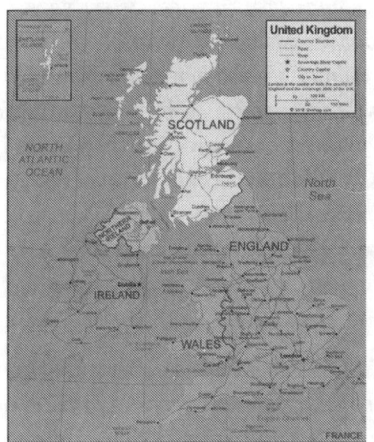

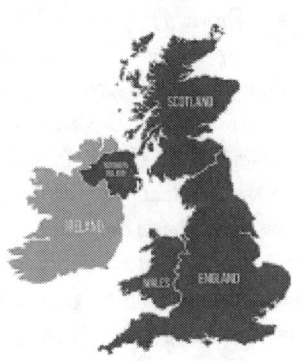

முன்னுரையின் துவக்கத்திலேயே வரைபடத்தைத் தருவதற்குக் காரணமிருக்கிறது. வட அயர்லாந்தின் தலைநகரமான பெல்ஃபாஸ்ட்டில் 1962ல் பிறந்தவர் அனா பர்ன்ஸ். அச்சமயத்தில், அதாவது 1960 முதல் 1998 வரையிலான காலம் வரை 'The Troubles' என்றழைக்கப்படுகிற தேசிய இனவாத மோதல்கள் மற்றும்

கலவரங்களால் வட அயர்லாந்து முழுவதும் கொந்தளிப்பான சூழல் நிலவி வந்தது. ஆயன் நாவலின் கதைக்களமும் அதுதான். ஆனால் முரணாக, நாவலின் எந்தப்பகுதியிலுமே வட அயர்லாந்தும் The Troublesம்தான் கதைக்களம் என்பது குறிப்பிடப்படவேயில்லை. இன்னும் சொல்லப்போனால், நாவலின் எந்தக் கதாப்பாத்திரத்திற்கும் இயற்பெயரே இல்லை. நாவலின் நாயகி - நடு அக்கா (Middle Sister), அவளது காதலன் ஒப்பந்தங்களற்ற ஆண் நண்பன் (Maybe boyfriend), நாயகியின் சகோதரிகள் - மூத்த அக்கா இரண்டாம் அக்கா மூன்றாம் அக்கா குட்டித்தங்கைகள், அவளைப் பின் தொடர்ந்து கவர முயலும் விடலை - அநாமதேயன் (Somebody McSomebody). இது மட்டுமின்றி ஊர்களும் அவற்றின் பெயரால் குறிப்பிடப்படவில்லை- நீருக்கு மறுபுறம், எல்லைக்கு மறுபுறம், எங்களது பகுதி என்றே அவை அழைக்கப்படுகின்றன. எனவே, கதையைப் புரிந்து கொள்வதற்கு நாம் The Troublesன் அடிப்படையை அறிந்திருப்பது அவசியம்.

ஐக்கியக் குடியரசின் ஒரு பகுதியாக வட அயர்லாந்து தொடர வேண்டும் என்று விரும்பிய பெருமளவிலான புராட்டஸ்டன்ட்களுக்கும், அது அயர்லாந்து குடியரசின் ஒரு பகுதியாக மாற வேண்டும் என விரும்பிய பெருமளவிலான ரோமன் கத்தோலிக்கர்களுக்கும் (குடியரசுக் கட்சியினர்) இடையில் கிட்டத்தட்ட முப்பதாண்டுகள் நீடித்த குறுங்குழு மோதல்களும் வன்முறைகளுமே The Troubles என்றழைக்கப்படுகிறது. தேசியவாத ஐரிஷ் குடியரசு இராணுவத்தினர் (IRA) இந்த மோதலை தேசிய சுதந்திரத்திற்கான கொரில்லாப் போராகக் கருத, IRA இன் இக்கிளர்ச்சியை பயங்கரவாதமென வகைப்படுத்தின பிரிட்டிஷ் ஆதரவு துணை ராணுவப் படைகள். மோதல்கள், குண்டுவெடிப்புகள், ஸ்னைப்பர் தாக்குதல்கள், சாலைத் தடைகள் மற்றும் விசாரணையின்றி சிறைப்படுத்துதல் போன்ற நிகழ்வுகளால் நிரம்பியிருந்த இந்த மோதல் ஓர் உள்நாட்டுப் போரின் அம்சங்களை ஒத்திருந்தது. இரு நாடுகளின் அரசாங்கங்களையும் உள்ளடக்கிய ஓர் அமைதியான தீர்வு 1998ல் எட்டப்படுவதற்கு முன்பு ஏராளமானோர் கொல்லப்பட்டனர், காயமடைந்தனர்,

ஆயன் நாவலின் கதாபாத்திரங்கள் இத்தகைய கலவரமும் பதட்டமுமான சூழலை வாழ்க்கையின் தினசரியாகக் கொண்டவர்கள். பொதுமக்களது நாளின் ஒவ்வொரு நொடியும் அரச தரப்பாலும் கிளர்ச்சியாளர்களாலும் தொடர்ந்து கண்காணிக்கப்படுகிறது; பொதுமக்களேகூட ஒருவரை ஒருவர் கண்காணிப்பவர்களாய் இருக்கிறார்கள். ஒவ்வொரு குடும்பத்திலும் கிளர்ச்சியாளர்கள்

இருக்கிறார்கள். தன் குழந்தைக்கு ஒருவர் என்ன பெயர் சூட்டுகிறார் என்பது முதற்கொண்டு அவர்களது ஒவ்வொரு நடத்தையும் அரசியல் சார்பின் வெளிப்பாடாகப் பார்க்கப்படுகிறது. துரோகமென வகைப்படுத்தப்படுத்தப்பட்டு உடனடியாக தண்டனை வழங்கப்படுகிறது. இத்தகைய அரசியல் கண்காணிப்பு நிறைந்த சூழலில், 18 வயதே நிரம்பிய நாவலின் நாயகியை துணைராணுவப்படைக் கிளர்ச்சிக்காரனாகிய 41 வயது ஆயனும் வன்தொடர்கிறான் (stalking). தனது வயதாலும் அதிகாரத்தாலும் கண்காணிப்பாலும் அவளை நெருக்குகிறான். அரசியல் ரீதியானதும் பாலின ரீதியானதுமான இத்தகைய நெருக்குதல்கள் ஒரு பதின்பருவத்தினளை உணர்வுரீதியாக எவ்விதம் சிதைக்கிறது, அதை எதிர்கொள்ள அவள் எவ்வகையிலான வழிமுறைகளை கைக்கொள்கிறாள் என்பதெல்லாம்தான் இந்த நானூறு பக்க நாவலாக விரிகின்றது. நாயகி மட்டுமல்ல, கதையின் பல்வேறு பாத்திரங்களும் உளச்சிதைவுக்கு ஆளாகின்றனர். தங்களை மீட்டுக்கொள்ள விநோதமான வழிமுறைகளை முயல்கிறார்கள். விசித்திரமானவர்கள் என அழைக்கப்படுகிறார்கள். அதிகாரபூர்வ தகவல் பரிமாற்றங்களில் கட்டுப்பாடுகள் அதிகரிக்கும் கண்காணிப்புமிக்க ஒரு சமூகத்தில், வதந்தியானது சக்திவாய்ந்த தகவல்பரிமாற்றமாக ஆகிவிடுவதும் இதற்கெல்லாம் ஒரு முக்கியக் காரணமாகிவிடுகிறது.

உலகின் எந்தவொரு நாட்டிலும் நிகழும் உள்நாட்டுப் போரின் அம்சங்களோடும் அதனால் மக்கள் தினசரி எதிர்கொள்ளும் அவலங்களோடும் நம்மால் இக்கதையின் சம்பவங்களைப் பொருத்திப்பார்க்க முடியும் என்பதே இதனை புக்கர் பரிசுக்குத் தகுதிபெறச் செய்திருக்க வேண்டும். கிளர்ச்சியும் கிளர்ச்சிக்காரர்களும் நாளடைவில் இழக்கிற வசீகரம், வன்முறை என்று சட்டப்படி வகைப்படுத்திட முடியாத வன்தொடரலால் பெண்கள் அடைகிற உள&வெளி நெருக்கடி, உயிர்வாழ்தலே கேள்விக்குரியதாக உள்ள சூழலால் காதல் உட்பட எதிலுமே தன்னைப் பிணைத்துக்கொள்ள விரும்பாத – ஆனாலும் அவ்விருப்புகளிலிருந்து விடுபட முடியாத மனோபலவீனம் என நாடுகடந்து எல்லை கடந்து வாசிக்கிற எல்லோரும் தங்களோடு பொருத்திப்பார்க்க முடிகிற அம்சங்கள் கதையில் ஏராளம் உண்டு. அதுவே பல்வேறு சிரமங்களுக்கு இடையே இந்நாவலை மொழிபெயர்க்க என்னை உந்தியது. மேலும், நிஜ ஆயர் மேல் நாயகியின் அம்மா உள்ளிட்ட ஏனைய பெண்கள் கொண்டிருக்கும் காதல் சார்ந்த அத்தியாயங்களில் மதம், தேசியம்,

குடும்ப உறவுகள் சார்ந்த புனிதப்படுத்தல்களையும் அநாயாசமாகப் பகடி செய்துள்ளார் எழுத்தாளர்.

மொழிபெயர்ப்புப் பணியைப் பொருத்தவரை, 90000 வார்த்தைகள் கொண்ட இந்நாவலைத் தட்டச்சுவதுதான் முதல் சவாலாகத் தோன்றியது. *Voice typing* தொழில்நுட்பத்திற்கும், நான் காகிதங்களில் எழுதியவற்றை மிகச்சிரத்தையாக அதன்மூலம் கணினிக்கு மாற்றித்தந்த அன்புக்கணவர் லட்சுமிகாந்தன் அவர்களுக்கும் முதல் நன்றி. தட்டச்சியதில் மட்டுமின்றி, நாவலின் சிரமமான பல பகுதிகளை உரையாடிப் புரிந்துகொள்ளவும் எப்போதும் அவர் துணைநின்றார். அவரது ஊக்கமின்றி என்றேனும் நான் இதை மொழிபெயர்த்து முடித்திருப்பேனா என்பது சந்தேகமே.

நாவலை முழுமையாக கவனமாக வாசித்துப் பிழைதிருத்தம் செய்து உதவிய நண்பர்கள் சரவணன் சந்திரன், ஆசிரியர் கணபதி சோதரன், வனம் ஷாதிர், மால்மருகன் ஆகியோருக்கும், நாவலின் முக்கியமான சில வார்த்தைகளுக்குப் பொருத்தமான தமிழ்ச்சொற்களைக் கண்டடைய உதவிய நண்பர்கள் கார்த்திக் வேலு, லதா அருணாச்சலம், சோஃபியா உள்ளிட்டோருக்கும் நன்றியும் அன்பும்.

துல்லியமான மொழிக்கான கச்சிதமான அளவுகோலாக மனதில் பதிந்துள்ள நண்பர் திருச்செந்தாழையின் பாதிப்பு இம்மொழிபெயர்ப்பில் நேரடியாகவும் மறைமுகமாகவும் உண்டு.

இதை நான் மொழிபெயர்த்த காலங்களில் வீட்டு வேலைகளை வேலையாக அல்லாமல் பொறுப்பாக எண்ணிச் செய்த சாரதா அக்காவிற்கு நன்றி.

அம்மா அப்பாவை, குழந்தைகளை - அவர்களது பொறுமையை நான் மறந்துவிடலாகாது.

இந்த சவாலான மொழிபெயர்ப்பிற்கு நான் எடுத்துக்கொண்ட காலத்தை அனுமதித்து, நன்முறையில் பதிப்பிக்கிற எதிர் வெளியீட்டிற்கும் நன்றி.

இல. சுபத்ரா,

05.05.2023.

subathralakshmanan@gmail.com

01

அநாமதேயன் என் மார்பைத் துப்பாக்கியால் அழுத்தி என்னைப் பூனையென்றழைத்துக் கொலை மிரட்டல் விடுத்த அதே தினத்தில்தான் ஆயனும் மரணித்தான். அரசின் கொலைப்படையினரில் ஒருவரால் அவன் சுடப்பட்டிருந்தான் – அதைப்பற்றி எனக்கு எந்த அக்கறையும் இருந்திருக்கவில்லை. ஆனால் பிறர் அதைப்பற்றி அக்கறை கொண்டிருந்தனர் – அதில் சிலர், நான் 'அவனைப் பார்ப்பதுண்டு – ஆனால் பேசுவதில்லை' என்பதாக அறிந்திருந்தனர். நான் அவனுடன் தொடர்பு வைத்திருப்பதாக ஒரு வதந்தியைக் கிளப்பினர்- எனது மூத்த மைத்துனன்தான் அந்த வதந்தியைக் கிளப்பியிருப்பதற்கான வாய்ப்பு அதிகம். எனக்குப் பதினெட்டு வயதென்பதையும் அவனுக்கு நாற்பத்தியோரு வயதென்பதையும் அவர்கள் குறிப்பிட்டுப் பேசினர். எனக்கும் ஆயனின் வயது தெரிந்திருந்தது – அவன் கொல்லப்பட்டு அது குறித்து பத்திரிக்கைகளில் வந்ததனால் அல்ல, அதற்கு முன்பே – துப்பாக்கிச் சூட்டிற்குப் பல மாதங்களுக்கு முன்பே, இந்த வதந்தியாளர்களால் நாற்பத்தியொன்றும் பதினெட்டும் அசிங்கமானதென்றும், இருபத்திமூன்று வயது வித்தியாசம் அருவருக்கக்கூடியதென்றும், அவனுக்குத் திருமணம் ஆகிவிட்டதால் என்னால் முட்டாளாக்கப்படக்கூடாதென்றும், அமைதியாக இதையெல்லாம் பலரும் கவனித்துக் கொண்டுதான் இருக்கிறார்களென்றும் பேச்சு இருந்தது. இந்த ஆயனுடனான உறவில் என் தவறும் இருக்கிறதாம். ஆனால் அவனோடு எனக்கு எந்தத் தொடர்பும் இல்லை. எனக்கு அவனைப் பிடிக்கவில்லை; என்னுடன் தொடர்பு வைத்துக் கொள்ள அவன் மேற்கொண்ட முயற்சிகள் என்னை அச்சுறுத்தவும் குழப்பவும் செய்தன. போலவே,

மூத்த மைத்துனனையும் எனக்குப் பிடிக்காது. பிற மனிதர்களது பாலியல் வாழ்க்கை குறித்து அவன் கதைகளை உருவாக்கினான். என் பாலியல் வாழ்க்கை குறித்தும் உருவாக்கினான். நான் சிறுமியாக – பன்னிரெண்டு வயதாக – இருந்தபோது, என் மூத்த அக்காவின் வாழ்க்கையில் இவன் வந்து சேர்ந்தான். அவளது நீண்டகால ஆண் நண்பன் அவளை ஏமாற்றியதற்காக வெளியே துரத்தப்பட்ட போது, இந்தப் புதிய மனிதன் இவளைக் கர்ப்பமாக்கி அப்படியே திருமணம் செய்து கொண்டான். என்னைச் சந்தித்த முதல் தருணத்திலிருந்தே அவன் என்னிடம் என்னைப்பற்றி – என் மார்பை, என் புட்டத்தை, என் பிறப்புறுப்பை, அதன் வடிவத்தை, என் முரண்களை, என் உருவத்தைப் பற்றி - ஆபாசமான கருத்துக்களைக் கூறிவந்தான். அதோடு ‘வார்த்தைகளும்’ கூறினான், என்னால் புரிந்து கொள்ள முடியாத ஆபாச வார்த்தைகள் கூறினான். எனக்கு அவற்றின் பொருள் புரியவில்லை என்பதும், ஆனால் அவை ஆபாசச்சொற்கள் என்று என்னால் புரிந்துகொள்ள முடியும் என்பதும் அவனுக்குத் தெரிந்திருந்தது. அதுதான் அவனுக்கு இன்பம் தந்தது. அப்போது அவனுக்கு முப்பத்தி ஐந்து வயது. பன்னிரண்டும் முப்பத்தி ஐந்தும். இதிலும் அதே இருபத்தி மூன்று ஆண்டுகள் வித்தியாசம்.

இப்படியாக அதீத உரிமையுடையவன் போல அவன் எதையாவது கூறியபோதெல்லாம் நான் எதுவும் திருப்பிப் பேசவில்லை. ஏனென்றால் இதற்கெல்லாம் எப்படி எதிர்வினையாற்றுவதென்று எனக்குத் தெரியவில்லை. என் அக்காவும் அறையில் இருக்கிற சமயங்களில் இவன் இவ்வாறு பேசியதேயில்லை. அவள் அறையில் இருந்து வெளியே சென்ற அடுத்த நொடி அவனுக்குள் ஓர் மின்விசையை முடுக்கிவிட்டாற்போல் ஆகிவிடும். இதில் இருந்த ஓர் நல்ல விஷயம் என்னவென்றால் உடல் ரீதியாக எனக்கு அவனிடம் பயம் தோன்றவில்லை. அந்த நாட்களில், எங்களது இடத்தில், பலாத்காரத்தைத்தான் தன்னைச் சுற்றி இருப்பவர்களை அளவிடும் கருவியாக எல்லோரும் கொண்டிருந்தனர். அவனுக்கு அந்த எண்ணம் இல்லை என்பதை என்னால் முதலிலேயே புரிந்து கொள்ள முடிந்தது. ஆனால் அவனது வேட்டைக்குணம் என்னை ஒவ்வொரு முறையும் உறையச் செய்தது. எனவே அவன் ஒரு அருவருக்கக்கூடிய பொருளாய் இருக்க, என் அக்கா தன் கர்ப்பத்துடனும், பழைய நீண்ட-நாள் காதலனின் மீதான மிச்சக்காதலுடனும், அவன் அவளுக்குச் செய்ததை நம்ப முடியாமலும், அவன் இன்னமும் தன்னை நினைத்துக் கொண்டிருக்கிறான் என்கிற நம்பிக்கையுடனும் மோசமான நிலையில் இருந்தாள். ஆனால் அவன் அவளை

மறந்துவிட்டிருந்தான், இப்போது வேறொரு பெண்ணுடன் தொடர்பில் இருக்கிறான். இன்னமும் சிறியவளாகவும், காதலில் இருப்பவளாகவும்- கணவன் மீது அல்ல என்பது மட்டும்தான் வித்தியாசம் - மகிழ்ச்சியற்றவளாகவும் இருந்த அவள், தன் வயதிற்கு மீறி திருமணம் செய்துவிட்ட அந்த வயதான மனிதனின் மீது ஆர்வம் ஏற்படும் அளவிற்கு அவனது இருப்பை உணரவேயில்லை. அவனது வார்த்தைகளையும் முகபாவனைகளையும் அதற்கு மேல் என்னால் சகித்துக்கொள்ளமுடியவில்லை என்பது குறித்து அவள் வருந்தினாள்தான். என்றாலும் நான் அங்கே செல்வதை நிறுத்திக் கொண்டேன். ஆறு வருடங்களாக, என்னையும் மீதமிருக்கும் மூத்த அக்காள்களையும் வழிக்குக் கொண்டு வர அவன் மேற்கொண்ட பல முயற்சிகளை நாங்கள் – நேரடியாக, மறைமுகமாக, பணிவாக, எரிச்சலாக – மறுத்துக் கொண்டிருந்தபோதுதான் அவனை விட அதிகம் அச்சுறுத்தும்படியான அவனை விட அதிகம் அபாயகரமான இந்தப் ஆயன் எங்கிருந்தென்றே தெரியாமல் வேண்டா விருந்தாளியாக வாழ்க்கைக்குள் வந்தான்.

அவன் யாருடைய ஆயன் என எனக்குத் தெரியவில்லை. எங்களுடைய ஆயன் அல்ல. அவன் யாருடைய ஆயனுமே அல்ல என்றுதான் நினைக்கிறேன். பால் வியாபாரத்தில் அவன் ஈடுபடவில்லை. அவனுக்கும் பாலிற்கும் எந்த சம்பந்தமுமில்லை. பால் விநியோகிப்பவனும் கூட இல்லை. பால் லாரி ஓட்டுநரும் அல்ல. மாறாக அவன் கார் ஓட்டினான் – விதவிதமான கார்கள் – பெரும்பாலும் நவீன கார்கள். ஆனால் அவனிடம் நவீனம் எதுவும் இருக்கவில்லை. இத்தனைக்கும், அவனையும் அவனது கார்களையும் அவன் என் முன்னால் கொணர்ந்த போதுதான் நான் கவனித்தேன். பிறகு அந்த வேன் – சிறிய, வெண்ணிற, சிறப்பம்சமற்ற, சட்டெனத்தோன்றி மறையக்கூடிய வேன். அவ்வப்போது அவனை அந்த வேனின் அருகிலும் காணமுடிந்தது.

ஐவான்ஹூ★ வாசித்தபடி நான் நடந்துகொண்டிருந்த ஒரு நாளில் தன் கார்களில் ஒன்றை ஓட்டியபடி அவன் என் முன் தோன்றினான். அடிக்கடி நான் வாசித்தபடி நடப்பதுண்டு. இதில் எந்தத் தவறும் இருப்பதாக எனக்குத் தோன்றியதில்லை. ஆனால் எனக்கெதிராக பயன்படுத்தச் சாத்தியமுள்ள இன்னொரு ஆதாரமாக அவர்கள் இதனைக் கருதினார்கள். 'வாசித்துக்கொண்டே நடப்பத'ற்கு நிச்சயம் அந்தப் பட்டியலில் இடம் உண்டு.

★ *வால்டர் ஸ்காட் எழுதிய ஒரு வரலாற்று நாவல்.*

"'அந்த ஆளோட பொண்ணு'கள்ல ஒருத்தி நீ. அப்படித்தானே? அவர்தான் உங்கப்பா, இல்லயா? உன் சகோதர்கள் – அவனும் அவனும் அவனும் இன்னொருவனும் ஹர்லே அணியில் விளையாடுவார்கள், சரிதானே? ஏறு. நான் உன்னை இறக்கிவிடுகிறேன்."

பயணிக்கான கதவு ஏற்கனவே திறந்திருக்க, அவன் இதை வெகு இயல்பாகச் சொன்னான். வாசிப்பிலிருந்து திடுக்கிட்டு வெளியே வந்தேன் நான். இந்தக் கார் வந்ததே எனக்குக் கேட்கவில்லை. அதை ஓட்டுபவனை இதற்கு முன் நான் பார்த்ததும் இல்லை. குனிந்து என்னை எட்டிப் பார்த்த அவனது நட்பான சிரிப்பு பணிவினை வெளிப்படுத்தியது. காரில் ஏறச்சொல்வது கூட இல்லை, வெறும், 'சிரிப்பும் நட்பும் பணிவும்' மட்டுமே, இந்த பதினெட்டு வயதில், என்னுள் உடனடியாக எச்சரிக்கையைத் தூண்டப் போதுமானதாய் இருந்தன. கார் வைத்திருப்பவர்கள், ஊருக்கு வருகிறவர்களையும் வெளியேறுகிறவர்களையும் இதுபோல காரில் ஏறிக்கொள்ளச் சொல்வதுண்டு. அப்போது அதிக கார்கள் இல்லை; வெடிகுண்டு மிரட்டல்களாலும் கடத்தல்களாலும் பொதுப்போக்குவரத்து காலவரையறையற்று பின்வாங்கப்பட்டிருந்தது. விலைமாதுக்களுக்கான தேடலும் கூட ஒரு காரணம்தான், ஆனாலும் அது பழக்கத்தில் இல்லை. நான் நிச்சயமாக அதை எதிர்கொண்டதில்லை. எப்படியாயினும், எனக்கு கார்ப்பயணம் தேவைப்படவில்லை. இது பொதுவான காரணம்: எனக்கு நடந்துகொண்டே வாசிக்கப்பிடிக்கும் – நடந்துகொண்டே வாசிப்பது, நடந்துகொண்டே சிந்திப்பது. குறிப்பான காரணம் என்னவென்றால், எனக்கு அந்த மனிதனுடன் அந்தக் காரில் பயணிக்க விருப்பம் இல்லை. என்றாலும் அந்த அழைப்பை எப்படி மறுப்பதென எனக்குத் தெரியவில்லை. அவன் என்னிடம் முரட்டுத்தனம் காட்டவில்லை, எனது குடும்பத்தைப்பற்றிய விவரங்களை அறிந்து வைத்திருக்கிறான், என் வீட்டின் ஆண்களைப் பற்றிக் கூறுகிறான். அவன் என்னிடம் கடுமையாக நடக்காததால் என்னால் அவனிடம் கடுமையாக நடக்க முடியவில்லை. எனவே நான் தயங்கினேன், உறைந்தேன் – அது கடுமைதான். "நான் நடக்கிறேன்" என்றேன். நடப்பதன் முக்கியத்துவத்தை ஐவான்ஹூதான் விளக்கவேண்டும் என்பது போல, "நான் வாசிக்கிறேன்" என்றபடி புத்தகத்தை உயர்த்திக் காட்டினேன். "காரில் கூட நீ வாசிக்கலாமே" என்றான் அவன். அதற்கு நான் என்ன சொன்னேன் என்பது எனக்கு நினைவில் இல்லை. இறுதியாக அவன் சிரித்தபடியே, "ஒன்றும் பிரச்சினையில்லை, சங்கடம் கொள்ளாதே.

உன் புத்தகத்துடன் மகிழ்ந்திரு" எனக்கூறிக் கார் கதவைச்சாத்தி அங்கிருந்து கிளம்பிவிட்டான்.

முதல் சந்திப்பில் நடந்ததெல்லாம் இவ்வளவுதான் - என்றாலும் அதுவே ஒரு வதந்தியைக் கிளப்பப் போதுமானதாயிருந்தது. மூத்த சகோதரி என்னைக் காண வந்திருந்தாள்: அவளது கணவன் - தற்போது நாற்பத்தியொரு வயதாகிவிட்ட என் மைத்துனன் - என்னைக் காண்பதற்காக அவளை அனுப்பியிருந்தான். எனக்கு அறிவுரை வழங்குவதும் எச்சரிப்பதும்தான் அவளது நோக்கம். அந்த மனிதனுடன் நான் பேசுவதை எல்லோரும் பார்த்துக்கொண்டுதான் இருக்கிறார்கள் என்றாள் அவள்.

"மயிறு. பார்த்துக்கிட்டுதான் இருக்காங்களா? அப்டினா என்ன அர்த்தம்? யார் பார்க்கிறாங்க? உன் புருஷனா?" என்றேன் நான்.

"என் பேச்சைக் கேட்கறது உனக்கு நல்லது," என்றாள் அவள். ஆனால் நான் கேட்கமாட்டேன் - அவனும் அவனது இரட்டை நிலைப்பாடுகளும், அவற்றை அவள் பொறுத்துக் கொண்டிருப்பதும் எனக்குக் கொஞ்சமும் உடன்பாடில்லை. என்னைப் பற்றிய அவனது நீண்டகால-குறிப்புகளுக்காக நான் அவளை வெறுக்கிறேன், வெறுத்துக் கொண்டிருக்கிறேன் என்பதை நான் அப்போது அறிந்திருக்கவில்லை. அவன் மீது காதலே இல்லாதபோதும், அவன் மீது மரியாதை செலுத்த வாய்ப்பே இல்லாதபோதும் அவள் அவனைத் திருமணம் செய்துகொண்டதற்காக நான் அவள்மீது கசப்புக் கொண்டிருந்திருக்கிறேன். அவனுடன் தொடர்பு வைத்துக் கொண்டிருந்த காலத்திலேயே அவள் இதை உணர்ந்திருக்க வேண்டும் இல்லையா!

நான் ஒழுக்கமாக நடந்துகொள்ள வேண்டும் எனவும், எல்லா ஆண்களையும் என்பின்னால் திரிய வைப்பதன் மூலம் எனக்கு எந்த நன்மையும் விளையப் போவதில்லை எனவும் அவள் தொடர்ந்து எனக்கு அறிவுரை கூறத் தொடங்கினாள். ஆனால் அதற்குள்ளாகவே நான் ஆத்திரமடைந்திருந்தேன், அவளை மேலும் மேலும் சபிக்கத்துவங்கினேன். அவளுக்கு இப்படி சபிக்கப்படுவது பிடிக்காதென்பதை நான் அறிந்திருந்தேன், அவளை அங்கிருந்து வெளியேற்ற அது ஒன்றுதான் வழியாய் இருந்தது எனக்கு. வெளியே சென்ற அவளிடம் ஜன்னல் வழியாகக் கத்தினேன், "அந்தக் கோழைக்கு என்னிடம் ஏதேனும் கூற வேண்டியிருந்தால் அதை அவனையே நேரில் வந்து கூறச்சொல்" என்று. ஆனால் அது தவறாகிவிட்டது; உணர்ச்சிவயப்படுவதும்,

15

தெருவிற்குக் கேட்கும்படி ஜன்னல் வழியாகக் கத்துவதும், சூழலால் ஆக்கிரமிக்கப்படுவதற்கு என்னை அனுமதிப்பதும் தவறாகிவிட்டது. பொதுவாக நான் அப்படி ஆகமாட்டேன். ஆனால் இப்போது நான் வெகுவாக ஆத்திரமடைந்துவிட்டேன். அன்று எனக்கு, அவன் சொல்லுவதையெல்லாம் அப்படியே செய்கின்ற புத்தியற்ற மனைவியாக இருப்பதற்காக அவள் மீதும், தன்னுடைய இழிகுணத்தை எனக்குக் கடத்துவதற்காக அவன் மீதும், கடும் கோபம் தோன்றியிருந்தது. ஏற்கனவே, எனது பிடிவாதத்தை, அதில் வெளிப்படுகிற ‘உன் வேலையை மட்டும் நீ பாரு’ என்கிற தொனியை என்னால் உணர முடிந்தது. துரதிர்ஷ்டவசமாக, இப்படி நேருகிறபோதெல்லாம் நான் அனுபவங்களிலிருந்து பாடம் கற்கத் தவறி விடுகிறேன் – மிகுந்த மூர்க்கமுற்று மீண்டும் மீண்டும் என் கண்ணையே குத்திவிடுகிறேன். ஆயனுடனான எனது தொடர்பு பற்றிய வதந்திகளை அதிகம் கண்டுகொள்ளாமல் நான் அப்படியே விட்டுவிட்டேன். மற்றவர் விஷயத்தில் தீவிரமாக மூக்கை நுழைக்கும் போக்கு எப்போதுமே எங்கள் பகுதியில் இருந்துதான் வந்திருக்கிறது. வதந்திகள் வருகின்றன போகின்றன, வருவதும் போவதுமாய் இருக்கின்றன, அடுத்த இலக்கை நோக்கி நகர்கின்றன. எனவே ஆயனுடனான தொடர்பு பற்றிய வதந்திக்கு நான் அதிக முக்கியத்துவம் அளிக்கவில்லை. ஆனால் அவன் மீண்டும் வந்தான் – வியர்க்க விறுவிறுக்க நான் பூங்காவில் ஓடிக்கொண்டிருக்கும்போது, நடந்து வந்தான்.

இம்முறை நான் தனியாக இருந்தேன், ஆனால் வாசிக்கவில்லை. ஓடும்போது நான் ஒருபோதும் வாசிப்பதில்லை. அப்படியாக அவன் வந்தான்- இதுவரை வந்தே இராத அந்த இடத்திற்கு, திடும்மென, எனது ஓட்டத்திற்கு ஒத்திசைவாக இணைந்துகொள்ளும்படி வந்தான். எவ்வளவோ காலமாக நாங்கள் இருவரும் இணைந்து ஓடிக்கொண்டிருப்பது போன்ற ஒரு தோற்றத்தைத் தரும்படி நாங்கள் இருவரும் இணைந்து ஓடத் துவங்கியிருந்தோம். அவனுடனான ஒவ்வொரு சந்திப்பின்போதும் நேரப்போவது போலவே இம்முறையும் நான் அதிர்ச்சியடைந்தேன். அடுத்து அவன் பேசத்துவங்கினான் – கடந்த சந்திப்பில் விடுபட்ட ஒரு பேச்சைத் தொடர்வது போல – எப்போதுமே நாங்கள் பேசிக் கொண்டிருப்பது போல அவன் பேசத் துவங்கினான். என்னுடைய வேகத்திற்கு ஈடுகொடுக்கும்படி ஓடியதால் அவனது வார்த்தைகள் சுருக்கமாகவும் சிரமப்பட்டும் வெளிவந்தன. எனது அலுவலகம் பற்றிப் பேசினான். அவனுக்கு என் வேலையைப் பற்றித்

தெரிந்திருந்தது - அது எங்கே இருக்கிறது, நான் அங்கே என்ன செய்கிறேன், நேரம், நாள், காலை எட்டு இருபதுக்கு நகரத்திற்குச் செல்வதற்காக நான் ஏறுகின்ற பேருந்து(அது கடத்தப்படாத தினங்களில்). அதே சமயத்தில் ஒருநாளும் வீடுதிரும்புவதற்காக நான் அந்தப் பேருந்தை உபயோகிப்பதில்லை என்பதையும் அவன் பிரகடனம் செய்தான். அது உண்மைதான். ஒவ்வொரு வேலை நாளிலும் - மழையாய் இருந்தாலும் வெயிலாய் இருந்தாலும், துப்பாக்கிச் சூடுகள் நிகழ்ந்தாலும் குண்டுகள் போடப்பட்டாலும், போராட்டங்களானாலும் ஊரடங்கானாலும் நான் எனது புதிய புத்தகத்துடன் வீட்டிற்கு நடந்து வருவதையே விரும்பினேன். அது ஒரு பத்தொன்பதாம் நூற்றாண்டு புத்தகமாகத்தான் இருக்கும். இருபதாம் நூற்றாண்டுப் புத்தகங்கள் எனக்குப் பிடிக்காது, ஏனென்றால் இருபதாம் நூற்றாண்டை எனக்குப் பிடிக்கவில்லை. இப்போது பின்னோக்கி யோசிக்கும்போது, ஆயனுக்கு இந்த விவரங்கள் எல்லாமும் கூடத் தெரிந்துதான் இருந்திருக்கும் எனத் தோன்றுகிறது.

நீர்த்தேக்கத்தின் புறமாக நாங்கள் நடந்துகொண்டிருக்கும் போது அவன் என்னுடன் பேசினான். கீழ்முனையில் குழந்தைகளின் விளையாட்டு மைதானம் அருகே ஒரு சிறிய நீர்த்தேக்கமும் இருக்கிறது. என்னிடம் பேசியபடியே நடந்தாலும் அவன் நேராகத்தான் பார்த்தான், எனது புறம் ஒருமுறை கூடத் திரும்பவே இல்லை. இந்த இரண்டாம் சந்திப்பின் இறுதிவரை அவன் என்னிடம் ஒரு கேள்வி கூடக் கேட்கவில்லை. என்னிடமிருந்து எந்த பதிலையும் அவன் எதிர்பார்த்ததுபோலவும் தெரியவில்லை. நான் பதில் பேசியிருக்கவும் வாய்ப்பில்லை. "இவன் எங்கிருந்து வந்தான்?" என்னும் கேள்வியில்தான் நான் இன்னமும் இருந்தேன். போலவே, நாங்கள் ஒருவரை ஒருவர் அறிந்திருக்காதபோது, என்னை அவன் மிகவும் அறிந்தது போலவும், நாங்கள் இருவரும் ஒருவரை ஒருவர் அறிந்தவர்கள் போலவும் ஏன் நடந்துகொள்கிறான்? அவன் என்னருகே வருவது எனக்குத் தொந்தரவாய் இருக்கும்போது, அது அப்படி இல்லை என அவன் ஏன் நினைத்துக் கொள்கிறான்? என்னால் ஏன் ஓட்டத்தை நிறுத்திவிட்டு அவனை நோக்கித் திரும்பி என்னைத் தனியாக விடும்படி கேட்கமுடியவில்லை? "இவன் எங்கிருந்து வந்தான்?" என்கிற கேள்வியைத் தாண்டி, மேற்கண்ட மற்ற சிந்தனைகள் ஏன் வெகுநேரத்திற்கு எனக்குத் தோன்றவேயில்லை? வெகு நேரம் என்றால் ஒருமணிநேரம் அல்ல, கிட்டத்தட்ட இருபது ஆண்டுகள். பதினெட்டு வயதாகியிருந்த

அந்தக் காலத்தில், சட்டென உணர்ச்சிவயப்படுகிற ஒரு சமுதாயத்தில் பிறந்து, உங்கள் மீது உடல்ரீதியான தொடுதலோ வன்முறையோ நிகழ்த்தப்படாதபோது, வெளிப்படையாக வெறுப்பைக் கக்கும் வார்த்தைகள் பிரயோகிக்கப்படாதபோது, வக்கிரமான பார்வைகள் வீசப்படாதபோது அங்கே குற்றம் எதுவும் நிகழ்ந்ததாகக் கொள்ளமுடியாது என அடிப்படை சட்டங்களைக் கொண்டிருக்கிற ஒரு சமுதாயத்தில் வளர்ந்த என்னால், எப்படி நிகழவேயில்லாத ஒரு தாக்குதலால் தாக்கப்பட்டதாக உணர முடியும்? அந்தப் பதினெட்டு வயதில், எல்லை மீறல்கள் நிகழ்ந்த விதங்களைப் பற்றி எனக்கு சரியான புரிதலும் இல்லை. என்னால் அவற்றை உணர முடிந்தது, அவை குறித்த உள்ளுணர்வு இருந்தது, சில சூழல்களோடும் மனிதர்களோடும் எனக்கு ஒரு வகையான வெறுப்பும் இருந்தது. ஆனால் உள்ளுணர்விற்கும் வெறுப்பிற்குமெல்லாம் கூட மதிப்பிருக்கிறது என்பதை நான் அறியவில்லை, சில விஷயங்களை வெறுப்பதற்கு எனக்கு உரிமை இருக்கிறது என்பதையும், என்னை நெருங்குகிற எல்லா மனிதர்களையும் சூழல்களையும் பொறுத்துக்கொண்டாகவேண்டிய கட்டாயம் எதுவுமில்லை என்பதையும் நான் அறிந்திருக்கவில்லை. அந்த வயதில் அவற்றைக் கையாள நான் செய்ததெல்லாம், நட்பாக இருப்பதாக நினைத்துக் கொண்டு நெருங்குகிற அவர்கள் தான் சொல்ல வேண்டியதைச் சொல்லிவிட்டு விரைந்து அங்கிருந்து வெளியேறிவிடுவார்கள் என நம்புவதும், வாய்ப்பிருந்தால் என்னால் எவ்வளவு சீக்கிரம் முடிகிறதோ அவ்வளவு சீக்கிரம் அவர்களிடமிருந்து பணிவுடனும் விரைவாகவும் வெளியேறிவிடுவதும்தான்.

ஆயனுக்கு என்னைப் பிடித்திருக்கிறது என்பதும் அவன் என்னை நெருங்க முயல்கிறான் என்பதும் இந்த இரண்டாவது சந்திப்பில் எனக்குத் தெரிந்துவிட்டது. அவனுக்கு என்னைப் பிடித்திருப்பதை நான் விரும்பவில்லை என்பதையும் எனக்கு அவனிடம் அதேபோன்ற விருப்பம் எதுவுமில்லை என்பதையும் நான் அறிந்திருந்தேன். ஆனால் இந்த விருப்பத்தை வெளிப்படுத்தும்படியான நேரடியான வார்த்தைகள் எதையும் அவன் என்னிடம் கூறவேயில்லை. அதுமட்டுமின்றி, அவன் என்னிடமிருந்து எந்த பதிலையும் எதிர்பார்க்கவுமில்லை. என் உடலை அவன் தொடவும் இல்லை. இந்த இரண்டாம் சந்திப்பின் இந்த நிமிடம் வரை அவன் என்னை ஒரேஒருமுறைகூடப் பார்க்கவும் இல்லை. இதையெல்லாம் தாண்டி, அவன் என்னை விட மூத்தவனாய் இருந்தான் – மிக மிக மூத்தவன். எனவே நான்தான் தேவையில்லாமல்

இதைப்பற்றி தவறாக எண்ணிக் கொள்கிறேனோ? இந்த ஓட்டத்தைப் பொருத்தவரை நாங்கள் ஒரு பொதுவெளியில் இருக்கிறோம். பகல்பொழுதுகளில் இது இரண்டு பெரிய பூங்காக்கள் இணையும் இடம், இரவுப் பொழுதுகளில் மிகவும் ஆபத்தான ஒரு இடம். பகல் பொழுதுகளிலும் கூட அது அப்படித்தான் என்றாலும் அதனை அப்படி ஒப்புக்கொள்வதில் எல்லோருக்கும் ஒரு தயக்கம் இருந்தது. ஏனெனில் அவர்கள் செல்வதற்கு ஏதேனும் ஒரு இடமேனும் அவர்களுக்குத் தேவைப்பட்டது. இந்தப் பிரதேசம் ஒன்றும் எனக்குச் சொந்தமானதல்ல, எனவே இதில் ஓடுவதற்கு எனக்கு அனுமதி இருப்பதுபோலவே, எழுபதுகளில் குழந்தைகளுக்கு இங்கே மதுவருந்த உரிமை இருந்தது போல, சற்றே மூத்தவர்கள் எண்பதுகளில் இங்கே யூகலிப்டஸை முகர்வதற்கு நியாயம் இருந்தது போல, இன்னும் மூத்தவர்கள் தொண்ணூறுகளில் இங்கே தங்களுக்கு ஹெராயினைச் செலுத்திக் கொண்டதைப் போல, இப்போது அரசபடைகள் தேசத்தைத் துறந்தவர்களை புகைப்படம் எடுக்க இதில் மறைந்திருப்பதைப் போல அவனுக்கும் இங்கே ஓடுவதற்கு உரிமை இருக்கிறது. அரசபடைகள் தேசம் துறந்தவர்களைப் புகைப்படம் எடுத்தது போலவே அவர்களுடன் வெளிப்படையாகவும் மறைமுகமாகவும் தொடர்பில் இருந்தவர்களையும் புகைப்படம் எடுத்தனர். அதுதான் அந்த நொடியிலும் நிகழ்ந்தது. நானும் ஆயனும் ஒரு புதர் அருகே ஓடிக்கொண்டிருந்த போது அதே போன்ற ஒரு க்ளிக் ஒலித்தது, இதே புதர் அருகே இந்த ஒலியின்றி நான் எத்தனையோ முறை ஓடியிருக்கிறேன். இந்த முறை அது ஒலித்ததற்கு ஆயனும் அவனது ஈடுபாடும்தான் காரணம் என்பதை நான் அறிந்திருந்தேன். ‘ஈடுபாடு’ என்பதன் மூலமாக நான் தொடர்பினையும், ‘தொடர்பு’ என்பதன் மூலமாக தொடர்ந்த கிளர்ச்சியையும், ‘தொடர்ந்த கிளர்ச்சி’ என்பதன் மூலமாக தற்போது இங்கே இருக்கிற அரசியல் பிரச்சினைகளுக்கு காரணமான அரசுக்கு எதிரானவர்களையும் குறிப்பிடுகிறேன். எனவே இப்போது நான் எங்கோ ஒரு கோப்பிலும் எங்கோ ஒரு புகைப்படத்திலும், முன்பு மறைமுகமாகவும் தற்போது வெளிப்படையாகவும் கிளர்ச்சியாளனுடன் தொடர்பில் இருக்கிற ஒருத்தியாகிவிட்டேன். ஆயனுக்கு அந்த க்ளிக் சத்தம் கேட்காமல் போயிருக்க வாய்ப்பே இல்லை என்றாலும், அவன் அதைப்பற்றி எதுவும் பேசவில்லை. ஓட்டத்தை முடித்துக்கொள்ளும்படியாக வேகத்தை அதிகரித்துக் கொள்வதன் மூலமாகவும் அந்த சத்தத்தைக் கேட்காதது போல் நடந்துகொள்வதன் மூலமாகவும் நான் அந்நிகழ்வைக் கடந்தேன்.

அவன் ஓட்டத்தின் வேகத்தைக் குறைத்துக் கொண்டான், நன்றாகவே குறைத்துக் கொண்டான். நான் நடக்கும்போது இணைந்து கொண்டான். அவனது உடல்தகுதி மோசமானது என்பதாலல்ல, அவன் ஒரு ஓட்டக்காரன் அல்ல என்பதனால். அவனுக்கு ஓடுவதில் ஆர்வம் இருக்கவில்லை. அவன் ஓடுவதை நான் ஒருபோதும் கண்டிராத இந்த நீர்த்தேக்கத்தின் அருகிலான அவனது இந்த ஓட்டமெல்லாம் ஓட்டத்திற்கானதல்ல என்பது எனக்குத் தெரியும், அது எனக்கானது. வேகத்தை மட்டுப்படுத்துவதற்காகத்தான் அவன் மெதுவாக ஓடினான் என்பதாக அவன் உணர்த்த விரும்பினான். ஓட்டம் பற்றி எனக்குத் தெரியும், வேகத்தை மட்டுப்படுத்துவதற்கான வழி, நடப்பது அல்ல. ஆனால் நான் இதையெல்லாம் கூற முடியாது - அவனை விட உடற்தகுதி கொண்டவளாகவோ எங்கள் ஊரைப்பற்றி அவனைவிட அதிக அறிதல் கொண்டவளாகவோ நான் என்னைக் கருதிக்கொள்ள முடியாது. ஏனென்றால் எங்களது சமூகம் ஆண்களையும் பெண்களையும் வளர்ப்பிக்கிற விதம் அதனை ஒருபோதும் அனுமதிக்காது. இது 'நான்' ஒரு ஆண், 'நீ' ஒரு பெண் என உணர்த்திக்கொண்டே இருக்கும் பிரதேசம். நீங்கள் ஒரு சிறுமியாக இருந்தால் ஒரு சிறுவனிடமும், பெண்ணாக இருந்தால் ஒரு ஆணிடமும், அல்லது ஒரு சிறுமியாக இருந்தால் ஒரு ஆணிடமும் குறிப்பிட்டவற்றை மட்டும்தான் சொல்ல முடியும். குறைந்தபட்சம் அதிகாரபூர்வமாகவோ, பொது இடத்திலோ, சிலவற்றைச் சொல்ல ஒருபோதும் நீங்கள் அனுமதிக்கப்படமாட்டீர்கள். நான் பேசுவது எதைப்பற்றியது - ஆண்களிடம் பணிவாக நடந்துகொள்ளாத, ஆண்களது மேன்மையை ஒப்புக்கொள்ளாத, அல்லது வெறுமனே ஆண்களுக்கு முரணாக நடந்து கொள்கிற பெண்ணையும் கூட அடங்காப்பிடாரி எனவும் இழிவானவள் எனவும் தன்னைப்பற்றி அதீதமாக எண்ணிக் கொள்கிறவள் எனவும் குறிப்பிடுவதைப் பற்றியது. எல்லா சிறுவர்களும் ஆண்களும் அப்படி இல்லைதான். சில ஆண்கள், அவமதிக்கப்பட்ட ஆணை வேடிக்கையாகக் கருதி அதைச் சிரித்துக் கடந்தனர். அவர்களை எனக்குப் பிடித்திருந்தது, எனது 'ஒப்பந்தங்களற்ற - ஆண் நண்பனும்' அப்படிப்பட்டவன்தான். ஒருவரை ஒருவர் வெறுத்துக்கொண்ட ஆண்கள் இருவர் பார்பரா ஸ்ட்ரைஸண்டின் உரத்தகூச்சலை எதிர்க்கும் விஷயத்தில் ஒன்றிணைந்து கொண்டதையும்; அந்தப் புதிய படத்தில் எந்த ஆணாலும் கொல்ல முடியாத ஒரு உயிரியை ஸிகோர்னி வேவர் கொன்றதைக் கண்டு ஆத்திரமடைந்த சிறுவர்களைப் பற்றியும்; ஒரு பூனையைப் போல் இருப்பதற்காக கேட் புஷ்க்கு எதிராகவும்

பெண்கள் போல் இருப்பதற்காக பூனைகளுக்கு எதிராகவும் நடந்து கொள்கிற சிறுவர்களைப் பற்றியும் சொன்ன போது, அவன் சிரித்துக்கொண்டே, "நீ சொல்வதை நான் உனக்காக ஏற்றுக்கொள்கிறேன். ஆனால் சூழல் ஒன்றும் அவ்வளவு மோசமாக இல்லையே, அவ்வளவு மோசமாக இருக்கிறதா என்ன?" என வினவினான். எங்களது பகுதியில் பூனைகளே அதிகம் இல்லை எனச்சொல்லும் அளவிற்கு அவை கொல்லவும் உருச்சிதைக்கவும் படுகின்றன என்பதைப் பற்றி நான் அவனிடம் சொல்லவில்லைதான். பதிலாக, ஃப்ரெட்டி மெர்க்குரி ஒரு பழக்கூழைப் போல் இருக்கிறான் என்பதற்காக இன்னும் விரும்பப்படாமல் இருப்பதை நான் கூறி முடித்ததும் என் ஒப்பந்தங்களற்ற ஆண் நண்பன் அவனது காஃபிப் பாத்திரத்தைக் கீழே வைத்துவிட்டு – நான் அறிந்த வரை அவனும் அவனது நண்பனான ஒரு சமையல்காரனும்தான் காஃபி கொதிகலன் பாத்திரம் வைத்திருந்தனர் – தானும் அமர்ந்து முதலிலிருந்து சிரிக்கத் துவங்கினான்.

ஒப்பந்தங்களற்ற ஆண்நண்பனுடன் இது கிட்டத்தட்ட ஓராண்டு எனக்கு. செவ்வாய் இரவுகளிலும், அதன்பிறகு வியாழன் இரவுகளிலும், பெரும்பாலான வெள்ளி இரவு முழுவதும் தொடர்ந்து சனி காலை வரையிலும், எல்லா சனிகளிலும் இரவு முழுவதும் தொடர்ந்து ஞாயிறு வரையிலும் என நான் அவனைச் சந்தித்து வந்தேன். சில சமயங்களில் இது ஒரு நிலையான உறவு போல தோன்றியிருக்கிறது, பிற சமயங்களில் இது ஒரு உறவே இல்லை என்பது போல இருக்கும். அவனுக்குத் தெரிந்த சிலர் எங்களை ஒரு நிஜமான ஜோடி என்பதாகவே நடத்தினர். ஆனால் பெரும்பான்மையினர், எங்களை 'அடிக்கடி சந்தித்துக் கொள்ளக்கூடும் ஆனால் ஒரு கச்சிதமான ஜோடியாகவெல்லாம் வாழ்ந்திட முடியாது' என்னும் வகையைச் சேர்ந்த பொருத்தமற்ற ஜோடியாகவே பார்த்தனர். ஒரு கச்சிதமான ஜோடியாகவும் அதிகாரபூர்வமான உறவில் இருப்பதற்கும் எனக்கு விருப்பம்தான், ஒரு கட்டத்தில் நான் அதை உறுதியாகாத ஆண்நண்பனிடம் சொல்லவும் செய்தேன். ஆனால் நான் சொல்வது உண்மையல்ல எனக் கூறிய அவன், நான் மறந்துவிட்ட ஒன்றை நினைவுகூர விரும்புவதாகக் கூறினான். முன்பொருசமயம் அப்படி அவனது நெருங்கிய தோழியாக நானும் எனது நெருங்கிய தோழனாக அவனும் இருப்பதற்கு முயன்று, நிஜமான ஜோடிகளைப் போலவே சந்தித்தும் தொடர்பில் இருந்தும், ஒரு எதிர்காலத்திட்டத்தை நோக்கி நகர்வது போல் நடந்துகொண்டதாகக் கூறினான். ஆனால்

அதன்பிறகு நான் வித்தியாசமாக நடந்து கொண்டேன் என்று அவன் கூறினான். அவனும் கூட வித்தியாசமாகத்தான் நடந்து கொண்டதாகக் கூறிய அவன், ஆனால் அதற்கு முன் ஒருபோதும் நான் அத்தனை அச்சத்துடன் இருந்ததைக் கண்டதில்லை எனவும் கூறினான். அவன் கூறக்கூற அவற்றில் சிலவற்றை மட்டும் நான் மங்கலாக நினைவுகூர்ந்தேன். எனது இன்னொரு மனம் இதனை இவன் இட்டுக்கட்டிக் கூறுகிறானோ எனச் சிந்தித்தது. எங்களுக்கிடையே என்ன இருந்ததோ – அது எதுவாகினும் – அதன் பொருட்டு, நிச்சயிக்கப்பட்ட ஆண் மற்றும் நிச்சயிக்கப்பட்ட பெண் என்கிற நிலையிலிருந்து விலகிக்கொள்வதுதான் நல்லது என அவன் அபிப்ராயப்பட்டதாகக் கூறினான். எப்போது பார்த்தாலும் நான் ‘உணர்வுகளைக் குறித்துப் பேசுவதி’லேயே ஈடுபட்டிருந்ததாக அவன் கூறினான். ஆனால் கட்டற்றுத்திரியும் எனது அடிப்படைக்குணத்தை வைத்துப் பார்த்தால், ஒருவேளை நாங்கள் உணர்வுகளைப்பற்றிப் பேசியிருந்தால், என்னை விட அதிகமாக அவன்தான் அதையெல்லாம் பேசியிருப்பதற்கான வாய்ப்புகள் அதிகம். அவற்றிலெல்லாம் எனக்கு நம்பிக்கை இருந்திருக்கவே வாய்ப்பில்லை. பதிலாக, நாங்கள் உறவில் இருக்கிறோமா இல்லையா என்பதையே உறுதியாகக் கூற முடியாத அந்த நிச்சயமற்ற எல்லைக்குள்ளேயே நாங்கள் மீண்டும் செல்லலாம் என அவன் ஒரு கருத்தை முன்வைத்திருக்கிறான். அதன்படியே நாங்கள் செய்தபிறகு நான் அமைதியுற்றதாகவும் அவனும் அமைதியடைந்ததாகவும் கூறினான்.

எங்கள் பகுதியில் அதிகாரப்பூர்வமாக நிறுவப்பட்டிருந்த ஆண் பெண் எல்லைகளையும் பெண்கள் என்னவெல்லாம் சொல்லமுடியும் எவற்றையெல்லாம் ஒருபோதும் சொல்ல முடியாது என்பவற்றையும் உணர்ந்திருந்த நான், ஆயன் எனது ஓட்டத்தைத் தடுத்து மெதுவாக்கி நிறுத்தியபோது நான் அவனிடம் எதுவுமே சொல்லவில்லை. மீண்டும் யோசித்தால் - அவனது நோக்கத்தைப் பற்றித் தெரியவில்லை – அவன் மூர்க்கமாகவே நடந்துகொள்ளவில்லை, எனவே என்னாலும் அவனிடம் மூர்க்கத்தை வெளிப்படுத்த இயலாததால் நான் தொடர்ந்து ஓடினேன். பதிலாக, அவனது அருகாமையை விரும்பாத போதிலும், அவன் என் வேகத்தைக் குறைக்க அனுமதித்தேன். அந்த நொடியில்தான், ஓடாத சமயங்களில் நான் மேற்கொண்ட அத்தனை நடைகளையும் பற்றித் தனது கருத்தினைக்கூறினான். அவன் அதனைச் சொல்லியிருக்கவே கூடாதென்றும், குறைந்தபட்சம் நான் அவற்றைக் கேட்காமலாவது

இருந்திருக்கலாம் என்றும் எவ்வளவு விரும்புகிறேன் நான்! அவனுக்கு அக்கறை இருப்பதாகக் கூறிய அந்த சமயத்திலும் அவன் என்னைப் பார்க்கவே இல்லை. 'புரியவில்லை' எனக்கூறிய அவன், 'என்னுடைய இந்த ஓட்டமல்லாத நடைகளையும் நடையல்லாத ஓட்டங்களையும் பற்றி ஒன்றும் புரியவில்லை' எனக்கூறினான். அவனுக்கு அக்கறை இருப்பதாகத் தெரிவித்தான். அதீத நடையும் அதீத ஓட்டமும் என்றான். இதைக்கூறிய பிறகு, வேறு ஒரு வார்த்தையும் சொல்லாமல் பூங்காங்களின் சந்திப்பருகே இருந்த மூலையின் வழியாகச் சென்று அங்கிருந்து காணாமலாகிவிட்டான். அதிவிரைவான காரில் வந்த கடந்தமுறையைப் போலவே, இம்முறையும் அவனது எதிர்பாராத வருகை, நெருக்கம், அனுமானம், காமராவின் க்ளிக், எனது ஓட்டம் மற்றும் நடை பற்றிய அவனது கருத்து, பிறகு திடீரென்று கிளம்பிச்சென்றது என் இந்த அதீத அணுக்கம் நிறைய குழப்பத்தை உண்டாக்கியது. அது அதிர்ச்சியாகத்தான் தோன்றியது- ஆனால் மிகச்சிறிய, முக்கியமற்ற, நிஜமாகவே அதிர்ச்சியடைகிற அளவு முக்கியமற்ற ஒன்றின் மீதான அதிர்ச்சியாகத் தோன்றியது. எனவே, வீட்டிற்கு வந்து சிலமணிநேரங்கள் கழித்தே அவனுக்கு எனது வேலையைப் பற்றித் தெரிந்திருப்பது எனக்கு உரைத்தது. நான் எப்படி வீட்டிற்கு வந்தேன் என்பதே நினைவில் இல்லை – ஏனென்றால் அவன் கிளம்பியபிறகு, மீண்டும் ஓடுவதன் வாயிலாக எனது வழக்கமான அட்டவணைக்கு மீண்டு அவனது வருகை நிகழவேயில்லை என்பதுபோலோ அது என்னைப்பாதிக்கவே இல்லை என்பதுபோலோ நடிக்க முயற்சித்தேன். ஆனால் என்னால் கவனம் செலுத்த முடியாததாலும், எனக்கு குழப்பமாக இருந்ததாலும், என் செயலில் உண்மை இல்லை என்பதாலும் தூக்கி எறியப்பட்ட ஒரு பத்திரிக்கையிலிருந்து கழன்று விழுந்திருந்த வழுவழு காகிதங்கள் மீது வழுக்கிவிழுந்தேன். நீண்ட கரிய கட்டற்ற கூந்தலைக்கொண்ட, காலுறை அணிந்த, கரிய சரிகையாலான வார்ச்சட்டை அணிந்த பெண்ணின் படத்தை நடுப்பக்கத்தில் கொண்டிருந்த விரிந்த காகிதம் அது. கால் சறுக்கி சமநிலை இழந்து பாதையில் நான் விழுந்தபோதுதான், என்னைப்பார்த்துச் சிரித்தபடி பின்னோக்கிச்சாய்ந்த அவளது புகைப்படத்தின் மார்பகங்களை நான் முழுமையாகக் கண்டேன்.

02

அன்றைய நடைக்கு அடுத்த நாள் காலை எப்போதையும் விட முன்னதாகவே, நகரத்திற்குச் செல்வதற்கான வேறொரு பேருந்தினைப் பிடிப்பதற்காக ஊரின் இன்னொரு புறத்திற்கு நடந்து சென்றேன் – அது ஏனென்ற சிந்தனையை நான் எனக்குள் அனுமதித்துக் கொள்ளவில்லை. மாலையிலும் அதே பேருந்தில் வீடு திரும்பினேன். வாழ்விலேயே முதன்முறையாக, வாசித்துக்கொண்டே நடக்கும் எனது வழக்கத்தினை அன்று கைவிட்டிருந்தேன். நான் நடக்கவேயில்லை. இதுவும் ஏனென்று நான் எனக்குச் சொல்லிக்கொள்ளவில்லை. இன்னொரு விஷயம் என்னவென்றால் நான் என் ஓட்டத்தையும் அன்று தவிர்த்திருந்தேன். ஒருவேளை பூங்கா&நீர்த்தேக்கத்தில் அவன் மீண்டும் தோன்றினானென்றால்! நீங்கள் தீவிரமான ஒரு தொலைதூர ஓட்டக்காரராகவும், ஒரு நகரத்தில் குறிப்பிட்ட அரசியல் சார்பினைக் கொண்ட ஒரு குறிப்பிட்ட பகுதியைச் சேர்ந்தவராகவும் இருப்பின் அந்தப்பகுதியின் அத்தனை எல்லைகளையும் உங்களது திட்டத்திற்குள் நீங்கள் சேர்த்துக்கொள்ளவேண்டியதிருக்கும். அப்படிச் செய்யவில்லையென்றால், மத நம்பிக்கைகளால் வரையறுக்கப்பட்டுள்ள ஒரு குறிப்பிட்ட சிறிய எல்லைக்குள் திரும்பத்திரும்ப நடந்துதான் அதற்கு ஒப்பீடான தொலைவினைச் சமன்செய்யமுடியும். எனக்கு ஓட்டம் பிடிக்குமென்றாலும் திரும்பத்திரும்ப ஒரே இடத்தில் ஓடுவதிலுள்ள சலிப்பை நான் விரும்பவில்லை என்பதைக் கண்டுகொண்டேன். எனவே அடுத்த ஏழுநாட்களுக்கு நான் ஓடவேயில்லை. ஓடியே ஆகவேண்டுமென்ற பிடிவாதம் எப்படியாயினும் மேலெழுந்து என்னை உந்தும்வரை மீண்டும் அது நிகழப்போவதேயில்லை என்பதுபோலும் இருந்தது. ஓட்டமேயில்லாமல் கடந்த அந்த ஏழாவது

நாளின் இறுதியில், பூங்கா&நீர்த்தேக்கத்திற்குத் திரும்ப நான் முடிவெடுத்தேன் - இந்தமுறை என் மூன்றாவது மைத்துனனுடன்.

மூன்றாவது மைத்துனன் முதல் மைத்துனன் போல் இல்லை. என்னை விட ஒரு வயது மூத்தவனான அவன் சிறுவயதிலிருந்தே நான் அறிந்திருந்தவனும் கூட. மிகத்தீவிர உடற்பயிற்சியாளனும் மிகத்தீவிர குத்துச் சண்டைக்காரனும் (தொழில்முறையாக அல்ல) ஆவான் - அடிப்படையில் எல்லாவற்றிலுமே மிகத்தீவிரமாய் இருப்பவன். எனக்கு அவனைப்பிடிக்கும். பிறருக்கும் அவனைப் பிடிக்கும். அவனிடம் ஒருமுறை பழகிய எல்லோருக்குமே அவனைப்பிடிக்கும். அவனைப்பற்றிய பிற குறிப்பிடத்தக்க விஷயங்கள் என்னவென்றால், அவன் ஒருபோதும் புறம் பேசியதில்லை, ஆபாசமாக யாரைப்பற்றியும் பேசியதில்லை, பாலியல் சார்ந்தோ அல்லது எது சார்ந்துமோ யாரையும் ஏளனம் செய்ததில்லை. பிறர் விஷயத்தில் தலையிடுகிற, அவர்களை நிர்பந்திக்கிற கேள்விகளைக் கேட்டதில்லை. வெகு அரிதாகவே அவன் கேள்விகள் கேட்டான். சண்டை பற்றிய விஷயத்தில், அவன் ஆண்களுடன் சண்டையிட்டான். பெண்களிடம் ஒருபோதும் சண்டையிட்டதில்லை. உண்மையைச் சொல்வதானால், அவனது கிறுக்குத்தனத்தின்படி - சமூகம் அதை அப்படித்தான் வரையறுத்தது - பெண்கள் தீரமிக்கவர்களாகவும், முன்மாதிரிகளாகவும் இன்னும் சொல்லப்போனால் புராணிகமாகவும் தெய்வீகமாகவும் கூட இருக்கவேண்டும் என அவன் எதிர்பார்த்தான். இதை மீறவேண்டுமெனில் நாங்கள் அவனுடன் விவாதம் புரிய வேண்டியிருந்தது. அது அபூர்வமாகத்தான் நிகழ்ந்தது எனினும் அது பெண்களுக்கான அவனது மாற்ற முடியாத விதிமுறைகளில் ஒன்றாக இருந்தது. ஒரு பெண் அப்படி தெய்வீகத்தன்மை மற்றும் பிற குணங்கள் உடையவளாக இல்லாமலிருக்கும்பட்சத்தில் அவன் சற்றே சர்வாதிகாரமாக அவளிடம் நடந்துகொள்வதன் வாயிலாக விஷயங்களை அதைநோக்கி நகர்த்துவான். இம்முயற்சியில் அவன் தோற்கடிக்கப்படவே நேர்ந்தது, எனினும் அவனது மேம்படுத்தப்பட்ட சர்வாதிகாரத்தால் அவள் ஒரு முறை தன்னை உணர்ந்துகொண்டுவிட்டாளெனில் அதை அவள் நினைவில் கொண்டு இந்த பௌதிகத்தைத்தாண்டிய ஏதோ ஒன்றிலிருந்து உக்கிரமாகத் தன்னை மீட்டெடுத்துக்கொள்வாள் என நம்பினான். 'அப்படியானால் அவனது புத்தியில் ஏதோ கோளாறு இருக்கிறது' எனச் சில ஆண்கள் பேசிக்கொண்டார்கள், கிட்டத்தட்ட அனைத்து ஆண்களும். 'அப்படி அவனது சிந்தனையில் ஏதோ பிரச்சினை

இருக்கும் எனில், அதை அவன் அப்படியே தொடர்வதுதான் மிக நல்லது' என அனைத்துப் பெண்களும் கூறினார்கள். பெண்மை தொடர்பான அத்தனை விஷயங்கள் மீதும் அவன் கொண்டிருந்த வழக்கத்துக்கு மாறான உயர்மதிப்பால் அவன் பெண்கள் மத்தியில் பிரபலமானான் - அப்படி பிரபலமாகியிருக்கிறோம் என்பதை அவன் பொருட்படுத்தாமலிருந்தது அவனை மேலும் பிரபலமாக்கியது. இலாபநோக்கிலான முக்கியத்துவம் குறித்துச் சிந்தித்தாலும் - அதாவது எனக்கு இப்போது ஆயனால் ஏற்பட்டிருக்கும் பிரச்சினை சார்ந்து - எங்கள் பகுதியில் இருக்கும் எல்லாப் பெண்களுமே அவனை அப்படித்தான் கருதினார்கள். எனவே ஒரு பெண்ணோ இரண்டு பெண்ணோ மூன்றோ நான்கோ பெண்களோ கூட அல்ல, சிறிய எண்ணிக்கையிலான பெண்கள் - எங்கள் பகுதியில் அதிகாரத்தில் இருக்கும் (எங்கள் பகுதியில் துணை ராணுவத்தில்) ஆண்களுடன் மனைவியாகவோ தாயாகவோ இனத்தினளாகவோ தொடர்பில் இல்லாதபட்சத்தில் - ஏதேனும் வகுப்புவாத நடவடிக்கைகளை முன்னெடுக்கும்போது, ஒட்டுமொத்த சமூகத்தின் கருத்தை தனக்கு சாதகமாக்க முயலும்போது அவனிடமே வந்து சேர்ந்தனர். ஒன்றாகத் திரளும் உள்ளூர்ப்பெண்கள் அப்படி அரிதினும் அரிதாக சமூக குடிமையியல் உள்ளூர் சூழல்களுக்கெதிராகக் கிளர்ந்தெழுந்தபோது ஆச்சர்யப்படத்தக்க வகையில் வலிமையான சக்தியாகவே தங்களை முன்வைத்தனர், அதை விட வலிமையானவையாகக் கருதப்பட்ட படைகள் இதுகுறித்து முக்கியத்துவம் அளித்துத்தான் தீர வேண்டியிருந்தது. ஒருங்கிணைந்தவர்களாக, தங்களது தலைவனைக் கொண்டாடுபவர்களாக அவர்கள் இருந்தது அவனுக்குப் பாதுகாப்பையும் தருவார்கள் என்பதையே உணர்த்தியது. அதுதான் அவனுக்கும் பெண்களுக்குமிடையேயான நிலவரம். அவனுக்கும் ஊரிலுள்ள ஆண்களுக்குமான தொடர்பைப்பொருத்தவரை, பெரும்பாலான ஆண்களும் மூன்றாவது மைத்துனனை விரும்பவும் மதிக்கவும் செய்தனர் - அவர்களுக்கே அது ஆச்சரியமளித்திருக்கக்கூடும். அவனது அட்டகாசமான உடற்கூறையும், ஊரில் ஒரு ஆணுக்கென வரையறுக்கப்பட்டிருந்த குணங்கள் குறித்த புரிதல்களோடும் நோக்கும்போது அவன் சரியான நற்சான்றுகளுக்குத் தகுதியாய் இருந்தான். பெண்கள் சார்ந்த அவனது அதீத நடவடிக்கைகளும்கூட ஆண்களின் பார்வையில் முற்றிலும் கனிந்த ஓர் நிலையை அடைந்திருந்தது. எனவே உள்ளூரில் ஒட்டுமொத்தமாகவே அவன் ஏற்றுக்கொள்ளப்பட்டிருந்தான், என்னாலும் கூட அவன் ஏற்றுக்கொள்ளப்பட்டிருந்தான்,

கடந்தகாலத்தில் நான் அவனுடன் ஓடியிருக்கிறேன், ஆனால் ஒரு நாள் அதனை நிறுத்திவிட்டேன். உடற்பயிற்சி சார்ந்த அவனது ஆக்ரோஷமான அணுகுமுறை என்னுடைய ஆக்ரோஷ அணுகுமுறையையே விஞ்சிவிட்டது. அவனது வழிமுறை அதீத கடுமையானதாகவும் அதீத சிரமம் தருவதாகவும் யதார்த்தத்தினை அதீதமாய்க் காயப்படுத்துவதாகவும் இருந்தது. என்றபோதிலும் நான் மீண்டும் அவனுடன் ஓட முடிவுசெய்தேன், இவனது உடல்வலுவைக் கண்டும் அவனுடன் சண்டையிடுவதுகுறித்த பயத்தினாலும் ஆயன் மிரட்சியடைந்துவிடுவான் என்பதால் அல்ல. மைத்துனனைப்போல இளமையோ உடற்தகுதியோ நிச்சயம் அவனிடம் இல்லை, ஆனால் இளமையும் உடற்தகுதியும் எல்லா இடங்களிலும் முக்கியமாகிவிடுவதில்லை, சொல்லப்போனால் எந்த இடத்திலுமே. எடுத்துக்காட்டாக ஒரு துப்பாக்கியைச் சுடுவதற்கு நீங்கள் இளமையானவராகவும் ஓட்டக்காரனாகவும் இருக்க வேண்டிய அவசியம் இல்லை. ஆயனால் அதை வெகு எளிதாகச் செய்துவிட முடியும் என்பதையும் நான் உறுதியாக அறிவேன். ஆனால், அவனுக்குச் சமூகத்தில் இருந்த ஆதரவு – பாலின வேறுபாடின்றி – ஆயனைத் தடுக்கக்கூடிய காரணியாக அமையக்கூடும் என நான் எண்ணினேன். மைத்துனன் என்னுடன் வரக்கூடாதென அவன் நிர்பந்திக்கும் பட்சத்தில், ஒட்டுமொத்த உள்ளூர் மக்களால் அவமானப்படுத்தப்படுவான் என்பது மட்டுமின்றி, ஓர் உயர்பதவியில் இருக்கும் புரட்சியாளனாக எங்களிடையே அவனுக்கிருக்கும் பெருமை சிதையும். ஊரிலிருக்கும் ஒவ்வொரு மற்றும் எல்லா பாதுகாப்பான இல்லங்களாலும் புறக்கணிக்கப்பட்டு வெளியே கடக்கிற ஒவ்வொரு மற்றும் எல்லா ராணுவ ரோந்து வாகனங்களின் பாதையில் நிறுத்தப்படுவான். எங்களது முக்கியமான ஆளுமைமிக்க நாயகன் அல்ல, அவன் வெறும் ஒரு அரச எதிரிக் காவலன் மட்டுமே, நீருக்கு மறுபுறமிருந்து வந்திருக்கும் அரச எதிரி ஊர்க்காவலன் மட்டுமே என்பது போலவும் கருதப்படுவான். பெரிதும் உள்ளூர் மக்களையே சார்ந்திருக்கிற ஒரு கிளர்ச்சிக்காரனாக இருக்கும் சூழலில் அவன் தன்னை என்பொருட்டுத் தனிமைப்படுத்திக்கொள்வான் என நான் கருதவில்லை. அதுதான் எனது திட்டமாய் இருந்தது, நல்ல திட்டமும் கூட. ஏழு நாட்களுக்கோ ஆறு இரவுகளுக்கோ முன்பே இது நேரவில்லை என்பது குறித்து மட்டுமே வருந்திய நான் மற்றபடி இத்திட்டத்தில் முழுநம்பிக்கை கொண்டிருந்தேன். என்றாலும் இப்போது நிலைமை இப்படியாகிவிட்டதால் அடுத்தபடியாக

நான் அதைச் செயல்படுத்தித்தான் தீரவேண்டும். ஓட்டத்திற்கான ஆடைகளை அணிந்தபடி நான் எனது மூன்றாவது மைத்துனனின் வீடுநோக்கிக் கிளம்பினேன்.

மூன்றாவது மைத்துனனின் வீடு பூங்கா&நீர்த்தேக்கத்துக்குச் செல்லும் வழியில் இருந்தது, அதை நான் நெருங்கியபோது எல்லாமும் எதிர்பார்த்தபடியே இருந்தது: மைத்துனன் தனது தோட்டத்துப்பாதையில் உடற்பயிற்சி ஆடை அணிந்து ஆயத்தப்பயிற்சிகள் செய்துகொண்டிருந்தான். அவன் எதோ சாபங்களை முணுமுணுத்துக் கொண்டிருந்தான் – ஒழி, ஒழி, அப்படி அவன் முணுமுணுப்பதை அவனே அறிந்திருக்கவில்லை என்றுதான் நான் எண்ணினேன். இடது கெண்டைக்கால் தசையை முதலிலும் வலது கெண்டைக்கால் சதையை அடுத்துமாக அவன் விறைப்பாக்கியபோது ஒழி என்ற வார்த்தை மென்மையாக வெளிப்பட்டது, அடுத்து வலது இடது கீழ்க்கால் எலும்புகளை நீட்டியபோது அதிக அளவிலான ஒழி-கள் வெளிப்பட்டன. அதன்பிறகு, பலகாலங்களுக்குப்பிறகு மீண்டும் நான் அவனுடன் ஓட வந்திருக்கிறேன் என்பது பற்றிய அலட்டல் எதுவுமின்றி, திரும்பிப்பார்க்காமலேயே "இன்று நாம் எட்டு மைல்கள் ஓடுகிறோம்" என்றான். உடற்பயிற்சி என்பது ஒரு கவனமிக்க செயல்பாடு என்பதால். "சரி, எட்டு மைல்கள்" என்றேன் நான். இது அவனை அதிர்ச்சிக்குள்ளாக்கியது. முகத்தைச் சுருக்கவும், எட்டு மைல்களெல்லாம் சாத்தியமேயில்லை என வாதிடவும், அதிகாரமிக்க ஒரு பெண் தெய்வத்தின் தோரணையில் எத்தனை மைல்கள் நாங்கள் அன்று ஓடவிருக்கிறோம் என அறிவிக்கவும் எதிர்பார்க்கப்பட்டேன் என்பதை நான் அறிவேன். என் எண்ணமெல்லாம் ஆயனைப்பற்றியே இருந்ததனால் எத்தனை மைல்கள் ஓடவிருக்கிறோம் என்பது குறித்து நான் அக்கறை கொள்ளவில்லை. நிமிர்ந்து நின்றவன் என்னை நோக்கினான். "ஒன்பது மைல்கள்னு நான் சொன்னது உனக்குக் கேட்டதா மைத்துனியே? பத்து. பன்னிரண்டு மைல்கள் நாம் ஓடவிருக்கிறோம் இன்று" என்றான். இதை ஒரு பிரச்சினையாக்கி நான் சண்டையைத் துவக்குவதற்கான இன்னொரு சமிக்ஞை இது. வழக்கமாக நான் அதற்கு இரையாகியிருப்பேன், ஆனால், லேசாக இருமினால்கூட – அது வேறொருவருடைய இருமல் சத்தமாய் இருந்தால்கூட – நாங்கள் கீழே விழுந்துவிடுவோம் என்னும் அளவிற்கு இந்த நாட்டின் நீள அகலங்கள் முழுக்க ஓடித்தீர்ப்பது குறித்தும் கூட அந்த நொடியில் நான் அஞ்சவில்லை. என்றாலும் நான் முயன்றேன், ஐயோ, வேண்டாம் மைத்துனனே. பன்னிரண்டு

மைல்கள் வேண்டாம்.” “ஆமாம். பதினான்கு மைல்கள்” என்றான் அவன். நான் சரியாக முயலவில்லை என்பது தெளிவாகிவிட்டது. என்னுடைய அசட்டையான அணுகுமுறை - அதிலும் ஒரு பெண்ணாக இருந்துகொண்டு - அவனை நிச்சயமாக அதிருப்தி கொள்ளவைத்துவிட்டது. எனக்கு ஏதேனும் கோளாறா என்பது போல அவன் என்னைக் கூர்ந்து கவனித்தான். அவன் என்ன யோசித்தான் என்பது பற்றி எனக்குத் தெரியவில்லை. ஆனால் அது நிச்சயமாக பதினான்கு மைல்கள் ஓட வேண்டாம் என அவன் நினைத்ததாகவோ அவனால் பதினான்கு மைல்கள் ஓட முடியாது என்பதாகவோ இல்லை என நான் அறிந்திருந்தேன். மறுக்கப்பட்டே ஆகவேண்டுமென விரும்பிய அவனுக்கும் ஆயன் பற்றிய சிந்தைகளால் ஆக்கிரமிக்கப்பட்டிருந்த எனக்கும் எத்தனை மைல்கள் என்பது இவ்வுலகிலேயே கிஞ்சித்தும் பொருட்டில்லாத ஒரு விஷயமாய் இருந்தது. தத்தம்மை நியாயப்படுத்தும் ஒரு நீண்ட சச்சரவிற்கு நாங்கள் தயாராகிறோம் என்பதை உணர்த்தும்விதமாக, நான் அவனை நிர்ப்பந்திக்கவில்லை என்பதனால், “நான் ஒன்றும் நிர்பந்தப்படுத்துபவன் அல்ல” என அவன் துவங்கினான். ஆனால் அதற்கு முன்பாக அவனது மனைவி - எனது மூன்றாவது அக்கா - அந்தப்பாதையில் நடந்து வந்தாள்.

“ஓட்டம்!” என முணுமுணுத்த அந்த என் சகோதரி தனது கால்ச்சட்டையுடனும் வண்ணக்காலணியுடனும் நின்றாள். அவளது கால் நகங்கள் ஒவ்வொன்றிலும் ஒவ்வொரு வண்ணம் தீட்டப்பட்டிருந்தது. பண்டைய எகிப்தைத்தவிர உலகின் எல்லாப் பகுதிகளிலும் உள்ளவர்கள் முன்பெல்லாம் அப்படித்தான் விதவிதமான வண்ணங்கள் தீட்டினர். தனது ஒரு கையில் புஷ்மில்ஸ் சாராயமும் இன்னொரு கையில் பகார்டியும் நிரப்பப்பட்ட தம்ளர்களை வைத்திருந்தாள். தனது முதல் பானமாக எதை அருந்துவது என முயன்றுபார்த்து முடிவு செய்கிற காலத்தில்தான் அவள் இன்னமும் இருந்தாள். “தரம்கெட்டவர்கள் நீங்கள் இருவரும்” என்றாள் அவள். “பிடிவாதமான, வெறித்தனமான கட்டுப்பாடுகள் கொண்டவர்கள். பரிபூரணவாதப் பைத்தியங்கள் - எப்படியோ! எந்த இனத்தின் தரம்கெட்டவன்கள் ஓட்டத்திற்கெல்லாம் போகிறான்கள்?” என்றவள், அவளது ஐந்து தோழிகள் தங்களது வாசலுக்கு வந்துவிட்டதால் அத்துடன் கிளம்பிவிட்டாள். அதில் இருவர் இவளது சிறிய வீட்டின் சின்னக் கதவைத் தங்களது கால்களால் தள்ளித்திறந்தனர்- அவர்களது கைகளில் மதுவினை ஏந்தியிருந்ததுதான் காரணம். மற்றவர்களெல்லாம் வேலியின்

வழியாகவே உள்ளே நுழைந்தனர் – மீண்டும் வேலி நாசம் செய்யப்பட்டுவிட்டது என்பதே அதன் பொருள். அது ஒரு சிறிய வேலி – ஓரடி உயரம் கொண்டது – ‘ஒரு அமைப்பு’ என்று என் சகோதரி அதனை அழைத்தாள், ஆனால் அப்படி ஒன்று அங்கே இருப்பதையே அறியாமல் பலரும் அதைத் தாண்டிச் சென்றதாலோ தடுக்கி விழுந்ததாலோ அதனால் ஒரு அமைப்பாகத் தொடர்ந்து நீடிக்க முடியவில்லை. அந்த மற்ற மூன்று தோழிகளும் இப்போது அதைத்தான் செய்திருக்க வேண்டும். அதனால் இந்தப்பெண்கள் அதன் வழியாக புல்வெளிக்குச் சென்றபோது, ஒரு பசுஞ்செடியாக அது மீண்டும் சிதைக்கப்பட்டது, தன் வடிவம் இழந்தது. அந்த சிறிய வீட்டிற்குள் ஒருவரை ஒருவர் நெருக்கியபடி உள்ளே செல்லும் முன்பு அவர்கள் வழக்கம்போலவே எங்கள் இருவரையும் – ஓட்டக்காரர்களாக - கேலி பேசினர். இதைச்செய்தபடியே அவர்கள் எங்களைக்கடந்தபோது நாங்கள் எங்களது வழக்கமான ஆயத்தப்பயிற்சிகளின் நிலையிலிருந்து மீண்டு சாதாரணமாக நின்றோம். இறுதியாக அவர்கள் முன்கதவைச் சாத்திக்கொள்ளும் முன்பாகவே நாங்கள் இருவரும் வேலியைத்தாண்டிக்குதித்தபோது அங்கிருந்து சிகரெட் நாற்றமும், மோசமான வார்த்தைகளும் சப்தமான சிரிப்புகளும் வெளிப்பட்டன; அதுமட்டுமின்றி, ஓர் உயரமான மதுக்குடுவைக்குள் நிறைய மது ஊற்றப்படுவதையும் என்னால் கேட்கமுடிந்தது.

ஆயனுடன் ஏழு நாட்களுக்கு முன் ஓடிய நீர்த்தேக்கத்தின் பக்கவாட்டில் நாங்கள் ஓடினோம், மூன்றாவது மைத்துனன் தனக்குள்ளாக அமைதியாகச் சபித்தபடி வந்தான். ஆயனைப்பற்றி எண்ண விரும்பாதபோதும், ஏதேனும் இடையூறு நேர்கிறதா என நான் அவ்வப்போது நோட்டமிட்டபடியிருந்தேன். ஒப்பந்தங்களற்ற ஆண்நண்பனைத்தான் நான் யோசிக்க விரும்பினேன், இந்த ஆயனால் நேர்ந்த சங்கடம் வந்து வெளித்தள்ளும் முன்புவரை அவன்தான் மிகக் கதகதப்பாக என் சிந்தையில் இருந்தான். அது செவ்வாய்க்கிழமை, இந்த ஓட்டத்தை முடித்தபிறகு அன்று மாலையில் நான் அவனைச் சந்தித்தபோது அவன் தனது சமீபத்திய பாழான காரினை பழுதுபார்த்து முடித்திருந்தான். நான் அதை சாம்பல் நிறம் என்று அழைக்க அவன் ஏதோ வெள்ளி பூஜ்யம் - *X* – என்றழைத்தான். இந்தக் காரை உடனடியாக உயிர்ப்பிக்கும் பொருட்டு அவன் தனது வெண்ணிறக்காரை வெளியேற்றியிருந்தான். ஆனால் கடந்த செவ்வாயன்று நான் அவனது வரவேற்பறைக்குள் நுழைந்தபோது அவன் முற்றிலும்

வேறான ஒரு காரை தனது தளத்தில் நிறுத்தியிருந்தான். "விரிப்பின் மேல் ஏதோ கார் இருக்கிறது" என நான் சொன்னபோது, "ஆமாம், தெரியும். அருமையாக இருக்கிறதல்லவா?" என வினவினான். அடுத்து அதைக்குறித்து முழுவதுமாக விளக்கினான்: இதைப்பற்றி அறிந்ததும் உடன்பணிபுரிபவர்களெல்லாம் இன்பத்தில் திளைத்துவிட்டனர் என்றான் - ஏனென்றால், கார் வடிவமைப்பில் அதீத கற்பனைத்திறன் கொண்ட ஒருவன் உருவாக்கிய இப்படி ஒரு அதிசிறந்த மோட்டார் வாகனம் அவர்களது பழுதுபார்ப்புத்தளத்தின் நடுவில் அவர்களது மடியின் மத்தியில் திணிக்கப்படுவதென்றால்!
- "ஒத்தா! அதுவும் இலவசமாக! இதற்கு பதிலாக அவர்கள் எதையும் வேண்டவுமில்லை!" என்று கூக்குரலிட்டான். "உன்னால் கற்பனை செய்ய முடிகிறதா? ஒரு சுக்கும் இல்லை! சுண்டைக்காயும் இல்லை!" என்றான் அவன். அதாவது வண்டியின் உரிமையாளர்களுக்குப் பணமே தேவைப்படவில்லை. அவன் அதிர்ச்சியிலிருந்தான் - எனவே இந்தக் கனவுக் காரினை அவன் பெற்றது நல்லதற்கா கெட்டதற்கா என ஒரு முடிவுக்கு வரமுடியாதவளாக நான் இருந்தேன். நான் கேட்கவிருந்தேன், ஆனால் அவன் இன்னும் முடித்திருக்கவில்லை. "இந்தக் காரினை இங்கே கொண்டுவந்த மனிதர்கள், 'எங்களது உடைந்த சமையல் பாத்திரம், குளிர்சாதனப்பெட்டி, சலவைப்பெட்டி, அத்துடன் ஒரு அழுக்குத் தரைவிரிப்பு - அது பரவாயில்லை ஒருமுறை துவைத்தால் கழிவறையில் விரித்துக் கொள்ளலாம் - எல்லாவற்றையும் எடுத்துக்கொள்ளலாம். அதோடு நீங்கள் எங்களுடைய அத்தனை உடைந்த கண்ணாடிகளையும் ஹாலோபிளாக்குகளையும் சிதைந்த கட்டுமானப் பொருட்களையும்கூட வைத்துக்கொள்ளலாம். அவற்றைக்கொண்டு நீங்கள் ஓர் உறுதியான அடித்தளத்தை அமைத்துக் கொள்ள முடியும்.' என்றனர். 'பாவம் இந்த வயதான மனிதர்கள்' என நாங்கள் நினைத்துக்கொண்டோம் அப்போது. எங்களை கார் மெக்கானிக் என்பதற்கு பதிலாக பழம்பொருள் கிடங்கு என நினைத்திருக்க வேண்டும் அவர்கள். எனவே அப்படியே அவர்களிடமிருந்து ப்ளோயரை எடுத்துக் கொள்வது சரியாக இருக்காது என நாங்கள் கருதினோம். ஏனென்றால் அவர்கள் குழப்பத்தில் இருக்கிறார்கள், என்ன செய்கிறோம் என்று அறியாமல் இருக்கிறார்கள், அந்தக் காரின் மதிப்பு இப்போது அது இருக்கிற பழுதடைந்த நிலையிலும்கூட என்ன என்று தெரியாமல் இருக்கிறார்கள். எங்களில் சிலர் மற்ற சிலரை லேசாக இடித்து 'எதையும் சொல்ல வேண்டாம் அவர்கள் இதை

விட்டொழிக்க நினைக்கிறார்கள், நாம் அப்படியே எடுத்துக் கொள்ளலாம்' என கிசுகிசுத்தனர். ஆனாலும் எங்களில் சிலர் அவர்களை காயப்படுத்தாதவாறு மென்மையாக வேறுவிதமாக அதைச் சொல்லத்தான் செய்தோம். உடனே அந்தத் தம்பதியினர் திரும்பி, 'நாங்கள் முட்டாள்கள் என்றா நீங்கள் சொல்கிறீர்கள்? நாங்கள் ஏழைகள் என்று சொல்கிறீர்களோ? நீங்கள் என்னதான் சொல்கிறீர்கள்?' அது அவர்களைக் காயப்படுத்தி விட்டது. 'அப்படி நாங்கள் பைத்தியம் என்று நீங்கள் நினைத்தீர்களானால் முட்டாள்களே, எங்களுடைய எல்லாத் தளவாடங்களையும் கட்டடப் பொருட்களையும் ப்ளோயர் பெண்ட்லேயையும் எங்களுடைய எல்லா அற்புதமான பொருட்களையும் உங்கள் மீது அன்பு கொண்டு கொண்டுவந்த அத்தனையையும் எடுத்துச் செல்கிறோம். வேண்டுமானால் எடுத்துக் கொள்ளுங்கள், இல்லை என்றால் விட்டுவிடுங்கள். எங்களுக்கு ஒரு கவலையும் இல்லை.' என்றனர். சந்தேகமே வேண்டாம், நாங்கள் அவற்றை எடுத்துக் கொண்டோம்.'' என முடித்தான் ஒப்பந்தங்களற்ற ஆண் நண்பன். எனது சந்தேகத்தைத் தீர்த்துக்கொள்ளும் நோக்கத்துடன் "சரி, இந்த ..." என நான் ஆரம்பித்ததும் "பந்தயக்கார் குறித்துதானே" எனச்சொல்லி எனக்கு அதை எளிதாக்க முயன்றான் அவன். வழக்கமாக அவன் அப்படி முயன்று எளிதாக்கவெல்லாம் மாட்டான், ஆனால் எப்போதெல்லாம் அவன் கார் குறித்துப் பேசி நான் அதைக் கேட்பவளாக இருக்கிறேனோ அப்போதெல்லாம் அவன் இப்படித் தவறாகப் புரிந்துகொண்டு உணர்ச்சிவயப்பட்டுவிடுவான். தொழில்நுட்பம் சார்ந்த விளக்கங்களை அதன் கடைசிப்புள்ளி வரை தேவையைவிடவும் உபயோகமாகிறதைவிடவும் அதிகமாகவே கூறிக் கொண்டே இருப்பான், ஆனால் அவன் கார் குறித்துப் பரவசம் அடைந்திருக்கிற இந்தத்தருணத்தில் அந்த அறையில் இருப்பது நான் மட்டும்தான் என்பதனால் அவன் என்னைத்தான் பயன்படுத்திகொள்ளமுடியும் என்பதை நான் புரிந்துகொண்டேன். ஆனால் இதை எல்லாம் நான் நினைவில் வைத்துக்கொள்ள வேண்டும் என்று அவன் விரும்ப மாட்டான் என்பதை நான் அறிவேன், *கரமாஸவ் சகோதரர்கள், ட்ரைஸ்ட்ரம் ஷாண்டி, வேனிட்டி ஃபேர், மேடம் போவரியையெல்லாம்* அதீதப்பரவசத்துடன் நான் அவனிடம் பகிர்ந்துகொண்டேன் என்பதற்காக, அவன் அவற்றை நினைவில் கொள்ள வேண்டும் என்று நான் எதிர்பார்ப்பது இல்லையே. எங்களுடையது ஒப்பந்தங்களற்ற உறவுதான், எந்த நோக்கங்களோ கடப்பாடுகளோ இல்லாத உறவுதான். என்றாலும்

ஒருவர் தனது மகிழ்ச்சியான தருணங்களை முழுமையாகக் கொண்டாடவும் மற்றவர் அதில் ஒரு குறைந்தபட்ச பங்குவகிக்கவும் அதில் இடமிருந்தது. அத்தோடு அது நான் முற்றிலும் அறியாத ஒரு விஷயம் அல்ல. கார் பழுதுபார்ப்புத்தளத்தில் ஏற்பட்டிருக்கும் மாற்றம் பற்றி அவன் மிகுந்த மகிழ்ச்சியுடன் இருக்கிறான் என்பதை என்னால் புரிந்துகொள்ள முடிந்தது. பென்ட்லி என்பது ஒரு கார் என்பதும் எனக்குத் தெரிந்திருந்தது.

இப்போது அவன் அதனை - வரவேற்பரை தரைவிரிப்பின்மீது வைக்கப்பட்டிருந்த அதனை – காதலுடன் நோக்கிக்கொண்டிருந்தான். அதன் அருகில் நின்று குனிந்து பார்த்தபடியிருந்த அவனது முகத்தில் ஒரு பெரிய புன்னகை ஒளிர்ந்துகொண்டிருந்தது. அவன் அப்படித்தான் செய்வான் - அது என்னில் மோகத்தைத் தூண்டிவிடும், அப்படித்தான் அவன் என்னை நெகிழ்த்துவான். ஆர்வத்துடன் சுயநினைவின்றி முழுவதுவாக ஒருவிஷயத்தில் மூழ்கி முகம் முழுவதும் காதலும் கவனமுமாக, தான் மட்டும் சரியாகக் கவனம்செலுத்தி பழுதுபார்க்காவிடில் பாவம் இந்தப் பழைய கார் இந்தப் பெரிய பிரச்சினைகளிலிருந்து மீளாமலே போய்விடக்கூடும் எனத் தனக்குள்ளே சொல்லியபடி, "நல்லது, இது ஒத்துவரும் என நினைக்கிறேன், இது சரியாகும் என எனக்குத் தோன்றுகிறது, நாம் ஏன் முயலக்கூடாது?" எனக்கேட்பான். அதே நேரத்தில் பிறர், "அட, முயல்வதில் எந்தப் பயனும் இல்லை. இது வேலை செய்யாமல்கூடப் போகலாம். எனவே நாம் முயல்வதை விட்டுவிட்டு ஏமாற்றத்திற்கும் துயரத்திற்கும் நம்மைத் தயார்படுத்திக்கொள்ள வேண்டும்" எனக்கூறக்கூடும். அப்படி அது வேலை செய்யாமல் போனாலும்கூட முயல்வதற்கு முன்பாகவே துயரத்தை ஏற்றுக்கொள்கிற தாழ்நிலைக்கு ஒப்பந்தங்களற்ற ஆண்நண்பன் செல்லவில்லையே. அது தோல்வியடைந்தாலும், தனது ஏமாற்றத்திலிருந்து மீண்டபிறகு புதிய உத்வேகத்துடன் 'முடியும்' என்கிற மனநிலையோடு, ஆர்வமுடனும் ஆசையுடனும் செயலூக்கத்துடனும் அடுத்தவிஷயத்தை நோக்கி நகர்ந்துவிடுவான்: ஏனென்றால் அது வேட்கையின் பொருட்டு, நம்பிக்கையின் பொருட்டு, திட்டங்களின் பொருட்டு, என்பொருட்டு. அது அப்படித்தான். என்னிடமும் அவன் அப்படித்தான் – இயல்பாக, வெளிப்படையாக, ஏமாற்றுகளின்றி, தன் சுயபிம்பத்துடன் வெளிப்படுகிறவனாக இருந்தான். சிலசமயங்களில் புத்திசாலித்தனமானதாகவும் எப்போதும் இழிவானதாகவும் தோன்றும் அடிமைப்படுத்தும் குணத்தினைப் பிரதிபலிக்கும் அந்த அலட்சியமோ இறுக்கமோ

காயப்படுத்தல்களோ ஒருபோதும் அவனிடம் இருக்காது. சூழ்ச்சிகள் இல்லை. காய் நகர்த்தல்கள் இல்லை. அவன் அதைச் செய்ததேயில்லை, அதை அவன் பொருட்படுத்தியதில்லை, அதில் அவனுக்கு ஆர்வம் இல்லை. தனது இதயத்தைப் பாதுகாக்கிற ஒரு உடல்மொழியுடன் அலட்சியமாகத் தோள்களைக் குலுக்கியபடி, "அவையெல்லாம் பைத்தியக்காரத்தனங்கள்" என்பான். எனவே வலிமையானவன். கற்புள்ளவனும் கூட. சிறிய விஷயங்களில் தூய்மையாக இருப்பதன் மூலம் அதனை பெரியவிஷயங்களுக்கும் நீட்டித்துக்கொள்பவன். அது தனித்துவமான குணம். அதனால்தான் நான் அவன்பால் ஈர்க்கப்பட்டேன். அதனால்தான் தனக்குள்ளே சத்தமாக யோசித்தபடியே காரைப் பார்த்துக்கொண்டிருக்கிற, அவனைப்பார்த்தபடி பாகாகக் குழைந்த உடலுடன் அங்கே நான் நின்றேன்.

"நீ கவனிக்கிறாயா?" என வினவினான். "ஆமாம், எல்லாவற்றையும் கேட்டேன். நாம் காரின் உட்பகுதியைப்பற்றிப் பேசிக்கொண்டிருந்தோம்" என்றேன் நான்.

தரைவிரிப்பில் வைக்கப்பட்டிருந்த அந்தச் சிறிய பாகத்தைப்பற்றி நான் குறிப்பிட்டேன், ஆனால் நான் இன்னும் அடிப்படைகளைப் புரிந்துகொள்ளாததால் அவன் மீண்டும் அவை குறித்துக் கூறப்போவதாகச் சொன்னான். அப்பொழுதுதான், அந்தச் சிறிய பாகம் காரின் உட்பகுதியைச் சேர்ந்ததல்ல, காரின் முன்பகுதியில் வெளியில் வைக்கப்படுவது என்பதைப் புரிந்துகொண்டேன். அதுமட்டுமின்றி, இந்த பாகத்தினைக் கொண்டிருந்த காரானது இங்கே வந்தபோது ஒட்டுமொத்தமாகப் பழுதுற்றிருந்தது எனக்குறிப்பிட்டான். "உனக்குத்தெரியுமா! அது கைவிடப்பட்டிருந்தது, முழுமையான சேதம், ஒரு முட்டாள் அதற்குப் போதுமான அளவு எண்ணெய்விடாமல் விட்டதால் அதன் இயந்திரம் வெடித்திருக்கிறது. முக்கியமான பாகங்களைக் காணோம், வேகமாறிலி-ஒழுங்குபடுத்து இயந்திரம் இல்லை, பிஸ்டன்கள் டாப்பட் உறைக்குள்ளாக நீண்டிருந்தன, கிட்டத்தட்ட எல்லாமே துன்பகரம் ஒப்பந்தங்களற்ற பெண் தோழி." அவன் சொன்னவற்றில் இருந்து என்னால் திரட்ட முடிந்தது என்னவென்றால் - ஏனென்றால் பார்வைக்கு, தரைவிரிப்பில் இருந்த அந்த இயந்திரம் வழக்கமானவற்றைவிட எந்தவகையிலும் சிறப்பானதாக எனக்குத்தோன்றவில்லை - இந்தக் கார் இருபதாம் நூற்றாண்டின் துவக்கத்தைச் சேர்ந்த ஒரு பெருமைமிகு, உற்சாகமான, மூர்க்கமான,

வேகமான, சப்தமான, நிறுத்துவதில் பிரச்சினைகள் கொண்ட ஒரு காராக இருந்திருக்கிறது. பழுதுநீங்க வாய்ப்பே இல்லை என்னும் பொருளில் “மீட்பே இல்லை” என்றான் ஒப்பந்தங்களற்ற ஆண் நண்பன். என்றாலும் அவன் அதனை நோக்கிப் புன்னகைத்துக் கொண்டிருந்தான். நிறைய விவாதங்களுக்கும் கருத்துபேதங்களுக்கும் பிறகான ஒரு ஓட்டெடுப்பின் இறுதியில் அவனும் மற்றவர்களும் காரின் எஞ்சிய பாகங்களை பிரித்தெடுக்க முடிவுசெய்ததாக அவன் சொன்னான். அதன்பிறகு குலுக்கல்முறையில் அவர்கள் அவற்றைப்பிரித்துக்கொண்டபோது ஒப்பந்தங்களற்ற ஆண்நண்பன் இந்தத் தரைவிரிப்பில் இப்போது இங்கே அசல் மகிழ்ச்சியோடு பார்த்தபடி நிற்கிற சிறிய பாகம் கிடைக்கப்பெற்றிருக்கிறான்.

“சூப்பர்சார்ஜர்” என்றான் அவன், “ஓ, ம்..” என்றேன் நான். “இல்லை ஒப்பந்தங்களற்ற பெண் தோழி. உனக்குப்புரியவில்லை. எந்தக் கார்களிலுமே இந்த வசதி அப்போது இல்லை. எனவே இது ஒரு முன்னேறிய தொழில்நுட்பம். அதனால்தான் இது போட்டியில் மற்ற எல்லாவற்றையும் மிஞ்சியது” என்றான் தரையில் இருந்த அதைச் சுட்டியபடி. “ஓ, ம்..” என்றேன் நான் மறுபடியும். அதன்பிறகு எனக்கு ஒன்று தோன்றியது. “காரின் இருக்கைகள் யாருக்குக் கிடைத்தன?” என நான் வினவியதும் சிரித்தான் அவன். “அது ஒரு சரியான கேள்வி இல்லை, அன்பே. இங்கே வா – என்ற அவன் தனது விரலை – தெய்வமே – என் கழுத்தின் பின்புறத்திற்குக் கொணர்ந்தான். இது அபாயமானது – எப்போதுமே அபாயமானது. அவனது விரல்கள் எப்போது எனது கழுத்திற்கும் முதுகெலும்பிற்கும் இடையில் வந்தாலும் நான் எல்லாவற்றையும் மறந்துவிடுவேன். விரல் அங்கே வருவதற்கு முன்பு நடந்ததை மட்டுமல்ல, நான் யார், நான் என்ன செய்கிறேன், எனது ஞாபகங்கள் என ஒவ்வொன்றைப்பற்றிய எல்லாவற்றையும் மறந்துவிடுவேன் - நான் அங்கே அந்த நொடியில் அவனுடன் இருக்கிறேன் என்பதைத்தவிர. அடுத்து அவன் அதனை அந்தப்பள்ளத்தினூடாக வளைவின் வழியாக சீரற்ற எலும்பின்முன் உள்ள மென்மையான பாகத்திற்கு நகர்த்துவான் – அது இன்னமும் அபாயகரமானது. இன்பத்தில் திளைத்து மயங்கி அந்த நொடியில் என்மனம் பின்தங்கிவிடும், காலவரிசையினைக் குழப்பிக்கொள்ளும். வேறுபொழுதுகளில்கூட நான் நினைத்துக்கொள்வேன், “ஓஹ், அவன் தனது விரலை அங்கே தடவத்தொடங்கினால் எப்படி இருக்கும்!” நான் பாகாக ஆகிவிடுவேன், அதன் பொருள் என்னவென்றால் அவன் தனது கரத்தால் என்னைச்சுற்றி வளைத்து நான் வீழ்வதிலிருந்து என்னைத்

தடுக்க வேண்டும் – அதன் பொருள் என்னவென்றால் நான் அதற்கு அவனை அனுமதிக்க வேண்டும். ஆனால், நொடிகளுக்குள்ளாகவே நாங்கள் தரையில் வீழ்ந்துவிடுவோம்.

"இருக்கைகளைப் பற்றி மறந்துவிடு," என முனகினான் அவன். "இருக்கைகள் முக்கியம்தான், ஆனால் அதிகம் முக்கியமில்லை. இதுதான் முக்கியம்." இன்னமும் அவன் காரைப் பற்றித்தான் சிந்தித்துக் கொண்டிருக்கிறானா அல்லது என்மீது கவனத்தைத் திருப்பிவிட்டானா என எனக்குத் தெளிவாகவில்லை. காரின் மீதுதான் என நான் சந்தேகித்தேன், ஆனால் சில நேரங்களில் நம்மால் விவாதிக்காமல் இருக்க முடியாது, எனவே நாங்கள் முத்தமிட்டோம், தனக்குப் பித்தாகிறதெனவும் ஆனால் நான் இன்னும் தயாராகவில்லையெனவும் அவன் சொன்னான், என்னை ஏன் கவனிக்கிறாய் என்றேன் நான், அடுத்து அவன் இது என்ன என முனகினான் எது என்ன என நான் முனகினேன் அடுத்து அவன் எனது கையில் இருந்ததை அழுத்திக்காட்டினான் அதை நான் மறந்திருந்தேன் அது கோகோலின் 'த ஓவர்கோட்' புத்தகம் அதை அவன் அங்கே மேஜையில் வைப்பதாகக் கூறி வைத்தான் அது சரிதான் அடுத்து நாங்கள் தரைவிரிப்பிற்கோ இருவர் அமரும் இருக்கைக்கோ அல்லது வேறு எங்கோ சென்று தொடர முயன்றபோது அந்தக் குரல்கள் ஒலித்தன. அவர்கள் அவனது வாசலில் வருவதும் கதவுகளில் தட்டுவதும் தொடர்ந்து கேட்டது.

வாசற்படியில் சில ஆண்கள் நின்றிருந்தனர், அவனது அண்டைவீட்டினர். ப்ளோயர் பெண்ட்லியைப் பற்றிய தகவல் பரவியதும், நம்பமுடியாமல் நேரே பார்த்து அதை உறுதி செய்ய அவர்கள் விரும்பியதும்தான் வருகைக்கான காரணம். வந்திருந்தவர்களின் எண்ணிக்கையையும் அவர்களது வலியுறுத்தலையும் பார்த்தபோது, "நாங்கள் வேலையாய் இருக்கிறோம், பிறகு வரமுடியுமா?" எனக் கேட்கமுடிகிற ஒரு தருணமாக அது தோன்றவில்லை. அவர்களது பரவசம் எங்களுடையதை விட அதீதமாகவும் கட்டுப்படுத்த முடியாததாகவும் ஆழமானதாகவும் தெரிந்தது. தாங்கள் வந்ததற்கான காரணத்தை விளக்கிக்கொண்டிருக்கும்போதே வாசற்படிவழியாக இடித்து உள்ளே வரவும் நுனிப்பாதத்தில் நின்று ஒப்பந்தங்களற்ற ஆண் நண்பனின் தோள்வழியாக மதிப்புமிக்க அந்த மோட்டார்வாகனத்தை ஒரு பார்வை பார்த்துவிடவும் முயன்றுகொண்டிருந்தனர். ஒப்பந்தங்களற்ற ஆண் நண்பன் எல்லோருக்கும் விளக்கவேண்டியிருந்தது – ஏனென்றால்

36

அவனது வாகனப் பழுதுபார்ப்புத் தளத்தில் கார்கள் வைத்திருப்பான் என்பது அனைவருக்கும் தெரியும், - ஆனால் இப்போதோ, அது முழுகார் அல்ல, காரின் ஒரு பாகமான சூப்பர்சார்ஜர் மட்டுமே. என்றாலும் கூட அதுவே ஒரு அட்டகாசமான நம்பமுடியாத செய்தியாகப் பரவியிருந்தது. எனவே அவர்கள் நிச்சயம் உள்ளே வர விரும்பினார்கள், ஒரே ஒரு நொடியாயினும் இந்த அட்டகாசமான அசாதாரணமான முன்னேற்றத்தைக் காண விரும்பினார்கள். அவன் அவர்களை உள்ளே அனுமதித்ததும் அவர்களது ஆர்வம் அறையை அமைதியால் நிரப்பியது, தரையில் இருந்த அந்த சிறிய பொருளை மரியாதையாக வெறித்தனர்.

"அசாதாரணம்!" என்று யாரோ சொன்னார்கள் – எனில் உண்மையில் அது அப்படித்தான் இருக்கவேண்டும், ஏனெனில் அந்த வார்த்தை ஒருபோதும் எங்களது அகராதியில் உபயோகப்படுத்தப்பட்டதேயில்லை. "அட்டகாசம்!", "அற்புதம்!", "பிரம்மாண்டம்!", "ஆச்சர்யம்,!", "வியப்பூட்டுவது!", "முதல்தரம்!", "சிறப்பு!", "அம்மாடி!", "இதல்லவோ!", "தூள்!", "வைரம்!", "வினோதமான!", "சொல்லிலடங்காதது," போன்ற வார்த்தைகளும் அப்படித்தான். . நானும் எனது குட்டித்தங்கைகளும் "எப்படியாகினும்" "நிஜம்தான்" போன்ற வார்த்தைகளைப் பிரயோகித்தோம் என்றாலும் "எப்படியாகினும்", "நிஜம்தான்," போன்றவைகூட அதுபோலத்தான். – அது ஒரு உணர்ச்சிமிகுந்த சொல், அதீத வண்ணம்கொண்டதும், உயரப்பறப்பதும், மிக நாடகீயமானதும் ஆகும்; அடிப்படையில் அது 'நீருக்கு அந்தப்புறம்' இருப்பவர்களது மொழியின் பெருமிதமான வார்த்தை ஆகும். "பெருமிதம்" என்பதும் கூட அப்படி ஒரு சொல்தான். உள்ளூர் மக்களிடையே சலசலப்பையோ தர்மசங்கடத்தையோ பயத்தையோ ஏற்படுத்தாமல் அச்சொற்கள் ஒருபோதும் உபயோகப்படுத்தப்பட்டதே இல்லை, எனவே, "மயிறு, யார் எண்ணியிருப்பார்கள்?!" என யாரோ சொன்னதும் சமூக சகிப்புத்தன்மையைக் கருத்தில் கொண்டு சூழல் அமைதியடைந்தது. அடுத்து இன்னும் சில சமூக சகிப்புத்தன்மைகள் நிகழ்ந்தேறின: ஜன்னல்களில் இன்னும் கூடுதலான ஓசைகள் எழுந்தன, கதவுகள் தொடர்ந்து தட்டப்பட்டன. உடனே அந்த வீடு முழுவதும் நிரம்பிய கார்ப்பைத்தியங்கள், பாரம்பரியக் கார்கள், வரலாற்றுச் சிறப்புடைய கார்கள், புதிர்நிறைந்த கார்கள், செயல்திறன்மிக்க கார்கள், வலுவான கார்கள், மென் தோலுடைய கார்கள், ஒருபோதும் சுத்தம் செய்யப்படக்கூடாத எப்படி இருக்கிறதோ அப்படியே காட்சிப்படுத்தப்பட வேண்டிய சற்றே முரட்டுத்தனமான கார்கள்

போன்றவை பற்றியெல்லாம் பேசிக்கொண்டிருந்த ஒரு மூலைக்கு நான் நகர்த்தப்பட்டேன். அடுத்து குதிரைத்திறன், வரையறுக்கப்பட்ட எல்லைகள், பெரும் மோதல்கள், காட்டுத்தனமான முடுக்கங்கள், நிறுத்த முடியாமல் போதல் (நல்ல விஷயம்), ஒருவரின் பின்புறத்தை இருக்கையின் பின்புறத்தோடு பிணைத்துவைக்கிற அட்டகாசமான அதிர்வுகள் (இன்னொரு நல்ல விஷயம்). இந்தப்பேச்சுகள் ஒரு முடிவுக்கு வருவதுபோலவே தோன்றாததால், நான் கடிகாரத்தைப் பார்த்துவிட்டு, எங்கே எனது கோகோல் என எண்ணினேன். அடுத்து அவர்களது பேச்சு கடுமையான மெய்யெழுத்துக்களை நோக்கி, எண்களை பெயர்களை எண்பெயர்களை நோக்கி நகர்ந்தபோது – *NYX, KGB, ZPH-Zero-9V5-AG* – என்னால் புரிந்துகொள்ள முடிவதைவிட அது அதீதமாகிவிட்டதால் நானும் எனது 'த ஓவர்கோட்'டும் அந்த அறையைவிட்டு வெளியேறினோம். நான் வெளியே கிளம்ப ஆயத்தமானபோது, ஓர் இளைஞன், ஒப்பந்தங்களற்ற ஆண்நண்பனது அண்டை வீட்டினன், தேர்ந்தெடுக்கப்பட்ட ஒரு குறிப்பான கேள்வியினால் - வான்எல்லை குறித்த சண்டை சார்ந்தது - என்னை நிறுத்தினான், எங்கள் எல்லோரையும் நிறுத்தினான், "பாரம்பரியமிக்கதெனச் சொல்லப்படுகிற இந்த பாகம் இங்கிருக்கிற வேளையில், நான் எதோ விளையாட்டுத்தனமெல்லாம் செய்ய முயலவில்லை" – இந்த இடத்தில் ஒரு தாக்குதலை எதிர்நோக்கி எல்லோரது மூச்சும் நின்றிருந்தது. அடுத்து அது தொடர்ந்து, "பழுதுபார்ப்புத் தளத்தில் இருந்த உங்களில் யாருக்கு அந்தக் கொடியுடன் கூடிய பாகம் கிடைத்தது?"

இந்த சமயத்தில், இந்த இடத்தில், குண்டுகளையும் துப்பாக்கிகளையும் இறப்புகளையும் ஊனங்களையும் உள்ளடக்கிய அரசியல் பிரச்சினைகளைப் பொருத்தவரை, சாதாரண மக்கள் "அவர்களது ஆட்கள்தான் இதைச் செய்தனர்" என்றோ "நமது ஆட்கள் இதைச் செய்தனர்" என்றோ "அவர்களது மதம் இதைச்செய்தது" என்றோ "நமது மதம் இதைச்செய்தது" என்றோ "அவர்கள் அதைச் செய்தார்கள்" என்றோ "நாங்கள் இதைச் செய்தோம்" என்றோ குறிப்பிட்டனர். ஆனால் உண்மையில் "அரசின் ஆதரவாளர்கள் அதைச் செய்தனர்" என்பதோ "கிளர்ச்சிக்காரர்கள் அதைச் செய்தனர்" என்பதோ அல்லது "அரசு அதைச் செய்தது" என்பதோதான் அதன் பொருள். ஆனால் அவ்வப்போது வெளியாட்களுக்குப் புரியவைக்க முயலும்போது மட்டும் நாங்கள் முயன்று 'ஆதரவாளர்கள்" என்றோ "கிளர்ச்சியாளர்கள்" என்றோ சொல்வதுண்டு, எங்களுக்குள் பேசிக்கொள்ளும்போது நாங்கள் இதைப் பொருட்படுத்துவதில்லை.

‘நாங்கள்’ என்பதும் ‘அவர்கள்’’ என்பதும் இயல்பானதாகிவிட்டது; நெருங்கியவர், தெரிந்தவர், உள்ளூர்க்காரர் போன்றவை மிக இயல்பான வார்த்தைகள், மெருகூட்டப்பட்ட அல்லது தந்திரத்துடன் மென்மையாக்கப்பட்ட சொற்பிரயோகங்களை நினைவில் கொண்டு உபயோகிப்பதற்கான சிரமங்களைக் கோராதவை. பேசப்படாத ஒப்பந்தத்தின்படி – தனிப்பட்ட அனுபவத்தில் கற்றுக்கொண்டிருக்காவிடில் வெளியூர்க்காரர்களால் அதைப் புரிந்துகொள்ள முடியாது – இங்கிருக்கும் பழங்குடியின அடையாளச்சொற்களாக “நாங்கள்” என்றோ “அவர்கள்” என்றோ “எங்களது மதம்” என்றோ “அவர்களது மதம்” என்றோ சொல்லும்போது அது அவர்கள் அனைவரையோ அல்லது எங்கள் அனைவரையோ குறிப்பதாகப் பொருள்கொள்ளப்படக்கூடாதென்பது ஒருமனதாக புரிந்துகொள்ளப்பட்டிருந்தது. எல்லாவற்றையும் இது விளக்கிவிடும். அப்பாவித்தனமா? பாரம்பரியமா? உண்மையா? போர் நடந்துகொண்டிருப்பதால் மக்கள் அனைவரும் அவசரத்தில் இருக்கிறார்களா? இதில் எதை வேண்டுமானாலும் நீங்கள் பதிலாக எடுத்துக்கொள்ளலாம் என்றாலும் அந்தக்கடைசிவரிதான் பதில். அந்த ஆரம்ப நாட்களில், இருளிலும் இருளான அந்த நாட்களில் வார்த்தைப்பிரயோகங்களைக் கண்காணிக்கவோ அரசியல் சரித்தன்மைக்கோ நேரமிருக்கவில்லை. ‘இப்படிச்சொன்னால் என்னைத் தவறாக நினைத்துக்கொள்வார்களோ’ ‘மதவெறியன் என நினைத்துக்கொள்வார்களோ’ ‘வன்முறையை நான் ஆதரிக்கிறேனோ’ ‘வன்முறையை ஆதரிப்பதாகக் கருதப்படுவேனோ’ என்கிற சுயபரிசீலனைகளுக்கும் நேரமில்லை. எல்லோருமே – எல்லோருமே – இதைப் புரிந்துகொண்டிருந்தனர். எவையெல்லாம் அனுமதிக்கப்படிருக்கின்றன, எவையெல்லாம் மறுக்கப்பட்டிருக்கின்றன, எது நடுநிலையானது, முன்னுரிமைகளிலும் பெயர்களிலும் அடையாளச்சின்னங்களிலும் நடத்தைகளிலும் தவிர்க்கப்படவேண்டியது எது என்பது குறித்து சாதாரண மனிதர்களும் அறிந்திருந்தனர். பேசப்படாத இந்த விதிகள் மற்றும் வரைமுறைகள் குறித்து விவரிக்க பெயர்கள் பற்றி நாம் விரிவாகப் பார்ப்பது உதவும்.

எங்கள் ஊரில் அனுமதிக்கப்படாத பெயர்கள் அடங்கிய பட்டியலை வைத்திருந்த தம்பதியினர், அதை அவர்களே முடிவுசெய்யவில்லை. காலத்தில் பின்னோக்கிச் சென்றுகொண்டிருந்த சமூகத்தின் ஆன்மாதான் எந்தப்பெயர்கள் அனுமதிக்கப்படலாம் எவை அனுமதிக்கப்படக்கூடாது என்பதை முடிவு செய்தது.

தடைசெய்யப்பட்ட பெயர்களை பராமரித்தவர்கள் இருவர்: ஒரு ஆண் குமாஸ்தாவும் பெண்குமாஸ்தாவும். அவர்கள் அப்பெயர்களை வரிசைப்படுத்தி ஒழுங்குபடுத்தி அவ்வப்போது புதுப்பித்து தங்களது குமாஸ்தாத்தனத்தின் திறமையினை நிரூபித்தனர், ஆனால் அவர்களை சமூகம் விசித்திரமான மனநிலை கொண்டவர்களாகவே கண்டது. அவர்களது முயற்சி தேவையற்றது, ஏனென்றால் அங்கு குடியிருக்கிற நாங்கள் இயல்பிலேயே அந்தப் பட்டியலைப் பின்பற்றுகிறவர்களாகவும் அதற்குள் அதிகம் செல்லாமலேயே அதற்குக் கீழ்ப்படிகிறவர்களாகவும் இருந்தோம். அதுமட்டுமல்ல, எத்தனையோ ஆண்டுகளாக, இந்த மதம் பரப்பும் தம்பதிகளின் வருகைக்கு முன்பிருந்தே, அந்தப்பட்டியலானது சுயமாகவே நீடித்திருக்கவும் புதுப்பித்துக்கொள்ளவும் தன்விவரங்களைப் பாதுகாக்கவும் இயல்வதாய்த்தான் இருந்தது. அதுவும் ஒரு காரணம். அந்தப்பட்டியலைப் பாதுகாத்து வந்த தம்பதிகள் ஒரு சாதாரண ஆணின் பெயரும் சாதாரண பெண்ணின் பெயரும்தான் கொண்டிருந்தனர் என்றாலும் சமூகத்தினரால் நிகெல் என்றும் ஜேசன் என்றும் குறிப்பிடப்பட்டனர். நற்குணம் நிரம்பிய அந்தத் தம்பதிகள்குறித்த அந்த நகைச்சுவை வெற்றிகரமானதாகத்தான் இருந்தது. அனுமதிக்கப்படாத பெயர்கள் அனுமதிக்கப்படாமல் இருந்ததற்குக் காரணம் அவை ‘நீருக்கு மறுபுறம்’ இருக்கும் நாட்டின் தன்மையை அதிகம் கொண்டிருந்ததே ஆகும், அவற்றில் சில அந்த நாட்டில் தோன்றாதவையாக இருந்தபோதும் அவை அங்கே பயன்பாட்டிற்குக் கொண்டுவரப்பட்டு உபயோகப்படுத்தப்பட்டு வருகிறது என்பதே அதற்குப் போதுமானதாக இருந்தது. தடைசெய்யப்பட்ட பெயர்கள் யாவும் எவ்வளவோ காலத்திற்கு முன்பு இருநாட்டிற்குமிடையே இருந்த மோதலோடு, ஆற்றலோடு, வரலாற்றின் வலிமையோடு, அந்த நாட்டினால் இந்த நாட்டில் மறுப்பினை மீறித் திணிக்கப்பட்டவற்றோடு இரண்டறக்கலந்துவிட்டதால் அந்தப் பெயர்களின் நிஜமான பூர்வீகம் சுத்தமாக மறக்கப்பட்டிருந்ததெனப் புரிந்துகொள்ளப்பட்டிருந்தது. அப்படித் தடைசெய்யப்பட்டிருந்த பெயர்களாவன: நிகெல், ஜேஸன், ஜாஸ்பர், லான்ஸ், பெர்விகல், வில்பர், வில்ஃப்ரட், பெரெக்ரின், நார்மன், ஆல்ஃப், ரெஜினால்ட், செட்ரிக், எர்னஸ்ட், ஜார்ஜ், ஹார்வே, அர்னால்ட், வில்பெர்ன், ட்ரிஸ்ட்ராம், க்ளைவ், யூஸ்டஸ், ஆபெரன், ஃபெலிக்ஸ், பெவெரில், வின்ஸ்டன், காட்ஃப்ரே, ஹெக்டர், மற்றும் ஹெக்டரின் உறவினனான ஹ்யூபர்ட்டும் கூட அனுமதிக்கப்படவில்லை. லாம்பர்ட்டோ லாரன்ஸோ ஹோவர்டோ

லயனலோ ராண்டால்ஃபோ கூட அனுமதிக்கப்படவில்லை. ஏனென்றால் ராண்டல்ஃப் ஸிரிலைப்போலிருந்தது, ஸிரில் லாமண்டைப்போலிருந்தது, லாமண்ட் மெரெடித்தைப்போல ஹரால்டைப்போல அல்ஜெர்னானைப்போல பெவெர்லேயைப்போல இருந்தது. மைல்ஸும் கூட அனுமதிக்கப்படவில்லை. அல்லது ஈவ்லின், அல்லது ஐவர், அல்லது மார்டிமர், அல்லது கெய்த், அல்லது ரோட்னே, அல்லது ரோஜர், அல்லது ஏர்ல், அல்லது ரூபர்ட், அல்லது வில்லர்ட், அல்லது சைமன், அல்லது சர் மேரி, அல்லது ஜெபடீ, அல்லது க்வெண்டின் எதற்குமே அனுமதியில்லை. ஒருவேளை க்வெண்டின் என்னும் இயக்குநர் அமெரிக்காவில் அந்த சமயம் நன்றாகப் பெயர் பெற்றிருந்ததால் அது அனுமதிக்கப்பட்டிருக்கலாம். அல்லது ஆல்பர்ட். அல்லது ட்ராய். அல்லது பார்க்லே. அல்லது எரில். அல்லது மார்கஸ். அல்லது ஸெஃப்டன். அல்லது மார்மடக். அல்லது க்ரெவில். அல்லது எட்கர். ஏனென்றால் இந்தப் பெயர்கள் அனைத்துமே அனுமதிக்கப்பட்டிருக்கவில்லை. க்ளிஃபர்ட் என்பது இன்னொரு அனுமதிக்கப்படாத பெயர். லெஸ்லேவும் அனுமதிக்கப்படவில்லை. பெவெரில்லோ இரட்டிப்பாய் மறுக்கப்பட்டிருந்தது.

பெண்களின் பெயர்களைப் பொருத்தவரை, - அவை கொண்டாட்டமானவையாக இல்லாத பட்சத்தில் - நீருக்கு அந்தப்புறம் இருந்து வந்தவற்றிற்கு அனுமதி இருந்தது. ஏனென்றால் அவை அரசியல் ரீதியாக சர்ச்சைக்குட்படுபவை அல்ல, எனவே அவற்றின்மீது எவ்வித சட்டதிட்டங்களும் அனுமதிகளும் தேவையற்றிருந்தது. தவறான ஆண்பெயர்களைப் போல தவறான பெண்பெயர்கள் சித்திரவைதைகளையோ பழைய நினைவுகளையோ முற்காலத்தையோ ஒருபோதும் மறக்கக் கூடாதவற்றையோ வரலாற்றுரீதியான வெறுப்புகளையோ குறிப்புணர்த்தவில்லை. ஆனால் நீங்கள் 'சாலைக்கு மறுபுறம்' இருப்பவர்களாகவோ மாற்று மதத்தினைச்சேர்ந்தவர்களாகவோ இருப்பின் எங்களால் மறுக்கப்பட்ட அத்தனை பெயர்களையும் அப்படியே அனுமதிப்பீர்கள். அதேநேரம் எங்கள் பகுதியில் வெகுவாக உபயோகத்தில் இருக்கும் ஒரே ஒரு பெயரைக்கூட நீங்கள் அனுமதிக்க மாட்டீர்கள். ஆனால் உங்கள் இனத்திலும் புழக்கத்தில் இருக்கும் அனிச்சையான எதிர்ப்புகளின் அடிப்படையில் பார்த்தாலும்கூட, நீங்கள் அந்தப்பெயர்கள் குறித்து தூக்கம் இழக்கவெல்லாம் மாட்டீர்கள். போலவேதான், ரூட்யார்ட், பெர்ட்ராம், லிட்டன், கத்பெர்ட், ரோட்ரிக் போன்றவற்றை தளபதியின் பெயரின் இறுதியாய்க் கொண்டிருக்கிற பெயர்களும்.

எங்கள் பகுதியில் பட்டியலில் மறுக்கப்பட்டிருக்க, நிகெல் மற்றும் ஜேஸனால் அவை பாதுகாக்கப்பட்டன. ஆனால் அனுமதிக்கப்பட்ட பெயர்களின் பட்டியல் என எதுவும் இல்லவே இல்லை. அனுமதிக்கப்படாதவை எவை என்பதன் அடிப்படையில் ஒவ்வொரு குடிமகனும் அனுமதிக்கப்பட்டவை எவை என்பதை அறிந்துகொள்ள வேண்டும். நீங்கள் சாகசக்காரராகவும் புதுமை விரும்பியாகவும் புரட்சிக்காரராகவும் அல்லது உடம்பில் ஓடும் கண்ணுக்குத்தெரியாத ஒரு காரணத்தினாலும் உங்கள் மகளுக்கு ஏற்கனவே பயன்படுத்தப்படாத சட்டரீதியாக்கப்படாத தடைசெய்யப்பட்ட பெயர்களின் பட்டியலிலும் கூட இல்லாத ஒரு பெயரினை சூட்டினீர்களாயின் காலப்போக்கில் நீங்கள் தவறுசெய்தீர்களா இல்லையா என்பதைத் தெரிந்துகொள்வீர்கள்.

இத்தகைய உளவியல்-அரசியல் சூழலில் அதன் இனவிசுவாச, மரபியல் அடையாளங்கள் சார்ந்த சட்டதிட்டங்களது அடிப்படையில், எது அனுமதிக்கப்பட்டது எது மறுக்கப்பட்டது என்பது ‘அவர்களது பெயர்கள்’ ‘எங்களது பெயர்கள்’ ‘அவர்கள்’ ‘நாங்கள்’ ‘எங்களது இனம்’ ‘அவர்களது இனம்’ ‘சாலைக்கு மறுபுறம்’ ‘நீருக்கு மறுபுறம்’ ‘எல்லைக்கு மறுபுறம்’ என்பவற்றோடு மட்டும் நின்றுவிடவில்லை. ‘நீருக்கு மறுபுறம்’ அல்லது ‘எல்லைக்கு மறுபுறம்’ இருந்து ஒளிபரப்பப்படக்கூடிய நடுநிலையான தொலைக்காட்சி நிகழ்ச்சிகள் ‘சாலைக்கு இப்புறம்’ இருப்பவர்களாலும் ‘சாலைக்கு அப்புறம்’ இருப்பவர்களாலும் தத்தமது இனத்திற்கு துரோகம் இழைத்துவிடாதபடி காணப்பட்டன. ஒருசாரரால் துரோகம் இழைக்காமல் பார்க்கமுடிந்த சில நிகழ்ச்சிகள் சாலைக்கு மறுபுறம் இருக்கிற பிறரால் வெறுக்கவும் நிந்திக்கவும் பட்டன. தொலைக்காட்சி உரிம ஆய்வாளர்கள், மக்கள்தொகை கணக்கெடுப்பாளர்கள், ராணுவம் சார்ந்த வேலைகளில் ஈடுபட்டிருக்கும் சாதாரண குடிமகன்கள், அரசு ஊழியர்கள் அனைவரும் ஒரு இனத்தினரால் சகித்துக்கொள்ளப்பட்டபோது மற்றொரு இனப்பகுதியில் கால்விரலைப் பதித்தாலே சுட்டுக்கொல்லப்பட்டனர். அங்கே உணவுகளும் பானங்களும் இருந்தன. சரியான வெண்ணெய். தவறான வெண்ணெய். விசுவாசத்தினை அடையாளப்படுத்தும் தேநீர். துரோகத்தை அடையாளப்படுத்தும் தேநீர். ‘எங்களது கடைகளும்’ ‘அவர்களது கடைகளும்’ இருந்தன. இடங்களின் பெயர்கள். நீங்கள் எந்தப் பள்ளிக்குச் சென்றீர்கள். நீங்கள் யாரை வணங்கினீர்கள். எந்த இறைகீதத்தைப் பாடினீர்கள். Hஐ ஹைச் என்று உச்சரிக்கிறீர்களா எய்ச் என உச்சரிக்கிறீர்களா. எங்கே வேலைக்குச்

சென்றீர்கள். அப்புறம் அங்கே பேருந்துநிறுத்தங்கள் இருக்கின்றன. நீங்கள் விரும்பாவிட்டாலும் கூட செல்கிற எல்லா இடங்களிலும் செய்கிற எல்லா விஷயங்களிலும் நீங்கள் ஒரு அரசியல் கூற்றினை வெளிப்படுத்துகிறீர்கள். ஒருவரது தோற்றமும் கூட போதுமானது.. ஏனென்றால் ஒருவரது புறத்தோற்றத்தை வைத்தே அவர் 'சாலையின் அப்புறம்' இருக்கிற அவர்களைச் சேர்ந்தவர் என்றோ 'சாலையின் இப்புறம்' இருக்கிற உங்களைச் சேர்ந்தவர் என்றோ சொல்லிவிட முடியும் என்னும் ஒரு நம்பிக்கை இருந்தது. நீங்கள் என்னமாதிரியான சுவர்ச்சித்திரங்களை செய்தித்தாள்களை கீதங்களை சிறப்பு தினங்களை கடவுச்சீட்டுகளை நாணயங்களை காவல்துறையை குடிமை அதிகாரிகளை ராணுவவீரர்களை துணைராணுவத்தினரை தேர்ந்தெடுக்கிறீர்கள் என்பது இருக்கிறது. கடந்துபோனவற்றை கடந்து போனவையாகவே விட்டுவிட அனுமதிக்காத ஒரு யுகத்தில் உங்களை நுணுக்கமாகத் தொடர்புபடுத்திப்பார்க்கும் விஷயங்களும் எடுத்துக்காட்டுகளும் எண்ணற்றவை உள்ளன. இதற்கிடையில்தான் நடுநிலைவாதிகளும் தவிர்ப்பவர்களும் உள்ளனர். ஒப்பந்தங்களற்ற ஆண் நண்பனது வீட்டில் அவனது அண்டைவீட்டினன் – பிற அத்தனை அண்டை வீட்டினரும் குழுமியிருக்கும் சமயத்தில் – இத்தகைய நெறிமுறைகளையும் ஆத்திரமூட்டக்கூடிய குறியீட்டையும் கவனப்படுத்தினான்.

அவன் அந்தக் கொடி சார்ந்த பிரச்சினையை கவனப்படுத்தினான் – கொடியும் சின்னமும் சார்ந்த பிரச்சினை, உள்ளார்ந்ததும் உணர்வுரீதியானதும் – ஏனென்றால் கொடிகள் உள்ளார்ந்தும் உணர்வுசார்ந்தும் இருப்பதற்காகவே படைக்கப்பட்டவை – சமயங்களில் நோயுண்டாக்கும் அளவிற்கு, சுயத்தோடு இணைத்து ரசிக்கக்கூடிய அளவிற்கு உணர்வுரீதியானது. 'நீருக்கு மறுபுறம்' இருக்கிற நாட்டின் கொடிமட்டுமல்ல 'சாலைக்கு மறுபுறம்' இருக்கிற இனத்தினரின் கொடியும் ஆகும் அது என்பதை அவன் நினைவுறுத்தினான். எங்களது இனத்தில் அந்தக் கொடிக்கு பெரிய வரவேற்பில்லை. எங்களது இனத்தில் அது வரவேற்கப்படவேயில்லை. சாலைக்கு இப்புறம் அதை வரவேற்கிறவர் யாருமே, ஒருவர்கூட இல்லை. எனக்குக் கார்களைப்பற்றித் தெரியாதென்றாலும் கொடிகளைப்பற்றியும் சின்னங்களைப் பற்றியும் தெரியுமென்பதால் அந்தப் பாரம்பரிய ப்ளோயர் பெண்ட்லி கார்கள் நீருக்கு மறுபுறம் தயாரிக்கப்படுபவை என்பதும் அவை நீருக்கு மறுபுறம் இருக்கும் நாட்டின் கொடியுடன் வருகின்றன என்பதையும் புரிந்துகொண்டேன். ஒப்பந்தங்களற்ற ஆண்நண்பனது அண்டைவீட்டினனின் சொற்களை

வரிகளுக்கிடையே வாசிப்பதன் மூலம் அவன் என்ன சொல்ல முயல்கிறான் என்றால், கொடியுடன் கூடிய ஒரு பாகத்தை வெல்லும்படியான ஒரு குலுக்கலில் அவன் பங்குகொண்டது மட்டுமல்ல, நீருக்கு மறுபுறம் இருக்கும் நாட்டினை பிரதிபலிக்கும் வரையறுக்கும் ஒரு பொருளின் எந்த ஒரு பாகத்தையும் - கொடியுடனோ கொடியில்லாமலோ – ஜெயிப்பதற்கான போட்டியில் அவன் என்ன செய்துகொண்டிருக்கிறான்? இது வரலாற்று அநீதி என்றான். அடக்குமுறைச் சட்டம் என்றான். பயிற்சிகள் மற்றும் ஒப்பந்தங்கள் என்றான். செயற்கை எல்லைகள் என்றான். ஊழல் ஆதரவு என்றான். குற்றச்சாட்டின்றி கைது என்றான். ஊரடங்கு உத்தரவு என்றான். விசாரணையின்றி சிறையிலடைப்பு என்றான். சந்திப்பதற்குத் தடை என்றான். விசாரிப்பதற்குத் தடை என்றான். ஒருமைப்பாட்டின்மீதும் எல்லைமீதும் நிகழ்த்தப்பட்ட நிறுவனமயமாக்கப்பட்ட அத்துமீறல் என்றான். குளிர் மற்றும் வெந்நீர் தண்டனைகள் என்றான். எதுவேண்டுமானாலும் என்றான். சட்டம் மற்றும் ஒழுங்கின் பெயரில். அப்போது அவன் அதை நினைத்திருக்காவிட்டாலும் இதையெல்லாமும்தான் அவன் சொன்னான். இந்தக் கொடிப்பிரச்சினையின் வாயிலாக அதுகுறித்த புரிதல்களின் அடிநாதமாக அவன் கொணரவிரும்பிய இன்னொரு பிரச்சினை என்னவெனில், ‘நீருக்கு மறுபுறம்’ இருக்கிற கொடிதான் ‘சாலைக்கு மறுபுறம்’ இருக்கிற கொடியும் என்பதே ஆகும். ‘சாலைக்கு மறுபுறம்’ என்பது உண்மையான ‘நீருக்கு மறுபுறம்’ என்பதை விட அதிகமாக ‘நீருக்கு மறுபுற’த்தின் தன்மை கொண்டதாகப் பார்க்கப்பட்டது. உண்மையில் அந்தக் கொடி தோன்றிய இடத்தை விட அதிகமாக அந்நியோன்யத்துடனும் கம்பீரத்துடனும் இங்கேதான் அது பறக்கவிடப்படுவதாக அறியப்பட்டிருந்தது. சாலைக்கு இந்தப்புறத்திலிருந்து – எங்களது பகுதி - வருகிற ஒருவனாக இருந்துகொண்டு அந்தக்கொடியைக் கொணர்வது என்பது பிரிவினையைத்தூண்டுவது, துரோகம் நிரம்பிய கால்நக்கிக்குணம், வெளியில் திருமணம் முடித்தவர்களையும் உளவாளிகளையும்கூட மன்னிக்கலாம் என்னும் அளவிற்கு மோசமான துரோகம். இதுதான் இங்கிருக்கிற, நான் ஒருபோதும் பங்குபெற விரும்பாத, அரசியல் பிரச்சினையாகும். வெறும் சில வார்த்தைகளிலேயே எவ்வளவு ஆத்திரமூட்டும் சூசகங்களை உணர்த்திவிட முடியும் என்பது ஆச்சரியத்தைத்தந்தது. என்றாகிலும் கூட அந்த மனிதன் இன்னும் முடித்திருக்கவில்லை.

“அதாவது, நான் என்ன சொல்கிறேனென்றால்” என்ற அவன், “என்னைத்தவறாக எதோ நினைத்துவிட வேண்டாம், நான் மிகப்பணிவான ஓர் இடத்திலிருந்தே இதைச் சொல்கிறேன், எனது இனத்திற்குத் துரோகம் இழைக்கிற எதோ ஒன்றைச் செய்கிற விஷயத்தில் பங்குபெற விரும்புவதில் எனக்கு அனுபவம் இருக்கிறது என்றும் அல்ல, அந்தக்கொடியுடன் சம்பந்தப்பட்ட எதோ ஒன்றை ஜெயிக்கிற ஒன்றில் கலந்துகொள்வதும், பின்பு அதனை வீட்டிற்கு எடுத்து வருவதும், எனது பகுதியில் அதைவைத்திருப்பது குறித்து வெட்கப்படுவதற்குப் பதிலாக எனது பகுதியில் அதை வைத்திருப்பது குறித்து பெருமிதப்படுவதுமென்பது... என்னைப்பற்றி விடுங்கள், எதையோ யாரையோ இப்படி அவமானப்படுத்துவதென்பது வெறுப்பினை விதைப்பதாகும். நான் ஒன்றும் சட்டதிட்டங்களைச்சொல்லி பிரச்சினை கிளப்புபவன் அல்ல, முடிவுகளைத் தொகுப்பவனும் அல்ல, இவற்றில் எனக்குப் பண்டிதமும் கிடையாது, கலவரத்தைத் தூண்டுபவனோ மதவெறியனோ அல்ல; உண்மையில் நான் அப்பாவி, எனது கருத்தை எடுத்துச்சொல்வதில் கவனம் நிறைந்தவன், ஆனால்... கொடியினைக்கொண்டிருக்கக்கூடிய அந்தப்பொருள் எவ்வளவு புகழும் பெருமிதமும் கொண்டிருந்தாலும் அடக்குமுறையின் துயரத்தின் கொடுங்கோன்மையின் சின்னமான அப்படி ஒரு பொருளை ஒப்புக்கொள்ளும் முடிவை ஒருபோதும் நான் எடுக்க மாட்டேன். ‘நீருக்குமறுபுறம்’ இருக்கும் நாட்டின்முன் என்பதை விட ‘சாலைக்கு மறுபுறம்’ இருக்கும் இனத்திற்குமுன் தலைகுனிகிற மோசமான தேர்வாக இருக்கும் அது என்பது தனி. சுருக்கமாகச் சொல்வதென்றால், அரசுக்கு எதிரான உணர்வுகளைத் தீவிரமாக வரித்திருக்கும் ஒரு ஊருக்கு ஒருவர் அந்தக் கொடியைக் கொண்டுவருகிறார் என்றால் அவர் தன்னை துரோகி என்றும் உளவாளி என்றும் குற்றப்படுத்துவதற்கான வாய்ப்புகளைத் திறந்துவைக்கிறார். அதனால், ஆமாம். கொடிகள் உணர்வுபூர்வமானவை. ஆதிகாலத்திலிருந்தே அப்படித்தான். குறைந்தபட்சம் இந்த இடத்திலாவது.” என்றான்.

அப்படியாக அவன் அதைத்தான் சொல்லவந்தான் – ஒப்பந்தங்களற்ற ஆண்நண்பன் ஒரு துரோகி – இந்த இடத்தில்தான் ஒப்பந்தங்களற்ற ஆண்நண்பனின் நண்பர்கள் அவனது பாதுகாப்பிற்கு வந்தனர். “கொடியுடன் கூடிய அந்த பாகம் அவனிடம் இல்லை” என்றனர். “இந்த சூப்பர்சார்ஜரின் மேல் கொடியே இல்லை என்பதை யாராலும் பார்க்கமுடியும்.” மறுப்பு என்பதைத்தாண்டி, ‘நீருக்கு இப்புறமும்’

'சாலைக்கு இப்புறமும்' அந்தக்கொடி எப்படிப்பார்க்கப்படும் என்பதைத்தாண்டி, அவர்கள் உண்மையில் கோபமாய் இருந்தனர். ஏனென்றால் இது சித்தம்கலங்கியிருக்கும் காலம். எல்லோரும் எல்லோர்மீதும் சந்தேகம் கொள்கிற ஆதிகாலம், கத்திமுனைக்காலம். இங்கிருக்கிற ஒருவருடன் நீங்கள் ஒரு நல்ல சிறிய உரையாடலை நிகழ்த்திவிட்டு, பின் வெளியே ஆமாம் அது ஒரு நல்ல உரையாடல் என்று நினைப்பீர்கள். ஆனால் பேசியதை மீண்டும் மனதில் ஓட்டிப்பார்க்கும்போதுதான் நான் 'அதை'ச் சொன்னேன் என்றோ 'இதை'ச் சொன்னேன் என்றோ உங்களுக்குக் கவலை தோன்ற ஆரம்பிக்கும். நீங்கள் சொன்ன 'அது'வோ 'இது'வோ சர்சைக்குரியது என்பதால் அல்ல. அமைதியான காலங்களிலேயே எளிதில் விரல் நீட்டிவிடுகிறவர்களாய், குற்றம் சொல்லிவிடுகிறவர்களாய் மக்கள் இருக்கிற போது, இதுபோன்ற கொந்தளிப்பான காலங்களில் விரல் நீட்டப்படாமலோ குற்றப்படுத்தப் படாமலோ இப்படிப் பிறர் உங்களைப் பற்றிப்பேசுவது குறித்து அறிந்து சங்கடப்படாமலோ, குரங்குக்குல்லாயோ ஹாலோவீன் முகமூடியோ அணிந்திருக்கும் நபர்களால் தயாராக இருக்கும் துப்பாக்கியுடன் நள்ளிரவில் உங்கள் வீட்டுக்கதவு தட்டப்படாமலோ இருக்க வாய்ப்பில்லை. இதற்குள்ளாக ஒப்பந்தங்களற்ற ஆண்நண்பனின் நண்பர்கள் சூப்பர்சார்ஜரைச் சுட்டியபடி இருந்தனர் – அதில் கொடி இல்லை என்பது இப்போது உறுதியாகி இருந்தது. "எப்படியோ, அந்தக்கார்கள் எப்போதுமே கொடியுடன் வருபவை இல்லை." "அதுமட்டுமின்றி," என தைரியமாக ஆரம்பித்தார் ஒரு அண்டைவீட்டார் – முன்பிருந்ததைவிட உற்சாகம் குறைந்துவிட்ட பிறரை ஒப்பிட இவர் தைரியமானவராகத்தான் தெரிந்தார் – "இதன் மதிப்பையும் எவ்வளவு அரிதானதென்பதையும் கணக்கில் எடுத்தால் அதை நீங்கள் வென்றிருக்கிறபோது ஒருவேளை இது கொடியோடே வந்தால்கூட அதை வீட்டுக்கு எடுத்துவந்து அந்தக்கொடியின்மேல் போர் விமானத்தின் ஏதேனும் ஒரு படத்தை – எடுத்துக்காட்டாக, ஒரு B29 சூப்பர்ஃபோர்ட்ரஸ் ஜோல்டின் ஜோஸி படம், அல்லது ஒரு சூப்பர்ஃபோர்ட்ரஸ் கேர்ள் ட்ரெஸ்ட் இன் நாட் வெரிமச் படம், அல்லது பிட் ஓ'லேஸ் B17ஃப்ளையிங் ஃபோர்ட்ரஸ் படம்*, அல்லது ஒரு மின்னி மௌஸ் படமோ ஆலிவ் ஆய்ல் படமோ அல்லது ப்ளூட்டோ கிரகத்தின் படமோ அல்லது உங்களது அம்மாவின் ஒரு சிறிய படமோ அல்லது மர்லின் மன்றோவின் ஒரு பெரிய படமோ – ஒட்டினால் போதாதா?' இந்தத் தந்திரக்காரர்,

★ போர்விமானங்களின் பெயர்கள்.

எங்களது பகுதியில் மதவெறியிலிருந்தும் பொல்லாங்குகளிலிருந்தும் புறக்கணிப்புகளிலிருந்தும் விலக்களிக்கப்பட்ட அமைப்புகளையும் சூழல்களையும் தனிநபர்களையும் குறிப்பிட மிக மெனக்கிட்டார். இவர்கள் அதீத புகழடைந்த அல்லது உச்சபட்ச தன்முயற்சியால் உயர்ந்த ராக் நட்சத்திரங்களாகவும் சினிமா நட்சத்திரங்களாகவும் கலாச்சார நாயகர்களாகவும் விளையாட்டு வீரர்களாகவும் இருப்பர். இல்லையென்றால், இப்படி நாம் எல்லைதாண்டி ஒப்புக்கொள்கிற விஷயங்களில் ப்ளோயர் பெண்ட்லியின் சூப்பர்சார்ஜரையும் சேர்த்துக்கொள்ளக்கூடாதா? அதன் அரிதுத்தன்மையும் நமது ஆசையும் இந்த சூப்பர்சார்ஜருக்கு விலக்கு அளிக்கப்போதுமானதாக இருக்காதா? அல்லது இரண்டில் ஒரு பிரிவினரால் – இந்த விஷயத்தில் எங்களது பகுதி – இது கண்டுகொள்ளப்படாமல் அனுமதிக்கப்பட முடியாத அளவிற்கான ஒரு பெரிய தடையா அந்தக்கொடி?

அவனுக்கு பதில் தெரியவில்லை, ஒரே ஒருவரைத்தவிர வேறு எவருக்குமே பதில் தெரியாது எனத் தோன்றியது. அந்த ஒருவனை நான் பார்த்தேன். எல்லோருமே அவனைப் பார்த்துக்கொண்டிருந்தனர். “நான் சொல்வதெல்லாம் என்னவென்றால்,” என்றான் அவன், “ஒரு காரின் பாகமானது தனது தேசத்தின் தன்னிறைவைக் குறிக்கும் தன்மையைக் கொண்டிருந்தால், எனது உரிமையை எனது நாட்டின் அரச தேசிய மத அடையாளங்களை அதன்முன் விட்டுக்கொடுக்க வேண்டிவந்தால், ஒருவேளை அந்தக்காரின் எந்தப் பதிப்பும் வகைமையும் அந்த அர்த்தத்தை உணர்த்தாமல் விட்டுக்கொடுத்தலைக் கோராமல் இருந்தபோதிலும் அது எனக்கு வேண்டுமென ஒப்புக்கொள்வேனா எனத் தெரியவில்லை – ‘சாலையின் இந்தப்புறம்’ இருக்கும் நமதுபகுதியைச் சேர்ந்த ஒருவரால் கார்களின் மீதான தனது விருப்பம் எதிர்தரப்பினரின் அடையாளங்கள் மற்றும் சின்னங்களின்மீது இயல்பாக இருக்கவேண்டிய வெறுப்பினை வெல்ல அனுமதிக்க முடியும் என்பதுதான் எனக்கு ஆச்சர்யம் தருகிறது. இங்கிருக்கிற உள்ளூர் வீரர்கள் இதைக்கேட்க நேர்ந்தால் – இங்கே அவன் கிளர்ச்சிக்காரர்களைப் பற்றிக் குறிப்பிடுகிறான், அவர்கள் கேட்க நேர்ந்தால் எனச் சொல்வதன் மூலம் இவன் அவர்களிடம் இதைப்பற்றிச் சொல்லும் கடமையை ஏற்கப்போகிறான் எனக்கூறுகிறான் – அந்தக்கொடியை இங்கே கொணர்ந்தவர் கடுமையான உள்ளூர் தண்டனையை ஏற்க நேரிடும். இறந்தவர்களுக்கெல்லாம் என்ன பொருள் – இந்த அரசியல் காரணங்களால் இதுவரை இறந்தவர்களுக்கெல்லாம் என்ன அர்த்தம்?

இது இப்படித்தான் எடுத்துக்கொள்ளப்படப் போகிறதென்றால் இதுவரை அத்தனை பேரும் உயிரிழந்தது வீணா?"

அவன் பேசியதைக் கவனித்தபோது, ஒருவர் முடிவுசெய்துவிட்டால் எதற்காக வேண்டுமானாலும் வாதிட முடியும் எனத் தோன்றியது, இப்போது அவன் கொடியை இங்கே கொண்டுவருவது ஏற்புடையது அல்ல என வாதிட்டுக்கொண்டிருந்தான். சரி, அது உண்மைதான், அது ஏற்புடையதல்ல. ஆனால், ஒப்பந்தங்களற்ற ஆண்நண்பன் அதைக் கொண்டு வரவில்லை. இவையெல்லாமும் நடந்து கொண்டிருக்கும்போது ஒப்பந்தங்களற்ற ஆண்நண்பன் எதுவுமே சொல்லவில்லை. அவன் முகத்தில் ஒரு மூட்டம் இருந்தது, ஒரு நிழல், ஆனால் ஒப்பந்தங்களற்ற ஆண்நண்பன் அரிதாகவே சோர்வடைவான். மாறாக அவன் சுறுசுறுப்பினைக் கொண்டிருப்பான், செயல்வேகம் கொண்டிருப்பான், விளையாட்டுத்தனம் கொண்டிருப்பான் அவனிடமிருக்கும் இன்னொரு ஈர்ப்புமிக்க விஷயமாகும் அது, சற்றுமுன் இருபது நிமிடங்களுக்குமுன் நானும் அவனும் மட்டும் இந்த அறையில் இருந்தபோது போல. அப்போது அவன் சூப்பர்சார்ஜர்மீ து விருப்பம் கொண்டிருந்தான், அவன் அதை விரும்பினான் என்பதை வெளிப்படுத்தினான், அதன்பிறகும் மற்றவர் முன்னிலையிலும் கூட அவன் மகிழ்ச்சியை வெளிப்படுத்தினான்தான், ஆனால் அச்சமின்றி என்னிடம் வெளிப்படுத்திய பெருமிதமும் பரவசமும் இப்போது இல்லாமலிருந்தது. பதிலாக அவர்களிடம் அவன் எச்சரிக்கையாக இருந்தான் – பணிவாகவும் பெருமிதமின்றியும் இருப்பதற்காக அல்ல, பொறாமையினால்கூட மனிதர்கள் உங்கள்மீது வெறுப்புக்கொண்டு பழிவாங்க முயலலாம் என்பதனால். இது கொண்டாட்டத்திற்கான நேரம்தான் என்றாலும்கூட பணிவோடுகூடிய கொண்டாட்டம். எனவேதான் ஒப்பந்தங்களற்ற ஆண்நண்பன் தன் நண்பர்களுடன் சேர்ந்து தனது பரவசத்தை அடக்கிக்கொண்டான். அதேநேரத்தில் அவனிடம் பிடிவாதம் இருப்பதையும் நான் கண்டேன் – தான் மதிக்காத, விளக்கங்கள் தரவிரும்பாத மனிதர்களிடம் வழக்கமாகக் காட்டும் இறுக்கத்தினை இப்போதும் காட்டினான். இந்தக் கொடி மற்றும் சின்னங்கள் விவகாரத்தில் அவன் இப்படி இருப்பது முட்டாள்த்தனம் என்றுதான் நான் நினைத்தேன், எனவேதான் அவனது நண்பர்கள் பேசியபோது நான் மகிழ்ச்சியடைந்தேன். அவன் அடிப்படையாகவே விவாதிக்கும் குணம் கொண்டவன் அல்ல, ஆர்வமூட்டும்படி பேசுகிற வகைமையைச் சார்ந்தவனும் அல்ல. அவனது பள்ளிக்கால, நீண்டகால நண்பனான சமையல்காரனிடம் யாரேனும் வம்பிழுக்கும்போது மட்டும்தான் அவன் நிஜமாகவே

கோபமடைந்து சண்டைக்குச் செல்வான். ஆனால் இப்போது அவன் அந்த அண்டை வீட்டினனை நோக்கிக் கொண்டிருந்தான். உறுதியாக ஆண் நண்பனின் வீட்டிற்கு மற்றவர்களோடு சேர்ந்து தானும் வந்ததோடு மட்டுமல்லாமல் இதுபோல பேசி விருந்தோம்பலின் விதிகளை மீறி பொறாமையின் காரணமாக பிரச்சினையை கிளப்பியது அவனது தவறாகும். எனவே இன்னொரு முறை அவன் "இதை நான் சொல்லக்கூடாது தான்" என ஆரம்பித்தபோது மூக்கில் ஒரு குத்து வாங்கியது ஆச்சரியப்படும் விஷயம் அல்ல. உறுதியாக ஆண் நண்பனின் நண்பர்களில் ஒருவன், ஆத்திரக்காரன் - அவ்வாறு மற்றவர்களால் அழைக்கப்படுவதை மறுக்கிற அவன் மகிழ்ச்சியாக இருக்கும் சமயங்களில் கூட சண்டைகளில் இறங்குவான் என்பது எல்லோரும் அறிந்ததே - அவனது மூக்கில் குத்தி இருந்தான். என்றாலும் அந்த நபர் உடனடியாக திருப்பித் தாக்கவில்லை. பதிலாக ஒப்பந்தங்களற்ற ஆண் நண்பன் தனக்கும் தன் இனத்திற்கும் அந்தக் கொடியின் வாயிலாக அவமானத்தைக் கொண்டுவந்து விட்டான் என்னும் கருத்தினை வலியுறுத்திவிட்டு அறையில் இருந்து மிக வேகமாக வெளியேறினான். அதற்கான எதிர்வினைகளை இவன் சந்திக்க வேண்டியிருக்கும் எனவும் அவன் கூறிவிட்டுச் சென்றதில் ஆச்சரியம் எதுவும் இருக்காது. அடுத்து அவன், அப்போதுதான் பணியிலிருந்து வீடு திரும்பிய, ஒப்பந்தங்களற்ற ஆண் நண்பனின் நண்பனாகிய சமையல்காரன் மீது மோதி கோபமாகவும் எதோ ஒரு இலக்கினை நோக்கிச் செல்வது போலவும் வெளியேறினான்.

ஒருவரும் ஒப்புக்கொள்ள விரும்பவில்லை என்றாலும் தற்போது அறையில் மகிழ்ச்சியற்ற, பயம் நிறைந்த, துயரமான உணர்வே நிரம்பி இருந்தது. காரைத் தவிர வேறு எதைப் பற்றியும் பேசும் சூழலுக்கு அறையை மீட்டு கொணர்வதும் சிரமமாய் இருந்தது. ஒரு சிலர் அதற்கு முயற்சித்தாலும் முழுவதுமாக யாராலும் அதை அங்கிருந்து அழிக்க முடியவில்லை. ஒப்பந்தங்களற்ற ஆண் நண்பனின் நீண்ட கால நண்பன், அவனது வழக்கமான குணத்தின் படி, நொடிகளில் அறையைக் காலியாக்கினான். அது சமையல்காரன் - தைரியம் நிறைந்தவன். தைரியம் என்றால் நிஜமான தைரியம், முழுமையான தைரியம், நாடகிய தைரியம், தவறாக முடிந்துவிட்டவைகளை சமாளிக்கும் தைரியம், நூறு சதவிகிதம் அசாதாரணமானது. அவன் கோபமுற்றிருந்தான், சிரிப்பே இல்லை. குழிந்த கண்கள், அத்துடன் மிக அயர்ச்சியாக இருந்தான். இந்த குணங்கள் அனைத்தும் ஒரு சமையல்காரன் ஆவது என்று அவன் முடிவு செய்வதற்கு முன்பிருந்தே அவனிடம்

இருந்தன. அது அப்படி இருக்க, குடித்திருக்கும் சமயங்களில் எல்லாம் சமையல் கற்கும் பள்ளிக்குச் சென்று சமையல்காரன் ஆகப்போவதாக அவன் சொல்வதுண்டு என்றாலும் அவன் இன்னும் ஒரு சமையல்காரன் ஆகி இருக்கவில்லை. தொழில் முறைப்படி அவன் ஒரு கட்டுமானப் பணியாளர். ஆனால் ஆண்கள் சமையலை விரும்பக் கூடாத ஒரு சூழலில் அவன் சமையலை விரும்பியதால் கிண்டலாகச் சொல்ல ஆரம்பித்து சமையல்காரன் என்பது அப்படியே அவன் பெயரின் பின்னே இணைந்து விட்டது. அதேபோலத்தான் மற்ற அவமதிப்புகளும் - அவனது உணவு ரசனை, சமையல் புத்தகங்களுடன் படுக்கைக்கு செல்வது, கேரட்டின் உள்ளார்ந்த குணத்தை பற்றிச் சிந்தித்துக் கொண்டே இருப்பது, ஒரு பெண்ணைப் போல நுணுக்கமான விஷயங்களுக்கு அதிகம் கவனம் செலுத்துவது. அவனது சக அலுவலர்களால் தாங்கள்தான் அவனைக் கோபப்படுத்தினோம் என்று உறுதியாகச் சொல்ல முடியவில்லை. ஏனென்றால் காலையில் வந்தது முதல் மாலை வேலைமுடிந்து வீட்டிற்குச் செல்லும் வரை எப்படியாயினும் அவன் கோபமாகத்தான் இருந்தான். வேலைக்கு வருவதற்கு முன்பே பள்ளிக்காலத்திலேயே அவனிடமிருந்த, இருந்தது போன்ற பெண் தன்மையின் காரணமாக சில மாணவர்கள் அவனிடம் சண்டையிட விரும்புவர். இவனிடம் சண்டையிடுவதை தங்களது வளர்ச்சியின்/ பருவமாற்றத்தின் ஒரு பகுதியாக அவர்கள் எண்ணியதுபோல் இருந்தது. திடீரென ஓர் நாள் ஒப்பந்தங்களற்ற ஆண் நண்பன் அவனை தனது இறக்கைகளுக்குக் கீழே பாதுகாத்துக் கொள்வது வரை இது தொடர்ந்து கொண்டிருந்தது. அத்தனை அடிகளுக்குப் பிறகும் தான் ஒரு பாதுகாப்பு வளையத்தின் கீழ் வந்து விட்டதையும் தனக்கு அப்படி ஒன்று தேவைப்பட்டது என்பதையும் கூட சமையல்காரன் அறிந்திருக்கவில்லை ஒப்பந்தங்களற்ற ஆண் நண்பன் மற்றும் அவனது நண்பர்களது தொடர்புகளுக்குப் பிறகு சமையல்காரனுடன் சண்டையிடவிரும்பிக் கொண்டிருந்தவர்கள் பின்வாங்கத் துவங்கினர். அதன் பிறகு அவ்வப்போது இப்போது வரை திடீரென உன்னுடைய கூனைப் பூ எப்படி இருக்கிறது என்னும் கேள்வியோடு ஆக்ரோஷமான ஒரு மோதல் நிகழும். எத்தனையோ முறை ஒப்பந்தங்களற்ற ஆண் நண்பனின் வீட்டில், தனக்கு நிகழ்ந்த வித்தியாசமான தாக்குதலால் ஏற்பட்ட காயத்திற்கு, சிலசமயங்களில் தானாகவும், பெரும்பாலும் ஒப்பந்தங்களற்ற ஆண் நண்பனாலும், மருந்திட்டுக் கொண்டிருப்பதைக் கண்டிருக்கிறேன். சமையல் என்பதை எடுத்துக் கொண்டாலே, ஒப்பந்தங்களற்ற

ஆண் நண்பனின் பகுதியிலும் எங்களுடைய பகுதியிலும் ஆண் சமையல்காரர்களுக்குத் தேவையோ சமூகஏற்போ இருந்ததில்லை. குறிப்பாக, ஒட்டுமொத்தமாக இனிப்புகள் எனக் குறிப்பிடப்படும் மாவுப் பண்டங்கள் கேக்குகள் கிரீம் கேக்குகள் போன்றவற்றைத் தயாரிப்பவர்களுக்கு மரியாதையே இல்லை. உலகின் மற்ற சமையல் பகுதிகளுக்கு முரணாக, இங்கே ஒரு ஆண் சமையல்காரனாக இருக்கிற அதே சமயத்தில் படகுகளிலோ சிறைச்சாலைகளிலோ அல்லது முழுமையான ஆண்தன்மை கொண்ட ஏதேனும் வேலையோ செய்தாக வேண்டும். இல்லையெனில் ஒரு சமையல்காரன் என்பவன் எதிர்பாலின ஈர்ப்புக் கொண்டவர்களைத் தன்பாலின ஈர்ப்புக் கொண்டவர்களது வட்டத்திற்குள் ஈர்க்க முயலும் ஒரு தன் பாலினச் சேர்க்கையாளனாகவே கருதப்படுவான். எனவே சமையல்காரர்கள் என யாரேனும் இருப்பார்களாயின் அவர்கள் மிகக் குறைந்த எண்ணிக்கையில், மறைந்து வாழும் பண்பினை உடையவர்களாகவே இருப்பார்கள். இங்கே இருக்கிற இந்த சமையல்காரன் அத்தன்மையுடையவன் இல்லை என்றாலும் இந்த மில்லியன் மைல்கள் ஆரத்தினுள் நான் கண்டிருக்கிற ஒரே ஒருவன் அவன்தான். அதிலுமேகூட நீர்க்குவளைகளை தேக்கரண்டிகளை அளவிடுவது போன்ற மலினமான விஷயங்களுக்கே அவன் தனது குழப்பமான உணர்வுகளை வெளிப்படுத்துவான், வேறு தூண்டல்களுக்கான அவசியமோ, இவற்றை வெளிப்படுத்துவதில் தர்ம சங்கடங்களோ அவனுக்குக் கிடையாது. உணவு அல்லது சமையலறை சார்ந்த முக்கியமான வேலைகள் இல்லாத சமயங்களில் இரவுகளில், பெரும்பாலும் வார இறுதிகளில், ஏதோ ஒரு மூலையில் கையில் பானத்துடன் தனக்குத்தானே மாதுளைச்சாறு என்றோ ஆரஞ்சுச் சாறு என்றோ கேரமல் கிரீம் என்றோ பாம் அலாஸ்கோ என்றோ கிரிப் சொசைட்டி என்றோ பாடிக் கொண்டிருப்பதைக் காண முடியும். எனவே அவன் உணவைப் பேசினான், உணவை வாசித்தான், உணவு சார்ந்த புத்தகங்களை (அவை என்னைப் பித்தாக்கின) ஒப்பந்தங்களற்ற ஆண் நண்பனுக்கு (அவனும் என்னைப் பித்தாக்கினான்) கடன் வழங்கினான். அவனும் அதை வாசித்தான். அதோடு அவன் தானும் ஒரு சாதாரண ஆண்தான் எனக் கருதியபடி எப்போதும் சமையலில் சோதனைகள் செய்து கொண்டிருந்தான். ஆனால் அவனைப் போலவே இவ்விஷயங்களைச் செய்துகொண்டிருந்த பிற சாதாரண ஆண்களும்கூட அவனை அப்படி ஏற்றுக் கொள்ளவில்லை. அவன்தான் இங்கே ஒப்பந்தங்களற்ற ஆண் நண்பனது வரவேற்பறையில் நிலவிய அசாதாரண அமைதிக்குள்

நுழைந்து தனது இருப்பின் மூலம் ஏற்கனவே அங்கு நிலவிய பதற்றத்தை அதிகப்படுத்திக் கொண்டிருந்தான்.

ஒருவேளை, அப்படி இல்லாமலும் இருக்கலாம். இம்முறை வழக்கம்போல "ஐயோ, சமையல்காரன்" எனத் தொடங்கிய நபர்கள், அவனை அங்கே கண்டதை, முதல்முறையாக, ஆசுவாசமாக உணர்ந்தனர். நிச்சயமாக அதற்கு முன்பு அங்கிருந்த சர்ச்சை மிகுந்த கொடி சார்ந்த விஷயத்தை விட சமையல்காரன் எவ்வளவோ தேவலை. அவன் அங்கே வருவதற்கு முன்பு ஒப்பந்தங்களற்ற ஆண் நண்பனது அண்டை வீட்டினர் கார் குறித்த பேச்சுகளில் இருந்து மாறி, பழைய 'நீங்கள்' 'நாங்கள்' என்னும் அரசியல் வழக்கம் குறித்து பேசத் துவங்கியிருந்தனர். அது மட்டுமின்றி கொஞ்சம் கொஞ்சமாக அவர்கள் தங்களை ஒப்பந்தங்களற்ற ஆண் நண்பனிடமிருந்து விலக்கிக் கொண்டனர். ஏனென்றால் அவனிடம் சூப்பர் சார்ஜர் இருந்தபோதிலும் அங்கே ஊர்ப் பஞ்சாயத்துகளும் சதி ஆலோசனைகளும் துரோகமும் உளவும்கூட இருந்தன. என்றாலும் சமையல்காரன் உடனடியாக சூழலைப் பழைய நிலைக்குக் கொண்டு வந்திருந்தான். வழக்கம்போலவே அவன் சூழலைக் கவனிக்கவே இல்லை, சூப்பர்சார்ஜரையும் ஒப்பந்தங்களற்ற ஆண் நண்பனின் அண்டை வீட்டினனின் மூக்கில் இருந்த ரத்தத் திட்டுகளையும் பார்த்திருக்கவில்லை. பதிலாக, சுற்றிலும் பார்த்த அவன், தான் பார்த்ததைக் கண்டு திகைத்தான். அவனது புருவங்கள் முடிச்சிட்டுக் கொண்டன. "இங்கே இத்தனை பேர் இருப்பதை யாரும் என்னிடம் சொல்லவே இல்லை. எத்தனை பேர் இருக்கிறீர்கள்? நிச்சயம் நூறு இருக்கும். நான் எண்ணப்போவதில்லை. வாய்ப்பே இல்லை." அவன் தலையை ஆட்டிக் கொண்டான். "என்னால் உங்கள் எல்லோருக்கும் சமைக்க முடியாது." அவன் தவறாகப் புரிந்து கொண்டான். அந்த அண்டை வீட்டினன் பிரச்சினைகளைக் கிளப்பி இருக்காவிட்டால் ஒருவேளை அது நீண்ட நேரம் கார்கள் பற்றிய பேச்சாய்த் தொடர்ந்திருக்கும், அதனை அடுத்து மதுக்கொண்டாட்டமும் அருகில் இருக்கும் உணவு விடுதியில் இருந்து உணவு வரவழைக்கப்பட்டும் இருந்திருக்கும். இவனது சமையல் திறனும், தயாரிக்கும் இனிப்புகளும் போதுமானதாக இருந்திருக்காது. ஆனால் அதற்கு முன்பாகவே அவன், அவன் தயாரிக்கத் தேவையில்லாத பசியூட்டிகள் பற்றியும் விரிவான உணவு பற்றியும் இறுதியில் வழங்கத் தேவையான இனிப்புகள் பற்றியும் யோசிக்க ஆரம்பித்திருந்தான். எனவே அண்டை வீட்டினர் அனைவரும் உடனடியாக எழுந்து கொண்டு கிளம்பத்

தொடங்கினர். "நீ சொல்வது சரிதான் சமையல்காரன்" என எவ்வளவு இயல்பாக நடிக்கமுடியுமோ அவ்வளவு இயல்பாகக் கூறிவிட்டு, "வருந்தாதே ஒன்றும் பிரச்சினை இல்லை. நாங்கள் கிளம்புகிறோம், எப்படியாயினும் கிளம்பவேண்டும்" என்றனர். இப்போது அவர்கள் இறுதியாக ஒருமுறை ஒரு குழப்பமான மனநிலையுடன் சூப்பர் சார்ஜரைப் பார்த்தனர். ஒருவேளை, ரொம்பவும் அதீதமான பெருமிதம் தான் போல. எதிர்பார்த்தபடியே அதை வாங்குவதற்கான விருப்பங்களை யாரும் இப்போது கூறவில்லை. பதிலாக அவர்கள் ஒப்பந்தங்களற்ற ஆண் நண்பனுக்கு விடைகூறிவிட்டு, இன்னும் கொஞ்ச நேரம் இருக்கப் போகிற பிற நண்பர்களுக்கும் விடை கூறி விட்டுக் கிளம்பினர். அதற்கடுத்து ஒரு சிறிய யோசனைக்குப் பிறகு, நினைவுவந்தாற்போல, ஒரு மூலையிலிருந்த என்னிடம் திரும்பி விடைபெற்றுக் கொண்டனர்.

அற்பன். வீணன். குடிகாரன். முட்டாள். தந்திரக்காரத்தாயோளி. நான் உன்னைக் குறை கூற முயலவில்லை, என்றாலும். நான் இதை வெறுமனே சொல்கிறேன். உன்னைச் சங்கடபடுத்த விரும்பவில்லை, என்றாலும். அந்த அண்டை வீட்டினனும் மற்றவர்களும் அங்கிருந்து சென்ற பிறகு ஒப்பந்தங்களற்ற ஆண் நண்பனின் நண்பர்கள் அவனைப்பற்றி இவ்வாறுதான் பேசிக்கொண்டனர். சமையல்காரனும் ஒப்பந்தங்களற்ற ஆண் நண்பனும் ஒப்பந்தங்களற்ற ஆண் நண்பனின் மூன்று நண்பர்களும் நானும் மட்டும்தான் இப்போது அறையில் இருந்தோம். "அவர்கள் எல்லோரும் எங்கே சென்றார்கள்? ஏன் சென்றுவிட்டார்கள்? யார் அவர்கள்? என்னைத்தான் எதிர்பார்த்துக் கொண்டிருந்தார்களா?" என்றெல்லாம் சமையல்காரன் வினவத் தொடங்கியதும், "அதையெல்லாம் மறந்து விடு சமையல்காரா" என்றான் ஒப்பந்தங்களற்ற ஆண் நண்பன். அவன் பேச்சில் குழப்பம் இருந்தது - மற்றவர்கள் அவன்பொருட்டு சாந்தப்படுத்தியதும் சமாதானங்கள் கூறியதும் அவனைக் கோபமூட்டி இருந்தது. கொடி சார்ந்த குற்றப்படுத்தல்களை மற்றவர்கள் சரிப்படுத்த முயன்றது அவனைக் கோபப்படுத்தும் என்பதை குறிப்பாக நான் அறிந்திருந்தேன். அப்படி செய்ததன் மூலம் அவர்கள் தானாகவே அவனது வலையில் விழுந்து விட்டதாக இவன் கருதி இருப்பான். மற்றவர்கள் சமையல்காரனிடம் "எல்லாவற்றையும் மறந்து விடு" என்று கூறிக் கொண்டிருக்க அந்தக் கோபம் மிக்க நண்பன் ஒப்பந்தங்களற்ற ஆண் நண்பனைக் கவனமாக இருக்கும்படி எச்சரிக்கை செய்தான். "அவன் குழப்பப் போகிறான், அந்த

முண்டத்தாயோளி ஏதேனும் கதை கட்டப் போகிறான்." எல்லோரும் தலையாட்டி ஆமோதித்தனர், ஒப்பந்தங்களற்ற ஆண்நண்பனும்கூட ஆரம்பத்தில் தலையாட்டினான். பிறகு, "அதே நேரம், நீ அவனை அடித்திருக்கக் கூடாது, அவன் உங்களை ஆத்திரமூட்ட நீங்கள் மூவரும் அனுமதித்திருக்கக் கூடாது, அல்லது எனக்காகப் பேசியிருக்கக் கூடாது. அவனுக்கும் எனக்கும் ஒரு தொடர்பும் இல்லை. நான் அவனை வெற்றி கொள்ளவோ அவனது அனுமதியைப் பெறவோ எந்த அவசியமும் இல்லை. என் பொருட்டு நீங்கள் அவனை சமாதானப்படுத்தி இருக்கவும் தேவையில்லை." என்றான். மற்றவர்கள் இதை விரும்பவில்லை, இதில் காயப்பட்டு, அவன் இவ்வாறு பேசுவதை நிறுத்திக் கொள்ள வேண்டும் என்று விவாதிக்கத் தொடங்கினர். அவன் கண்டிப்பாகப் பேசியிருக்க வேண்டும். பொறாமை கொண்ட அந்த மனிதனுக்காக இல்லாவிட்டாலும், மற்றவர்களுக்காகவும் பொதுவாகவே இதுபோல வதந்திகள் கிளம்பாமல் இருப்பதற்காகவும் பேசியிருக்க வேண்டும் என்றனர். ஒப்பந்தங்களற்ற ஆண்நண்பனைப் பொருத்தவரை, வதந்திகளானவை ஏற்கப்படவோ மறுக்கப்படவோ தேவையேயில்லை என்றான், அவை பேசப்படவும் கூடத்தேவையில்லை என்பதே அவன் கருத்து. "நீங்கள் என்னை பலமிழக்கச்செய்துவிட்டீர்கள்" என்றான். இவ்வாறாக, "இது இத்துடன் முடியப்போவதில்லை" என ஒருவன் சொல்லும்வரை விவாதம் தொடர்ந்தது. ஒப்பந்தங்களற்ற ஆண்நண்பன் 'நீருக்கு மறுபுற'த்தைச்சேர்ந்த கொடிகளை ஏராளமாக இங்கே கொண்டுவருவதான அவதூறில் இந்த சூப்பர்சார்ஜர் விவகாரம் சென்றுமுடிந்தால்கூட அவன் ஆச்சர்யப்படக்கூடாது என்பதுதான் அதன் பொருள். இங்கே அவர்கள் அனைவரும் சிரித்தனர் – அதன் பொருள் அப்படி ஒன்று நடந்துவிடாது என்பதல்ல. அவன் பிடிவாதமாக இருந்திருக்கக்கூடாது என்றனர் அவர்கள். இந்த விவாதத்தில் சேர்த்துக்கொள்ளப்பட்டிருக்காவிட்டாலும் கூட, நானும் அவ்வாறே நினைத்தேன். இவ்வளவு நேரம் கற்பனையில் தனது சமையலறையின் மளிகைகள் குறித்து யோசித்துக்கொண்டிருந்த சமையல்காரன் திடீரென இடையில் புகுந்து "யார்? என்ன?" என வினவியதும் மற்றவர்கள் அவனை 'அநாகரிகன்' எனக்கூறிப் புறக்கணிக்க முயன்றனர். ஆனால் அதற்குமுன்பாகவே, இவர்கள் கூறியது எதையும் காதில் கேளாமல், எல்லோருக்கும் ஏதேனும் சமைப்பதற்கு முன்பாக குளிப்பதற்காக மாடிக்குச் சென்றுவிட்டான். *எல்லாம் சரிதான் என்றாலும், நான் சொல்லக்கூடாதுதான் என்றாலும், நான் ஒன்றும் பெரிய வல்லுனன் அல்ல என்றாலும் உள்ளிட்ட, அந்த*

இனவிசுவாசி சொல்லிய சொல்லாத சில விஷயங்களைக் குறித்த கிண்டல்களுக்குப் பிறகு எல்லோருமே காரின் பாகங்களை மாடிக்கு எடுத்துச் செல்வதில் மூழ்கிவிட்டனர்.

இது வழக்கமாக நடக்கிற வேலைதான், ஏனெனில் ஒப்பந்தங்களற்ற ஆண்நண்பன் எல்லா இடத்திலும் காரை நிரப்பி வைத்திருந்தான் – இங்கே அவனது வீட்டில், உள்ளே, வெளியே, முன்புறம், பின்புறம், அலமாரி உள்ளே, அலமாரிகளுக்கு மேலே, மேஜைகள் மேலே, ஒவ்வொரு படியிலும், மாடியில், போகிற வழியிலெல்லாம், எல்லா அறைகளிலும். சமையலறையும் படுக்கையறையும் மட்டுமே விதிவிலக்கு – குறைந்தபட்சம் நான் அங்கே தங்குகிற இரவுகளில். எனவே அவனது வீடு வீட்டின் தன்மைகளை மிகக்குறைவாகவே கொண்டிருந்தது, கிட்டத்தட்ட அது ஒரு வேலைத்தளத்திலிருந்து வேலைசெய்கிற உணர்வையே தந்தது. இப்போது அவனும் நண்பர்களும் அதை ஒழுங்குபடுத்துகிறார்கள் எனில் இன்னும் அதிக கார்களுக்காக இடம் உண்டாக்குகிறார்களா?. “புது கார் வருகிறதா?” என வினவினேன். “கார்கள், ஒப்பந்தங்களற்ற பெண் தோழி,” என்றான் ஒப்பந்தங்களற்ற ஆண் நண்பன். “சில கார்ப்யூரட்டுகளும் சிலிண்டர்களும் பம்பர்களும் ரேடியேட்டர்களும் பிஸ்டன் ராடுகளும் சைட் பேனல்களும் மட்கார்டுகளும் அதுபோன்றவையும்.” “ஓ” என்றேன் நான். ஏதோ ஒரு கார் பாகத்தை நகர்த்தியபடி “ஒரு நிமிடம்,” எனக்கூறினான். “இதை எதாவது ஒரு அண்ணனின் அறைக்கு மாற்றுகிறோம்.” என்றான். ஒப்பந்தங்களற்ற ஆண் நண்பனுக்கு மூன்று சகோதரர்கள் – அவர்கள் யாரும் இறக்கவுமில்லை, இங்கே அவனுடன் வசிக்கவுமில்லை. முன்பு அவர்கள் இங்கே இவனுடன்தான் வசித்தார்கள் – பிறகு காலப்போக்கில் வேறெங்கோ சென்று வசிக்க ஆரம்பித்துவிட்டார்கள். இப்போது ஒப்பந்தங்களற்ற ஆண் நண்பனும் மற்றவர்களும் வேலையில் மூழ்கிவிட்டனர், கீழே சமையல்காரனும் – அங்கிருந்து வந்த சப்தத்தை வைத்துப்பார்த்தால் – வேலையாய் இருப்பது தெரிந்தது. அவன் அவனோடே பேசிக்கொண்டிருந்தான் – அது வழக்கமானதுதான். அவன் அவ்வாறு அடிக்கடி செய்வதை நான் அடிக்கடி கேட்டிருக்கிறேன், ஏனென்றால் ஒப்பந்தங்களற்ற ஆண் நண்பனுடன் நான் தங்கிய இரவுகளைவிட அவன் தங்கிய இரவுகள்தான் அதிகம் என நினைக்கிறேன். வழக்கம்போலவே, தன்னிடம் பணிகற்க வந்திருக்கும் ஒரு கற்பனை மனிதனிடம் அவன் சாப்பாடு செய்வது குறித்த ஒவ்வொன்றையும் விளக்கிக்கொண்டிருந்தான். அடிக்கடி அவன் பின்வருபவை போன்ற

எதையேனும் சொல்வான்: “இதை இப்படிச்செய். இதற்கு ஒரு சுலபமான வழி இருக்கிறது தெரியுமா. எந்தவொரு ஆர்ப்பாட்டமும் நாடகமும் இல்லாமல் நம்மால் ஒரு தனித்துவமான பாணியையும் தொழில்நுட்பத்தையும் உருவாக்க முடியும்.” எப்போதெல்லாம் இதைச்செய்கிறானோ அப்போதெல்லாம் அவன், நிஜ வாழ்க்கையில் நிஜ மனிதர்களிடம் பேசும்போது இருப்பதைவிட, மிக மென்மையாகவும் அணுக்கமாகவும் தோன்றுவான். சமையல்காரனின் பாராட்டுகளையும் உற்சாகமூட்டல்களையும் வைத்துப்பார்த்தால் அவன் ஒரு நல்ல கவனமிக்க மாணவனாகத்தான் தோன்றியது, அந்தக்கூட்டாளியை அவனுக்கு மிகவும் பிடித்தும் இருந்தது. “நாம் இப்போது இதைச் சேர்க்கப் போகிறோம். இல்லை, இப்படி. அடுத்து நாம் அதைச் செய்வோம், அதை. நாம் நேர்த்தியை விரும்புகிறோம், அப்படித்தானே – சரியானதைத் துல்லியமான அளவில், அதனால் அந்த இலை வேண்டாம். எதற்கு அந்த இலை? அது உணவின் தன்மைக்கோ அளவிற்கோ சுவைக்கோ எதையும் சேர்ப்பதில்லை. இதோ தயாராகிவிட்டது – சுவைத்துப் பார்ப்போம். நீயும் கொஞ்சம் சுவைக்கிறாயா?” உருவமற்ற தனது உதவியாளனை அவன் இவ்வாறு அழைத்தபோது நான் ஒருமுறை எட்டிப்பார்த்தேன் – அங்கே அவன் தனியாக தனது வாயை நோக்கி கரண்டியை உயர்த்திக் கொண்டிருந்தான். சமையல்காரன் இப்படிச் செய்ததை முதல்முறை நான் பார்த்தபோது, சாலையில் வாசித்துக் கொண்டே நடக்கிற நான் எனக்குள் இடங்களை மனதில் குறித்துவைத்துக் கொள்வது நினைவுக்கு வந்தது. ஒன்று அல்லது இரண்டு பக்கங்களை வாசித்தபிறகு, எனது சுற்றுப்புறத்தைப் புரிந்து கொள்வதற்காகவும், எப்போதேனும் எனக்குள்ளிருந்து வழிகேட்கும் ஒருவருக்கு உதவுவதற்காகவும் நான் ஒருநொடி தாமதிப்பேன். குறிப்பிட்ட அந்த நபர் குறிப்பிட்ட அந்த இடத்திற்குச் செல்லவேண்டும் என்கிறதுபோல, “ஆமாம், அந்த இடம் அங்கே இருக்கிறது” என்பேன். “அங்கே செல்லுங்கள். அந்தத் திருப்பம் தெரிகிறதா? அதில் திரும்பினால் தபால்பெட்டி இருக்கிற சந்திப்பை அடைவீர்கள். அங்கே பத்து-நிமிடப் பகுதிக்குச் சென்றவுடன் உங்களுக்குத் தெரிந்த பாதையை அடைந்துவிடுவீர்கள்.” இந்த இடம் வழக்கமாக சுடுகாட்டிற்கான பாதையாக இருக்கும். தொலைந்துபோன, ஆனால் நன்றிமிக்க ஒருவனுக்கு உதவுவதற்காக நான் வழிகாட்டுகிற விதம் இதுதான். இங்கே சமையலறையில் சமையல்காரனும் கிட்டத்தட்ட அதையேதான் செய்து கொண்டிருந்தான். கட்டுப்படுத்தமுடியாத உணர்வெழுச்சிகள் இல்லை, வெறித்தனம் இல்லை, வெறும்

தியானம், ஈடுபாடு, தளர்வாதல். தனக்குள்ளிருக்கும் ஊக்கமுடைய ஒருவனுடனான விளையாட்டுத் தருணம் இது. எனவே நான் அவர்களை கிண்டல்செய்து அவமானப்படுத்தாமல், அப்படியே விட்டுவிட்டேன். ஏனெனில் ஏற்கனவே இவ்விடத்தில் விளையாட்டுத்தனத்திற்கும் கவனமின்மைக்கும் போதுமான அளவு மோசமான அசிங்கப்படுத்துதல் நிகழ்ந்துவிட்டது. அதனால்தான் எல்லோருமே பிறரது மனதை வாசிக்கிறார்கள் – அல்லது விஷயங்கள் சிக்கலாகிவிடும். அதனால்தான் பெரும்பாலானவர்கள் தன்னைக்காத்துக் கொள்வதற்காக மனதில் நினைப்பதை வெளியே சொல்வதே இல்லை. சில சமயங்களில் தங்களை இன்னொருவர் உற்றுக்கவனிக்கிறார் என்பதை அறிகிறபோது அவர்கள் மேலோட்டமாகத் தங்களை வெளிப்படுத்திக்கொண்டு ஆழத்தில் தான் உண்மையில் என்ன நினைக்கிறேன் என்பது குறித்து தனக்குள் குறித்துக்கொள்வார்கள். எனவே ஒப்பந்தங்களற்ற ஆண்நண்பனும் பிறரும் மாடியிலும், சமையல்காரனும் உதவியாளனும் சமையலறையிலும் வேலையில் மூழ்கியிருந்ததால் நான் நீளிருக்கையில் படுத்து, அடுத்து செய்யவேண்டிய விஷயங்கள் குறித்து யோசிக்க ஆரம்பித்தேன். அதாவது எனது அடுத்தகட்ட வாழ்க்கை முறை பற்றிக் கூறுகிறேன். ஏனென்றால் சமீபத்தில்தான் ஒப்பந்தங்களற்ற ஆண் நண்பன் என்னைத் தன்னுடன் வந்து வசிக்கும்படி கூறியிருந்தான். அது ஏன் எனக்கு சரிப்படாது என்பதற்கு அப்போது நான் மூன்று காரணங்கள் கூறினேன். முதலாவது, எனது குட்டித்தங்கைகளை வளர்ப்பதில் அப்படி ஒன்றும் நான் உதவவில்லை என்றாலும், நானில்லாமல் அம்மாவிற்கு எனது குட்டித்தங்கைகளை வளர்ப்பது சிரமமாக இருக்கும் என எண்ணினேன். அவர்களது அதிகப்பிரசங்கித்தனத்தை, அமைதியடையாத ஆர்வங்களை, கட்டுப்பாடில்லாமல் போகக் கூடிய விஷயங்கள் மீதான விருப்பத்தை ஒழுங்குபடுத்துவதற்கு உதவக்கூடிய, அழைத்தவுடன் செல்லக்கூடிய இடிதாங்கியாக அங்கே இருக்க வேண்டும் எனத் தோன்றியது. இரண்டாவது காரணம், எனக்கும் ஒப்பந்தங்களற்ற ஆண் நண்பனுக்கும் இடையிலான - ஏற்கனவே எளிதில் சிதைந்துவிடக்கூடிய தன்மையிலிருக்கும் - உறவிற்கு, நான் இங்கே வருவதால் ஏற்பட வாய்ப்புள்ள பாதிப்புகள் குறித்தது ஆகும். மூன்றாவதாக, இந்த இடம் இப்போது இருக்கிற நிலைமையில் என்னால் எப்படி இங்கே வர முடியும்?

ஒப்பந்தங்களற்ற ஆண் நண்பனிடமிருந்து பிரிந்து பல ஆண்டுகளுக்குப் பிறகு நான் தொலைக்காட்சியில் ஒரு நிகழ்ச்சியைப் பார்த்தேன். உளவியல் உள்ளொளியின் காலமாகிய இந்தக்காலத்தில் பொருட்களை பதுக்குகிறோம் எனத் தெரியாமலேயே பொருட்களைப் பதுக்குவோர் பற்றிய அந்த நிகழ்ச்சியில் பார்த்தவற்றோடு, உள்ளொளிகளெல்லாம் தோன்றுவதற்கு வெகுகாலத்திற்கு முன்பு ஒப்பந்தங்களற்ற ஆண் நண்பன் செய்த விஷயங்களை - அங்கே யாரும் கார்களை பதுக்கவில்லை என்ற போதும் - ஒப்பிடுவதில் இருந்து என்னால் தவிர்க்க முடியவில்லை. தம்பதியருள் ஒருவர் பதுக்கிறவராகவும்(அவன்) மற்றவர் பதுக்காதவளாகவும் இருந்தனர். எல்லாமே இரண்டாகப் பிரிக்கப்பட்டிருக்க, ஒவ்வொரு அறையிலும் அவனது பாகம் தரைவிரிப்பில் இருந்து உட்கூரை வரை மலைபோல் குவித்துவைக்கப் பட்டிருந்தது. சிறிதுகாலத்திற்குப் பிறகு, தவிர்க்க முடியாமல் மென்மேலும் அவன் பொருட்களை அடுக்கியதால் இடம் போதாமல் அவனது மலை சரிந்து வேறு வழியில்லாமல் அவளது இடத்தையும் ஆக்கிரமிக்க ஆரம்பித்தது. ஒப்பந்தங்களற்ற ஆண்நண்பனது வீட்டைப்பொருத்தவரை சமீபத்திய அந்தத் தொலைக்காட்சி பொழுதுபோக்கு நிகழ்ச்சியில் இருந்ததைப்போல் அல்லாமல் எந்தக் கட்டுப்பாடோ இடவரைமுறையோ இன்றி எங்கெங்கும் பொருட்கள் நிரம்பிக்கிடந்தன. அவன் அதில் இன்னும் இன்னும் நிறைய சேர்த்துக்கொண்டிருந்தான் என்பதிலும் ஐயமில்லை. என்னுடைய எதிர்வினையைப் பொருத்தவரை, நான் இங்கே வந்து தங்கிய சமயங்களில் எதிர்கொண்ட, “உள்ளே வா, நல்வரவு. ஆனால் நீ கொஞ்சம் உன்னைக் குறுக்கிக்கொள்ள வேண்டியிருக்கும்” என்கிற நெருக்குதலைப் பொறுத்துக் கொள்ள முடிந்தது – சமையலறையும் படுக்கையறையும் குளியலறையில் பாதியும் சாதாரணமாக இருந்ததுதான் அதற்குக்காரணம். எங்களுடையது ஒரு ஒப்பந்தங்களற்ற உறவு என்பதுதான் அதற்கு முக்கியக்காரணமாக இருக்கக்கூடும்: அதாவது, நான் அதிகாரபூர்வமாக அவனுடன் உறவில் இல்லை என்பதும் அதிகாரபூர்வமாக அவனுடன் குடியிருக்கவில்லை என்பதும். நாங்கள் ஒரு முறையான உறவில் இருந்து நான் அவனுடன் அதிகாரபூர்வமாக வசித்து வந்திருந்தேன் எனில் இங்கிருந்து வெளியேறுவதுதான் நான் செய்கிற முதல் காரியமாய் இருந்திருக்கும்.

இது ஒப்பந்தங்களற்ற ஆண் நண்பனது வீடு, ஒரு முழுமையான வீடு. அந்த சமயத்தில், ஓர் இருபது வயது ஆணிற்கோ பெண்ணிற்கோ – குறிப்பாக திருமணமாகாத ஆணிற்கோ பெண்ணிற்கோ – அப்படி

ஒன்று இருப்பது மிகவும் ஆச்சரியமானது ஆகும். அவனுடைய பகுதியில் மட்டுமல்ல. என்னுடைய பகுதியிலும் கூட அது அசாதாரணமானதுதான். அவன் பன்னிரண்டு வயதாகவும் அவனது அண்ணன்கள் பதினைந்து பதினேழு பத்தொன்பது வயதாகவும் இருந்தபோது அவனது பெற்றோர்கள் இவர்களை விட்டுவிட்டு, கொண்டாட்டத் தருணங்களின் நாட்டிய ஜோடிகளாகத்* தங்களை அர்ப்பணித்துக் கொள்ளச் சென்றுவிட்டதனால் இது நேர்ந்தது. அவர்கள் போய்விட்டார்கள் என்பதை முதலில் அவர்களது மகன்கள் உணர்ந்திருக்கவில்லை – கடுமையான, உயிரைப் பணயம் வைக்கிற நடனப் போட்டிகளில் பங்குபெறுவதற்காக அவர்கள் அப்படிச்செல்வது வழக்கம்தான். ஒருநாள் மூத்த சிறுவர்கள் இருவரும் வேலையில் இருந்து திரும்பி நால்வருக்கும் அருகிலிருக்கும் உணவகத்திலிருந்து இரவுணவை வரவழைத்து உண்டுகொண்டிருந்தபோது, மடியில் தட்டுடன் நீளிருக்கையில் அமர்ந்திருந்த இரண்டாமவன் மூத்தவனிடம் திரும்பி, "ஏதோ குறைகிறதா? ஏதோ குறைகிறதென்றே நினைக்கிறேன். ஏதோ குறைவதுபோல உனக்குத் தோன்றவில்லையா அண்ணா?" என்றான். "ஆமாம், ஏதோ குறைகிறது" என ஒப்புக்கொண்டான் மூத்தவன். "ஏய், ரெண்டுபேரும் கவனி. ஏதோ குறைகிறதா?" என கடைக்குட்டிகள் இருவரையும் நோக்கி வினவியபோது, "மூன்றாவது மகன், "ஆமாம். அம்மா அப்பா இங்கே இல்லை." என்றான். "அவர்கள் போய்விட்டார்கள்" என்றுகூறிய அவன் தொலைக்காட்சியைப் பார்த்தபடியே மறுபடி உண்ண ஆரம்பித்தான். கிட்டத்தட்ட ஓராண்டு எனது ஆண்நண்பனாய் இருந்த, ஏழுவயதாகிய கடைசி மகனும் அப்படியே செய்தான். "ஆனா அவங்க எப்ப போனாங்க?" வழக்கமாகப் போகிறமாதிரி இன்னொரு நடனப் போட்டிக்குதான் அவங்க போயிருக்காங்களா?" என வினவினான் அனைவரிலும் மூத்தவன். ஆனால் அது வெறும் ஒரு நடன நிகழ்ச்சி அல்ல. இறுதியாக, அந்தச் சகோதரர்கள் தங்களது பெற்றோர்கள் சிலபல வாரங்களுக்கு முன்பாகவே இங்கிருந்து போய்விட்டார்கள் என்பதை அண்டைவீட்டார்கள் மூலம் தெரிந்து கொண்டனர். அவர்கள் ஒரு குறிப்பை எழுதியிருந்தனர், ஆனால் அதை விட்டுச்செல்ல மறந்துவிட்டனர் என்றனர் அண்டைவீட்டினர்; உண்மையில் அவர்கள் அதை எழுத மறந்திருந்தனர், வெளிப்படுத்த விரும்பாத தங்களது புதிய முகவரிக்குச் சென்றபிறகு அங்கிருந்து அவர்கள் அதை எழுதி இங்கே அனுப்பியிருந்தனர். வேண்டுமென்றே

★ Ballroom Dancers.

அவர்கள் அந்த முகவரியை மறைக்கவில்லை, உறையின் மேல் அதை எழுதுவதற்கான நேரமோ நினைவோ புரிதலோ அவர்களுக்கு இல்லை, அதனால்தான். தபால் முத்திரையில் இருந்த விவரத்தின்படி அது வெறுமனே ஒரு கடலுக்கு மறுபுறம் இருக்கிற நாடு மட்டுமல்ல, பலபலபல கடல்களுக்கு மறுபுறம் இருக்கிற நாடு. அதுமட்டுமில்லாமல் அவர்கள் தங்களது பழைய முகவரியையும் - திருமணமாகி இருபத்தி நான்கு ஆண்டுகள் தாங்கள் வசித்த, கிளம்பி இருபத்திநான்கு மணிநேரமே ஆகிய முகவரியை - மறந்திருந்தனர். தெருவே எப்படியேனும் இதை மகன்களிடம் கொண்டுசேர்த்துவிடும் என்னும் நம்பிக்கையில் அவர்கள் குத்துமதிப்பாக எதையோ ஒன்றை எழுதியிருக்க, நல்லவேளையாக தெரு தனது ஆற்றலைப் பயன்படுத்தி அவர்கள் எதிர்பார்த்ததை நிகழ்த்தியிருந்தது. அவர்களது குழந்தைகளிடம் அதைக் கொண்டுசேர்த்திருந்தது. அந்த சகோதரர்களது கைக்கு வந்து சேரும் முன்பு தெருவின் அத்தனை பேருடைய கைகளுக்கும் சென்றுவந்திருந்த அந்தக்கடிதம் பின்வருமாறு கூறியது: "மன்னியுங்கள் குழந்தைகளே. விஷயங்களை அவற்றின் சரியான பொருத்தப்பாட்டில் நோக்கும்போது நாங்கள் குழந்தைகளே பெற்றிருக்கக்கூடாது. நாங்கள் எப்போதும் நடனப்போட்டியிலேயே இருக்கிறோம். மீண்டும் வருந்துகிறோம் - நல்லவேளை இப்போது நீங்கள் வளர்ந்துவிட்டீர்கள்." இதையடுத்து அங்கே ஒரு மறுயோசனை ஏற்பட்டிருக்கிறது. "சரிதான். உங்களில் இன்னும் வளராதவர்களை ஏற்கனவே வளர்ந்துவிட்டவர்களும் இந்த வீடும் - ஆமாம் தயவுசெய்து அது முழுவதையும் எடுத்துக்கொள்ளுங்கள் - சேர்ந்து வளர்த்து ஆளாக்கலாம்." தங்களுக்கு அந்த வீடு வேண்டாம் என்பதையும் இந்த சிறுவர்கள் அதை அப்படியே எடுத்துக் கொள்ளலாம் என்பதையும் அந்தப் பெற்றோர்கள் வலியுறுத்தியிருந்தனர். அவர்களுக்குத் தேவையானதெல்லாம் அவர்களிடம் இருந்தது: இருவரது பரஸ்பர இருப்பு, அவர்களது நடனப்பித்து, எண்ணற்ற அழகான நடன அங்கிகள் அடங்கிய பெட்டிகள். கடிதம் இப்படி முடிந்தது: "விடை பெறுகிறோம் மூத்த மகனே, விடைபெறுகிறோம் இளையவனே, விடைபெறுகிறோம் இரண்டாவது இளையவனே, விடைபெறுகிறோம் கடைசி மகனே - விடைபெறுகிறோம் அனைத்து இனிய அன்புமிக்க மகன்களே." ஆனால் அதில் 'பெற்றோர்கள்' என்றோ "அன்பும் நேசமும் மிக்க அம்மாவும் அப்பாவும்" என்றோ எதுவும் எழுதப்பட்டிருக்கவில்லை. பதிலாக அவர்கள் "நடனக்காரர்கள்" என எழுதி கையொப்பமும்

அதையடுத்து நான்கு முத்தங்களும் இட்டிருந்தனர். அதன்பிறகு அந்த மகன்கள் அவர்களைத் தொலைக்காட்சி மூலமாக அன்றி வேறெப்படியும் கேள்விப்பட்டிருக்கவில்லை. தங்களது நடுத்தர வயதினையும் தாண்டி, அட்டகாசமான இளமைபொங்கும் நடனக்காரர்களாக அவர்கள் தங்களை நிரூபித்துக் கொண்டதனால், தொடர்ச்சியாக அந்தத் தம்பதியினர் தொலைக்காட்சியில் வர ஆரம்பித்தனர், அவர்கள் உலகத் தரமானவர்களாக, அட்டகாசமானவர்களாக, கண்மூடித்தனமாக முன்னேறுபவர்களாக இருந்தனர். அவர்களிடமிருந்த வசீகரமும், கவர்ச்சியும், தமது நாட்டிற்கு - எல்லைக்கு அப்பாலிருந்த நாடா, கடலிற்கு அப்பாலிருந்த நாடா என்பது விவேகமாகத் தவிர்க்கப்பட்டது - அவர்கள் சேர்த்த உலக அளவிலான பெருமையும் எல்லாம் சேர்ந்ததில் வெகு சீக்கிரமாகவே அவர்கள் துரோகமாகக் கருதப்படுகிற அரசியல் எல்லைகளையெல்லாம் கடந்திருந்தனர். அதாவது, இங்கிருக்கிற இசைக் கலைஞர்கள், கலைஞர்கள், மேடையிலும் திரையிலும் தோன்றுகிறவர்கள், மற்றும் விளையாட்டு வீரர்களைப்போல தன் இனத்தைச் சேர்ந்த அனைத்து மக்களின் பாராட்டுதலையும் ஏற்பையும் வெல்ல முடிந்தாலும் அதே சமயத்தில் இன்னொரு இனத்தின் மறுப்பினையும் கொலை மிரட்டல்களையும் எதிர்கொள்ள வேண்டி வராமல், அந்த இருவரும் வெகுசில விதிவிலக்குகளைப்போல எல்லோரது ஏற்பையும் பெற்றிருந்தனர். அவர்கள் ஒருமனதாக ஆதரிக்கப்பட்டு அனுமதிக்கப்பட்டனர். அரசியல் மத தளங்களில் மட்டுமல்ல, சாதாரண நடன அடிப்படையிலும் நடனத்தை நேசிக்கிற ஒவ்வொருவர் மனதிலும் மகிழ்ச்சியையும் மாயத்தையும் நிகழ்த்தியதால் அவர்கள் பாராட்டப்பட்டனர். ஜோடிநடனம் குறித்து அறிந்தவர்கள் அனைவராலும் அவர்கள் வெகுவாகப் பாராட்டப்பட்டனர். ஆனால் அவர்களது மகன்களில் யாருமே அந்நடனம் குறித்து அறிந்துகொள்ளவோ, அதில் எவ்வகையிலும் பங்குபெறவோ விரும்பவில்லை. என்றாலும் ஒப்பந்தங்களற்ற ஆண்நண்பன் ஒருமுறை தொலைக்காட்சியில் அவர்களை எனக்குக் காட்டினான். ஒருமுறை அவன் வெகு இயல்பாக சானல் மாற்றிக் கொண்டிருந்தபோது அவர்கள் அதில் தோன்றினர்: அந்த உலகளாவிய ஜோடி. அந்த நொடியில், பித்து நிறைந்த ரியோ டி ஜெனிரியோ உலகக்கோப்பைப் போட்டியின் முன்வரிசையில் ஓடிக்கொண்டிருந்தனர். அறிவிப்பாளர் கொண்டாட்டத் தருண- நடனஜோடிகளின் உலக நடன அமைப்பின் முன்பு "புனித இயேசுவே! வரலாற்றுத்தருணம்! ஆஹா, வரலாற்றுத்தருணம்!" என

உற்சாகக்கூச்சல் இட்டபடி, இதற்குமுன் தாங்கள் கண்டிராத ஒரு ஆச்சர்யத்தைக்காணத் தயாராய் இருக்கும்படி கூவினான். *“ஏய்ய்.. வாய்ப்பேயில்லை! அவர் உனது...! அது உனது...! அவர்...! அது... அவர் உனது அம்மா! அது உனது அம்மா!”* அப்புறம் *“அது உனது அப்பா!”* எனக்கூச்சலிட்டபிறகு, நான் அந்த அதிசய நிகழ்ச்சியைக் காணவே விரும்பினேன். ஏனென்றால் அந்தக்கண்கள், அந்த முகம், அந்த உடல், அதன் நளினம், அந்த நம்பிக்கை, அதன் கவர்ச்சி, அப்புறம் அந்த உடைகள் நான் அவனது அம்மாவைப்பற்றிச் சொல்கிறேன், அதைப்பார்க்காமல் தவிர்க்க வழியேயில்லை. ஆனால் ஒப்பந்தங்களற்ற ஆண்நண்பன் அதைப்பார்க்க விரும்பவில்லை எனக்கூறினான். எனவே நான் விரிந்த கண்களும் பிளந்த வாயுமாக நகம் கடித்தபடி இருக்கையைவிட்டு நகராமல் உற்சாகக்கூக்குரல் எழுப்பியபடி, “இவன் அவளைப்போலவே இருக்கிறான். இவன் அவள் போலவா இருக்கிறான்? இவனது பின்புறம் அவளது பின்புறம் போலவே இருக்கிறதோ? அவனது அப்பா இவளைப்போலவே – ச்சே இவனைப்போலவே இருக்கிறாரோ.. ம்ஹூம், இவன் தனது அப்பாவைப்போலவே இருக்கிறானோ?” என எண்ணிக்கொண்டிருந்தேன். ஒப்பந்தங்களற்ற ஆண்நண்பன் வெளியே சென்று ஏதோ காரைப் பழுதுபார்த்துக் கொண்டிருந்தான்.

வீட்டைப் பொருத்தவரை, நினைத்த நேரத்தில் அந்தச் சகோதரர்கள் வந்துசென்று கொண்டிருக்க, தன்போக்கில் வசிக்கும்படி விடப்பட்ட ஆண்கள் வாழ்கிற ஒரு வீட்டின் தன்மையுடன் ‘இங்கே ஆண்கள் வசிக்கிறார்கள்’ எனக்கூறும் ஒரு கட்டிடமாக அது ஆகியிருந்தது. போகப்போக அடிக்கடி அவர்களது நண்பர்கள், இரவுகளில் பெண்கள், வார இறுதிகளில் பெண் தோழிகள், அல்லது ஒரு குறிப்பிட்ட காலத்திற்கான பெண் தோழிகள் அங்கே வந்து சென்று நேரம்போக்கிக் கொண்டிருந்தனர். பிறகு சில காலத்திற்குப்பிறகு, மூத்த மூவரும் ஒவ்வொருவராக அங்கிருந்து நீங்கிவிட்டனர். அவரவர்க்குப் பொருத்தமான வாழ்வை நோக்கி அவர்கள் சென்றுவிட்ட பிறகு இந்தவீடு ஒப்பந்தங்களற்ற ஆண் நண்பனுடையதாக நிலைபெற்றுவிட்டது. அதன்பிறகு கார்களாலும் கார்களின் பாகங்களாலும் முக்கால்வாசி அது ஒரு வாகனப் பழுதுபார்ப்புத் தளமாக மாறிவிட்டது. அதன்பிறகு அவன் என்னைத் தன்னோடு வந்து வசிக்கும்படி கூறியதும் நான் எனது இந்த மூன்று மறுப்புகளைத் தெரிவித்தேன். அதற்கு அவன், “‘இங்கே’ என்று கூறியபோது நான் இந்த இடத்தைச் சொல்லவில்லை. அந்த சிவப்பு

விளக்குப் பகுதியில் நாம் ஒரு வீட்டை வாடகைக்கு எடுக்கலாம் என்றுதான் சொன்னேன்" என்றான்.

அந்தச் சிவப்பு விளக்குப் பகுதியானது எங்கள் பகுதி சாலைக்குச் சற்று மேலேயும் அவனது பகுதி சாலைக்கு சற்றுக்கீழேயும் உள்ள ஊரில் உள்ளது. சிவப்பு விளக்கு சமாசாரங்கள் அங்கே நடந்ததனால் மட்டுமல்ல, திருமணம் முடித்து குடும்பமாக வாழ விரும்பாத இளைஞர்கள் சேர்ந்துவாழ்கிற இடமாகவும் அது இருந்ததனால்தான் அது சிவப்பு விளக்குப்பகுதி என அழைக்கப்பட்டது. பதினாறு வயதில் திருமணமாகி பதினேழு வயதில் குழந்தைபெற்று பதினெட்டு வயதில் ஸோஃபாவில் அமர்ந்து தொலைக்காட்சி பார்த்து மடிகிற பல பெற்றோர்களைப் போல வாழ விரும்பாமல் இருக்கும் விருப்பமாகும் அது. எனவே அவர்கள் வேறு மாதிரியான ஒன்றை – அதைப்பற்றி உறுதியாகத் தெரியவில்லையெனினும் - முயன்றுபார்க்க விரும்பினார்கள். எனவே திருமணமாகாத இணையர்கள் அங்கே வாழ்ந்தனர். அங்கே இரண்டு ஆண்கள் வாழ்ந்ததாகவும் கூட – அதாவது ஒன்றாக – ஒரு வதந்தி இருந்தது. அடுத்து இன்னொரு ஆண் இணை அங்கே இன்னொரு வீட்டில் ஒன்றாக வாழச் சென்றனர். இருபத்திமூன்றாம் எண்ணில் ஒரு பெண் இரண்டு ஆண்களுடன் இணைந்து வாழ்வதாகப் பரபரப்பாகப் பேசப்பட்டாலும், எந்தப் பெண் இணையும் அங்கே வசித்ததாகத் தெரியவில்லை. பெரும்பாலும் அது திருமணமாகாத ஆண்கள் மற்றும் திருமணமாகாத பெண்கள் வசித்துவந்த ஒரே ஒரு தெருதான் என்றாலும் சமீபத்தில் அது அருகிலிருந்த இன்னொரு தெருவிற்கும் பரவுவதான அச்சம் குறித்து செய்தி ஒளிபரப்பப்பட்டது. அருகிலிருக்கும் அந்தத் தெரு கலப்புமணம் புரிந்த பலரும் குடியிருப்பது சார்ந்து முன்னரே பெயர்பெற்றிருந்தது. இதற்கிடையே அந்தப்பகுதியிலிருந்து – சிவப்பு விளக்குப்பகுதியில் இருந்து மட்டுமல்ல – சாதாரண மக்கள், அதாவது திருமணமானவர்கள் வெளியேறத் தொடங்கியிருந்தனர். தாங்கள் சிவப்புவிளக்கு விவகாரத்திற்கு எதிரானவர்கள் அல்ல, ஆனால் தங்களது முதிய உறவினர்களது – எடுத்துக்காட்டாக, பெற்றோரது, தாத்தாபாட்டியினது, இறந்து போன முன்னோர்களது, சமீபத்தில்தான் இறந்துவிட்ட பலவீனமான முன்னோர்களது - உணர்வுகளைப் புண்படுத்த விரும்பவில்லை என்று அவர்களில் சிலர் கூறினர். ஊடகங்களது ஒழுங்கு விதிமுறைகளின்படி, "அழிவு, சீரழிவு, ஒழுக்கக்கேடு, அவநம்பிக்கையைப் பரப்புதல், பாரம்பரியத்திற்கு எதிரான அட்டூழியம், சட்டவிரோதமான

ஒழுக்கக்கேடான விவகாரங்கள்." இப்படித் திருமணம் செய்து கொள்ளாமல் உறவு கொள்கிற இந்த இணைகள் வேற்று மதங்களைச் சேர்ந்தவர்களுமா என்பதுதான் அடுத்த பெரிய கேள்வி எனக்கூறின செய்திகள். எனவே தங்களது முந்தைய தலைமுறையின் உணர்வுகள் குறித்து பதட்டம் கொண்டு அங்கிருந்து வெளியேறுகிற சாதாரண இணைகள் கூட தொலைக்காட்சிகளில் தோன்றினர். ஓர் இளைய மனைவி, "நான் இதை என் அம்மாவிற்காகச் செய்கிறேன்" என்றாள், "ஏனென்றால் திருமண உறுதிமொழிகளை எடுத்துக் கொள்ளாமல் இணைந்து வாழ்கிறவர்கள் வசிக்கிற தெருவில் குடியிருப்பதன் மூலம் நான் நெறிமுறைகளோடு ஒத்துப்போகாமல் இருப்பது என் அம்மாவை சங்கடப்படுத்தும் என்றே நான் கருதுகிறேன்" என்றாள். "நான் யாரையும் தீர்ப்பிட விரும்பவில்லை" என்றாள் இன்னொருத்தி. "ஆனால் திருமணமாகாமல் இணைந்திருப்பது நிச்சயம் குறைகாண வேண்டியது, கடுமையாகக் குறை கூறப்பட வேண்டியது மட்டுமின்றி கண்டிக்கப்படவும் வேண்டியது. நாம் இதை நோக்கித்தானா முன்னேறினோம்? விபச்சாரத்தை நோக்கி? உடல் தாபங்களை நோக்கி? கற்பின்மையை நோக்கி? நாம் இதைத்தானா வளர்த்தெடுக்கிறோம்?" மீண்டும் அங்கே சீரழிவு, ஒழுக்கக்கேடு, அநியாயம், அவநம்பிக்கையை பரப்புதல், பாரம்பரியத்திற்கெதிரான சீற்றம், மற்றும் சட்டத்திற்குப்புறம்பான அநீதியான உறவுகள் குறித்தும் அதிகம் பேசப்பட்டன. தங்களது உடைமைகளை வேனில் ஏற்றியபடியே, "அடுத்து இங்கே ஒன்றரை சிவப்பு விளக்குத் தெரு இருக்கும், அடுத்து அது இரண்டு சிவப்பு விளக்குத் தெருக்களாகும், அடுத்து இந்த ஒட்டுமொத்த ஊருமே சிவப்பு விளக்குப் பகுதியாகி மூவர்-உறவிலிருப்பவர்களை எங்கு நோக்கினும் காண நேரிடும்." எனக் கூறியது ஓர் இணை. "நான் என் அம்மாவுக்காகச் செய்கிறேன்" என்றாள் இன்னொருத்தி. என்றாலும், "இதில் என்ன தவறிருக்கிறது? இங்கே பழமைவாதம் இருக்கிறது, மதவெறி இருக்கிறது – அவற்றிற்கெல்லாம் உங்களுக்கு ஒரு வரலாறு தேவைப்படுகிறது. ஆனால் இந்தப் பாலியல் விவகாரங்களில் விரைவான மாற்றங்கள் ஏற்பட்டுக்கொண்டே இருக்கின்றன – நீங்கள் நவீன காலத்தோடு இணைந்து இயங்கினால் மட்டும் போதுமானது." இதுமட்டுமின்றி, "நாம் இதை அனுமதிக்கக்கூடாது", "யாரும் யாருடனும் படுப்பதில்லை", "நில எல்லைகளுக்கு அடுத்தபடியாக, திருமணம் தான் ஒரு நாட்டின் அடிப்படை" போன்ற பேச்சுக்களும் இருந்தன. குறிப்பாக, "நான் இங்கிருந்து வெளியேறவில்லையெனில் அது என் அம்மாவைக் கொன்றுவிடும்"

என்பதாக அது இருந்தது. எண்ணற்ற அம்மாக்களின் எதிர்கால இறப்புகளை கருத்துக்கணிப்புகளின் வாயிலாக வானொலிகளும் செய்தித்தாள்களும் கூட விரிவாக செய்திகளாக்கின.

எனவே அந்தப் பகுதியிலிருந்த, அவ்வளவு பெரியதல்லாத, அந்தத் தெருவினை நான் பேசாத எனது தாய்மொழியில் என்னவோ சொல்லி அழைத்தார்கள். நான் பேசிய மொழிபெயர்க்கப்பட்ட மொழியில் "கழுத்துப் பள்ளம்" அல்லது "கழுத்தின் குழிவு" அல்லது "மென்கழுத்து"★ என அழைக்கப்பட்ட அந்தத் தெருவானது அங்கே சாலைக்குக் கீழே இருந்தது. தற்போது தன்னோடு வசிப்பதற்காக என்னை அங்கே அழைக்கிறான் என்றாலும் இதற்கு முன் நான் அந்தத் தெருவிற்குச் சென்றதில்லை. என் குட்டித்தங்கைகளை பார்த்துக் கொள்வது, தற்போதைய குடியிருப்பில் பொருட்களைப் பதுக்குவது அதிகரித்துக் கொண்டே செல்வதைப் போல மிக எளிதாக சிவப்பு விளக்கு குடியிருப்பிலும் நிகழக்கூடும் போன்ற காரணங்களைத் தாண்டி எங்கள் இருவராலும் இந்த உறவில் கையாளமுடிகிற நெருக்கத்தின் அளவிற்கும் அதிலிருக்கும் பலவீனத்திற்கும் கூட இதில் ஒரு பங்கு இருந்தது. பிறகு அதுதான் நடந்தது. எப்போதுமே அது நடந்தது. எங்கள் உறவைத் தொடர்ந்து எடுத்துச் செல்வதற்கு நெருக்கத்தை ஒரு வழிமுறையாக நான் பரிந்துரைக்கும் போதெல்லாம் அது எங்கள் கையையே சுட்டுவிட, நான்தான் நெருக்கத்தைப் பரிந்துரைத்தேன் என்பதையே மறந்துவிட, அவன்தான் நான் நெருக்கத்தைப் பரிந்துரைத்தேன் என்பதை எனக்கு நினைவூட்டுவான். பிறகு நிலைமையே முற்றிலும் மாறி மூளை குழப்பி அவனே நெருக்கத்தைப் பரிந்துரைப்பான். தொடர்ச்சியாக நாங்கள் நினைவிழப்பையும், தொடர் மறதிகளையும் எதிர்கொள்வோம். நினைவில் இருந்ததை மறந்துவிடுவோம்- ஜமாய்வூ★★ நேரிட்டுவிடும், எங்களது மறதியையும், ஒப்பந்தங்களற்ற பலவீனமான எங்களது உறவிற்கு நெருக்கம் எப்படி சரிபட்டு வரவில்லை என்பதையும் ஒருவருக்கொருவர் நினைவூட்டிக்கொள்வோம். இப்போது மறப்பது அவனுடைய முறை: நாங்கள் கிட்டதட்ட ஓராண்டாக இந்த ஒப்பந்தங்களற்ற உறவில் இருப்பதினால் ஒரே இடத்தில் வசிப்பதன் மூலம் அதனை முறையான உறவிற்கு நகர்த்துவது குறித்து நான் யோசிக்க வேண்டும் என தான் எண்ணியதாக அவன் கூறினான்.

★ Neck என்னும் வார்த்தைக்கு ஆண்குறியினை தங்கள் வாயில் வைத்து பெண்கள் அளிக்கிற இன்பம் என்கிற பொருள் உள்ளது.

★★ ஏற்கனவே நிகழ்ந்த ஒன்றினை மறந்துவிடுவது.

இதற்கு முன்பு நாங்கள் நெருக்கத்தையோ ஒன்றாக வசிப்பதையோ ஆலோசித்ததே இல்லையே என அவன் சொல்லிக் கொண்டிருக்க, பேசி முடித்ததும், ஏற்கனவே நாங்கள் அதை ஆலோசித்திருக்கிறோம் என்பதை அவனுக்கு நான் நினைவூட்ட வேண்டும். இதற்கிடையே, தன்னுடன் வந்து வசிக்கும்படி கேட்ட இம்முறை, வருகிற செவ்வாய்கிழமை நாங்கள் வெளியே சென்று சூரிய அஸ்தமனத்தைப் பார்க்கலாம் என்றும் அவன் கூறினான். எனக்குத் தெரிந்த யாருமே – குறிப்பாக இளைஞர்கள், இளைஞிகளும் கூட, அனைத்துப் பெண்களும், ஆண்களும் கூட, நிச்சயமாக நான் – ஒருபோதும் சூரிய அஸ்தமனத்தை காண்பது குறித்தே யோசித்திருக்காத சமயத்தில் அவன் மட்டும் ஏன் சூரிய அஸ்தமனத்தைக் காண எண்ணினான் என எனக்குத் தோன்றியது. இது புதிதானது, ஆனால் எப்போதுமே வேறு யாரிடமும் – இளைஞர்களிடம் மட்டுமல்ல – நான் கண்டிராத பல புதிய விசயங்களை ஒப்பந்தங்களற்ற ஆண் நண்பன் கொண்டிருந்தான். சமையல்காரனைப் போலவே இவனுக்கும் சமைப்பது பிடித்தது, வழக்கமாக வேறு ஆண்கள் அதைச் செய்வதில்லை, சமைப்பதை அவன் விரும்பியதை நான் விரும்பினேனா என்பதும் உறுதியில்லை. அதுமட்டுமின்றி, சமையல்காரனைப்போலவே இவனுக்கும் கால்பந்தாட்டம் பிடிக்காது, அல்லது அவனுக்கு அது பிடித்தது, ஆனால் இளைஞர்கள் அதை எந்த வகையில் விரும்பவேண்டுமென எதிர்பார்க்கப்பட்டதோ அந்த வகையில் அவன் அதை விரும்பவில்லை. இதனால்தான், பழம் என்று சொல்லமுடியாது, கால்பந்தும் பிடிக்காது என்கிற வகையைச்சேர்ந்த ஆண்களில் ஒருவனாக அவன் அவனது பகுதியில் அறியப்பட்டான். ஒப்பந்தங்களற்ற ஆண் நண்பன் ஒருவேளை முழுமையான ஆண் கிடையாதோ என நான் ரகசிய வருத்தம் கொண்டிருந்தேன். நான் ஒருபோதும் எனக்குள் ஒப்புக்கொள்ள விரும்பாத – குறிப்பாக என்னிடம் - இந்த எண்ணம், எனது இருண்ட தருணங்களில், தன்னிச்சையான தருணங்களில், சட்டென வந்து சட்டென மறைந்துவிடுகிற தருணங்களில் தோன்றும். அப்படி நான் ஒப்புக்கொண்டால் மென்மேலும் முரண்கள் தோன்றி ஒன்றாகக் குவிந்து எனக்கு எதிராகி என்னுடைய உறுதிப்பாட்டினைக் குறைப்பதாக உணர்ந்திருக்கிறேன். எல்லோரையும் போலவே நானும் இதுபோன்ற உள் முரண்களை அவை தோன்றுத் துவங்கும் போதே முகம் திருப்பிக் கொள்வதன் வாயிலாகவே சமாளித்தேன். ஆனால் ஒப்பந்தங்களற்ற ஆண் நண்பன் - நான் அவனுடன் 'ஒருவேளை. தெரியாது, இருக்கலாம்' என்ற வகையிலான உறவில்

இருந்த காலங்களில் - அவற்றை நேராக எதிர்கொண்டதை நான் கவனித்தேன். அவன் உணவு சமைத்ததை நான் விரும்பினேன் - அப்படி விரும்புவதன் வாயிலாக அவன் சமைப்பதை நான் ஊக்கப்படுத்தலாமா என்பது குறித்து யோசித்த போதும் நான் அவன் சமைத்ததை விரும்பினேன். நான் அவனுடன் படுக்கையில் இருப்பதையும் விரும்பினேன், ஏனென்றால் நான் எப்போதுமே அவனுடன் படுக்கையில் இருந்திருப்பதாகத்தான் எனக்குத் தோன்றி இருக்கிறது. அவனுடன் எங்கேயாவது செல்வதும் எனக்குப் பிடிக்கும், எனவே வருகிற செவ்வாய்க்கிழமை சூரிய அஸ்தமனத்தைக் காண அவனுடன் செல்ல ஒப்புக்கொண்டேன். மூன்றாவது மைத்துனனுடன் பூங்கா&நீர்த்தேக்கத்தில் காலையில் ஓட்டப் பயிற்சி சென்ற நாளும் அதுதான். நான் இதுகுறித்து யாரிடமும் சொல்ல மாட்டேன், ஏனென்றால் சூரிய அஸ்தமனமானது விவாதிக்க ஏற்றுக் கொள்ளப்பட்ட தலைப்புதானா என்பது எனக்கு உறுதியாகத் தெரியவில்லை. அது மட்டும் இல்லை, எப்போதுமே நான் எதையுமே யாரிடமும் சொல்வதுமில்லை. ஒருவரிடமும் ஒன்றும் சொல்லாமல் இருப்பதுதான் பாதுகாப்பாக இருப்பதற்கான என்னுடைய வழிமுறை.

என்றாலும் அம்மாவிற்கு அதுபற்றித் தெரிந்து விட்டது. சூரிய உதயத்தைப் பற்றியோ உறுதியாக ஆண் நண்பனைப் பற்றியோ அல்ல அவள் தெரிந்து கொண்டது. ஏனென்றால் அவன் எங்களது ஊரில் வசிக்கவில்லை, நான் அவனை அங்கே அழைத்துச் செல்வதுமில்லை. ஏனெனில் நாங்கள் எங்களது பெரும்பாலான நேரத்தை அவனுடைய ஊரிலும் அல்லது நகர்ப்பகுதியில் உள்ள எல்லா-இனத்தினருக்குமான மதுபான விடுதிகளிலும் கேளிக்கை விடுதிகளிலுமே கழித்தோம். மாறாக, அவள் கேட்ட ஒரு வதந்தி அவளைப் பதட்டப்படுத்தி இருந்தது. எனவே மூன்றாவது மைத்துனனுடன் நான் ஓட்டப் பயிற்சி சென்றதற்கும் ஒப்பந்தங்களற்ற ஆண் நண்பனுடன் சூரிய உதயத்தை காணச் சென்றதற்கும் முந்தைய நாள் இரவு என்னைக்காண அவள் மாடிக்கு வந்தாள். அவள் வருவதைக் கேட்ட நான், *ஐயோ கடவுளே, இப்போது என்ன?* என நினைத்தேன்.

இரண்டு ஆண்டுகளுக்கு முன்பு எனக்குப் பதினாறு வயதாகியதிலிருந்து என்னுடைய திருமணம் குறித்து அம்மா தன்னையும் என்னையும் சித்திரவதை செய்யத் தொடங்கியிருந்தாள். என்னுடைய இரண்டு அக்காவிற்கும் திருமணம் ஆகி இருந்தது. மரணித்துவிட்ட மற்றும்

காணாமல் ஆகிவிட்ட இருவருட்பட மூன்று சகோதரர்களுக்கும் திருமணம் ஆகி இருந்தது. வீட்டை விட்டு ஓடிப் போய்விட்ட, ஒருவேளை இறந்திருக்கவும் வாய்ப்புள்ள - அது பற்றி அம்மாவிடம் எந்த ஆதாரமும் இல்லை எனினும் - எனது மூத்த சகோதரனும் கூட திருமணம் செய்திருக்க கூடும். எனவே நான் ஏன் திருமணம் செய்து கொள்ளவில்லை? இப்படித் திருமணம் செய்யாமல் இருப்பது சுயநலமானதும் கடவுளின் ஆணைகளுக்குக் கீழ்ப்படியாமல் இருப்பதும் இளம்பெண்களுக்குத் தொந்தரவானது ஆகும் என்றாள் அவள். "அவர்களைப் பார்!" எனத் தொடர்ந்தாள், அங்கே அம்மாவிற்குப் பின்பாக, மின்னுகிற கண்களும் உயிரோட்டமும் புன்னகையுமாக அவர்கள் நின்று கொண்டிருந்தார்கள். ஆனால் அவர்களது தோற்றத்தை வைத்துப்பார்க்கையில் அவர்களில் ஒருவர் கூட என்னைத் தொந்தரவுக்குள்ளாக்கியதாக எனக்குத் தோன்றவில்லை. "இது ஒரு மோசமான உதாரணமாகிறது" என்றாள் அம்மா. "நீ திருமணம் செய்யாததால், தாங்களும் திருமணம் செய்து கொள்ளத் தேவையில்லை என அவர்கள் நினைப்பார்கள்." ஏழு, எட்டு மற்றும் ஒன்பது வயதான அந்தச் சகோதரிகளில் யாருமே திருமணத்திற்கு அருகில் இருப்பதாக எனக்குத் தோன்றவில்லை. இப்படி, தான் மட்டுமே பேசுகிற உரையாடல்களில் எப்போதும் செய்வது போல, அவள் மேலும் தொடர்ந்தாள். "உன்னுடைய அழகு இல்லாமல் போய், யாருக்குமே நீ வேண்டாமல் ஆகிவிட்ட பிறகு என்ன செய்வது?" "நான் உன்னிடம் எதையும் சொல்ல விரும்பவில்லை அம்மா, எதையும் சொல்லப்போவதும் இல்லை அம்மா, என்னைத் தனியாக விடு அம்மா" என்பது போன்ற பதில்களைச் சொல்லி எனக்கு அலுத்துப் போயிருந்தது. ஏனென்றால் நான் எவ்வளவு குறைவாக வார்த்தைகளை விடுகிறேனோ அவ்வளவு குறைவாகத்தான் அவளால் என்னிடம் உள்ளே நுழைய முடியும். அவளையும் என்னையும் அயர்ச்சி ஊட்டுவதாக இது இருந்த போதும், அவள் ஒன்றும் தனியாள் கிடையாது. தங்களது மகள்களுக்குத் திருமணம் முடித்து வைப்பதற்காக என்ன வேண்டுமானாலும் செய்யக்கூடிய நச்சரிப்பான அம்மாக்கள் ஏராளம் பேர் ஊரில் இருந்தனர். அவளது பயம் உண்மையானதுதான், உள்ளார்ந்ததுதான், அவர்களைப் பொருத்தவரை இது வழக்கொழிந்த விஷயம் கிடையாது, விளையாட்டு கிடையாது, விட்டுக்கொடுக்க முடிவது கிடையாது, புதிதாதனதும் கிடையாது. இப்படியெல்லாம் நடந்து கொள்ளாமல் இருப்பதுதான் ஓர் அன்னைக்கு வழக்கமற்ற செயலாகும்.

எனவே இது யார் இன்னொருவரை முதலில் வீழ்த்தப்போவது எனும்படியான, விருப்பங்களுக்கிடையேயான போராக எனக்கும் அம்மாவுக்கும் ஆனது. எப்போது வேண்டுமானாலும், நான் யாருடனோ உறவில் இருப்பதாக அவளுக்குத் தோன்றிவிடும் (என் மூலமாக இல்லை). நான் வீட்டிற்குள் நுழையும் முன்பாகவே "அவன் சரியான மதத்தைச் சேர்ந்தவன்தானா?" "அவன் ஏற்கனவே திருமணம் ஆனவனா?" போன்ற கேள்விகள் தொடங்கிவிடும். மதத்தைப் பற்றிய கேள்விக்குப்பிறகு, அவன் ஏற்கனவே திருமணம் ஆனவன் இல்லை எனக் கேட்பது முக்கியமானதாக இருந்தது. நான் இவை எதற்குமே பதில் சொல்லாமல் இருந்ததனால், அவன் சரியான மதத்தைச் சேர்ந்தவன் அல்ல என்பதற்கும் அவன் ஏற்கனவே திருமணம் ஆனவன் என்பதற்கும் அவன் வெறும் துணை ராணுவத்தினவன் மட்டுமல்ல அரசாங்கத்திற்கு எதிரான துணை ராணுவத்தினனும் கூட என்பதற்கெல்லாமும் அது ஒப்புதல் ஆகிவிடும். நான் தகவல்கள் அளிக்கத்தவறும் சமயங்களில் எல்லாம் அவள் தானாகவே அவற்றை நிரப்பி தானாகவே பயங்கரமான கதைகளை உருவாக்கிக் கொண்டாள். இதன் பொருள் அவள் முழுக்கதையையுமே தானாகவே எழுதிக் கொண்டாள் என்பதாகும். எனவே அவள் மதச் சடங்குகளைக் கடைப்பிடிக்க ஆரம்பித்து பூசாரிகளைச் சென்று சந்திக்கத் தொடங்கினாள். மதவிரோத, இருதார தீவிரவாதிகள் மீது ஒருவர் பின் ஒருவராக நான் காதலில் விழுவதை நிறுத்தி சரியான நபரின் மேல் இம்முறை காதலில் விழ வேண்டும் என்பதற்காகவே அம்மா இதைச் செய்ததாக என்னுடைய சகோதரிகள் சிரித்துக் கொண்டே கூறினார்கள். நான் அவள் இவற்றையெல்லாம் செய்யட்டும் என விட்டு விட்டேன். குறிப்பாக ஒப்பந்தங்களற்ற ஆண் நண்பனுடன் நட்புக் கொண்ட பிறகு அவள் இவற்றைச் செய்வதை நான் அனுமதித்தேன். நான் ஒருபோதும் அவனைப் பற்றி அவளிடம் கூறமாட்டேன். பிறகு அவனை முறையான உறவிற்குள் கொணரத் தேவையான எல்லாவற்றையும் செய்ய ஆரம்பித்து விடுவாள்: வரிசைகட்டும் மதிப்பீட்டுக் கேள்விகள், அவசரப்படுத்துதல், விஷயங்களை அவசரப்படுத்துதல், விஷயங்களை முடிக்க முயல்தல், விஷயங்களை முடித்தல் (அதாவது காதல்), விஷயங்களைத் துவங்குதல் (அதாவது திருமணம்), விஷயங்களைப் பிணைத்தல் (அதாவது குழந்தைகள்), இப்படியாக, எல்லோரையும் போல, தெய்வமே, நானும் வாழ்வைத் தொடரத் தூண்டுவாள்.

இவ்வாறாக மதச் சடங்குகளும் பூசாரிகளைச் சென்று சந்தித்தலும் - பிற்பாடு அதில் பெண் பூசாரிகளும் சேர்ந்து கொண்டனர் - அவளது மூன்று மணி பிரார்த்தனைகள் ஆறு மணி பிரார்த்தனைகள் ஒன்பது மணி பிரார்த்தனைகள் மற்றும் பனிரெண்டு மணி பிரார்த்தனைகளோடு சேர்ந்துகொண்டன. இவை மட்டுமின்றி, தனக்குத்தானே பிரார்த்தித்துக் கொள்ள முடியாதவர்களுக்கான ஆன்ம சுத்திக்கான விண்ணப்பங்களும் ஒவ்வொரு மாலையிலும் ஐந்தரை மணிக்கு கூடுதலாகச் சேர்ந்து கொண்டன. குறிப்பிட்ட இந்த மணி நேரங்களில் அவள் செய்து வந்த தீவிரமான பிரார்த்தனைகள் எவையும் வழக்கமான அவளது காலை மாலை பிரார்த்தனைகளுக்கு எந்த இடையூறையும் செய்துவிடவில்லை. மத துவேஷத்தை ஆதரிப்பவர்களுடன். 'புள்ளி புள்ளி புள்ளி' இடங்களில் நான் மேற்கொள்வதாக அவள் நம்பிய திட்டமிட்ட சந்திப்புகளைத் தவிர்ப்பதற்கான ஆன்ம சுத்தியினை நான் அடையும் பொருட்டே அவள் இப்பிரார்த்தனையை மேற்கொண்டாள். தனக்கு ஏற்பில்லாத அல்லது தான் ஒருபோதும் ஏற்கப் போவதில்லையென்கிற இடங்களை 'புள்ளி புள்ளி புள்ளி' இடங்கள் என்று தான் அம்மா குறிப்பிட்டாள். எனது மூத்த சகோதரியும் நானும் அவள் தனது இளமைப் பருவத்தில் ஒரு முறையேனும் சென்றிருக்க வாய்ப்புள்ள அந்த இடங்களைப் பற்றி அவ்வப்போது யோசித்துக் கொண்டிருப்போம். அம்மாவின் வேண்டுதல்களையும் கட்டளைகளையும் பொருத்தவரை, பொறுப்பின்மையின் காரணமாக நான் அதைத் தலைகீழாக்கும்வரை, அவை வேகமும் தீவிரமும் மிக்கவையாக ஆகிக்கொண்டிருந்தன. இவ்விஷயங்களை அவள் நிறுவிவந்த கற்பனைத் தளங்களின் அடிப்படையில் – அவளது சிந்தனையில் தவிர வேறு எங்கும் உயிர்வாழாத அந்த ஆண்களிடமிருந்து என்னை விடுவிக்கும்பொருட்டு – நாங்கள் இருவருமே விரும்பியிராத ஒரு இடத்திற்கு அவள் வந்து சேர்ந்திருந்தாள்.

இரண்டாம் முறையாக நான் ஆயனை பூங்கா&நீர்த்தேக்கம் பகுதியில் சந்தித்த பிறகு, எல்லாவற்றிலும் மூக்கை நுழைக்கிற எனது மூத்த மைத்துனன் எதிர்பார்த்தவாறே அதை மோப்பம் பிடித்து தனது மனைவியிடம் - எனது மூத்த தமக்கையிடம் – என் அம்மாவை அது குறித்து என்னிடம் பேசச்சொல்லுமாறு கூறியிருந்தான். என்னுடனான மூத்த சகோதரியின் உரையாடல் திட்டமிட்டவாறு செல்லாததனாலேயே இது பரிந்துரைக்கப்பட்டிருந்தது. எனவே அவள் என்னைக் காண வந்திருந்தாள். இன்னமும் தனது பழைய

ஆண் நண்பனை இழந்த வருத்தத்தில் இருப்பதால் கணவன் மீது அன்பில்லாமல் இருக்கிற சகோதரிதான் அவள். அவன் இவளை விட்டுவிட்டு இன்னொரு பெண்ணுடன் சென்றுவிட்ட வருத்தம்தான் முன்பு அவளிடம் இருந்தது. ஆனால் இப்போதைய துயரமோ அவன் இறந்துவிட்டதால் ஏற்பட்டது. தவறான இடத்தில் இருக்க நேர்ந்துவிட்ட தவறான மதத்தினன் என்பதுதான், வேலை செய்யும்போது ஒரு கார் குண்டு வெடிப்பில் அவன் கொல்லப்பட்டதற்குக் காரணம். இதுபோன்ற விஷயங்களும் நடந்திருந்தன. அவன் உயிரோடு இருந்தபோதே அவளால் அவனிடமிருந்து மீளமுடியாமல் இருந்தது எனும்போது இப்போது இந்நிலையில்...

இந்தத்துயரத்திலும்கூட எனது மூத்த தமக்கை தனக்கு வழங்கப்பட்ட அறிவுரையின்படி நடந்துகொண்டாள். ஆயன் பற்றிய விஷயத்தை அவள் அன்னையிடம் சொல்லியிருக்க, அதுகுறித்து முன்னரே கேள்விப்பட்டிருந்த அண்டைவீட்டு பக்தைகள் மூலம் அம்மா அதை உறுதிசெய்து கொண்டாள். அம்மாவைப் போலவே இந்தப் பெண்களும் மந்திர உச்சாடனங்களும் தீவிரமான மன்றாடல்களும் நியாயமும் சட்டபூர்வ மனுக்களுமாய் இருந்தனர். சொர்க்கத்தின் ராஜாக்களை நோக்கிய அவர்களது வேண்டுதல்கள் அத்தனை திறனுடையவையாகவும், தினசரி வாழ்க்கையைக் கையாள்வதிலும் நடைமுறைப்படுத்துவதிலும் அவர்கள் அத்தனை தேர்ச்சியுடையவர்களாகவும் இருந்ததினால் இந்தப் பெண்கள் குழு தங்களது வாயின் ஒரு புறம் பாசிமணிகள் மீதான மந்திரத்தையும் வாயின் மறுபுறம் தினசரி வாழ்வின் உரையாடல்களையும் ஒரே சமயத்தில் மேற்கொள்வதை நம்மால் காண முடியும். இந்தப்பெண்கள் எனது அம்மாவுடனும் மூத்த சகோதரியுடனும் மூத்த மைத்துனனுடனும் இணைந்து ஊரின் பிற கிசுகிசுக்களோடு ஆயன் மற்றும் நான் சார்ந்த விஷயத்திலும் தங்களை ஈடுபடுத்திக் கொண்டிருந்தனர். பிறகு ஒரு நாள், எனது குட்டித் தங்கைகள் கூறியபடி, இந்த அண்டை வீட்டாரின் ஒரு பகுதியினர் எனது அன்னையைக் காண்பதற்காக வீட்டிற்கு வந்தனர். எனது காதலன் ஒரு ஆயன் என்று சொன்ன அதே நேரத்தில் அவர்கள் அவன் ஒரு மோட்டார்வாகன பழுது பார்ப்பவன் என்றும் கூறினர். அவன் தனது நாற்பதுகளின் ஆரம்பத்தில் இருப்பதாகச் சொன்ன அதே நேரத்தில் அவன் தனது இருபதுகளில் இருப்பதாகவும் கூறினர். அவன் திருமணம் ஆனவன் என்றனர், மணமாகாதவன் என்றும் கூறினர். அவன் 'தொடர்புகள்' உள்ளவன் என்றனர், தொடர்புகள் அற்றவன்

என்றனர். “ஐயோ உனக்குத்தெரியுமா அண்டைவீட்டினளே! அவன் ஒரு உளவு அதிகாரி: எல்லாவற்றிலும் பின்னணியில் இருக்கிறவன், எல்லாவற்றையும் கட்டுப்படுத்துகிறவன், எல்லாவற்றையும் கண்காணிக்கிறவன், நிழல் போலவும் வால் போலவும் பின்வந்து எல்லாவற்றையும் சேகரிப்பவன், அவற்றை ஒருங்கிணைத்து தகவல்களை காவலர்களிடம் ஒப்படைப்பவன்.” “குழந்தை இயேசுவே!” எனக்கத்தினாள் அம்மா. “என் மகள் இப்படிப்பட்ட ஒருவனுடன் தொடர்பில் இருப்பதாக சொல்கிறீர்கள்!” மனதிற்குள் வேறு ஒரு சிந்தனையும் ஓட அவள் தன்னுடைய நாற்காலியின் கைகளைப் பற்றிக் கொண்டாள் எனக் குட்டித் தங்கைகள் கூறினர். “அவன் அந்த ஆயன் இல்லை, - அந்த வேனில் வருகிறவன், அந்த வெள்ளை வேன், தனித்துவமற்ற, தன் வடிவத்தை மாற்றிக் கொள்ள முடிகிற வேன்.” “வருந்துகிறோம் அண்டை வீட்டினளே, ஆனால் இதை நீ அறிந்து கொள்வதுதான் நல்லது என நாங்கள் நினைத்தோம்.” என்றனர் சுற்றத்தினர். அதன் பிறகு அவர்கள் நல்லவேளையாக என் காதலன் கிளர்ச்சிக்காரன் என்றும் அரசுக்கு ஆதரவு தராதவன் என்றும் அது குறித்து நாம் நன்றியுடையவர்களாக இருக்க வேண்டும் என்றும் கூறினர். அரசப் படையைச் சார்ந்த ஒருவனைத் திருமணம் முடித்து நீருக்கு அந்தப்புறம் உள்ள ஏதோ ஒரு நாட்டிற்குச் சென்று வாழத் துவங்கி விட்டதன் மூலம் குடும்பத்திற்கும் சமூகத்திற்கும் அவமானத்தை ஏற்படுத்தி விட்ட என்னுடைய இரண்டாவது சகோதரி குறித்த குறிப்பாகும் இது. அல்லது அது அந்த நீருக்கு அந்தப்புறம் இருக்கும் அந்த நாடாகவும் இருக்கலாம். இந்த இரண்டாவது மைத்துனனது மரணத்திற்குப் பிறகும் கூட எங்களது இரண்டாவது தமக்கை நாட்டிற்குத் திரும்பக்கூடாதென கிளர்ச்சிக்காரர்கள் எச்சரித்திருந்தனர். இரண்டாவது தமக்கை தவிர எங்களில் வேறு யாரும் சந்தித்திராத அவனது மரணம் கிளர்ச்சிக்காரர்களால் நேரவில்லை, அரசியல் தொடர்பற்ற ஏதோ ஒரு நோய்மையினால் அவன் மரணித்திருந்தான். அவளுமே இந்த நாட்டிற்குத் திரும்புவதை விரும்பியிருக்கவில்லை என்றுதான் சொல்லவேண்டும். எனவே, குறைந்தது இந்த மகளாவது துரோகத்தின் பெயரால் குற்றப்படுத்தப்பட மாட்டாள் என்று உறுதி அளித்தனர் சுற்றத்தினர். “உன் மகள் தொடர்பு ஏற்படுத்திக் கொண்டிருக்கும் அந்த ஆயன் விளையாட்டுத்தனம் கொண்டவன் அல்ல, மாறாக மிகவும் கொடூரமானவன் என்று பலரும் சொல்கிறார்கள்.” என்றும் அவர்கள் கூறினர். “மன்னித்திடு தெய்வமே” என்று அம்மா சொன்னதாகவும், ஆனால் இம்முறை

அவளது குரல் மிகவும் தட்டையாகவும் உயிரே இல்லாதது போலவும் அதிர்ச்சியைக் கூட வெளிப்படுத்தாததாகவும் இருந்ததெனக் குட்டித்தங்கைகள் கூறினர். அதிர்ச்சியடைந்திருந்தால் கூட அவளது குரல் சற்று சக்தியுடன் வெளிப்பட்டிருக்கும். மாறாக இரண்டாவது தங்கையை விட்டொழிக்க நேர்ந்த அந்த விஷயம் நிகழ்ந்த சமயத்தில் இருந்தது போலவே இப்போதும் அவள் மகிழ்ச்சியற்றுக் காணப்பட்டிருக்கிறாள். அதே சமயத்தில், "உனது மகள் அந்தக் கிளர்ச்சிக்காரனுடனும் அல்லது வேறு எந்த கிளர்ச்சிக்காரனுடனும் தொடர்பில் இல்லாமல் கூட இருக்கலாம். பதிலாக அவள் ஒரு இருபது வயது ஆணுடன், ஒன்பதிலிருந்து ஐந்துமணி வரை, ஐந்தரை நாட்கள் வார வேலை நாளாகக் கொண்டிருக்கும் சரியான மதத்தினை சேர்ந்த ஒரு வாகன விற்பனைக்காரனுடன்கூட காதலில் இருக்கலாம்." என்றனர் சுற்றத்தினர். ஆனால் அம்மா சமாதானம் ஆனவளாகத் தெரியவில்லை. இந்த வாகனவிற்பனைக்காரன் விசயமானது, குண்டுவெடிப்பிற்கிடையே அவளை உற்சாகமூட்டும் பொருட்டு அவளது நல்ல நண்பனான ஜெய்சன் மற்றும் இரக்கமுள்ள சுற்றத்தினரால் ஜோடிக்கப்பட்ட செயற்கையான பலவீனமான பொய்யான முயற்சியாக அவள்முன் நின்றது. அவள் அந்தப் போர்த்தளபதியையே தேர்ந்தெடுத்தாள்: நேரத்திற்கு அடிபணிந்து, அதனுடனே தொடர்ந்து சென்று, வேலையை முடிக்கும்வரை விடாப்பிடியாய் செயல்படுகிறவன். அதுமட்டுமின்றி, அவள் இத்தனை நாட்களாக தெய்வத்திடம் சபித்துக் கொண்டிருந்த உருவத்தோடு ஆயன் குறித்து இவர்கள் சொன்ன அத்தனை அடையாளங்களும் ஒத்துப் போயின. நான் அப்படி ஒரு ஆபத்தான, மரணத்திற்கு நெருக்கமான ஆளைத் தேர்ந்தெடுப்பேன் என அவ்வளவு உறுதியாக அம்மா நம்பியதால், அது இரண்டு ஆண்களாக இருக்கக்கூடும் என்னும் எண்ணம் அவளுக்குள் எழுந்திருக்கவில்லை - ஒரு முறை கூட அவளுக்கு அப்படித் தோன்றவே இல்லை.

என்னைத் தேடிக் கண்டுபிடித்த அவள் சமரசம் செய்யும் குரலில் ஆரம்பித்தாள். அது நைச்சியமானதாக இருந்தது. "உன்னை விட இவ்வளவு மூத்தவனாகிய, இன்று உனக்கு வசீகரமாய்த் தோன்றி ஆனால் இன்னொரு காலத்தில் சுயநலமிக்க, 'கூழுக்கும் ஆசை மீசைக்கும் ஆசை' வகையினனாக ஆகிவிடக்கூடிய, இவனை நீ ஏன் விட்டு விடக்கூடாது?" என்பதாக இருந்தது அது. "பதிலாக உனது வயதிற்கும் திருமணத்தகுதிக்கும் மதத்திற்கும் பொருந்திப் போகக்கூடிய நம் ஊர் நல்ல பையன்களில் ஒருவனை நீ ஏன் தேர்ந்தெடுக்கக்கூடாது?" அம்மாவைப் பொருத்தவரை நல்ல

பையன் என்பவன் சரியான மதத்தினனாகவும், பக்திமானாகவும், திருமணமாகாதவனாகவும் முடிந்தவரை ஊர்க்காவல் படையைச் சேராதவனாகவும், எல்லாவற்றிற்கும் மேலாக - அவள் குறிப்பிடுகிறபடி - அந்த வேகமான பிரம்மிக்கவைக்கக் கூடிய, ஆனால் அதே நேரம் வெகு சீக்கிரமே மரித்து விட வாய்ப்புள்ள புரட்சிக்காரர்களை விட நிலைத்தன்மையும் நீடித்த தன்மையும் உடையவர்கள் ஆவர். “மரணத்திற்கு முன்புவரை வேறு எவற்றாலும் அவர்களைத் தடுத்து நிறுத்த முடியாது. இப்படி வசீகரமான, ஆதிக்கம் நிறைந்த, இரக்கமற்ற ஊர்க்காவல்ப்படை இரவு வாழ்க்கையின் ஆபத்திற்குள் சிக்கிக் கொண்டது குறித்து நிச்சயம் நீ வருந்துவாய் மகளே. நீ கண்ணால் பார்ப்பது போல் இல்லை - அது ஓடிஒளிவது. அது போர். அது மக்களைக்கொல்வது. கொலைசெய்யப்படுவது அது. அது உண்ணாவிரதத்தில் இருப்பது. உன்னை முற்றிலும் வேறு ஒரு ஆளாக மாற்றுவது. உன் சகோதரர்களைப் பார். நான் சொல்வதைக்கேள், அது மோசமாகத்தான் முடியும். உனக்கு முன்பாக அவன் மரித்துவிட்டால் நீ தரையில் தட்டுத்தடுமாறி நிற்பாய். ஒரு பெண்ணாக உனது விதி என்னவாகும்? உனது தினசரி வாழ்க்கை? அன்றாட வேலைகள்? உயிருடனுள்ள அப்பாவிற்கு பதிலாக ஏதோ கல்லறையில் உள்ளவனின் குழந்தைகளுக்குத் தாயாய் இருந்து வாரம் ஒரு முறை அவர்களைச் சுடுகாட்டிற்கு அழைத்துச் செல்வதா? ‘இங்கே இருக்கிற அந்தப்பெண்ணைப் பார். அவள் அமைதியான ஆணைத்தானே விரும்பினாள், ஆனால் இப்போது அவர்கள் எங்கே’ என நீ கேட்கலாம். ‘பெரும்பாலான பெண்களின் அமைதியான, உறுதியான கணவர்கள் எங்கே?’ என நீ கேட்கலாம். அவர்களும் விடுதலைப் போராளிகளுக்கென ஒதுக்கப்பட்ட இடத்தில் ஆறடி மண்ணுக்குக் கீழேதான்.” இந்த இடத்தில் அவள் காதல் ஏக்கத்தை திருமணத்தின் குறிக்கோள்கள் மற்றும் லட்சியங்களுடன் குழப்பிக்கொண்டு, திருமணத்தின் பொதுவான கடமைகள் பற்றிக்கூற ஆரம்பித்துவிட்டாள். திருமணம் ஒரு மலர்ப்படுக்கை அல்ல. அது ஒரு புனிதமான கட்டளை, சமூகக் கடமை, ஒரு பொறுப்பு, வயதுக்குத் தகுந்தாற்போல் நடந்து கொள்வது, சரியான மதத்தைச் சேர்ந்த குழந்தைகளைக் கொண்டிருப்பது, கடமைகளையும், எல்லைகளையும், கட்டுப்பாடுகளையும், தடைகளையும் கொண்டது. யாராலும் தேர்ந்தெடுக்கப்படாமல் இருந்து வாடி வறண்டு ஒடுங்கிய ஆனால் உறுதியான கன்னியாக தூசிபடிந்த சிலந்தி மடிப்பில் சிக்கி மடிவது அல்ல. ஆனால் நான் வளரவளர, உண்மையிலேயே அம்மா இவ்வாறுதான் - தனது

ஆழ்மன மதிப்புகளில் – பெண்கள் குறித்தும் அவர்களது விதிகுறித்தும் நம்பினாளா என நான் சந்தேகித்ததுண்டு. ஆனால் அவள் தனது இந்த நிலைப்பாடுகளிலிருந்து ஒருபோதும் மாறவே மாட்டாள். இப்போது மீண்டும் அவள் தான்குறிப்பிட்ட, எனக்குப் பொருத்தமாகவும் சரியாகவும் இருக்கக்கூடிய நல்ல பையன்கள் எனும் தீர்வுக்குத் திரும்பினாள். இந்த இடத்தில் தன்னுடைய ஏற்பிற்குரிய நல்ல பையன்களது வகைமையை எனக்குப் புரியவைக்கும்பொருட்டு அவள் தனது விருப்பத்திற்குரிய சில பெயர்களை விரல்விட்டுக் குறிப்பிட ஆரம்பித்தாள். அந்த வரிசையைக் கேட்டதனடிப்படையில் - அம்மா மட்டும் காது கொடுப்பதாயிருந்தால் - அவள் இவ்வளவு நேரம் தந்த விவரணைகளுக்கு இவர்கள் யாருமே பொருத்தமாகவும் ஒப்புவைக்கத்தக்கதாகவும் இல்லை என்பதை உறுதியாகச் சொல்லியிருப்பேன். அதில் பலர் பக்தியற்றவர்களும், பெரும்பாலானோர் ஏற்கனவே மணமானவர்களும் ஆவர். வேறு சிலர் சிவப்பு விளக்குப் பகுதியில் தத்தம் பெண் தோழியருடன் வசித்துவந்தனர். அதைப்பற்றிக் கேள்விப்பட நேர்கையில் அம்மா அவற்றைப் 'புள்ளி புள்ளி புள்ளி' இடம் என்றுதான் குறிப்பிடுவாள். மற்றவர்கள், கிளர்ச்சிக்காரர்களாகவோ அல்லது தற்காலிகமாக கிளர்ச்சிக்காரர்களாகப் பெயர் பெற்றவர்களாகவோ, சுயநலத்திற்காக அரசியல் நடைமுறைகளைப் பயன்படுத்திக் கொள்பவர்களாகவோ அல்லது நிஜமான அரசியல் பிரச்சினைகளுக்காக தங்களை தீவிரமாக அர்ப்பணித்துக் கொண்டவர்களாகவோ இருந்தனர். இத்தகையவர்களைத் தேர்ந்தெடுக்கிறோம் எனத் தெரியாமலேயே அம்மா அவர்களைத் தேர்ந்தெடுத்துக் கொண்டிருக்க நான் அதுகுறித்து அம்மாவிற்குப் புரியவைக்க முயலவில்லை. நான் இன்னமும் எனது தற்காக்கும், பாதுகாக்கும், 'எதையும் சொல்லப் போவதில்லை' மனநிலையில்தான் இருந்தேன். வேண்டுமென்றேதான் நான் இப்படி இறுக்கமாக இருந்தேன். அம்மாவுக்காக என்னை நெகிழ்த்தி விட்டுக்கொடுப்பது ஒருபோதும் என் பழக்கத்தில் இல்லாமல் இருந்தது, ஏனென்றால் நான் சொல்வதைச் சரியாகப் புரிந்து கொள்ளும் பழக்கம் அம்மாவிற்கு ஒருபோதும் இல்லாமலிருந்தது. ஆனால் இதெல்லாம், "அந்த நல்ல பையன் இருக்கிறானே... அவன் பெயரென்ன?- தன்னைத் தானே தன்மை-பன்மையில் அழைத்துக்கொள்வானே, அநாமதேயன்" என்கிறவனை எனது திருமண வரனாக அம்மா குறிப்பிடும்வரைதான் நீடித்தது. ஏனென்றால் அதையடுத்து "எல்லோரும் சொல்வதாக தன் கணவன் சொன்னதாக உன் அக்கா சொல்கிறாள். நீ என்னவோ..."

என அம்மா ஆரம்பித்ததும் எனது கோபம் உயர்வதை நானே கவனித்தேன். இதோ தொடங்கிவிட்டது. "அவனொரு பருத்த தேரை அம்மா. முதல்தர தேவடியாப்பயல். அவன் சொல்வதையெல்லாம் கேட்டுக்கொண்டிருக்க வேண்டாம்" என்றேன் நான்.

அம்மா முகம் சுளித்தாள். "நீ இத்தகைய தரம்தாழ்ந்த ஃப்ரெஞ்சு மொழியைப் பிரயோகிக்கத் தேவையில்லை என நான் நினைக்கிறேன். மற்ற சகோதரிகள் எவருமே இதைப் பிரயோகிக்காதபோது நீங்கள் இருவர்மட்டும் இந்த மொழியைப்பேசுவது எனக்கு எப்போதுமே ஆச்சர்யத்தை அளிக்கிறது" என்றாள். அவள் என்னையும் எனது மூன்றாவது தமக்கையையும் குறிப்பிடுகிறாள். உண்மைதான், நாங்கள் அதைப் பயன்படுத்தினோம். மூன்றாவது தமக்கை என்னைவிட ஆழமாகவே அதைப்பயன்படுத்தினாள். "அம்மா, மூடு" என்றேன் நான். இதனை நான் யோசனையின்றி சொல்லிவிட்டேன். அம்மாவால் அயற்சியூட்டப்பட்டும் கோபமாகவும் விட்டேத்தியாகவும் இருந்த அத்தருணத்தில் நான் என் சொற்கள் குறித்து கவனமாக இருந்திருக்க வேண்டும். ஆனால் வேறு ஏதோ கிரகத்தில் வாழ்ந்து கொண்டு அவளது அறியாமையினால் என்னையும் அங்கே வந்து வசிக்கும்படி கட்டாயப்படுத்துவது குறித்து அவள் மேல் எரிச்சல் கொண்டிருந்தேன். அது மட்டுமின்றி நான் அவளை, நான் ஒருபோதும் அவ்வாறு ஆக விரும்பாத, கேலிச்சித்திரம் என்றும் வகைமாதிரி என்றும் கருதி இருந்தேன். எனவே நான் "மூடு" என்று சொன்னது அராஜகமானது, முரட்டுத்தனமானது, யோசனையற்றது. அதில் இருக்கும் வெறுப்பை அவள் கவனித்திருக்க மாட்டாள் என்றும் அதைக் கண்டுகொள்ள மாட்டாள் என்றும் நான் கருதி இருக்கிறேன். ஆனால் அம்மா அதைப் பற்றிக் கொண்டாள், புரிந்து கொண்டாள், அவளுடைய நகைச்சுவைக் கதாபாத்திரத்தைத் துறந்துவிட்டாள். திருமணத்திற்கு அவசரப்படும் அம்மா என்கிற தேய்வழக்கான பாத்திரம் காணாமல் போய்விட்டது, உதிர்ந்து விட்டது. அவளது உண்மையான சொரூபம் வெளியே வந்தது. இப்போது முழுவதும் எலும்பும் ரத்தமும் சதையும் வலிமையுமாக, சுயவிளக்கத்தோடு, கோபம் நிறைந்த – மிகமிகக்கோபம் நிறைந்த அம்மா என்னை நோக்கிக் குனிந்து எனது புஜத்தைப்பற்றினாள்.

"இதுபோன்ற கர்வம்மிக்க வார்த்தைகளை என்னிடம் சொல்லாதே. உன்னுடைய அராஜகங்கள், அலட்டல்கள், சிறுமைப்படுத்தும் பகடிகள் எதுவும் என்னிடம் வேண்டாம். நான் வாழவே இல்லை என்றா நீ நினைக்கிறாய், என் மகளே? இத்தனை வருடங்களாக

இங்கே இருந்து நான் எதையுமே கற்றுக் கொள்ளவில்லை என்று நினைக்கிறாயா? எனக்கு அறிவே இல்லை என்று நினைக்கிறாயா? நல்லது, நான் நிறையக் கற்றுக்கொண்டிருக்கிறேன், நிறைய அறிந்து கொண்டிருக்கிறேன். அதில் ஒன்றை நான் உனக்கு இப்போது சொல்கிறேன். முதலாவது நீ இப்படிக் கடுமையாக பேசுவதைத் தவிர்க்க வேண்டும்; முழுவதும் தன்னைப்பற்றியே எண்ணிக்கொண்டு மற்றவர்களைக் கேலி செய்வது இன்னொரு மோசமான விஷயம். நீ இந்த அசிங்கமான, அவைநாகரிகமற்ற மொழியில் இருந்து வெளியே வர வேண்டும் என்றுதான் நான் விரும்புகிறேன். தன்னுடைய மனதை வெளிப்படையாகப் பேசவும் தெரியாமல், உள்ளுக்குள் அமைதியும் கொள்ள முடியாமல், விஷயங்கள் முடிந்த பிறகு பின்னால் பேசுகிறவர்களைப் போலும், ரகசியமாகவும் பதுங்கலாகவும் தன்னை வெளிப்படுத்திக் கொள்கிறவர்களைப் போலும் அல்லாது நீ மாற வேண்டும் என்பதே எனது விருப்பம். தன்மீதான நாடகீயமான காதலால் சிலர் நினைத்துக் கொள்வது போல அவர்கள் ஒன்றும் அறிவுடையவர்களோ மரியாதைக்குரியவர்களோ அல்ல என்மகளே. உன் வார்த்தைகளிலும் தொனிகளிலும் கவனம் கொள். எனக்கு ஏமாற்றமாய் இருக்கிறது, நான் உன்னை இன்னும் நல்ல பழக்கங்களுடன் வளர்த்ததாக எண்ணிக் கொண்டிருந்தேன். அதன்பிறகு எனது கையை விடுவித்த அவள் வெளியே நடக்க ஆரம்பித்தாள். அது மிகவும் ஆச்சரியமானது, இதற்கு முன் எங்களுக்கிடையே இப்படி நடந்ததே இல்லை. ஏனென்றால் வழக்கமாக நான்தான் எல்லாம் முடிந்ததும் மிகுந்த கோபமுற்று கடைசி வார்த்தையைச் சொல்லிவிட்டு எரிச்சலுடன் அவளிடமிருந்து வெளியேறுவேன். என் மனதிற்குள் என்ன இருந்தது என்றும் அடுத்த சொல்லாக என்ன வருகிறது என்றும் தெரியாத போதிலும், இம்முறை நான் அவளது பின்னாலே சென்று எனது கையை நீட்டி "அம்மா" என்று சொல்லி நிறுத்த முயன்றேன்.

அவமானம் குறித்து நான் அறிந்ததே இல்லை. அதாவது அந்த வார்த்தையைச் சொல்கிறேன், ஏனென்றால் ஒரு வார்த்தையாக அது எங்களது சமூகத்தின் அகராதியில் சேரவே இல்லை. நிச்சயமாக அவமானம் என்கிற உணர்வை நான் அறிவேன். என்னைச் சுற்றி இருக்கிற எல்லோருக்குமே அந்த உணர்வு தெரியும் என்பதையும் நான் அறிவேன். எந்த வகையிலுமே அது ஒரு பலவீனமான உணர்வு கிடையாது, ஏனென்றால் அது கோபத்தை விட பலமுடையதாகும், வெறுப்பை விடவும் வலிமையானதாகவும், எப்போதும் மறைத்துக்கொள்ளப்படுகிற

பயம் என்கிற உணர்வைவிட வலிமையானதுவும் கூட என்றே தோன்றியது. அந்த சமயத்தில் அதை எதிர்கொள்வதற்கோ வெளிப்படுத்துவதற்கோ வழியே இல்லை. இன்னொரு விஷயம் என்னவென்றால் பெரும்பாலும் அது ஒரு பகிரங்கமான உணர்வு, அந்த உணர்வைப் பெருகச் செய்வதற்கு நிறையப்பேர் தேவைப்பட்டனர். அங்கே நீங்கள் அவமானப்படுத்துபவராக இருக்கலாம், அவமானப்படுத்தப்பட்டவராக இருக்கலாம் அல்லது அவமானப்படுத்தப்படுவதை வேடிக்கை பார்ப்பவராக இருக்கலாம். அது ஒரு சிக்கலான உள்ளார்ந்த நவீன உணர்வு என்பதைக் கருத்தில் கொண்டு பார்க்கையில், அதிலிருந்து தப்பிப்பதற்காக பெரும்பாலானவர்கள் எல்லா வகையான வடிவ மாற்றங்களையும் அதற்குச் செய்து பார்த்தனர்: மக்களைக் கொல்வது, வார்த்தைகளால் உணர்வுகளைக் காயப்படுத்துவது, இறுதியாக இவை எல்லாவற்றையும் தனக்குத்தானே அடிக்கடி செய்து கொள்வது.

அம்மாவிடம் தோன்றிய இந்த மாற்றம் என்னை வருத்தப்படுத்தியது. அவள் வெறும் ஓர் அட்டையில் செய்த உருவம் என்னும் நம்பிக்கையில் இருந்து அது என்னை வெளியே தள்ளியது. அவளது விடாப்படியான பிரார்த்தனைகள் முட்டாள்தனத்தின் வெளிப்பாடு என்பதிலிருந்து மாறி அது முழுவதும் துயரங்களால் ஆனது என்னும் நிலைக்கும், ஐம்பது வயதில் பத்து குழந்தைகளுடன் மீதம் இருக்கும் வாழ்க்கையில் புதிதாக எதுவும் செய்ய இல்லாததனால் அவள் தன் இறுதிக் காலத்தில் இருக்கிறாள் என்னும் எண்ணத்தில் இருந்தும் அது என்னை வெளியே தள்ளியது. அந்த நொடியில் நான் ‘மூடு’ என்று சொன்னது குறித்து வருந்தினேன். என் அன்னையைத் தாழ்த்திப்பேசியது குறித்து அவமானமாக உணர்ந்தேன். அவள்தான் நீண்ட நேரமாக என்னைக் குற்றப்படுத்தினாள் என்பதையும் உளவியல்ரீதியாகத் தாக்கினாள் என்பதையும் தாண்டி நான் இவ்வாறு உணர்ந்தேன். அடுத்து நான் அழவேண்டும் போல் உணர்ந்தேன், ஆனால் நான் ஒருபோதும் அழுததே இல்லை. அதன் பிறகு அழுகையை நிறுத்துவதன் பொருட்டு, சாபமிட வேண்டும்போல் இருந்தது எனக்கு. அதன் பிறகு நான் இதை சரிப்படுத்த முயலமுடியும் என்று எனக்குத் தோன்றியது. என்னை மன்னித்துக் கொள் எனச் சொல்லக் கூடிய ஒரு தருணமாக இது இருக்கலாம். அதாவது மன்னிப்பு என்னும் வார்த்தையை உச்சரிக்காமலேயே. ஏனென்றால் அவமானம் என்கிற வார்த்தையைப் போலவே மன்னிப்பு என்கிற வார்த்தையையும்

எப்படிச்சொல்வதென இங்கு யாரும் இதுவரை அறிந்திருக்கவில்லை. நாங்கள் வருத்தமாகவும் மன்னிப்பு கோருவதாகவும் உணர்ந்து இருக்கிறோம். ஆனால் வார்த்தைகளில் அதை வெளிப்படுத்துவதன் மூலமாகவே திருப்திப்பட்டு கொள்வது எப்படி என்று எங்களுக்குத் தெரியவில்லை. பதிலாக, அம்மா எதையெல்லாம் அறிந்துகொள்ள விரும்பினாலோ அதையெல்லாம் அவளிடம் சொல்லி விடலாம் - அதாவது ஆயனைப் பற்றியும் என்னைப் பற்றியும் - என்று நான் முடிவு செய்தேன். அவ்வாறே செய்தேன். எனக்கு ஆயனுடன் எந்தத் தொடர்பும் இல்லை என்றும் அவனுடன் தொடர்பு ஏற்படுத்திக் கொள்ள நான் ஒருபோதும் விரும்பியதில்லை என்றும், மாறாக அவன்தான் என்னைப் பின்தொடர்ந்து என்னுடன் ஒரு உறவினைத் தொடரக் கட்டாயப்படுத்தினான் என்றும் கூறினேன். அதோடு அவன் என்னை இதுவரை வெறும் இரண்டு முறை மட்டுமே சந்தித்திருக்கிறான் என்றும் அந்த இரண்டு சந்திப்புகளைப் பற்றியும் நான் அவளிடம் கூறினேன். கூடவே அவனுக்கு என்னைப் பற்றிய விஷயங்கள் தெரிந்திருந்தது - எனது வேலை, எனது குடும்பம், வேலை முடித்து மாலையில் நான் என்ன செய்தேன், வார இறுதியில் நான் என்ன செய்கிறேன் எல்லாமும் தெரிந்திருந்தது. ஆனால் ஒருமுறை கூட அவனது விரல்கூட என் மேல் படவில்லை, முதல் சந்திப்பைத் தவிர்த்து வேறு எப்போதும் அவன் என்னை கண்ணோடு நேராகப் பார்த்ததுமில்லை. அதோடு, அவனுடைய வாகனத்தில் நான் ஒருபோதும் இதுவரை ஏறவே இல்லை - ஒருவேளை நான் எப்போதுமே அதில் ஏறிச் செல்வதாக மக்கள் உன்னிடம் கூறியிருக்கலாம். இறுதியாக, நான் இதை யாரிடமும் - அவளிடம் மட்டுமல்ல - சொல்ல விரும்பவில்லை என்பதையும் ஒப்புக்கொண்டேன். ஏனென்றால் வார்த்தைகளைத் திரிப்பதும் அவற்றைக் கற்பனையாகக் கட்டுவதும் மிகைப்படுத்திக் கூறுவதும் இந்த இடத்தில் அதிகமாக நடக்கிறது. என்னைப் பற்றிய வதந்திகளில் இருந்து தப்பிப்பதற்காக நான் ஒருவேளை எல்லாவற்றையும் விளக்க முயற்சித்திருந்தால் அதில் என்னுடைய ஒட்டுமொத்த வலிமையையும் இழந்திருப்பேன். எனவேதான் நான் அமைதியாக இருந்தேன் என்று கூறினேன். நான் எந்தக் கேள்விகளையும் கேட்கவில்லை, எந்தக் கேள்விகளுக்கும் பதில் சொல்லவில்லை, எதையும் ஒப்புக்கொள்ளவில்லை, எதையும் மறுக்கவும் இல்லை. அந்த வகையில் என்னுடைய மனதைத் தனிமைப்படுத்திக் கொள்ள முடியும் என்று நான் நம்பினேன் என்று கூறினேன். அதன் வழியாக நான் என்னைப் பாதுகாத்துக்

கொள்ளவும் நிலைப்படுத்திக் கொள்ளவும் முடியும் என நம்பினேன் என்று கூறினேன்.

இவை எல்லாவற்றையும் நான் கூறிய போது எந்த இடையூறும் இன்றி அம்மா என்னைப் பார்த்துக் கொண்டே இருந்தாள். அதன்பிறகு எந்தத் தயக்கமும் இன்றி அவள் என்னைப் பொய் சொல்லி என்றும் மீண்டும் அவளைப் பரிகாசம் செய்வதற்காகத் தான் நான் இப்படி ஏமாற்றுகிறேன் என்றும் கூறினாள். நான் அவளிடம் ஒப்புக்கொண்டதைத் தவிர்த்த வேறு சில சந்திப்புகளும் எனக்கும் ஆயனுக்கும் இடையே நடந்தது என்று அவள் கூறினாள். சுற்றத்தில் இருப்பவர்கள் அவளுக்கு எல்லாவற்றையும் கூறிக் கொண்டுதான் இருக்கிறார்கள் என்று கூறினாள். அதன் பொருள் என்னவென்றால் நான் அவனை அடிக்கடி தனிமையில் சந்திப்பதாகவும் 'புள்ளி புள்ளி புள்ளி' என்றுகூட குறிப்பிட முடியாத அளவிற்கு மோசமான அந்த இடங்களில் நாங்கள் என்ன செய்தோம் என்பதும் கூட அவர்களுக்கு தெரியும் என்றும் கூறினாள். "நீ ஒரு வகையான கொள்ளைக்கூட்டத் தலைவி ஆகிவிட்டாய். நடைமுறைக்கு ஒவ்வாதவள், எது சரி எது தவறு என்கிற உள்ளுணர்வுகளை எல்லாம் நீ இழந்து விட்டாய் குட்டிப் பெண்ணே. உன்னை நேசிப்பதை எனக்கு மிகக் கடினமானதாக ஆக்கிக் கொண்டிருக்கிறாய். பாவம் உன்னுடைய அப்பா ஒருவேளை உயிரோடு இருந்திருந்தால் கண்டிப்பாக இதைப் பற்றி ஏதேனும் சொல்லுவார்." நான் நம்பவில்லை. அப்பா உயிரோடு இருந்தபோது அவர் எதைப் பற்றியும் எங்களிடம் பேசியதில்லை. மரணப்படுக்கையில் இருந்த போது அவருடைய கடைசி வார்த்தைகள் தன்னைப் பற்றிய சிந்தனையாகவும் அச்சம் மிகுந்தவையாகவும் இருந்தன. "ஒரு சிறுவனாக நான் பலமுறை வன்புணரப்பட்டேன். எப்போதேனும் உன்னிடம் அதைப்பற்றிச் சொல்லி இருக்கிறேனா?" என்றார். அந்த நேரத்தில் எனக்குத்தோன்றிய பதில் "இல்லை" என்பதே. "ஆமாம்" என்றார் அவர். "பலமுறை, பலமுறை அவன் அதை எனக்குச் செய்தான் - சிறுவனான என்னை, அவன் தனது காற்சட்டையுடனும் தொப்பியுடனும் – பொத்தான்களைக் கழற்றி அவன்புறம் இழுத்து பின்புறம் இருந்த அந்தக்கூடாரத்தில், கருப்பான கூடாரத்தில், அவனுடைய ஆணுறுப்பைத் திரும்பத் திரும்ப எனக்குள் திணித்துக் கொண்டிருந்தான்." அப்பா தனது கண்களை மூடி நடுங்கினார். என்னுடன் இருந்த குட்டிச்சகோதரிகள் படுக்கையைச்சுற்றி வந்து என்னுடைய கையை இறுகப்பற்றிக் கொண்டனர். "வன்புணர்வு என்றால் என்ன?" என என்னிடம் கிசுகிசுத்தனர். "க்ரம்பி" என்றால்

என்ன?" ஏனென்றால் இப்போது கண்களை மூடியபடியே அப்பா "க்ரோம்பி" என முணுமுணுத்துக் கொண்டிருந்தார். இப்போது தன் கண்களை ஒருமுறை திறந்து, "பலமுறை கொடூரமாக" என்று சொன்னார். அவரால் குட்டித்தங்கைகள் பேசுவதைக் கேட்க முடியும் என்று தோன்றியது. ஆனால் அவர்களைப் பார்க்க முடியும் என்று தோன்றவில்லை. ஆனால் நான் எந்த மகள் என்று தெரியாவிட்டாலும் அவரால் என்னைப் பார்க்க முடிந்தது. அவரது இத்தகைய புலம்பல்களுக்கு மரணப்படுக்கை காரணம் இல்லை. ஏனென்றால் எப்போதுமே அப்பா சிதைவடைந்த நிலையில்தான் இருந்தார். அப்போதைய அரசியல் பிரச்சினைகளைக் குறித்து நீண்ட நேரங்களுக்கு பத்திரிகைகளை வாசித்தபடி, தொலைக்காட்சி செய்திகளைப் பார்த்தபடி, வானொலியைக் கேட்டபடி, சாலையில் எல்லாவற்றையும் உள்வாங்கியபடி, பிறகு தன் போன்ற சுற்றத்தினருடன் அவற்றைப் பற்றிப்பேசியபடி கழித்தார். அரசியல் பிரச்சினைகள் தவிர்த்து வேறு எதையும் தனக்குள் அனுமதித்துக் கொள்ளாத வகையினர் அவர். அரசியல் பிரச்சினைகள் இல்லாவிட்டால், ஏதேனும் போர் பற்றி – அது எங்கே நடந்தாலும், அதில் சம்பந்தப்பட்டிருப்பது எந்தக் கொடுங்கோலனாகினும் எந்த பலியாளாகினும். இவரைப் போலவே தங்களைத் தனிமைப்படுத்திக் கொண்டவர்களான மிகப்பொருத்தமான சுற்றத்தினருடன் நீண்ட நேரங்களைச் செலவிடவும் செய்வார். அவரது குழந்தைகளான எங்களது பெயர்களைப் பொருத்தவரை, தனக்குள்ளாக வரிசையாக அவற்றை சொல்லிப்பார்க்காமல் அவரால் ஒருபோதும் அவற்றை நினைவில் வைத்திருக்க முடிந்ததில்லை. அவ்வாறு செய்யும்போது, மகள்களின் பெயரைத்தான் தேடுகிறார் என்ற போதிலும், சில நேரம் அவற்றோடு மகன்களின் பெயரையும் சேர்த்துக் கொள்வார். மகன்களின் பெயரைத் தேடும் போதும் இதுபோல்தான். அவற்றை யோசித்த பிறகு கடைசியாக அவர் சரியான பெயரை வந்தடைவார். அதன் பிறகு இன்னும் மோசமாகி அவர் இந்த மனக்கணக்கீட்டினை நிறுத்திவிட்டு வெறுமனே மகன் என்றும் மகளென்றும் சுலபமாக குறிப்பிடுவதைத் தேர்ந்தெடுத்துக் கொண்டார். அது சரிதான், நாங்களும் எங்களை சகோதரன் என்றும் சகோதரி என்றும் குறிப்பிட்டு கொள்வது போல அது எளிதானதாக இருந்தது.

"பின்புறம்" என்பது தான் அவர் அடுத்து சொன்ன வார்த்தை. அதைக் கேட்டதும் குட்டித்தங்கைகள் சிரித்தனர். "எனது தொடைகள், ஆனால் குறிப்பாக எனது பின்புறம். அந்த நடுக்கங்கள், அந்த அதிர்வுகள், திரும்பத் திரும்ப மோதும் அந்தச்சிறிய அலைவுகள்...

அந்த உணர்வு எப்போதுமே கொடூரமாக இருக்கும். எதுவுமே அவர்களிடமிருந்து என்னைக் காப்பாற்றவில்லை. அவை தொடர்ந்து வந்து கொண்டே இருந்தன, திரும்பத் திரும்ப, மிகவும் மோசமாக, என் வாழ்க்கை முழுவதும். ஆனால் என்னிடம் அதில் ஒரு பொறுப்பின்மை இருந்தது என் மனைவியே. என் தரப்பிலிருந்து ஒரு கைவிடல், ஒரு விட்டேத்தித்தனம். மிகப்பல வருடங்களுக்கு முன்பே அது ஆரம்பித்திருந்தது. நான் எப்படியும் இறக்கப் போகிறேன், எப்படியும் நீண்ட நாள் வாழப் போவதில்லை, ஏதோ ஒரு நாளில் நான் இறந்து விடுவேன். எல்லா நேரமும் தொடர்ந்து கொடூரமாகக் கொல்லப்பட்டுக் கொண்டுதான் இருக்கிறேன். எனவே அவனும் என்னை வைத்து கொள்ளலாம், ஏனென்றால் அவன் என்னை வைத்துக் கொள்ளப் போவது எப்போதுமே அவனுக்குத் தெரிந்திருந்தது. என்னிடம் வருவதை அவனால் தடுக்க முடியவில்லை. எல்லாம் முடிந்துவிட்டது. அதைக் கடக்க வேண்டும். புதிதாக அந்த அச்சத்திற்கு முதலில் இருந்து போகத் தேவை இல்லை. அதனால்தான் மனைவியே ஒருபோதும் உனக்கும் எனக்கும் இடையே எதுவும் சரியாக இருந்தது இல்லை." குட்டித் தங்கைகள் மீண்டும் சிரித்தனர், இந்த முறை "மனைவி" என்று சொன்னதை கேட்டு. ஆனால் அவர்களது சிரிப்பில் இப்போது ஒரு பதட்டம் கூடியிருந்தது. அதன் பிறகு அப்பா சொன்னார்: இம்முறை கோபத்தோடு. "அந்த க்ரோம்பி*, அந்தக்காற்சட்டைகள், அந்த க்ரோம்பி. யாருமே க்ரோம்பி அணியவில்லை சகோதரனே." மீண்டும் குட்டித்தங்கைகள் என்னிடம் ஒட்டிக்கொண்டனர். அதன்பிறகு அப்பா, என்னை முழுவதுமாகப் புரிந்து கொள்ள முயல்வது போல் நேராகப் பார்த்து, "சகோதரனே, அவன் உன்னையும் கூட வன்புணர்ந்தானா?" என்றார். "நடு அக்கா" எனக் கிசுகிசுத்த குட்டித் தங்கைகள், "அப்பா ஏன் இப்படிச் சொல்கிறார்..." எனக் கேட்கத் துவங்கினர். ஆனால் அதை முடிக்காமலேயே எனக்குப்பின்னால் மிகவும் நெருக்கமாக மறைந்து கொண்டனர். நானும் குட்டித் தங்கைகளும் வீட்டுக்கு வந்த பிறகு, அன்று இரவு அம்மாவும் மற்றவர்களும் அவருடன் மருத்துவமனையில் இருந்தபோது அப்பா உடல் நலமின்றி மரணித்திருந்தார். எனக்கு அவருடைய கழுத்துத்துண்டும் தட்டையான பணித்தொப்பியும் வாழ்நாள் முழுக்க க்ரோம்பி என்ற வார்த்தை மீதான அசூயையும் வந்துசேர்ந்தது. அன்றுமாலை வீட்டிற்குச்சென்று அகராதியில்

★ Crombie என்பது ஸ்காட்லாந்தைச் சேர்ந்த உயர்தர ஆடைதயாரிப்பு நிறுவனம்.

பார்க்கும் வரை நான் அதை 'க்ரம்பி'* என்றுதான் நினைத்துக் கொண்டிருந்தேன்.

இப்போது என்னவென்றால், நான் பொய்யே சொல்லாதபோது, நான் பொய்சொல்வதாகக் கோபமடைந்த அம்மா, இறந்து போன அப்பாவை வைத்து என்னைப் பயப்படுத்திக் கொண்டிருக்கிறாள். என்னுடைய பொய்மையாலும் இரக்கமற்ற இதயத்தாலும் நான் எங்கள் இருவரையும் கீழ்மைப்படுத்திவிட்டதாகக் கூறினாள். ஆனால் உண்மை என்னவென்றால் நாங்கள் இருவரும் ஒருவர் மீது ஒருவர் நம்பிக்கை கொண்டிருக்கவில்லை. "நீ என்னுடைய அறிவுரைகளை மதிப்பதே இல்லை" என்றாள் அவள். "நீ என்னை மதிப்பதில்லை" என்றேன் நான். பதின்பருவம் தந்த தன்னம்பிக்கையின் துணையோடு, எங்கள் இருவருக்கிடையே இருக்கும் இடைவெளி அதிகரிக்காதபடி, அவள் சொல்வது சரிதான் என இறுதியாக ஒப்புக் கொண்டேன் நான். உள்மனதில், இது என் வாழ்வு, நான் உன்னை நேசிக்கிறேன், அல்லது நான் உன்னை நேசிக்காமலும் இருக்கலாம், ஆனால் இதுதான் நான், இவற்றைத்தான் நான் ஆதரிக்கிறேன், இவைதான் என் வழிமுறைகள் என நினைத்துக் கொண்டாலும் வெளிப்படையாக அவ்வாறு பேசவில்லை. ஏனென்றால் ஒரு சண்டையைத் துவக்காமல் என்னால் இதைப் பேசியிருக்க முடியாது. எப்போதுமே நாங்கள் ஒருவரை ஒருவர் தாக்கிக்கொண்டு சண்டையிட்டுக் கொண்டுதான் இருந்தோம். அதற்குப் பதிலாக நான் அமைதியானேன், மூடு, மூடு, மூடு, மூடு, அத்தோடு நான் அவள் என்னைக் குற்றப்படுத்தினாளா இல்லையா என்பது குறித்துக் கவலைப்படுவதை நிறுத்தி விட்டேன். இனிமேல் அவள் என்னிடமிருந்து எதையும் பெற முடியாது. ஆனால் இது எப்போதுமே அப்படித்தான் இருக்க வேண்டுமா? அவளைப் பொருத்தவரை நான் மிகவும் கூர்மையான இதயத்தை உடையவளும், என்னைப் பொருத்தவரை அவள்தான் அம்புகளால் ஆனவளுமாக?

இப்போது அதற்கடுத்த நாள் நான் மூன்றாவது மைத்துனனுடன் பூங்கா&நீர்த்தேக்கப் பகுதியில் ஓடிக்கொண்டிருந்தேன். அவன் தன்பாட்டில் முணுமுணுத்துக் கொண்டிருக்க, நான் ஒப்பந்தங்களற்ற ஆண் நண்பன் பற்றிய - அம்மாவோ, மற்றவர்களோ நினைத்தது போல் ஆயனைப் பற்றி அல்ல - சிந்தனைகளில் மூழ்க முயன்று கொண்டிருந்தேன். சூரிய அஸ்தமனத்தைக் காணும் பொருட்டு

★ Crumbie என்னும் சொல்லிற்கு பாலியல் செயல்பாடு சார்ந்த பொருளும் உண்டு.

அன்று மாலை நான் அவனைச் சந்திக்கவிருந்தேன். ஆயன் சார்ந்த எந்த அறிகுறியும் அங்கே தென்படவில்லை. "அப்பாடி! தப்பித்தேன்! அருமை!" என்பதல்ல அதன் பொருள். ஏனென்றால், எப்படியாகினும், அவன் அங்கேதான் சுற்றிக்கொண்டிருக்கக்கூடும். மறைந்திருக்கும் அரசகாவல்படை, மறைந்திருக்கும் ராணுவ உளவுத்துறை, சாதாரண உடையணியாதது போல் நடிக்க முயலும் சாதாரண உடையணிந்த மக்கள், மற்றும் 'ஒரு நொடி கண்ணில் பட்டு, காணாமலாகி, பின் மீண்டும் கண்ணில்படுகிற' உள்ளூர் விலைமாதரின் செயல்பாடுகள் போன்றவை நிரம்பியிருக்கும் பூங்கா&நீர்த்தேக்கப் பகுதியானது நிச்சயம் ஒரு மர்மமான பகுதிதான். ஆனால் இல்லை. அங்கே எந்த அறிகுறியும் இல்லை என்பது நான் ஆசுவாசமடையலாம் என்றும் தன்னுடைய உடற்பயிற்சிகளைச் செய்து கொண்டிருக்கும் மூன்றாவது மைத்துனனது உதவியுடனும் துணையுடனும் எனக்கு மிகப்பிடித்த உடற்பயிற்சிகளை அமைதியாகவும் நிதானமாகவும் தொடரலாம் என்றும் ஊக்கம் அளிப்பதாக இருந்தது. ஓட்டத்தின் போது பொதுவாக "நாம் இங்கே சற்று வேகத்தை கூட்டலாமா மைத்துனியே?" அல்லது, "நாம் இன்னொரு மைல் சேர்த்து ஓடலாமா மைத்துனனே?" என்பவை போன்ற உடற்பயிற்சி சார்ந்த வார்த்தைகளின்றி வேறு எந்த உரையாடலையோ வார்த்தைப் பரிமாற்றங்களையோ நாங்கள் மேற்கொள்வதில்லை. ஆனால், பரிச்சயமான நம்பிக்கைக்குரிய மூன்றாவது மைத்துனன் இதுவரை எப்போதும் இருந்து வந்தது போன்ற பரிச்சயத்தையோ நம்பகத்தன்மையையோ இம்முறை நிரூபிக்கவில்லை.

"ஓர் அந்தரங்கமான உரையாடலுக்கான சில வார்த்தைகளோடு நான் உன்னிடம் இடைபடலாமா?" என வினவினான். அதுபோன்ற ஒரு விஷயத்திற்காக மைத்துனன் ஒருபோதும் என்னிடம் இடையிட்டதில்லை என்பதால் அது என்னைப் பதட்டத்திற்குள்ளாக்கியது. உடனடியாக நான் அது ஆயனைப் பற்றியதாக இருக்கும் என்றுதான் நினைத்தேன். இந்த இடத்தின் வதந்திகளை நம்பி அதன்படி வழிநடத்தப்படுவதற்கு எதிரான ஒரே நம்பிக்கையான மூன்றாவது மைத்துனனும் எல்லோரையும் போல வதந்திகளைக் கேட்டிருக்கக்கூடும் என்பது நம்பமுடியாததாக இருந்தாலும் இதோ அவனும் இப்போது ஆயனைப் பற்றிப் பேசப் போகிறான். என்றாலும் அவன் அப்படிச்செய்யவில்லை, அது வேறு ஒரு விஷயமாக இருந்தது. அவன் ஒரு விஷயத்தைக் குறித்து மிகக் கவனமாகப் பேச ஆரம்பித்தான். நீண்ட நாட்களாகவே அது

அவ்னது மனதிற்குள் இருந்திருக்கும் எனத் தோன்றியது. அது நான் நடக்கும் போது வாசிப்பதைப் பற்றியது. புத்தகங்களும் நடையும். நான். மற்றும் நடை. மற்றும் வாசிப்பு. மீண்டும் அதே விஷயம், "நீ என்னிடம் தான் பேசுகிறாயா? உன் வாழ்வில் ஒருபோதும் நீ என்னிடம் பேசியதே இல்லையே?" என்றேன். "அதாவது நான் என்ன நினைக்கிறேன் என்றால், நீ அதைச் செய்யக்கூடாது, அது ஆபத்தானது, இயல்புக்கு மாறானது, நமது சுயத்திற்கெதிரான பொறுப்பின்மை, அப்படிச் செய்வதன் வாயிலாக நீ உன்னை அணைத்து விடுகிறாய், நீ உன்னைக் கைவிட்டு விடுகிறாய், அதன் வாயிலாக நீ உன்னை சிங்கங்களுக்கும் புலிகளுக்கும் இடையே ஒரு நடைக்கு அழைத்துச் செல்கிறாய், வன்மையும் வஞ்சகமும் அநியாயமுமான தீய சக்திகளின் கருணைக்கு உன்னை ஆட்படுத்துகிறாய். பதிலாக நீ உன் கைகளை காற்சட்டைப்பைக்குள் வைத்து நடக்கலாம்-" "அப்போது புத்தகத்தைப் பிடிக்க முடியாதே" - "சிரிப்பே வரவில்லை. யார் வேண்டுமானாலும் பதுங்கியிருக்கலாம், பாய்ந்து வரலாம்" என அழுத்திக் கூறினான் அவன். "வாகனத்திலிருந்து சுட்டுவிடலாம். நல்ஞானத்தந்தைகள், மைத்துனியே! அவர்கள் உன்னை ஆத்திரப்படுத்தலாம் - பாதுகாப்புகள் மட்டுப்படுத்தப்பட்டுள்ளன, எச்சரிக்கைகள் இல்லை, சூழலைத் தீவிரமாகக் கண்காணிப்பதும் தகவல் திரட்டுவதும் இல்லை, இப்படிப்பட்ட சூழலில் நீ சத்தமாக வாசித்தால்..." "ஐயோ! சத்தமாக இல்லை! கடவுளே!" இது நகைப்பிற்குரியதாகிக் கொண்டிருந்தது. "ஆனால் வாசித்துக் கொண்டே நடக்கும் பாதுகாப்பற்ற வழிமுறையைத் தொடர்வதன் மூலம், உனது ப்ரக்ஞையைத் தனிமைப்படுத்தி சுற்றுப்புறத்திற்கு கவனம் செலுத்தாமல் அதனைப் புறக்கணிக்கப் போகிறாய் எனில்..." பதினோரு வருடங்களாகப் போய் கொண்டிருக்கிற அரசியல் பிரச்சினைகளைப் பற்றி ஒன்றுமே அறியாத ஒருவனின் வாயிலிருந்து வருகிற விலை மதிக்க முடியாத வார்த்தைகளாகும் இவை. ஆயனைத் தடுப்பதற்காக நான் பயன்படுத்தி வந்த வேறொரு விஷயமாகும் அது. பெண்கள் பற்றிய அவனது கருத்துக்களைத் தவிர்த்து, மூன்றாவது மைத்துனனது இன்னொரு பைத்தியக்காரத்தனம் என்னவெனில், தனது உடற்பயிற்சிகளிலும் சண்டைகளிலும் மிகத் தீவிரமாக இருந்ததில் பத்து ஆண்டு அரசியல் நிலைப்பாட்டினால் தங்களது பகுதியில் நிகழ்ந்த பிரச்சினைகளை அவன் கவனிக்காமல் விட்டிருந்தான். இதன் விளைவாக, ஆயனைப்பற்றியும் அவன் அறிந்திருக்கவில்லை.

இந்தப் பிரச்சினைகள் குறித்து நானே மிகக் குறைந்த கவனம்தான் செலுத்தினேன். ஆனால் என்னால் தவிர்க்க முடியாத சில விஷயங்களுக்கேனும் நான் குறைந்தபட்ச கவனமாவது தந்திருந்தேன். ஆனால் மைத்துனனோ, ஊடுருவலுக்கோ, தான் வாழ்ந்து வந்த இடத்திலும் காலத்திலும் நிகழ்ந்த மிக வெளிப்படையான அரசியல் சமூக எழுச்சிகளுக்கோ கூட கவனம் தந்திருக்கவில்லை. அவன் கண்மூடித்தனமாக, விழிப்புணர்வின்றி எல்லாவற்றையும் கடந்து சென்றது விசித்திரமானதாகும், மிகவும் விசித்திரமாகும், எனக்கும் அது விசித்திரமாகத்தான் பட்டது. அதாவது ஆயன் - லட்சியத்தின் வழிமுறைகளை நிர்ணயிக்கிற, கனவுகளை நனவாக்குகிற, தனது தனிப்பட்ட உடற்பயிற்சிகளிலும் சண்டைகளிலும் ஈடுபட்டிருக்கும் ஆத்திரமிக்க ஒருவன் அறிந்திருக்க கூட செய்யாத ஒரு நோக்கத்திற்காகத் தன் வாழ்வை அர்ப்பணித்துக் கொண்ட ஆயன்- இவ்வகையான அலட்சியமானது கலக்கமூட்டுவதெனவும், அது மூன்றாவது மைத்துனன் விசித்திரமானவன் என்பதற்கான அடையாளம் என்பதாகவும் கருதியிருப்பான். விசித்திரம் குறித்த விஷயத்தை இது மேலெழுப்புகிறது. எங்கள் பகுதியில் இருவகையான விசித்திரமானவர்கள் இருந்தனர்: மிதமான, சமூகத்தால் ஏற்றுக்கொள்ளப்பட்டவை ஒரு வகை. சற்றே தீவிரமான, இயல்பிற்கு மாறானவர்கள் இன்னொரு வகை. முதல் வகையைச் சேர்ந்தவர்கள் சமூகத்தினால் ஏற்றுக் கொள்ளப்பட்டனர்; இது ஊரில் இருந்த விதவிதமான போராளிகள், நாட்டியக்காரர்கள், குடிகாரர்கள் உள்ளிட்ட கிட்டதட்ட சமூகத்தின் எல்லோரையும் உள்ளடக்கி இருந்தது. குடிப்பதும் சண்டையிடுவதும் போராடுவதும் வாழ்வின் ஒரு பகுதியாக, வழக்கமானவையாக, சொல்லப்போனால் அவசியமானவையாக இருந்தன. விசித்திரத்தின் கீழ் இவை சில சமயம் சேர்த்துக் கொள்ளப்படவும் கூட இல்லை.

அதுமட்டுமின்றி, இந்த இடத்தில் தீவிரமாகக் கடைப்பிடிக்கப்பட்ட எது சரி எது தவறு போன்ற சட்ட திட்டங்களும், வதந்திகள் பரவிய வேகங்களும், ரகசியங்களும், சமூக கண்காணிப்புகளும் விசித்திரத்தின் சாயல்களாகவே கருதப்படவில்லை. இந்த மிதமான விசித்திரத்தைப் பொருத்தவரை அவை ஏற்றுக் கொள்ளப்பட்டவையாகவும் கண்டு கொள்ளப் படாதவையாகவும் இருந்தன. ஏனென்றால் வாழ்க்கை என்பது தவறு செய்ய நேர்கிற இடங்களில்தான் வாழவே முற்படுகிறது. எனவே அதனை நூறு சதவீத விசித்திரம் என்று குறிப்பிட முடியாது, ஐம்பது சதவீதம் என்றும் கூட கூற முடியாது, பதினைந்து சதவீதம் கூட இல்லை, ஐந்து

சதவீதம் அல்லது வெறும் இரண்டு சதவீதம் மட்டுமே. முற்றிலும் விசித்திரமானவர்களாகக் கருதப்பட்டவர்களைப் பொருத்தவரை எந்வொரு சதவீதத்தையும் வழங்குவது முடியாததாக இருந்தது. அதீத விசித்திரமானவர்கள் தங்களுக்கேயுரிய சில வேடிக்கையான வழிமுறைகளைக் கொண்டிருந்தனர், ஆனால் ஊர் அதனை ரொம்பவே வேடிக்கையானதாகக் கருதியது. அவர்கள் ஒருபோதும் கூட்டத்தினருடன் ஒத்துப் போகவில்லை, மர்மமிக்க மனித மனதின் குணங்களென சமூகத்தால் ஒப்புக்கொள்ளப்பட்டவற்றையும் கொண்டிருக்கவில்லை. இது எல்லாமே கூட, உள்ளுணர்வை உயிர்ப்பித்தல் குழுக்களும் சுய முன்னேற்றப் பயிற்சிப் பட்டறைகளும் ஊக்கமூட்டும் திட்டங்களும் நடைமுறைக்கு வந்துவிட்ட, தற்போதைய காலங்களுக்கு முன்பாகும். அதாவது, தங்களுடைய தலையில் ஏதோ கோளாறு இருக்கிறது என்பதை ஒப்புக் கொள்பவர்களைப் பாராட்டுகிற தற்காலம் இல்லை அது. மாறாக முடிந்தவரை எல்லாவற்றுடனும் ஒத்துப் போகிற விஷயங்களைச் செய்வதும், யாருக்கும் தெரியாதவராக இருப்பதும்தான் அந்தக் காலத்தில் சமூக நெறிமுறைகளுக்கு மாறானவராக நீங்கள் ஆகவில்லை என்பதனை நிலைநாட்டும் வழிமுறையாக இருந்தது. அப்படிச் செய்யவில்லை என்றால் நீங்கள் விசித்திரமானவராக முடிவு செய்யப்பட்டு ஏற்கனவே அப்படி விலக்கப்பட்டு விளிம்பில் அமர்த்தப்பட்டிருப்பவர்களோடு சேர்த்துவிடப்படுவீர்கள். அந்த நேரத்தில் எங்கள் ஊரில் அதிகம் பேர் விளிம்பில் இல்லை. யாரையுமே நேசிக்காத ஒருவர் இருந்தார், பெண் போராளிகள் இருந்தனர், அணுப்பையனும் மருந்துக்காரியும் மருந்துக்காரியின் சகோதரியும் இருந்தனர். அடுத்ததாக, எனக்கு அதை உணரச் சற்றுக் காலம் பிடித்ததென்றாலும், நானும்தான் அந்தப் பட்டியலில் இருந்தேன். மைத்துனன் அந்தப் பட்டியலில் இல்லை, ஆனால் அதன் பொருள் அவன் அதில் இருக்கப் பொருத்தமானவன் இல்லை என்பதல்ல. பெண்கள் மீதான அவனுடைய பக்தியும்; உருவ வழிபாட்டு இலட்சியங்களும்; பூமியிலுள்ள பொருட்களை உயிர்ப்பிப்பதும் அவற்றில் நிரம்பியிருப்பதும், பூமியைச் சுழலவைப்பதும் அதன் அடிப்படை இயல்பும் உயர்பண்பும் உள்ளதிலேயே சிறந்ததும் மிகுதொன்மமும் விளக்கவேமுடியாத மர்மமும் பெண்கள்தான் என்கிற அதீத மகிமைப்படுத்தலும் வழிபடுதலும் கணக்கில் எடுத்துக்கொள்ளப்பட்டால் – அதிலும் அது ஆயிரத்து தொள்ளாயிரத்து எழுபதுகளில் – நிச்சயமாக எங்கள் ஊரின் விசித்திரமானவர்கள் பட்டியலில் அவன் சேர்க்கப்படாமலிருக்க

வாய்ப்பேயில்லை. அவன் பிரபலமடைந்திருந்ததே இதிலிருந்து அவனுக்கு விலக்கு அளிக்கப்பட்டதற்கான காரணம். ஆனால் எங்களது அரசியல் சூழல் எதையும் அவன் அறிந்திருக்கவில்லை என்பதால், என்னைக்குறித்த தற்போதைய அவனது விமர்சனத்தினை நான் உடனடியாகத் தடுக்க நான் அதைக்குறித்துப் பேச ஆரம்பித்தேன்.

"மன்னித்துக் கொள் மைத்துனனே. இங்கிருக்கிற அரசியல் பிரச்சினைகள் – அவை பற்றி நீ கேள்விப்பட்டிருக்கிறாயா?" என நான் கேட்டதும், "எந்த அரசியல் பிரச்சினைகள்?" என்றான். "சோகங்களையும் இழப்புகளையும் துயரங்களையும் பற்றியா நீ குறிப்பிடுகிறாய்?" என்றான். "எந்த சோகங்கள், எந்தத் துயரம்? என்ன பிரச்சினைகள்? என்ன இழப்புகள்? நான் வருந்துகிறேன். எனக்குப்புரியவில்லை" என்றேன். ஆனால் இதிலிருந்து நான் இரண்டு விஷயங்களை அறிந்து கொண்டேன். எந்த அரசியல் பிரச்சினைகள் பற்றியும் அறிந்திருக்காமல் மூன்றாவது மைத்துனன் ஏதோ ஒரு கற்பனை உலகில் வாழ்ந்து வந்தான் என்பதாக நீண்டகாலமாக நிலவிய வதந்தியானது தவறானது, ஏனென்றால் அரசியலில் என்ன நிகழ்ந்துவருகிறது என்பது குறித்து அவன் அறிந்திருந்தான். இரண்டாவது, இச்சமூகம், ஒருவேளை இரண்டு சமூகங்களுமே, இன்னும் சொல்லப்போனால் நீருக்கு மறுபுறமும் எல்லைக்கு மறுபுறமும் இருக்கிற நாடுகள் இங்கே நிகழ்கிற அரசியல் பிரச்சினைகளைத் துயரங்கள் என்றும் இழப்புகள் என்றும் அவன் கூறிய மற்ற சொற்களிலும் குறிப்பிடுகிற நிலைக்கு வந்திருந்தனர். "உன்னை விட அதிகமாகவே நான் அரசியல் சூழல்களை அறிந்திருக்கிறேன் போல் தெரிகிறது" என்றான் அவன். "அதில் ஒன்றும் ஆச்சரியம் இல்லை" எனத் தொடர்ந்தான். "ஏனென்றால் நான் சொல்லிவருவதன்படி நீ விழிப்புணர்வோடு இருப்பதே இல்லை. இந்த நடந்து கொண்டே வாசிக்கும் பழக்கத்தினால், கடந்த புதன்கிழமை இரவு புத்தகத்தின் பக்கங்களில் ஒளிர்ந்து கொண்டிருந்த சிறிய வாசிப்பு விளக்கோடு மிகவும் ஆபத்தான முழுக்கவே பாதுகாப்பற்ற ஒரு இடத்திற்குள் தலையைக் குனிந்தபடி நீ நுழைந்த உன் பைத்தியக்காரத்தனத்தை நான் என் கண்ணால் பார்த்தேன். யாருமே அதைச் செய்வதில்லை. அது எதற்கு இணையானதென்றால்..." நான் இடையில் புகுந்து "உனக்கு அரசியல் பிரச்சினைகள் பற்றித் தெரியுமா?" என வினவினேன். அவன் "ஆமாம், நிச்சயமாக எனக்குத் தெரியும். நீ என்ன என்னை அணுப்பையன் என்று நினைத்துக் கொண்டாயா, அமெரிக்க ரஷ்ய அணுகுண்டு பிரச்சினைகள் பற்றிய சிந்தனையில்

தன்னை மூழ்கடித்துக் கொண்டு அருகிலே தனது சகோதரன் தலையின்றிக் கிடப்பதை கவனிக்காமல் விட்டிருப்பேன் என்று நினைத்தாயா?" என்றான். இது எங்களது ஊரின் விசித்திரமான இன்னொருவனான அணுப்பையனைப் பற்றியதாகும். அவன் அநாமதேயனுடைய சகோதரன் ஆவான் - இந்த அநாமதேயன் என்னைத்திருமணம் முடிக்கத்தகுதியானவர்களாக எனது அன்னையால் ஒப்புக்கொள்ளப்பட்டவர்களில் ஒருவனும், திடீர்த்தாக்குதலால் ஆயன் இறந்த அதே தினத்தில் ஊரின் மிகப் பிரபலமான மதுக்கொண்டாட்ட விடுதியின் கழிவறையில் என் மீது துப்பாக்கியை வைத்தவனும் ஆவான். இருக்கட்டும், அவனுடைய சகோதரனான அணுப்பையன் ஆயுதம் சார்ந்த ஒரு தீவிரமான பிரச்சினையைக் கொண்ட பதினைந்து வயதினன் ஆவான். அமெரிக்காவுக்கும் ரஷ்யாவுக்கும் இடையேயான ஆயுதப்போட்டி அவனுடைய மனதில் யாராலும் அவனை அதிலிருந்து வெளியே எடுக்க முடியாதபடிக்கு தீவிரமாக உறைந்திருந்தது. எப்போதும் வருந்திக்கொண்டிருந்த அவன் கலங்கிப்போயிருந்தான். தன்னுடைய நாட்டில் அரசியல் காரணங்களால் குவித்து வைக்கப்பட்ட ஆயுதங்களைப் பற்றிய புலம்பலாக அது இருந்திருந்தால்கூட பரவாயில்லை என்றே பலரும் கருதினர். ஆனால் இல்லை. அவன் எங்கோ தொலைவில் ஏதோ ஒரு ஊரில் குவித்து வைக்கப்பட்ட ஆயுதங்களைப் பற்றிக் குறிப்பிட்டுக் கொண்டிருந்தான். அவன் அமெரிக்காவை குறிப்பிட்டான். ரஷ்யாவைக் குறிப்பிட்டான். அதைக் குறித்து வருத்தப்பட்டு எல்லோரிடமும் இதுபற்றிப் பேசினான், உடனடியாக வரவிருக்கிற அழிவைப் பற்றி கட்டுப்பாடின்றிப் புலம்பி எல்லோரது கவனத்தையும் ஈர்க்கமுயன்றான். இந்த அழிவானது, எனத் துவங்குவான், முதிர்ச்சியற்ற சுயநலமான இரண்டு நாடுகள் எல்லா நாடுகளையும் ஆபத்திற்கு உள்ளாக்குவதால் நிகழப்போகிறது என்பான். தனக்கு வெகுஅருகில் நிகழ்வது பற்றி அறியாமல் அவன் எப்போதும் அமெரிக்காவையும் ரஷ்யாவையும் பற்றித்தான் பேசிக் கொண்டிருப்பான். ஒரு வாரத்தின் மத்தியில், நாளின் மத்தியில், தெருவின் மத்தியில் அவனுக்கு மிகப்பிடித்தமான சகோதரன் தலைவெடித்து அவனுக்கு முன்பாகவே விழுந்து கிடந்த போது கூட அவன் வருந்தவே இல்லை. குடும்பத்தில் எல்லோராலும் விரும்பப்பட்ட, மிகவும் அமைதியான, இரண்டாவது மூத்தவனான அந்த பதினாறு வயதுப்பையன், பயந்து போய் இருக்கிற இந்த பிரச்சினைக்குரிய சகோதரனிடம் பேசி அணு ஆயுதம் குறித்த அச்சத்தை நீக்கி ஆசுவாசப் படுத்துவதற்காகத்தான்

அந்தத் தெருவழியே சென்றிருந்தான். ஆனால் அடுத்த நொடி அவன் தரையில் தலையின்றி விழுந்து கிடந்தான். பிரச்சினை எல்லாம் ஓய்ந்த பிறகும் கூட ஒருவருமே ஒரு போதுமே அதைக் கண்டுபிடிக்கமுடியவில்லை. எல்லோரும் அதைத் தேடினர்: ஒருவரையுமே நேசிக்காதவர் - அதாவது இன்னொரு விசித்திரமானவர் மற்றும் வேறு சில ஆண்கள், நிறைய ஆண்கள், என்னுடைய அப்பாவும் கூட, நாளெல்லாம் இரவெல்லாம் தேடினர். குண்டு வெடிப்பிற்கு அடுத்த நொடி அணுப்பையன் தன்னை குண்டு வெடிப்பு எங்கே தூக்கி எறிந்ததோ அங்கிருந்து மீட்டுக்கொண்டு, அமெரிக்கா மற்றும் ரஷ்யாவைப்பற்றி தான் பேசிக் கொண்டிருந்த வார்த்தைகளை எங்கே விட்டோம் என்பதை நினைவுகூர்ந்து, விட்ட இடத்தில் இருந்து அவற்றை மீண்டும் தொடங்கினான். எல்லாக் கூச்சல்களுக்கு மத்தியிலும் அவன் உடனடியாக வருத்தத்திற்கு, நேரடியாக வருத்தத்திற்குத்தான் சென்றான். அவன் மட்டும் வருந்தினால் போதாது என்றான். அவன் மட்டுமல்ல, நாங்கள் எல்லோருமே வருத்தப்பட வேண்டும் என்றான். நாங்கள் யாவரும் பைத்தியக்கார அமெரிக்காவும் பைத்தியக்கார ரஷ்யாவும் தொடுக்கிற ஆபத்தினைப் புறக்கணிக்கையில் அவன் மட்டும் அது சாத்தியமில்லை என்றான். எனவே பனிப்போர் பற்றிய தன்னுடைய வினோதமான பயத்தினால் அணுப்பையன் சமூகத்தால் புறக்கணிக்கப்பட்ட, அதீத விசித்திரமானவர்கள் பட்டியலுக்குள் சேர்ந்துகொண்டான். இதன் பொருள் என்னவென்றால், அவன் வருவதை எதிரில் பார்த்தீர்கள் என்றால் அடுத்த நொடியே நீங்கள் வேறொரு வழியில் நழுவி விடுவீர்கள். இப்போது இங்கே மூன்றாவது மைத்துனன், தான் ஒன்றும் அணுப்பையன் அல்ல என்றும் சுற்றி நடக்கிற அரசியல் சமூக விஷயங்களைத் தெரிந்திருக்கிறேன் என்றும், சமூகத்தைப் பற்றிய தனது தனித்துவமான தொடர் விசாரணை மற்றும் வேவுகளால் அணுப்பையனிலிருந்து முற்றிலும் மாறுபட்டவன் ஆகிறேன் என்றும் குறிப்பிட்டான். அது மட்டுமின்றி, "உனக்கு ஒரு விஷயம் தெரியும் என்பதற்காகவே நீ அதை எல்லோரிடமும் வதந்தியாகப் பரப்பிக் கொண்டிருக்க கொண்டிருக்க வேண்டும் என்று அவசியம் இல்லை" என்றும் அவன் கூறினான். "குறிப்பாக, அந்த வதந்தியைப் பொருத்தவரை - நான் சொல்லியே ஆக வேண்டும் மைத்துனியே – அப்படி ஒரு பரந்துபட்ட, திரிபுகள் நிறைந்த ஊடகத்தை நீ பயன்படுத்துவாயா என்பதை விடு, ஆனால் வதந்தியின் ஒரு பகுதியாக நீ ஆவாய் என ஒருபோதும் நான் நினைத்ததில்லை,"

என்றான். அதன்பிறகு நாங்கள் இருவரும் சற்று நேரம் அமைதியாக ஓடினோம்.

மைத்துனன் அவனுக்குள் என்ன தோன்றியதோ அதைப்பற்றி யோசித்துக் கொண்டிருக்க, நான் எவ்வாறு இப்போதைய வதந்தியாக ஆனேன் என்று நான் யோசித்துக் கொண்டிருந்தேன். அதோடு அவன் அரசியல் பிரச்சினைகளைப் பற்றி அறிந்திருக்கிறான். ஆனால் சமூகம் அவனுக்களித்திருக்கிற விலக்கினைத் தவிர்த்துப் பார்த்தால், யதார்த்தத்தில் அவனே ஒரு பெயர்பெற்ற விசித்திரமானவன்தான். ஆனால் அவன் என்னை விமர்சிக்கிறான். பிறகு, அவனது குணாதிசயத்திற்கு மாறாக, மைத்துனன் என்னிடம் மீண்டும் இடைப்பட்டு அந்தப் புத்தகம் பற்றிய விஷயத்தை மறுபடியும் ஆரம்பித்தான். “ஆமாம். அந்தப் புத்தகங்கள் என்றான்.” “அந்த நடை” என்றான். பிறகு அவன் அதை இன்னொரு கோணத்தில் - அதாவது ஒருவேளை நான் கவனமாக இல்லாவிட்டால், விசித்திரமானவள் என்று சமூகத்தினால் இரக்கமே இல்லாமல் புறக்கணிக்கப்பட்டு இன்னும் ஆழமான இருமைகளுக்குள் தள்ளப்பட்டு விடுவேன் என்னும் கோணத்தில் குறிப்பிட்டான். வாசித்துக் கொண்டே நடக்கிறவள் என்னும் பெயரில் நான் குறிப்பிடப்படுவதாக ஏற்கனவே அவன் என்னை எச்சரித்திருந்தான். முட்டாள்தனம் என நினைத்தேன் நான். ஆனால் மிகைப்படுத்தலாலும் கற்பனைகளாலும் ஆட்கொள்ளப்பட்ட அவன் அப்படித்தான் இருப்பான். “சரி, ஒருவேளை நான் நடந்து கொண்டே வாசிப்பதை நிறுத்தி விட்டு, எனது கைகளையும் சிறிய இரவுவிளக்கையும் காற்சட்டைப்பைக்குள் வைத்துக் கொண்டு, வலப்புறம் இடப்புறம் வலப்புறமென ஆபத்தான அநீதியான சக்திகளைக் கவனித்து நடந்தால் எனக்கு மகிழ்ச்சி கிடைத்துவிடுமா?” என்றேன். “இது மகிழ்ச்சியாக இருப்பதைக்குறித்து அல்ல,” என்றான் அவன். அந்த நொடியில் மட்டுமல்ல, இதுவரை நான் கேட்டதிலேயே மிகவும் துயரார்ந்த ஒரு பதில் இதுதான்.

ஆனால் ஆயனைப் பற்றி அவன் குறிப்பிடவே இல்லை, ஒரே ஒரு எழுத்து கூட. வாழ்க மைத்துனன். வதந்திகளுக்குக் காது கொடுக்காதவன் என்பதாக நான் அவன் மீது கொண்டிருந்த மரியாதையின்படியே நடந்துகொண்டிருக்கிறான். நானும் கூட ஆயனைப் பற்றி எதுவும் சொல்லியிருக்க மாட்டேன். ஒப்பந்தங்களற்ற ஆண் நண்பனுடனான என்னுடைய உறவைப் போலவே, விளக்கினாலும் தவறாகவே புரிந்து கொள்ளப்படுதலும்

அல்லது விளக்குவதை யாரும் அவ்வளவு தீவிரமாக பொருட்படுத்தி எடுத்துக் கொள்ளாத நிலையும் என்னுடைய இந்தக் குழப்பத்தைக் குறித்து யாரிடம் எப்படிப் பேசுவது என்று எனக்குத் தெளிவில்லாமல் செய்திருந்தது. நான் யாரைக் குறித்தும் எதைக் குறித்தும் பேசவில்லை – எப்போதுமே எதையுமே யாரிடமும் சொல்வது என்னுடைய பழக்கமும் அல்ல என்பது ஒரு காரணம்; மிகத் தெளிவாகச் சொல்லும்படி துல்லியமான ஏதேனும் என்னிடம் இருக்கிறதா என்பது குறித்து எனக்கு இருந்த சந்தேகம் இன்னொரு காரணம். அவன் அப்படி என்ன செய்து விட்டான்? நிச்சயமாக அவன் எனக்கு ஏதோ செய்து விட்டான் என்பதை நான் உணர்ந்தேன். அவன் எதுவோ செய்யப் போகிறான் என்பதையும், ஏதோ ஒரு குறிக்கோளை நோக்கித் திட்டமிட்டு நகர்கிறான் என்பதையும் நான் உணர்ந்தேன். அதுமட்டுமின்றி, அப்படி இல்லாவிட்டால், ஏன் இவ்வளவு வதந்தி? ஊரில் உள்ள மற்றவர்களுமே என்னைப் போலத்தான் உணர்ந்திருக்க வேண்டும். விஷயம் என்னவென்றால், அவன் ஒரு முறை கூட என்னை உடல் ரீதியாகத் தொடவில்லை. கடைசியாகச் சந்தித்த பொழுது நேர்கொண்டு பார்க்கவும் கூட இல்லை. எனவே என் சம்மதமின்றி அவன் என்னைத் தொந்தரவு செய்கிறான் என்பதைப் பேசுவதற்கு என்ன அனுமானம் இருக்கின்றது? இங்கே ஒரு விஷயம் புரிந்து கொள்ளப்பட வேண்டும் என்றால் அது அறிவுப்பூர்வமாக விளக்க முடிகிறதாகவும் ஸ்தூலமானதாகவும் இருக்க வேண்டும். என்னால் மைத்துனனிடம் ஆயனைப் பற்றிச் சொல்ல முடியவில்லை. அப்படிச் சொல்வதன் மூலமாக அவன் என்னைப் பாதுகாப்பதற்காக ஆயனுடன் சண்டைக்குச்சென்று சுட்டுக் கொல்லப்பட்டால், ஒட்டுமொத்த சமூகமே ஆயனுக்கு எதிராகத் திரும்பிவிடும். அதன்பின்னர் துணைராணுவக் கிளர்ச்சியாளர்கள் எங்கள் சமுதாயத்தை அச்சுறுத்தக்கூடும். பிறகு சமுதாயம் அவர்களுக்கு எதிராகத் திரும்பும்: வீட்டிற்குள் ஒளிந்து கொள்ள அவர்களை அனுமதிக்காது, அவர்களுக்குத் தங்க இடம் அளிக்காது, உணவு தராது, அவர்களது ஆயுதங்களை இடம்மாற்ற மறுக்கும். எச்சரிக்கைகள் செய்யாது, தற்காலிக மருத்துவம் அளிக்காது. இந்த ஒட்டுமொத்த நிகழ்வு பிளவினை ஏற்படுத்தி, ஒன்றாக இணைந்து எதிரி நாட்டை வெல்வதைச் சிரமம் ஆக்கிவிடும். இல்லை. இதெல்லாம் காரணம் இல்லை. உண்மை என்னவென்றால், இரண்டு பேருக்கு இடையே உடல் ரீதியானதல்லாத ஏதோ ஒன்று போய்க் கொண்டிருக்கிறது என்பதை மைத்துனனால் நம்பவே முடியாது. எல்லோரையும் போல, எனக்குமே அந்த நம்பிக்கை இருந்தது.

ஒரு விஷயத்தைச் செய்யாமலேயே ஒருவரால் எப்படி அதைச் செய்ய முடியும்? எனவே நான் எப்படி எனது வாயைத் திறந்து, தற்போது இருக்கிற நிலையை வெகுவாகச் சீரழித்துவிடக் கூடிய அச்சுறுத்தலைத் துவக்கி வைக்க முடியும்?

பெரிய, பௌதிகமான சப்தமான விஷயங்கள் தினமும் ஒவ்வொரு மணி நேரமும் தொலைக்காட்சி செய்திகளில் திரும்பத் திரும்ப வெகுநிச்சயமாக ஒளிபரப்பப்பட்டு கொண்டிருக்கிற தற்போதைய அரசியல் காலத்தில் இது மேலும் சாத்தியமற்றதாகவேதான் இருக்கும். என்னையும் ஆயனையும் பற்றிய வதந்தியைப் பொருத்தவரை, தாங்கள் பரப்பிய வதந்தியை அவர்கள் ஒருபோதும் நம்பாமல் இருக்கப் போவதில்லை, என்னுடைய மறுப்பை ஏற்றுக் கொள்ளப் போவதுமில்லை. பின் ஏன் நான் அதை மறுக்க வேண்டும்? அது எச்சரிக்கையுடன் இருப்பதையும் இல்லாமல் இருப்பதையும் பற்றியதா? என்னை அணைத்துக் கொள்கிறேனா விழிப்புடன் இருக்கிறேனா என்பதைப் பற்றியதா? என்னைப் பொருத்தவரை, நடக்கும்போது வாசிப்பதன் வாயிலாக நான் இந்த இரண்டையுமே ஒரே நேரத்தில் செய்து கொண்டுதான் இருந்தேன். நான் ஏன் அதைச் செய்யக்கூடாது? நடக்கும் போது வாசிப்பதன் வாயிலாக இந்தச் சமுதாயத்தின் தினசரி செயல்பாடுகளிலிருந்து ஒரு முக்கியமான வகையில் நான் விலகிச் செல்கிறேன் என்பதையும் அது நிச்சயமாக ஆபத்தானது என்பதையும் நான் அறிந்திருந்தேன். புதிதுபுதிதான விஷயங்கள் அதிவேகத்தில் நிகழ்ந்து குவிந்து கொண்டிருக்கும் இச்சமயத்தில் எல்லாவற்றையும் தெரிந்திருப்பதும் அவ்வப்போது அறிதலைப் புதுப்பித்துக் கொள்வதும் முக்கியமானதுதான். ஆனால், இன்னொரு வகையில், எல்லாவற்றையும் – வதந்திகளோ உண்மைகளோ - அறிந்திருப்பதும் அவற்றுடன் தொடர்பில் இருப்பதும் கவனிப்பதும் அவை அப்படி நிகழ்வதிலிருந்து தடுக்கவோ அவற்றில் இடைபடவோ நிகழ்ந்தவற்றை மாற்றவோ சக்தியை வழங்கப்போவதில்லை. அறிதலினால் தூண்டப்பட்டபிறகும் அதை வெளிப்படுத்துவதற்கு வழி இன்றிப் போவதனால் சிலசமயங்களில் அது வலிமைக்கு எதிர்மறையான ஒன்றையே தந்தது. வேண்டுமென்றே விஷயங்களைத் தெரிந்துகொள்ளாமல் இருப்பதுதான், நான் நடக்கும்போது வாசிப்பதன் நோக்கம். எச்சரிக்கையின்றி இருப்பதற்கான ஒரு எச்சரிக்கைதான் அது. மூன்றாவது மைத்துனனுடன் நடைப்பயிற்சிக்கு வந்தது கூட அந்த வகையிலான ஒரு எச்சரிக்கைதான். வாசித்துக் கொண்டே நடக்கும் என் பழக்கத்தின் மீதான அவனுடைய

திடீர்த்தாக்குதலையும் உடற்பயிற்சி சார்ந்த அவனுடைய அதீதப் பேச்சுகளையும் (அவற்றையே அவன் தன்னுடைய கேடயமாகத்தான் பயன்படுத்துகிறான் என்பது என் எண்ணம்) வடிகட்டி விட்டுப் பார்த்தால் பூங்கா&நீர்த்தேக்கப்பகுதிக்கு தனியாக வரத்தேவையின்றி என்னால் மைத்துனனுடன் வந்து ஓடமுடியும். இதன்வாயிலாக நான் ஒரு ஆணுடன் இருப்பேன் - நான் தனியாக இருக்கும் போது மட்டுமே வந்து இடைப்பட்ட ஆயனிடமிருந்து இது என்னைப் பாதுகாக்கவும் உதவும். மைத்துனனுடன் ஓடுவதன் வாயிலாக ஆயனுடனான முந்தைய இரண்டு சந்திப்புகளும் பொருட்படுத்தத் தேவையற்றவை என்பது போலும் அப்படி ஒன்று நடக்கவே இல்லை என்பது போலவும் கூட நான் விஷயங்களைத் தொடரலாம்.

எனவே அது புத்தகங்களாக இருந்தது. வெறும் புத்தகங்கள். அந்த 'நடந்து கொண்டே புத்தகங்கள் வாசிக்கிற' விஷயம். எனவே அவனுடைய வழக்கத்திற்கு மாறான விமர்சனத்திற்காக நான் மைத்துனனை மன்னிக்க முடிவு செய்தேன். அவ்வாறே மன்னித்தேன். பிறகு நீர்த்தேக்கத்தின் மேல் பகுதியில் நாங்கள் ஓடும்போது ஒரு மரம் எங்களைப் புகைப்படம் எடுத்தது. அங்கு மறைத்து வைக்கப்பட்டிருந்த புகைப்படக்கருவி க்ளிக் சத்தம் எழுப்பியது, ஒரே ஒரு க்ளிக், ஒரு அரச-படையினரின் கிளிக், நீர்த்தேக்கத்துக்குப் பக்கவாட்டில் இருந்த புதரிலிருந்து ஒரு வாரம் முன்பு ஒலித்த அதே க்ளிக். பாவமே என நினைத்தேன். அது எனக்குத் தோன்றவேயில்லை. அதாவது, என்னை ஆயனுடன் தொடர்புபடுத்தியிருந்ததால், நான் யாருடன் எல்லாம் தொடர்பு கொள்கிறேனோ அவர்களையெல்லாமும் ஆயனுடன் அரசத்துறையானது தொடர்புபடுத்தும் என்பதை நான் எண்ணியிருக்கவில்லை. ஏற்கனவே அந்த முதல் க்ளிக்கிற்குப் பிறகு ஒரு வாரத்திற்குள் நான்கு முறை நான் கிளிக் செய்யப்பட்டேன்: ஒருமுறை நகரத்திலும், நகரத்திற்குச் செல்லும்போது ஒருமுறையும் நகரத்திலிருந்து திரும்பும்போது இருமுறையும். ஒரு காரிலிருந்தும், உபயோகத்தில் இல்லாதது போல் தோன்றிய கட்டிடத்திலிருந்தும் மேலும் சில பசுமையான பகுதிகளிலிருந்தும் நான் புகைப்படம் எடுக்கப்பட்டேன். அதோடு நான் கவனிக்காத கிளிக் சத்தங்களும் கூட இருந்திருக்கலாம். ஒவ்வொரு முறை நான் அதைக் கேட்டபோதும், நான் கடக்கிற சமயத்தில் புகைப்படக்கருவி மின் வெட்டும், அது நான் ஏதோ ஒரு கம்பிச்சட்டத்திற்குள், சரியாக அதன் மையத்தில், கிளர்ச்சி என்னும் தொற்றுநோயின் ஒரு பகுதியாக சிக்கிக்கொண்டுவிட்டதாகத் தோன்றச் செய்யும். பாவம், இப்போது என்னுடன் இருக்கிற ஒன்றும் அறியாத மைத்துனனும் ஒரு

தொடர்பாளரின் தொடர்பாளராகக் குறிக்கப்படுவான். மைத்துனன் ஆயனைப் போலவே அந்த க்ளிக் சத்தத்தை முற்றிலும் அலட்சியம் செய்தான். "நீ ஏன் அந்த கிளிக் சத்தத்தைப் பொருட்படுத்தவில்லை?" என நான் கேட்டேன். "நான் எப்போதுமே க்ளிக் சத்தங்களைப் பொருட்படுத்துதில்லை. நான் என்ன செய்ய வேண்டும் என நீ எதிர்பார்க்கிறாய்? கோபப்பட வேண்டும் என்றா? கடிதங்கள் எழுத வேண்டும் என்றா? நாட்குறிப்பைப் பராமரிக்கவேண்டும் என்றா? புகார் அளிக்க வேண்டும் என்றா? என்னுடைய அந்தரங்கச் செயலாளரில் ஒருவரை மனித உரிமைகளுக்கான சர்வதேச ஐக்கிய நாடுகள் பொதுமன்னிப்பு அதிகாரத்தைச் சேர்ந்த அமைதி நிலைநாட்டிகளுக்கு கடிதம் எழுதச்செய்ய வேண்டும் என்றா? சொல் சகோதரியே, நான் யாரைத் தொடர்பு கொள்ள வேண்டும், என்ன சொல்ல வேண்டும். சரி, இந்த விஷயத்தில், இந்த க்ளிக் விவகாரம் குறித்து நீ என்ன செய்யப் போகிறாய்?" என அவன் படபடத்தான். ஹ்ம்.. எனக்கு நினைவு மறதி ஏற்படப்போகிறது. உண்மையில் ஏற்கனவே எனக்கு அது நிகழ்ந்துவிட்டது. "நீ என்ன சொல்கிறாய் எனப் புரியவில்லை. எனக்கு மறந்துவிட்டது" என்றேன் நான். அவனது ஆக்ரோஷமான வினா என்னை உடனடியாக ஒரு ஜமாய்வு(*அடிக்குறிப்பு: ஏற்கனவே நிகழ்ந்த ஒன்றினை நிகழாதது போல உணர்தல். தேஜாவு என்ற சொல்லிற்கு எதிர்ப்பொருள் கொண்டது*)க்கு கொண்டு சென்றிருந்தது. அதுதான் என்னுடைய பதில் - ஏற்கனவே அறிந்திருந்த ஒன்று அறியாத ஒன்றைப்போல் ஆகப்போகிறது. இருந்த போதும், மைத்துனன் இந்த க்ளிக் சத்தம் குறித்து ஆச்சரியத்தையும் வெளிப்படுத்தவில்லை, அலட்சியத்தையும் வெளிப்படுத்தவில்லை. உண்மையில் அவன் அவற்றை அனுமதித்தான் - என்னோடோ ஆயனோடோ தொடர்புபடுத்தக்கூடிய அந்த க்ளிக் சத்தத்தை மட்டுமல்ல, அது அல்லாத வேறு க்ளிக் சத்தங்களையும் கூட. "இவர்கள் எப்போதுமே இதைச் செய்துகொண்டுதான் இருக்கிறார்கள். ஆவணப்படுத்துதலுக்காக மக்கள் புகைப்படம் எடுக்கப்படுகிறார்கள்." என்றான் அவன். இதைப் பற்றி வருந்துவதை நாம் நிறுத்தலாம், மைத்துனன்மீது அரசைச் சந்தேகப்பட வைத்தது சார்ந்து குற்ற உணர்வு கொள்வதை நிறுத்திக் கொள்ளலாம் என்பதே இதன் பொருள். எனவே நான் வருந்துவதை நிறுத்தினேன். அதை அப்படியே விட்டுவிட்டு நாங்கள் தொடர்ந்து ஓடத் தொடங்கினோம் மைத்துனனுடைய அந்த ஓட்டத்தின் வேகத்தில் நான் ஏன் வாசித்துக்கொண்டே நடக்கக்கூடாது என்பது குறித்த அறிவுரையும் சேர்ந்திருந்தது. ஆனால்

நான் அதைக்காதில் போட்டுக்கொள்ளவில்லை. நடக்கும்போது வாசிப்பதை நான் ஒருபோதும் நிறுத்தப் போவதில்லை. ஏற்கனவே ஒருவரது மனது முடிவு செய்துவிட்ட பிறகு எதற்காக வெறுமனே அலட்டிக் கொள்ள வேண்டும் என்பதற்காக நான் அமைதியாக அவன் பேசுவதைக் கேட்டுக் கொண்டேன்.

அவ்வாறாக நாங்கள் தொடர்ந்து ஓடினோம். இறுதியாக அவன், வாசித்துக் கொண்டே நடப்பதைப் பற்றி விட்டுவிட்டு உடற்பயிற்சி பற்றிய தன்னுடைய நுணுக்கங்களுக்குச் சென்று விட்டான். இந்த முறை ஒருவர் முழு உடல் பயிற்சி செய்ய வேண்டுமா அல்லது பாதி உடற்பயிற்சி செய்ய வேண்டுமா? ஒருவேளை அது பாதி உடற்பயிற்சியாய் இருந்தால் அது இரண்டுநாட்களுக்கொன்றாகப் பிரிக்கப்பட்டதா அல்லது மூன்று பிரிவா? இவை சார்ந்த அவனுடைய பிடிவாதத்தைச் சமாளிக்கும் சக்தி எனக்கிருந்ததால் இவை அனைத்துமே எனக்கு ஏதுவானவையாகத்தான் இருந்தன. இதன் பொருள் நான் மைத்துனனை உதாசீனம் செய்தேன் என்பதல்ல. ஊரில் உள்ள எல்லாப் பெண்களையும் போல எனக்கும் அவனை மிக மிகப் பிடிக்கும். நான் அவனுக்கு நன்றிக்கடன் பட்டிருந்தேன்: ஆயனின் சூழ்ச்சிகளிலிருந்து தப்பி இவனுடன் வெற்றிகரமாக ஓட முடிந்ததற்காக மட்டுமல்ல. அவனை ஏற்கனவே அறிந்திருந்ததும் முன்னரே நன்கு பழக்கமானவன் என்பதும் அவனிடம் இருக்கும் நிதானமும் நான் யார் என்பது குறித்து தொந்தரவு செய்யாத அறிவுரைகள் வழங்காத ஒருவருடன் இருக்க முடிவதும் என்னைப் பாதுகாப்பாக உணரச்செய்தன. அவனிடம் எந்த மறைமுக நோக்கங்களும் இல்லை, உண்மையில் எனக்குத்தான் நோக்கங்கள் இருந்தன. அதோடு ஓட்டம் குறித்தும் ஓட்டத்தின் வகைகள் குறித்தும் எங்களுக்கிருந்த புரிதலின் காரணமாக, அவனுடனான இந்த ஓட்டங்களில் நான் எவ்வளவு மகிழ்ச்சியாக உணர்ந்தேன் என்பதையே மறந்து விட்டேன். இறுதியாக அவன் முழுவதுமாக உடற்பயிற்சி சார்ந்து மட்டுமே பேச நாங்கள் அமைதியாக ஓடும் நிலைக்கு வந்துசேர்ந்தோம். ஒரே ஒரு முறை மட்டும் அவன், “நாம் கொஞ்சம் வேகமாக ஓடலாமா மைத்துனியே, நாம் ஒன்றும் இதை நடையில் முடிக்க விரும்பவில்லை. அப்படித்தானே?” என்றான். ஆயனையும் அவனைக் குறித்த என் எண்ணங்களையும் வெளியேற்றுவதை நோக்கமாகக் கொண்ட எனது இந்த ஓட்டம் திட்டமிட்டபடியே பலனளித்தது.

03

ஆயன் மூன்றாம் முறை வந்தபோது, வளர்ந்தவர்களுக்கான மாலை நேர ஃப்ரெஞ்ச் வகுப்பு எனக்கு அப்போதுதான் முடிந்திருந்தது. நகரத்தில் நடந்த இந்த வகுப்பு ஆச்சர்யம்தரும் விஷயங்களைக் கொண்டிருந்தது. பெரும்பாலும் அவை ஃப்ரெஞ்ச் சம்பந்தப்பட்டவையாக இருக்காது. போலவே, அங்கே ஃப்ரெஞ்சை விட ஃப்ரெஞ்ச் சாராத விஷயங்கள்தான் அதிகம் இருக்கும். புதன்கிழமை மாலையில் நடைபெற்ற அன்றைய வகுப்பில் ஆசிரியை புத்தகத்திலிருந்து எதையோ வாசித்துக்கொண்டிருந்தாள். அது ஒரு ஃப்ரெஞ்ச் புத்தகம், ஒரு தூய ஃப்ரெஞ்ச் புத்தகம் – தங்கள் தகுதிக்குக் குறைவானதென எண்ணாமல் ஃப்ரெஞ்ச் பூர்வீகத்தவர்களால் வாசிக்க முடிகிற ஒரு புத்தகம். தூய ஃப்ரெஞ்ச் மொழியினை ஒரு பத்தியில் தொடர்வாக்கியங்களாக வாசிக்கும்போது கேட்பதற்கு எப்படி இருக்கும் என எங்களுக்குப் பழக்குவதற்காக அதை தான் வாசிப்பதாக ஆசிரியை கூறினாள் – இப்போது அவள் வாசித்தது இலக்கியம் சார்ந்த ஒரு பத்தி. அவள் வாசித்த பத்தியில் இருந்த வானம் நீலநிறத்தினைக் கொண்டிருக்கவில்லை. இறுதியாக அதைப் பொறுத்துக்கொள்ள முடியாத – வகுப்பில் இருந்த எங்கள் அனைவரின் சார்பாகப் பேசிய – ஒருவரால் அவள் இடைமறிக்கப்பட்டாள். ஏதோ ஒன்று பிழையாக இருந்ததால் – எல்லாவற்றின் பொருட்டும் – அதைச் சுட்டிக்காட்ட வேண்டிய தேவையினை அவர் உணர்ந்திருந்தார்.

"எனக்குக் குழப்பமாக இருக்கிறது," என்றார் அவர். "இந்தப்பத்தி வானத்தைப் பற்றியதா? அப்படி அது வானத்தைப் பற்றியதென்றால் அதை ஏன் அவர் நேரடியாகச் சொல்லுவதில்லை? வானம் நீலநிறமானது

என்பதுதான் அவர் சொல்ல விரும்புகிற விசயம் எனும்போது அவர் ஏன் அதை அழகியல் ஜாலங்களால் சிக்கலானதாக்குகிறார்?"

"கேள்! கேள்!" எனச் சப்தமெழுப்பினோம் நாங்கள், எங்களில் சிலரும் நானும் சப்தமெழுப்பாவிட்டாலும்கூட, அவர்களின் கருத்துக்களில் முழுமையாக உடன்பட்டோம். "வானம் நீலமானது! வானம் நீலமானது!" என எங்களில் பலரும் கத்தினர். "அதுவே எல்லாவற்றையும் விளக்கியிருக்கும். அவர் ஏன் அதை அப்படி எழுதவில்லை?"

நாங்கள் நிறையத் தொந்தரவுக்குள்ளாகியிருந்தோம், ஆனால் ஆசிரியை சிரித்தாள் - அதை அவள் அடிக்கடி செய்தாள். கலக்கமடையச்செய்யும் அளவிற்கு அவளுக்கு நகைச்சுவையுணர்வு இருந்தது ஒரு காரணம் எனில், அது எங்களை எரிச்சலூட்டவும் செய்தது என்பது இன்னொரு காரணம். அவள் சிரித்த போதெல்லாம் - நாங்களும் அவளுடன் சேர்ந்து சிரிக்கவேண்டுமா, அவள் ஏன் சிரிக்கிறாளென ஆர்வத்துடன் வினவ வேண்டுமா, அல்லது கசப்புற்று காயமுற்று அவளைத் தீவிரமாக எதிர்த்து நிற்க வேண்டுமா என ஒரு முடிவுக்கு எங்களால் வரவே முடியவில்லை. இம்முறை, வழக்கம்போலவே, நாங்கள் சினத்துடன் எதிர்த்தோம்.

"என்னவொரு நேர விரயம், எப்படி ஒரு பாடக்குழப்பம்" எனப் புகார் செய்த ஒரு பெண். "இந்த எழுத்தாளன் ஃப்ரெஞ்சுக்காரனாகவே இருந்தாலும் ஃப்ரெஞ்சினைக் கற்பிக்கும் விசயத்தில் அவனுக்கு எந்தத் தொடர்பும் இல்லையெனும்போது அவன் இந்தப்புத்தகத்தில் வந்திருக்கவே தேவையில்லை. இது ஒரு "அயல் மொழியைக் கற்கும் வகுப்பு", அந்த மொழியில் இருக்கும் உட்கூறுகளை ஆய்ந்து அது கவிதையா வேறெதுவுமா எனக் கண்டறியும் பணியினால் எங்களுக்குச் சுமையூட்டும் வகுப்பு அல்ல. ஒரு பொருளை அதுவாகவே அப்படியே எளிதாகச் சுட்டியிருக்க முடிகிற இடத்தில் அதை இன்னொரு பொருளால் சுட்டுகிற உவமை-உருவகங்களோ சொல்லாட்சிகளின் செழுமையையோ எங்களுக்குத் தேவைப்பட்டிருந்தால் அங்கே கீழறைகளில் விசித்திரப்பிறவிகள் இருக்கும் ஆங்கில இலக்கிய வகுப்புக்குச் சென்றிருப்போம்" என்றாள். "ஆமாம்" என நாங்கள் அனைவரும் கத்தினோம், கூடவே, "உள்ளதை உள்ளபடி சொல்", என்றும், எங்களது பிரபலமான, "வானம் நீலமானது" என்கிற சொற்களும், "அதில் என்ன இருக்கிறது? ஒன்றுமே இல்லை!" என்கிற வார்த்தைகளும் தொடர்ந்து எங்களிடம் ஒலிக்க ஆரம்பித்திருந்தன.

ஒவ்வொருவரும் தலையை ஆட்டி மேசையைத் தட்டியபடி முணுமுணுத்து பிரஸ்தாபித்துக் கொண்டிருந்தோம். எங்களுக்காகப் பேசியவர்களுக்கும் எங்கள் ஒவ்வொருவருக்கும் ஓர் உரத்த கைதட்டலைத் தந்துகொள்ளவேண்டிய நேரம் இதுவென நாங்கள் கருதினோம்.

இந்தக் கைதட்டல் ஓய்ந்த பிறகு, "சரி மாணவர்களே," எனத் துவங்கினார் ஆசிரியை, "வானம் நீலமாக மட்டுமே இருக்க முடியும் என நீங்கள் கருதுவதுதான் இதற்குக் காரணமா?"

"வானம் நீலமானதுதான்," என்றோம் நாங்கள். "வேறு என்னவாக அது இருக்கமுடியும்?"

வானம் நீல நிறத்தைத் தவிர வேறு நிறங்களிலும் – வேறு இரண்டு நிறங்களில் – இருக்க முடியும் என்பதை நாங்கள் அறிவோம், ஆனால் எதற்காக அதை ஒப்புக்கொள்ள வேண்டும்? நானே அதை ஒருபோதும் ஒப்புக்கொண்டதில்லை. ஒப்பந்தங்களற்ற ஆண் நண்பனுடன் முதல் சூரிய அஸ்தமனத்தை அனுபவித்த முந்தையவாரத்தில் கூட நான் அதை ஒப்புக்கொள்ளவில்லை. என்றாலும், ஒப்புக்கொள்ளக்கூடிய மூன்று நிறங்களைத் – நீலம் (பகல் நேர வானம்), கருப்பு (இரவு நேர வானம்), வெள்ளை (மேகங்கள்) - தவிர வேறு நிறங்களும் வானில் இருந்தபோதும் நான் அந்த மாலையில் வாயைமூடிக்கொண்டுதான் இருந்தேன். வகுப்பில் இருந்த மற்றவர்களும் – அனைவருமே என்னை விட மூத்தவர்கள், சிலர் முப்பது வயதினரும் கூட – அதை ஒப்புக்கொள்ளவில்லை. ஒப்புக்கொள்ளாமல் இருப்பதுதான் அப்போதைய வழக்கமாய் இருந்தது – இதுபோன்ற விவரணை சார்ந்த விஷயங்களில் தேர்வுகளைக் கொண்டிருப்பதென்பது பொறுப்பினைக் கோரக்கூடியதாய் இருக்கும், நமது பொறுப்புகளில் நாம் தோல்வியுற்றுவிட்டால் என்ன செய்வது? நம்மால் சமாளிக்க முடிந்ததைக்காட்டிலும் அதிகமானதைக் காண முடிவதன் விளைவுகளிலும் நாம் தோல்வியுற்றுவிட்டால்? இன்னும் மோசமாக, ஒருவேளை நாம் பார்ப்பது நன்றாயிருந்தால், அது எதுவாகினும் - அதை நமக்குப் பிடித்திருந்தால், அதனால் நாம் உற்சாகமூட்டப்பட்டுவிட்டால், அதை நாம் சார்ந்திருக்கத் தொடங்கிவிட்டால், இறுதியில் அது ஒருபோதும் திரும்பிவராதபடிக்கு நம்மைவிட்டுப் போவதற்கோ அல்லது நம்மிடமிருந்து பிடுங்கிக்கொள்ளப்படுவதற்கோ விதிக்கப்பட்டிருந்தால்? முதலிலிருந்தே அது நம்மிடம் இல்லாமல் இருப்பதுதான் நல்லது என்பதே வழக்கமான எண்ணமாக இருந்தது,

வானின் நிறம் நீலம்தான் என நாங்கள் சொன்னதன் காரணமும் இதுதான். என்றாலும் ஆசிரியை அதை அதோடு விடுவதாக இல்லை.

“எனவே அது அப்படித்தான், இல்லையா?” என்றவாறு, திகைத்தது போல் அவள் பாசாங்கு செய்தது அவள்மீதான எங்களது சந்தேகத்தை மேலும் உறுதிசெய்தது; அதாவது, அவளே அடிப்படையில் ஒரு விசித்திரமானவள்தான் என்கிற எங்களது சந்தேகத்தை. என்னதான் நான் எனது ஊருக்கு வெளியே எனது மதத்திற்கு வெளியே இங்கே நகரத்தில் இருக்கிறேன் என்றாலும், உண்மையிலேயே நிகெல், ஜேசன் என்ற பெயர்களைக் கொண்டவர்கள் இருக்கிற வகுப்பில் நான் இருக்கிறேன் என்றாலும், ஒழுங்கின்மையும் அமைதியின்மையும் பைத்தியக்காரர்களும் இங்கே இருக்கவாய்ப்பில்லை என்பதொன்றும் உறுதியில்லையே. மதப் பின்னணிகளைத் தாண்டி, யார் சாதாரண நிலையில் இருக்கிறார்கள் யாருக்கு உடனடி சிகிச்சை தேவை என்பது குறித்து நீங்கள் அறிந்திருக்க வேண்டும். ஆசிரியை இரண்டாம் வகைமையைச் சேர்ந்தவளாகவே தோன்றினாள். வகுப்பை நடத்துவது அவளாக இருக்கும்பட்சத்தில் அங்கே ஃப்ரெஞ்ச் மொழியினால் நீண்ட நேரம் தாக்குப்பிடிக்க முடியாதென்பது மட்டும் மிகத்தெளிவாகத் தெரிந்தது. இந்த வாரமும் வழக்கம்போலவே ஆங்கிலம் உள்நுழைந்துவிட்டது – ஃப்ரெஞ்ச் ஜன்னலுக்கு வெளியே என்பதே இதன் பொருள். அடுத்து அவள் எங்களை ஜன்னலுக்கு வெளியே பார்க்கும்படி செய்தாள். அதை நோக்கி நடந்துசென்ற அவள் – அலங்கரிக்கப்பட்ட கம்பீரமான குதிரை மீதமர்ந்திருக்கும் நிமிர்ந்த பெண் – தனது எழுதுகோலால் எங்களுக்கு அதைச் சுட்டிக்காட்டத் தொடங்கினாள்.

“எல்லோரும் கவனியுங்கள்” என்ற அவள், “நீங்கள் வானத்தைப் பார்க்க வேண்டும். இந்தநொடி நீங்கள் சூரிய அஸ்தமனத்தைக் காண வேண்டும். *அற்புதம்!*” என்றாள். இந்த நொடியில், அதை உள்வாங்கும்பொருட்டு, அவள் ஜன்னலில் தட்டுவதையும் சுட்டிக்காட்டுவதையும் நிறுத்தினாள். அதை உட்சுவாசித்தபிறகு – அது எங்களை தர்மசங்கடப்படுத்தியது - ஒரு பெரிய *‘ஹாஆஆஆஆ!’*வாக அதை வெளியேற்றினாள் – அது அதைவிட சங்கடப்படுத்தியது. மீண்டும் அவள் தட்டுவதையும் சுட்டுவதையும் தொடர்ந்தாள். “சொல்லுங்கள் மாணவர்களே, என்ன நிறங்களையெல்லாம் – கேட்கிறதா, *நிறங்கள், பன்மை* – நீங்கள் இப்போது காண்கிறீர்கள்?”

சூரிய அஸ்தமனம் எங்களது பாடத்தின் ஒரு பகுதியாக இல்லாதபோதும், அவள் கூறியதால் நாங்கள் அதனைப் பார்த்தோம், என்றாலும் எங்களுக்கு வழக்கம்போலவே அது மென்நீலத்திலிருந்து அடர் நீலத்திற்கு மாறுவதாகத்தான் தோன்றியது – அதாவது வானம் வெறும் நீலநிறமாய்த்தான் இருந்தது. ஒப்பந்தங்களற்ற ஆண் நண்பனுடன் நான் அனுபவித்த, எச்சரிக்கையும் அச்சமும் ஊட்டிய சமீபத்திய அந்த அஸ்தமனத்தின் வாயிலாகவே, ஃப்ரெஞ்ச் வகுப்பில் நாங்கள் கண்ட அந்த வானம் அந்த இருவகையான நீலநிறங்களில் எதையும் கொண்டிருக்கவில்லை என்பதை நான் அறிந்திருந்தேன். முரண்படுதல் அல்லது வேரூன்றுதலின் எந்த நிலையில் இருக்கிற ஒரு நபரும் அந்த நாளில் எங்கள் வகுப்பு ஜன்னலின் முழுப்பகுதியின் ஏதோ ஒரு இடத்தில் ஏதோ ஒரு நீலநிறத்தைக் காண வலுக்கட்டாயப்படுத்தப்பட்டிருப்பார்கள். நாங்களும் கட்டாயப்படுத்தப்பட்டிருந்தோம். மட்டுமின்றி, நாங்கள் பிடிவாதமாகவும் இருந்தோம்.

“நீலம்!”

“நீலம்!”

“ஒருவேளை மிகச்சிறிய அளவு... – இல்லை, நீலம்,” என்றது எங்கள் அனைவரது பதிலும்.

“மறுக்கப்பட்டவர்களே, எனது பரிதாபத்திற்குரிய மாணவர்களே!” எனச்சப்தமிட்ட ஆசிரியையின் குரல் மீண்டும் தடையுற்றது – வண்ணங்களற்ற எங்களது வாழ்க்கை, தடைபட்ட எங்களது எல்லைகள் மற்றும் மனவெளிகள் குறித்தெல்லாம் வருந்துவது போல் நடித்த அவள் உண்மையில் எதைக்குறித்தும் ஆழ்ந்து கலங்குவதெற்கெல்லாம் வாய்ப்பில்லாத அளவிற்கு மிக உறுதியானவள் என்பது வெளிப்படையாகத் தெரிந்தது. ஆனால் எப்படி அவள் இப்படி ஆனாள்? எங்களது கலாச்சாரத்தினைச் சேர்ந்தவளாகவே இருந்து கொண்டு எப்படி அவளால் எங்களது கலாச்சாரத்திற்கு எதிரான ஒன்றை முன்வைக்க முடிகிறது? வண்ணங்களை எதிர்கொள்ளும் மனநிலை சார்ந்த விதிமுறைகள் அனைத்தும் எங்களைப்போலவே அவளுக்கும் – அவள் எந்த தேவாலயத்தைச் சார்ந்தவளாக இருந்தபோதிலும் - பொருந்திப்போயிருக்க வேண்டும் இல்லையா? ஆனால் அவள் மீண்டும் சிரித்தாள். “ஒட்டுமொத்த ஜன்னலிலும் எங்கேயும் நீலமே இல்லை” என்றாள். “தயவுசெய்து மீண்டும் பாருங்கள். தயவுசெய்து மீண்டும் முயலுங்கள் – அதுமட்டுமில்லை மாணவர்களே” – இந்த இடத்தில் இடைவெளி

விட்ட அவள் சற்றுத் தீவிரமாக முகத்தை வைத்தபடி – "உண்மையில் அங்கே வண்ணங்களுக்குக் குறைவில்லை என்றபோதிலும் – உண்மையில் அங்கே எதுவுமே இல்லை. ஆனால் லௌகீகக் காரணங்களுக்காக இதைக் குறித்துக்கொள்ளுங்கள் – அங்கே வெளியில் இருப்பதாகத் தெரிகின்ற வானமானது அங்கிருக்கிற எந்த நிறத்தினை வேண்டுமானாலும் கொண்டிருக்கலாம்."

"கொட்டைகள்!" என யாரோ சில ஆண்களும் பெண்களும் கோஷமெழுப்பியதும் எங்களில் ஒரு சிலிர்ப்பு தோன்றியது. 'வானம் நீலமானது' என்பதையும் புத்தகத்தில் அந்த ஆள் சொல்ல முயன்ற பொருளற்ற இலக்கிய வார்த்தைகளையும் தவிர்த்து அந்த மாலையில் நிகழ்ந்த ஒரே ஒரு ஃப்ரெஞ்ச் விஷயமாக அந்த சிலிர்ப்புதான் இருந்தது. அவள் சொல்வதில் ஒருபோதும் உண்மை இருக்கமுடியாதென்றே எங்களது அறிவுக்குத் தோன்றியது. அங்கே வெளியே இருக்கிற – இல்லாமல் இருக்கிற – அந்த வானமோ – எதுவோ - என்ன நிறத்தில் வேண்டுமானாலும் இருக்கலாமென அவள் சொல்வது உண்மையென்றால், எதுவேண்டுமானாலும் என்ன நிறத்தில் வேண்டுமானாலும் இருக்கலாமென அது பொருள்படுகிறது, எதுவேண்டுமானாலும் எதுவாக வேண்டுமானாலும் இருக்கலாமென்றும், உலகின் எந்த இடத்திலும் யாருக்கு வேண்டுமானாலும் எப்போது வேண்டுமாயினும் எதுவேண்டுமானாலும் நடக்கலாமென்றும் பொருள்படுகிறது – அதை நாங்கள் மட்டுமே கவனிக்கவில்லை என்றும் பொருள்படுகிறது. எனவே, இல்லை. தலைமுறை தலைமுறைகளாக மூதாதையர் மூதாட்டியர் பரம்பரைகளாக நூற்றாண்டுகளாக ஆயிரக்கணக்கான ஆண்டுகளாக அதிகாரபூர்வமாக ஒரு நிறத்தையும், புழக்கத்தில் மூன்று நிறங்களையும் கொண்டிருக்கிற வானத்தை அப்படி திடீரென பலவண்ணங்கள் கொண்டதாக அனுமதித்துவிட முடியாது.

"வாருங்கள்" அவள் வற்புறுத்தினாள். "நீங்கள் ஏன் முதுகைக் காட்டிக் கொண்டிருக்கிறீர்கள்?" நாங்கள் திரும்பிக் கொண்டிருந்தோம்; அது அனிச்சையானதாகவும் பாதுகாப்பானதாகவும் இருந்தது. ஆனால் அவள் மீண்டும் வானத்தைப் பார்க்கும்படி எங்களைத் திரும்பச் செய்தாள். இம்முறை அவள் ஜன்னலின் வெவ்வேறு கண்ணாடிச் சட்டங்கள் வழியாக, நீலநிறம் அல்லாத வெவ்வேறு நிறங்களைக் கொண்டிருந்த வானின் வெவ்வேறு பகுதிகளைச் சுட்டியபடி இருந்தாள் – இளஞ்சிவப்பு, ஊதா, வெளிர்சிவப்புத் திட்டுகள் – மாறுபட்ட வெளிர்சிவப்புகள் – அதில் ஒரு பச்சைநிறத்திட்டு

பொன்மஞ்சள் விளிம்புடன் நீண்டிருந்தது. *பச்சை? அது எப்படி அங்கே மேலே பச்சை இருக்க முடியும்?* அடுத்ததாக, அந்த ஜன்னலின் வழியாக அஸ்தமனத்தை முழுதாகப் பார்க்கமுடியாததால் அவள் எங்களை எங்கள் வகுப்பறைக்கு வெளியே அழைத்து நடைபாதை வழியாக இலக்கிய வகுப்பறைக்குள் நடத்திச்சென்றாள். அந்த மாலையில் *Playboy of the Western World* பார்த்து அதற்கு விமர்சனம் எழுதும் பொருட்டு எழுதுகோல், சிறிய குறிப்பேடுகள், ஒளிவிளக்குகள் சகிதம் அவர்கள் அரங்கிற்குச் சென்றிருந்ததனால் அவர்களது வகுப்பறை காலியாகத்தான் இருந்தது. முற்றிலும் புதிய இந்தக்கோணத்தின் வழியாக அவள் எங்களைப் பார்க்கச் செய்தபோது சூரியன் – பெரிதாகவும் ஆரஞ்சு சிவப்பில் பிரம்மாண்டமானதாகவும் - கொஞ்சம்கூட நீலநிறமற்ற வானத்திலிருந்து —ஒரு கட்டிடத்தின் பின்புறம் கீழிறங்கிக் கொண்டிருந்தது ஜன்னல் கண்ணாடியின் ஒரு பகுதியின் வழியாகத் தெரிந்தது.

இந்த வானத்தைப் பொருத்தவரை, இளஞ்சிவப்பும் எலுமிச்சை நிறமும் கலந்து, பின்னணியில் வெளிர்ஊதா நிறத்தில் அது ஒளிர்ந்து கொண்டிருந்தது. எங்கள் வகுப்பறையிலிருந்து நடைபாதை வழியாக நாங்கள் வந்த அந்த சிறிய இடைவெளியில் எங்களது பார்வையை நாங்கள் மாற்றிக்கொள்ளும் முன்பாகவே அது தன் நிறத்தை மாற்றிக் கொண்டிருந்தது. ஊதா நிறத்தின் மேலே தோன்றத்தொடங்கிய பொன்நிறம் வெள்ளிநிறச்சரிவை நோக்கி நகர்ந்துகொண்டிருக்க, வேறொரு மூலையிலிருந்து உள்நோக்கி இறங்கிக்கொண்டிருந்தது ஒரு புதிய வெளிர்ஊதா. அதன்பிறகு அங்கே இன்னும் சற்று வெளிர்சிவப்பு. பிறகு இன்னும் சற்று இளஞ்சிவப்பு. அதன்பிறகு ஒரு நீலப்பச்சை, மேகங்களைத் (வெண்ணிறமல்ல) தன்போக்கில் இழுத்துச் சென்றது. அடுக்குகள் கலந்தும் இயைந்தும் தோன்றியும் உருமாறியும் கொண்டிருந்தன – இதேதான் ஒருவாரத்திற்கு முந்தைய அஸ்தமனத்திலும் நிகழ்ந்தது. “சூரியன் கீழே இறங்குவதை நாம் சென்று பார்க்கலாமா?” என் செவிகள் அதிர்ச்சியுறும்படி வினவினான் ஒப்பந்தங்களற்ற ஆண் நண்பன். “ஏன்?” என நான் குற்றப்படுத்தினேன். “அது சூரியன் என்பதால்,” என்றான் அவன். இது ஒன்றும் எதிர்பாராததல்ல என்பது போலும் எங்கள் பகுதியில் அடிக்கடி எல்லோரும் மற்றவரிடம் சூரிய அஸ்தமனம் பற்றிப்பேசுவதுண்டு என்பதுபோலும் நான், “சரி” என்றேன். சரி என்ற நான், அதன்பிறகு மூன்றாம் மைத்துனனுடன் ஓட்டப்பயிற்சியை முடித்துவிட்டு வீட்டிற்குச்சென்று குளித்து ஆடைமாற்றி ஒப்பனை செய்து குதிசெருப்பை அணிந்தபிறகு

ஒப்பந்தங்களற்ற ஆண் நண்பன், எங்கள் ஊரின் எல்லையில் பிரிவினை சாலையில் வழக்கமான இடத்தில் என்னை வந்து அழைத்துக்கொண்டான். துயரமும் தனிமையுமான இந்தச்சாலை மதங்களுக்கிடையேயான எல்லையாய் நீண்டிருந்தது. அங்கேதான் நான் அவனைச் சந்தித்தேன். அவன் எனக்கு மாற்றுமதத்தினன் என்பதால் அல்ல, அவன் என் மதத்தினன்தான். அவன் என்வீட்டிற்கு வந்து என்னை அழைப்பதை விட இது சுலபமானது என்பதனால். இந்த முதல் அஸ்தமனம் நிகழ்ந்த சில தினங்களிலேயே, சிக்கலும் ஆபத்தும் நிறைந்த எங்களது சந்திப்பு ஏற்பாடுகள் குறித்து அவன் புகார்செய்யத் தொடங்கியிருந்தான். என்னுடைய பிரதேசத்தில் அவனுடன் சேர்ந்து காட்சியளிப்பதை நான் விரும்பாததாலேயே, அவன் என்னை நேரடியாக வீட்டிற்கு வந்து அழைப்பதையும் அங்கே சேர்ந்து எதையேனும் செய்வதையும் நான் மறுப்பதாக அவன் சொன்னதை என் காதுகளால் நம்பவே முடியவில்லை. செல்வதற்கு எந்த இடமும் எங்கள் பகுதியில் இல்லை என நான் சொன்னேன், அது உண்மையில்லை. அது உண்மையில்லை என்பதை அவனும் அறிவான். ஏனெனில் எங்கள் பகுதியில் எங்கள் மதத்தைச் சேர்ந்த பதினோரு சிறந்த மதுவிடுதிகள் இருந்தன என்பது ஓர் அறியப்பட்ட உண்மை. அதுமட்டுமின்றி, நகரின் மிகச்சிறந்த - எங்களது மதத்தைச் சேர்ந்த – மதுவிடுதியும் இங்கேதான் இருந்தது. எனவே நான் தட்டிக்கழிப்பதாக அவன் சொன்னான், அது உண்மைதான். ஆனால் அந்தத் தட்டிக்கழிப்பு அவன் சொன்ன காரணத்தின் பொருட்டு அல்ல. எனது வீட்டிற்கு வந்து அவன் அழைக்கக்கூடாதென நான் கருதியதற்கு என் அம்மாதான் காரணம். அங்கே கேள்விகள்தான் நிறைந்திருக்கும். அடுத்து திருமணம் பற்றிய பிரசங்கமும். அடுத்து குழந்தை பற்றிய பிரசங்கமும். இவை இல்லாவிடில், அவன் ஆயனாக இருப்பதாகக் குற்றம் சாட்டப்படுவான். அதுமட்டுமின்றி அவள் எந்நேரம் வேண்டுமானாலும் துவங்கிவிடக்கூடிய அந்தப் பிரார்த்தனைகளும் இருந்தன. இத்தனை விதமான அசௌகரியங்களை நான் எதிர்கொள்ள வேண்டும் என்பதே அதன் பொருள். எனவே மதரீதியிலான இருளும் கசப்பும் நிறைந்த, வன்முறை நிகழ்கிற இடத்தில் சிக்கலும் ஆபத்தும் மிக்க எங்களது சந்திப்பை மேற்கொண்டதற்கு அவனைப்பற்றிய அவமான உணர்வோ, அவனைத்தவிர்க்கும் எண்ணமோ காரணம் இல்லை. அவளிடம் எல்லாவற்றையும் விளக்கிக்கொண்டிருக்கும் சங்கடத்திலிருந்து என்னைக் காத்துக்கொள்ளும்பொருட்டே அது.

ஒப்பந்தங்களற்ற ஆண் நண்பனுக்காக நான் காத்திருக்கும் இடம்பற்றிய அவனது கசப்பான வார்த்தைகளுக்கு முந்தைய அந்தச் சூரிய அஸ்தமனத்தில், பிரிவினை-சாலையில் தன்னுடைய ஒட்டவைத்த காரில் அவன் என்னை வழக்கம்போல அழைத்துக் கொண்டான். நகரத்திலிருந்து வெளியே பயணம் செய்த நாங்கள் பிற பயணிகளுடன் சேர்ந்து சூரியன் அஸ்தமிக்கின்ற - என்னால் புரிந்துகொள்ள முடியாத - இந்த நிகழ்விற்காகக் காத்திருந்தோம். என்னால் புரிந்துகொள்ள முடியாதது சூரிய அஸ்தமனம் மட்டுமல்ல. நட்சத்திரங்களையோ நிலவுகளையோ தென்றல்களையோ பனித்துளிகளையோ மலர்களையோ காலநிலையையோ அல்லது தாம் எப்போது படுக்கப்போகிறோம் அடுத்த நாள் எப்போது எழுந்துகொள்கிறோம் உடலின் வெப்பநிலை எத்தனை ஃபாரன்ஹீட்டிலும் செல்சியஸிலும் இருக்கிறது, உலகின் வெப்பநிலை எத்தனை ஃபாரன்ஹீட்டிலும் செல்சியஸிலும் இருக்கிறது, வயிற்றின், ஜீரண மண்டலத்தின், பாதங்களின் நிலவரம் குறித்தெல்லாம் சிலர் – சில முதியவர்கள் – தரும் அதீத கவனத்தையும் புரிந்துகொள்ள முடியவில்லை. அவர்களில் ஒருவர் கூட்டமான பேருந்தில் சப்தமாக, “உனக்குத்தெரியுமா? வீட்டிற்குப்போனதும் இரவுணவிற்கு முன்பாக நான் நல்லதொரு ரொட்டித்துண்டை வாட்டி உண்பேன்” எனச்சொல்வதையும், உடன்வந்தவர் அதே போல சத்தமாக, “நானும் இரவுணவிற்கு முன்பாக ஒரு நல்ல ரொட்டித்துண்டை உண்பேன்” எனப் பதில் சொல்வதையும் புரிந்துகொள்ள முடியவில்லை. இல்லாவிடில், “நீ ஒரு நல்ல ரொட்டியை நேற்று உண்டாயா?” எனக்கேட்பதையும், “ஆமாம், ஆனால் நீ உண்டாயா?” “ம்ஹூம், நான் சாப்பிடுவதில்லை. முட்டைப்பொறியல்தான் சாப்பிட்டேன். என் தோழி பாம் இருக்கிறாளே, ஏய் நான் இதுபற்றி முன்பே சொல்லியிருக்கிறேன் என்றால் என்னை இடையிலேயே நிறுத்திவிடு, நாங்கள் இருவரும் சேர்ந்து சென்றுதான் பாத்திரங்களும் துணிதேய்க்கும் பலகையும் வாங்கிவருவோம்...” என்பதாக நீளும். இவையனைத்தும் எப்போதும் ஒரே வரிசையில் அமைந்திருப்பதையும் என்னால் புரிந்துகொள்ள முடிந்ததில்லை. விசித்திரமானவனாக அடையாளப்படுத்தப்படாத, இளைஞனான – என்னை விட இரண்டேவயது மூத்த – ஒப்பந்தங்களற்ற ஆண் நண்பனுக்கும் இதே நிலைமைதானே இருக்கவேண்டும் – இதையெல்லாம் புரிந்துகொள்கிற பொருட்படுத்துகிற அளவு என்னுடைய வயதுடைய எவரும் வித்தியாசமாக இல்லாத நிலைதானே இருக்கிறது. அவனது இந்த

நடத்தையும், என்முன்னே இருக்கிற இந்த வான்வெளியும், அதை நான் கவனித்து சாட்சியாகிப் பொருத்தமான முறையில் எதிர்வினை புரிய வேண்டும் என்கிற எதிர்பார்ப்புமாக அவனருகில் நின்று, என்ன பார்க்கிறோம் தலையசைக்கிறோம் என்று புரியாமலேயே பார்த்துத் தலையசைத்தேன். சூரிய அஸ்தமனங்களுக்குச் செல்பவனாகவும், காஃபிக்கோப்பைகள் வைத்திருப்பவனாகவும், கால்பந்தை விரும்பாததுபோலக் காட்டிக்கொண்டே கால்பந்தை விரும்புகிறவனாகவும் ஒப்பந்தங்களற்ற ஆண் நண்பன் இருக்க வேண்டுமா என அப்போதுதான் நான் யோசிக்க ஆரம்பித்தேன். எனக்கே கால்பந்தைப் பிடிக்காதுதான் – 'இன்றைய ஆட்ட'த்தின்★ இசையைத்தவிர- ஆனால் எனக்குக் கால்பந்து பிடிக்காதென்பது இங்கே விஷயமில்லை. அவன் நிச்சயமாக கார் பழுது நீக்குகிறவன்தான். கார் பழுது நீக்குவதும், அவற்றை ஓட்ட விரும்புவதும், வாங்க வசதியில்லாத சமயத்தில் அதைத் திருடும் அளவிற்கு அதன்மீது பித்து இல்லாத பட்சத்தில் அதை ஓட்டுவதாகக் கனவுகாண்பதும் ஆண்களது வழக்கமான குணம்தான். அதே நேரத்தில், எதோ ஒருவகையில் ஒப்பந்தங்களற்ற ஆண் நண்பன் ஆண்களின் குணத்திற்குப் பொருந்திப்போக மறுப்பதாக நான் கவலையுற்றேன். ஆனால் நான் மீண்டும் குழப்பமுற்றேன் – ஏனென்றால் நான் இவன் குறித்து வெட்கம் கொள்வதாக முன்பு குறிப்பிட்டிருந்தேன் – ஆணின் குணங்களுக்குள் பொருந்திப் போகிற ஆண்கள் 'பெண்கள் மட்டுமே ரத்தம் சிந்துகிறார்கள்' பாடலைப்பாடியதற்காக ஜூலி கோவிங்க்டன்னைத் தாக்க விரும்பினார்கள்: ஏனென்றால் அது மாதவிடாயைப் பற்றியதென அவர்கள் கருதினார்கள், நான் உட்பட மற்றவர்களும்கூட அதை மாதவிடாய் பற்றிய பாடலென்றே கருதினோம்; அதுமட்டுமின்றி, இந்த ஆண்களுக்கு உங்கள் மீது ஆர்வம் தோன்றியதென்றால் அந்த ஆர்வத்திற்கும் அவர்கள் உங்களைத்தான் குற்றம் சாட்டுவார்கள். – நான் என்ன சொல்லிக் கொண்டிருந்தேன்? அதுபோன்றவர்களுடன் உறவில் இருக்க நான் விரும்புகிறேன் என்றா? எப்போதெல்லாம் இதுகுறித்து யோசிக்கிறேனோ – அதை நான் விரும்புவதேயில்லை. ஏனென்றால் அது மீண்டும் என் சரிசெய்ய முடியாத பிரச்சினைகளையும் என் கட்டுப்பாட்டில் இல்லாத பகுத்தறிவற்ற முரண்பாடுகளையும் வெளிப்படுத்தியதால் - அப்போதெல்லாம் நான் சங்கடமாய் உணர்வேன். இதற்கு முந்தைய எனது எல்லா ஒப்பந்தங்களற்ற ஆண் நண்பர்களையும்விட இந்த ஒப்பந்தங்களற்ற ஆண் நண்பனையே

★ *BBC–யில் ஒளிபரப்பாகும் Match of the Day கால்பந்து நிகழ்ச்சி.*

நான் விரும்பினேன் என்பதை நான் அறிவேன்; வாரத்தில் எனக்கு மிகப்பிடித்த நாட்கள் அவனுடன் நான் செலவழித்த நாட்கள்தான் என்பதையும் படுக்கையைப் பகிர்ந்துகொள்ள வேண்டும் என இதுவரையில் எனக்குத் தோன்றிய ஒரே ஒப்பந்தங்களற்ற ஆண் நண்பனும் இவன்தான் என்பதையும், இதுவரையில் நான் படுக்கையைப் பகிர்ந்துகொண்டிருப்பதும் இந்த ஒப்பந்தங்களற்ற ஆண் நண்பனுடன்தான் என்பதையும் நான் அறிவேன். நாங்கள் ஒன்றாக வசிப்பது குறித்து அவன் ஒரு திட்டத்தை முன்வைத்ததற்கும் நான் அதை மறுத்ததற்கும் பிறகு, அவனுடன் ஒரே வீட்டில் ஒரே படுக்கையைப் பகிர்ந்தபடி ஒவ்வொரு நாள் காலையிலும் அவனருகில் விழித்தபடி அவனுடன் வாழ்வது எப்படியிருக்கும் என நான் பகல்கனவு காண்பதை உணர்ந்தேன். உண்மையிலேயே அது அவ்வாறு நிகழ்ந்தால், அது அவ்வளவு மோசமாகவா இருக்கும்?

இந்த முரண்பட்ட எண்ணங்களால் ஆக்கிரமிக்கப்பட்டிருந்த நான் - ஒப்பந்தங்களற்ற ஆண் நண்பனும் பிற விநோதமான மனிதர்களும் அருகில் என்னைச்சுற்றி நின்றபடி தொடுவானில் சூரிய அஸ்தமனத்தைப் பார்த்துக்கொண்டிருக்க - எனக்கு ஒரு பொருளும் தராத இந்த சூரிய அஸ்தமனத்தில் அப்படி என்ன மயித்தைத்தான் இவர்கள் என யோசித்துத் தலையசைத்த அந்த நொடியில்தான் – அங்கே எதுவோ – இல்லை, எனக்குள் எதுவோ – மாற்றம் ஏற்பட்டது. விஷயங்கள் தெளிவாக ஆரம்பித்தன. ஏனென்றால் இப்போதுதான் நீலத்திற்குப் பதிலாக - நீலம், நீலம் மற்றும் நிறைய நீலத்திற்கு, அதிகாரப்பூர்வமான நீலத்திற்கு, எல்லோரும் புரிந்து கொண்ட, மேலே இருப்பதாக நம்பி வந்த அந்த நீலத்திற்குப் பதிலாக - உண்மை என் புத்தியில் உரைத்தது. நான் பார்த்துக்கொண்டே இருக்க, அங்கே எந்த நீலமும் இல்லை என்பது என் பார்வைக்கு உறுதியானது. முதல் முறையாக நான் வண்ணங்களைப் பார்த்தேன், ஒரு வாரத்திற்குப் பின்பு இந்த ஃப்ரெஞ்சு வகுப்பிலும் நான் வண்ணங்களைப் பார்த்தேன். இரண்டு சமயங்களிலுமே, அந்த நிறங்கள் ஒன்றோடு ஒன்று கலந்து இயைந்து வழிந்து விரவி புதிய நிறங்கள் தோன்றின. புதிய நிறங்கள் மீண்டும் கலந்து மேலும் புதிது புதிதாகத் தோன்றிக்கொண்டே இருக்க, அவற்றில் நீலம் என்கிற ஒரு நிறம் மட்டும் இல்லவே இல்லை. எங்களைச் சுற்றி இருந்த அத்தனை பேரையும் போலவே ஒப்பந்தங்களற்ற ஆண் நண்பனும் இந்தப் பயணத்தில் இதைப் புரிந்துகொண்டிருந்தான். நான் எதுவும் சொல்லவில்லை. இன்றைய இந்த ஃப்ரெஞ்சு வகுப்பில் அமைதியாய் இருந்தது போலவே

அப்போதும் நான் எதுவும் சொல்லவில்லை. ஆனால் இதற்கு முன்பு எந்த சூரிய அஸ்தமனங்களுமே இல்லாதபோது, இப்போது ஒரே வாரத்தில் இரண்டு சூரிய அஸ்தமனங்கள் என்பதற்கு ஏதேனும் பொருள் இருக்கத்தான் வேண்டும். கேள்வி என்னவென்றால், இது பாதுகாப்பானதுதானா அல்லது பயமுறுத்துவதா? உண்மையில் நான் இங்கே என்னதான் பார்த்துக் கொண்டிருக்கிறேன்?

"பயப்படாதீர்கள்," என்ற ஆசிரியை. "இந்த அஸ்தமனத்தைக் கண்டு உங்களுக்கு ஏற்பட்டிருக்கும் பதட்டமும், இந்தத் தற்காலிகக் கலக்கமும் வரவேற்கத்தக்கதே அன்பு மாணவர்களே. அது வளர்ச்சியைத்தான் குறிக்க முடியும். அது புரிதலை மட்டும்தான் குறிக்க முடியும். நீங்களே உங்களை அழித்துக் கொண்டதாகவோ துரோகம் இழைத்துக் கொண்டதாகவோ தயவு செய்து எண்ண வேண்டாம்" என்றாள். அதன் பிறகு, இன்னும் தைரியமான சாகசமான மனநிலைக்கு எங்களை நகர்த்தும் எடுத்துக்காட்டுகளைத் தரும் நம்பிக்கையுடன் அவள் மேலும் மூச்சை உள்ளே இழுத்துக்கொண்டாள். எப்படியாயினும், இலக்கிய வகுப்பறையில், என்னைக்காட்டிலும் குறைவாகவே மற்றவர்களுக்குச் சாகச மனநிலை இருந்ததெனக் கருதினேன். குறைந்தபட்சம் நானாவது இந்த அஸ்தமனத்தின் அதிர்ச்சியை, கட்டமைக்கப்பட்ட ஒன்றை அது அழிக்க முற்படுவதை ஒரு வாரத்திற்கு முன்பாகவே எதிர்கொண்டிருந்தேன். ஆனால், வயது வேறுபாடின்றி, இங்கே இதனை முதல் முறையாகப் பார்ப்பதன் போராட்டத்தை எல்லோருமே உள்ளுக்குள் உணர்ந்து கொண்டிருப்பதை அவர்களது தோற்றத்திலேயே கண்டுகொள்ள முடிந்தது. எனக்குமே இப்போது பயப்படத்தோன்றியதுதான். அது காற்றில் அதிர்வதிர்வாகத் தோன்றி பின் ஒருவரிடமிருந்து ஒருவருக்கு அலை அலையாகப் பரவியதை உணரமுடிந்தது. இதே மாதிரியான பயத்தினை முந்தைய சூரிய அஸ்தமனத்தில் எதிர்கொண்டபோது, அது என்னை ஆக்கிரமிக்காதபடி இறுக்கமாக இருந்ததன்வாயிலாக என்னால் கொஞ்சம் கொஞ்சமாக அதிலிருந்து விடுபட முடிந்ததை உணர்ந்திருந்தாலும் இம்முறை நான் அதை அனுமதித்தும் மறுத்தும் இசைந்து கொடுத்து, இதுவரை பழக்கப்படாத, ஒப்புக்கொண்டிருக்காத, அமைதியான மனநிலைக்குச் சென்றபோதுதான் என் பார்வை கீழே தெருவிற்குச் சென்றது. அந்த நொடியில் எதிரே இருந்த குறுகிய நுழைவுப்பகுதியில் ஒரு வெள்ளைவேன் நிறுத்தப்பட்டிருப்பதைப் பார்த்தேன். உறைந்து போனேன், ஒரு நொடிக்கு முன்பாக உணர்ந்த அந்த

ஆழ்மன அமைதியிலிருந்து உலுக்கப்பட்ட நான் அதிர்ச்சியில் உறைந்துபோனேன்.

வரிசையாய் இருந்த மது விடுதிகளின் பின்புறத்திற்கும் வெவ்வேறு கடைகள் இருந்த இன்னொரு வரிசையின் பின்புறத்திற்கும் இடையில் இருந்த பாதையின் நுழைவு வாயிலுக்கு வெளியே அந்த வேனின் முகப்பானது நீட்டிக் கொண்டிருந்தது. ஒருவேளை அவன் அங்கிருந்து ஒரு தொலைநோக்கியுடனோ பைனாகுலருடனோ புகைப்படக் கருவியுடனோ இந்த ஜன்னலைப் பார்த்துக் கொண்டிருந்தால் என்ன செய்வது எனத் தோன்றியவுடன் நான் அதிர்ச்சியிலிருந்து என்னை மீட்டு அங்கிருந்து நகர்ந்துகொண்டேன். முட்டாள் என நினைத்துக் கொண்டேன் நான் – அதாவது என்னைப்பற்றி. ஏனென்றால் நான் வெற்றி பெற்றுவிட்டதாக உற்சாகம் கொண்டிருந்தேன், மூன்றாம் மைத்துனனுடன் ஓட்டத்தை மறுபடி துவங்கியதன் வாயிலாக ஆயனை என்னிடமிருந்து தூர நிறுத்தி, பிரச்சினையைச் சரிசெய்துவிட்டதாக என்னையே பாராட்டிக் கொண்டிருந்தேன். அனைத்தும் கற்பனை. எல்லாம் சுய பெருமை. ஒரே ஒரு வாரம்தான் ஆகி இருக்கிறது, அதற்குள்ளாகவே அவனிலிருந்து நான் வரைந்துகொண்ட எல்லை சிதைந்துவிட்டது. ஏன்? பூங்கா&நீர்த்தேக்கத்தில் என்னைப் பின்தொடர முடியாமல் போனதால் வேறு ஏதேனும் ஒரு வழியைக் கண்டறிந்து மீண்டும் அவன் என்னைத் தொடர முற்படுவான் என்பது ஏன் எனக்குத் தோன்றவே இல்லை?

ஆசிரியை மீண்டும் தொடங்கினாள். இம்முறை, பின்புறமிருக்கும் வானத்தில் தோன்றிய அந்தியின் காரணமாகச் சட்டென தற்காலிகக் கருமை நிறம் கொண்டுவிட்ட சாலையோர மரங்களைப் பற்றியதாக இருந்தது அது. தங்களுக்குள் நிகழ்ந்த போராட்டத்திலிருந்து இன்னும் மீளாத மற்றவர்கள் எங்கள் நகரத்தில் எங்கேயும் தற்காலிகமோ அந்தியோ மரங்களோ கருப்பு நிறமோ வேறு எந்த நிறமோ இல்லவே இல்லை எனப் புகார் செய்யத் தொடங்கினர். மீண்டும் ஜன்னல் வழியாக வெளிப்புறம் காட்டப்பட்டபோது, சரி எங்கள் சாலைகளில் ஒருவேளை மரங்கள் இருந்திருக்கலாம், ஆனால் ஒருமணி நேரத்திற்கு முன்பாகவே சொல்லி இருக்க வேண்டும், ஏனென்றால் இதுவரை நாங்கள் அதைக் கவனித்ததேயில்லை என்றனர். இந்தச் சமயத்தில் நான் என்னிடமே தெளிவடையும்படியும் நிதானமடையும்படியும் சொல்லிக் கொண்டேன்: இப்போது நான் இருப்பது இங்கே இந்த நகரத்தின் மத்தியில். எனவே ஒரு வேன்

என்பது யாருடைய வேனாகவும் இருக்கலாம். அதிலும் குறிப்பாக நான் இரவு வகுப்பைப் படிக்கும் கல்லூரிக்கு எதிரில்தானா அவன் அதை நிறுத்தப்போகிறான்? இதற்குச் சாத்தியங்கள் மிகக்குறைவு. வாய்ப்பில்லாத தற்செயல். எனவே இது அவனுடையதாக இருக்காது. இதை எனக்கே நிரூபிக்கும் பொருட்டு நான் இன்னொரு முறை குனிந்து எட்டிப் பார்த்தபோது அந்த வேன் அந்த நுழைவுப்பகுதியில் இல்லாமலாகியிருந்தது. மிகவும் ஆர்வமாக நான் என்னை மீட்டு, அந்த வேனை மறந்து விட்டு, வானமோ மரமோ வேறு எதை வகுப்பறை பிதற்றிக்கொண்டிருந்ததோ அதற்குத் திரும்பினேன். அதே நேரத்தில் என்னுடைய உடலில் ஒரு வினோதமான உணர்வு வெளிப்பட்டது. எனது கீழ்முதுகுப்பகுதியில் அது தோன்றியபோது என் முதுகெலும்பின் அடிப்பகுதி நகர்வதுபோல் தோன்றியது. முன்னால் குனிவதற்கோ பின்னால் குனிவதற்கோ பக்கவாட்டில் குனிவதற்கோ முறுக்கிக் கொள்வதற்கோ நேரும்போது நிகழ்கிற வழக்கமான நகர்தல் அல்ல இது. இயல்பிற்கு மாறான, தீயசகுனத்தை எச்சரிக்கக்கூடிய, அதிர்வுகளும் சிற்றலைகளுமாக - அசிங்கமான விரைவான பயமுறுத்துகிற சிற்றலைவுகள் - குதஎலும்பில் உருவாகி, எனது புட்டத்திற்கு நகர்ந்து தொடைச்சதைகளில் வேகத்தைக்கூட்டிக்கொண்டு எனது முழங்காலின் பின்புறமிருக்கும் இருண்ட ஆழத்திற்குள் சென்று மறைந்தது. இதற்கு ஒரு நொடிதான் ஆனது, வெறும் ஒரு நொடி. இதுகுறித்து எனக்குத் தானாகத் தோன்றிய முதல் எண்ணம் என்னவெனில், இதுதான் புணர்ச்சிப் பரவசத்தின் எதிர்முகமாக இருக்கும் என்பதே. அச்சுறுத்தக்கூடிய, முதுகுப்புறம் நகர்கிற, உச்சநிலையின் கட்டுப்படுத்தமுடியாத நிழல் – எதிர் உச்சநிலை. அதன் பிறகு அந்த நடுக்கத்தையும் அதிர்வுகளையும் - அவை என்னவாக இருந்தாலும் –விட்டுவிட்டு, *“தந்தைகளே, அன்னைகளே, இருபால் முன்னோர்களே! இதில் என்ன தவறு இருக்கிறது – நீலம் பயன்மிக்கதுதான்.”* என்கிற எதிர்வினைகள் நிகழ்ந்துகொண்டிருந்த ஜன்னலுக்குத் திரும்பினேன். அந்த மாலையின் வானமானது ஒரு துவக்கமாக இருந்தது என்பதை என்னைப் போலவே வகுப்பில் பெரும்பாலானவர்களும் அறிந்திருந்ததால் அவர்கள் கீழ்ப்படிந்தும் வருத்தத்துடனும் காணப்பட்டனர். அதன் பிறகு அமைதி எங்களைச் சூழ்ந்துகொள்ள அது முழுமையான நிசப்தமாக மாறியது. ஆசிரியை பெருமூச்சு விட்டாள். பிறகு நாங்கள் பெருமூச்சு விட்டோம். “இன்னும் சற்று நேரத்திற்கு இதுவரை நீங்கள் பார்த்தவை குறித்த நினைவுகளுக்குள் அமைதியாக இளைப்பாறுங்கள். அதன்பிறகு நாம் இலக்கியப்

பத்திகளுக்கும் இன்னொரு மொழியின் உவமை – உருவகங்களுக்கும் திரும்பலாம்" என்றபடி எங்களை வகுப்பறைக்கு அழைத்துச் சென்றாள். அவள் சொன்னபடியே செய்தோம் நாங்கள்.

அதன்பிறகு நான் கல்லூரியின் படிக்கட்டுகளில் ஷிவான், வில்லர்ட், ரஸ்ஸல், ஹிகெல், ஜேஸன், பாட்ரிக், கியரா, ரூபர்டின் பிரபு மற்றும் பிறருக்கு விடைகொடுத்தேன். ஏனென்றால் வழக்கம்போல அவர்கள் எங்களது ஆசிரியையுடைய அட்டூழியத்தையும் கீழ்ப்படியாமையையும் அவள் எப்படி எங்களுக்கு ஆசிரியையாய் இருக்கத் தகுதியில்லாதவள் என்பதையும், செப்டம்பரில் இந்த வகுப்பில் சேர்ந்ததைவிடக் குறைவான ஃப்ரெஞ்சையே நாங்கள் இப்போது அறிந்திருக்கிறோம் என்பதையும் விமர்சிக்கும்பொருட்டு மதுவிடுதியை நோக்கி நடந்தனர். இம்முறை நான் அவர்களுடன் இணைந்து கொள்ள விரும்பவில்லை, ஏனென்றால் இது அமர்ந்து யோசிக்க வேண்டிய தருணம் ஆகும். ஆனால் என்னைப்பொருத்தவரை நடக்கும்போதுதான் எனது சிந்தனை சிறப்பாக மலர்ந்து உச்சபட்சமாக வெளிப்படும். எனவே நடக்கத்தொடங்கிய நான் காஸ்ல் ராக்ரெண்ட்டை வெளியே எடுத்து வாசிப்பது குறித்து யோசிக்கவேயில்லை. வாசிக்கமுடியாதபடிக்கு நான் சலனமடைந்திருந்தேன். ஆசிரியை பற்றியும், 'தினமும்தான் அங்கே அஸ்தமனங்கள் நிகழ்கின்றன, எனவே நாங்கள் வாழும் காலத்திலேயே எங்களை அடக்கம் செய்து விடவோ புதைத்துவிடவோ தேவையில்லை, இருளின் எந்தத் தன்மையும் எங்களால் வெல்ல முடியாத அளவிற்கு அவ்வளவு பெரியதில்லை, எப்போதுமே புதிய அத்தியாயங்கள் இருந்தன, பழமைகள் கடந்துபோக அனுமதிக்க வேண்டும், குறியீடுகளுக்கும் எதிர்பாராத அவற்றின் விளக்கங்களுக்கும் எங்களைத்திறந்து வைக்க வேண்டும், நாங்கள் எதை இழந்துவிட்டோம் என்று நினைத்தோமோ எதை மறைத்து வைத்திருந்தோமோ அவற்றை எல்லாம் திறந்து பார்க்க வேண்டும்' என்றெல்லாம் அவள் கூறியவை குறித்தும் யோசித்துக்கொண்டிருந்தேன். "ஒரு வாய்ப்பைச் செயல்படுத்திப் பாருங்கள் அன்பு மாணவர்களே. அந்த இடங்களில் இருந்து வெளியே வாருங்கள். அச்சாணிகளும் ஆதாரமையங்களும் திருப்புமுனைகளும் எப்போது தோன்றும் என்பதும் அவற்றின் அர்த்தங்கள் எப்போது விளக்கம்பெறும் என்பதுவும் நம்மால் கணிக்கவே முடியாது" என்றாள் அவள். சரிதான், விநோதமானது. அதுதான் அவளது தத்துவம், ஆனால் தத்துவம் இருக்கிறது

என்பதற்காகவே, அங்கே எங்கோ கடவுள் இருக்கிறார் என்பதாகவும் பொருள்படத் தேவையில்லைதானே? கடவுள் அங்கே இருக்கிறாரா என்பது குறித்து நான் என்ன நினைத்தேன் என்பது பற்றி எனக்குத் தெரியவில்லை, அவள் கடவுளைப்பற்றிக் குறிப்பிடவில்லைதான், என்றாலும் ஒருவேளை, அவள் எங்கள் வகுப்பில் இருக்கிற மென்மையான நல்லியல்புகளையும், மதஉணர்வுகள் சார்ந்தும் அரசியல் பிரச்சினைகள் சார்ந்தும் எங்கள் வகுப்பில் நிலவிவந்த சமநிலையையும் கணக்கில் எடுத்துக்கொண்டு, நேரம் வரும்போது அவள் அதைக்குறிப்பிட்டால் என்னவாகும்? இந்தப் புதிய சூரிய அஸ்தமன விஷயத்தை எடுத்துக்கொண்டால் வீட்டுப்பாடம் முடிப்பதற்கு எனக்கு இன்னும் ஒன்றே ஒன்றை மட்டும் பார்த்தால் போதுமானது, ஏனெனில் இந்த எட்டு நாட்களில் நான் ஏற்கனவே இரண்டைப் பார்த்திருந்தேன். ஆசிரியை எங்களை மூன்று அஸ்தமனங்களை குறித்து – 'விருப்பப்பட்டால் ஃப்ரெஞ்சில்' - எழுதச்சொல்லி இருந்தாள். அவளது முக்கியத்துவம் அந்த மொழியாக இல்லை என்பதை நாங்கள் முன்பே அறிந்திருந்தாலும், அது எங்களுக்குத் துரோகம் இழைக்கப்படுவதான உணர்வைத் தந்தது. அவளது வார்த்தைகளையடுத்து அங்கே மீண்டும் எதிர்ப்புகள் – இம்முறை மிதமாக – கிளம்பின. வழக்கமான எங்களது அதிருப்தியையும் புகாரையும் திரட்ட முடியாதபடிக்கு இன்னமுமே எங்களில் பலர் அந்த மாலையின் வண்ணக் கலவைகளில் பிரம்மித்திருந்தோம்.

நாங்கள் புத்தகங்களை எடுத்துக் கொண்டு வெளியே வந்ததும் அவர்கள் மது விடுதிகளுக்கு செல்ல, நான் தடைசெய்யப்பட்ட பகுதிகளினூடாக என் வீட்டை நோக்கி நடக்கத்தொடங்கினேன். யோசித்தபடியே - நிறங்களைப்பற்றி மாற்றங்களைப்பற்றி உள்நிலங்களின் எழுச்சிகளைப் பற்றி - சற்று தூரம் நடந்தபிறகுதான் நகரத்தின் எல்லையில் இருந்த பத்து நிமிடப் பகுதிக்கு நான் வந்தடைந்திருந்ததைக் கவனித்தேன். பத்து நிமிடப் பகுதி என்பது அதன் அதிகாரபூர்வமான பெயர் அல்ல, அதை நடந்து கடப்பதற்குப் பத்து நிமிடம் தேவைப்பட்டது, அதனால்தான். இது மிகவும் விரைவாக எவ்வித தாமதமும் இல்லாமல் நடப்பதற்கு எடுத்துக்கொள்கிற நேரமாகும். புத்திசுவாதீனம் உடைய எவரும் இங்கு தாமதிக்கவே மாட்டார்கள் என்பதும் உண்மைதான். இங்கே இருக்கிற சிதைந்து போன தேவாலயங்களில் ஒன்று உங்கள் மீது தற்செயலாக விழுந்து அதனால் உங்களுக்குப் பயங்கரமான ஏதேனும் நிகழ்ந்து விடலாம் என்பதைத் தாண்டி,

இப்பகுதியில் அரசியல்ரீதியான பிரச்சினைகள் எதுவும் இல்லை. சொல்லப்போனால், இந்தப் பத்துநிமிடப் பகுதியின் அரசியல் பிரச்சினைகளானவை ஒப்பீட்டளவில் சாந்தமானவையாக, திட்டமிடப்படாதவையாக, எவ்வித விளைவுகளும் இல்லாதவையாகத்தான் இருந்தன. பிரச்சினை என்னவென்றால், இந்த இடம் எப்போதுமே இருளானதாக திகில் நிறைந்ததாக, மேரி செலஸ்ட் கப்பலைப் போல போல கைவிடப்பட்ட, சிறிய இடமாக இருந்து வந்தது.

மையத்திலிருந்து சீரான இடைவெளியில் அடுத்தடுத்து அமைந்த மூன்று பிரம்மாண்டமான தேவாலயங்களால் உருவாக்கப்பட்ட வட்டவடிவ அமைப்பாகும் அவ்விடம். வெறும் ஓடுகளாலானது போன்ற அவற்றின் கருமையான கோபுரங்கள் இன்னமும் வானத்தை நோக்கி உயர்ந்திருந்தபோதிலும் அவை பயன்பாடின்றி, தோல்விமுகத்துடன், செயலின்மையால் ஆக்கிரமிக்கப்பட்டிருந்தன. அவற்றின் கோபுரங்கள் மேலே உட்சாய்ந்து ஒன்றையொன்று தொட்டுக் கொள்ள முயன்று, கீழே எல்லோரும் அதனூடாக நடந்தாகவேண்டிய, ஒரு சூனியக்காரியின் தொப்பி போல இருப்பதாக குழந்தையாக இருக்கும்போது நான் கற்பனை செய்திருக்கிறேன். அதுதான் அந்தச் சிறிய இடத்தைப் பற்றிப் பல வருடங்களுக்கு முன்பு நான் கவனித்த முதல் விஷயமாகும். அந்தச் சூனியக்காரியின் தொப்பியைத் தவிர்த்து அங்கே வேறு சில கட்டிடங்களும் இருந்தன. அவையுமே கைவிடப்பட்டவையாக - சில அலுவலகங்கள், சில குடியிருப்புகள் – இருந்தன. யாருமே அங்கே குடியிருப்பதாகவோ வேலை பார்ப்பதாகவோ தோன்றியதே இல்லை. ஒருவேளை உங்களைப் போல யாரையேனும் நீங்கள் அங்கு கடக்க நேரிட்டால் அவர்களைப் போலவே தலையைக் குனிந்துகொண்டே விரைந்துவிடுவீர்கள். அந்த வட்டத்தில் நான்கு கடைகள் இருந்தன: திறந்த கதவுகள், சுத்தமான முற்பகுதிகள் என பின்புறம் புழக்கத்தில் இருப்பதற்கான அடையாளத்தை அவை கொண்டிருந்தாலும் – அந்த நொடியில் புழக்கத்தைக் காணமுடியாது, அவற்றை நிஜமான கடைகள் என வகைப்படுத்த முடியாது. யாருமே அந்தக் கடைகளுக்குள் செல்வதையோ அதிலிருந்து வெளியே வருவதையோ காணவே முடியாது - அவை என்ன வகையான கடைகள் என்பதும் கூட தெளிவில்லாமல்தான் இருந்தது. அங்கே, அதில் ஒரு கடைக்கு வெளியே, ஒரு பேருந்து நிறுத்தமும் இருந்தது; அந்தப் பத்துநிமிடப் பகுதியில் இருந்த ஒரே ஒரு பேருந்து நிறுத்தமும் அதுதான். ஒருபோதுமே யாருமே

அங்கே பேருந்துக்காகக் காத்திருக்கவோ அந்த இடத்தில் இறங்கவோ அங்கிருந்து ஏறவோ செய்ததில்லை. அது மட்டுமின்றி அங்கே ஒரு தபால் பெட்டியும் இருந்தது. தங்களுடைய அறிவியல்சார் சோதனைத் தருணங்களிலொன்றில் என்னுடைய குட்டித்தங்கைகள், யாரேனும் அதைத் தங்களுக்குப் பட்டுவாடா செய்வார்களா என்று பார்ப்பதற்காக, தங்களுக்கே அதில் கடிதங்களை எழுதிப் போட்டுக் கொள்வார்கள். ஆனால் ஒருபோதும் அது அவ்வாறு நிகழ்ந்ததில்லை. மற்றபடி யாருமே தங்கள் கடிதத்தை அங்கு போடுவதைக் கற்பனை செய்து பார்க்க மாட்டார்கள். இவை எல்லாமும் சேர்ந்து இந்தப் பத்துநிமிடப் பகுதியை வெறுமனே நீங்கள் கடந்துசெல்லவேண்டிய பகுதியாக ஆக்கியிருந்தன. அப்படிக் கடந்தபிறகு நீங்கள் உங்களது அடுத்த எல்லைக்குள் செல்வீர்கள். எனக்கு, நான் வாசித்துக் கொண்டே நடக்கும் போது என் மனதிற்குள் குறித்துக்கொள்கிற ஏழு நிலஅடையாளங்கள் இருந்தன. நகரத்தில் இருந்து வெளியே வந்ததும், பத்து நிமிடப்பகுதிதான் என்னுடைய முதல் எல்லை. அடுத்ததாக ஊடகங்கள் உட்பட எல்லோருமே - கிளர்ச்சியாளர்கள், மாநிலப் படைகள், சில தபால் அட்டைகள்கூட - ‘வழக்கமான இடம்’ என்று குறிப்பிட்ட கல்லறை இருந்தது. அதற்கடுத்து காவலர் வளாகமும், அதைத் தொடர்ந்து எப்போதுமே ரொட்டி வேக வைக்கும் வாசனை வந்து கொண்டிருக்கிற ஒரு வீடும் இருந்தன. ரொட்டி வீட்டிற்கு அடுத்ததாக, அடிக்கடி பிரார்த்தனைப் பாடல்கள் – வாழ்க மரியா பாடல் மட்டும் இல்லவே இல்லை - ஒலிக்கிற பக்தைகளின் வீடு இருந்தது. அடுத்ததாக, வெளிச்சம் இருந்தால்கூட இதுபோன்ற இரவுகளில் நான் தேர்ந்தெடுக்க விரும்பாத பூங்கா&நீர்த்தேக்கம் இருந்தது. பதிலாக நான் சுற்றிலும் நடந்து சென்று என்னுடைய மூன்றாவது சகோதரி மற்றும் மைத்துனனது சிறிய வீடு இருக்கக்கூடிய வீதிக்குச் செல்வேன். இதுதான் என்னுடைய தனிப்பட்ட கடைசி நிலஅடையாளம் – ஏனென்றால் அதையடுத்து சில குடியிருப்புப் பகுதிகளைக் கடந்தால் என்னுடைய தெருவிற்கும் என்னுடைய வீட்டின் முன்கதவிற்கும் சென்றுவிடுவேன். சமீபத்தில்தான் இந்தத் தொந்தரவான பத்துநிமிடப்பகுதி அதன் மையத்தில் நிகழ்ந்த ஒரு குண்டுவெடிப்பினால் தொந்தரவிற்குள்ளாகியிருந்தது. இந்தக் குண்டு வெடிப்பினால் அந்த மூன்று தேவாலயங்களில் ஒன்று இப்போது இல்லாமலாகி இருந்தது.

இந்தக் குண்டுவெடிப்பு முதலில் எல்லோரையும் ஆச்சரியப்படுத்தியது. எதற்காக இது? ஏற்கனவே கைவிடப்பட்டுவிட்டது - உயிரின்றி திகுலூட்டும்படி இருக்கிறது என எல்லோரும் அறிந்த, ஓர்

உயிரற்ற திகிலூட்டுகிற கைவிடப்பட்ட இடத்தில் திடீரென ஒருநாள் அணுகுண்டை வெடிக்கச் செய்வதன் வாயிலாக யாரைக் கவலைப் படுத்த முடியும் என எல்லாத் தரப்பினருமே வினவிக் கொண்டனர். அது ஒரு தற்செயலாய் வெடித்துவிட்ட குண்டு, தயாரிப்புக் காலத்திலேயே வெடித்துவிட்ட குண்டு, ஒரு வேளை அரசுக்கு எதிரான கிளர்ச்சியாளர்கள் பக்கத்தில் இருக்கிற காவலர் வளாகத்திற்கு எடுத்துச் சென்றபோது வெடித்துவிட்ட குண்டு, அல்லது காவலர் வளாகத்திற்குச் சற்று அருகில் உள்ள எதிர்மதத்தினரின் மதுக்கடைகளுக்கு அரச ஆதரவாளர்கள் குறிவைத்திருந்த குண்டாக இருக்கலாம் என ஊடகங்கள் யூகங்களைத் தெரிவித்தன.

என்னவாக இருந்தாலும், யாருமே இந்தக் குண்டுவெடிப்பினால் கொல்லப்படவில்லை. பல பத்தாண்டுகளாக ஸ்திரமற்றிருந்த அந்த வெறுமையான தேவாலயங்களில் ஒன்றினை மட்டும் இந்த குண்டுவெடிப்பின் அதிர்வுகள் முற்றிலுமாகக் கீழே சரித்திருந்தன. அது இடிந்திருந்தது, மற்ற இரண்டு தேவாலயங்களும்கூட ஸ்திரமற்று விளிம்பில் இருந்தபோதும் அவற்றிற்கு எதுவும் நேரவில்லை. அந்தப் பேய்க்கடைகளுமே கூட கதவுகள் திறந்திருக்க, உடையாத ஜன்னல்களுடன் வழக்கமான வணிகம் நிகழ்ந்தபடி உறுதியாக நின்றன. பேருந்து நிலையமும் கூட – இப்போதும் அங்கே யாருமே இல்லையென்றாலும் – நிமிர்ந்து நின்றது. எனவே இந்த குண்டுவெடிப்பினால், இதற்கு முன்பு இருந்ததைவிட குறிப்பிட்டுச் சொல்லும்படி அது உயிரற்றுத் தோற்றமளிக்கவில்லை. அதிகாரப்பூர்வ விசாரணைகளுக்கும் தடயவியல் சோதனைகளுக்கும் அறிஞர்களது அறிக்கைகளுக்கும் இருதரப்பு குற்றச்சாட்டுகளுக்கும் பிறகு - அந்த குண்டானது கிளர்ச்சிகாரர்களுடையதும் இல்லை ஆதரவாளர்களுடையதும் இல்லை எனத் தெரியவந்தது. அது ஒரு பழைய குண்டு, சரித்திர குண்டு, கிரேக்க ரோமானியப் பழமை வாய்ந்த குண்டு, ஒரு பெரிய, பிரம்மாண்டமான நாஜி குண்டு. அப்படியானால் பரவாயில்லை என்று எல்லோரும் நினைத்தனர். அவர்களுடையதும் இல்லை. நம்முடையதும் இல்லை. குற்றஞ்சாட்டுதல்களும் அதற்குப் பதிலளித்தல்களும் நின்றன.

“இந்தப் பத்துநிமிடப் பகுதியில் காணப்படும் மர்மத்தன்மைக்குக் காரணம் என்ன?” என நான் ஒரு முறை அம்மாவிடம் கேட்டேன். “நீ வினோதமான கேள்விகளையே கேட்கிறாய், மகளே” என்றாள் அம்மா. “குட்டித் தங்கைகள் கேட்கிற அளவிற்கு

வினோதமாகவெல்லாம் இல்லை" என்றேன் நான். அன்று காலை உணவின்போது அவர்கள், "அம்மா, நீங்கள் அதீத விளையாட்டுத்திறன் கொண்ட ஒரு பெண்ணாக இருந்து அந்த அதீத விளையாட்டுத்திறன் காரணமாக இந்த மாதவிடாய் என்று அழைக்கப்படுகிற விஷயம் நின்றுபோய்விட்டு பிறகு நீங்கள் அந்த விளையாட்டுத்திறனிலிருந்து மீண்டுவிட்டபிறகு, அடிப்படையில் உங்கள் உடற்கூறினால் நிர்ணயிக்கப்பட்ட காலத்திற்குப் பிறகும், இந்த இடையில் இல்லாமல் போன காலத்தைச் சமன்செய்யும் பொருட்டு கூடுதலான காலத்திற்கு உங்களுக்கு மாதவிடாய் நிகழுமா? சினைமுட்டை நீர்ப்பையின் உருவாக்கத்தைத் தூண்டும் ஹார்மோனைத் தடுக்கும் உங்களது விளையாட்டுத்திறன், அதேபோலவே சினைமுட்டைக்காகக் காத்திருக்கும் பொருட்டு கருப்பைச் சுவரின் தடிமனை அதிகரிக்குமாறு ஈஸ்ட்ரோஜனைத் தூண்டும் லூடினைஸிங் ஹார்மோனையும் தடுக்குமா? அதனால் முட்டை விடுபடுபடாமலோ அல்லது முட்டை வெளிவந்து அது வளரமுடியாமலோ போகுமா? இதனால் கார்ப்பஸ்லூட்டியம் சிதைவடைவதும் எண்டோமெட்ரியம் விடுவிக்கப்படுவதும் நிறுத்தப்பட்டு, முன்னரே திட்டமிட்ட மாதவிடாய்க் காலத்தோடு, இடையில் உங்களது அதீத விளையாட்டுத்தனத்தால் சில மாதங்கள் வராமல்போன மாதவிடாய்க் காலமும் சேர்ந்து கூடுதல் காலத்திற்கு அது வருமா?" இது என்னவோ ஒரு சாதாரணக் கேள்வி என்பது போல, அம்மா "ஆமாம்" என்று ஒப்புக்கொண்டாள். ஆனால் குட்டித் தங்கைகள் இன்னமும் சிறுபிள்ளைத்தனமாகவேதான் இருந்தார்கள் – அதாவது அவர்களது கேள்விகளும் அறிதலுக்கான ஆர்வமும் பெரும்பாலும் தேவையற்றவையாகவும் விநோதமானவையாகவும் இருந்ததாக அவர்களது ஆசிரியையும்கூடச் சொன்னாள். ஆனால் மாறுபட்ட சிந்தனைமுறையைக் கொண்டிருந்த நான் இந்நேரம் இதுபோன்ற கேள்விகளைத்தாண்டி வளர்ந்திருப்பேன் எனத் தான் நம்பியதாக அம்மா குறைபட்டுக்கொண்டாள். அதன்பிறகு அவள் தனக்குத் தெரியாது என்று சொன்னாள், அந்தப் பத்து நிமிடப் பகுதியானது அவளுடைய அம்மாவின் காலத்திலும் பாட்டியின் காலத்திலும் போருக்கு முந்தைய காலத்திலும் – அப்படி ஒன்று இருந்திருக்குமாயின் - கூட இதே போல மர்மமும் திகிலுமாகத்தான் இருந்தது. ஒருவேளை எதோ ஓர் இருண்ட தீய நிகழ்வைக் கடத்த முற்பட்டு, அப்படிக் கடத்த முடியாததனால் அதற்கு அடிபணிந்து, தன்னை விட்டுக் கொடுத்து, அதற்குப்பழகி, அதிலேயே மூழ்கி, அது வேண்டும் என ஏங்குகிற அளவிற்கு

தன் பண்பில் கீழிறங்கி, அருகிலிருக்கும் பிற இடங்களையும்கூட எப்போது வேண்டுமானாலும் தன் நிலைக்கு இறக்குகிற இடமாக அது மாறியிருக்கலாம். தோள்களைக் குலுக்கிய அவள் அந்த இடத்தில் தீயவை எதுவும் நிகழாமலேயே கூட இருந்திருக்கலாம் என்றாள். "சில இடங்கள் வெறுமனே அப்படி ஆகிவிடுகின்றன. ஏமாந்துவிடுகின்றன. சில மனிதர்களைப் போல, உன் அப்பாவைப் போல," இந்த இடத்தில்தான் ஏன் இந்தப் பேச்சை எடுத்தோம் எனும்படி நான் வருந்துகிறமாதிரி ஆகிவிடும். ஏதேனும் ஒரு வகையில் இருளான, நிழலிற்குள் நுழைகிற, மனோவியாதிக்குத் தொடர்புடைய விஷயங்கள் அனைத்தும் அவளை எப்போதும் அவளது கணவனிடம், எங்களது அப்பாவிடம், அவரை இழிவுபடுத்தும் இடத்திற்குக் கொண்டுவந்துவிடும். "அப்போதே, அந்தக் காலத்திலேயே (பழைய நாட்களை, அவளது நாட்களை, அவர்களது நாட்களைக் குறிப்பிடுகிறாள்) என்னால் ஒருபோதும் உன் தந்தையைப் புரிந்துகொள்ள முடிந்ததில்லை. எல்லாவற்றையும் ஆலோசித்துக் கணக்கிலெடுத்துக் கொண்டாலும்கூட, மகளே, அவர் மனோவியாதி கொள்வதற்கு என்ன காரணம் இருந்தது?"

அவள் மனச்சோர்வைக் குறிப்பிடுகிறாள். அப்பாவிற்கு அவை இருந்தன: பெரிய, பருத்த, வேகமாய் மோதக்கூடிய, விரிவடைகிற, கார்மேகம், தொற்றக்கூடிய, காகம், அண்டங்காக்கா, வெண்கழுத்துக்காகம், சவப்பெட்டியின் மேல் சவப்பெட்டி, கல்லறை மேல் கல்லறை, கல்லறையை நோக்கித் தரையில் தவழ்கிற எலும்புகளின் மேல் மண்டையோடுகள் மேல் எலும்புக்கூடுகள் வகையிலான மனச்சோர்வுகள். அம்மாவிற்கு மனச்சோர்வு இருந்ததில்லை. மனச்சோர்வில்லாத, மனச்சோர்வை சகித்துக்கொள்ள முடியாத எத்தனையோ பேரைப் போல் அம்மாவும் அவற்றைச் சகித்துக் கொள்ள மறுத்தாள். அதில் இருப்பவர்களை அவர்கள் அதிலிருந்து விடுபடும்வரை உலுக்க விரும்பினாள். அந்தக்காலத்தில் அவை 'மனசோர்வுகள்' என அழைக்கப்படவில்லைதான். அவை 'மனநிலை'களாய் இருந்தன. மனிதர்கள் வெவ்வேறு மன நிலைகளை உணர்ந்தார்கள். அவர்கள் மனம்வாடி இருந்தார்கள். அத்தகைய மனநிலையை வரித்தவர்கள் தொங்கிய முகங்களுடன், நீட்டிக்கப்பட்ட மாறாத ஒரே தன்மையிலான சூழலை, துயரத்தை, வலியை எல்லோருக்கும் பரப்பியபடி படுக்கையிலேயே கிடந்தார்கள். வாயைத் திறந்து பேசாமலேயே கூட அவர்களால் அதைச்செய்ய முடிந்தது. நீங்கள் அவர்களை வெறுமனே பார்த்தாலே போதும். அவர்கள் இருக்கும் அறையை நோக்கி நடந்தாலே கூட

அங்கே மாடியில் அவரது அறையில் இருந்து, அவர்களது அறையில் இருந்து, அந்தச் சோகமும், தணிந்த சூழலும் வெளியேறி கீழே இறங்கி வருவதை நம்மால் உணர முடியும். அந்தச் சோகமான மனிதர் படுக்கையை விட்டு இறங்கி வெளியே வர முடிகிறவராய் இருந்தாலும்கூட, அது எந்த விதத்திலும் அத்தொனியை சூழலில் போர்த்துவதில் இருந்து அவர்களைத் தடுக்கவில்லை. மீண்டும் அதே தொங்கிய முகத்துடனும் மாற்றமில்லாத தொனியுடனும் அவர்கள் தெருவில் விழுந்து நிலத்தில் தங்களை இழுத்தபடி, நகரம் முழுவதும் அலைந்து, தொற்றக்கூடிய தங்களது துயர்த்தன்மையை எல்லோருக்கும் பரப்பினர். படுக்கையிலிருந்து எழ முடிகிற காரணத்தால் அவர்களால் இதைப் பரந்த அளவில் பலரையும் உள்ளடக்கிய வகையில் செய்ய முடிந்தது. "இந்தச் சோக மனநிலையையும், கனத்த விஷயங்களையும் கொண்டிருக்கும் மனிதர்கள் உணர வேண்டியது என்னவென்றால், வாழ்க்கை எல்லோருக்குமே கடினமாகத்தான் இருக்கிறது. அவர்களுக்கு மட்டுமே அது அத்தனை கடினமானதாக இல்லாத நிலையில் அவர்களுக்கு மட்டும் ஏன் முன்னுரிமை கொடுக்கப்பட வேண்டும்? நீங்கள்தான் கடினமான்வற்றை சுமூகமாக்கிக் கொள்ள வேண்டும், தொடர்ந்து வாழ வேண்டும், உங்களை முன்னோக்கி எடுத்துச் சென்று மரியாதையைப் பெற வேண்டும்." ஒரு உரையாடலில் அப்பாவைக் குறிப்பிட நேர்கிற ஒவ்வொரு முறையும் - ஏதோ ஒரு முறை மட்டும் அல்ல - அம்மா இதனைக் குறிப்பிடுவாள். "சில மனிதர்கள் இருக்கிறார்கள் மகளே. வருந்துவதற்கும் மனம்பிறழ்வதற்கும் இன்னும் அதிக காரணங்கள் இருந்த போதும் அவர்கள் தங்களைத் தாங்களே அதிலிருந்து மீட்டுக் கொள்வார்கள், ஒருபோதும் அவர்கள் புகார்களுக்கோ, துயரத்திற்கோ தங்களை அனுமதிப்பதில்லை. பதிலாக தைரியத்துடன் தங்களது வழியில் செல்வார்கள்; நியாயமிருந்தாலும் கூட, தங்களைத் தோல்விக்கு ஒப்புக் கொடுப்பதேயில்லை."

அதன் பிறகு அம்மா தனது மேல் நோக்கி - முன்னோக்கி நகர்தல் பற்றிய பேச்சுகளுக்கும், துயருறுதலின் படிநிலைகளுக்கும் திரும்புவாள்: துயருறுவதற்கான அனுமதி உடையவர்கள்; தங்களுடைய அனுமதிக்கப்பட்ட கால அளவைவிட அதிக காலம் துயருற்று மோசமாக தோற்றுப்போகிறவர்கள்; அப்பாவைப் போல, நியாயமே இல்லாமல், துயருறுவதற்கான மற்றவர்களது உரிமையைப் பறித்துக் கொள்கிறவர்கள். "அவரது இடத்தைச் சுற்றி நெருப்புப் பற்றுகிறதென்கிற சைரன் ஒலிக்கும் போது கூட மற்றவர்களுடன்

பாதுகாப்பான இடத்திற்குச் செல்லாமல், படுக்கையிலேயே கிடந்தார் உன் அப்பா என அவரது சகோதரியே சொல்லி இருக்கிறாள் தெரியுமா? பதினாறு அல்லது பதினேழு வயதாகி இருந்த அவரைவிட அப்போது பன்னிரெண்டு வயதேயாகியிருந்த இளையவளாகிய எனக்குக் கூட அதைவிட அதிக புத்தி இருந்தது. பைத்தியம். அந்த குண்டுகள் அவர் மேல் விழ விரும்பினார் போல. பைத்தியம்." முதல் முறை இதைக் கேட்டபோது – இது முதல்முறை அல்ல - எனக்கு மனச்சோர்வு தோன்றத் தொடங்கியதற்கு முன்பு - நானுமே அதைப் பைத்தியக்காரத்தனம் என்று தான் நினைத்திருக்கிறேன். இப்போது அவள் பேசுவது பெரிய போர்களைப் பற்றி, உலக அளவிலான போர், அந்த இரண்டாம் போர், நவீன சமுதாய வாழ்வியலுடனும் தற்போதை மனித மாண்புகளுடனும் எவ்வித தொடர்பும் இல்லாத – இப்போதிருக்கிற எந்தப் பதின் பருவத்தினரைக் கேட்டாலும் அப்படித்தான் கூறுவர். என் வயதிலிருக்கும் யாராலுமே புரிந்து கொள்ள முடியாத அந்தப் போர் - தற்போதைய உள்நாட்டுப் போரையே புரிந்து கொள்ள முடியாத எங்களால் அதைப் புரிந்து கொள்ள முடியாததொன்றும் ஆச்சரியமில்லை. "போருக்குப் பிறகு, எங்களுக்குத் திருமணமான பிறகு கூட, அவரது மரணம் வரை பல வருடங்களுக்கு, குறிப்பாக அந்தத் துயரங்கள் தொடங்கியதிலிருந்து, துயரங்களுக்குள் முகம் புதைத்துக் கிடக்கிற ஒரே விஷயத்தைத்தான் அவர் செய்து வந்தார்." என்றாள் அம்மா. அதாவது அவரது பத்திரிகைகள், பெரிய புத்தகங்கள், அவரது பயணத்திட்டங்கள், அரசியல் சம்பந்தமான எல்லாவற்றையும் சேகரித்து ஒருங்கிணைத்தல்; அவரைப்போலவே உச்சிகள், குன்றுகள், காகங்கள், அண்டங்காக்கைகள் மற்றும் எலும்புக்கூடுகள் பற்றிய அதீத சிந்தனைகளில் மூழ்கி, ஆக்கிரமிக்கப்பட்டுள்ள நண்பர்களைச் சந்திப்பதும் பட்டியலில் உண்டு. தங்களுடைய ஆவணங்களை, கோப்புகளை, வகைப்படுத்துதல்களை, பகிர்ந்து கொள்ளல்; அரசியல் பிரச்சினைகளின் அத்தனை துயரங்களையும் தெரியப்படுத்திக் கொள்ளல் என அவர்கள் அது தங்களது கடமை என்பது போல் செய்தார்கள். அதையுமே அப்பாவால் சில காலத்திற்கு மேல் தொடர்ந்து செய்ய இயலவில்லைதான். அவரது குழந்தைகளான நாங்களே கூட அந்த அதீத ஆர்வமும் துல்லியத்தன்மையும் கண்டிப்புகளும் ஒரு கட்டத்தில் உடைந்து போக வேண்டியிருந்ததைப் பார்க்க முடிந்தது. தனது கணக்கேடுகளிலிருந்தும், புகைப்பட சேகரிப்புகளிலிருந்தும், விளக்கங்கள் நிறைந்த செய்தித்தாள் சேகரிப்புகளிலிருந்தும் சிதறி அவநம்பிக்கைக்குள் தலைகுப்புறச்

சரிந்த அவர் அதன் பிறகு தனது படுக்கைக்கும் மருத்துவமனைக்கும் நகைச்சுவைகளுக்கும் விளையாட்டுப் பக்கங்களுக்கும் தொலைக்காட்சியில் ஒளிபரப்பப்பட்ட இனப்படுகொலை நிகழ்ச்சிகளுக்கும் மட்டுமே பொருத்தமானவராகிப் போனார். பெரிய பூச்சிகள் சிறிய பூச்சிகளைச் சாப்பிடுவது பற்றியும், ஆக்ரோஷமான வனவிலங்குகள் பலம்குறைந்த வனவிலங்குகள் மீது பாய்வது குறித்தும் டேவிட் அட்டன்பரோ பேசிக் கொண்டிருப்பது மாதிரியான இயற்கைப் பேரழிவு நிகழ்ச்சிகளையும் அவர் பார்த்துக் கொண்டிருப்பார். காட்டுச்செடிகளைப் பற்றியோ பட்டாம்பூச்சிகளை மகிழ்ச்சியாக வைத்திருப்பது சார்ந்தோ ஒளிபரப்பப்படுகிற எவ்வித நிகழ்ச்சிகளையும் அவர் ஒருபோதும் பார்க்க மாட்டார். அந்த வகையான நிகழ்ச்சிகள் அவரை ஒருபோதும் வசீகரித்ததில்லை, ஆர்வமூட்டியதில்லை, அம்மா சொல்கிறபடி "தன்னை அவை உற்சாகமூட்ட அவர் ஒருபோதும் அனுமதித்ததில்லை." இனப்படுகொலையும் உலகப்போரும் பிற விலங்குகளை உண்ணும் விலங்குகளும் எங்களது அரசியல் பிரச்சினைகள் உள்ளிட்ட அந்த எல்லா - அவர் அவற்றிற்கு திரும்பும்போது - நிகழ்ச்சிகளும்கூட அவரை உற்சாகமூட்டவில்லை என்பதை ஒட்டுமொத்த வீடும் அறிந்திருந்தது. என்றாலும் அது ஒரு நோக்கத்தைப் பூர்த்தி செய்தது, ஒருவகையான, "பார்! அதைக் கவனி. என்ன பொருள் இருக்கிறது? அதில் ஒரு பொருளும் இல்லை!" எனச் சொல்வதன் வழியாக, வெற்றிகளோ மீண்டு வருதலோ இருக்கவே முடியாது - ஏனெனில் மீண்டுவருவதென்பது ஒரு கற்பனை, வெற்றி பெறுவதென்பது பகல் கனவு, முயற்சிகளும் விடாமுயற்சிகளும் முடிவுக்கே வருவதில்லை, எப்போதுமே மாறாமல் இருந்தன என்கிற அவருடைய எண்ணத்தை உறுதிப்படுத்த, அவரது துயரத்தில் ஆற்றுப்படுத்த அவை உதவியிருக்கின்றன. "எப்போதெல்லாம் பாடினாரோ அப்போதெல்லாம் நல்ல வழியிலும், நாள் முழுக்க படுக்கையில் படுத்தபடி இரவெல்லாம் உறங்காமல் முழித்தபடி திரைச்சீலைகளை விலக்காமல், இரவு விளக்குகளையும் பகலின் இயற்கை வெளிச்சத்தையும் தடுத்துவிட்டு உள்ளுக்குள் முடங்கிக் கிடந்த போதெல்லாம் மோசமான வழியிலும் அவர் சென்றார் என்பதை நான் அறிந்திருந்தேன்" என்றாள் அம்மா. "அவருடைய துயரம் இயற்கையானது அல்ல மகளே. அப்படி அது இயற்கையானதாக இருந்திருந்தால் அவர் அது குறித்து நல்ல விதமாக உணர்ந்திருப்பார் இல்லையா? அதில் நல்லவிதமாகத் தோன்றியிருப்பார் இல்லையா? ஆனால் என்ன காரணம், நீயே

சொல், அவர் அப்படி எப்போதும் தன்னை இருண்ட சோர்வான இடத்திலேயே வைத்துக் கொண்டிருந்ததற்கு என்ன காரணம் இருந்தது சொல்?"

"யூத இனப்படுகொலையின் காரணமாக நான் உற்சாகமாக இருக்க வேண்டும்" அல்லது "எனக்கு மூக்கில் கொப்புளம்தான் இருக்கிறது ஆனால் அங்கே தெருவில் ஒருவருக்கு மூக்கே இல்லை, எனவே அங்கே தெருவில் ஒருவருக்கு மூக்கே இல்லாத போது எனக்கு வெறும் கொப்பளம் மட்டும் இருப்பது குறித்து நான் உற்சாகமடைய வேண்டும், எனவே நான் யூத இனப்படுகொலை குறித்து மகிழ்ச்சியாக இருக்க வேண்டும்." அப்பாவையும் அவரது குணத்தினையும் கொண்டவர்களுக்கு - அம்மாவையும் அவளது குணத்தினரையும் போல் அல்லாது, - இது ஒப்புக்கொள்கிற மாதிரி இல்லை. அப்பாவைப் பொருத்தவரை நாம் ஒருபோதும், "முழங்காலிட்டு, உலகின் பிற பகுதியில் இருப்பவர்களைவிட நான் மிகமிகக் குறைவாகத்தான் துயருறுகிறேன், அதற்கு நன்றி" என்று சொல்லுதல் கூடாது. அவர் நினைப்பதில் தவறு ஒன்றும் இருப்பதாக எனக்குத் தோன்றவில்லை, ஏனெனில் வாழ்க்கை ஒருபோதும் அவ்விதம் செயல்படவில்லை. ஒருவேளை வாழ்க்கை அவ்வாறானதாக இருந்தால், இருப்பதிலேயே அதிக துயரமடைவதாக ஒப்புக்கொள்ளப்பட்ட ஒரு மனிதனைத் தவிர மற்ற எல்லோருமே மகிழ்ச்சியாக இருக்க வேண்டுமே, ஆனால் எனக்குத் தெரிந்த பெரும்பாலானவர்கள் மகிழ்ச்சியாகவே இல்லை. அதுமட்டுமின்றி இந்த அலுப்பூட்டும் உலகில், இந்தச்சிறிய மனித வாழ்வில், இறப்பிற்குப் பிறகு கிடைக்கவிருக்கிற ஆசீர்வாதங்களை எண்ணிக்கொண்டு அதன்பொருட்டு இத்துயரங்களைச் சகித்துக் கொள்கிறவர்களும் எவரும் இல்லை. இந்த நிலையற்ற வாழ்வானது மாறுபட்ட உணர்வினைக் கொண்ட மனிதர்களாலானது. ஒரே மாதிரியான சமூக வரலாற்றைக் கொண்டவர்களுக்கும் கூட மாறுபட்ட தனி வாழ்வுகளே உள்ள நிலையில், ஒருவரைத் தூண்டுகிற ஒரு விஷயமானது இன்னொருவருக்கு கவனத்திலேயே ஏறாமல் கடந்து போகிறது. இங்கே பக்குவமற்ற, செப்பனிடாத, ரத்தமும் சதையுமான வாழ்தலும் அந்த வாழ்தலின் மீதான முதிர்ச்சியற்ற மன எதிர்வினைகளும் நிகழ்ந்தேறுகின்றன. அம்மாவும் அம்மாவைப் போன்றவர்களும் கூட - மனச்சோர்வுடையவர்களைச் சகித்துக் கொள்ள முடியாமையும், இந்தத் துயரங்களுக்கு இறைவன் தங்களையன்றி வேறு யாரையும் தேர்ந்தெடுத்திருந்தால் இறைவனது கருணையை தாங்கள் இழக்க நேரிட்டிருக்கும் என்கிற நம்பிக்கையில்

துயரத்தின் முன் மண்டியிடுதலுமாய் இருந்த - அம்மாவும் அம்மாவைப் போன்றவர்களும் கூட நிம்மதியாய் இருக்கவில்லை. நிம்மதியாய் இருப்பவர்களைப் போல் தோன்றிய வேறு சிலர், அந்த வெகு சிலர் தொடர்ந்து நல்லெண்ணத்தைப் பரப்பி மனிதர்களின் மீதும் வாழ்வின் மீதும் நம்பிக்கை கொண்டவர்களாய் இருந்து வந்த போது, அம்மாவும் அவளைப் போன்றவர்களும், அப்பாவும் அவரைப் போன்றவர்களும், நானுட்பட நானறிந்த எல்லோருமே கூட, அந்த சிலரிடம் உடன்படுவதற்கு மிகுந்த சிரமமே பட்டோம்.

இந்தப் பிரகாசமான, அரிதான, நம்பவியலாத, ஒளிர்கிற மனிதர்களின் பிரச்சினைகள் பற்றிய கவனம் எனக்கு *பின்புற ஜன்னல் (Rear window)* என்னும் படத்தினால் ஏற்பட்டது. பன்னிரெண்டு வயதில் நான் பார்த்த அந்தப்படத்தின் மையக்கருத்தாக எனக்குத் தோன்றிய விஷயம் என்னைக் கலக்கமடையச் செய்தது. ஒரு சிறிய நாய் கொல்லப்படுகிறது. கழுத்து நெறிக்கப்பட்டு, முறிந்து அது இறப்பது கதையின் மையக்கருத்து இல்லையெனினும் அதுதான் எனக்குக் கதையின் மையக்கருத்தாகத் தோன்றியது. ஏனென்றால் அதன் முதலாளி - இழப்பினால் அதிர்ச்சியினால் – ஜன்னல் வழியாக அடுக்ககம் முழுமைக்கும் கேட்கும்படியாக அலறுகிறாள், “*உங்களில் யார் அதைச்செய்தது? கற்பனையே செய்ய முடியவில்லை... சிறிய, நிராதரவான, அணுக்கமான ஓர் உயிரையே கொல்லும் அளவிற்குக் கீழ்மையானவர்களா நீங்கள்? இந்த ஒட்டுமொத்த சுற்றத்திலேயே எல்லோரையும் நேசித்த ஒரே ஜீவன் அதுதான். அது உங்களை விரும்பியதென்பதால்தான் நீங்கள் அதனைக் கொன்று விட்டீர்களா?, அது உங்களை விரும்பியதனால் மட்டுமா?*” என்கிறாள். “உங்களை நேசித்ததால் கொன்றீர்களா?” என்கிற அந்த வாக்கியம்தான் எனது முதுகெலும்பில் நடுக்கத்தைப் பரவச் செய்தது. உடனேயே எனக்குத் தெரிந்தது, “*கடவுளே! அது உண்மைதான்! அதனால்தான் அவர்கள் அதனைக் கொன்றுவிட்டார்கள்! அது அவர்களை விரும்பியதால் அதனைக் கொன்றுவிட்டார்கள்.*” இறுதியில் அந்த நாய் அதற்காகக் கொல்லப்படவில்லை என்பது தெரியவந்தாலும், நான் அதை அறியும் முன்பு, நான் வாழ்ந்து வந்த உலகானது அது அப்படி நேர்ந்திருக்கும் என நான் நம்புவதில் பொருள் இருப்பதாகத்தான் சொல்லியது. அது அவர்களை விரும்பியதால் அதனைக் கொன்றுவிட்டார்கள். விரும்பப்படுவதை அவர்களால் பொறுத்துக் கொள்ள முடியவில்லை. தற்காப்பற்ற கபடமின்மையை, வெளிப்படைத் தன்மையை, நேர்மையை, பரிசுத்தமான அன்பினை – அந்த பரிசுத்தமான அன்பினையும் தூய்மையையும் தன் உலகில்

இல்லாமல் செய்துவிட வேண்டும் என்கிற அளவிற்கு - அவர்களால் பொறுத்துக்கொள்ள முடியவில்லை. அதைத் தாங்க முடியவில்லை. அதைக் கொன்றாக வேண்டியிருந்தது. ஒருவேளை அவர்கள் இதையே ஒருவகை தற்காப்பாகக் கருதியிருப்பார்கள். அதுதான் பிரகாசமான மனிதர்களின் பிரச்சினையாக இருந்தது. பிரகாசமல்லாத தனிமனிதர்களின் குழுவையோ, ஒரு முழு சமுதாயத்தையோ, ஒரு முழு தேசத்தையோ, எடுத்துக் கொள்ளுங்கள்; அல்லது நீண்ட காலத்திற்கு உடல், மனரீதியிலான ஆற்றல்களில் இருளிலேயே மூழ்கி இருக்கிறவர்களை; தனிப்பட்ட மற்றும் சமுதாயத் துயரங்களாலும் தனிப்பட்ட மற்றும் சமுதாய வரலாறுகளாலும் எப்போதும் கனத்துப் போயும் துயரத்திலும் பயத்திலும் கோபத்திலும் இருக்கப் பயிற்றுவிக்கப்பட்டவர்களை எடுத்துக் கொள்ளுங்கள். இவர்கள் யாராலும் ஒரே ஒரு நொடிகூட ஏதேனும் ஒரு பிரகாசமான மனிதன் தங்களது எல்லைக்குள் நுழைந்து ஒளிபாய்ச்சுவதை ஏற்றுக்கொள்ளவே முடியாது. எப்போதும் இருளாகவே தோற்றமளித்த, நான் வாழ்கிற இடத்தில் இருந்தது போல மக்களின் எதிர்மறை மனநிலையை ஊக்குவிக்கிற சூழலானது நிச்சயமாக அதை எதிர்க்கவே செய்யும். மின் விளக்குகள் அணைக்கப்பட்டுவிட்டது போலவும், எப்போதுமே அணைந்திருந்தது போலவும், அந்தியே மறைந்துவிட்ட பிறகும் கூட ஒளிர்விக்கப்படவேண்டிய அவை ஒளிர்விக்கப்படாமல், அது அப்படி இருப்பதை யாருமே கவனிக்காதது போலவும் இருந்தது. இவையெல்லாமே இயல்பானதுதான் என்பதுபோல இருந்தது என ஒப்புக்கொள்ளாவிட்டாலும், நீண்டகாலமாகவே அவர்களுக்குப் பார்ப்பதில் சிரமம் இருந்தது என்பதுதான் இதற்கான பாதிக் காரணம். குழந்தையாய் இருந்தபோதே இது ஸ்தூலமானதல்ல - ஒருவேளை குழந்தையாய் இருந்ததால் - என்பதை நான் அறிந்திருந்தேன்; இழப்பின் ஆரம்பமும், ஒளியில் இருந்த சிதைவும் இங்கிருந்த அரசியல் பிரச்சினைகளின் விளைவுதான். நம்பிக்கையிழப்பினாலும் விசுவாசக் குறைவினாலும் யாருமே கடந்துவர முடியாதபடி நிறைந்திருந்த மனத்தடையும், துயரங்களும் சிரமங்களுமெல்லாம் அந்த அரசியல் பிரச்சினையின் விளைவுதான். மனித மனதிற்குள் பிரவகித்துக் கொண்டே இருந்த இருளுடன் இணைந்து கொண்ட அல்லது, அல்லது அதனால் விளைந்த, ஸ்தூல சூழலானது அடிப்படையாகவே ஒளியை அனுமதிக்கவில்லை. மாறாக, அந்த இடமானது ஒரு நீண்ட துயரத்தில் மூழ்கி இருந்ததால் ஏதேனும் ஒரு உண்மையான பிரகாசமான மனிதன் இந்த இருளுக்கு வருவதன் வாயிலாக தன்னுடைய ஒளியை இழந்து,

அந்த ஒளி இந்த இருளுக்கு அடி பணிந்து சில சமயங்களில் – அதீத பிரகாசமானவனாகவும் அதீத ஒளிகொண்டவனாகவும் அந்த மனிதன் தென்படும் பட்சத்தில் – தன்னுடைய உயிரையே இழக்கநேர்கிற ஆபத்தினை எதிர்கொள்ள வேண்டி வந்தது. இருளில் வாழ்பவர்களுக்கு, நீண்ட நாட்களாக இருளின் பாதுகாப்பிற்குப் பழகி விட்டவர்களுக்கு அது எளிதானதாகவும் இல்லை. இந்தப் பிரகாசமான, ஒளி கடத்துகிற மனிதர்களை ஏற்றுக் கொண்டால் என்ன ஆவது; அதற்குப் பயப்படுவதை நிறுத்தி, அதற்குப் பழகி, அதில் மகிழ்ந்திருந்தால் என்ன ஆவது; நாம் அதை நம்பத்துவங்கி, எதிர்பார்க்க ஆரம்பித்து, விரும்பத் துவங்கிவிட்டால் என்ன செய்வது? நாம் நமது பழைய பண்பாட்டிலிருந்து மாறி இதை விசுவாசித்து அதில் கலந்து அதைப்போலவே வாழ்ந்து நாமும் ஒளிரத் துவங்கிவிட்டால் என்ன செய்வது? நாம் அதைச் செய்து, அதைச் செய்கிற அளவிற்கு நம்மைப் படிப்பித்துக் கொண்டு விட்ட பிறகு திடீரென அந்த ஒளி அணைந்து விட்டால், அந்த ஒளி பறித்துக் கொள்ளப்பட்டுவிட்டால் என்ன செய்வது? இதனால்தான் அதீத துயரமும் அச்சமும் நிறைந்த சூழல்களில் உங்களால் அதிக பிரகாசமான மனிதர்களைப் பார்க்க முடிவதில்லை. ஆனாலும் என்னுடைய சூழலான இச்சூழலில் பிரகாசமான மனிதர்கள் இருக்கத்தான் செய்தனர். நகரத்தில் ஃப்ரெஞ்ச் ஆசிரியை இருந்தாள், பிறகு – அவனது வாழ்க்கைச்சூழல் அதை அனுமதிக்காவிட்டாலும் – ஒப்பந்தங்களற்ற ஆண் நண்பன் இருந்தான். என்னுடைய சொந்த இருப்பிடத்தில், அரிதான பிரகாசமான ஒரே ஒருவர் என எல்லோராலும் மறுப்பின்றி ஏற்றுக்கொள்ளப்பட்ட எங்களது ஊர் விஷமூட்டியின் – மருந்துக்காரி - சகோதரி இருந்தாள். அவள் என்னுடைய வயதினள், அதாவது மருந்துக்காரியைவிட இளையவள். ஆனால் நாங்கள் அவளை வெறுக்க விரும்பவில்லை. உண்மையில், நாங்கள் அவளை வெறுக்கவில்லை என்பதுதான் பாதிப் பிரச்சினையாய் இருந்தது. தன்னைத் தன் வழியில் நடத்திச்செல்வதன் வாயிலாக அவள் முன்வைத்த அச்சுறுத்தலைக் கையாள்வதுதான் எங்களுக்குச் சிரமமாக இருந்தது. இருளால் தீண்டப்படாத அவள், ஒளியுடன் எங்களது இருளுக்குள் நடந்து அதை எங்களுக்குக் கடத்துபவளாக இருந்தாள். ஆனால் விநோதமாக, அவள் இதை வெகு இயல்பாகச் செய்தாள். எங்களுடைய பிரதேசத்தைச் சேர்ந்தவளாக இருந்தும்கூட இங்கிருக்கிற மனநிலையையும் எண்ணவோட்டத்தையும் அவளால் வெல்ல முடிவதனால் அவள் என்னவாக இருக்கிறாள் என்பதிலிருந்தும் அவள் எதைப்

பிரதிநிதித்துவப் படுத்துகிறாள் என்பதிலிருந்தும் நம்பிக்கையை எடுத்துக்கொள்வதற்குப் பதிலாக, தனக்குள்ளும் தன்னைச்சுற்றிலும் விளையாடுகிற சூரியஒளியைச் சூடியபடி இந்த ஒரு நபரால் வலம்வர முடியுமென்றால் நாமும் ஏன்...? ஆனால் வேண்டாம். பண்படுத்தப்படாத இந்தச் சிறுமைப்படுத்தப்பட்ட நிலையிலேயே சவால்கள் எதுவுமின்றித் தொடர்வதுதான் சுலபமானது; கூடவே மருந்துக்காரியின் சகோதரியை, அவளது சகோதரிக்குச் செய்தது போலவே, புறக்கணிக்கப்பட்ட விசித்திரமான ஒருவர் எனப் பட்டம்கட்டுவதும்தான் எளிதானது.

எனவே பிரகாசமாய் இருப்பது கெட்டது, 'ரொம்ப வருத்தமாய்' இருப்பது கெட்டது, 'ரொம்ப மகிழ்வாய்' இருப்பது கெட்டது. இதன் பொருள் என்னவென்றால், நீங்கள் எதுவாகவுமே இன்றி வாழ்ந்துவிட வேண்டும்; அது மட்டுமின்றி, யோசிக்கவும் கூடாது. பெரிய அளவில் யோசிக்கக் கூடவே கூடாது, எனவேதான் எல்லோரும் தங்களது தனிப்பட்ட எண்ணங்களை மனதின் ஆழத்தில் பத்திரமாக வைத்துக் கொண்டனர். அப்பாவைப் பொருத்தவரை அவர் ரொம்பவும் அதிகமாக 'சோர்வான முகத்துடன்' இருக்க, அம்மா வலுக்கட்டாயமாக தன்னை முன் நோக்கி - மேல் நோக்கி என்பதாக வைத்துக் கொண்டாள்; அப்பா அவ்வப்போது உடைந்து மருத்துவமனைக்குச் செல்ல வேண்டிய நிலைக்கு ஆளாக, அம்மா அதன் விளைவாக தன்னுடைய 'மேல் நோக்கி - முன் நோக்கி'யை மறந்து அவளையும் எங்களையும் இப்படிப்பட்ட இடத்தில் வைத்திருப்பதற்காக அவர் மீது மீண்டும் ஆத்திரமடைவாள். எனது இளையவர்களும் நானும் பல வருடங்களுக்கு, அப்பா மருத்துவமனைக்குச் செல்கிறார் என்பதை, அது ஒரு மனநல மருத்துவமனை என்பதை அறிந்திருக்கவில்லை. அவர் காணாமல் போனபோதெல்லாம் நீண்ட நேர வேலைக்கு, நீண்ட நாள் வேலைக்கு, நீண்ட வார வேலைகளுக்கு எங்கோ தொலைவில் இருக்கிற நகரத்திற்கோ, நாட்டிற்கோ சென்று விட்டதாகத்தான் கருதினோம். எங்களுக்கு அப்படித்தான் சொல்லப்பட்டது. ஏனென்றால் அது மனநல மருத்துவமனை, அவை மனச்சிதைவுகள் - அவை மறைக்கப்பட வேண்டும், அவை அவமானம் என்னும் பொருள்படுவன, அதுவும் ஒரு ஆணுக்கு எனும்போது கூடுதல் அவமானத்திற்குரியவை; ஆண்களும் மனநல மருத்துவமனையும் என்பது பெண்களும் மனநல மருத்துவமனையும் என்பதைவிட குறைவாகவே ஏற்றுக்கொள்ளப்பட்டது. ஒரு ஆணிற்கு அது நேர்கையில், தனது கடமையைச் செய்கிற இடத்தில் இருந்து ஒரு

ஆண் நழுவியதாகிறது, தைரியமாக முன்நிற்க முடியாத அளவிற்கான ஒரு தோல்வியாக அது முடிகிறது. இது முதலில் எனக்குப் புரியவில்லை. அதுமட்டுமின்றி அம்மா ஏன் தனது உணர்வு ரீதியான அழுத்தத்தின் அடிப்படையிலும், உடனிருப்பவர்கள் தரும் அழுத்தத்தின் அடிப்படையிலும், அவமானம் குறித்த அழுத்தத்தின் அடிப்படையிலும் அப்பாவின் நோய்மை குறித்த தனது நிலைப்பாட்டை சுற்றத்தாரின் முன் எப்படி வைப்பதென்ற முடிவுகளுக்கு வந்து சேர்ந்தாள் என்பதும் எனக்குப் புரியவில்லை. அதையும்மீறி அவர்களுக்கு அது குறித்து முன்முடிவுகள் இருந்தன. "தொலைதூர நிலத்தில் தொலைதூர வேலை, நமது பின்புறங்களில்" என்பார்கள் அவர்கள். இது அம்மாவிற்கும் தெரியும். எனவேதான் அப்பா இறந்த பிறகும் கூட அம்மா அவரை மேலும் மேலும் குற்றப்படுத்திக் கொண்டிருந்தாள். பெரும்பாலும் அவள் அவரை நேசித்தது போலவே தெரிந்ததில்லை, மாறாக அவள் அவரை வெறுத்தாள். "சோகக்கதை!" என்று உறுமுவாள் அவள். "என்ன சோகம்? உண்மையில் எந்த வலியும் இல்லை. எல்லாம் அவரது தலைக்குள்தான் இருக்கிறது. உண்மையில் எதுவுமே இல்லை" என்பாள். தோள்களைக்குலுக்கி அவரை அப்படியே புறக்கணிப்பதுபோல - அது முடியாத போதிலும் - நடிப்பாள், அம்மா இப்படிச் செய்ததை நான் வெறுத்தேன். குறிப்பாக எங்கள் முன் அவரை இழிவாகப் பேசி கீழ்மைப்படுத்தியிருக்கக் கூடாது. ஆனால் ஒருமுறை துவங்கி விட்டால் தனது குற்றப்படுத்துதலை நிறுத்தவே முடியாது என்கிற அளவிற்குத் துண்டாடப்பட்டும் ஆத்திரமுற்றும் அவள் அதில் தன்னை இழந்துவிடுவாள். அப்பாவின் மீதான அவளது இவ்வளவு அதீதமான கோபத்தையும், குற்றப்படுத்துதல்களையும், வசைபாடல்களையும், புகார்களையும் குறித்து எனக்கு ஆச்சரியமாய் இருக்கும். பின்பு தான் - இது வெறுமனே அவரது மனச்சோர்விற்காக மட்டுமல்ல, மேலும் பல விஷயங்களுக்கு - கிட்டத்தட்ட எல்லா விஷயங்களுக்குமே அவரை மன்னிக்க முடியாததன் விளைவென்பதை நான் உணர்ந்து கொண்டேன்.

அவள் அதைத்தான் செய்தாள். அவள் இந்த மன்னிக்காமையை எல்லா விஷயங்களிலும் - சம்பந்தமேயில்லாத இந்தப் பத்து நிமிடப் பகுதியிடம்கூட – வெளிப்படுத்தினாள். அம்மாவைப் பொருத்தவரை, அப்பாவைப் போலவே அந்த இடத்திலும் எந்த நம்பிக்கைக்கோ ஒளிக்கோ இடம் இருக்கவில்லை. அதீதமான சிந்தனையிலும் எண்ணங்களிலும் மூழ்கி அதீதமாய்ப் பின்தங்கிவிட்டது என்பாள்.

“அதற்கு எந்தக் காரணமும் இல்லை மகளே. அது கற்பனை என்பது உறுதி. அதாவது அது உறுதியானதல்ல என்பது உறுதி.” இந்தப் பத்து நிமிடப் பகுதியின் மர்மத்தையும் குணாதிசயத்தையும் மனதில் எண்ணியபடி “ஓ! அப்படியா” என்பேன் நான். இப்போது இந்த இடத்தில் நான் நடந்து கொண்டிருக்கிறேன். ஆரம்பத்தில் மனம்முழுக்க ஆசிரியையும், ஒளியையும் இருளையும் பற்றிய அவளது வார்த்தைகளையும், “இருள்! தயவுசெய்து நாங்கள் இருளிலேயே இருந்து கொள்கிறோம்!” என்கிற எங்களது இயல்பான எதிர்வினையையும் குறித்துத்தான் நான் சிந்தித்துக் கொண்டேன். நாஜி குண்டைப் பொருத்தவரை, அதனால் உண்டான பெரும்பாலான சிதைவுகள் சுத்தம் செய்யப்பட்டிருந்தன. என்றாலும் தேவாலயம் இருந்த இடத்திலிருந்த தரையானது இன்னமும் சமப்படுத்தப்படாமல், மேடுபள்ளமாக, இதற்கு முன்பு குண்டு வெடித்த இடங்களெல்லாம் கார்கள் நிறுத்துமிடமாக ஆனது போல் ஆவதற்குரிய நோக்கங்கள் ஏதும் இல்லாதபடி இருந்தது. இந்த இடத்தின் விவரிக்க முடியாத வரலாற்று ரீதியான அமைதியானது அப்படி இங்கே கார்களைக் கொணர்ந்து நிறுத்த யாருக்கேனும் இருக்கவாய்ப்புள்ள விருப்பத்தையும் இல்லாமல் ஆக்கிவிடும்.

அங்கே இன்னமும் நான் தாண்டியோ சுற்றியோ வரும்படியாகக் கட்டடத்தின் உடைந்த சில சிறிய துண்டுகள் கிடந்தன. அதன் வழியாக நான் எனது அடுத்த நில அடையாளத்தை நோக்கி நடந்தேன். முன் இருக்கிற கல்லறையை நேராகப் பார்த்த போதுதான் நான் முதல்முறையாக அதற்குள் மரங்கள் இருப்பதை கண்டேன். அது வானம் சற்று முன்பு பச்சையாகத் தோற்றமளித்ததை நினைவுக்குக் கொணர்ந்தது. அப்படி பச்சை மேலே இருக்க முடியுமானால், அதாவது சிறிது நேரத்திற்கு, இங்கே நிலமும், சில சமயம், நீலமாக இருக்க முடியும் என அது பொருளாகுமா? இதற்காக நான் தரையைப் பார்த்தபோது அங்கே ஏதோ ஒன்று கிடப்பதையும் கண்டேன். இன்னும் தூய்மை செய்யப்படாத குப்பைகளுக்கு நடுவே இன்னமும் ரோமங்கள் இருந்த - சிடுக்கான ரோமங்கள் - ஒரு பூனையின் துண்டிக்கப்பட்ட தலை சாய்ந்து கிடந்தது. குண்டுவெடிப்பினால் சிதைந்திருந்த அந்தத் தரையில் அதன் தலை குப்புறக் கிடந்தது. முதலில் அது எனக்கு ஒரு குழந்தையின் பந்து, எதோ பொம்மை, உண்மையான பணப்பை போலத் தோற்றமளிக்கும் விலங்கின் காதுகளும் ரோமமும் மீசையுமுடைய விளையாட்டு பணப்பை என்பது போலத்தான் தோன்றியது. ஆனால் அது ஒரு பூனையின் தலை, அந்த குண்டுவெடிப்பிற்கு முன்பு வரை உயிரோடிருந்த ஒரு

பூனையின் தலை. அப்படியென்றால், அந்த குண்டு வெடிப்பினால், ஏதோ ஒன்று உயிரிழக்கத்தான் செய்திருக்கிறதென நினைத்துக் கொண்டேன்.

பூனைகள் நாய்களைப் போல் போற்றத்தக்கவை அல்ல. அவை அலட்சியமானவை. மனித மனதை எந்த வகையிலும் உற்சாகமூட்டுவதற்கு அவற்றை நம்பமுடியாது. அவை தன்போக்கில் செல்லக்கூடியவை, அவற்றிற்குப் பிடித்ததைச் செய்யக்கூடியவை, ஒருபோதும் மன்னிப்புக்கோராதவை, பணிவே இல்லாதவை. ஒரு பூனை மன்னிப்புக் கோருவதை யாருமே கடந்து வந்திருக்க மாட்டார்கள், அப்படி அது செய்ததென்றால் அது நேர்மையாக இல்லை என்றே பொருள். இறந்துவிட்ட பூனைகளைப் பொருத்தவரை, அதாவது வேண்டுமென்றே அவற்றைக் கொல்வது, நான் அவற்றைப் பலமுறை கண்டிருக்கிறேன். என்னுடைய குழந்தைப் பருவத்தில் நான் அதைக் கடக்க நேரும்போதெல்லாம், - பூனைகள் கீழ்ப்படியாதவை, சூனியம், தீயவை, இடது கை, கெட்ட சகுனம், பெண்மையானவை (அதீதமாய்க் குடித்திருக்கும் போது தவிர வேறு எப்போதும் யாரும் பூனையைப் பெண்ணுடன் ஒப்பிடவில்லை என்ற போதிலும், ஏதேனும் நிராதரவான பெண்ணிற்கு பிரச்சினைகள் நேரும்போது அவளே அதற்குப் பொறுப்பாகச் சொல்லப்படுவதைப் போல) - ஆண்கள் மற்றும் சிறுவர்கள் பூனைகளைக் கொன்றார்கள், அல்லது கொல்லும் மனநிலையில் இருந்தார்கள், அவற்றை உதைக்கவோ கல்லெறிந்து காயப்படுத்தவோ செய்தார்கள். அதுபோன்ற ஒன்றுதான் அப்போது நிகழ்ந்தது. எனவே அதை ஒருவர் கடந்து வர நேரிடும்போது அது குறிப்பிட்ட எந்தச்சூழல் என்பதை குறிப்பிட அவசியமில்லை. என்னைப் பொருத்தவரை நான் பூனைகளைக் கொல்லவில்லை, அவற்றுடன் இருக்கவும் விரும்பியதில்லை, அதாவது அவற்றைக் கொல்பவர்களுடன். என்னவாயினும், என்னுடைய பழக்கம் என்னவாக இருந்தது என்றால், இறந்துவிட்ட ஒன்றை விட உயிருடன் இருக்கிற ஒன்றைக் கடந்து வருவதற்கே நான் அஞ்சியிருக்கிறேன். நனவிலியில் பயிற்றுவிக்கப்பட்ட எதிர்ப்பின்படி நான் அவற்றின் தொடர்பைக்கூட அஞ்சினேன். அவற்றில் ஏதேனும் ஒன்றைத் தொட நேர்ந்திருந்தால் கத்தி இருப்பேன். பல வருடங்களுக்கு முன்பு நிறைய பூனைகள் இறந்தன. இன்னொருபுறம் நாய்கள் அதீதமாக இருந்த போதிலும் அதில் பிரச்சினை எதுவும் இருக்கவில்லை. நாய்கள் உழைப்பாளிகளாகவும் நேர்மையானவையாகவும் அடிமைக்குணம்

கொண்டவையாகவும் மனிதன் தன்னைப் பற்றி நல்லபடியாக எண்ணிக் கொள்வதற்கு உதவுபவையாகவும் யாரோ ஒருவருக்கு அடிமையாய் இருப்பதற்குரிய தேவையைக் கொண்டவையாகவும் இருந்தன. எனவே அவை ஏற்றுக்கொள்ளப்பட்டன. பெருமிதமாகக் கருதப்பட்டன. கொடியவையாக, பாதுகாப்பவையாகக் கருதப்பட்ட அது எல்லோரிடமும் இருந்தது. ஆனாலும் அது அவர்களைக் காப்பாற்றவில்லை. ஏனென்றால், ஓர் இரவு, கிட்டதட்ட அவற்றில் எல்லாமுமே, இரண்டைத் தவிர்த்து, கொல்லப்பட்டன. வழக்கமான, ஏற்றுக்கொள்ளப்பட்ட பூனைப்படுகொலைபோல் அல்லாத இந்த நாய்ப்படுகொலையில் அனைத்து நாய்களும் ஒரே நேரத்தில் கொல்லப்பட்டன. என்னுடைய சிறுவயதில் நிகழ்ந்த இந்தப்படுகொலையானது ஒட்டுமொத்தமாக மிகப்பிரம்மாண்டமாக நிகழ்த்தப்பட்டிருந்தது. ஓர் இரவின் மத்தியில், கோரமாக நிகழ்த்தப்பட்ட இதில் 'நீருக்கு அந்தப்புறம்' இருந்துவந்த படையினர் ஊரின் அனைத்து நாய்களின் கழுத்தினையும் சீவியிருந்தனர். அதே நாளின் ஏதோ ஒரு நேரத்தில் ஊரில் கலவரம் நிகழ்த்துவதற்காக அரைகுறையாய்த் தயாரிக்கப்பட்ட பெட்ரோல் குண்டுகள் குவித்து வைக்கப்பட்ட அந்த நுழைவுப் பகுதியிலேயே அவர்கள் அந்தப்பிணங்களை ஒரு பிரமாண்டமான குவியலாக விட்டுச் சென்றிருந்தனர். அது படையினரால் நிகழ்த்தப்பட்டது என்பது எல்லோருக்கும் தெரிந்தது. பூர்விக மக்களுக்குப் பாடம் புகட்டுவதற்கான அவர்களது ஒரு அறிக்கையாக அது இருந்தது: அதாவது அவர்களால் எங்களது நாய்களைக் கையாள முடியும்; குரைப்புகளாலும் உறுமல்களாலும் அவர்களது வருகையைக் கிளர்ச்சியாளர்களுக்குத் தெரியப்படுத்தி எச்சரிக்கை செய்யும் நாய்களை இல்லாமலாக்க முடியும். ஆனால் எங்கள் நாய்கள் ஒருபோதும் அதுமட்டுமாக இருந்ததில்லை.

எங்களுடைய எல்லோரது நலனிற்காகவும் அவை குரைத்தன, குரைத்தும் உறுமியும் எச்சரிக்கை செய்பவையாக அவை இருந்தது கிளர்ச்சியாளர்களது லாபத்திற்காக மட்டுமல்ல. அப்படிச் செய்வதன் மூலம் எங்களது நாய்கள் எங்கள் எல்லோரையும் எச்சரித்தன. குறிப்பாக எல்லா ஆண்களையும் – இளைஞர்கள், முதியவர்கள் கிளர்ச்சியாளர்கள், சாதாரணர்கள் - ஏனென்றால் ஆண்களுக்குத்தான் அதிக ஆபத்திருந்தது. ஆயுதம் நிரப்பப்பட்ட வாகனங்களில் போதுமான எண்ணிக்கையில் வரும் படையினர் அதிலிருந்து குதித்து அதீத சந்தேகத்துடன் எங்கள் வீதி முழுவதும் சோதனை இடுவார்கள். குரைப்பின் மூலம் முன்னதாகவே அவர்களது

வருகையைத் தெரிவித்த நாய்களது எச்சரிக்கை சிறிது நேரத்தில் அவர்களது பாதையில் இருந்து வெளியேறுவதற்கு எல்லோருக்கும் உதவியாக இருந்தது. மாறாக, அந்தச் சமயத்தில், தங்கள் வீட்டுக் கதவை விட்டு வெளியே செல்வதற்கோ, சாலைகளில் நிற்பதற்கோ, அதிக எண்ணிக்கையிலான படையினரால் துப்பாக்கி முனையில் நிறுத்தப்பட்டு கேள்விகளுக்குப் பதில் கூற வைக்கப்படுவதற்கோ, சுவரில் சாய்க்கப்பட்டு அந்த வீரர்கள் போதும் எனக் கருதிய நேரம் வரை அதே நிலையில் நிற்கவைக்கப்பட்டு சோதனை செய்யப்படுவதையோ யாரும் விரும்பவில்லை; அதுபோலவே நீங்கள் பெண்களாக – மனைவி, சகோதரி, அம்மா, மகள் – இருந்து அந்த நேரத்தில் வெளியே வரநேரும்பட்சத்தில் நீங்கள் எவ்வளவு நேரம் நிற்கிறீர்களோ அவ்வளவு நேரமும், இளிக்கின்ற, ஆயுதம் ஏந்திய அந்த வளர்ந்த மனிதர்கள் உங்களது மகனையோ சகோதரனையோ கணவனையோ அப்பாவையோ அப்படியே நிறுத்துவார்கள் என்பது உறுதி என்னும் பட்சத்தில் நீங்கள் அங்கேயே தொடர்ந்து உறுதியாக நிற்பீர்களா? நிகழ்த்தப்படுவதைக் காணுவதும் விரும்பத்தகுந்ததாக இல்லை. அந்தச் சோதனையின் போது அப்படித் தொடர்ந்து உறுதியாக நிற்பதன் வாயிலாக உங்கள் மகனையோ சகோதரனையோ கணவனையோ தந்தையையோ இன்னும் அதிக துயரமாகவும் இழிவாகவும் உணரச் செய்கிறீர்களா? அல்லது நீங்கள் வீட்டிற்குத் திரும்புவதன் வாயிலாக உங்கள் மகனையோ சகோதரனையோ கணவனையோ அப்பாவையோ அவர்களிடம் கைவிட்டு விட்டு வருகிறீர்களா? இது எல்லாவற்றையும்விட, கதவிற்கு வெளியே அந்தக் காமுகர்கள் சொல்லக்கூடிய பாலியல் கேலிகளைக் கேட்டு எரிச்சலடைவதும் எந்தப்பெண்ணிற்கும் விருப்பமானதாக இருக்காது. *"உன் கூதி"* என்பார்கள் அவர்கள். மிகக்குறைவாகவே நிரப்பப்பட்ட, அல்லது பெரும்பாலும் நிரப்பவேபடாத துப்பாக்கிகளுடன், பொங்கிவழிகின்ற உணர்ச்சிகளோடு *"அதன் திரவம்... விபச்சாரியாக இருக்க மிகப்பொருத்தம் நீ", "உன் முகம் மட்டும் கையில் கிடைத்தால்..."* என்பது போல எதையேனும் சொல்வார்கள். இப்படிப்பட்ட வார்த்தைகளைக் கேட்கநேர்கிற பெண்ணானவள், இயற்கையாகவே, *இப்போது மட்டும் ஏதேனும் ஒரு கிளர்ச்சிப்படையினன் மாடியின் ஒரு ஜன்னலிலிருந்து துப்பாக்கியால் சுட்டு உனது தலையை இல்லாமலாக்கினால் நான் அதற்கு வருத்தமடையமாட்டேன் என்பது மட்டுமல்ல, உண்மையில் அது எனக்கு ஒரு மகிழ்ச்சியான மனோவிடுதலை தருகிற இனிமையான பிறவிப்பயனான*

விஷயமாகவும் இருக்கும் என்றுதான் எண்ணுவாள். அல்லது அவள் அப்படி எண்ணுவதை நம்மால் புரிந்துகொள்ள முடியும்.

எனவே இது வெறுப்பு. மாபெரும் வெறுப்பு. ஆயிரத்துத் தொள்ளாயிரத்து எழுபதுகளின் மாபெரும் வெறுப்பு. அரசியல் பிரச்சினைகளின் சிக்கல்களையும், தவறான கோணத்தைத் தர வாய்ப்புள்ள போதாமைகளையும், பகுத்தறிதலையும், தனிப்பட்ட விருப்புகளின்படி முடிவெடுத்தல்களையும் தள்ளி வைத்துவிட்டுப் பார்த்தால் மட்டுமே ஒருவரால் இந்த வெறுப்பின் கனத்தினை எடை போட முடியும். 'சாலைக்கு மறுபுறம்' இருக்கிற ஒருவர் ஒருமுறை தொலைக்காட்சியில் மிகத் தெளிவாகவே அந்த உணர்வு அற்புதமானது என்று சொன்னது உண்மைதான். எங்களது பகுதியில் இருந்து ஒரு கிளர்ச்சிக்காரர் அவர்களது எல்லைக்குச் சென்று அவரது மதத்தினை சேர்ந்த பலரைக் கொன்றதற்குப் பதிலாக, என்னுடைய பகுதியை சேர்ந்த என் மதத்தினர் அனைவரையும் - அதாவது எல்லோரையும் - கொல்ல விரும்புவதற்குக் காரணமாக தொலைக்காட்சியில் அவர் அவ்வாறு கூறினார். துப்பாக்கியின் விசையை அழுத்துவது நீங்களாக இல்லாத பட்சத்தில்கூட, இது நிகழும் போது அந்த உணர்வு அப்படித்தான் இருந்தது.

அதனால்தான் நாய்கள் தேவையாய் இருந்தன. நொடிப்பொழுதில் இரண்டு தனிநபருக்கிடையே, இனக்குழுக்களிடையே, நாடுகளுக்கிடையே, பாலினங்களுக்கிடையே வெறுப்பிலும், சுய வெறுப்பிலும் எழுகிற முகத்திற்கு நேரான மோதல்களின் சரி செய்ய முடியாத சேதங்களில் இருந்து காத்து சமன் படுத்தும் உறுப்பாக, ஒரு ஊடகமாக, பாதுகாப்பு சாதனமாக, அவை முக்கியமானவையாக இருந்தன. அதனைத் தடுத்து நிறுத்துவதற்காக, இல்லாமல் செய்வதற்காக, வலியையும் வரலாற்றையும் ஆளுமைச் சிதைவையும் பற்றிய அந்தக் கொடிய நினைவுகளைப் புறம் தள்ளுவதற்காக நீங்கள் அந்தக் குரைத்தலை, காட்டுத்தனமான முரட்டுக் குரைத்தலின் புறப்பாட்டைக் கேட்கவும், அதன் அடிப்படையில் அப்போதிலிருந்து ஒரு கால் மணி நேரத்திற்கு வீட்டிற்குள்ளேயே இருந்து கொண்டு படை வீரர்கள் தங்கள் வழியில் செல்ல அனுமதிப்பதற்கும் அது தேவைப்பட்டது. அந்த வகையில் நீங்கள் அவர்களுடன் தொடர்புக்கு வராமல் பலமின்மையை, அநீதியை, இவை எல்லாவற்றிற்கும் மேலாக, ஒரு சாதாரண இயல்பான மிகவும் இனிமையான மனிதனாகிய நீங்கள் ஒரு கொலை செய்வதிலோ கொலையைப் பார்ப்பதிலோ ஆசுவாசமடைகிறீர்கள் என்பதை

உணரத் தேவைப்படாமல் போகும். அப்படி ஒருவேளை நீங்கள் ஏற்கனவே சாலையில் இருந்தீர்களாயின் குரைப்புச் சத்தத்தைக் கேட்டவுடன் நிதானித்து சத்தம் வரும் திசையை அனுமானித்து, அது உங்களது வழியாக இருக்குமாயின், அதிகம் கண்ணில்படாத வேறு திசையில் சென்று நழுவி விடலாம். ஆனால் அவர்கள் நாய்களைக் கொன்றார்கள். இடையீட்டாளர்களை இல்லாமல் செய்தார்கள். புதிய நாய்கள் பிறந்து வளர்ந்து எங்களது பகுதியில் பாகுபாடுகளை கற்கும் வரை நாங்கள் மீண்டும் அந்த, நெருக்கமான, முகத்திற்கு நேரான முந்தைய பழங்கால வெறுப்பிற்குத் திரும்பியது போல் தோன்றியது. அதற்கு முன்பாக, நாய்களை வன்கொலை செய்த அந்த இரவுக்கு அடுத்த நாள் காலை, குவிந்து கிடந்த அந்தப் பிணங்களின் குவியலை நேரடியாக எதிர் கொண்டபோது உள்ளூர் மக்கள் தங்கள் முகத்திற்கு முகம் நோக்குகிற, அதற்கிணையான உணர்வுகளை எதிர் கொண்டனர்.

பெரும்பாலும் அது மௌனமாய் இருந்தது, அல்லது முதலில் அது மௌனமாய் இருந்தது. இறுதியாக எஞ்சிய ஒரே ஒரு நாய் என நாங்கள் நினைத்த, எங்களுடன் சேர்ந்து நிகழ்ந்ததைப் பார்த்துக் கொண்டிருந்த, நாய் தன் வாலினை ஆழமாகக் கால்களுக்கு இடையே நுழைத்தபடி, விட்டுவிட்டு ஊளையிடும் வரை அந்த மௌனம் தொடர்ந்தது. ஒன்பது வயதினளாக, என்னைப் பொருத்தவரை, எங்களது ஊரில் அதனால் அனுமதிக்க முடிவதை விட அதிக எண்ணிக்கையிலான நாய்கள் சேர்ந்து விட்டதால், வீரர்கள் கூடுதலாக இருந்த அவற்றை மட்டும் கொன்றிருப்பார்கள் என நினைத்தேன். ஆனால் மக்கள் ஒவ்வொருவரும் தங்கள் ஒவ்வொருவருடையதையும் அடையாளம் காட்டத் துவங்க அங்கே எல்லாமே கொல்லப்பட்டிருந்தன. அங்கே இருந்த மாபெரும் குவியலில் அனைத்து நாய்களுமே தலையில்லாமல் இருந்தன என்பது குழந்தையான எனது கண்களுக்கும், அருகில் நின்றிருந்த எனது மூன்றாவது சகோதரன் கண்களுக்கும்தான் தெரிந்தது. அவற்றின் தலை துண்டிக்கப்பட்டிருப்பதாக நாங்கள் கருதினோம். “அம்மா! தலைகள்! அவர்கள் தலைகளை எடுத்துக் கொண்டார்கள்! தலைகள் எங்கே?” என நாங்கள் கத்தினோம். “லாஸ்ஸி எங்கே அம்மா, அப்பா எங்கே? அண்ணன்கள் லாஸ்ஸியைக் கண்டுபிடித்து விட்டார்களா? அப்பா எங்கே? லாஸ்ஸி எங்கே?” என நாங்கள் அவரது மேலங்கியுடன் ஒட்டிக் கொள்ள, மூன்றாவது சகோதரன் அழ ஆரம்பித்தான். அவனது அழுகை என்னைத் தூண்ட, பிறகு எங்கள் இருவரது அழுகை பிற எல்லாக் குழந்தைகளையும் அழத்தூண்டியது.

பிறகு இறுதியாக அந்த எஞ்சி இருந்த நாயும் ஊளையிடத் தொடங்கியது. அன்று நாங்கள் நிறையப்பேர் இருந்தோம் - நிறைய குழந்தைகள். நாங்கள் அனைவரும் எங்களது பெரியவர்களிடம் நெருங்கி இறுக்கிக் கொண்டோம். எனவே முதலில் அங்கே மௌனம் இருந்தது, பிறகு எங்களது அழுகை. எங்களது அழுகைச் சத்தத்தைக் கேட்டவுடன் பெரியவர்கள் தங்களது அதிர்ச்சியைத் தள்ளிவைத்துவிட்டு செயலில் இறங்கினர். ஆண்கள் –இளைஞர்கள், முதியவர்கள், கிளர்ச்சியாளர்கள், மற்றவர்கள் – சொதசொதவென்ற அந்தக் குவியலுக்கிடையே சிரமப்பட்டு நடக்கத் தொடங்கி, அந்தப் படுகொலைக்கு பிறகான முதல் செயலைத் தொடங்கி வைத்தனர். அடர்த்தியான ஈரப்பிசுக்கையும் ஓதத்தையும் விலக்கி ஒரு உடலில் இருந்து மற்ற உடலைப் பிரித்து அடையாளம் கண்டு, காத்திருந்து உரிமை கோருகிறவர்களிடம் ஒருவர் மற்றவரிடமென கைமாற்றி அனுப்பி ஒப்படைக்க, அவர்கள் அவற்றைக் கை வண்டியிலோ, மோட்டார் வாகனத்திலோ, குழந்தைகளை வைத்துத் தள்ளிச்செல்லும் வாகனத்திலோ, பல்பொருள் அங்காடியின் ஒற்றைச் சக்கர கொள்கல வாகனத்திலோ, அல்லது பெரும்பாலும் உயிரோடு இருக்கிற எதையோ ஏந்துவது போல தங்கள் கைகளிலுமோ எடுத்துச் சென்றனர். நானும் எனது மூன்றாவது சகோதரனும் அப்பாவைத் தேடுவதில் காட்டிய அவசரமும், அவர் அங்கே இருக்க வேண்டும் என விரும்பியதும், வருடங்களுக்குப் பிறகு அநாமதேயனின் சகோதரனது தலையை மற்றவர்களுடன் சேர்ந்து அவரால் தேட முடிந்தது போல, ஒரு ஆணாக ஆண்களுக்குரிய இயல்பான வேலைகளைச் செய்தபடி அவர் இருக்க வேண்டும் என்கிற எங்களது விருப்பத்தின் வெளிப்பாடாக இருந்தது. ஆனால் நாய்கள் இறந்த அந்த தினமானது அவருடைய ஒரு மோசமான நாளாக, படுக்கையில் கிடக்கிற நாளாக, மருத்துவமனை நாட்களாக, யூத இனப்படுகொலை அல்லது பழைய பழுப்பு நிற குத்துச்சண்டை செய்தித்தாள் நாளாக இருந்திருக்கலாம். அது என்னவாயினும் அவர் அன்று அங்கில்லை. ஆனால் அண்ணன்கள் அங்கிருந்தனர். அவர்கள் மற்றவர்களோடு சேர்ந்து பூமிக்குள்ளேயே தோண்டிக் கொண்டு செல்வது போல் தோன்றியது. அவர்கள் பூமிக்கு நடுவிலேயே சென்றிருந்தனர். கீழே சென்றிருந்தபோதும் மேலும் மேலும் தோண்டிக்கொண்டிருந்தனர். அவர்கள் மண்வாரியைக் கொண்டு தோண்டுவதாக என் மனம் எண்ணிக்கொள்ள, இடுப்பு வரை ஓதமாய் இருந்த நிலத்தில் அண்ணன்களும் பிற ஆண்களும் நின்றிருந்தனர். ரத்தக்கட்டிகளும் குவியல்களும் மேலும் சிவந்து பழுப்பாகி அடர்த்தியாகி மேலும்

பிசுபிசுப்பாகி அவர்கள் தோண்டித் தோண்டி நாய்களை வெளியே எடுக்க எடுக்க கருப்பாகிக் கொண்டே சென்றது. எனக்கு என் சகோதரர்களை, எங்கள் எல்லோரது நாய்களை, எங்களை, எங்களைச் சுற்றி இருந்த மனிதர்களை நினைவுகூர முடிகிறது. ஆனால் இறப்பின் வாசனையை மட்டும் எந்த பொருளிலுமே உணர முடியவில்லை. ஒரு கட்டத்தில் என் மூன்றாவது சகோதரன், "**அம்மா! நாய்கள் அசைகின்றன!**" எனக் கத்தினான். உடனே நான் பார்த்தபோது லேசாக மேல் எழும்பி தாழ்ந்து அவை அசைந்தன. நாங்கள் "**லாஸ்ஸி, அம்மா! அப்பா எங்கே அம்மா! நாய்கள் அசைகின்றன அம்மா!** என்று கத்திய போதும் அவளை அண்டிய போதும், எதுவும் பதில் பேசாமல் அம்மா கல்போல் நின்றிருந்ததையும் என்னால் நினைவுகூர முடிகிறது. இறுதியாக, அவற்றின் தலை இன்னமும் உடலில்தான் இருப்பதாகவும் பின்னால் மடிந்து இருப்பதாகவும் யாரோ - எனது இரண்டாவது சகோதரி - விளக்கம் அளித்தாள். அதாவது எலும்பை நோக்கி ஆழமாக வெட்டப்பட்டிருந்தால் அது எங்கள் கண்களுக்கு தலை இல்லாதது போல் தோன்றியிருக்கிறது. தலைகள் இல்லாமல் ஆகவில்லை, அங்கேதான் இருக்கின்றன என்கிற இந்த விளக்கம் என்னுடைய மனதிற்கும் என் மூன்றாவது சகோதரன் மனதிற்கும் சிந்திக்க எளிமையானதாக இருந்தது. வீரர்கள் அவற்றை விளையாடுவதற்கோ, உதைப்பதற்கோ, இன்னமும் அவமரியாதை செய்வதற்கோ எடுத்துச் சென்றிருப்பார்களோ என்கிற கற்பனைக்கெதிராக, எந்த ஒரு விளக்கம் கிடைத்திருந்தாலும் அது எங்களுக்கு ஆசுவாசமாகத்தான் இருந்திருக்கும். ஒவ்வொரு குறிப்பிட்ட நாய் வெளியே கொணரப்பட்டபோது அல்லது ஒரு குறிப்பிட்ட நாயை எதிர்பார்த்துத் தேடிய போது பயம் அதிகரித்ததால் பிற குழந்தைகளைப் போலவே நாங்களும் தொடர்ந்து அழுதோம். அசைந்ததால், அவை இறக்காமல் இருந்திருக்கக கூடுமோ என்கிற நம்பிக்கையும்கூட இருந்தது. இறுதியாக "அவை அசையவில்லை" என பெரியவர்கள் கூறிய போது, ஏமாற்றத்தினால் எங்களது துயரம் அதிகரிக்கவே, மூத்த சகோதரர்கள் இளையவர்களை வீட்டுக்கு அழைத்துச் செல்லுமாறு அறிவுறுத்தப்பட்டனர்.

முதல் மற்றும் இரண்டாவது சகோதரிகள் என்னையும் மூன்றாவது சகோதரனையும் வீட்டுக்கு அழைத்து வந்தனர். அந்தச் சமயத்தில் நாங்கள்தான் வீட்டில் இளையவர்களாக இருந்தோம். அண்ணன்களும் பிற ஆண்களும் இருந்த அந்த நுழைவுப் பகுதியில் இருந்து கிளம்பியபோது எங்கள் இருவரது மனமும் முழுக்க லாஸ்ஸியைக் குறித்து சிந்தித்தபடி இருந்தால் நாங்கள் நீண்ட

தூரம்வரை பின்னால் திரும்பித் திரும்பிப் பார்த்தபடி நடந்தோம். அவையெல்லாம் எங்களது நாய்கள். தெரு நாய்கள். அதாவது உங்கள் குழந்தைகளைத் தெருவிற்கு சாகசங்கள் புரிய அனுப்பியது போல தினமும் அவற்றை நீங்கள் தெருவுக்கு அனுப்பினீர்கள். எல்லா இரவுகளிலும் குழந்தைகளும் நாய்களும் வீட்டுக்குத் திரும்பியிருக்க, அந்த தினம் குழந்தைகள் மட்டுமே திரும்பினர், நாய்கள் வீட்டிற்குத் திரும்பவில்லை. எனவே அந்த நுழைவுப் பகுதியில் இருந்து எங்களது மூத்த சகோதரிகள் என்னையும் எனது மூன்றாவது சகோதரனையும் தோளில் கை போட்டு அழைத்துச் சென்றனர். வீட்டை நெருங்கி ஒரு புதிய நம்பிக்கை உதயமாகும் வரை நாங்கள் திரும்பித் திரும்பிப் பார்த்த படியே வந்தோம். ஒரே ஒரு நாயைத் தவிர எல்லா நாய்களும் இறந்திருக்க, அந்த ஒரு நாயும் இறந்த பிற நாய்களைப் போலவே முழு இரவும் வெளியில் இருக்க, லாஸ்ஸி ஒருவேளை வீட்டுக்குத் திரும்பி தற்போது உள்ளே இருக்கக்கூடும். எனவே நாங்கள் வேகத்தைக் கூட்டி கதவினை அடைந்த போது அங்கே லாஸ்ஸி இருந்தது. கனப்படுப்பிற்கு அருகே படுத்திருந்த அது தலையை உயர்த்தி எங்களை நோக்கி உறுமியது. அவள் இருந்த கதவைத் திறந்ததற்காக இருக்கலாம், குளிர் காற்றை உள்ளே அனுப்பி அவளைத் தொந்தரவு செய்ததற்காக இருக்கலாம். லாஸ்ஸி உயர்ஜாதி நாய் அல்ல. இங்கிருந்த எந்த நாயுமே பதியப்பட்டிருக்கவில்லை, அவளுக்கு எந்தத் தகுதிகளோ சான்றிதழ்களோ இல்லை. ஆபத்தில் இருப்பவர்களைக் காப்பதற்கோ, மூழ்குகிற குழந்தைகளை மீட்பதற்கோ விளையாட்டிற்கோ தொழில்முறையாகப் பழக்கப்படுத்தப்படாதவை. குழந்தைகளிடமோ வீட்டில் இருந்த இளையவர்களிடமோ விளையாட ஒருபோதும் லாஸ்ஸிக்கு நேரமே இருந்ததில்லை. ஆனால் அவளைப் பார்க்கவும் கேட்கவும் முடிந்த, உறுமுவதற்கும் குரைப்பதற்கும் இன்னும் அவளுக்குத் தொண்டை இருந்தது என்பதை அறியவும் முடிந்த அந்த தினம்தான் எங்களுக்கு மகிழ்ச்சியான தினமாக இருந்தது. நாங்கள் அவள் மீது விழவில்லை, ஏனெனில் லாஸ்ஸிக்கு அது பிடித்திருக்காது. ஆனால் அவளைத் திரும்பக் காணும் முன்பு வரையிலான அந்தக் காலை மிக மோசமானது. அதன் பிறகு நான் அதை மறந்து விட்டேன்: நாய்களை, அவற்றின் மரணத்தை, ஊரின் துயரத்தை, அதிர்ச்சியை, வீரர்களது ஐயமற்ற வெற்றியை. அன்று இரவு உணவுக்குப் பிறகு, ஒன்பது வயதேயாகிய நான், வழக்கம் போல ஊரின் அடுத்த கலவரத்திற்காக பெட்ரோல் குண்டுகள் குவிக்கப்பட்டு இருந்த அந்த வாயிலை நோக்கி நடக்கிற சாகசத்தைச்

செய்தேன். இறந்த நாய்கள் பற்றிய எந்த அறிகுறியும் அங்கு இல்லை. காட்டமான கிருமி நாசினியான ஜேயீஸ் திரவத்தின் மணத்தினை மட்டுமே அங்கு உணர முடிந்தது. அந்த நொடிக்கு முன்பு வரை நான் அதிகம் விரும்பிய ஒரு வீடு சார்ந்த மணமாக அது இருந்தது என்பது என் நினைவிற்கு வருகிறது.

எனவே நாய்களை வீரர்கள் கொன்றனர், உள்ளூர் வாசிகள் பூனைகளைக் கொன்றனர். இப்போது பூனைகள் நாஜி வானூர்தி குண்டுகளாலும் கொல்லப்பட்டிருக்கின்றன. சிதைவுகளுக்கு இடையே கிடந்த அந்தப் பூனையின் தலையைப் பார்த்ததும், ஒருபோதும் அப்படி அதிர்ச்சி அடைந்தது போன்ற நினைவு இல்லாதபடிக்கு, அதிர்ந்தேன். இந்த நொடியில் நான் ஏன் இவ்வளவு தீவிரமான உணர்வினை அடைகிறேன் என்பதும் எனக்குப் புரியவில்லை. பார்வையைத் திருப்பிக் கொள்வதன் வாயிலாகவும் உறுதியாக நடக்கமுயல்வதன் வாயிலாகவும் நான் அதனைத் தவிர்க்க முயன்றேன். ஆனாலும் நான் நின்று திரும்பும் வரையில் அந்த உணர்வு என்னுடன் இருந்தது. நான் திரும்பி நடந்து அந்தத் தலையின் அருகில் சென்று இம்முறை கூர்ந்து கவனித்தபோது அது ஈரமாகவும் லேசாகக் கருப்பாகவும் - ரத்தக் கருப்பாகவும் – கழுத்தினருகே - அல்லது கழுத்து முன்பு இருந்த இடத்தினருகே - சொதசொதவென ஈரமாகவும் இருந்தது. குனிந்து அமர்ந்து லேசான குப்பையுடன் அதன் தலையைத் திருப்பினேன். இப்போது அதன் முகம் மல்லாந்திருக்க, இன்னமும் ஒரு பூனையாக அடையாளம் காணும்படி அது இருந்ததையும், சற்றே பெரிய கண்களுடன் - அல்லது சற்றே பெரிய கண் பள்ளத்துடன், ஏனென்றால் ஒரு கண் காணாமலாகியிருந்தது – அது காட்சியளித்தது. அந்த வெறுமையான பள்ளமானது மிகப்பெரியதாக இருக்க, அந்தத் தலைக்குள்ளே ஏதோ நிகழ்ந்து கொண்டிருந்தது. பூச்சிகளின் வேலையாக இருக்கும் என நினைத்தேன். அதற்கு ஆதாரமாக உள்ளே மூக்கிலும் காதுகளிலும் வாயிலும் மிச்சம் இருந்த கண்ணிலும் கூட வீக்கங்களும் தடிப்புகளும் இருந்தன. சில சோம்பலான புழுக்களை என்னால் காண முடிந்தது என்றாலும் ஒரு இனிய ஈஸ்ட் மாதிரியான வாசனையைத் தவிர வேறு எந்த வாசனையையும் என்னால் அங்கு உணர முடியவில்லை. மீதமிருக்கும் உடலைத் தேடுவதற்காக நான் சுற்றிலும் பார்த்தேன். ஆனால் அங்கே எதுவும் புலப்படவில்லை. அந்தத் தலையே இப்போதைக்குப் போதுமானதாக இருந்தது. அடுத்து, அதுவே அதீதமானதாய்த் தோன்றியது. எழுந்து கொண்ட நான் அங்கிருந்து விலகி நடக்கத் தொடங்கினேன். ஏனென்றால் ஃப்ரெஞ்சு வகுப்பு

நன்றாக இருந்தது. நான் அதில் மகிழ்ந்திருந்தேன், எப்போதுமே நான் அதை - அந்த ஆசிரியையின் வினோதத் தன்மையை, அந்த *அழுத்தமான சிறிய குரலை, அந்த நொடியில் வாழ்வதை, நடக்க வேண்டுமென நாம் எதிர்பார்க்கிற ஒன்றை நடக்கச் சாத்தியமான ஒன்றின்பொருட்டு கைவிடுதலை* - நான் ரசித்திருக்கிறேன். அதோடு, "ஒரு விஷயத்தை மாற்றுங்கள் மாணவர்களே, ஒரே ஒரு விஷயத்தை. அதன் பிறகு எல்லாமே மாறும் என நான் உங்களுக்கு உறுதி அளிக்கிறேன்." என்பதை எங்களிடம் - உருவகங்களை மட்டுமல்ல, கண்முன் உறுதியாகத் தெரிபவற்றைக்கூட ஏற்றுக் கொள்ளாத எங்களிடம் - அவள் கூறியதை நான் ரசித்தேன். ஆனால் அது மதிப்புமிக்கதாகத் தோன்றியது. அவள் மதிப்பு வாய்ந்தவளாகத் தோன்றினாள். அந்த உணர்வை நான் இழக்க விரும்பவில்லை.

ஆனால் குப்பையில் கிடந்த அந்தத் தலை - அதற்கு முன் பார்த்த அந்த வேன், அந்தப் பத்து நிமிடப் பகுதி, அப்பாவின் மனச்சோர்வுகளையும் அதற்காக அவரைத் தாக்குகிற அம்மாவையும் நினைவுக்குக் கொணர்ந்த போர்க்கால குண்டு - "*என்ன பயன் இருக்கிறது? எந்தப் பயனையும் கொண்டிருப்பதில் அர்த்தமில்லைதானே?*" போன்ற எண்ணங்களை மீண்டும் எழவைத்திருந்தது. "முயற்சிகளும் விடா முயற்சிகளும்" என்று சொல்லியிருந்தாள் ஆசிரியை. "இதைச் செய்வதற்கு அதுதான் வழி." ஆனால் முயற்சிகள், விடாமுயற்சிகள், அடுத்த அத்தியாயத்திற்கு நகர்தல் போன்றவை பற்றிய அவளது சொற்கள் தவறாக இருந்தால் என்ன செய்வது? அடுத்த அத்தியாயமும் இந்த அத்தியாயத்தைப் போலவே, முந்தைய அத்தியாயத்தைப் போலவே இருந்துவிட்டால் என்ன செய்வது? எல்லா அத்தியாயங்களும் ஒரே மாதிரியாகவே இருந்து, காலம் செல்லச் செல்ல மோசமாகிப் போனால் என்ன செய்வது? இந்தச் சிந்தனைகளின் ஊடாகவே, இவ்விஷயத்தில் வேறு வழியில்லை என்பதுபோல நான் என்னைப் பூனையை நோக்கி நடத்தியிருந்தேன். "*முட்டாள் போல் இருக்காதே*" என்றேன். "*என்ன செய்யப்போகிறாய் - காலம் முழுமைக்கும் இங்கேயே நின்று அதைப் பார்த்துக் கொண்டிருக்கப் போகிறாயா?*" நான் அதை எடுத்துக் கொள்வேன் என்றேன். ஏதேனும் ஒரு பசுமைக்கு நான் அதை எடுத்துச் செல்வேன். இது என்னை ஆச்சரியப்படுத்தியது. இது என்னை அதிர்ச்சிக்குள்ளாகியது. மீண்டும் நான் ஆச்சர்யமூட்டும்படி வேலிச்செடிகளை புதர்களை ஒரு மரத்தின் வேரினைக் குறித்துச் சிந்தித்தேன். இந்தப் பயங்கரமான திறந்தவெளியில் அப்படியே விடாமல் என்னால் அதைப் புதைக்க முடியும். "*ஆனால் ஏன்?*" என

எனக்குள் விவாதித்தேன். “ஒரு நிமிடத்துக்கும் குறைவான நேரத்தில் உன்னால் இங்கிருந்து வெளியேறிவிட முடியும், உனது இரண்டாவது நிலஅடையாளமான கல்லறைப் பகுதியை அடைந்திருக்க முடியும். அடுத்து காவலர் வளாகமும், ரொட்டி தயாரிக்கும் வீட்டில் இருந்து ஆறுதலான இலவங்கப்பட்டை வாசனையும், அடுத்து...” உண்மைதான் என இடைமறித்தேன் நான். வழக்கமான இடம்!

ஏற்கனவே நான் எனது கைக்குட்டைகளை வெளியில் எடுத்திருந்தேன். அவை நிஜமான துணியாலான கைக்குட்டைகள், காகிதத்தால் ஆனவையல்ல. அந்தப் பெரிய வெள்ளை நிற லினன் கைக்குட்டைகள் முன்பெல்லாம் ஆண்களுக்குரியவையாக மட்டும் இருந்தன. ஏனென்றால் பெண்களுக்குரியவை அழகானவையாக இருந்ததனால் அவை மூக்கைச் சீந்துவதற்கு அதிகம் பயன்படுத்தப்படவில்லை. என்றாலும் ஒரு கிறிஸ்துமஸ் சமயத்தில் குட்டித் தங்கைகள் எனக்கு ஒரு கைக்குட்டைத் தொகுப்பைப் பரிசளித்ததிலிருந்து நான் அவற்றை உபயோகிக்க ஆரம்பித்திருந்தேன். அவ்வாறாக நான் அப்போதிருந்து, பண்புநலன் மற்றும் அழகியல் காரணங்களுக்காக ஒரு பெண்கள்-கைக்குட்டையையும் நடைமுறை பயன்பாடுகளுக்காக ஒரு ஆண்கள்-கைகுட்டையையும் எடுத்துச்செல்ல ஆரம்பித்தேன். அந்த மாலையில் நான் நடைமுறை மற்றும் குறியீட்டுக் காரணங்களுக்காக இரண்டையுமே பயன்படுத்த முடிவுசெய்தேன். முதலில் அந்தச் சிறிய அழகான பெண்-கைக்குட்டையையும் அடுத்து அந்தப் பெரிய அழகற்ற ஆண்-கைக்குட்டையையும் தரைக்குக் கொண்டு போய் மென்மையாக அந்தத் தலையை அவற்றால் நகர்த்தினேன். அப்படிச்செய்த போது பூனையின் முன்பற்கள் துணியினூடாகக் கையில் குத்தியதையும் தலையிலிருந்த தோலானது உருவி சரியத் தொடங்கியதையும் உணர்ந்தேன். சில முடிகள் தளர்ந்திருக்க அந்த மண்டையோடானது அதன் தோலிலிருந்து கழன்று விழப்போகிறதென அஞ்சி விட்டேன். ஆனால் அழகான பூத்தையல் இடப்பட்ட பெண் கைக்குட்டையால் நான் அதனை முழுமையாக மூடியதும் காரியம் வெற்றிகரமாக முடிந்தது. பிறகு, தலையடங்கிய அந்தப் பெண்-கைக்குட்டையை, இப்போது தரையில் விரித்திருந்த பெரிய ஆண் கைக்குட்டைக்குள் வைத்து அதனையும் மூடினேன். “பைத்தியம் என்பது உறுதியாகிவிட்டது” எனத் தொடர்ந்தேன் நான். “எவ்வளவு தனிமைப்படுத்தப்பட்ட இடமாக இருந்தாலும் அங்கே யாரேனும் ஒருவர் உன்னைப் பார்த்துக் கொண்டிருக்ககூடும் என்பதை அறிந்தும் நீ ஒரு தலையோடு சாலையை நோக்கி நடக்கவிருக்கிறாய். இது, இன்னும்

கூடுதல் வதந்திகள், கூடுதல் கதை கட்டுதல்கள், உன் குணச் சீரழிவு சார்ந்த விரிவான விளக்கம் என்பதற்கு வழி வகுக்கும்.” ஆனால் அந்த நொடியில் நான் அதைப்பற்றிக் கவலை கொள்ளவில்லை. அது மட்டுமின்றி என்னால் என்னைக் கட்டுப்படுத்த முடியவில்லை. ஒரு நொடிக்கும் குறைவாகத்தான் தேவைப்படும் என நான் கணக்கிட்டுக் கொண்டேன். ஏனென்றால் தொலைவில் இருக்கும் சுவரின் அருகே, கல்லறைப் பராமரிப்பாளர்களால் ஒருபோதும் கவனம் செலுத்தப்படாத செப்பனிடாத அடர்ந்த புல்புதருக்குக் கீழே என்னால் உடனடியாக தொந்தரவில்லாத அமைதியான ஓர் இடத்தைக் கண்டறிந்து விட முடியும். இதற்குள் நான் பெரிய கைக்குட்டையின் முனைகளை முடிச்சிட்டு எனது செயல்திட்டத்தை நிறைவேற்றும் முழு உத்வேகத்துடன் எழுந்து கொண்டபோது ஆயன் மேல் கிட்டத்தட்ட மோதியிருந்தேன். அவன் அவ்வளவு அமைதியாக இருந்ததாலும் நான் என் சிந்தனையில் அவ்வளவு மூழ்கி இருந்ததாலும் நான் அவனது இருப்பை உணர்ந்திருக்கவில்லை. இப்போது அவன் என்னிடமிருந்தும் நான் அவனிடமிருந்தும் சில அங்குலங்கள் மட்டுமே விலகியிருக்க, இருண்ட மரணித்த பொருளைக் கொண்டிருந்த அந்தக் கைக்குட்டைகள் மட்டுமே எங்கள் இருவரை விலக்கி வைத்திருக்கும் அங்கமாக இருந்தன.

நகர்ந்து, ஊர்ந்து, எனக்குள் உதறலேற்படுத்தி என் முதுகெலும்பின் அடிப்பகுதியிலிருந்து கால்களுக்குள்ளாகச் சென்ற அந்த நடுக்கம்தான் இதன் விளைவாக உடனடியாக என்னில் ஏற்பட்ட உணர்வு. அடுத்தநொடி அவை அனைத்தும் நின்றுவிட்டன. அப்படியே நின்றுவிட்டன. எல்லாம் அனிச்சையாக. நான் நகரவில்லை, அவனும் நகரவில்லை. இருவருமே நகராமல் எதுவும் பேசாமல் அப்படியே நின்றிருக்க, “உனது கிரேக்க, ரோமானிய வகுப்பில் இருந்தாய், அப்படித்தானே?” என அவன் தொடங்கினான். இது மட்டுமே என்னைப்பற்றி அவன் சேகரித்த விவரங்களில் தவறானதாக இருந்த முதல் விஷயமாகும். ஃப்ரெஞ்சு வகுப்பிற்குப் பதிலாக கிரேக்க ரோமானிய வகுப்பிற்குச் செல்வது குறித்து நான் ஆலோசித்திருக்கவில்லை என்பதல்ல அதன் பொருள். நான் அந்தப் பழங்கால மனிதர்களால் வசீகரிக்கப்பட்டிருந்தேன் - அவர்களது கட்டுப்பாடற்ற உணர்வுகள், விழுமியங்களைப் பற்றிக் கவலை கொள்ளாத குணாதிசயங்கள், அவர்களது புராணங்கள், சடங்குகள், மற்றும் அந்த பிரம்மாண்டமான புதுமையான, எச்சரிக்கை மிகுந்த திட்டமிடல்களும் செயல்முறைகளும் எனக்குப் பிடித்துத்தான்

இருந்தன. அதன்பிறகு, அவர்களது தடுமாற்றங்கள் நிறைந்த கடவுள்களும், தங்களது எதிரிகளை சபிக்குமாறு - பெரும்பாலும் அந்த எதிரிகள் அவர்களது அடுத்த வீட்டினராகத்தான் இருந்தனர் - அவர்களிடம் வேண்டுகிற பொதுமக்களும் கூட இருந்தனர். ஒழுக்கம் பிறழ்ந்த சீஸர்கள் ஆப்பிள் மரங்களை மணமுடித்து, குதிரைகளைத் தங்களது தூதுவனாக்கி என அது ஆலிஸின் அற்புத உலகமாக இருந்தது. அனுமதிக்கப்பட்ட அளவு மனச்சிதைவுகள் மட்டுமே கொண்டிருந்த ஒரு சாதாரண மனிதனால் மட்டுமே புரிந்து கொள்ள முடிகிற, ஆர்வமூட்டுகிற எதுவோ, உளவியல் சார்ந்த எதுவோ, இயல்பற்ற எதுவோ அதில் இருந்தது. எனவேதான் நான் அந்த வகுப்பில் சேர முடியுமா என முதலில் முயன்றேன். ஆனால் கிரேக்க ரோமானிய வகுப்புகள் செவ்வாய்க்கிழமை இரவுகளில் நடந்தன - ஒப்பந்தங்களற்ற ஆண் நண்பனையும் நான் செவ்வாய் இரவுகளில்தான் சந்தித்தேன். எனவே புதன்கிழமை நடந்த ஃப்ரெஞ்ச் வகுப்பினை நான் தேர்ந்தெடுத்தேன். எனவே, ஆயன் என்குறித்துத் தவறாக அறிந்திருந்தான் என்பதன் அடையாளமாகும் இது. ஆனால் என்னைப் பற்றி எல்லாவற்றையும் அறிந்திருக்கிறான் என நான் அஞ்சியதற்கிடையில் அவன் அவ்வாறு அறிந்திருக்கவில்லை என்கிற நம்பிக்கையை அது தந்ததனால், நான் அவன் தவறாகக் கூறியதைத் திருத்தவில்லை. அடுத்து நான் வீட்டிற்குச் சென்று இது குறித்து மீண்டும் ஆராய்ந்து சிந்தித்தபோது, அது பூரணமான மகிழ்ச்சிதரும் நம்பிக்கையில்லை என்பதை உணர முடிந்தது. வகுப்பைப் பற்றிய என் சிந்தனைகளை அவனால் உள்வாங்க முடிந்திருக்கிறது, ஆமாம், அத்துடன், அவை மேலோட்டமான சிந்தனைகள், சிக்கலற்ற சிந்தனைகள் - அதாவது எளிதில் புரிந்து கொண்டுவிடமுடிகிற அளவு முக்கியமற்றவை, பரிச்சயமானவை. சாலையில் போகிற யாரோ ஒருவர் கூட, விரும்பினால், எளிதாக மிக எளிதாக அந்தச் சிந்தனைகளுக்குள் நுழைந்திருக்க முடியும். நான் அவற்றைச் சிந்தித்தபோது என் அருகிலேயே இல்லாதபோதும்கூட அவனால் அவற்றை வாசிக்க முடிந்திருக்கிறது. இது எனக்குத் திகிலூட்டியது, இந்த விஷயத்தில் அவன் ஒரு தவறான கண்டடைவிற்கு வந்திருந்த போதும், எல்லா விஷயங்களையும் கண்காணித்து, தகவல் சேகரித்து, ஒருங்கிணைக்கிற ஒருவரால் ஒரு தீவிரமான ஆராய்ச்சி மேற்கொள்ளப்பட்டிருக்கிறது என்பதற்கான அடையாளமாகவும் அது தோன்றியது.

எங்களது முந்தைய இரண்டு சந்திப்புகளில் போலவே, அதாவது அவனால் திட்டமிடப்பட்டு நிகழ்த்தப்பட்ட அந்த இரண்டு

சந்திப்புகளைப் போலவே, இம்முறையும் அவன் பதில்களுக்கான எந்த ஆர்வமுமின்றி நிறைய கேள்விகளைக் கேட்டான். ஏனென்றால் அவனது கேள்விகள் உண்மையான கேள்விகள் இல்லை. விவரங்களை அறிந்து கொள்ளவோ தான் அறிந்தவற்றை ஊர்ஜிதப்படுத்திக் கொள்ளவோ நேர்மையுடன் வினவப்பட்டவை அல்ல அவை. எல்லாவற்றையும் அறிந்து கொள்கிற வேலையில் ஏற்கனவே அவன் இறங்கிவிட்டான் என்பதனை எனக்கு அறிவிக்கிற உறுதியான வாக்கியங்களாக, பதிலை உள்ளடக்கிய சொற்றொடர்களாக, குறிப்புகளாக, எச்சரிக்கைகளாக அவை இருந்தன. "நீ செய்தாய்தானே? உண்மைதானே? அப்படித்தானே?" போன்ற பின்னொட்டுகளெல்லாம் அவற்றைக் கேள்விபோல் தோன்றச் செய்ய போலியாக உபயோகிக்கப்பட்டவைதான். எனவே அவன் கிரேக்க ரோமானிய வகுப்பைப்பற்றி வினவிக் கொண்டிருக்க, நான் அந்த வேனைப்பற்றி, வெள்ளை வேனைப்பற்றி, அது எப்படி அந்த நுழைவுப் பகுதிக்கு வந்தது என்பது பற்றி யோசித்துக் கொண்டிருந்தேன். அப்படியானால் அவன் என்னைப் பின்தொடர்ந்தானா? நான் ஃப்ரெஞ்ச் வகுப்பில் இருந்தபோது அந்த வேனில் அமர்ந்தபடி என்னை - எங்களை - அந்த சூரிய அஸ்தமனத்தைக் கண்டு நாங்கள் அடைந்த பதட்டத்தைப் பார்த்துக் கொண்டிருந்தானா? இப்போதும், என்னை ஏற்கனவே அறிந்தது போல, முன்பே நாங்கள் முறைப்படி ஒருவருக்கொருவர் அறிமுகப்படுத்தப்பட்டிருந்தது போலப் பேசினான். பூங்கா&நீர்த்தேக்கப் பகுதியில் போலவே இம்முறையும் அவன் என்னை நேராகப் பார்க்கவில்லை, சரிந்திருந்த அவனது பார்வை எனது பக்கவாட்டில் விழுந்தது போல் தெரிந்தது. இப்போது அவன் இன்னொரு கேள்வியைக் கேட்டான் - இதுவரை ஒருமுறைகூட அவன் குறிப்பிட்டிருக்காத ஒப்பந்தங்களற்ற ஆண் நண்பனைப் பற்றியதாய் இருந்தது அது.

உனது அந்த ஆண் நண்பன் மாதிரியான அவனைப் பற்றி நாம் சிறிது பேசிக் கொள்ள வேண்டிய சமயம் வந்துவிட்டது. இல்லையா? என்பது போல் இருந்தது அவனது கேள்வி. "நீ அவ்வப்போது சந்திக்கிற அந்தச் சிறுவன்" என்றான் அவன். "சிறுவன்" என்று அவன் சொன்னது ஒப்பந்தங்களற்ற ஆண் நண்பன் ரொம்பவும் சிறியவன் என்பது போலவும், என்னைவிட இரண்டு வயது பெரியவனில்லை என்பது போலவும் இருந்தது. "உனது பகுதிக்கு வெளியேயும், அவனது பகுதியிலும் இருக்கிற விடுதிகளில் நீ அவனுடன் நடனமாடுகிறாய். இல்லையா? நகரத்தில் இருக்கிற,

பல்கலைக்கழகத்தைச் சுற்றி இருக்கிற சில விடுதிகளிலும் கூட? நீ அவனுடன் சென்று மது அருந்துகிறாய், அப்படித்தானே?” அடுத்து அவன் மதுவிடுதிகளின் பெயர்ப்பட்டியலை, துல்லியமான இடத்தை, நாட்களை, நேரத்தைக் குறிப்பிட்டான். கடந்த முறை அவன் குறிப்பிட்ட, வழக்கமாக நான் செல்கிற காலைப்பேருந்தைப் பற்றி அவன் சொல்லவில்லை, இப்போது அவனைத் தவிர்ப்பதற்காக நான் வழக்கத்தில் இருந்து மாறி புதிதாக ஏறிச்செல்லும் பேருந்தாகும் இது. ஏனென்றால், சில காலைகளில் நான் அதற்கு முந்தைய இரவினைக் கழித்த சிறுவனது வீட்டிலிருந்து அவனால் அலுவலகத்திற்கு அழைத்துச் செல்லப்படுகிறேன் எனக்கூறினான் அவன். என்றால், அவன் ஒப்பந்தங்களற்ற ஆண் நண்பனது வீட்டை, அவனது ஊரை, அவனது பெயரை, அவனுடன் வசிப்பவர்களை, அவன் வேலை செய்கிற இடத்தை, ஒட்டுமொத்த பணியாளர்களையும் சுமையாகக்கருதி மூடப்பட்ட கார் நிறுவனத்தில் முன்பு அவன் பணியாற்றி வந்ததை அறிந்திருக்கிறான். ஒப்பந்தங்களற்ற ஆண் நண்பனுடன் நான் படுக்கிறேன் என்பதை அவன் அறிந்திருந்ததும், அதுகுறித்து இப்போது இங்கே பேசுவதன் அர்த்தத்தை என்னால் புரிந்து கொள்ள முடிந்ததும் சேர்ந்து, பிடிக்கப்பட்டு விட்டதான கோபத்தை எனக்குள் எழச்செய்தது. “உறவெல்லாம் ஒன்றுமில்லை, அப்படித்தானே?” என்றான் அவன். “முறையான உறவு கிடையாது. உறுதிப்படுத்தாமல், நிச்சயிக்காமல், வெறுமனே நீ பொழுது போக்கிக் கொண்டிருக்கிறாய். இல்லையா?” என வினவினான். இந்த இடத்தில் நான் ஓர் இக்கட்டான சூழலுக்கு உள்ளாகியிருந்தேன். ஏனென்றால் இந்த மூன்றாவது சந்திப்பில் நான் ஆயனிடமிருந்து ஏதேனும் எதிர்பார்த்திருந்தேன் எனில் அது நான் மீண்டும் ஓடுவதைப் பற்றி - ஏனென்றால் நான் இனி ஓடும் போது வேகத்தைக் குறைத்து நடப்பது மட்டுமின்றி. இனிமேல் நடக்கவும் கூடாது என்றுதானே அவன் கடந்த முறை சொல்லி இருந்தான். நான் நிறைய நடக்கிறேன் எனச் சொல்லியிருந்தான். ஆனால் நான் இன்னமும் அந்த இரண்டையும் செய்து கொண்டிருந்தது அவனுக்கு ஏமாற்றம் அளித்திருக்க வேண்டும். அதுமட்டுமின்றி நான் மூன்றாவது மைத்துனனுடன்தான் பூங்கா&நீர்த்தேக்கப் பகுதியில் ஓடினேன். ஆனால் அவன் மூன்றாவது மைத்துனனைப் பற்றியோ, நான் தொடர்ந்து கால்களைப் பயன்படுத்துவது பற்றியோ, பூங்கா&நீர்த்தேக்கம் பற்றியோ எதுவுமே சொல்லவில்லை. எனவே அவன் கேட்ட இந்தப் புதிய விஷயங்களால் நான் மூச்சடைத்துப் போனேன்.

அந்தப்பையன் இன்னமும் கார்கள் சார்ந்த வேலைதான் செய்கிறான் - இல்லையா? என அவன் - போகிறபோக்கில் - கேட்டான். எனவே இது ஒப்பந்தங்களற்ற ஆண் நண்பனது பணியிடம் குறித்த துல்லியமான விவரமாகும். அவன் ப்ளோயர் பென்ட்லி பற்றியும் குறிப்பிட்டான். அடுத்து சூப்பர் சார்ஜர் குறித்தும். அடுத்து அவன் ‘நீருக்கு மறுபுறம்’ இருக்கும் நாட்டின் கொடியைப் பற்றிக் குறிப்பிட்டபோது என் கால்களின் பின்புறம் நான் உணர்ந்த அதிர்வானது ஒரு விரும்பத்தகாத தாளகதியினை அடைந்தது. எனது தினசரிகளையும் பயணங்களையும் கவனித்தது போலவே ஒப்பந்தங்களற்ற ஆண் நண்பனது அனைத்து தினசரி நடவடிக்கைகளையும் அவனது செயல்பாடுகளையும் கூட இவன் கவனித்திருக்கிறான். அந்தச் சிறுவன் சூரிய அஸ்தமனங்களையும் விரும்புவான் போல என்றான். இதைச் சொல்லுகிற போது, யாரேனும் - குறிப்பாக ஒரு ஆண் - சூரிய அஸ்தமனத்தை விரும்புவது, அதைக் கவனிப்பதே கூட மிகப் பொருத்தமற்றது, மிக வினோதமானது என்பதைத்தான் இத்தனை ஆண்டுகால அவனது ஆராய்ச்சிகளும், பின் தொடரல்களும் கொலைக்கான திட்டமிடல்களும் உணர்த்தியிருக்கின்றன என்பதாக அது தொனித்தது. அந்த ஆராய்ச்சிகளையும், பின் தொடரல்களையும், கொலைக்கான திட்டமிடல்களையும் தவிர்த்துவிட்டால், இந்த அஸ்தமனம் மற்றும் ஒப்பந்தங்களற்ற ஆண் நண்பன் விஷயத்தில், அது நிஜமாகவே வினோதமானது - குறிப்பாக அதற்காக நேரம் ஒதுக்கி வண்டியில் சென்று அதனைப் பார்ப்பது - என்றுதான் எனக்கேகூடத் தோன்றியது. பிறகு தனக்குள்ளே சொல்லிக் கொள்வது போல, அமைதியாக “அவரவருக்கு அவரவர் விருப்பம்” என்று அவன் சொன்னதும் அங்கே சற்று ஒளிக்கும், ஆசுவாசத்திற்கும் இடம் கிடைத்தது. பிறகு அவன் சூப்பர் சார்ஜர் குறித்து, சூப்பர் சார்ஜரையும் ஒப்பந்தங்களற்ற ஆண் நண்பனையும் குறித்து அவர்களது பகுதியில் நிலவிவந்த வதந்தி குறித்து, அந்த சிவப்பு, வெள்ளை, நீல நிற - நீருக்கு மறுபுறம் இருக்கும் பகுதியின் பெருமிதமான - பொருளை தன் வீட்டில் வைத்திருப்பதன் மூலம் அவன் எடுத்திருக்கும் நிலைப்பாடு குறித்துக் – ‘துரோகியாய் இருத்தல்’ - குறிப்பிட்டான்.

அதற்கு எதிர்வினையாக நான் வழக்கமற்ற ஒன்றைச் செய்வதைக் கண்டேன். “அவன் அந்தக் கொடியை எடுக்கவில்லை. அவனுடையதில் அந்தக் கொடி இல்லை. அவனது பகுதியினர் வெறுமனே அப்படி வதந்தி பரப்பியிருக்கின்றனர்” என்றேன். அதன்

பிறகு நான் முன்னுக்குப் பின் முரணாக, "எனது ஆண் நண்பனுடன் பணிபுரிகிற, 'சாலைக்கு மறுபுறம்' இருந்து வருகிற ஒருவன்தான் கொடி இருக்கிற ஒரு பாகத்தை வைத்திருக்கிறான்" என்றேன். இங்கே மூன்று விஷயங்கள் புதிதாய் இருந்தன. முதலாவது, ஒப்பந்தங்களற்ற ஆண் நண்பனுடன் பணிபுரிகிற மாற்று மதத்தினைச் சேர்ந்த ஒரு கதாபாத்திரத்தைக் கட்டமைத்து அந்தக் கொடியுடைய பாகத்தை அவன் வைத்திருக்கிறான் என்கிற முழுப்பொய்யை நான் சொல்லி இருக்கிறேன். உண்மையில், ஒப்பந்தங்களற்ற ஆண் நண்பன் பணிபுரிகிற பழுதுபார்ப்புப் பகுதியில் மாற்று மதத்தினைச் சேர்ந்த எவரேனும் பணிபுரிகிறார்களா என்பதே எனக்குத் தெரியாது. இரண்டாவது, வாழ்க்கையிலேயே முதன்முறையாக 'ஒப்பந்தங்களற்ற ஆண் நண்பனை' எனது 'ஆண் நண்பன்' எனச் சொல்லியிருக்கிறேன். எங்கள் இருவருக்கிடையேயான உறவின் உறுதியாகாத தன்மையின் ஏதேனும் ஒரு இடைவெளியினூடாக எனக்கும் ஒப்பந்தங்களற்ற ஆண் நண்பனுக்குமிடையில் ஆயன் நுழைந்து விடாமல் காத்துக் கொள்ளும் பொருட்டு இப்படிச் செய்தேன். எல்லாவற்றையும் அறிந்து கொள்ள முடிகிற, வஞ்சனைமிக்க இந்தப் ஆயனிடமிருந்து உறுதியாக ஆண் நண்பனைக் காத்து மறைக்கும் பொருட்டு, என்னைக் காத்து மறைத்துக் கொள்வதற்காக நான் கைகொண்டிருக்கும் வழக்கமான, ஒருபோதும் வாயையே திறக்காத குணத்திலிருந்து மாறி இப்படி உளறி, வாயாடி அதோடு பொய்யும் சொல்லியிருக்கிறேன். என்ன நடக்கிறதென்பதையோ நான் என்ன செய்கிறேன் என்பதையோ என்னால் புரிந்து கொள்ள முடியவில்லை என்றபோதும், நியாயமேயின்றி என்னைக் கீழ்மைப்படுத்தும்படி தன் கணவன் சொன்னதற்காக நியாயமேயின்றி என்னிடம் வந்து என்னைக் கீழ்மைப்படுத்திய மூத்த சகோதரியிடம் ஜன்னல் வழியாக நான் கத்தியதற்கும் இப்போது நடப்பதற்கும் இடையே என்னால் ஓர் ஒற்றுமையை உணர முடிந்தது. இப்போது போலவே அப்போதும் நான் வதந்திகளிலிருந்தும், வீண் பேச்சுகளிலிருந்தும் எல்லோரது காதுகளுக்கும் தீனி போடுகிற மிகைப்படுத்தல்களிலிருந்தும் என்னை விலக்கி வைத்திருக்கும் வழக்கமான குணத்திற்கு மாறாகப் பலத்தை இழப்பதை, தடுமாறி விழுவதை, உணர்ச்சிவசப்படுவதை உணர்ந்தேன். வெறுப்பூட்டுகிற சூழல்களால் எழுகிற ஆத்திரத்தின் உச்சபட்ச நொடியானது ஒருவரை அசைத்து தன்னுள்ளே தந்திரமாக இழுத்துக்கொள்ளப் போதுமானதாய் இருக்கிறது. நான் என்ன சொல்ல முனைந்தேன், என்ன பேசிக்கொண்டிருந்தேன்.

ஒப்பந்தங்களற்ற ஆண் நண்பன் சார்பாக ஏன் விளக்கங்களையும் மன்னிப்பு கோரங்களையும் முன்வைத்தேன், கையில் *ஐவன்ஹூ* -உடன் நான் நடக்கையில் அவன் காரில் வந்து இடைமறித்த அந்த முதல் சந்திப்பு முதற்கொண்டு, இப்போது ஏன் முதன்முறையாக நான் இந்த மனிதனுடன் வாயைத்திறந்து பேசினேன் என்பதெல்லாம் எனக்குத் தெரியவில்லை. உண்மை போலத் தொனிக்கிற என் கதையை மேலும் தொடர்ந்த நான், சாலைக்கு மறுபுறம் இருக்கிற அந்த ஒருவனைப் பற்றி மீண்டும் இங்கே யதார்த்தமாகக் குறிப்பிட்டு அது உண்மைபோலத் தோன்றச் செய்தேன். அப்படி ஒரு 'சாலைக்கு மறுபுறம்' இருக்கிற பையன் கதாபாத்திரத்தையே உருவாக்காமல், காரின் எந்தப் பகுதியிலுமே கொடி இல்லை என்கிற உண்மையை நான் சொல்லியிருக்க வேண்டும் எனப் பிறகு எனக்கு தோன்றியது. ஆனால் 'சாலைக்கு இப்புறம்' இருக்கிற, 'சாலையின் எங்களது பகுதியில்' இருக்கிற, எங்களது மதத்தினை சேர்ந்த எல்லோருமே, 'நீருக்கு மறுபுறம்' இருக்கிற சந்தேகத்திற்கிடமான ஒரு தேசஅபிமானியிடம் இருந்து வருகிற ஒரு பொருள் சார்ந்த ஏதேனும் ஒரு குலுக்களில் கலந்து கொள்வதே தவறு, அவன் வென்ற பாகத்தில் கொடி இருக்கிறதோ இல்லையோ - அப்படி ஒரு பாகத்தைக் கொண்டிருந்த காரின் வேறு எந்தப் பாகத்தையும் ஜெயிக்கிற குலுக்கலிலிருந்தும்கூட தன்னிச்சையாகவே ஒப்பந்தங்களற்ற ஆண் நண்பன் தன்னைத் தவிர்த்திருக்க வேண்டும் என்றே பரிந்துரைத்துப்பர். ஒப்பந்தங்களற்ற ஆண் நண்பனது பொறாமை கொண்ட அந்த அண்டைவீட்டினன் அப்படித்தானே கூறினான். பொதுவாக இந்தக் குலுக்கல்களும், அவற்றில் எதையேனும் ஜெயிப்பதும், திடீரென பொருளாகவோ பணமாகவோ போதுமான/அதீதமான செல்வம் கொண்டிருப்பதாய் ஊருக்குள் தோற்றமளிப்பதும் சாதாரணமாக ஏற்றுக்கொள்ளப்படாது. அப்படி நிகழ்கிறபோதெல்லாம் அது துப்புக்கொடுத்ததன் பலனாகவே கருதப்படும். 'உனக்குக் கொஞ்சம் பணம் கிடைத்திருப்பதாய்ச் சொல்' என அரசு தரப்பினர் துப்புக்கொடுத்தவர்களிடம் சொல்வார்கள். "உன்னுடைய தகவலுக்கு பதிலாக நாங்கள் தருகிற இந்தச் சிறிய தொகையினை நீ ஒரு குலுக்கலிலோ சூதாட்டத்திலோ ஜெயித்ததாக உன் ஊர்ப்பையன்களிடமும், கிளர்ச்சிக்காரர்களிடம் சொல், நிஜமாகவே நீ ஒரு குலுக்கலிலோ சூதாட்டத்திலோ ஜெயிக்கும்படியாக நாங்கள் பார்த்துக்கொள்கிறோம்" என்பார்கள். துப்புக் கொடுப்பவர்களும், நம்பவேயியலாதபடி, அப்படியே சொல்வார்கள். 'ஒரு குலுக்களில் வென்றேன்' என்று

சொல்லும்போது, அவர்கள் தாங்கள் ஒன்றும் துப்புக்கொடுப்பவர்கள் இல்லை, தங்களை யாரும் துப்புக்கொடுப்பவர்களாகக் கருதத் தேவையில்லை என்பதை உணர்த்துவதற்காக அதீதமாகத் தோள்களைக் குலுக்கிக் கொள்வார்கள். உள்ளூர் நுழைவுப்பகுதியில் குவிகிற துப்புக்கொடுப்பவர்களின் பிணங்களைப் பார்த்தும்கூட தங்களால் யாரையும் - குறிப்பாகக் கிளர்ச்சிக்காரர்களை - ஏமாற்ற முடியாது என்பதை அவர்கள் புரிந்து கொண்டாற்போல தெரியவில்லை. ‘ஒரு குலுக்கலில் வென்றோம்’ என்றுதான் அதன் பிறகும் அவர்கள் சொல்வார்கள். தேசியப் பத்திரிகைகளில் கூட அவர்கள் அதை வென்றது குறித்து வந்திருப்பதால் அவர்கள் துப்புக்கொடுப்பவர்கள் இல்லை என்பதற்கு அதுவே ஆதாரம் என்னும் விதமாக “பத்திரிகைகளில் கூட அது வந்திருக்கிறது” என்பார்கள். ஆனால் அவர்கள் குறிப்பிடுவது ‘மறுபுறம்’ இருக்கிற ‘தவறான’ பத்திரிகைகளாகும். அப்படி ஒரு பத்திரிக்கையில் வருகிற அப்படி ஒரு அறிவிப்பானது என்னுடைய சமுதாயத்திலும் ஒப்பந்தங்களற்ற ஆண் நண்பனது சமூகத்திலும் மன்னிப்பிற்கும் பிழைப்பிற்கும் வழிவகுப்பதைவிட கண்டனத்திற்குரியதாகவும் அவனது விதியை முடிவு செய்கிறதாகவும் ஆகிவிடும். அரசுடன் இந்தப் பத்திரிகைகள் தொடர்பிலிருப்பதாகக் கருதப்படுவது தெரிந்துமே துப்புக்கொடுப்பவர்கள் தங்களுக்கு அளிக்கப்பட்ட அறிவுரையின்படி தங்களது வார்த்தையிலேயே தொடர்ந்து நிற்பார்கள். ஆனால் ஒப்பந்தங்களற்ற ஆண் நண்பன் நிஜமாகவே ஒரு எதிர்பாராத நிகழ்வில், குலுக்கலில்தான் அதை வென்றான். எங்கள் கிளர்ச்சிக்காரர்கள் பற்றிய ஏதோ ஒரு குறைமதிப்புடைய தகவலுக்குப் பதிலாக ஒரு சிறிய துப்புக்கொடுப்பவனால் எப்படி ஒரு ப்ளோயர் பென்ட்லியின் சூப்பர் சார்ஜரை வேண்டிப் பெற முடியும்? ஆனால் சிக்கலானது. மிகவும் சிக்கலானது. தந்திரங்களில் வீழ்ந்துவிடுவது எவ்வளவு எளிதானதென்பதை இந்தச் சந்திப்பில் இரண்டு முறை நான் அனுபவித்து விட்டேன். ஒருவர் வதந்தியைக் கிளப்ப முடியும். வதந்தியினைத் தொடர முடியும், வதந்தியிலேயே சிக்கிக் கொண்டு அதிலிருந்து வெளிவர முடியாமல் போய்விடவும் முடியும்; அதனால்தான் நான் இன்னமும் தொடர்ந்து கொண்டிருந்தேன். முதலில் நான் ஒப்பந்தங்களற்ற ஆண் நண்பன் அந்த நடுநிலையான காரின் ஒரு நடுநிலையான பாகத்தைத்தான் வென்றான் என்கிற ஒரு பொய்யோடு இதனைத் தொடங்கினேன் - அதில் நடு நிலைக்கு எந்தத்தொடர்பும் இல்லாமலே கூட இருந்திருக்கலாம். ஆயன் எப்படிப்பட்ட ஒரு கூர்மையான

உளவுக்காரன் என்கிற அனுமானம் இருந்திருந்தும் அவன்முன் ஒரு குழியில் வீழ்ந்து விட்ட பிறகு அதிலிருந்து மீண்டு ஒரு எளிய கதையை – உண்மையான கதையைச் - சொல்லி இருக்க முடியுமா என்பது சந்தேகம்தான். அப்படிச் செய்தால் அது ஒப்பந்தங்களற்ற ஆண் நண்பனுக்கு விஷயங்களை மேலும் சிக்கலாக்குவதோடு, நான் இவ்வளவு நேரம் பொய் சொல்லிக் கொண்டிருந்தேன் என்பதையும் ஆயன் அறியும்படி ஆகிவிடும்.

இது பைத்தியக்காரத்தனம். நீ ஒரு பைத்தியம் என எனக்கு நானே சொல்லிக் கொண்டேன். அடுத்து நீ என்ன சொல்லப் போகிறாய்? இந்தக் கொடி விஷயம் ஊர்ப் பஞ்சாயத்தில் சென்று முடிந்தால் என்ன ஆவது? 'சாலைக்கு மறுபுறத்தைச்' சேர்ந்த அந்தப் பையனை - இவர் என்று வைத்துக் கொள்வோம் - நீ முன் நிறுத்துவாயா? தான் கற்பனைக்கதாபாத்திரம் என்பதற்காக அன்றி இன்னொரு மதத்தினை சேர்ந்தவன் என்பதற்காகத்தான் கிளர்ச்சியாளர்களது விசாரணைக்குழு முன் ஆஜராகவில்லை என நம்பப்பட வேண்டிய அவன், தன் நண்பனை ஆதரிக்கும் பொருட்டு ஒரு சிறிய குறிப்பினை எழுதி அனுப்புவானா? அந்தக் குறிப்பில் தான்தான் அந்தக் கொடியுடன் கூடிய பாகத்தை வைத்திருப்பதாக உறுதியளித்து, அதில் தான் அந்தப் பாகத்துடன் நிற்கிற புகைப்படத்தைச் சேர்ப்பானா? மேலும் தான் சாலைக்கு மறுபுறத்தைச் சேர்ந்தவன் என்பதற்கான ஆதாரங்களை - இன்னும் சில கொடிகள் - அதன் பின்னணியில் இருக்கும்படி பார்த்துக் கொள்வானா? அப்படித்தான் இதைத் தந்திரமாகக் கையாள வேண்டும். என்னுடைய இந்த முன்னுணர்கிற, கேலி மிகுந்த பண்பானது ஒப்பந்தங்களற்ற ஆண் நண்பனது முரட்டுத்தனத்தையும், எங்கள் பகுதியின் எழுதப்படாத அரசியல் சமூக மதக்கட்டுப்பாடுகளை மீறுகிற அளவிற்கு அவனுக்கு கார்கள் மீதிருந்த காய்ச்சலையும், அவற்றை வீட்டின் கூரைவரை குவித்து வைக்கிற பிடிவாதத்தையும் என் நினைவுக்குக் கொண்டு வந்தது. ஆண்களுக்கு பெண்களைப் போல் இல்லை. அனுமதிக்கவும் மறுக்கவும் படுகிற சட்டங்கள் ஆண்களுக்கு மிகக் கடுமையாகவும் கடினமாகவும் இருந்தன; அந்த விஷயங்கள் குறித்து நான் அதிகம் அறிந்திருக்கவுமில்லை. பியரும், மதுவும் சில வகை ஸ்பிரிட்டுகளும் கூட; விளையாட்டுகள் குறித்தும் எனக்கு அதிகம் தெரியாது. ஏனெனில் நான் விளையாட்டினை வெறுத்தேன், பியரை வெறுத்தேன், அடர் ஸ்பிரிட்களை வெறுத்தேன், சில மது வகைகளையும் கூட. எனவே இவற்றில் ஆண்கள் கொண்டிருக்கும் தனிப்பட்ட அரசியல் மதத் தேர்வுகள்

குறித்து நான் கவனம் செலுத்தியதில்லை. கார்கள் விஷயத்திலும் இதேதான். 'நீருக்கு மறுபுறம்' இருப்பவற்றில் எவை இங்கே ஏற்றுக் கொள்ளப்பட்டிருக்கின்றன, எவற்றிற்கு அனுமதி இல்லை என்பது தெரியாது. ப்ளோயர் பென்ட்லியை பொருத்தவரை, அது தன் தேசத்தினை அடையாளப்படுத்தும் ஒரு சின்னமாகத் தோற்றமளிப்பதாகத்தான் எனக்கும் தோன்றத் தொடங்கியிருந்தது - ஆனால் ஒப்பந்தங்களற்ற ஆண் நண்பனது அறிவார்ந்த கனவானான நண்பன் முன்பு வினவியதைப்போல எல்லை தாண்டி அனுமதிக்கப்படுகிற சில விதிவிலக்குகளில் ஒன்றாக இதனையும் சேர்த்துக்கொள்ளக் கூடாதா? ஒப்பந்தங்களற்ற ஆண் நண்பனின் பகுதியில் தற்போது நிலவி வரும் கொந்தளிப்பான வதந்தியானது அதற்கு வாய்ப்பில்லை என்றே கூறியது. எனவே அதன் எந்தப் பகுதியும் நடுநிலையானது அல்ல. எல்லாமே துரோகத்தின் அடையாளங்கள்தான். அது சரி, அப்படி ஒரு குறிப்பினை எழுத இவார் மறுத்துவிட்டால் என்ன செய்வது?

"ஒரு கார் குண்டு வெடிப்பு நிகழ்ந்தது."

இப்படிச் சொன்னது ஆயன். அவனது இந்த வார்த்தைகளைக் கேட்டு நான் திடுக்கிட்டேன். "அது ஒரு 'கருவி', இல்லையா? அவர்கள் வினோதமாக 'கருவி' என்றழைக்கிற அப்பொருள், கார் தன் வழக்கமான பணிக்குக் கிளம்பும்முன் அதனது புகை போக்கியில் பொருத்தப்பட்டிருந்தது, இல்லையா? ஆனால், உன் சகோதரியின் முன்னாள் காதலன் கார் பழுது பார்ப்பவனாய் இருந்தும் கூட, அப்படிப்பட்ட ஒரு தொழிலைச் செய்கிறவனால் எளிதில் கண்டுபிடித்துவிட முடிகிற ஒரு அப்பட்டமான விஷயத்தை எப்படி கவனிக்காமல் விட்டான் என்பது எனக்கு மிகவும் ஆச்சரியமாக இருந்தது என்பதை நான் சொல்லியே ஆக வேண்டும்." என்றான். இதைக் கேட்டதும் இது தவறு, அவன் இதைத் தவறாகப் புரிந்து கொண்டான் என்றுதான் நினைத்தேன். என் சகோதரியினை ஏமாற்றிய, கார் நிறுத்துமிடத்தில் இவனது காருக்கு அடியில், உடன் பணிபுரிந்த எதிர்மதத்தினர் வைத்த குண்டு வெடித்து மரணித்த, அந்த முன்னாள் காதலன் குழாய்கள் செப்பனிடுபவனாக இருந்தானே தவிர கார் பழுது பார்ப்பவனாக அல்ல. ஒப்பந்தங்களற்ற ஆண் நண்பன்தான் கார் பழுது பார்ப்பவனாக இருந்தான். ஏன் இவன் திடீரென என் சகோதரியைப் பற்றியும் அவளது முன்னாள் காதலனைப் பற்றியும் பேசுகிறான் எனத்தோன்றியது அடுத்து. சற்றுமுன் கிரேக்க ரோமானிய வகுப்புகளென அவன் தவறாகச்

சொன்னான்தான் எனினும் ரகசியமல்லாத இந்த விஷயத்தைப்பற்றி அவன் அறியாமல் இருக்க வாய்ப்பேயில்லை. உண்மைதான், அவன் அறியாமலெல்லாம் இல்லை. கார் பழுது பார்ப்பவர்களையும் குழாய் செப்பனிடுபவர்களையும் அவன் குழப்பிக் கொள்ளவும் இல்லை. தன் வார்த்தைகளின் மூலம் அவன் கோடிட்டுக் காட்டிய விஷயங்களைப் புரிந்து கொள்ளுகிற அலைவரிசைக்கு என் சிந்தனைத் திறன்தான் கவனம் செலுத்தாமல் இருந்திருக்கிறது. ஆனால் அவன் தொடர்ந்து எனக்கு நேரம் தந்தபடி, குறிப்புகளை உணர்த்தியபடி பெருந்தன்மையாகப் பேசிக் கொண்டிருந்தான். சகோதரியின் இறந்த முன்னாள் காதலனிடமிருந்து அரசு ஆதரவாளர்களின் குண்டிற்கும் அவற்றிலிருந்து, ஒப்பந்தங்களற்ற ஆண் நண்பனைக் குறிப்பிட்டு அவன் இப்போது வீட்டில் ஒரு அடிபட்ட காரைப் பழுது பார்த்துக்கொண்டிருக்கிறான் இல்லையா? என்கிற பேச்சிற்கும் அவன் மிக லாகமாகத் தாவிக் கொண்டிருந்தான். அடுத்து அது அந்த இறந்த கணவனைப் பற்றி - ஒருபோதும் அவன் கணவனாகியதே இல்லை- துயரத்தில் ஆழ்ந்திருக்கும் அவனது முன்னாள் காதலியான விதவையைப் பற்றியதாய் இருந்தது. அடுத்து அவன் அவர்களுக்காக - என் சகோதரி மற்றும் அவளது மரணித்துவிட்ட காதலனுக்காக - வருத்தம் தெரிவிக்கும் வகையில் தலையைக் குலுக்கிக் கொண்டான். "தவறான இடம், தவறான நேரம், தவறான மதம்" என்றவன், மூத்த சகோதரி இறந்துவிட்ட கார் பழுது பார்ப்பாளனையே எண்ணி வருந்திக் கொண்டிருக்காமல், சீக்கிரம் அதில் இருந்து மீண்டுவிடுவாள் எனத் தான் நம்புவதாகக் குறிப்பிட்டான். "நல்ல பெண், இப்போதும் நல்ல பெண். மிகவும் அழகானவள்" என்றான் - இவ்வளவு நேரமும் அவள் மணந்த அந்த நிஜமான கணவனைப் - எனது மூத்த மைத்துனனை - பற்றி அவன் எதுவுமே குறிப்பிடவில்லை. என்றால் இது அக்காவிற்காகத்தானா? என யோசித்தேன். நான்தான் தவறாகப் புரிந்து கொண்டேனா? அவன் இத்தனை நாட்களாகப் பின்னால் வருவது அவள் பின்னால்தானா? ஆனால் அவனைக் கொன்ற அந்தக் குண்டைப் பற்றி எதற்கு? ஒப்பந்தங்களற்ற ஆண் நண்பனைப் பற்றி எதற்கு? இதற்கிடையே எனது இந்தக் குழப்பங்களின் போது, அந்த வருந்தத்தக்க அலைகள், உடல் ரீதியான அதிர்வுகள், ஒன்றன்பின் ஒன்றான அசிங்கமான அதிர்வுகள் என் கால்களிலும் முதுகுத்தண்டிலும் அலைவுற்றுக் கொண்டிருந்தன.

ஒப்பந்தங்களற்ற ஆண் நண்பன் தன் வரலாற்றையும் சமூகத்தையும் புறக்கணித்துவிட்டு தன் பகுதியில் ஏற்றுக்கொள்ளப்படாத ஒரு

ஆத்திரமூட்டக்கூடிய சின்னத்தை ஏற்கனவே கார் பாகங்களால் அலமாரிகள் நிரம்பி வழிகிற வீட்டிற்குக் கொணர்ந்து சேர்த்து வைத்ததற்காக அவனது பகுதி மக்களால் அவனுக்கு ஏற்பட வாய்ப்புள்ள தீங்கினைக் குறித்து எனக்கு ஏற்கனவே அச்சம் இருந்தது. போலவே தாங்கள் ஜெயிக்க விரும்பிய உலகப்புகழ் பெற்ற பெருமைமிக்க கார் பாகத்தை ஒப்பந்தங்களற்ற ஆண் நண்பன் வென்று விட்டதற்காக அவன் மேல் கோபமாய் இருக்க வாய்ப்புள்ள உடன் பணி புரிகிறவர்கள் - மதபேதமின்றி -அவனுக்கு இழைக்க வாய்ப்புள்ள தீங்கு குறித்த அச்சமும் இருந்தது. இப்போது ஆயனின் வார்த்தைகளைக் கேட்ட பிறகு அவன் அதைவிட அதிக ஆபத்தில் இருப்பதாகத் தோன்றியது. அவன் கார்களில் வேலை செய்தான் என்பது உண்மைதான். மிகவும் அலட்சியமாக அதில் தாவி ரொம்பவும் இயல்பாகச் சாவியைத் திருப்பி உயிர்ப்பிக்கும் அளவிற்கு நிறைய கார்களில் வேலை செய்தான் என்பதும் உண்மைதான். அவனது பணியிடத்தின் மத நிலவரம் குறித்து நான் ஒப்பந்தங்களற்ற ஆண் நண்பனிடம் கேட்டதில்லை. அவன் வேலை செய்தது எல்லா மதத்தினரையும் உள்ளடக்கிய ஒரு இடமாக இருக்கலாம் - அது மிகவும் நாகரிகமான சூழலாகவோ அல்லது மிகக் கசப்பான, பிரச்சினைகள் நிறைந்த, உயிராபத்துள்ள மதக்கூட்டாகவும் இருக்கலாம். எனக்குத் தெரிந்திருக்கவில்லை. என்னுடைய இடத்தைப் பற்றியும் அவன் அறிந்திருக்கவில்லை, எதுவும் கேட்டதுமில்லை. நான் எதிர்மதத்தைச் சேர்ந்த சில பெண்களுடன் பணி புரிந்தேன்தான், ஆனால் அவர்கள் எதிர் மதத்தைச் சேர்ந்தவர்களா எனக் கேட்பதற்கான தேவையை நான் ஒருபோதும் உணர்ந்ததில்லை, இவையெல்லாம் தானாகவே அறிய வந்தவைதான். சில சமயங்களில் இது மெதுவாக ஒருவரை ஒருவர் அறிந்து கொள்ளக்கொள்ள வெளிப்படும்; ஆனால் பெரும்பாலும் அது ஒருவர் மற்றவருடைய அப்பாவின் தாத்தாவின் மாமாவின் சகோதரனின் பெயரை அறிந்து கொண்டதுமே வெளிப்பட்டுவிடும். எனக்கும் ஒப்பந்தங்களற்ற ஆண் நண்பனுக்குமிடையே இத்தகைய உரையாடல் ஒருபோதும் எழுந்ததேயில்லை; ஆனால் இயல்பாகவே அந்த நாட்டின் ராணுவத்தின் மீது, இங்கிருக்கிற காவலர்கள் மீது, இங்கு ஆள்பவர்கள் மீது, அல்லது 'அங்கு' ஆள்கிறவர்கள் மீது, அல்லது 'சாலைக்கு மறுபுறம்' இருக்கிற அரசு ஆதரவு துணை ராணுவத்தினர் மீது, அல்லது இன்னொருவரது சார்பை அறிந்து கொள்ள முயலும் எந்த மதத்தைச் சேர்ந்த யார் மீதும் எனக்கும் ஒப்பந்தங்களற்ற ஆண் நண்பனுக்கும் ஆதரவு தோன்றியதில்லை.

அந்த அதீதமான, பயங்கரக் கூட்டமான நாட்களில், எது தெரு எது போர்க்களம் எனத் தெரியாத அந்தத் தெருக்களில் வசித்துக் கொண்டு அதைப்பற்றி எந்தக் கருத்தும் கொள்ளாமல் இருப்பது வாய்ப்பில்லாததாகும். இவ்வுலகிற்கு முதுகு திருப்பியபடி, எனது பெரும்பாலான நேரங்களை பத்தொன்பதாம் நூற்றாண்டிலும், பதினெட்டாம் நூற்றாண்டிலும், சில சமயங்களில் பதினேழு மற்றும் பதினாறாம் நூற்றாண்டுகளிலும் கூட செலவழித்த எனக்கே கூட ஒரு கருத்து இருப்பதைத் தடுக்க முடியவில்லை. தனது உடற்பயிற்சிகளிலேயே மூழ்கியிருந்த மூன்றாவது மைத்துனன் கூட - அவனுக்கென்று எந்தக் கருத்தும் இல்லை என முழு ஊரே அடித்து சத்தியம் செய்திருக்குமெனினும் - ஒரு கூர்மையான பார்வையைக் கொண்டவன் எனத் தெரிய வந்தது. கருத்துக் கொண்டிருப்பதிலிருந்து யாராலும் தப்பிக்கவே முடியாது. பிரச்சினை என்னவெனில் ஊர்களுக்கிடையேயும், ஒருபுறத்திற்கும் மறுபுறத்திற்கும் இடையேயும் இருந்த கருத்துக்கள் ஒரே மாதிரியாக இல்லை என்பது மட்டுமின்றி அவை ஒன்றோடு ஒன்று மிகவும் முரண்பட்டவையாகவும் இருந்தன. மாறிக்கொண்டே இருக்கக்கூடிய அந்தக் கருத்துகளால் குறிப்பிட்ட இடைவெளியில் சூடான விவாதங்களிலும் கூட அது சென்று முடியும். அதனால்தான், உங்களுக்கென்று ஒரு கருத்து இருப்பதைத் தவிர்க்க முடியாவிடிலும், இந்தச் சூழலில் இருந்து நீங்கள் வெளியிலேயே இருக்க முயல்வீர்கள். இந்த வன்முறையையும், வெறுப்பையும் குற்றப்படுத்தல்களையும் கடந்துவரும் பொருட்டும், எந்தச் சூழலையும் சமாளிக்கும் பொருட்டும் நீங்கள் பொறுமையைக் கடைபிடிக்க வேண்டும், நடத்தையினை முறைப்படுத்திக் கொள்ள வேண்டும் - இல்லையென்றால் எப்படி வாழ்வது? இது மனோவியாதி கிடையாது, இதுதான் வாழ்க்கை. இருளுக்கும் மனக்குழப்பங்களுக்கும் அடியில் நிகழ முயல்கிற இயல்புத்தன்மையாகும். முரண்களைப் புறக்கணித்துவிட்டு நற்குணங்களை மட்டுமே கணக்கில் எடுத்துக் கொள்வது இணைந்து வாழ்வதற்கான அடிப்படைத் தேவையாக இருந்தது. எல்லாத் தரப்பினரையும் கொண்ட ஃப்ரெஞ்சு வகுப்பினை இதற்கு எடுத்துக்காட்டாகச் சொல்லலாம். ஃப்ரெஞ்சை - இன்னும் குறிப்பாக ஃப்ரெஞ்சு உருவக எழுத்தாளர்களை - வகுப்பறையில் மட்டம் தட்டுவது அனுமதிக்கப்பட்டிருந்தது. ஆனால் அதை ஒப்புக்கொள்ளும்படியோ, தங்களது கருத்துக்களையோ எதிர்வினைகளையோ வெளிப்படுத்தும்படியோ யாரும் யாரையும் ஒரு நொடி கூட கட்டாயப்படுத்த முடியாது. கிளர்ச்சியாளர்கள்

குறித்து ஒப்பந்தங்களற்ற ஆண் நண்பனது கருத்தையோ எனது கருத்தையோ நாங்கள் பேசிக் கொண்டதே இல்லை. என்னைப் பொருத்தவரை இரண்டு விஷயங்கள் என் சிந்தனையை ஆக்கிரமித்து இருந்தன: ஒன்று ஒப்பந்தங்களற்ற ஆண் நண்பன், இரண்டாவது எங்களுடைய சேர்ந்தும் இல்லாத பிரிந்து விடாத உறவு. இப்போது இங்கே ஆயனும் சேர்ந்து கொண்டதால் மூன்று விஷயங்கள், இரண்டு அல்ல. அடுத்து கிளர்ச்சியாளர்களது சிக்கல்கள் எனக்குள் நுழைந்து அவர்கள் குறித்த ஒரு விரிவான முரணான கருத்தைக் கொண்டிருக்க கட்டாயப்படுத்துமெனில் மொத்தம் நான்கு விஷயங்களாகிவிடும். அடுத்து ஐந்தாவது அரசியல் பிரச்சினைகள் - ஏனென்றால் கிளர்ச்சியாளர்களுக்கான காரணத்தைத் தவிர்த்து விட்டு என்னால் கிளர்ச்சியாளர்களை யோசிக்க முடியாது. ஐந்து விஷயங்கள். உள்முரண்களின் கதவுகள் அகலத் திறந்து கொள்ளும்போது இதுதான் நடக்கிறது. இத்தனை குழப்பங்களுக்கும் பிறகு ஒருவர் அரசியல் ரீதியாக சரியாக இருப்பது மட்டுமல்ல தனக்குத்தானே புரிந்து கொள்ள முடிகிறவராக இருப்பதும் வாய்ப்பில்லைதான். அதனால்தான் இந்தப் பிளவு, மரத்துப் போதல், ஜமாய்வு, மறந்து போதல், வாசித்துக் கொண்டே நடத்தல் - பழங்காலத்து ஓலைகளையும் பாப்பிரஸகளையும் காக்கும் பொருட்டு தற்காலத்தில் எழுதப்படுபவைகளையெல்லாம் புறக்கணித்து விடலாமா என்கிற என் எண்ணமும் கூட. இல்லையென்றால் நேரடியான சக்திகளும் உணர்வுகளும் எனது ப்ரக்ஞைக்குள் வெடித்தால் என்னால் என்ன செய்வதென்றே தெரியாது. நிலவிவந்த சட்டமாக்கப்பட்ட நடைமுறைப்படுத்தப்பட்ட ஏற்றத்தாழ்வுகளை வைத்து நோக்கும் போது என்னால் அவர்களுக்கான – கிளர்ச்சியாளர்களுக்கான - தேவையை உணரமுடிந்தது, அவர்கள் எப்படி உருவானார்கள், அவர்கள் உருவாகித்தான் ஆக வேண்டும் என்பதுபோல எப்படி ஆனது என்பது புரிந்தது. அந்தக் கொந்தளிப்பான காலத்தின் இயல்பான தன்மைகளாக, செவிசாய்ப்பதில் விருப்பமின்மையும், விட்டுக் கொடுக்காத பிடிவாதமும், உரிமை மறுப்புகளும் இருந்தன. எனவே இந்தத் தவறுகளைச் சரிசெய்வது அத்தியாவசியமாய் இருந்தது; அதனால் கிளர்ச்சியாளர்களும் தவிர்க்க முடியாதவர்களாய் இருந்தனர். கொலைகளைப் பொருத்தவரை அவை சாதாரணமாகியிருந்தன, அதாவது அவற்றைக் குற்றப்படுத்தத் தேவையில்லை - கொலைகளே நிகழவில்லை என்பதால் அல்ல, அவை அதீதமாய் நிகழ்ந்ததனால். அதீதமாய் மட்டுமின்றி அடிக்கடியும் நிகழ்ந்ததனால் அவை குறித்துக்

குற்றப்படுத்த நேரமே இருக்கவில்லை. எனவே மிகவும் விசித்திரமாக ஏதேனும் ஒரு சம்பவம் நிகழும் போது மட்டும் 'சாலையின் இப்புறம்' 'சாலையின் மறுபுறம்' 'நீருக்கு மறுபுறம்' 'எல்லைக்கு மறுபுறம்' இருக்கிற எல்லோருமே தத்தமது சிந்தனையிலிருந்து மாறி இதுநோக்கி வருவது இயல்பாய் இருந்தது. கிளர்ச்சியாளர்களால் ஏதேனும் ஒரு அராஜகம் நிகழும் போது, 'ஐயோ கடவுளே ஐயோ கடவுளே ஐயோ கடவுளே. இந்தச் செயல் நிகழ்ந்ததற்கான நியாயமாய் நான் எதைக் கருதிக்கொள்ள வேண்டும்?" என்கிற சிந்தனைக்குள் தள்ளிவிடும். எதிர்த்தரப்பும் இதேபோன்று ஒரு பயங்கரமான விஷயத்தைச் செய்தால் என்னவாகும் என்பது நினைவுக்கு வரும் வரை நீங்கள் இச்சிந்தனையில் தொடர்வீர்கள். இது பழிவாங்குதலும் திருப்பிப் பழிவாங்குதலும் ஆகும். அமைதிக்கான இயக்கங்களில் சேர்ந்து, எல்லா சமூகத்தினரிடையேயான உரையாடலுக்கு மரியாதை தந்து, உள்ளடக்கிய ஊர்வலங்களுக்கும் உண்மையான நல்ல குடிமகனின் பண்புகளுக்கும் நேர்மையாக இருத்தல் என்பது, ஒருகட்டத்தில், இந்த அமைதி இயக்கங்களும் நல்லெண்ணங்களும் உண்மையான நல்ல குடிமகனின் பண்புகளுமெல்லாம் ஒரு தரப்பினரோ இன்னொரு தரப்பினரோ அதில் ஊடுருவி எதிர்ப்பைக் கிளப்புகிறவரை மட்டும்தான் என்பது தெரியவரும். அதன் பிறகு நீங்கள் நம்பிக்கை இழந்து இந்த இயக்கங்களிலிருந்து விலகி வாய்ப்பிருக்கிற தீர்வுகளையெல்லாம் கைவிட்டுவிட்டு வழக்கமான, நீங்கள் எப்போதும் அறிந்த, நம்பத் தகுந்த, தவிர்க்க முடியாத கருத்துகளுக்குச் சென்று விடுவீர்கள். அந்த நாட்களில் தனக்குள் ஒடுங்கிக் கொள்ளாமல் இருப்பதென்பது மிகக் கடினமாகும். ஏனென்றால் ஒடுங்கிக் கொள்ளுதல் அப்போது எங்கேயும் இருந்தது. எங்களது சமூகத்தில் ஒடுங்கி இருத்தல், அவர்களது சமூகத்தில் இருந்த மூடல்கள், இங்கிருக்கும் அரசின் வெளிப்படைதன்மையின்மை, அங்கிருக்கும் அரசின் வெளிப்படைதன்மையின்மை, செய்தித்தாள்களும் வானொலிகளும், தொலைக்காட்சிகளும் அடக்கி வாசித்தன - ஏனென்றால், சொல்லப்படவிருக்கிற எந்தத் தகவலாயினும் ஏதேனும் ஒரு தரப்பினராலாவது, திரிக்கப்பட்ட உண்மை எனக் கருதப்பட்டே தீரும். என்னதான் மக்கள் இயல்புத்தன்மை குறித்துப் பேசினாலும், அங்கே நிஜமான இயல்புச்சூழ்நிலைகள் எதுவுமே இல்லை, ஏனென்றால் மிதப்படுத்துதல் சமநிலைப்படுத்துதல் கட்டுக்குள் கொணர்தல் என்பதே எல்லை மீறிப் போயிருந்தது. வழிமுறைகளும், நீதிகளும்,

செயல்பாட்டிற்கு வந்த விதவிதமான குழுக்களும், முன்பு ஆரம்பத்திலிருந்தே செயல்பாட்டிலிருந்த அத்தனை குழுக்களும் இருந்த போதிலும், அனுசரணைகள் இருந்த போதிலும், எங்களுக்கு, எங்கள் சமூகத்தினருக்கு, எங்களுடையதாகிய சாலைக்கு இப்புறத்திற்கு, இங்கிருந்த அரசு எதிரி தான், இங்கிருந்த காவல்துறை எதிரி, அப்புறமிருக்கும் அரசு எதிரி, அங்கிருந்து வருகிற ராணுவத்தினர் எதிரி, சாலைக்கு மறுபுறத்தைச் சேர்ந்த அரசு ஆதரவு துணை ராணுவத்தினர் எதிரி, இதன் தொடர்ச்சியில் மருத்துவமனையும், மின்சாரத்துறை, சமையல் எரிவாயுத்துறை, நீர் அமைச்சகம், பள்ளித்துறை, தொலைபேசி இயக்ககம் மற்றும் சீருடை அணிந்திருக்கிற எவராயினும், அல்லது சீருடை போல் தவறாகத் தோற்றமளிக்கிற ஆடை அணிந்திருக்கிற எவரும் எங்களுக்கு எதிரிகள்தான் - நம்பிக்கையின்மையும் வரலாறும் அச்சமும் இந்நிலைக்கு இட்டுச்சென்றிருந்தது. பதிலாக அவர்களால் நாங்களும் எதிரிகளாகப் பார்க்கப்பட்ட அந்த இருள் மிகுந்த நாட்களில் - எங்களது உச்சபட்ச நாட்களில் - பின்னணியில் இந்தக் கிளர்ச்சியாளர்களை, எங்களுக்கும் ஒன்றுபட்ட எதிரிகளுக்கும் இடையிலான பாதுகாப்பாகக் கொண்டிருக்காவிட்டால் எங்களுக்கு இந்த ஒட்டுமொத்த உலகில் யார்தான் இருந்தார்கள்?

நீங்கள் இதைச் சொல்லவில்லை என்பது உண்மைதான். அதனால்தான் பதினெட்டு வயதான நான் கிளர்ச்சியாளர்களைப் பற்றிப் பேசவில்லை, அவர்களைப் பற்றிச் சிந்திக்க விருப்பமில்லாமல் இருந்தேன், அவர்கள் பற்றிய பேச்சுகளுக்கு எதிராகத் திரையை இறக்கிக் கொண்டேன். மனதளவில் எவ்வளவு தெளிவாக இருக்கமுடியுமோ அவ்வளவு தெளிவாக இருக்க விரும்பினேன். அவ்வளவுதான். இதே காரணத்தால்தான் ஒப்பந்தங்களற்ற ஆண் நண்பன் என்னுடன் இருக்கிற சமயங்களிலேனும், கிளர்ச்சியாளர்களைப் பற்றிப் பேசியதில்லை, அது போலவே இதற்காகத்தான் வேறு சிலர் இசையில் பைத்தியமாக இருந்தது போல் அவன் கார்களில் பைத்தியமாக இருந்திருக்கிறான். இதன் பொருள் நாங்கள் அறியாமையில் இருந்தோம் என்பதல்ல, ஒரு ஆதரவாளராக இல்லாமல் இருப்பது எப்படி என்பது எங்களுக்கு தெரிந்திருக்கவில்லை. எனவே தனிப்பட்ட வாழ்க்கைக்கும் தொழில்வாதிகளுக்கும் உலகியலாளர்களுக்கும் பேட்டைக்காரர்களுக்கும் முக்கியத்துவம் பெற்றுத்தந்த, மறுப்புகளுக்கும் சண்டைகளுக்கும் கொள்கை ரீதியிலான காரணங்கள் கொண்டிருந்த, இறப்பிலோ சிறையடைப்பிலோ சென்றுமுடிந்த

பழந்தலைமுறை கிளர்ச்சியாளர்களுக்குச் சமூகத்தில் ஒரு மரியாதை இருந்தது. எனவே தொடர்ந்து ஒடுங்கிக்கொள்ளுங்கள், பழைய புத்தகங்களை வாங்குங்கள், பழைய புத்தகங்களை வாசியுங்கள், அந்தப் பழைய ஓலைகளையும் களிமண் பலகைகளையும் இன்னும் தீவிரமாகக் கருத்தில் கொள்ளுங்கள். அந்தப்பதினெட்டு வயதில் நான் அப்படித்தான் இருந்தேன். ஒப்பந்தங்களற்ற ஆண் நண்பனும் அப்படித்தான். நாங்கள் அவற்றைப் பற்றிப் பேசவில்லை, அது குறித்துச் சிந்திக்கவில்லை, ஆனால் எல்லோரையும் போலவே ஒவ்வொரு நாளும் ஒவ்வொரு நொடியும் சாலையில் அதனால் நிகழ்ந்த பாதிப்புகளை உள்வாங்கிக் கொண்டுதான் இருந்தோம். இப்போது இந்த ஆயனால் எனது பயமிகு கற்பனைகளும் அழிவு பற்றிய யோசனைகளும் சேர்ந்து ஒப்பந்தங்களற்ற ஆண் நண்பனின் கொடூரமான இறப்பு குறித்து அனுமானிக்கத் தொடங்கியிருந்தேன். உண்மையில் அது ஒன்றும் அனுமானம் கிடையாது, ஏனென்றால் இந்த ஆயன் அவனுடைய வார்த்தைகளில் தெளிவாகவே எனக்குச் சொல்லிவிட்டான்: கார் குண்டின் மூலம் மரணம். கார் குண்டு வெடிப்பென்பது நிஜமான திட்டமாக இல்லாமலும், அதன் தீவிரத்தையும் தன்மையையும் எடுத்துக்காட்ட உபயோகிக்கப்பட்டதாகவுமே கூட இருக்கலாம். அவனுடன் பணிபுரிகிற 'மறுபுறம்' இருக்கிற யாரும் - அப்படி யாரேனும் இருந்தால் - பிரிவினைவாதத்தின் பொருட்டு ஒப்பந்தங்களற்ற ஆண் நண்பனைக் கொல்லப் போவதில்லை, இல்லை. ஆயன் பூங்கா&நீர்த்தேக்கத்தில் ஓடியது பூங்கா&நீர்த்தேக்கத்தில் ஓடுவதற்காக அல்லாமல் என்னைப் பின்தொடர்வதற்காக இருந்தது போல, இந்த எல்லா அரசியல் பிரச்சினைகளுக்கும் மத்தியில் ஒப்பந்தங்களற்ற ஆண் நண்பன் கொல்லப்படப்போவது, உண்மையில் பாலியல் ரீதியிலான பொறாமையினால் இருக்கப் போகிறது. ஆயனது என்னுடனான இந்த உரையாடல் அப்படிப்பட்ட உள்ளடக்கத்தையே கொண்டிருந்தது. வழக்கமான என்னுடைய பத்தொன்பதாம் நூற்றாண்டு பாதுகாப்பான ஆழ்ந்த இலக்கிய சிந்தனைகள் போலல்லாத இந்த விரைவான சிந்தனைகளுக்கு இடையில், எப்படி எதிர்வினை புரிவதென்பதே எனக்குத் தெரிந்திருக்கவில்லை. எதிர்கொள்வது, கேள்வி கேட்பது, விளக்கங்கள் கூறுவது போன்ற எதிர்வினைகள் புரியாமல் இருப்பது எப்படி என எனக்குத் தெரியும். அது வேலைக்கு ஆகாது. அவன் என்னிடம் சொல்ல வந்ததை ஒரு வழியாக நான் புரிந்து கொண்டேன் என்பதை அவன் அறிந்து கொண்டான்; அவன் என்னிடம் அப்படி எதுவும் சொல்லவில்லை

என்பதாக நடிக்க நான் சமூகத்தால் பழக்கப்படுத்தப்பட்டிருப்பதையும் அவன் அறிவான் - அது வெறும் சமூக நடத்தை மட்டுமல்ல, உளவியல் ரீதியானதும் கூட. அடிப்படையில் இவன் ஒரு கிளர்ச்சியாளன் என்பதை நான் அறிந்திருக்கவும்கூடக்கூடாது. அது உண்மையும்தான். அவன் கிளர்ச்சியாளனா என்பது எனக்கு நிஜமாகவே தெரியாது. வெளியே அறியப்படாதது போன்ற களிம்பேறிய தோற்றத்தைக் கொண்டிருக்கும் அதே சமயத்தில் வெளியே அறிந்திருக்கவும்பட்டிருக்கும் எத்தனையோ விஷயங்களைப் போல, 'அது அப்படித்தான்' என முன் முடிவு செய்கிற மனப்பாங்கானது இங்கே நிலவிவந்ததால், இந்த ஆயன் கிளர்ச்சிக்காரனா என்கிற கேள்விக்கான பதிலாக "இதென்ன முட்டாள்தனமான கேள்வி, நிச்சயமா கிளர்ச்சிக்காரன்" தான் என்னும் வதந்தியே நிலவியது. பகுதியில் இருந்த வேறு சிலரைக் கிளர்ச்சிக்காரர்கள் என ஒப்புக்கொள்ள வேண்டியிருந்ததைப்போலவே நான் இதையும் ஒப்புக்கொள்ள வேண்டியிருந்தது. நான் இந்த ஆயனுடன் உறவில் இருந்தேன் என்பது சொல்லப்படாத உண்மையாக நிலவிவந்த நிலையில் - ஆனால் உண்மையில்லை என்பது வேறு யாருக்கும் தெரிகிறதோ இல்லையோ, எனக்குத் தெரியும் என்பது போலவே, இந்த ஆயன் ஒரு கிளர்ச்சிக்காரன் என்பதும் உண்மையில்லாமல் இருந்தால் என்ன செய்வது? வால்டர் மிட்டியைப் போல, மற்றவர்களது தவறான கருத்துருவாக்கத்தினால் மட்டுமே, தான் ஒரு உயர்ரக உளவுக்காரன் என்பதான போலிப்பிம்பத்தை உண்டாக்கி வைத்திருக்கும் வெறும் சந்தர்ப்பவாதியாக கற்பனாவாதியாக வெற்றுவேட்டாக இருந்தால் என்ன செய்வது? வெறும் வாய்ச்சொல் வீரனாக, கிளர்ச்சியாளர்கள் மீதான விருப்பம் மற்றும் பித்தினால் அவர்களது ஆதரவாளனாகத் தொடங்கிப் பின் தானே ஒரு கிளர்ச்சியாளன் என எண்ணத் தொடங்கி, அதை நம்பி, மற்றவர்களுக்கு உணர்த்தவும் பெருமைப்பட்டுக் கொள்ளவும் தொடங்கியவனாய் இருப்பானோ? அப்படியும் நடந்திருக்கிறது. அடிக்கடி நடந்திருக்கிறது. ஆயன் இறந்த பிறகு என்னை ஊரின் புகழ்மிக்க மதுவிடுதியின் கழிவறையில் வைத்துக் கொல்ல அச்சுறுத்திய அநாமதேயனுக்கு இது நிகழ்ந்திருக்கக்கூடும். அரசை எதிர்க்கும் உயர்மட்டக் கிளர்ச்சியாளனாகத் தன்னைக் கருதிக் கொள்ளும் போராட்டத்தில் அவன் நிச்சயம் இருந்தான்.

அவனைப்பற்றிய இந்த மதிப்பீட்டை அநாமதேயன் ஒப்புக்கொள்ளாமல் போகக்கூடும், ஆனால் அது சரியானதென்றும் துல்லியமானதென்றுமே நான் கருதுகிறேன். எங்களது பதினேழு

வயதில் அவன் முதன்முதலாக என்னிடம் நெருங்க முயற்சித்தபோது அவன் மீது எந்த ஈர்ப்பும் இல்லாததால் நான் அதை மறுத்தேன். அப்போதுதான் அவன் ஒரு காழ்ப்பு நிறைந்த தொந்தரவுக்காரன் என்பதைக் கண்டுகொண்டேன். அவன் நம்பியது போல் அல்லாது நான் அவனை ஏற்றுக் கொள்ளாமல் மறுத்துவிட்டதை உணர்ந்தவுடன் “நாங்கள் உன்னை வன்தொடர்வோம்” எனக் கூறினான். என்னுடைய மறுப்பை நான் மிக மரியாதையாக வெளிப்படுத்த முயன்றபோதும், “நாங்கள் உன் கூடவே வருவோம். எப்போதும் கூடவே இருப்போம். நீதான் இதை ஆரம்பித்தாய். நீதான் எங்களை உன்னைப் பார்க்கச் செய்தாய். நீ தான் இப்படி நினைக்க வைத்தாய்... தூண்டினாய்... எங்களால் என்னவெல்லாம் செய்ய முடியும் என்பது உனக்குத் தெரியாது. நீ எதிர்பாராத நேரத்தில், நாங்கள் இல்லை என நினைக்கிற நேரத்தில், நாங்கள் போய் விட்டோம் எனக் கருதுகிறபோது... பார்.. நீ இதற்குப் பதில் சொல்வாய், சொல்வாய்... நிச்சயம்...” பார்த்தீர்களா? வேட்டைக்குணாதிசயம். இப்போதும் கூட தன்னை தன்மை பன்மையில்தான் குறிப்பிட்டுக் கொள்கிற அவன் கொஞ்ச காலம் முன்பு கூட எல்லோரையும் போல தன்மை - ஒருமையில்தான் இருந்தான். அநாமதேயன் பற்றிய இன்னொரு விஷயம் என்னவெனில் அவன் பொய்கள் சொல்பவனாய் இருந்தான். சற்றுமுன் ஆயனிடம், ஒப்பந்தங்களற்ற ஆண் நண்பன், இவார், சூப்பர் சார்ஜர் மற்றும் நீருக்கு மறுபுறம் இருக்கிற கொடிகள் குறித்த ஆபத்தான சூழலில், பதட்டத்தில், பயத்தில் நான் அந்த இடத்தில் உருவாக்கிய பொய்கள் போலல்ல அவை. அநாமதேயன் தனது வார்த்தைகள் குறித்து தான் கட்டமைத்த பொய்கள் குறித்து எந்த அளவிற்குச் சிந்தித்தான் எனில் அவனே அவற்றை உண்மை என நம்புகிற அளவிற்கு. இந்தப் பொய்கள் ஜேம்ஸ்பாண்ட் தொனியில் ஆரம்பித்தன. இங்கே, சாலைக்கு எங்கள்புறம், ‘நீருக்கு இப்புறம்’ இருக்கிற யாருமே ஜேம்ஸ்பாண்டை ஏற்றுக்கொள்ளவில்லைதான். இதுவும் இன்னொரு ‘கூடவே கூடாது’ வகையைச் சேர்ந்ததுதான். அவர்களது ஆதிக்கம்மிக்கதாகக் கருதப்பட்ட தொலைக்காட்சிகளில் ஒளிபரப்பப்பட்ட எங்களது அரசியல் பிரச்சினைகளுக்கு விதிக்கப்பட்ட ‘கூடவே கூடாது’ போலவோ, நீருக்கு மறுபுறத்தைச் சேர்ந்த தவறான செய்தித்தாளை வாசிப்பதற்கு இருந்த ‘கூடவே கூடாது’ போலவோ, நிச்சயமாக தொலைக்காட்சியில் இரவில் ஒளிபரப்பப்படும் அந்தக் கீதத்திற்கு நேரம் தருவதற்கு இருந்த ‘கூடவே கூடாது’ போலவோ அது இல்லை. மாறாக சூப்பர் சார்ஜரைப் போலவே இவரும் ஒரு தேசத்தின்

அடையாளமாய் பெருமிதமாய், நீருக்கு மறுபுறத்தின் தேசபக்தியாய் இருந்ததனால்தான் ஜேம்ஸ்பாண்ட் இங்கே மறுக்கப்பட்டார். நீங்கள் ஒருவேளை 'நீருக்கு இப்புறமுள்ள எங்களது பகுதியிலும் 'சாலைக்கு இப்புறமுள்ள எங்களது பகுதி'யிலும் வசிப்பவராய் இருந்தும் ஜேம்ஸ்பாண்ட்டை திரையில் ரசித்தீர்களானால் நீங்கள் அதை வெளியே ஒப்புக்கொள்ளமாட்டீர்கள்; அதோடு நீங்கள் சப்தத்தை மிகமிகக் குறைவாகவும் வைப்பீர்கள். நீங்கள் பார்த்துக் கொண்டிருக்கும் போது யாரேனும் உங்களைப் பிடித்து விட்டால், "கிறுக்குத்தனம்! ச்சே! இயல்பாகவே இல்லை! என்னவோ இதெல்லாம் நடக்க முடிவதைப்போல!" என உளறத் தொடங்கி விடுவீர்கள். "அதெப்படி இரவுணவுக்கான முழுமையான ஆடையில் இருக்கிற ஜேம்ஸ்பாண்ட் ஒரு நொடி கல்லறையில் இருக்கிற சவப்பெட்டிக்குள் இறந்தது போல் கிடந்து, அடுத்த நொடி அதை உடைத்து வெளியே வந்து நாட்டிற்காக எதிரிகளைத் தோற்கடித்த பிறகு எல்லாக் கொண்டாட்டங்களுக்கும் சென்று உலகின் அழகிய பெண்ணுடன் கலவி கொள்ள முடியும்? வாய்ப்பேயில்லை" என்பீர்கள். "தாங்கள் என்னவோ அமெரிக்கர்கள் என அவர்கள் நினைத்துக் கொள்கிறார்கள், ஆனால் அவர்கள் அமெரிக்கர்கள் கிடையாது. ஹ! ஹ!" எந்நூறு ஆண்டுகால போராட்டத்திற்கு ஆதரவு தராத துரோகம் எனக் கருதப்படுவதில் இருந்தும், ஆலிவர் க்ராம்வெல், முதலாம் எலிசபெத், 1172 ஆக்கிரமிப்பு, எட்டாம் ஹென்றி போன்றோருடன் உங்களை ஒருமைப்படுத்திக் கொள்வதிலிருந்தும் நீங்கள் அங்கனம் தப்பித்துக் கொள்வீர்கள். பொதுவான தினசரி அரசியல் வரலாற்றுக் கோணங்களில் மறுக்கப்பட்ட ஜேம்ஸ்பாண்ட் அப்படித்தான் நோக்கப்பட்டார். ஆனால் ஜேம்ஸ்பாண்ட் மாதிரியாக பொய் சொல்வது என்பது இதிலிருந்து சற்று மாறுபட்டதுதான். தேசபக்தி நிறைந்த, வீரமிக்க, நல்லவனான, நாயகனான, தோற்கடிக்கமுடியாத, வசீகரமான, நாட்டின் நன்மைக்காக எல்லாத் தீயவர்களையும் கொன்று குவிக்கிற இந்த விஷயத்தில் மட்டும் பிம்பத்தினைப் பயன்படுத்திக் கொள்வதாகும் அது. சாலைக்கு இப்புறம் இருக்கிற எங்களது கலாச்சாரத்தைக் காக்கும் அடிப்படையில் நாம் அதை மாற்றிச் சிந்தித்துக் கொள்ள வேண்டும்.

எங்களது பகுதியில் அரசுக்கு எதிரான கிளர்ச்சியாளர்கள் நல்லவர்களாகவும், நாயகர்களாகவும் மரியாதைக்குரியவர்களாகவும் பயமற்றவர்களாகவும் மகாகனம் பொருந்திய வீரர்களாகவும், தியாகிகளாகவும், தம் வாழ்வைப் பணயம் வைக்கிறவர்களாகவும்,

எங்களது உரிமைக்காகப் போராடுபவர்களாகவும் எல்லா ஏற்றத்தாழ்வுகளுக்கும் எதிராக கொரில்லாத் தாக்குதல் நடத்தத் தயாராய் இருப்பவர்களாகவும் கருதப்பட்டனர். எல்லோரும் இல்லாவிடினும் பகுதியின் பெரும்பாலானவர்கள் குறைந்தபட்சம் ஆரம்ப காலகட்டங்களிலேனும் அவர்களை அப்படித்தான் நோக்கினர். பழைய லட்சியவாதிகள் மரணித்தபிறகு, கும்பல் மனோநிலையினை வரித்துக்கொண்ட புதிய கிளர்ச்சியாளர்கள் மீது சிலருக்கு அதிருப்திகள் இருந்தன. உறுப்பினர்களது கொள்கை நடைமுறைகளில் ஏற்பட்ட இந்தக் குறிப்பிட்ட மாற்றத்தோடு, சாலைக்கு இப்புறம் இருந்த அதிகம் அரசியல்மயப்படாத கிளர்ச்சியாளர்களல்லாத மக்களின் மனதில் நியாய அநியாய குழப்பங்களும் சேர்ந்து கொண்டன. இந்த முடிவெடுக்கமுடியாத குழப்பமானது உள் முரண்களாலும், விழுமிய குழப்பங்களாலும், உண்மைக்குள் முழுமையாக நுழைவதில் இருந்த சிரமங்களாலும் ஆகியிருந்தது. இங்கிருக்கிற அரசியல் பிரச்சினைகள் எவ்வளவு அனுமதிக்குமோ அவ்வளவு இயல்பான பொது வாழ்க்கையை வாழ முயல்கிற ஜான்களும் மேரிகளும் இங்குதான் கவனப்படுகிறார்கள் - ஆனால் எங்கள் உரிமைகளின் காவலர்கள் எனக் கருதப்படுபவர்களது போராட்ட வழிமுறைகளில் இருக்கிற நியாயங்கள் மீதான சந்தேகங்களால் அவர்கள் பதட்டம் கொண்டிருந்தனர். இது வெறும் முந்தைய மரணங்களாலோ தொடர்கிற மரணங்களாலோ மட்டும் அல்ல. காயங்கள் மறக்கப்பட்டுவிட்ட சிதைவுகளாலும், கிளர்ச்சியாளர்களின் வெற்றிகரமான போராட்டங்களிலிருந்து கிளைக்கிற தனிப்பட்ட மற்றும் அந்தரங்கத் துயரங்களினாலும் நேர்ந்தது. அப்புறம் - 'சாலைக்கு மறுபுறம் – 'நீருக்கு மறுபுறம்' இருப்பவர்களும் தங்களது வழிமுறைகளில் இந்த அழிவுகளை இதே போல் மோசமாகத்தான் நிகழ்த்துவார்கள் என்பதையும் தாண்டி கிளர்ச்சியாளர்களது அதிகாரமும் ஆதிக்கமும் அதிகரிக்க அதிகரிக்க மேரிக்கள் மற்றும் ஜான்களின் பதட்டமும் அதிகரித்தது. தினசரி பொது இடத்தில் அசிங்கப்படுத்துதல், உள்ளூர் கிளர்ச்சியாளர்கள் தங்களது சட்டங்களை அமல்படுத்துதல், அவர்களது அறிவுறுத்தல்கள், பரிந்துரைகள், அவர்களது நிபந்தனைகள், ஏதேனும் வகையில் அவற்றை மீறுபவர்களுக்கு தண்டனைகள் போன்றவை நிகழ்ந்து கொண்டேயிருந்தன. அடிப்பது, குற்றப்படுத்துவது, பெயரிடுவது, தார் ஊற்றுவது, காணாமலாக்குவது, கண்கள் கருப்பாகி உடலெல்லாம் காயம்பட்டு சாலையில் திரிந்த மனிதர்களின் எண்ணிக்கை முந்தைய நாளைவிட வெகு நிச்சயமாகக் குறைந்துபோவது

போன்றவைகளும் நிகழ்ந்தன. உபயோகத்தில் இல்லாத கட்டடங்களிலும், கிளர்ச்சியாளர்களுக்கு நெருக்கமானவர்களின் வீடுகளிலும், உள்ளூர் குடியிருப்புகளிலும் திடீரென கூட்டப்பட்ட பஞ்சாயத்துகள் நிகழ்ந்தன. தங்களது போராட்டங்களுக்குத் தேவையான நிதியினை வசூலிப்பதற்காகக் கிளர்ச்சியாளர்கள் விதவிதமான நிதிச்சுமைகளை விதித்தனர். எல்லாவற்றுக்கும் மேலாக அமைப்பின் சந்தேகம், சோதனைகள், விசாரணைகள், துப்புக்கொடுக்கிறவர்களை - அப்படியான சந்தேகத்திற்குரியவர்களை இல்லாமலாக்குதல் போன்ற அனைத்தும் நிகழ்ந்தன. மேரிக்கள் மற்றும் ஜான்களிடையே இந்த உள்முரண்கள் சார்ந்த அசௌகரியம் தோன்றும் முன்புவரை கிளர்ச்சியாளர்கள் ஒட்டுமொத்த சமூகத்தின் முன்புமே முன்னுதாரணமான உயர்ந்த போராட்டக்காரர்கள் எனும் பிம்பத்தைத்தான் நிறுவியிருந்தார்கள். ஆனால் இந்தக் கிளர்ச்சியாளர்களின் பின் சேரும் ரசிகப்பட்டாளமானது, விழுமியம் சார்ந்த போராட்டங்கள் குறித்த எந்த விஷயத்தையும் உணர்வாலோ சிந்தனையாலோ புரிந்து கொள்ளவே இயலாத இளைஞிகளையும் பெண்களையும்தான் கொண்டிருந்தது. கிளர்ச்சிக்காரர்களாய் இருந்த ஆண்கள் குற்றமற்ற வீரத்தின், கவர்ச்சியின், ஆண்மையின் சின்னமாகத் தோற்றமளித்தனர். இவர்களுடன் தொடர்பில் இருப்பதன் மூலம் அவர்கள் தங்களது சமூக, தொழில் தேவைகளையும் நிறைவேற்றிக் கொள்ள முடிந்தது. அதனால்தான் இந்தப்பெண் சமூகமானது எப்போதுமே கிளர்ச்சியாளர்களுக்கு அருகாமையிலேயே காணப்பட்டது. கிளர்ச்சியாளர்களது குடியிருப்புகளுக்கு அடிக்கடி செல்வது, அவர்களது எல்லைக்குள் குடியிருப்பது, அவர்களது பகுதிகளை ஊடுருவது என எப்போதேனும் நீங்கள் இவர்களை ஏதேனும் ஒரு அந்நிய ஆணோடு நெருக்கமாக ஊருக்குள்ளோ வெளியிலோ பார்த்தால் அது, அப்படிப் போற்றுதற்குள்ளாவது ஒரு கிளர்ச்சிக்காரன்தான் என்பதை நீங்கள் உங்கள் இரண்டு பாட்டிகளின் மீதும் கூட அடித்துச் சத்தியம் செய்யலாம். இந்த ரசிகைகளைப் பொருத்தவரை, ஊருக்குள் பெயரெடுத்த அதிகாரம் செலுத்தக்கூடிய மக்களுக்காக போராடக்கூடியவர்களாக அவர்கள் இருக்க வேண்டியிருக்கவில்லை, அவர்கள் கிளர்ச்சிக்காரர்களாக இருக்க வேண்டியதில்லை சட்டத்திற்குப் புறம்பானவர்களாய்க்கூட இருக்க வேண்டியதில்லை, யாராக வேண்டுமானாலும் இருக்கலாம். எனவே காலப்போக்கில் அந்த ஒவ்வொரு சர்வாதிகார ஆக்கிரமிப்புப் பகுதிகளிலும் ஆண் கிளர்ச்சியாளர்கள்தான் ஆதிக்கம் மிக்கவர்களாகவும்,

முடிவெடுப்பவர்களாகவும் இருந்தனர். ராக் பிரபலங்கள், சினிமா நட்சத்திரங்கள், விளையாட்டு நட்சத்திரங்கள், இப்போது அந்த இரண்டு வெற்றிகரமான நடன ஜோடிகள் போலல்லாது இவர்களை மாற்று சமூகத்தினர் ஏற்றுக்கொள்ள மறுத்தபோதும், தத்தமது பகுதியில் இந்தக் கிளர்ச்சியாளர்கள் அவர்களுக்கிணையாக உள்ளூரில் கொண்டாடப்பட்டார்கள். இந்த கும்பல்களைப் பொருத்தவரை இவர்களெல்லாம் ஜேம்ஸ்பாண்ட்களாய் - எதிர் நாட்டிற்கான சேவையில் அல்ல - இருந்தனர். இந்த பாண்ட் தவிர்க்க முடியாதவனாக, மீறமுடியாதவனாக, எல்லாவற்றையும் புரட்டிப் போடுகிறவனாக, தனது உரிமைக்காகப் போராடுபவர்களின், கிளர்ச்சியாளர்களின் வரிசையில் உயர்ந்த இடத்தில் இருந்தான். 'சாலைக்கு இப்புறம்', 'நீருக்கு இப்புறம்', 'அவர்களது கொடி எங்களது கொடி அல்ல' போன்ற தற்போதைய காரணங்கள் இந்தக் கும்பல்களுக்கு தனிப்பட்ட வகையிலோ சமூக அடிப்படையிலோ அவற்றின் காரணங்களாலோ நோக்கங்களாலோ முக்கியமானதாய் இருக்கவில்லை. வாழ்வின் இனிமையான விஷயங்களைக் குறித்தும் அது இல்லை. எப்போதுமே சிறந்த ஆடை, நல்ல அணிகலன், விரும்பியதை வாங்குதல், நல்ல உணவுகள், மகிழ்வான கொண்டாட்டங்கள், ரகசியப்பெட்டிகளில் கத்தை கத்தையான பணம் போன்றவற்றோடு ஒரு அட்டகாசமான வாழ்க்கை முறையை ஏற்படுத்தி இனிமையாய் வாழ்வதற்கும் அல்ல. அர்ப்பணிப்புமிக்க பயமற்ற, கட்டுப்படுத்தமுடியாத முந்தைய காலக் கிளர்ச்சியாளர்களைப் பொருத்தவரை, சொந்த வாழ்வை அழகுப்படுத்திக் கொள்வதற்கான நிதி வசதிகள் ஏதும் இருக்கவில்லை, ஏனெனில் சேர்க்கப்பட்ட பணம் முழுவதும் - சட்டவிரோதமாக, மிகுந்த சட்டவிரோதமாக, முழுமையான சட்டவிரோதமாக - போராட்டத்திற்காக மட்டுமே செலவிடப்பட வேண்டியிருந்தது. எனவே தனிப்பட்ட வகையிலான லௌகீக லாபங்களில் முற்காலக் கிளர்ச்சியாளர்கள் ஆர்வம் கொண்டிருந்ததாகத் தெரியவில்லை. அப்போதிருந்த ரசிகைகளைப் பொருத்தவரை அந்த ஆணின் இணையாய் ஆவதுதான் அடைய வேண்டிய குறிக்கோளாக இருந்தது. அவன் தலைவனாய், முதல்வனாய் இருப்பதன் வாயிலாக அவளையும் முதல் பெண்ணாக ஆக்க வேண்டும். குழுவில் இருக்கிற மற்ற பெண்களை விட வசீகரமான ஒரு பெண் அப்படி முதலிடத்தை அடைந்து விட்டால், அந்த இடத்திற்காகக் காத்திருந்த தகுதியுள்ள - ஆனால் குறைவான தொடர்புகளையுடைய - பெண்ணானவள் போட்டியிலிருந்து வெளியேற்றப்படமாட்டாள்.

போலவே அவன் திருமணமானவனாக இருந்து அவனது மனைவி பிரச்சினைகள் செய்யாதவளாக இருக்கும் பட்சத்தில் அந்தத் திருமண பந்தம் இந்த ரசிகைகளுக்குத் தடையாய்த் தோன்றவில்லை. சில சமயங்களில் யாரேனும் தன் கணவனை நெருங்குவதைக் காணுகிற பெண் புரட்சியாளர்கள் அவர்களைக் கொல்லவும் தயாராய் இருப்பார்கள். எனவே அந்த ரசிகைகள் இரண்டாம் தரத்தினளாக, ஆசைநாயகியாக இருக்கத் தயாராய் இருந்தார்கள். ஏனெனில் அது பாராட்டுகளின் பெருமையின் அருகிலிருக்கும் அந்தஸ்தினை நல்கியது. துணை ராணுவத்தினரின் ரசிகையாக இருப்பதாக என்னைக் குற்றப்படுத்தும்போது, என் அம்மா குறிப்பிட்ட அந்த வேகமான, மூச்சடைக்கச் செய்யக்கூடிய, அற்புதமான களிப்பூட்டும் கிளர்ச்சியாளர்களைத்தான் – ஆண்களைத்தான் - இந்த பேராசைப் பெண்கள் தங்களது ஆசையை நிறைவேற்றுவதற்காக நம்பிக்கொண்டிருந்தனர்.

அதனால்தான் அம்மா இன்னமும் என்னைக் காண வந்து கொண்டிருந்தாள். என்னைக் குற்றப்படுத்துவதற்காக. எனக்கு அறிவுரை சொல்வதற்காக. அப்படிப்பட்ட ஒரு பெண்ணாக இருப்பதை - உண்மையில் நான் அப்படியில்லை என்ற போதும் - நான் நிறுத்தும்படி ஆணையிடுவதற்காக. எனக்கும் ஆயனுக்கும் இடையே நடந்த இரண்டே இரண்டு சந்திப்புகளிலேயே நான் அப்படி ஒரு ரசிகையாக ஆகிக்கொண்டிருப்பதாக, அதிகார எல்லையில் அனுமதிக்கப்படுவதற்காக கதவுகளைத் தட்டிக் கொண்டிருப்பதாக, ஆசைகளுடனும் லட்சியங்களுடனும் கனவுகளுடனும் கண் வரை போதையேறித் திரிவதாக வார்த்தை பரவியிருந்தது. நான் விழித்துக் கொள்ள வேண்டும், இவர்கள் சினிமா நட்சத்திரங்களல்ல, நடந்து கொண்டே வாசிக்கிற எனது பழைய புத்தகத்தில் நான் முட்டாள்தனமாகத் தேடுகிற மாவீரர்களின் வகையினர் அல்ல என்பதை உணர்ந்து கொள்ள வேண்டும் என அம்மா என்னைத் தொடர்ந்து எச்சரித்தாள். மாறாக, அடங்கா ஆண்மையின் வடிவமாக ஒரு காதலனை என் மனதின் தீயகற்பனைகள் உருவகித்ததன் விளைவுதான் இது என்றாள். “அவனது உண்மையான வடிவைக் காண்பதற்கு பதிலாக அவன் என்னவாக இருக்க வேண்டும் என நீ விரும்புகிறாயோ அவ்வாறே காண்கிறாய் என்பதை உனது புத்தகங்கள் உனக்குச் சொல்வதில்லை” என்றாள் அம்மா. அதோடு, தான் ஒன்றும் பழங்காலத்தவள் அல்ல என்றும் அறியாமையில் இல்லை என்றும் தனது இளமைக் காலத்தை முற்றிலும் மறந்துவிடவில்லை என்றும் அளவிட முடியாத,

மலைமேலிருந்து குதிக்கிற பரவசங்கள் குறித்துப் புரிந்துகொள்ள முடியும் என்றும் கூறினாள். உண்மையில் நான் பயங்கரமாக அழுத்தமாக விடாது துரத்தி நளினமற்று காதலை அடைய முயற்சிப்பது மட்டுமின்றி, சிறுமிகளது உலகத்திலிருந்து வெகு தொலைவு நீங்கி மரணத்திற்குத் துணைபோகிற ஆபத்திற்குள் விழவும் போனேன் என்றாள். இந்த விஷயத்தைப் பொருத்தவரை இந்தத் தீய சாகசக்காரர்கள் - முன்னோடிகள், ரட்சகர்கள், சட்டவிரோதிகள், அரக்கர்கள் இவர்களை யார் எப்படி குறிப்பிட விரும்பினாலும் - எல்லோரும் சமூக விரோதிகள், மனநோயாளிகள் ஆவர். ஒருவேளை அவர்கள் அப்படிப்பட்டவர்கள் இல்லையெனினும், அவர்களது போராளிக்குணமும் லட்சியமனோபாவமும் தங்களது அமைப்புகளில் அவர்கள் என்னவாக விரும்புகிறார்களோ அதற்கு தகுதியானவர்களாய்த்தான் ஆக்குகிறது; அத்தகைய மனநலமும் குணஅமைப்பும் இவ்வுலகின் வேறு எதற்கும் அவர்களைப் பொருந்தச் செய்யாது. ஒன்பதிலிருந்து ஐந்து வரையிலான வேலை கிடையாது. தனிப்பட்ட உறவுகள் கிடையாது. குடும்பத்தையோ குடும்பத்தின் தேவைகளையோ பூர்த்தி செய்வதில்லை. சராசரி ஆயுட்காலமும் கூட கிடையாது. "எனவே அவர்களுடன் சேராதே மகளே. ஒரு நல்ல பெண், ஒரு சாதாரண பெண், நற்பண்புகளுடைய ஒரு பெண், எது மரியாதைக்குரியது எது நாகரீகம் என்பது குறித்து அறிந்த பெண், நிச்சயமாக அங்கிருந்து வெளியேறிவிடுவாள். முதலில் அங்கே போயிருக்கவே மாட்டாள்!" இன்னொரு விஷயம் அவள் சொன்னதென்னவென்றால் நான் அவனுடன் முறையாகவும் சேர்ந்திருக்கவில்லை. அதாவது மீண்டும் நாங்கள் திருமணம் குறித்தும் அதன் உறுதிமொழிகள் குறித்தும் பேசத் தொடங்கியிருக்கிறோம். இப்போது இந்த மாய, ஆபத்தான புரட்சியாளர்களிடமிருந்து என்னை வெளியேற்ற முயல்கிற போதும் கூட அவளால் திருமணம் குறித்த விஷயங்களை யோசிக்காமல் இருக்க முடியவில்லை எனத் தோன்றியது. அதாவது நான் நாகரீகமான தொடர்பில் இல்லை. அதாவது நான் அவனது மனைவி இல்லை, அப்படியே நான் நிஜமாகவே ஒரு கிளர்ச்சிக்காரனோடு தொடர்பில் இருக்க விரும்பியிருந்தால் நான் அவனைத் திருமணம் செய்திருக்க வேண்டாமா? அப்படியாவது நான் ஏற்றுக்கொள்ளப் பட்டிருப்பேன்! அப்படி மனைவியாக இருப்பதும் சுலபமொன்றுமில்லை என்பதையும் உலகம் அறியும்: ஜெயில்களைப் பார்வையிடுவது. கல்லறைகளைப் பார்வையிடுவது. எதிரி காவலர்களால், வீரர்களால், பிற கிளர்ச்சியாளர்களது மனைவிகளால் கணவனது கிளர்ச்சிக்கார

163

நண்பர்களால் உளவு பார்க்கப்படுவது. உண்மையைச் சொன்னால், அவளது விசுவாசத்தை உறுதி செய்ய ஒட்டுமொத்த சமூகமே அவளைத்தான் பார்த்துக்கொண்டிருக்கும். கணவனை அவமதிக்காமல் முறையாக நடந்து கொள்வதன் வாயிலாக, தேவையற்ற சுதந்திரத்தை எடுத்துக்கொள்ளாமல் இருத்தல் வேண்டும். எனவே வேண்டாம்" என்றாள். "இது சுலபமான வாழ்க்கை கிடையாது. மாறாக அது ஒரு அதிர்ச்சியூட்டும் துயரம்தரும் தனிமையான வாழ்வாய் இருக்கும். என்றாலும் கூட அங்கே அவள் முறையாய் இருக்கிறாள் மகளே. மணமானவள். பதிவு செய்யப்பட்டவள். போதுமான புகழுடனும், அவன் சிறைப்பட்ட பிறகோ இறந்த பிறகோ தனக்கும் தன் குழந்தைகளுக்கும் தேவையான பாதுகாப்பை உறுதி செய்தும் இருக்கிறாள்." அம்மாவைப் பொருத்தவரை, இப்படிப் பின்னால் ஒட்டிக்கொள்கிற பெண்களின் பாதையைத் தேர்ந்தெடுத்ததன் வாயிலாக, என்றேனும் ஒரு நாள் ஓர் ஆண் மகனால் தேர்ந்தெடுக்கப்படுகிற மரியாதையான பெண்ணாக அவள் என்னை வளர்த்ததிலிருந்து கீழிறங்கிவிட்டேன் நான். என்னைத் தரம்தாழ்த்திக் கொண்டேன், ரசிகைகளின் வரிசையிலும் கூட அடிமட்டத்திற்குச் செல்கிற அளவுக்கு இருந்த என்னுடைய நிலைமையினால், எவ்வித முன்னேற்றத்திற்கும் வழியற்ற பழையவளாகிவிட்டேன். 'பிறகு அவ்வளவுதான். நீ உன்னை அழித்துக் கொண்டாய், உனது அனைத்து வாய்ப்புகளையும், அனைத்து சாத்தியங்களையும் அழித்து விட்டாய் - ஆனால் எதற்காக?" அவள் தலையைக் குலுக்கிக் கொண்டாள். "அவர்கள் அப்படிப்பட்ட பெண்களை ஏற்றுக்கொள்ளமாட்டார்கள் மகளே" என எச்சரித்தாள்.

தனது போதனையை வழக்கம்போல அவள் இவ்வாறு முடித்தாள்: "நான் சொல்வதைக் குறித்து வைத்துக்கொள். இதுதான் உன்னை உயிர்ப்பாக வைத்திருப்பதாக இது லாபகரமானதாக இருப்பதாக நீ நினைக்கிறாய். இயல்பு வாழ்க்கை சலிப்பாக இருக்கிறது. உங்களைத் தவிர நாங்கள் அனைவரும் சலிப்பானவர்கள் என நினைக்கிறாய். ஆனால் நீ விரும்பினாலும் விரும்பாவிட்டாலும், சிறு குழந்தையே, உண்மையை நீ ஒருநாள் உணர்ந்து கொள்வாய். சாதாரணமாய் இருப்பதில் ஒரு தவறும் இல்லை. ஒரு சாதாரண மனிதனை மணந்து கொண்டு வாழ்க்கையின் சாதாரண கடமைகளைச் செய்வதில் ஒன்றும் தவறில்லை. ஆனால் நீ இந்தப் பிரகாசத்தால் வசியமடைந்திருக்கிறாய், பகட்டுகளால் பணத்தினால் புதிய கலாசாரங்களால் கண்ணடைத்து உனது இளமையின் ஆதிக்கத்தில் இருக்கிறாய். ஆனால் இது எல்லாம் மோசமாய்த்தான் முடியும்."

என்றாள் அவள். "உன்னுடைய வலிமையும் உத்வேகமான ஆன்மாவும் தீர்ந்து போய், அவனால் ஆக்கிரமிக்கப்பட்டு, எல்லாம் இழந்து வெறும் ஓடாக மாறி வந்து நிற்பாய். நீ உன்னை இழந்திருப்பாய், காணாமல் ஆகியிருப்பாய், தீமையில் விழுந்து கிடப்பாய். அவன் செய்த அல்லது செய்கிற அந்தக் குழப்பமான விஷயங்கள் - இப்போது அவை என்ன? அந்தக் குழப்பமானவை என்ன, அவனது துணைராணுவ வாழ்க்கை அவனுக்குக் கொண்டு வருகிற குழப்பமானவை - எல்லாமுமே, எதுவுமே உனக்கு நினைவில் இருக்காது. நீ வேண்டுமென்றே அவற்றையெல்லாம் மறந்து விடுவாய். நான் இதையெல்லாம் இவ்வளவு நாள் கவனிக்காதது விநோதம்தான். ஆனால் பெரியவளாக வளரவளர, உன் அப்பா தன் மனநிலைகளின், உளப்பிரச்சினைகளின் விளைவால் எதையுமே நம்பாதிருந்ததைப்போலவே நீயும் இருப்பது நிழல்களின் மீது உனக்கு இருக்கும் வசீகரத்தில் தெரிய வருகிறது மகளே."

அப்படியாக அது இருந்தது. என்னைப் பற்றி அப்படித்தான் சொன்னார்கள். அவ்வாறாக, திருமணத்தை மறுக்கிற இழிந்த பழைய முதிர் கன்னி அல்ல நான், எந்தத் தொடர்பும் பந்தங்களுமற்ற சுதந்திரமான பெண். ஆனால் அவமானப்படுத்துகிற காயப்படுத்துகிற அவளது வார்த்தைகளானவை அவளது மகளின் தீய கற்பனைக்கான கச்சாப் பொருட்களிலிருந்து தோன்றவில்லை. அவளது தீய கற்பனைக்கான கச்சா பொருட்களிலிருந்து தோன்றியிருந்தது; என்னையும் ஆயனையும் குறித்த சமீபத்திய புரளியை என்னிடமும் சொல்லிய அவள் அதே நேரம் அது தொடர்ந்து பரப்பப்படுவதையும் பார்த்துக் கொண்டாள். ஆயனைப் பொருத்தவரை - அவர்கள் எல்லோரையும் பொருத்தவரை - கேள்விகள் கேட்காத, அதற்கு நான் என்ன பதில் சொல்வேன் என்பது குறித்து ஆர்வம் கொள்ளாத இன்னொருவர் இவள், அவ்வளவுதான். நானும் அவளுக்கு பதில் சொல்லவோ நான் ஆயனுடையவள் அல்ல என்று விளக்கவோ ஆர்வம் கொண்டிருக்கவில்லை. கடந்த முறை அவள் சொன்ன 'பொய் சொல்லி' என்கிற வார்த்தையே இன்னும் என்னில் ஆழமாய் இறங்கியிருக்க, அதற்கான பதிலாக நான் வெளிப்படுத்திய அமைதி சந்தேகமின்றி அவளைக் காயப்படுத்தியிருக்க, நிச்சயமாக அவள் வார்த்தைகளைச் சிதறிவிடுவாள், ஆனால் நான் அவற்றின் விளைவை ஒப்புக்கொள்ள மறுப்பேன். அந்த வார்த்தைகளுக்கு நிச்சயம் ஒரு வலு இருந்தது, போலவே உள்ளூர் மக்கள் என்னிடம் நடந்து கொண்ட விதத்திலும் என்னால் ஒரு மாற்றத்தை உணர முடிந்தது. ஊரில் பேசப்பட்ட வதந்திகளைக் கேட்டு அதில் தங்களது

எண்ணங்களையும் சேர்த்து இன்னும் கூடுதல் கதை கட்டுதல் மட்டுமல்லாது, உள்ளூர் துணைராணுவப்படை ரசிகைகளும் இப்போது இதில் கவனம் செலுத்தத் துவங்கி இருந்தனர். அடுத்து என்னைச் சந்திக்க முடிவு செய்தது அவர்கள்தான்.

ஒரு மாலை நேரம் ஊரின் மிகப்புகழ்பெற்ற மது விடுதியின் கழிவறையில் ஆறுபேர் என்னை நெருங்கிய போது அது நிகழ்ந்தது. என்னைச் சூழ்ந்து கொண்ட அவர்கள் கண்ணாடியில் என் முகத்தை ஆராய்ந்தனர். அவளது சூயிங்கம் மிட்டாயில் எனக்கு கொஞ்சம் வேண்டுமா என ஒருத்தி கேட்டாள். இன்னொருத்தி தனது உதட்டுச்சாயத்தினை என்னிடம் கொடுத்து பூசிக்கொள்ளச் சொன்னாள். இன்னொருத்தி தனது எஸ்டே லாடரை என்னிடம் தந்தாள். அவர்கள் என்னிடம் அணுக்கமாக நடந்து கொண்டனர், அல்லது அப்படி நடித்தனர். அவர்களது அந்த அணுக்கத்தை அல்லது நடிப்பை நான் ஏற்றுக் கொள்வது போல நடித்தேன். ஏனென்றால் எனக்குப் பயமாய் இருந்தது. இதை எப்படி எதிர்கொள்வதென முடிவு செய்யச் சற்று நேரம் தேவைப்பட்டது.

இருப்பதிலேயே மூத்தவள், "நான் எப்போதுமே வலிமையான ஆணைத்தான் தேர்ந்தெடுப்பேன்" என்றாள். எனக்கு வாசனைத் திரவியம் தந்த அவள், எனக்குப் பின்னாலிருந்த கைகழுவும் தொட்டிக்கருகே இருந்த கண்ணாடியில் தெரிந்த எனது பிம்பத்திடம் பேசிவிட்டு பிறகு தன்னைப் பார்த்துக் கொண்டாள். தனது மார்புப் பிளவைப் பார்த்தாள். திருப்தியடைந்தது போல் தோன்றியது. அதனைச் சரி செய்தாள், மீண்டும் சரி செய்தாள். மேலும் மகிழ்ச்சியானதாகத் தோன்றியது. "ஆபத்தான ஒருவன்" என்றாள். "ஆண்மை நிறைந்தவன், வீர்யமானவன். அப்படித்தான் இருக்க வேண்டும். அப்படிப்பட்ட ஒன்றை நான் மிகவும் விரும்புவேன்." எனது பிம்பத்திடம் ஒப்புதலை அவள் எதிர்நோக்கிக் கொண்டிருந்த அதே சமயம் இன்னொருத்தி இடைமறித்தாள். "ஆனால் அப்படித் தீவிரமான ஒன்றைத் தேடிச் செல்வதென்பது ஒரு வழிப்பாதை ஆகும். மறுசிந்தனையற்ற மனம், திரும்பிச் செல்லும் வாய்ப்பின்மை என அதிலிருக்கும் வாழ்தல், சாதல் மற்றும் சாகசங்கள் குறித்துக் கூறுகிறேன் நான்." என்றாள் அவள். "அது எப்போதுமே ஒரு சூதாட்டம், அதை மறந்து விடாதே" என்றாள் மூன்றாமவள். "அப்படித்தான் இருந்தாக வேண்டும். எவ்வளவு ஒத்திகைகள், எவ்வளவு கவனங்கள் இருந்தாலும் அவன் ஒரு மோசமான நாளை எதிர்கொள்ளக்கூடும், அந்த மோசமான நாளே அவனது இறுதி

நாளாகவும் கூடும். என்றாலும் கூட..." இந்த இடத்தில் அவள் தனது வாக்கியத்தைப் பாதியில் தொங்க விட்டாள். "ஒரு சாதாரண ஆணால் அதைச் செய்ய முடியாது. ஒரு சாதாரண கிளர்ச்சிக்காரனாலும் கூட" என்றாள் இன்னொருத்தி. "ஆமாம். நீங்கள் எப்போதுமே கொஞ்சம் பயந்தவர்கள்தான் இல்லையா?" என்றாள் பின்னாலிருந்து ஒருத்தி. "கொஞ்சம் பதட்டமும் கூட. நீங்கள் அவருடைய கடைசி மணி நேரங்களில் உடன் வசிக்கிறீர்கள் என்னும் பதட்டம். ஏதேனும் ஒரு திட்டம் தோற்றுப்போனால் - அது பூம்! அது ஒரு வெடிப்பு. அது மிகவும் மோசம்! அவன் வீழ்ந்து இறந்து விடுவான், அல்லது வாழ்நாள் முழுமைக்குமாய் சிறைபிடிக்கப்படுவான். அதை எதிர்கொள்ள நீங்கள் பயிற்சிகூட எடுத்துக்கொள்ள வேண்டும் போல, தொடர்ந்து ஊக்கமாய் இருத்தல் வேண்டும்." துணை ராணுவத்தினரின் ரசிகைகளது மொழியில் ஊக்கம் என்பதற்கு என்ன பொருள் என்பதை நான் அப்போதுதான் தெரிந்து கொண்டேன். "அவன் உனக்கு எவ்வளவு முக்கியம் என்பதை அவனை அறிய வை. நன்றாகக் காட்சியளி. மேல்தட்டினள் போல் இரு, கால்சட்டைகள் அணியாதே, எப்போதும் நன்றாக உடுத்திக்கொள், குதிசெருப்பு அணி - நினைவு கொள், நகை அணிய வேண்டும். ஒருபோதும் அவனை விட்டுத்தராதே. நீயாக ஒருபோதும் மது விடுதிக்குச் செல்லாதே. இன்னொருவனுடன் நடனமிட எண்ணவும் செய்யாதே, செய்யும் அளவிற்கு எவனுடனும் தனிமையில் இருக்காதே. இன்னொரு உறவைப் பற்றி எண்ணவே எண்ணாதே, அது ஒப்பந்தங்களற்ற உறவாய் இருந்தாலும் சரி. அவனுக்கு மரியாதை செய். பெருமிதப்படுத்து, அலட்டலாய் இருக்காதே. ரகசியங்களை அம்பலப்படுத்தாதே, கேள்விகள் கேட்காதே. ஊக்கமளி." இதை ஒரு கட்டளை போல் சொன்ன பிறகு அவர்கள் கிளம்பி விட்டார்கள். அவர்கள் இந்தக் கட்டளையைப் பிறப்பிக்கவே வந்தார்கள் என்பதை நான் புரிந்து கொண்டேன். இவ்வாறாக இந்தப்பெண்களின் வாயிலாக எனக்கு இந்த அடிவருடிகளின் குழுவிற்கு வரவேற்பு அளிக்கப்பட்டது.

நான் ஒரு பதிலை உருவாக்கும் முன்பு, அதை எப்படி வாக்கியப்படுத்துவதென யோசிக்கும் முன்பு, அவர்கள் மீண்டும் அந்த சவாலிற்கு, வேண்டுகோளிற்கு, அது ஏன் தகுதி வாய்ந்தது என்பனவற்றிற்குத் திரும்பியிருந்தனர். "அந்தப் பரபரப்பு, அந்த மரியாதை. ரசிக்கப்படுதலும் நம்பிக்கையும் அட்டகாசமும் சக்தி வாய்ந்ததுமான ஆண்மையின் இருப்பு அது. இயற்கையின் சக்தி அது. அவர்கள் அதிகாரத்தை எடுத்துக் கொள்வார்கள். கட்டுப்பாட்டில்

வைத்திருப்பார்கள். எல்லோரையும் தன் சொல்லிற்குப் பணிய வைப்பார்கள்" என்றனர் அப்பெண்கள். இவர்கள் பேசியதை எல்லாம் கேட்டதிலிருந்து ஒரு சாதாரண ஆணால் கிளர்ச்சிக்காரனாக இருக்க முடியாது என்பது மட்டுமல்ல, ஒரு சாதாரணப் பெண்ணால் கிளர்ச்சிக்காரனது ஆளாக இருக்க முடியாது என்பதையும் அப்பட்டமாக என்னால் உணர்ந்து கொள்ள முடிந்தது. "அதை அவர்களால் சமாளிக்க முடியாது. அத்தகைய வாழ்க்கை முறைக்காக அவர்கள் ஏங்கினாலும் அதை அடைய முடியாத அளவிற்கு அடிமைத்தனத்தில் இருப்பார்கள். அதன் மீது மிக மிக பயம் கொண்டிருப்பார்கள். ஒரு இனிய, சாதாரணமான, சலிப்பூட்டக்கூடிய, வழக்கமான பெண்ணால் அத்தகைய வாழ்வை அடைய முடியாது" என்றனர். "மந்தமாகக் காதலிக்கிறார்கள், எந்த சவாலிலும் ஈடுபடுவதில்லை. ஆபத்துகள் குறித்து அச்சப்படுகிறார்கள். தன் வாழ்வை சிறிய காரியங்களாலும் சலிப்பூட்டும் ஆண்களாலும் பூர்த்தி செய்து கொள்கிறார்கள். தீரமிக்கவர்களோ சாகசக்காரர்களோ பிரச்சினைகளைக் கையாளுபவர்களோ கணிக்க முடியாதவர்களோ அவர்கள் வாழ்வில் இல்லவே இல்லை. இந்தப் பெண்கள் பாதுகாப்பான, உடையாத, ஒன்பது முதல் ஐந்து மணி வரை வேலைக்குச் செல்கிற நாகரீகமான குழுக்களில் வாழ்கிறார்கள். ஆனால் அதிகாரம் மிக்க, கட்டுப்படுத்துகிற, குரூரம் நிறைந்த குழுக்கள் இருக்கிறபோது யாருக்கு வேண்டும் அந்தத் தூங்கி வழிகிற குழுக்கள்! மெது மெதுவான, நைச்சியமான, நுணுக்கமான அந்த எல்லை மீறல்களை, பாலுணர்ச்சி மிக்க அந்தத் திடீர் தூண்டலை நீ விரும்புவாய்தானே?" என்றனர்.

என்றால் அம்மா நினைப்பது தவறு. மிக மிகத் தவறு. இந்த வினோதமான செயல் கொண்ட பெண்களின் பேச்சை வைத்துப்பார்த்தால், புரிதல் இல்லாமலும் கண்டு கொள்ளாமலும் தங்கள் மனசாட்சிக்கு எதிராகவும் இந்தப்பெண்கள் தங்கள் காதலர்களது தீயசெயல்களை ஏற்றுக் கொள்கிறார்கள் என அம்மா சொன்னது சரி இல்லை எனத் தெரியவருகிறது. உண்மையில் அந்த குணநலன்கள்தான் இப்பெண்களை அவர்களை நோக்கி ஈர்க்கத் தேவையான அடிப்படைக் காரணிகளாக இருந்திருக்கின்றன. இன்னும் சொல்லப்போனால் அவர்கள் இக்குணங்களை பூதக்கண்ணாடி கொண்டு உற்று நோக்கி மகிழ்கின்றனர். உண்மையை எதிர்கொள்ள முடியாமல் தவிக்கவெல்லாம் இல்லை. கெட்டவன் ஒருவனை நல்லவன் எனக் கருதியோ அல்லது கெட்டவனைச் சமூகம் ஏற்றுக்கொள்கிற நல்லவனாக மாற்ற எண்ணியோ ஏமாந்துவிட்ட

பெண்கள் இல்லை இவர்கள். கண்ணாடி உடைகிற சப்தத்தை விரும்புகிற, ஆக்ரோஷமான பெண்கள் இவர்கள்.

அதன் பிறகு அவர்கள் என்னைப் பெயர் சொல்லி அழைத்ததன் மூலம் எங்களுக்கிடையில் இருந்த இடைவெளியை மீறினார்கள். நான் அவர்களுக்கு நடுவே அவர்களில் ஒருவராக மாறி இருந்தேன். யாரேனும் உள்ளே கழிவறைக்கு வந்து எங்களைக்கண்டால் இன்னும் நான் ஒரு வார்த்தை கூட அவர்களிடம் பேசியிருக்கவில்லை என்பது போலவே தெரியாது. நிறையப் பெண்கள் உள்ளே வந்து எங்களைக் கடந்து கொண்டுதான் இருந்தார்கள். எங்களை பார்ப்பதும் பிறகு சட்டென வேறுபுறம் பார்வையைத் திருப்பிக் கொள்வதுமாக இருந்தார்கள். நான் அப்படித்தான் செய்திருக்கிறேன், அவர்களில் ஒருவராகத்தான் இருந்திருக்கிறேன். இது போன்ற ரசிகைகளையோ அல்லது எந்த ரசிகைகளையோ இந்த விடுதியிலோ வேறு விடுதியிலோ இதே போன்ற கழிவறைகளிலோ அல்லது வேறு ஏதேனும் பகுதிகளிலோ சந்திக்கும்போது, பார்த்த உடனே நான் பார்வையைத் திருப்பிக் கொள்வேன், திரும்பிக் கொள்வேன். ஏனென்றால் இந்த வகையினர் எப்போதுமே எனக்கு விநோதமானவர்களாகத்தான் தோன்றுகிறார்கள். நான் அவர்களை விசித்திரமானவர்களாய் எண்ணியிருக்கிறேன். வேறு ஏதோ கோளத்தைச் சேர்ந்தவர்களாகவும் எனக்குச் சற்றும் புரிபடாத வகையில் நடந்து கொள்கிறவர்களாகவும் அவர்கள் எனக்குத் தோன்றுகிறார்கள். நான் அவர்களது வகையினள் அல்ல என்பது மட்டுமல்ல, அவர்கள் என்னை விட மிக மிகத் தாழ்ந்தவர்கள் என்பதாகவும் நான் முடிவு செய்திருந்தேன். அது என்னுடைய கருத்து மட்டுமல்ல. ஏனென்றால் ஊரின் நாயக குணங்களைக் கொண்ட துணை ராணுவத்தினரின் தொடுப்புகளாக மட்டும் இல்லாதிருந்தால் எப்பொழுதோ அவர்கள் எல்லோடும் ஊருக்குச் சம்பந்தமில்லாதவர்கள் என்றும் விசித்திரமானவர்கள் என்றும் ஒதுக்கி வைக்கப்பட்டிருப்பார்கள். தீயசகுனத்தின் அறிகுறிகள். வினோதமான வேட்கைகள் கொண்டவர்கள் - குறிப்பாகக் கண்கள் வரை காம வேட்கை ததும்ப இருப்பவர்கள். அவர்களது வாழ்க்கை முறை எனக்கு முற்றிலும் எதிரானதாக இருக்கும் என்பதில் ஒருபோதும் எனக்குச் சந்தேகமே இருந்ததில்லை. என்னுடைய பதினெட்டு வயதில் எப்படியாயினும் நான் ஒருபோதும் அதனை ஒப்புக்கொள்ளப் போவதில்லை. காமத்தைப் பொருத்தவரை அதில் நிறைய விஷயங்களை நான் புரிந்திருக்கவே இல்லை. இந்தப் பெண்கள் அவர்களது தோற்றத்தின் வாயிலாக, அவர்களது வார்த்தையின் வாயிலாக,

தங்களது உடலை அவர்கள் வெளிப்படுத்தியதன் வாயிலாக, தங்கள் உடலை மற்றவர்கள் பார்ப்பதை விரும்பியவர்களாக வெளிப்பட்டது, காமத்தை வடிவமற்ற கட்டுப்படுத்த முடியாத ஒன்றாக எனக்கு முன் நிறுத்தியது. காமம் பற்றிய முரண்களையும் ஏராளமான உள்ளர்த்தங்களையும் அதிலிருந்த குழப்பங்களையும் நான் பதினெட்டு வயதிற்கு முன்பு புரிந்துகொள்ள வேண்டும் எனும்படியான நிலை ஏன் ஏற்பட்டது! அவை என்னை வந்து குழப்பியிருக்கத்தான் வேண்டுமா? நான் அதில் இருந்திருக்கிறேன், அதைச் செய்திருக்கிறேன், இவை எல்லாவற்றையும் குறித்து அறியும்படி ஒப்பந்தங்களற்ற ஆண் நண்பனுடன் நடந்து கொண்டிருக்கிறேன் என்பதாக அது இருந்திருக்கக் கூடாதா? ஒப்பந்தங்களற்ற ஆண் நண்பனுடனான என்னுடைய குறுகிய மற்றும் மேம்போக்கான உடல் அனுபவங்களால் அதைத் தாண்டி எனக்கு எதுவும் தெரிந்திருக்காமல் போய்விட்டதென்றாலும், பதினெட்டு வயதில், நான் இன்னும் கொஞ்சம் அதைப் பற்றி யோசிப்பதற்கு அப்போது அனுமதிக்கப்பட்டதை விட கூடுதலாக நிச்சயமாக அனுமதிக்கப்பட்டிருக்க வேண்டும்.

இங்கிருக்கிற அரசியல் பிரச்சினைகளிலும், ஒப்பந்தங்களற்ற ஆண் நண்பனுடனான எனது உறுதியாகாத உறவிலும் போல, இவ்விஷயத்திலும் இப்போதுதான் நான் அதனைப் புரிந்துகொள்ள முயலுகிற துவக்கநிலையில் இருக்கிறேன் என்பதையும் வாழ்வின் குழப்பங்களுக்கெதிராக என்னை நிலைநிறுத்த முயல்கிறேன் என்பதையும் ஒப்புக்கொள்ள அப்போது நான் தயாராக இருக்கவில்லை. இந்தப் பெண்கள் பேசிக்கொண்டே செல்லச் செல்ல - அவர்களது நடவடிக்கையும், அவர்களது காம ஆசைகளும், அதன் மூலம் ஏற்பட்ட வலிகளும், அவர்களை அதைத் தடுக்கத் தேவையற்ற ஒன்றாகப் பழக்கி இருந்ததுவும்; அதன் விளைவாக அவர்கள் மகிழ்ச்சியானவர்களாக அங்கே சுற்றிக் கொண்டிருந்ததும், மாறாத வலியானது வலியையே இன்பமாக மாற்றியிருந்ததும்; இந்தக் குழப்பங்களில், மெய்மறந்த சூழல்களில் அவர்கள் தன்னியல்பாக நடந்து கொள்ள முடியாதவர்களாக இருந்ததுவும்; துடிக்கின்ற இதயமும் தோல் அதிர்வுகளும் எப்போதுமே தூண்டப்பட்டு இருத்தலும் அவையெல்லாமும் சேர்ந்து - என்னால் இனியும் என்னைக் கட்டுப்படுத்த முடியாத நிலைக்கு அது எடுத்துச் சென்றது. மூன்றாவது மைத்துனனுடன் இருக்கும்போது அவன் உடற்பயிற்சி சார்ந்து மிக அதிகமாகப் பேசும் போது நான் இடைப்பட்டு அவற்றை நிறுத்துவது போல இதையும் நான் நிறுத்த

வேண்டிய நிலைக்கு சென்றிருக்க, இறுதியாக அவர்கள் இந்தப் பரவசம் குறித்த பேச்சை நிறுத்திவிட்டு, "உனக்கு மிக அழகான கூந்தல் இருக்கிறது" என்னும் பேச்சுக்கு மாறினர். அது என்னை அதிர்ச்சிக்குள்ளாக்கியது. ஏனென்றால் அவர்கள் சொல்வது உண்மை இல்லை. உண்மையாகவே எனக்கு அப்படியான கூந்தல் இல்லை. ஆனால் அவர்கள் மீண்டும் அதைச் சொன்னார்கள். இம்முறை அவர்கள் வெர்ஜினியா மேயோவினுடைய கூந்தலுடனும் கிம் நோவாக்கின் கூந்தலுடனும் ஒப்பிட்டனர். அதில் இருக்கக்கூடிய அப்பட்டமான பொய்மை அவர்களைச் சங்கடப்படுத்தவில்லை. அடுத்து "நீ உமன் இன் த விண்டோ படத்தில் வருகிற ஜோன் பென்னட்டைப் போல இருக்கிறாய்" என்பதாக இருந்தது அது. ஐயோ இல்லை, அப்படி இல்லவே இல்லை. ஆனால் அவர்கள் தொடர்ந்தனர். தொடர்ந்து என்னைப் புகழ்ந்து கொண்டு அவர்களில் ஒருவராக என்னை ஆக்குவதற்கும் என்னுடன் இணைந்து கொள்வதற்கும் முயன்றனர். இது, நான் அவனுடையவள் என அவர்கள் எண்ணுவதைக் காட்டியது. ஒருவேளை அவனுடையவளாக நான் இன்னும் ஆகவில்லை என்றாலும், கூடிய விரைவிலேயே நான் அவனுடையவனாக ஆகப் போகிறேன் என்று அவர்கள் புரிந்து வைத்திருப்பதாகவே அவர்களது நடத்தையும் கணக்கீடுகளும் வெளிப்படுத்தின. அவர்கள் என்னைச் சூழ்ந்துகொண்டு எனக்கு அறிவுரை கூறினர் - எதிரிகளைப் போல் அல்ல, நண்பர்களைப் போல, அணுக்கமானவர்களைப் போல, தரவரிசையில் நான் அவர்களை எங்கே வைத்திருக்கிறேன் என அறிந்து கொள்ள விரும்புகிறவர்களைப்போல. எனவே திரும்பத் திரும்ப அவர்கள் என்னைப் புகழ்ச்சியிலேயே வைத்திருக்க முயன்றனர். நான் எந்த திகில் சினிமாவின் நடிகையோடு ஒப்பிட முடிகிறவளாக இருப்பேன் என்று தரப்படுத்த முயன்றனர்.

இப்போது எனது கன்னத்து எலும்பினைக்குறித்துப் பேச ஆரம்பித்தனர் அவர்கள். அப்படியே அவை ஐடா லுபினோவினுடையவை. நானும் குளோரியா கிரஹாமும் கூட ஒப்பிடத்தக்கவர்கள்தான். வெரோனிகா லேக்கும் நானும். ஜேன் க்ரீரும் நானும். லிசபெத் ஸ்காட்டும் நானும். ஆன் டாடும் நானும். சினிமா நடிகைகளைப்போல, மோகினிகளைப்போல வேஷம் கட்டிக்கொண்ட சிறுமிகளான ஜீன் டயர்னியும் மூான் ஸிம்மன்ஸும் ஆலிடா வள்ளியும் இப்போது என்னையும் அவர்களைப்போலவே நடிக்க அழைக்கிறார்கள். "நாம் ஒன்றாக அமர வேண்டும்" என்ற அவர்கள், "எப்போது விரும்பினாலும் எங்களுடன் வந்து அமர்ந்து கொள். குடிக்கின்ற

அந்த ஆண் நண்பனை விட்டுவிடு." எனக்கூறிவிட்டு அங்கிருந்து கிளம்பினர். ஆனால் கிளம்பும் முன்பாக, "எடுத்துக்கொள், ஆனால் நீ வெளியே செல்லாமல் இருக்கும்வரை இது தேவைப்படாது" என்றபடி ஒரு மாத்திரையை நீட்டினர். அது ஒரு கருப்பு நிற மாத்திரை. தடிமனானது. ஒரு சிறிய வெள்ளைப் புள்ளி நடுவில் இருந்தது. அதை அவர்கள் எனது கரத்தில் தந்து போது நான் அதை எதிர்பார்த்துக் கொண்டிருந்தது போல் எனது கையை நீட்டிப் பெற்றுக் கொண்டேன். இறுதியாக, நான் எப்படிப்பட்ட ஆளாக இருக்க வேண்டும் என்று எல்லோராலும் எதிர்பார்க்கப்பட்டேனோ, அப்படிப்பட்ட ஒரு ஆளாகவே மாறி இருந்தேன்.

ஊரின் மிகப் பிரபலமான அந்த மதுவிடுதியின் கழிவறையில் அந்த மாலையில் ரசிகைகள் என்னுடன் நட்புக் கொண்டதற்கு முன்பாகவே, சக்தி வாய்ந்த எந்தக் கிளர்ச்சிக்காரன் என்னைப் பின்தொடரத் துவங்கி இருக்கிறான் என்பதை உணர்வதற்கு முன்பாகவே அநாமதேயன் – தொடக்கநிலை தொந்தரவுக்காரன் - நான் துணைராணுவ ரசிகையாக விருப்பம் கொண்டிருப்பதைக் கேள்வியுற்று அவனுடைய காதல் பிரதாபங்களை என்னிடம் மீண்டும் முயற்சிக்க எண்ணியிருக்க வேண்டும். இந்தப் புதிய முயற்சியானது முதல் முறை என்னால் மறுக்கப்பட்டதற்குப் பிறகான இரண்டாவது முயற்சிகளின் ஒரு பகுதியாக இருக்க வேண்டும். இம்முறை என்னுடனான தனது காதல் வார்த்தைகளில் தன்னுடைய முழுமையான உண்மையான குணத்தினை எனக்கு காட்டிவிட வேண்டும் என்று இறங்கி இருந்தான். அதிலும் குறிப்பாக நான் காதலில் விழுவதில் ஆர்வமாக இருக்கிறேன் எனும்போது, எந்த முதிய கிளச்சிக்காரனுடன் அல்லாமல் இளைய சக்தி வாய்ந்த மிகப் பிரபலமான ஒரு கிளர்ச்சிக்காரனுடன் காதல் கொள்ளவே நான் விரும்புவேன் என அவன் நினைத்திருக்கிறான். கிறிஸ்துவே! இந்தப் பையன்களில் ஒருவன்! நிச்சயமாக நான் அதை விரும்புவேன். இந்த நொடி வரை அநாமதேயன் கிளர்ச்சிக்காரர்களது ஒரு தீவிர ஆதரவாளனாக அறியப்பட்டிருந்தான், மட்டுமல்லாது அவன் ஒரு தீவிர கிளர்ச்சியாளர்களது குடும்பத்தின் உறுப்பினன் என்னும் பாரம்பரியமும் இருந்தது. வெறித்தனமான ஆதரவாளனாக சிறிது காலம் இருந்த பிறகு, அவன் தற்போது இன்னொரு வகைமைக்கு - தன்னையே கிளர்ச்சிக்காரனாக கருதி கொள்வது – மாறியிருந்தான். அதாவது முதல் முறை அவனை மறுத்ததன் வாயிலாக நான் தவறு செய்து விட்டேன் என்பதை உணர்த்த விரும்புவதாக இருந்தது அவனது இரண்டாவது முயற்சியின்போதான நடத்தைகள். முதல்

முறை நான் அவனை மறுத்த போது அதற்குப் பதிலாக அவன் கூறிய "இருடி அசிங்கம் புடிச்ச பூனையே. நீ சாகப் போற" போன்ற வார்த்தைகள் அந்த அர்த்தத்தில் சொல்லப்படவில்லை என்றும், நான் அவற்றைத் தவறாக எடுத்துக் கொள்ள மாட்டேன் என்று அவன் நம்புவதாகவும் கூறினான். என் மீதிருந்த விருப்பத்தின் காரணமாகவே அவன் அந்த வார்த்தைகளை எல்லாம் கூறினான் என்பதை நான் புரிந்து கொள்வேன் என்று நம்புவதாகவும் கூறினான். இப்போது, சில யோசனைகளுக்குப்பிறகு, அவனது வாழ்க்கையின் மிக முக்கியமான ரகசியங்களை என்னிடம் சொல்லலாம் என்று அவனுக்கு நம்பிக்கை ஏற்பட்டிருப்பதாகக் கூறினான். அதாவது அவன் உண்மையான தேசபக்தனாக, அரசை எதிர்க்கிற கிளர்ச்சிக்காரனாக, தன்னுடைய வாழ்க்கையைப் பணிவுடன் சமர்ப்பிக்கிற நாயகனாக, இயக்கத்திற்காகவும் லட்சியங்களுக்காகவும் தேசத்திற்காகவும் எல்லாவற்றையும் தியாகம் செய்கிறவனாக இருப்பதாகக் கூறினான். இம்முறை அவனுடைய வார்த்தைகள் மாறுபட்ட விளைவை - அவனுக்குச் சாதகமாக அவனுக்கு ஆதரவாக - என்னிடம் ஏற்படுத்தும் என்று அவன் முழுமையாக நம்பியதை என்னால் காண முடிந்தது. ஏனென்றால் எங்கள் வீட்டிலேயே எனது இரண்டு சகோதரர்கள் கிளச்சிக்காரர்களாக இருந்தனர். பரவி வந்த வதந்திகளுக்கு முரணாக, பகுதியில் யாரெல்லாம் கிளர்ச்சிக்காரர்கள் என்பதாகக் கூறப்பட்டு வந்த வதந்திகளுக்கு மாறாக, என்னுடைய இரண்டு சகோதரர்களும் கிளர்ச்சிக்காரர்கள் என்பதை அவர்கள் இருவரில் ஒருவரது சவ அடக்கத்தின்போது அவனது உடலின் மீது 'எல்லைக்கு மறுபுறம்' இருக்கிற கொடி போர்த்தப்படுவது வரை நான் அறிந்திருக்கவில்லை. அந்தச் சவ ஊர்வலமானது வழக்கமான இடத்தை நோக்கி அல்லாது கிளர்ச்சிக்காரர்களுக்கு என ஒதுக்கப்பட்டிருந்த இடத்தை நோக்கிச் சென்று போது எங்கிருந்து எனத்தெரியாத, சீருடையில் இருந்த மூன்று பேர் மிக வேகமாக அங்கு வந்து அவனது கல்லறைக்கு மேலாகத் துப்பாக்கியால் குண்டுமழை பொழிந்தார்கள். எனக்கு அது ஒரு ஆச்சரியமாக அமைந்தது. மற்றவர்களுக்கு இதை முன்பே அறிந்திருந்தனர் என்பதை நான் கேட்டபோது அது மேலும் ஆச்சரியம் தருவதாக அமைந்தது. என்னுடைய அம்மாவும் என்னுடைய மற்ற அனைத்து உடன்பிறந்தவர்களும் - குட்டிச் சகோதரிகள் உட்பட - இரண்டாவது சகோதரனும் நான்காவது சகோதரனும் கிளர்ச்சிக்காரர்கள் என்பதை அறிந்திருந்தனர். எனக்கு மட்டும் இது தெரிந்திருக்கவில்லை என்பது குறித்து யாருமே இரக்கமும்

பொறுமையும் காட்டவில்லை. நான் வேண்டுமென்றே வாசித்துக் கொண்டே நடப்பதனால், எனக்கு இந்த விஷயம் தெரியாமல் போனது குறித்து அவர்களுக்கு எந்த ஆச்சரியமும் இல்லை என்றனர். அநாமதேயன் என்னிடம் வெளிப்படுத்திய அவனது ரகசியத்தைப் பொருத்தவரை, அது என்னைத் தர்ம சங்கடத்திற்கு உள்ளாகியது. அவன் ஒரு கிளர்ச்சிக்காரன் அல்ல என்பது அவ்வளவு வெளிப்படையானது. ஆனால் தனது பித்துநிலையில் அவன் தன்னையே அந்நம்பிக்கைக்கு உட்படுத்திக் கொண்டான். தொடர்ந்து அதைப் பற்றிப் பேசினான். ஒரு நிமிடம் அவன் உண்மையான துணை ராணுவத்தினனாக இருந்தான், அடுத்த நொடி அவன் துணை ராணுவத்திலேயே மரியாதைக்குரிய காதுகளைக் கொண்ட அறிவுரை வழங்குபவனாக மாறியிருந்தான்.

அவனது கவர்ச்சிகரமான நாயக பிம்பத்தினால் ஈர்க்கப்பட்டு அவனது கைகளில் தாமதம் இன்றிப் பாய்ந்து சரணடைந்து விடுவேன் என்பதாக அவனது எதிர்பார்ப்பு இருந்தது. அவன் பெருமிதமாகக் கூறிக் கொண்டான், அவன் கூறுவதற்கெல்லாம் நான் உடன்படுகிறேன் என எண்ணிக் கொண்டான். அவன் வெளியே செல்கிற சமயங்களில் நான் எப்படி நம்பிக்கையுடன் காத்திருக்க வேண்டும், அது எவ்வளவு அவசியமானது என்பதைப் பற்றிக் கூறினான். "திடீரென எங்களுக்கு ஒரு மோசமான நாள் நேர்ந்து விடலாம், அந்த நாள் எங்களது இறுதியான நாளாகக்கூட இருக்கலாம். ஒரு சாதாரண மனிதனோ ஒரு சாதாரண கிளர்ச்சிக்காரனோ கூட அதைத் தாங்க முடியாது." என்றபடி தோள்களைக் குலுக்கிக் கொண்டவன், இங்கே என்னுடைய முதல் பெயரை உச்சரித்தான். "ஏனென்றால் அதற்குச் சற்று முன்னதாகவே நாங்கள் எங்களது கடைசி மணி நேரங்களை வாழ்ந்து கொண்டிருக்கிறோம் என்பதை உணர்ந்து கொள்வோம். அப்போது எங்களுக்கு மூன்று தெரிவுகள் மட்டுமே இருக்கும்: நாங்கள் வாழலாம், நாங்கள் மரணித்து விடலாம், நாங்கள் காயமடையலாம், நாங்கள் தோற்றுப் போகலாம், அரசாங்கம் எங்களைச் சிறை பிடிக்கலாம்." இப்படியாக அது ஐந்து தெரிவுகளாக இருந்தது. ஆனால் நான் இடைப்பட்டு அவனை திருத்த முயற்சிக்கவில்லை. ஏனென்றால் அது அவனை ஊக்கப்படுத்தி விடக்கூடும். "நாங்கள் எங்களது வாழ்க்கையோடு விளையாடுகிற போது நாங்கள் எதையுமே எளிதாக எடுத்துக் கொள்வதில்லை." மீண்டும் அவன் இங்கு எனது முதல் பெயரைக் குறிப்பிட்டான். "நாங்கள் ஆபத்தில் இருக்கப் போகிறோம் என்பது மூன்று அல்லது நான்கு மணி நேரங்களுக்குள் எங்களுக்குத்

தெரிந்துவிடும். இறுதியாக எல்லாம் முடிகிற போது மட்டுமே, நாங்கள் எங்கள் இலக்கை அடைந்த பிறகு மட்டுமே வாழ்க்கை எவ்வளவு அழகானது என்பது எங்களுக்குத் தெரியவரும்." 'உளவியல் ரீதியான உந்துதல்' 'மனோதிடம்' 'சாகசநாயகனின் சக்தி' 'வழக்கமான லௌகீக வாழ்க்கையின் ஒப்பற்ற தியாகம்' போன்ற கோணங்கள் அவனது இந்தப் பெருமிதத்திற்குக் கொஞ்சம் வலுச்சேர்க்கத்தான் செய்தன. என்றாலும்கூட சமீபத்தில் இங்கே இருக்கிற பலரால் கூறப்படுவதுபோல இதுவும் ஒரு வகையான தற்புகழ்ச்சியாகவே இருந்தது. மீண்டும் அவன் 'எங்களுக்கு' எனத் தன்னைக் குறிப்பிட்டபடி, "எங்களைப் பொருத்தவரை, எங்கள் குடும்பத்திலும், உங்கள் குடும்பத்தினைப் போலவே போராட்ட வாழ்க்கையானது உண்ணுதலையும் சுவாசித்தலையும் உறங்குதலையும் போல முக்கியமானது. ஆனால் நீ எங்களைக் கேள்வி கேட்க முடியாது." இதைச் சொல்லும் போது அவன் நிஜமாகவே தனது கைகளை உயர்த்தி நான் கேள்வி கேட்பதைத் தடுக்க முயல்வது போல கரங்களை வைத்தான். என்னைக் கூர்மையாகப் பார்த்தபடியே, எங்கள் இருவரையும் இணைக்கிற அந்த விஷயத்தை அழுத்திக் கூறியபடி, துணை ராணுவப்படையில் தன்னுடைய இடத்தை எனக்கு சொல்வதன் மூலமாக, இதில் நாங்கள் இருவரும் உண்மையில் ஒன்றாக நிற்கிறோம் என்பதைச் சொல்வதன் வாயிலாக அவன் எனக்கு உதவி புரிகிறான் என்பது போல நடந்து கொண்டான். ஆனால் இல்லை, அவன் என்னை வசீகரித்திருக்கவில்லை, என்னை அவனுக்கு ஆதரவாக மாற்றியிருக்கவில்லை. அவன் ஒரு கிளர்ச்சிக்காரனே இல்லை. ஒருவேளை அவன் அப்படி இருந்தாலும், என்னை உணர்ச்சிப்பூர்வமாகவும் காதல்பூர்வமாகவும் அவனால் கவிழ்க்க முடிந்திருந்தாலும் கூட, அவன் சொன்னது அனைத்தும், வழக்கமான, ஜேம்ஸ்பாண்ட் வகையிலான பொய்கள்தான்.

அவனுக்குக் கிளர்ச்சியாளர்களுடன் தொடர்பு இருந்தது என்பது இப்போது உண்மைதான். அவனது அப்பாவும் மூத்த சகோதரியும் மூத்த சகோதரனும் இறக்கும் வரை கிளர்ச்சியாளர்களாகத்தான் இருந்தனர். ஆனால் உங்கள் தந்தை என்னவாக இருந்தார், உங்கள் மூத்த சகோதரி என்ன செய்தார், உன்னுடைய அண்ணன் என்ன செய்தான் என்பதற்காக எல்லாம் - நீங்களும் தொடர்ந்து அந்தக் கொள்கைக்காக செயல்படாதவரை - நீங்கள் சலுகை கோர முடியாது. சிறிது காலத்திற்கு உங்களுக்குக் கொஞ்சம் சுதந்திரமும் கவனமும் மரியாதையும் ரத்த சம்பந்தங்களின் வாயிலாகக் கிடைக்கக்கூடும். குறிப்பாக இந்தப் பகுதியைப் பார்வையிட வருகிறவர்கள்,

வரலாற்று ஆய்வாளர்கள் உங்களால் வசீகரிக்கப்படவும் உங்களை மதிக்கவும் கூடும். ஏனென்றால் நீங்கள் அல்லாமல் அவர்கள் விஷயங்களை எப்படித் தெரிந்து கொள்ள முடியும். ஆனால் உள்ளூரில் இருப்பவர்கள் இப்படித் தீவிர ஆதரவாளர்களாக இருந்து பின் தங்களைத் தாங்களே துணை ராணுவப்படையினராக எண்ணிக் கொள்கிற வகையினரைப் பற்றி நன்றாகவே அறிந்திருந்தார்கள். இப்படித் துணை ராணுவத்தினராக இல்லாமல் வெறுமனே தங்களைத் துணை ராணுவத்தினராக எண்ணிக் கொள்கிறவர்களிடம் இருக்கிற பிரச்சினை என்னவென்றால், தங்களைப் பெருமையாகக் காட்டிக்கொள்வதன் மூலமாக அவர்கள் மற்றவர்களிடமிருந்து விலகி வந்திருப்பார்கள். அதுதான் அநாமதேயனின் உண்மையான நிலையாகவும் இருந்தது, ஆனால் அது அவனுக்குப் புரியவில்லை. யார் வேண்டுமானாலும் ஒரு குரங்குத் தொப்பியை வாங்கி விட முடியும். அவனுடைய நிலை எல்லோருக்கும் தெரிந்திருந்தது என்பதும் அவனுக்குப் புரியவில்லை. தன்னை ஒரு மாவீரனாக முன்னிறுத்திக் கொள்வதில் அவன் மிகுந்த அலட்டலுடன் நடந்து கொண்டதில், கிளர்ச்சிக்காரர்களே அவனைத் தட்டிவைக்க எண்ணியிருந்தனர். அவன் மீண்டும் என்னிடம் வந்தான், எனது முந்தைய மறுப்பையும் தாண்டி இப்போது இந்தப் புதிய பேச்சுவார்த்தையைத் துவங்கி இருந்தான். என்னைப்போன்ற ஒருத்தி இதைப் புரிந்து கொள்வேன் என்றும் - எனது ரத்த சொந்தத்திலேயே கிளர்ச்சிக்காரர்கள் இருந்தனரே - சீக்கிரம் ஒரு நாள் எனது நான்காவது சகோதரனைப் போலவே அவனும் ஆகிவிடுவான் என்பதைப் புரிந்து கொள்வேன் என்றும் அவனால் உணர்ந்து கொள்ள முடிந்ததாகக் கூறினான். அது மிகுந்த எரிச்சலூட்டுவதாக இருந்தது. ஆரம்பத்தில் நான் அமைதியுடன் இருந்தேன். “நான் போக வேண்டும்” என்று சொல்வதற்கு எவ்வளவு நேரம் தேவைப்படும் என்பது குறித்து எண்ணிக் கொண்டிருந்தேன். இந்த மனிதர்கள் நீங்கள் ஒரு முட்டாள் என்று எண்ணிக் கொண்டிருக்கிறார்கள். அதுமட்டுமின்றி அவர்கள் உங்களை முட்டாளாக எண்ணுவதை நீங்கள் புரிந்து கொள்ள மாட்டீர்கள் என்றும் நினைக்கிறார்கள். அவர்கள் உங்களை ஒரு மனிதனாகவே பார்க்கவில்லை. மாறாக உங்களை ஒரு பூஜ்ஜியமாக, மதிப்பே இல்லாத ஒருவராக, அவர்கள் தங்களைப் பற்றி புகழ்ந்து கொள்வதை அப்படியே பிரதிபலிப்பதை மட்டுமே நோக்கமாகக் கொண்டிருக்க கூடிய ஒருவராகக் கருதிக் கொள்கிறார்கள். அவர்களது பெருமிதங்களும் ஆர்வங்களும் மிகவும் அசிங்கமாய் இருந்தன. அவர்கள் பொருத்தமற்றவர்களாக வளைந்து நெளிகிறவர்களாக

கணக்கீடு உள்ளவர்களாக ஆவேசம் கொண்டவர்களாக, எனது விஷயத்தில் நிகழ்ந்தது போலச் சீக்கிரமே இழிவுபடுத்துபவர்களாக இருக்கப்போகிறார்கள்; வன்முறை குறித்து அச்சமூட்டுதல், மரணம் குறித்து அச்சமூட்டுதல், விதவிதமான தொந்தரவுப் பேச்சுகள். நீங்கள் அவர்களை நெருங்கி வருவதை அவர்கள் புரிந்து கொண்டிருப்பதாக அவர்களது அறிவுக் குறைவின் காரணமாக அவர்கள் எண்ணிக்கொண்டிருக்க, அவர்கள் உங்களை நெருங்கி வருவதை நீங்கள் புரிந்து கொண்டிருப்பீர்கள் என்பதே உண்மையாக இருக்கும். விளைவாக, அவர்களிடம் அன்புடன் நடந்து கொள்வதா அல்லது கொடூரமாக அடித்து விரட்டுவதா என்பது குறித்து யோசிப்பீர்கள். ஆனால் கடந்த இரண்டு மாதங்களிலேயே அநாமதேயனின் இல்லத்தில் மேலும் இரண்டு மரணங்கள் நிகழ்ந்திருந்ததால் நான் அவனிடம் அமைதியாக நடந்து கொண்டேன். இந்த சமீபத்திய மரணங்கள், மிகக் கொடூரமான மரணங்கள் நிகழ்ந்த எங்கள் பகுதியிலேயே கிட்டத்தட்ட முதலாம் இடத்திற்கு அந்தக் குடும்பத்தை எடுத்துச் சென்றிருந்தன. தொடக்கப்பள்ளியில் இருந்தே என்னுடைய நீண்டகாலத் தோழியாய் இருப்பவளின் குடும்பத்தில் அவளைத் தவிர மற்ற எல்லோருமே இந்தப் பிரச்சினைகளினால் மரணித்திருந்தனர். ஆனால் அவனுடைய உறவினர்களது மரணம் அவனைப் பாதித்திருக்கிறது என்பது மிகத் தெளிவாகத் தெரிந்தது. அது அவனை இப்படிக் கட்டற்று ஆக்கிவிட்டது என்பதும் இந்த மாதிரியான அளவிற்கு அவன் தன்னுடைய கட்டுப்பாட்டை இழந்ததற்கு அதையும் ஒரு காரணமாகக் கருத்தில் கொள்ள வேண்டும் என்பதும் தெளிவாகப் புரிந்தது. முதலில் அவனது அப்பா, அடுத்தது அக்கா, அடுத்தது மூத்த அண்ணன். அவர்கள் அனைவருமே கடந்த பத்து ஆண்டுகளில் வெவ்வேறு வகையான கிளர்ச்சிக்காரச் செயல்பாடுகளால் மரணித்திருந்தனர். அடுத்து அவர்களது குடும்பத்தின் மிகச் செல்லமான பையன் - இரண்டாவது மூத்த சகோதரன் - சாலையைக் கடக்கும் போது மரணித்திருந்தான். அந்தச் செல்லப் பையன் இறந்து இரண்டு மாதங்களிலேயே ஒரு நாள், நான்காவது பையன் - அப்போதும் கூட அணுகுண்டு சம்பந்தப்பட்ட தனது சிந்தனைகளில் இருந்த அவன் - மரணித்திருந்தான். மாத்திரைகளையும், தண்ணீரையும், தலைக்கு மேல் ஒரு நெகிழிப்பையையும் அதோடு எல்லோரையும் அதிர்ச்சிக்குள்ளாக்கிய ஒரு குறிப்பினையும் அவன் விட்டுச் சென்றிருந்தான். 'ரஷ்யாவினாலும் அமெரிக்காவினாலும்தான் நான் இதைச் செய்கிறேன்' என்று அதில் எழுதி இருந்தது.

இரண்டு பெற்றோர்கள், பனிரெண்டு சகோதரர்கள் இருந்த அந்தக் குடும்பத்தில் இப்போது அநாமதேயனும் உளவியலாக உடைந்து போன அவனுடைய அம்மாவும் அடுத்ததாக ஆறு சகோதரிகளும் அடுத்து மூன்று வயதான சிறுவனும் மீதமிருந்தனர். இதில் என்னுடைய தவறு ஏதுமில்லை. அவனை வசீகரமானவனாக நான் உணராததிலும் என்னுடைய தவறு ஏதுமில்லை. ஒருவர் மீது உங்களுக்கு இரக்கம் தோன்றுகிறது என்பதற்காகவே நீங்கள் அவர்களுடன் சென்றுவிட முடியாது. நிறைய மரணங்கள் அவர்கள் குடும்பத்தில் நிகழ்ந்துவிட்டது என்பதற்காகவும், அதுமட்டுமின்றி குறிப்பாக அவர்களை முதன்முறையாகப் பார்ப்பதற்கு முன்பாகவே அவர்களுடன் எந்த உரையாடலும் நிகழ்வதற்கு முன்பாகவே அவர்கள் மீது உங்களுக்கு ஏதோ ஒரு வகையான வெறுப்பு தோன்றி விட்ட சூழலில் அது நிச்சயம் முடியாது. அவர்கள் சார்ந்த எதுவோ உங்களுக்கு சங்கடமாக இருக்கிறது. ஆரம்பத்தில் நான் இந்தச் சங்கடம் குறித்துக் குற்ற உணர்வு கொண்டிருக்கிறேன். அதன் பின்பு நான் முதலில் அவனை மறுத்த போது அவன் கூறிய கொலைமிரட்டல்களுக்குப் பிறகு நான் இப்படிக் குற்ற உணர்வு கொள்வதை நிறுத்தி விட்டேன். அதன் பிறகு இந்த இரண்டாவது மறுப்பிற்குப் பிறகு நான் இன்னும் வலுவாகக் குற்ற உணர்விலிருந்து வெளியே வந்து விட்டேன். ஏனென்றால் அவன் ‘எங்களுக்கிடையேயான கிளர்ச்சிக்காரர் ரீதியிலான தொடர்பு’ குறித்தும், ‘எங்களுடைய உறவு’ (நாங்கள் உறவிலேயே இல்லை) குறித்தும் குறிப்பிட்டபோதுதான், என்னுடைய இந்த இரண்டு மறுப்புகளையும் அவன் ஏதோ ஒப்புதல்கள் என்பது போலப் புரிந்து கொண்டான் என்பதையும் அவைதான் எங்களது முதல் அளவளாவல் என்பதாக வரித்துக்கொண்டான் என்பதையும் நான் புரிந்து கொண்டேன். எங்களது உறவு குறித்த அவனது உறுதியும் இணைந்த எதிர்காலம் குறித்த கனவும் எனக்கு ஒன்றைப் புரிய வைத்திருந்தன: இந்த அச்சுறுத்துகிற, ஏமாற்றுகிற, வெறித்தனமான சிதைந்த பண்பு நலன்களாவன ஒருபோதும் இந்த அச்சுறுத்துகிற, ஏமாற்றுகிற, வெறித்தனமான சிதைந்த தன்மையிலிருந்து மீளாது. மாறாக மேலும் மேலும் தீவிரமடைந்து குழப்பத்தில்தான் முடியும் என்பதே அது. தன்னால் கற்பனைகூட செய்ய முடியாத அளவிற்கு அச்சுறுத்தலையும் பின்தொடர்தலையும் பண்பாகக் கொண்ட ஆயன் என்னை நெருங்குகிறான் என்கிற தகவல் சென்று சேர்ந்தபோது அநாமதேயனுக்கு அதுதான் நிகழ்ந்தது.

அநாமதேயனது எரிச்சல்தரும் காதல் முன்னகர்வுகளுக்குப் பிறகு, இப்போது இங்கே நான் ஆயனுக்கு அருகில், மிக எளிதாக அச்சுறுத்தப்படும் வகையில் – என் கையிலிருந்த இறந்த பூனையின் தலை கூட எனக்கு உதவியிருக்கவில்லை - நின்று கொண்டிருக்கிறேன். எங்களது பேச்சு முழுவதிலும் நான் இந்தத் தலையை பற்றி எதுவும் குறிப்பிடவும் இல்லை, அதைப் பார்க்கவும் இல்லை. அவனுமே அதைப் பார்த்தது போல் தெரியவில்லை. ஆனால் என் கையில் இருக்கிற அதைக் குறித்து அவனுக்கு மிகத் தெளிவாக தெரியும் என்பதை நான் அறிந்திருந்தேன். நான் அதை எடுத்ததையும் முன்னாலும் பின்னாலும் நடந்ததையும் அதை எடுப்பதற்கு முன்பு இருந்த குழப்பத்தையும் கூட அவன் அறிந்திருக்கக்கூடும். அதுமட்டுமின்றி, நான் அதைக் கைக்குட்டையால் சுற்றியதையும் பின் கையில் எடுத்ததையும் அதை எங்கே கொண்டு செல்லப்போகிறேன் என மனதில் யோசித்ததையும் கூட அவன் கவனித்திருப்பான் என்று தோன்றியது. அதைக் குறித்து நான் எதுவும் சொல்லாததும் அவனும் எதுவும் சொல்லாததும், ஒரு வேனிற்கால இரவின் ஒன்பதே முக்காலுக்கு வெட்டப்பட்ட தலையை கையில் வைத்திருக்கக்கூடிய ஒரு பதின்பருவப் பெண்ணுடன் நிற்பதும், அவளுடன் தொடர்பில் இருக்கும் நண்பனைக் கொல்வது பற்றிப் பேசுவதும் ரொம்பவும் இயல்பானது என்பதுபோல் தோன்றச் செய்தது. அவனது தோற்றமும் அவன் பேசிய விதமும் அப்படி ஒரு தலை என் கையில் இருப்பதையே ஒரு கணம் என்னை மறக்கச் செய்திருந்தது. ஒரு கணம்தான், ஒரே ஒரு கணம்தான். ஏனென்றால் அதன் பிறகு அது எனக்கு நினைவிற்கு வந்துவிட்டது. ஆயன் தனது வாயை மீண்டும் திறந்து எதையோ சொல்ல முயன்றபோது, அது என்னை அதிர்ச்சியூட்டுவதாகத்தான் இருக்கும் என்பதால், அந்தக் கைக்குட்டையை மிக இறுக்கமாகப் பிடித்திருந்த எனது கை நடுங்கத் தொடங்கியது. என்னுடைய ஒரு விரல் அதனுடைய நீண்ட முன் பல்லின் மீது பட்டதில், அந்த நொடியில், என்னுடைய முதுகெலும்பு மீண்டும் அதிர்ந்தது. இதற்கு முன் வகுப்பில் நேர்ந்தது போலவே இயல்பற்ற அதே வகையில் அது நிகழ்ந்தது. அதன் பிறகு என் கால்கள் நடுங்கின, தொடை எலும்புகளில் அதிர்வு ஏற்பட்டது. அந்த அதிர்வுகளும் பயங்களும் என்னுடைய தொடைகளிலும் முதுகுப்புறத்திலும் தோன்றின. அதன் பிறகு எனது மனம் அதன் மூக்கிலும் காதிலும் கண்ணிலும் இருந்த புழுக்களைக் குறித்துச் சிந்திக்க தொடங்கியது. இப்போது அவன் மீண்டும் பேசத் தொடங்கினான். என்னை விட மிக மூத்தவனும்

என்னைவிட மிக உறுதியானவனுமான அவன் சோர்வுற்றது போல் தெரிந்தாலும், இந்த முறை அவன் ஒப்பந்தங்களற்ற ஆண் நண்பனைக் கொலை செய்கிற பேச்சிலிருந்து மாறி - அதை அவன் வெளிப்படையாக கொலை என்று சொல்லாவிட்டாலும் அது அதைத்தான் உணர்த்தியது - எனக்குத் தன்னுடைய காரில் இடம் அளிப்பது குறித்துப் பேசத் துவங்கினான்.

இரண்டாவது முறை நாங்கள் பூங்கா&நீர்த் தேக்கத்தில் சந்தித்த போது போலவே, இப்போதும், அவன் நான் நடந்து கொண்டிருப்பதைக் குறித்து கவனம் கொண்டிருப்பதாகவும் அது அவனுக்கு மகிழ்ச்சி அளிக்கவில்லை என்பதாகவும், அப்படி நான் நடப்பது நகரத்திலாயினும் இங்கே வெளியேயாயினும் இல்லை எந்த இடத்திலாயினும் அது எனக்கு நல்லதாகவோ பாதுகாப்பானதாகவோ இருக்காது என்றும் கூறினான். அதுமட்டுமின்றி எனக்குப் பயணிக்க வசதி செய்து கொடுப்பதில் அவனுக்கு எந்தச் சிரமமும் இல்லை என்பதை நான் புரிந்துகொள்வேன் என நம்புவதாகவும் கூறினான். அவன் வேலையாக இருக்கும்போது மற்றவர்கள் யாரையாவது அவனே ஏற்பாடு செய்வான். இப்போது அவன் மீண்டும் எனது வேலையைப் பற்றி பேசினான். பயப்பட வேண்டாம் என்றான். அவன் அங்கே என்னைப் பாதுகாப்பாக அழைத்துச் சென்று மீண்டும் மாலையில் அங்கிருந்து அழைத்துக் கொள்வான். பேருந்துகளில் நிகழும் திருட்டுகளில் இருந்தும் பொதுப் போக்குவரத்துகளில் நேர வாய்ப்புள்ள கலவரங்கள் மற்றும் கூட்டுத் துப்பாக்கிச் சூடுகளில் இருந்தும் தினசரி பொதுப் போக்குவரத்தினால் ஏற்படக்கூடிய எல்லா எரிச்சல்களில் இருந்தும் நான் இதனால் காப்பாற்றப்படுவேன். மீண்டும் இது ஒரு பரிந்துரை மட்டுமே – என்னுடைய நடையை, என்னுடைய ஓட்டத்தை, என்னுடைய ஒப்பந்தங்களற்ற ஆண் நண்பனை என்னிடமிருந்து எடுத்துக் கொள்வதில் சென்று முடிகிற உதவியும் ஆதரவும் மட்டுமே. அவன் என்னிடம் எல்லை மீறி நடந்து கொள்கிற எந்த அறிகுறியும் இங்கே இல்லை. எனவே அவன் எல்லை மீறி நடந்து கொள்வதாக நான் தவறாகப் புரிந்து கொள்ளக் கூடாது. அவன் தொடர்ந்து பேசப்பேச, என்னுடைய குழப்பங்களையும் தாண்டி, நான் ஒருபோதும் அவனுடைய காரில் ஏறக்கூடாது என்பதை அடிப்படையாகக் கொள்வது மிக முக்கியமானது என்பது மட்டும் எனக்கு உறுதியாகத் தெரிந்தது. அப்படி நான் எப்போதாவது ஏறி விடுவது எல்லாவற்றையும் முடிவுக்கு கொண்டு வருவதாக அல்லது துவங்குவதாக ஆக்கிவிடக்கூடிய நுணுகிய எல்லைக்கு விஷயங்கள் வந்து சேர்ந்திருந்தன என்பதாகத் தோன்றியது.

இதற்கிடையே, இப்போது நான் அங்கே நின்று கொண்டிருந்தேன். தனிமனிதர்கள் அவசரமாகக் கடப்பது மட்டுமல்ல, நுழையவும்கூடத் தகாத, எல்லைகள் தெளிவாக வரையறுக்கப்படாத இடத்தில் இப்போது நான் இங்கே நின்று கொண்டிருந்தேன். அங்கே அவன் நின்று கொண்டிருந்தான். விஷயங்கள் எல்லாம் எந்த அளவிற்குச் சென்றிருந்தன என்றால், நான் உணர்ச்சிக் கொந்தளிப்பாகி என்னுடைய ஆளுமை காயம்பட்டு, "வேண்டாம்" என்றோ, "இங்கிருந்து கெட்டு ஒழி" என்றோ கத்தக்கூடிய எல்லைக்கு நான் சென்றிருந்தேன். அல்லது கையில் இருக்கிற அந்தத் தலையைக் கீழே போடவும், அல்லது யாருக்கு தெரியும் - அதை அவன் மேல் வீசக்கூட வாய்ப்புள்ள நிலைக்கு வந்திருந்தேன். ஆனால் உண்மையில் என்ன நடந்தது என்றால் வேறு ஆட்கள் அங்கே தோன்றினார்கள்.

உண்மையில் அவர்கள் தோன்றவில்லை, ஏனென்றால் அவர்கள் ஏற்கனவே அங்கே காத்துக் கொண்டிருந்திருக்கிறார்கள். இது என்னை மிகவும் ஆச்சரியப்படுத்தியது. ஏனென்றால் இந்த இடத்திற்கு இருக்கிற பெருமையின்படி அது தீச்செயல்களுக்கும் சூனியக்கார நடத்தைகளுக்கும் கதைகளுக்கும் கற்பனை-உருவ வதந்திகளுக்கும் மனித தியாக வதந்திகளுக்கும் சிலுவையில் தலைகீழாகத் தொங்கவிடப்படுதல் பற்றிய பயமுறுத்துகிற கதைகளுக்கும் பெயர் போனது. அதுமட்டுமின்றி பிரச்சினை மிகுந்த தற்போதைய அரசியல் சூழலில் அரச பாதுகாப்புப் படையினரது மறைமுகத் தாக்குதல்களுக்கும் பொதுமக்கள் போன்ற அவர்களது வேடங்களுக்கும்கூட இங்கே வாய்ப்பிருந்ததால் பெரும்பாலான மக்கள் இந்த பத்து நிமிடப் பகுதியைத் தவிர்க்கத்தான் செய்வார்கள். ஏ யிலிருந்து பி க்கு செல்ல வேண்டிய காரணங்களுக்காக இங்கே வரும்போதும் அதை மிக விரைவாகக் கடந்துவிடுவார்கள். அப்போது நாசி படையின் வெடிகுண்டினால் கொல்லப்பட்ட ஒரு பூனையின் தலையைக் கையில் வைத்துக் கொண்டு யார் என்று அறியாத ஒருவனுடன் நான் பேசிக் கொண்டிருக்கிறேன் என்பதே இந்தப் பத்து நிமிட பகுதியானது சாதாரண விஷயங்களுக்கான இடம் இல்லை என்பதற்கு ஓர் எடுத்துக்காட்டாகும். ஆனால் அவர்கள் அங்கே இருந்தார்கள் - அவர்கள் நான்கு பேர். அவர்கள் ஏதோ மறைவில் இருந்து அல்லது பாதி மறைவில் இருந்து வெளியே வந்தது போலத் தோன்றியது. முதலாமவன் ஒரு கடையின் பின்னிருந்து வெளியே வந்தது போல இருந்தது – அக்கடையானது இது மாலைநேரம் என்பதால்தான் பூட்டப்பட்டிருந்தது. இது பயமுறுத்துகிற இடம்

என்பதாலோ அது ஒருபோதும் திறக்கப்பட்டிருக்கவே கூடாது என்பதனாலோ அல்ல. அந்த நிழலுக்குள்ளிருந்து வெளியே வந்து ஒரு குறுகிய நொடி எங்களைப் பார்த்துவிட்டு பிறகு வேறு புறம் திரும்பிக் கொண்டான். அதன் பிறகு அங்கே அவன் எங்களைக் கண்டு கொள்ளாமல் நின்று கொண்டான். என்றாலும் அவன் எதற்காக அங்கு நிற்க வேண்டும்? வேறு இரண்டு பேர், சிதைந்து கிடந்த இரண்டு தேவாலயங்களின் புறமிருந்து அச்சிதைவுகளால் எங்களைவிடச் சற்று மேடாக இருந்த இடத்தில் தனித்தனியாகத் தோன்றி எங்களைப் பார்த்தார்கள். அதன் பிறகு எதையோ எதிர்பார்ப்பது போலக் காத்தபடி அவர்களும் அங்கேயே நின்றனர். அவர்கள் அனைவரும் ஒருவரிலிருந்து மற்றவர் சரியான இடைவெளியில் நிற்க நானும் ஆயனும் எதிர்த் திசையில் நின்று கொண்டிருந்தோம். முதலில் எனக்கு இவர்கள் சாதாரண ஆடையில் இருக்கக்கூடிய, ஆயனைத் தாக்கிக் கொல்லவிருக்கிற நபர்கள் என்பதாகப் பயம் ஏற்பட்டது. காரணம், அவர்கள் ஆயனுடன் தொடர்பில் இருப்பதாக என்னையும் கொல்லக்கூடும். ஆனால் பிறகு எனக்குப் புரிந்தது - அந்த மூவரின் மனதில் ஏதோ ஒரு முக்கோணத் தொடர்பு போய்க் கொண்டிருப்பதைப் போலவே அவர்களிடமிருந்து எங்களுக்கும் எதோ ஒரு தொடர்பு நீள்வதாகத் தோன்றியது. அது என்னவென்றால் அந்த மூவரும் ஆயனும் கூட்டாளிகள். அந்தச் சமயத்தில் ஒரு நான்காவது மனிதன் என்னிடம் மிக நெருக்கமாக நடந்ததும், நான் குதித்துவிட்டேன். ஏனென்றால் அவன் வந்ததை நான் கவனிக்கவோ பார்க்கவோ இல்லை. என்னையோ ஆயனையோ பார்த்ததாகவோ, இருப்பைக் கவனித்ததாகவோ காட்டிக் கொள்ளாத அவன் என்னிடமிருந்து சில அங்குலங்கள் நகர்ந்து நின்றான். இப்பொழுது நான் மீண்டும் ஒருமுறை விதிர்த்து அவனிடமிருந்து நகர்ந்து ஆயனிடம் வந்தேன். ஆனால் அப்பொழுதுதான் அவனும் அங்கிருந்து சென்றுவிட்டதைக் கண்டேன்.

அவன் அங்கிருந்து சென்றிருந்தான். ஆனால் அது ஏன் எனக்கு அதிர்ச்சியுண்டாக்க வேண்டும்? ஏனென்றால் இவனது இருப்பானது எந்த விதத்திலும் எனக்கு உறுதியையோ பாதுகாப்பையோ தந்ததில்லை. திகைப்பூட்டும்படியும் திடீரெனவும் அவன் தோன்றுவதுதான் என்னை எப்போதும் ஆச்சரியப்படுத்தி இருக்கிறது. அடுத்து நான் இயல்பாகவே, அந்த நான்காவது மனிதன் நடந்து கொண்டிருந்த நகர்புறத்தின் திசையில் ஆயனும் அவனுடன் நடக்கிறானா என்பதைப் பார்ப்பதற்காகத் திரும்பினேன். ஏனென்றால் அவன் வேறுபுறம் சென்றிருக்க முடியாது. அவன்

அவர்களை நோக்கிச் செல்வதை நான் கண்டு விட்டேன். அடுத்ததாக அந்த மனிதர்கள் என்வழியே கடந்து சென்றனர். தனித்தனியாகத்தான் நடந்தார்கள் என்றாலுமே அந்த நால்வருக்குள் ஓர் ஒத்திசைவும் ஒற்றைத் திட்டமும் இருப்பதை என்னால் உணர முடிந்தது. அவர்கள் ஒன்றாக இருந்தனர். நான்கு பேரும் ஒன்றாக இருந்தனர். அந்த ஐந்து பேருமே, சீக்கிரத்திலே ஓரிடத்தில் ஒன்றாகச் சேரப் போகிறார்கள் என்பதை என்னால் உறுதியாக உணர முடிந்தது.

நீ ஒரு முட்டாள்.

இப்போது ஆயன் கிளம்பிய பிறகு நான் மீண்டும் என்னுடன் பேசிக் கொண்டிருந்தேன். அவனும் மற்றவர்களும் ஒன்றாக இல்லாதது போல் நடித்தவாறு, தனித்தனியாக, நகரம் இருக்கும் திசையை நோக்கி நடந்த பிறகு இப்போது நான் அங்கே தனியாக பத்துநிமிடப் பகுதியிலிருந்து அதற்கு எதிர்திசையில் நடக்க ஆரம்பித்தேன். நடப்பது சார்ந்த அச்சுறுத்தல், ஓடுவது சார்ந்த அச்சுறுத்தல், குறிப்பாக கார் குண்டு வெடிப்பு சார்ந்த அச்சுறுத்தல் குறித்து எனது மனம் சிந்தித்துக் கொண்டிருக்க அந்தப் பூனையின் தலையும் என் கையில் இருந்தது. இப்போது பத்து மணியாகிவிட்ட இந்த நேரத்தில், பகல் வெளிச்சத்தின் மிகக்குறைவான ஒளியே எஞ்சியிருக்கிற இந்தச் சமயத்தில் நான் அதை வழக்கமான பகுதிக்கு எடுத்துச் செல்ல வாய்ப்பே இல்லை. விஷயங்கள் இருளில் வேறாக இருந்தன. நாளின் இறுதிவெளிச்சம் அதை அங்கே பார்ப்பதற்கு எனக்குப் போதுமானதாக இருந்துவிட்டால்கூட; அந்தப் பழங்காலக் கற்களுக்கும் பொருட்களுக்கும் இடையே என்னால் செல்ல முடிந்தால்கூட; அங்கே அதைப் புதைப்பதற்கு ஆரம்பத்தில் நினைத்தபடி ஒரு இடத்தைக் கண்டறிய முடிந்தால்கூட; ஏற்கனவே என்னைத் தனது சமீபத்திய ஆசைகளுக்கும் கட்டளைகளுக்கும் உட்படுத்திவிட்டுச் சென்றிருக்கிற ஆயன் ஏதோ ஒரு டிராகுலாவின் கல்லறைக்குப் பின்பிருந்து தன்னுடைய அடுத்த திட்டத்திற்காகத் திடீரெனத் தோன்றக்கூடும். என்னைப் பொருத்தவரை, அவனிடம் ஒரு உறுதியான திட்டமும் செயல்படுத்த வேண்டிய நடைமுறைகளும் இருந்தன என்பதை என்னால் இப்போது உறுதியாக உணரமுடிந்தது. எனவே நான் இப்போது கல்லறைக்குச் செல்லக்கூடாது. என்றாலுமே அந்தத் தலையை வேறு எங்கேனும் எடுத்துச் செல்ல நான் விரும்பினேன். ஆழமான பாசிதான் நான் விரும்பியது. பச்சையான ஏதோ ஒரு புதர் – ம்ம், பூங்கா&நீர்த்தேக்கத்தில் இருப்பது போல. இந்தப் பத்து நிமிடப் பகுதியைப் போலவே பூங்கா&நீர்த்தேக்கமும்

இரவு நேரத்தில் செல்லக்கூடாத ஒரு பகுதியாகும். அதுமட்டுமின்றி, எதற்காக ஒரு இருண்ட பகுதியிலிருந்து இன்னொரு இருண்ட பகுதிக்குத் தலையை எடுத்துச் செல்ல வேண்டும். அப்படியே நான் பூங்கா&நீர்த்தேக்கத்திற்குச் செல்ல என்னைத் தயார்படுத்திக் கொண்டாலும் அங்கே இருக்கிற புதரிலோ மண்ணிலோ அதைப் புதைக்க முயன்றாலும், ஆயனுடன் எனக்கு இருக்கிற தொடர்பு குறித்து அவர்களது உறுதியான உணர்வின்படி அவர்கள் அதை உடனடியாகத் தோண்டி என்னவென்று பார்க்க முயல்வார்கள். எனவே அந்தப் பச்சையை நான் தேர்ந்தெடுக்க கூடாது. வேறு பச்சைகள் இருக்கின்றன: எஞ்சியிருக்கிற இரண்டு தேவாலயங்களைச் சுற்றிலும் உள்ள களைகளும் பச்சைதான். ஆனால் அது மனச்சோர்வூட்டுகிற இடமாக இருந்தது. அதுமட்டுமின்றி அது இந்தப் பத்து நிமிடப்பகுதியில் வேறு இருந்தது. எங்களிடம் தோட்டம் இல்லை, ஆனால் வேறு மனிதர்களுடைய தோட்டம் இருந்தது. எனவே நான் ஏன் வீட்டிற்குச் செல்கிற வழியில் ஏதோ ஒரு அதீதமாய் வளர்ந்த பச்சைப் பகுதியைத் தேர்ந்தெடுத்து அங்கே இதை விட்டுவிட்டுச் செல்லக்கூடாது? இப்போது இந்தத் திட்டமானது அதிக ஈடுபாட்டைக்கோருவதாகவும் சோர்வை உண்டாக்குவதாகவும் இருந்ததால் நான் அதைக் கைவிட்டுவிட எண்ணினேன். ஆனால் அதுவல்ல நோக்கம். என் ஊக்கமானது ஆயன் வருவதற்கு முன்பே கொஞ்சம் கொஞ்சமாகக் குறைய ஆரம்பித்திருந்தது. ஆசிரியரிடமும் உடன்படிப்பவர்களிடமும் விடைபெற்று நகரத்தின் மையத்திலிருந்து கிளம்பியபோதே, அந்த எந்த பயனும் இல்லை, இதில் என்ன இருக்கிறது இதனால் என்ன ஆகப்போகிறது என்கிற பின்னடைந்து ஒடுங்கவைக்கிற உணர்வு மீண்டும் மீண்டும் எனக்குள் இருந்து மேலெழுந்து கொண்டே இருந்தது. அந்த ஊக்கமின்மையும் குழப்பமும் தாழ்வுணர்வும் ஆதிக்கம் செலுத்திய, *நீ ஒரு பைத்தியக்காரி உன்னுடைய பைத்தியக்காரத்தனத்தால் உன்னை பலவீனம் ஆக்கிக் கொண்டிருக்கிறாய்* எனத்தோன்றிய நொடியில் நானுமே அந்தத் தலையை தரையில், அருகில் இருக்கிற ஏதோ ஒரு திட்டில் விட்டுவிட்டுச் செல்லலாமா என நினைத்த போதுதான் நான் ஏற்கனவே பத்து நிமிடப் பகுதியை விட்டு வெளியேறி வழக்கமான பகுதிக்கு அருகே வந்து விட்டேன் என்பதை உணர்ந்தேன். எனவே இப்போது நான் பழங்கால, துருப்பிடித்த கல்லறைக் கதவுகளருகே நின்றிருக்க என் பின்னால் ஒரு கார் வருவதைக் கேட்டேன். உடனே எனக்கு மீண்டும் நடுக்கம் ஏற்பட்டது. *ஐயோ இல்லை. அவன்! நட. தொடர்ந்து நட. திரும்பாதே, பேசாதே.*

நான் கல்லறையின் வாயிலைக் கடக்கக் கடக்க அந்த வாகனம் என்னோடே வந்து கொண்டிருந்தது. ஒரு குரல் என்னை அழைத்தது. "ஹலோ! ஏய், ஹலோ! உனக்கு ஒன்றும் பிரச்சினை இல்லையே?" நான் நின்றேன், அது ஆயனது குரல் இல்லை, வேறு யாருடையதோ.

அது உண்மையான ஆயர்: எங்களது பகுதியில் உண்மையான ஆயர் ஒருவர் வசித்து வந்தார், அவர் பால் வியாபாரம் செய்தார், அவர் முறையான பால் லாரி வைத்து எங்கள் பகுதியில் பால் ஊற்றினார். ஒருவரையும் நேசிக்காதவன் என அழைக்கப்பட்ட இவரும் எங்கள் பகுதியின் அதிகாரப்பூர்வமான விசித்திரமானவர்களில் ஒருவர்தான். எங்களுக்குச் சற்று அருகில்தான் அவர் வசித்து வந்தார். ஒரு நாள் அவர் 'நீருக்கு மறுபுறம் இருக்கிற' நாட்டில் இறந்து கொண்டிருந்த தனது சகோதரனிடமிருந்து இங்கே திரும்பி வந்தபோது தன்வீட்டில் ஏதோ தவறாக இருக்கிறதென்பதை உணர்ந்தார். தனியாக வசித்து வந்த அவர் ஒரு மண்வெட்டியில் நிலக்கரி எடுப்பதற்காக வீட்டிற்குப் பின்புறம் சென்றபோது அங்கே ஏற்கனவே யாரோ தோண்டியிருப்பதைக் கண்டார். சிறிது நேரத்திற்குப்பிறகு, மிக அழுக்காக, இரண்டு கைகள் முழுக்கவும் துப்பாக்கிகளை ஏந்தியபடி அவர் வீட்டிற்கு வெளியே வந்தார். ஒரு நெகிழிப் பையில் வைக்கப்பட்டிருந்த அந்தத் துப்பாக்கிகளை தெருவின் நடுவே எடுத்துச்சென்ற அவர் அவற்றை சாலையில் கொட்டினார். அப்படிச் செய்யும்போதே "இவற்றை உங்கள் வீட்டின் பின்புறமே புதைக்கலாமே, ஏன் புதைக்கவில்லை?" என்று கத்தியவர் மீண்டும் வீட்டிற்குத் திரும்பி இன்னும் நிறைய நிறைய எடுத்து வந்தார். துப்பாக்கிகளுக்குப் பிறகு கைத்துப்பாக்கிகள், துப்பாக்கிகளின் பொருத்தப்படாத பாகங்கள், குவியல் குவியலான வெடிபொருட்கள், இன்னும் துணிகளிலும் நெகிழிப்பைகளிலும் சுற்றப்பட்ட வேறு ஆயுதங்கள் என அது தொடர்ந்து கொண்டே இருந்தது. எல்லாவற்றையும் தூக்கி எறிந்திருந்த அவர், அங்கே விளையாடிக் கொண்டிருந்த சில சிறுவர்களைக் காணும்வரை - அவர்களது விளையாட்டு தடம் வரை இவர் ஆயுதங்களைக் கொட்டியிருந்தார் - கோபத்தில் கத்திக் கொண்டே இருந்தார். அந்தக் குழந்தைகள் ஓரமாய் நின்றபடி இவர் செய்வதை எல்லாம் பார்த்துக் கொண்டிருந்தனர். ஒருவரையும் நேசிக்காத அந்த மனிதன் அவர்களைப் பார்த்ததும் கத்துவதை நிறுத்தினார். பிறகு அவர்களைத் திட்டத் தொடங்கினார், "இங்கிருந்து போங்கள்!, உடனே இங்கிருந்து கிளம்புங்கள்!" எனக்கத்தினார். அவர் மிகுந்த ஆத்திரத்துடன் இருந்ததனால் அதன் தற்போதைய இலக்கான அக்குழந்தைகளில்

சிலர் அங்கிருந்து வெளியேறினார். ஒரு சிலர் மட்டும் உறைந்து போய் அங்கேயே நின்று அழத் தொடங்கினர். யாரையும் நேசிக்காத அந்த மனிதர் என்ன நடக்கிறது எனப்பார்க்க வீட்டை விட்டு வெளியே வந்திருந்த அண்டை வீட்டாரை நோக்கிக் கத்தினார். வந்து அந்தக்குழந்தைகளை அங்கிருந்து அழைத்துச் செல்லும்படி கூறிய அவர், தான் இல்லாத சமயத்தில் கிளர்ச்சியாளர்கள் இந்த வீட்டிற்கு வந்ததை அவர்கள் அறிந்திருந்தனரா என வினவினார்? அவ்வாறாக அவர், ஒருவரையும் விரும்பாத அந்த மனிதன், உண்மையான ஆயர், எல்லோரிடமும் சண்டை இட்டார். குழந்தைகளிடம் கூட சண்டையிட்டார். அப்படியாக, அவர்குறித்து இரண்டு விஷயங்கள்: ஒருவேளை உங்கள் வீட்டில் ஆயுதங்கள் புதைக்கப்பட்டிருப்பதைக் கண்டால் நீங்கள் அவற்றை மறைத்து வைத்துக் கொள்ள வேண்டும், அதனைப் பொறுத்துக்கொள்ள வேண்டும் என்பதை எல்லோரும் அறிந்திருக்க, அவர் அவற்றைச் சாலையில் கொணர்ந்து கொட்டினார். இதன் விளைவாக அவர் விசித்திரமானவர் என அறியப்பட்டார். அவர் ஒருவரையும் நேசிக்காதவர் என்று அறியப்பட்டதன் காரணம் என்னவெனில் கொஞ்சமும் தயக்கமின்றி, மன்னிப்புக் கூடக் கோராமல் ஒருமுறை குழந்தைகளை அழ வைத்திருந்தார்.

எனவே, கிளர்ச்சிக்காரர்களது படைத்தலங்களைத் தோண்டி எடுத்ததனால் அவர்களால் வெறுக்கப்பட்டார்; அவர்களது உள்ளூர் சட்ட திட்டங்களை எதிர்த்துக் கேள்வி கேட்டதனால் வெறுக்கப்பட்டார்; அவர்களது சட்ட திட்டங்களை நாங்கள் மதிக்காத போது அதற்காக உள்ளூர் பஞ்சாயத்து மூலம் எங்களுக்குக் கடினமான தண்டனைகள் வழங்கப்பட்டதை எதிர்த்ததற்காக, சந்தேகத்திற்கு உள்ளான துப்புக் கொடுப்பவர்கள் திடீரென காணாமல் போனபோது அதுகுறித்து கேள்வி எழுப்பியதற்காக அவர் கிளர்ச்சிக்காரர்களால் வெறுக்கப்பட்டார். அவரைப் பற்றிய இன்னொரு முக்கியமான விஷயம் என்னவென்றால் எப்போதெல்லாம் அவர் பாராட்டுக்குத் தகுதியாக நடந்துகொண்டாரோ அப்போதெல்லாம் அது உள்ளூர் மக்களால் அவருக்கு வழங்கப்படவில்லை. ஒருவருக்கும் உதவுவதில்லை என்ற பெயர் அவருக்கு நிலைத்திருந்த போதும் அவர் எல்லோருக்கும் தொடர்ந்து உதவி செய்து வந்தார். அணுக்கமற்றவர் என்னும் குணநலன் அவரைக் குறித்து முன்பே நிலைநாட்டப்பட்டு விட்டதால் உள்ளூர் மக்களால் அவரது நற்செயல்களை அங்கீகரித்துப் பாராட்ட இயலவில்லை. நிலவி வந்த ஒரு வதந்தியை மறந்து உண்மைக்கு நகர்வதற்கு எங்கள் சமூகத்திற்கு மிகப்பெரிய செயலூக்கம் தேவைப்பட்டது. மிகச் சிறிய

தவறான கண்ணோட்டத்தைச் சரி செய்வதற்குக் கூட அங்கே எவ்வித விருப்பமும் இருந்திருக்கவில்லை. உண்மையான ஆயர் குறித்த அப்படி ஒரு விழிப்புணர்வைப் பெறுவதற்கான ப்ரக்ஞைப்பூர்வ முயற்சியானது இங்கே இப்போதைக்கு ஒரு போதும் நிகழப் போவதில்லை. என்றாலுமே அவர் மக்களுக்கு உதவினார். அணுப்பையனின் அம்மாவும், தான் ஒரு கிளர்ச்சிக்காரனெனும் கனவில் இருக்கிற அநாமதேயனின் அம்மாவுமாகிய பெண்ணிற்கு அவர் உதவினார். அணுப்பையன் தற்கொலை செய்து கொண்டபோது, பகுதியில் இருந்து எல்லோரும் அவளைத் தேடிச் சென்றது போல, உண்மையான ஆயரும் அவளைத் தேடிச் சென்றார். தன் குடும்பத்தின் சமீபத்திய மரணம் குறித்துக் கேள்விப்பட்டு அவள் காணாமல் போயிருந்தாள். தன் மகனைப் போலவே அவளும் தற்கொலை செய்யச் சென்று விட்டாள் என்று வதந்தி பரவியது, ஆனால் உண்மையான ஆயர் இன்னொரு பகுதியில் தெருக்களில் அவள் ஒருவரையும் அறியாமல் தன்னைப் பற்றியே அறியாமல் சிதைந்து பரட்டையாகச் சுற்றிக் கொண்டிருப்பதை கண்டு அவளை வீட்டிற்கு அழைத்து வந்தார். அதோடு சுற்றிலும் இருக்கக்கூடிய பக்தைகளிடம் - அவர்கள்தான் எங்களது பகுதியின் மருத்துவச்சிகள் - அவளுக்கு உதவியும் கோரினார். அத்தனைக்குப் பிறகும், அவருக்குச் சூட்டப்பட்டிருந்த, மாவட்டத்தின் நீங்கள் அறிந்ததிலேயே மிக மோசமான மனிதன் என்ற பெயருக்கு எந்த மாற்றமும் நேர்ந்திருக்கவில்லை. எங்கள் பகுதியில் இருக்கக்கூடிய மற்ற விசித்திரமானவர்களை ஒப்பிடும்போது, அவர் கொடூரமானவர் என்றோ மோசமானவர் என்றோ ரொம்பவும் விசித்திரமானவர் என்றோ எனக்குத் தோன்றியதில்லை. அங்கே மருந்துக்காரி இருந்தாள், குழப்பம் ஏற்படுத்துகிற ஒளிர்கிற சகோதரிகள் இருந்தனர், புகழ்பெற்ற பாவம் அணுப்பையன் இருந்திருந்தான், அடுத்து அடாவடியான பிரசிங்கிக்கிற பெண் போராளிகள் இருந்தனர். அவர்கள் அனைவருமே இவர் எப்போதும் இருந்ததை விட மிக விசித்திரமாக இருந்தனர். ஒருவேளை உண்மையான ஆயரும் என் அம்மாவும் பள்ளிக்காலம்தொட்டே நண்பர்களாக இருந்து வந்ததும், அவளைப் பார்ப்பதற்கும் பேசுவதற்கும் எங்கள் வீட்டிற்கு அவர் அடிக்கடி வருகை புரிந்ததும் நான் அவரைப்பற்றி இப்படி எண்ணியதற்குக் காரணமாக இருக்கலாம். அவர் அவளுக்கு இலவசமாகப் பாலும் செறிவூட்டப்பட்ட பால் பொருட்களும் தின்பண்ட டப்பாக்களும் வழங்கி உதவினார். எங்கள் வீட்டின் சில்லறை வேலைகளுக்கும் உதவி வந்தார். குழாய் சரிபார்த்தல்,

வண்ணம்தீட்டுதல், தச்சு வேலைகள் செய்தது மட்டுமின்றி குட்டித் தங்கைகளிடமிருந்து மின்சாதனப் பொருட்களை அகற்றி வைப்பதையும் வலியுறுத்தினார். அவரது மனிதநேயமற்ற வழிமுறைகளையும் அப்படிப்பட்டவர் என்பதாக நிலைத்துவிட்ட பெயரையும் தாண்டி அவருக்கு மக்கள் மேல் ஒரு உறுதியான அன்பு இருந்தது. இப்போது இந்த மனிதர், உண்மையான ஆயர், விசித்திரமானவர், ஒருவரையும் நேசிக்காதவன் என்று அறியப்பட்டவர் இந்த மாலையில் எனக்கு உதவுவதற்காக கல்லறை அருகே வந்து சேர்ந்திருந்தார்.

உடனடியாக எனக்கு நேர்ந்தது அந்த நடுக்கம்தான் என்றாலும் அது ஆயன் அல்ல வேறு யாரோ என்பதே அறிந்தவுடன் அது மறைந்துவிட்டது. அவர் தன்னுடைய லாரியில் இருந்தார், உண்மையான பால் லாரி, அந்த ஒரே ஒரு வண்டியில்தான் நான் அவரை எப்போதும் கண்டிருக்கிறேன். அவரைப் பார்ப்பதற்காக நான் திரும்பியதும் வண்டியின் பிரேக்கை இழுத்தார். கதவினைத் திறந்து கீழே குதித்த அவர் என்னை நோக்கி வந்தார். அடுத்த நொடி எனக்கு அருகில் அவர் இருந்தார். இதுதான் அவர் என்னிடம் பேசுகிற முதல் முறை அல்ல, ஆனால் எப்போதும் கூறக்கூடிய குசல வார்த்தைகளை விட அதிகமான வார்த்தைகளை இப்போதுதான் சொல்லி இருந்தார். வழக்கமாக அவை "ஹலோ", "சென்று வருகிறேன்", "அம்மாவிடம் கேட்டதாகச் சொல்" போன்றவையாகத்தான் இருக்கும். உண்மையில், அம்மாவைத் தவிர எனக்கும் ஆயருக்கும் இடையே வேறு பொதுவான விஷயங்கள் இல்லை. அம்மாவுடன் ஒரே வீட்டில் வசித்து வந்தது தவிர எனக்கு அவளது நண்பர்களுடன் பெரிய தொடர்பு எப்போதும் இருந்திருக்கவில்லை. ஆனால் அவர்கள் இருவரும் நண்பர்களாய் இருந்ததனால் நான் அவ்வப்போது அவரை மிக அருகில் எதிர்கொள்ள நேர்ந்திருக்கிறது. அது தெருவிலோ, எங்கள் வீட்டிற்கு வெளியேயோ, அவருடன் தேநீரோடு பகிர்ந்து கொள்வதற்காக அம்மா சிறப்பாகத் தயாரித்த பார்லி ரொட்டி அல்லது இனிப்பு ரொட்டியுடன் எங்கள் வீட்டின் வரவேற்பறையிலோ இருக்கும். சில சமயங்களில் அவளை அவர் தேவாலயத்திலிருந்து வீட்டிற்குக் கொணர்ந்து இறக்கி விடுவதையும், அவள் அவருக்கு செய்தியனுப்புவதையும், இப்போதுதான் பதினாறு வயதானது போல லாரியில் இருந்து குதித்துச் சிரிப்பதையும் பார்த்திருக்கிறேன். இதுபோன்ற சமயங்களில் மட்டுமே சந்தித்திருக்கிற நாங்கள், அப்போதெல்லாம் ஒருவருக்கொருவர் வணக்கம் சொல்லி பொதுவாகத் தலையசைத்துக் கொள்வோம். இப்போது அவர்

எனக்கு ஏதும் பிரச்சினை இல்லையே என்று வினவுகிறார். எனக்கு எதுவும் நிகழ்ந்து விட்டதா என்றும் தான் ஏதேனும் உதவ முடியுமா என்றும் கேட்டார். அதில் எந்தக் கேள்விக்குத் தலையசைக்கிறேன் எனத் தெரியாமலேயே நான் தலையசைத்தேன். உண்மையில் நான் எதற்காக வருந்துகிறேன் என்றோ எந்தக் கேள்விக்கும் எப்படி பதில் சொல்வது என்றோ பகுத்தறிவதில் எனக்குச் சிரமம் இருந்தது. ஏனென்றால் அப்போதுதான் அடுத்த நாள் முக்கிய செய்திகளில் தோன்றுவதற்கான செயல்களை செய்வதற்கான வழியில் நான்கு கிளர்ச்சிகாரர்களை - அந்த மறைந்திருந்த மனிதர்கள் கிளர்ச்சிக்காரர்களாக இருக்கத்தான் வாய்ப்பு அதிகம் - சந்தித்திருந்தேன். அடுத்து அங்கே ஆயன் இருந்தான் - வால்டர்மிட்டியைப் போல் கற்பனையாக அல்லாமல், எல்லோரும் சொன்னதைப் போல இன்னொரு கிளர்ச்சிக்காரன். இப்போது என் அம்மாவின் நண்பரும் விசித்திரமானவர்களில் ஒருவராகக் கருதப்பட்டிருந்தவருமான உண்மையான ஆயர் வந்திருந்தார். அவரது லாரிக்கு அருகில் இருந்த மாதா சிலைக்குப் பக்கம் நாங்கள் நின்றிருந்தோம். அது கல்லறைக்கு அருகில் இருந்தது. எங்கள் இருவருக்கும் இடையில் நான் பிடித்திருந்த, எனது கையில் இருந்த, சுருட்டப்பட்ட கைக்குட்டைகளை அவர் பார்த்ததை நான் கவனித்தேன். பிறகு அதைப் பார்ப்பதை நிறுத்திவிட்டுத் தன் கவனத்தை என் முகத்தை நோக்கித் திருப்பினார்.

"நான் இதை எங்கேயாவது போடவோ புதைக்கவோ விரும்புகிறேன், இது ஒரு பூனையின் தலை" என்கிற வார்த்தைகள் தானாக என்னிடமிருந்து வந்தன. நான் ஏதோ ""இது ஒரு ஆப்பிள்" என்று சொன்னது போல, அவர், "சரி" என்றார். அது எனக்குப் பிடித்திருந்தது. அது என் கைக்கு எப்படி வந்தது என்பது குறித்தோ, இரண்டாம் உலகப் போருடனோ பத்து நிமிடப் பகுதியுடனோ அதற்கிருந்த தொடர்பு குறித்தோ நான் எதுவும் விளக்கவில்லை. "நான் இதை உன்னிடமிருந்து எடுத்துக் கொள்கிறேன். நான் இதை உன்னிடமிருந்து எடுத்துக் கொள்ளட்டுமா?" என்று அவர் வினவியதும், நான் மிக எளிதாக, எந்தத் தயக்கமும் இன்றி அவரது கையில் கொடுத்திருந்தேன். "ஆனால் அதை எங்கேயும் எறிந்து விடாதீர்கள். நீங்க அதை எடுத்துட்டுப்போயி எங்கேயும் எறிந்துவிட மாட்டீங்களே? நான் கண்ணில் இருந்து மறைந்ததும் அதை ஏதேனும் குப்பைத் தொட்டியிலோ தரையிலோ எறிந்துவிட வேண்டாம். உங்களுக்கு இதைச்செய்ய விருப்பம் இல்லையென்றால், இதற்கு சரியான கவனம் அளிக்க முடியாதென்றால், நானே

அதைச்செய்து கொள்கிறேன். நீங்கள் ஏமாற்ற வேண்டாம்.” என்றேன். என்னிடமிருந்து இவ்வாறாக நிறைய வார்த்தைகள் வந்துவிட்டன என்றாலும், அவை உண்மையான வார்த்தைகள். ஏனென்றால் நான் யாரிடமும் மன்னிப்புக்கோரவோ அனுமதியோ ஒப்புதலோ பெறவோ அப்போது தேவையிருக்கவில்லை. ஒரு ஆணுடன், வயதில் மூத்தவருடன், மிகக் கொடூரமானவர் என்று பெயர் பெற்றவருடன் நான் இப்படி அன்று வெளிப்படையாகப் பேசியது குறித்து பின்னால் ஆச்சரியம் கொண்டிருக்கிறேன். அதுமட்டுமின்றி ஆயனுடன் பேசியதிலும் இந்தத் தலையை நீண்ட நேரம் கையில் பிடித்திருந்ததிலும் என்னுடைய உணர்வுகள் ஒரு தீவிரத்தை அடைந்திருந்தன என்பதும் எனக்குப் புரிந்தது. அந்த ஆணிடம் இருந்த ஏதோ ஒரு குணம், பேசுவதை எனக்கு எளிதாக்கித் தந்தது. இந்த விஷயத்தை அவர் கையாண்ட விதமும்தான். “நான் ஏமாற்ற மாட்டேன். அதை எங்கேயும் எறிய மாட்டேன்.” என்றார் அவர். “அதற்கு நான் ஏதேனும் ஒரு பசுமையான வெளியைக் கொடுக்க விரும்புகிறேன்” என்றேன் நான். “அதுதான் நான் அதை எடுத்துச் செல்ல விரும்புகிற சரியான இடம்” என்றேன். “எனக்குத் தெரியும்” என்றார் அவர். “உனக்குத் தெரியுமா. என்னிடம் பச்சை வெளி இருக்கிறது. எனது வீட்டிற்குப் பின்புறம் சிறிது பச்சைப்பரப்பு இருக்கிறது. நான் இதை அங்கே எடுத்துச் சென்று, தோண்டி புதைப்பதைப் பற்றி என்ன நினைக்கிறாய்? அது உனக்குத் திருப்தியாக இருக்குமா?” என்றார். நான் தலையசைத்து “நன்றி” என்றேன். அடுத்து அவர் தனது லாரிக்குச் சென்று அதன் தரைப்பகுதியில் இருந்த ஒரு பச்சைத் துணிப்பையை எடுத்தார், அதற்குள் பில்லியர்ட்ஸ் பந்துகள் இருந்தன. லாரியின் இருக்கைகளுக்கு இடையே இருந்த குழிவான பெட்டியில் அவற்றைக் கொட்டிவிட்டு, கைக்குட்டைக்குள் இருந்த அந்தத் தலையை அந்தப் பைக்குள் போட்டு அதன் மேலிருந்த கயிற்றைச் சுருக்கினார். என்னிடம் திரும்பி வந்தவர், “அதைக்குறித்து இனி பயப்படாதே. என்னிடம் விட்டுவிடு. ஆனால் இப்போது மிகத்தாமதமாகிவிட்டதால் வண்டியில் ஏறு. உன்னை வீட்டில் விட்டுவிடுகிறேன்.” மீண்டும் எனக்கு இது பிடித்திருந்தது. இதில் *என்ன இருக்கிறது, எந்தப்பயனும் இல்லை. இதனால் எந்த மாற்றமும் நேரப் போவதில்லைதானே?* என்கிற, வழக்கமான தொனியில் இல்லாமல், ஒப்பந்தங்களற்ற ஆண் நண்பன் மற்றும் ஆசிரியையின் *“இதை நாம் எப்படி முடிக்கலாம்?”* என்கிற மன ஓட்டத்தில் இது இருந்தது என்னை ஆச்சர்யப்படுத்தியது.

அமைதியான, கண்டிப்பான, உண்மையான ஆயர் எனக்கு நேரம் தந்து என் வார்த்தைகளைக் கவனித்து அவற்றிற்கு முக்கியத்துவம் தந்தார். எல்லாவற்றையும் கவனித்த அவர் நான் என்ன சொன்னேன் என்பதைப் புரிந்து கொண்டதால், பலவீனப்படுத்தும் அயர்ச்சியூட்டும் கேள்விகள் எதுவும் அங்கே எழவில்லை. ஆமாம், ஆச்சரியம்தான். ஆனால் அவர் ஆச்சரியத்திற்குரியவர்தான். அந்தச்சுமையை அவரிடம் கொடுத்ததும், கவலையின்றி லாரியில் ஏறியதும், அவர் நேர்மையாக இந்த வேலையை முடிப்பார் என நான் நம்பியதும் எனக்கே ஆச்சர்யம்தான். அவர் அந்தத் தலையை லாரியில் வைத்தபோது, அருகில் சாலைக்கு எதிரே காலியாக இருப்பதாக நம்பப்பட்ட ஒரு கட்டிடத்தின் முதல் தளத்திலிருந்து அவர்களது புகைப்படக் கருவியின் கிளிக் சத்தம் ஒலித்தது. முன்பு ஆயனிடம் பூங்கா&நீர்தேக்கப் பகுதியில் இவ்வாறு நிகழ்ந்த போது நடந்து கொண்டது போலவே இப்போதும் நான் அது குறித்து எதையும் சொல்லவில்லை. ஆனால் உண்மையான ஆயர், "..........." என்று சொல்லிப் பின் அமைதியானார். "எங்கேயும் செல்ல முடிவதில்லை. அவர்கள் எல்லா இடத்திலும் இருக்கிறார்கள்" என்றவர், "இதை அவர்கள் தங்களுக்குத் தேவையானபடி பயன்படுத்திக் கொள்வார்கள்" என்றார். இந்தக் குணமும் என்னை ஆச்சரியப்படுத்தியது, எதிர்பாராத விதமாக எனக்கு ஊக்கமூட்டியது. உச்சரிக்கப்பட முடியாத விஷயங்கள் குறித்து அவர் பேசுகிறார், அந்த உச்சரிக்கப்படமுடியாத விஷயங்களை மாற்ற தன்னால் எதுவும் செய்ய முடியவில்லை என்பதையும் ஒப்புக்கொள்கிறார். எனில், எல்லோராலும், என்னாலும் - சக்தியற்ற நிலையிலும்கூட - ஒப்புக்கொள்கிற, ஏற்றுக்கொள்கிற, விலகி நிற்கிற பண்பைக் கைக்கொள்ளமுடியும் என்பதுதானே அதன் பொருள்.

லாரியில் எங்கள் இருவருக்கும் இடையில் இருந்த சிறிய பகுதியில் பில்லியார்ட் பந்துகளுக்கு மேலே தலை இருந்த கைக்குட்டைகள் வைக்கப்பட்டிருக்க, நாங்கள் பயணித்துக் கொண்டிருந்தோம். அப்பொழுதுதான் எங்களது பகுதியில் சமீபத்தில், அந்த தினத்தில் நடந்த மரணம் பற்றி நான் கேள்விப்பட்டேன். அது மீண்டும் அநாமதேயனின் வீட்டில் நிகழ்ந்திருந்தது, அவர்களது இல்லத்தின் கடைசிச் சிறுவன் மாடியிலுள்ள படுக்கையறையின் பின்புற ஜன்னலின் வழியாகக் கீழே விழுந்து மரணித்திருந்தான். உண்மையான ஆயர், அவன் அங்கிருந்து குதித்து மரணித்ததாக, அப்படித்தான் வதந்தியில் அது பேசப்படுவதாகக் கூறினார். ஆனால்

அது மரணிக்கும் நோக்கத்துடன் செய்தது அல்ல, மாறாக அவன் தன்னை சூப்பர் மேனாக நினைத்துக் கொண்டதனால் என்று அருகில் இருந்தவர்கள் கூறினார்கள். அல்லது பேட்மேன். அல்லது ஸ்பைடர் மேன். அல்லது அவர்களைப் போன்ற ஏதோ ஒரு நாயகன். அவன் எப்போதுமே அந்த சிவப்புத் தலையணை உறையைத் தனக்குப் பின்புறம் மாட்டிக் கொண்டு “அடி!”, “தாக்கு”, “டமால்”, “டுமீல்”, “இருள்”, “ஏய்ய்ய்ய்” என்றெல்லாம் கத்திக்கொண்டு திரிந்திருக்கிறான். என்றாலும் இப்போது வரை உண்மையில் அவனது மரணம் எப்படி நிகழ்ந்தது என்று நிரூபிக்கப்படவில்லை என்று உண்மையான ஆயர் கூறினார். வதந்தியின்படி ஏன் அப்படி நம்பப்பட்டதெனில் இங்கே நீங்கள் அப்படி வெறுமனே இறந்து போய்விட முடியாது. சாதாரண மரணம் இனிமேல் யாருக்கும் கிடையாது. கொடூரமான மரணங்கள் நிகழ்ந்து கொண்டிருக்கிற இக்காலத்தில் இயற்கையான காரணங்களாலோ ஜன்னலிலிருந்து தவறுதலாக விழுந்துவிடுகிற விபத்துகளாலோ இங்கே மரணங்கள் நிகழ முடியாது. அதில் அரசியல் இருக்க வேண்டும் என்றார் அவர். அது எல்லை சார்ந்ததாக, புரிந்து கொள்ள முடிவதாக இருக்க வேண்டும். அப்படி இல்லை என்றால் அது அசாதாரணமானதாக, நாடகீயமாக, அதிர்ச்சி தரக்கூடியதாக - எடுத்துக்காட்டாக ஒருவன் தன்னை சாகச நாயகனாக நினைத்துக் கொண்டு ஜன்னலில் இருந்து குதித்து மரணிக்கிறதாக - இருக்க வேண்டும். இப்போதெல்லாம் மக்கள் அதைத்தான் எதிர்பார்க்கிறார்கள். அப்படியாக, அவனது அம்மா அதே மாடியில் முன்னறையில் படுக்கையில் வருத்தத்திலும் சிந்தனைகளிலும் மூழ்கியிருக்க, அவன் புவி ஈர்ப்பு விசை குறித்த புரிதல் இல்லாததாலோ பின்னறையில் தனித்துவிடப் பட்டிருந்ததாலோ உயிர் போகிற ஒரு காரியத்தைச் செய்து விட்டான், ஆனால் எங்கள் பகுதியில் மரணிப்பதற்கு அது ஒரு சரியான காரணமாக இன்னமும் தகுதி பெற்றிருக்கவில்லை. வாழ்வதாயினும் சாவதாயினும் இங்கே அது தீவிரமாக இருக்க வேண்டியிருக்கிறது என்றார் உண்மையான ஆயர். சிறிதுநேரத்திற்குப் பிறகு அந்தச் சிறுவனின் சகோதரிகளில் ஒருத்தி அவனது உடலைக் கொல்லைப்புறத்தில் கண்டிருந்திருக்கிறாள். அந்தச் சமயத்தில் அவனது முதுகில் எந்தத் தலையணை உறையும் பொருத்தப்பட்டிருக்கவில்லை. அன்றைய தினம் அது துவைப்பதற்காகக் கழட்டப்பட்டிருந்தது.

உண்மையான ஆயர் இதைச் சொன்னதோடு, அம்மா வீட்டில் இல்லை என்பதையும் அப்போதுதான் அவர் அவளை அநாமதேயனின் வீட்டில் விட்டதாகவும், இறந்துவிட்ட மகனுக்காக அழுது கொண்டிருந்த பரிதாபத்திற்குரிய அப்பெண்ணை அங்கே மற்ற பக்தைகள் தங்களது பானங்களுடனும் முதலுதவி உபகரணங்களுடனும் தீவிர ரகசியங்களுடனும், ஆற்றுப்படுத்திக் கொண்டிருந்ததாகவும் கூறினார். உண்மையான ஆயர் தற்போதுதான் பிணவறையிலிருந்து திரும்புவதாகவும் மீண்டும் அநாமதேயனின் வீட்டிற்குத்தான் சென்று கொண்டிருப்பதாகவும் கூறினார். அதன் பிறகு அவர் அந்தத் துயர் சம்பவம் குறித்து மேலும் பேசினார், பொதுவாகவே துயர் சம்பவங்கள் காரணமின்றி நிகழ்ந்து விடுவதையும், அவற்றை முன்னுணரவோ தவிர்க்கவோ முடியாமல் போவதையும், ஏழ்மையிலிருந்தும் நீண்ட காலமாய் நிலவி வருகிற பிடிவாதமிக்க அரசியல் பிரச்சினைகளிலிருந்தும் இவை கிளைத்து உருவாவது குறித்தும் பேசினார். சாதகமின்மை, அலட்சியம், மறுக்கப்பட்ட வாய்ப்புகள் குறித்தும் தொடர்ந்து பேசிய அவர் சிறிதுநேரம் தன் சிந்தனைகளில் மூழ்கி விட்டவராகத் தோன்றினார். அதிலிருந்து மீண்டு வந்த போது அதன் தொடர்ச்சியாகவோ என்னவோ அவர் குட்டித்தங்கைகள் குறித்தும் என்னைக் குறித்தும் அம்மாவைக் குறித்தும் பேசத்தொடங்கியிருந்தார்.

“உனது தங்கைகள் மிகவும் அறிவார்ந்தவர்கள்” என்றார் அவர். “அற்புதமான ஆர்வமும் தைரியமும் வேட்கையும் ஈடுபாடும் கொண்டவர்கள். இயற்கையாகவே பொறுப்புணர்வு கொண்டவர்களாகவும் இருக்கிறார்கள், அது நமது பகுதியில் மிகவும் அபூர்வமானதென்பதை நீயே அறிவாய். பெரும்பாலான சமயங்களில் ஆர்வமும் உந்துதலும் தடைபட்டு, ஊக்கமின்மையாகி இருண்ட பாதைகளை அடைந்துவிடுவதும் உண்டு. ஆனால் இங்கே தம் சிறிய வயதில் அவர்கள் முரட்டுத்தனமாகவும் கட்டுப்பாடிழந்த குழந்தைகளாகவும் இருக்கிறார்கள். உங்கள் அம்மாவின் முழு நேரத்தையும் ஆக்கிரமிப்பவர்களாக அவர்கள் இருப்பார்கள் என்பது எனக்கு உறுதி” எனத் தொடர்ந்தார் அவர். “அது மட்டுமின்றி வளரவளர, எதிர்காலத்திலும் ஞானம் மற்றும் அறிவார்ந்த சாகசங்களின் தேடலுக்கான திசையிலேயே இது தீவிரமடையும்.” மீண்டும் ஒருமுறை யோசித்த அவர் “உங்கள் அன்பு அம்மா இதைப் புரிந்து கொள்ளாமல் போகக்கூடும், அவர்களுடைய மேதைமையான தனித்தன்மையை அவள் கவனிக்காமல் விடக்கூடும். ஆனால் அவர்களது ஆசிரியர்களும் கூட இதை ஏன் புரிந்துகொள்ளவில்லை

என்பது எனக்குத் தெரியவில்லை. இது குறித்து அவர்கள் உங்களது அம்மாவிடம் பேசினார்களா?" நான் ஒரு நொடி யோசித்து விட்டு, "எனக்குத் தெரியாது" என்று பதிலளித்தேன். பிறகு அவர் அவர்களுடைய பள்ளி மதிப்பெண் விவரங்கள் குறித்துக் கேட்டதற்கும் நான் "எனக்குத் தெரியாது" என்றேன். அதன் பிறகு குட்டித் தங்கைகள் குறித்து அவர் கேட்ட எல்லாக் கேள்விகளுக்குமே நான் "எனக்குத் தெரியாது" என்றுதான் பதிலளித்தேன். உண்மையிலேயே எனக்குத் தெரியவில்லை. அவர்கள் எனக்குத் தங்கைகள்தானே, அதுகுறித்தெல்லாம் நான் தெரிந்திருக்க வேண்டும் என்று எப்படி எதிர்பார்க்க முடியும்? அவர்கள் பள்ளிக்குச் சென்றார்கள். தங்கள் பாடங்களைப் படித்தார்கள். விவாதங்களிலும் மன்றங்களிலும் கருத்தரங்குகளிலும் கலந்துகொண்டு, கருத்துகளைப் பகிர்ந்து ஒப்பிட்டு முரண்பட்டு, நான் அறிந்திராத கல்விசாரா செயல்பாடுகளிலும் பங்குகொண்டனர். அவர்களது இந்த அறிவார்ந்த திறமை மற்றும் முன்னெடுப்புகள் சார்ந்து அவர்களது ஆசிரியர்கள் அறிந்திருந்தனரா என்பது குறித்தும் எனக்குத் தெரியவில்லை. அவர்கள் அம்மாவிற்குக் கடிதங்களும் அறிக்கைகளும் அனுப்பினர். நான் அவற்றில் எதையுமே கவனித்ததில்லை, தங்கைகளுடைய பள்ளி விஷயங்களில் ஈடுபாடு கொள்வதற்கு எனக்கு என்ன இருக்கிறது? எனக்குப் பதினெட்டு வயதாகிறது, அவர்களது சகோதரி நான், அம்மா கிடையாது. அப்பாவோ பாதுகாவலரோ கிடையாது. எனவே இவை அனைத்திலும் நான் ஈடுபாடு கொள்வதென்பது, சூரிய அஸ்தமனங்கள், காலநிலைகள், பொய்ப்பற்கள், வலிகள், நோய்கள், "இரவுக்கு நீ என்ன சமைக்கப் போகிறாய்?" போன்ற முதியவர்கள் ஆர்வம் கொண்டிருக்கக்கூடிய விஷயங்களில் ஆர்வம் கொள்வது போலாகிவிடும். நான் ஏன் அப்படிச் செய்யப் போகிறேன்? என்றாலும் அவளது சில ஆசிரியர்கள் அம்மாவிடம் பேச வந்தது எனக்கு நினைவிருக்கிறது. அவர்கள் அம்மாவைப் பள்ளிக்கும் அழைத்திருந்தனர், குட்டி தங்கைகளின் திறன்முன்னேற்றத்திற்கு என்ன செய்யலாம் என்பது குறித்த விவாதத்திற்கான சிறப்பு அழைப்பு அது என்பது இப்போதுதான் எனக்கு நினைவுக்கு வருகிறது. "கல்வியாலர்கள்" என்றோ "கல்வி வளர்ச்சியாளர்கள்" என்றோ அவர்கள் குறிப்பிடப்பட்டதும் நினைவிருக்கிறது. அவர்களும்கூட வீட்டிற்கு வந்திருந்தனர், அந்த ஆசிரியைகளும் கல்வியாளர்களும் நடத்திய நிபுணத்துவ விவாதங்களில் பல அம்மாவிற்குப் புரிந்ததா என்பது குறித்து எனக்கு சந்தேகம் இருக்கிறது. அதைத் தொடர்ந்து அந்த குழந்தை-விஞ்ஞானி

அமைப்பிலிருந்து வந்த கடிதத்தை தனக்குப் புரியும்படி வாசிப்பதற்காக குட்டித் தங்கைகளிடம் அவள் கொடுத்தாளா என்பதே தெரியவில்லை. வழக்கமான பள்ளி அறிக்கைகளைப் பொருத்தவரை அம்மா அவற்றை வாசித்ததாகவோ அவற்றிற்கு முக்கியத்துவம் தந்ததாகவோ நினைவில்லை, குட்டித் தங்கைகளே அவற்றை முக்கியமாகக் கருதியதாகத் தெரியவில்லை. பள்ளி அறிக்கைகளுக்கும் சான்றிதழ்களுக்கும் இங்கே அதிகம் மதிப்பில்லை. "உங்கள் அம்மாவைக் குறை சொல்ல முடியாது" என்றார் உண்மையான ஆயர். ஏனென்றால் "அவள் ஒரு நல்ல பெண், இன்னமுமே நல்ல பெண், அன்பான பெண். உன் அப்பாவின் இறப்பின்போதும், உன் இரண்டாவது சகோதரனின் இறப்பிலும், உன் இரண்டாவது சகோதரியின் விஷயத்திலும் – அவளுக்கு என்ன நேர்ந்ததென்பதை நீ அறிவாய் – உன் அம்மா மிகக்கடினமான காலத்தை எதிர்கொள்ள வேண்டியிருந்தது. அடுத்து உன்னுடைய நான்காவது சகோதரன் - அவனுக்கு என்ன ஆனது என்பதும் உனக்கு தெரியும். எனவே நான் இது குறித்து அவளிடம் பேசவேண்டும் என்று நினைக்கிறேன், ஏனென்றால் இங்கே மிகப்பெரிய திறமை இருக்கிறது, அது சரியான வகையில் வழிநடத்தப்பட வேண்டும். இன்னொரு மோசமான அழிவு ஏற்படும் முன்பாகவே இது போன்ற ஒரு துயரம் நிகழ்வதற்கு முன்பாகவே இப்படியான ஆற்றலும் திறமையும் தவறாக வழிநடத்தப்படுவதை நாம் தடுத்தாக வேண்டும். அவர்களுக்கு வழிகாட்டுதல் தேவைப்படுகிறது. அவர்களுக்கு கவனமும் அறிவுரையும் வழங்கப்பட வேண்டும், அல்லது அது தவறாகச் சென்று முடியக்கூடும்." இந்த உரையாடலில் பங்குபெறுவதற்காக "ஆம்" என்றேன் நான். ஆனால் "தவறாகச் சென்று முடியக்கூடும்" என்று அவர் கூறியது என்னை வேறு சிந்தனைகளுக்கு இட்டுச் சென்றது. திறமையும் அப்பாவித்தனமும் திரிக்கப்படலாம், அனுபவமின்மை ஆபத்தான முடிவுகளுக்கு இட்டுச்செல்லலாம் என அவர் கூறியவற்றை நான் இங்கிருக்கிற அரசியல் பிரச்சினைகளின் விளைவுகளோடுதான் தொடர்புபடுத்திக்கொண்டேன், வேறு என்னவாக அது இருக்க முடியும். குட்டித் தங்கைகள் அப்போதெல்லாம் அரசியல் பிரச்சினைகள் சார்ந்து எந்த ஆர்வமும் காட்டி இருக்கவில்லை – உச்சரிக்கும்போது ஒலி உருவாகும் இடங்கள், பண்டைய எகிப்து ராஜ்யங்கள், தொழில்முறைப் பாடகர்களின் நுட்பங்கள், இன்றைய ஒழுங்கை அடைவதற்கு முன்பு பிரபஞ்சம் இருந்த நிலை, ஹெராக்ள்ஸ் தெய்வமானது, அல்லது அவர்களது புத்தகங்களிலுள்ள

அடிக்குறிப்புகள், பக்கக்குறிப்புகள், பின்குறிப்புகள் போன்றவற்றில்தான் அவர்கள் ஆர்வம் கொண்டிருந்தனர். – ஆனால் நானும் எனது தமக்கைகளும் அறைக்குள் நுழைந்தபோது குட்டித்தங்கைகள் 'மறுபுறம்' இருந்து வருகிற செய்தித்தாள்களைப் படித்துக்கொண்டிருந்த காலம் ஒன்று இருந்தது. அந்தப் பெரிய அளவிலான செய்தித்தாள்கள் மட்டுமின்றி சிறு பத்திரிகைகளையும் கூட அவர்கள் வாசித்தார்கள். அதையெல்லாம் அவர்கள் எங்கிருந்து பெற்றார்கள் என்பதை எங்களால் கற்பனை கூட செய்து பார்க்க முடியவில்லை. ஆனால் அவர்கள் அதை வைத்திருந்தார்கள், தரைமுழுக்கப் பரப்பிவைத்து வாசித்துக்கொண்டிருந்தார்கள். அந்தச் சமயம் வரை குட்டித் தங்கைகள் ஒருபோதும் செய்தித்தாள்களைப் பார்த்ததில்லை, தொலைக்காட்சியில் வரும் அரசியல் செய்திகளைப் பார்த்திருக்கவில்லை, வேறு எந்த வகையிலுமே ஆர்வம் கொண்டிருந்திருக்கவில்லை. மாறாக அவர்கள் தங்களது ஜோன் ஆஃப் ஆர்க் பருவத்தில் இருந்தார்கள். அப்பருவத்தில் இருக்கும் போது, தங்களுக்கு 'நீருக்கு மறுபுறம்' இருக்கிற அந்த நாட்டின் மீது விருப்பம் இல்லை என்பதாக அவர்கள் வெளிப்படுத்திக்கொண்டது, அந்த நாட்டையும் இந்த நாட்டையும் மையப்படுத்தி எழுப்பப்பட்டு நீண்டகாலமாக விவரிக்கப்பட்டு மறுவரையறை செய்யப்பட்டு எங்கள் சிந்தைமீது ஆக்கிரமிப்பு செலுத்துகிற அந்த மரபுவழி வரலாற்றுக் காரணங்களால் அல்ல, மாறாக ஃப்ரெஞ்ச் மீது அவர்களுக்கிருந்த இயல்பான மதிப்பினாலே அது. என்றாலும் ஜோனுக்கு நேர்ந்த துரோகத்தின் காரணமாக அவர்கள் தற்காலிகமாக பிரஞ்சுக்கு எதிராக மாறி இருந்தனர். பிரெஞ்சு மன்னரின் மூத்த மகனுக்கான வரவேற்பு குட்டித்தங்கைகளிடையே அவ்வளவு மோசமாக இருந்ததால், யாரேனும் அவன்பொருட்டு ஏதேனும் ஒரு வார்த்தை சொல்வதாக இருந்தால் அதை இவர்கள் காதில் படாதவாறு சொல்வதே அறிவார்ந்ததாகும் என்னும் நிலைமை இருந்தது. அவ்வாறாக ஃப்ரெஞ்சையும் அவர்கள் வெறுத்தனர், எனவே 'நீருக்கு மறுபுறம்' இருக்கிற அந்த நாட்டிற்கும் இந்த நாட்டிற்கும் இடையிலான நீண்ட கால விரோதங்கள் அவர்களால் கவனிக்கப்படவே இல்லை. ஆனால் எனது மூத்த சகோதரிகளும் நானும் அன்று அங்கே வந்தபோது அவர்கள் ஜோன் பற்றிய ஆர்வங்களிலிருந்து விடுபட்டு, அந்தச் செய்தித்தாளில் ஆர்வமாகியிருந்ததைப் பார்த்தோம். "குட்டித் தங்கைகளே! உங்களுக்கு இவை எங்கிருந்து கிடைத்தன? இங்கே என்னதான் நடந்து கொண்டிருக்கிறது?" என்று கத்தினோம். "அமைதியாக

இருங்கள் அக்காக்களே. நாங்கள் வேலையாக இருக்கிறோம். நாங்கள் அவர்களது கோணத்தைப் புரிந்து கொள்ள முயல்கிறோம்." என்றனர் அவர்கள். அடுத்து அவர்கள் தங்களது அகலமான செய்தித்தாள்களுக்குள்ளும் சிறுபத்திரிக்கைகளுக்குள்ளும் தலை புதைத்துக் கொண்டனர். நாங்கள் – நானும் முதல் இரண்டாவது மூன்றாவது அக்காக்களும் ஒருவரை ஒருவர் பார்த்துக்கொண்டோம். அவர்களது கோணத்தைப் புரிந்து கொள்ள முயல்கிறோம்! அடுத்து என்னமாதிரியான குழப்பத்தை குட்டித்தங்கைகள் உச்சரிப்பார்கள்? அவர்கள்கூறிய சொற்களைப் பொருத்தவரை, அது எங்கள் பகுதியில் இருக்கும் யார்மீதும் உடனடியாகக் களங்கத்தை ஏற்படுத்திவிடக் கூடியதாக இருந்தது. துப்புக்கொடுப்பவர்கள் ஜாக்கிரதை என்னும் வார்த்தைகள் அவர்களுக்கு எந்தப் பொருளையும் தரவில்லையா? எங்களுடைய புரிதல்களின் அடிப்படையில் நாங்கள் இதை அவர்களுக்குக் குறிப்பிட முயன்றோம்: அனுமதிக்கப்படாத விஷயங்களுடன் தங்களைத் தொடர்புபடுத்திக் கொள்வதன் வாயிலாக, துரோகிகள் என பட்டம் சுமத்தப்பட அவர்கள் ஒரு வாய்ப்பைத் தருகிறார்கள் என்று நாங்கள் குறிப்பிட்டோம். ஆனால் அவர்கள் எங்களைக் காது கொடுத்துக் கேட்கவில்லை, கவனிக்கவில்லை, நாங்கள் சொன்னதை மறந்து விட்டார்கள், அந்த அளவிற்கு நீருக்கு மறுபுறம் இருந்து வந்த பத்திரிக்கையில் அவர்கள் மூழ்கி இருந்தனர். மூத்த சகோதரிகளான எங்களுக்கு நன்றாகப் புரிந்து விட்டது: சாலையில் கடக்க கூடிய யாரேனும் அண்டை வீட்டார் ஜன்னல் வழியாகப் பார்த்தால் இந்தவிஷயத்தில் அவர்கள் செய்ய வாய்ப்புள்ளவை குறித்து அவர்கள் அலட்சியம் செய்தனர். மூன்றாவது சகோதரி ஜன்னலுக்குப் பாய்ந்து திரைகளை இறக்கி விட்டாள், அது குட்டித் தங்கைகளைக் கோபப்படுத்தியது. அவர்களில் ஒருத்தி வேகமாக எழுந்து விளக்கைப் போட்டாள். இன்னொருத்தி எழுந்து அம்மாவுக்கு விருப்பமான இரண்டு பழைய கண்ணாடி-விளக்குகளை ஏற்றினாள். மூன்றாமவள் எழுந்து அவர்களுடைய மூன்று சிறிய மின் விளக்குகளை எடுத்துக் கொண்டாள். ஆனால் அவர்களுக்கு இந்தப் பத்திரிகை எங்கிருந்து கிடைத்தது? இவர்கள் இந்தப் பத்திரிகைகளை வரவழைப்பதை எங்கள் பகுதியைச் சேர்ந்த யாரேனும் பார்த்து விட்டார்களா? அப்படித்தான் மூத்தவர்களாகிய நாங்கள் அன்று யோசித்துப் பார்த்தோம்: துப்புக்கொடுப்பதாகச் சந்தேகத்திற்குள்ளாபவர்களின் வயது ஆறாகவோ ஏழாகவோ எட்டாகவோ இருப்பது துணை ராணுவத்தினரால் தண்டனைக்கு தகுதியாகாத சிறு வயதாகக்

கருதப்படாதோ? அல்லது அவர்கள் வெறுமனே கண்டிக்கப்பட்டு, அந்தச் சிறு பத்திரிகைகளை விட்டுவிட்டு மீண்டும் உலகில் மற்ற எல்லாக் குழந்தைகளும் வாசிக்கிற பேம்பர் தி பிக்கிற்குத் திரும்புமாறு ஆணையிடப்படுவார்களா? இதுதான் உண்மையான ஆயர் குறிப்பிட்ட, தவறாக வழிநடத்தப்படக் கூடிய அப்பாவித்தனமும் ஆர்வமும், அடிபணியவைக்க வாய்ப்புள்ள சாகசமுமா? நான் இதைக் கேட்கத் தைரியம் கொண்டிருக்கவில்லை. அவரும் இப்போது அமைதியாகியிருந்ததால் நான் அவர்களது ஆசிரியர்கள் கொண்டிருந்த ஆர்வம் குறித்தும் அந்த அபாரமான கற்றல் ஸ்தாபனங்கள் குறித்து அவர்கள் கூறியதையும் குறிப்பிட்டேன். இவ்வாறாக, அவர் அந்தப் பூனையின் தலையின் சார்ந்து எனக்கு உதவி செய்த பிறகு அதற்குப் பதிலாக இந்த வகையில் ஆறுதலளிக்கிறபடி என்னால் ஏதேனும் செய்ய முடிந்ததே என நான் சற்றே ஆசுவாசமாக உணர்ந்தேன். ஆனால் அவர் ஆறுதல் அடைந்திருக்கவில்லை மீண்டும் அவர் குட்டித் தங்கைகள் குறித்த தனது வருத்தத்தை வெளிப்படுத்தினார், அம்மா இவற்றையெல்லாம் உதவி இன்றிச் சமாளிக்க வேண்டி இருப்பது பற்றிக் குறிப்பிட்டார். வெளிப்படையாக இல்லாவிட்டாலும், அவர் மனதிற்குள்ளாக நான் கொஞ்சம் அம்மாவிற்கு உதவி செய்யலாம் என்பதாகக் குறிப்பிடுகிறாரோ எனத் தோன்றியது. அம்மாவிற்கு இருப்பதைப் போலவே இந்தக் குட்டித் தங்கைகளை வழிநடத்த வேண்டிய பொறுப்பு எனக்கும் இருக்கிறது எனக் குறிப்பிட முயல்கிறாரா? அம்மாவோடு சேர்ந்து நானும் அவர்களை வழிநடத்துதலிலும் வளர்ப்பதிலும் பொறுப்பெடுத்துக் கொள்ள வேண்டுமா? இது எனக்குத் திகைப்பினைத் தந்தது. அப்படி நான் குட்டித் தங்கைகளைப் பார்த்துக் கொள்வதில் துணை நிற்க வேண்டிவந்தால் என்னால் உறுதியாக ஒப்பந்தங்களற்ற ஆண் நண்பனுடன் சேர்ந்து வாழச்செல்ல முடியாது. ஒப்பந்தங்களற்ற ஆண் நண்பன் என்னிடம் கேட்டபோது நான் மறுத்து விட்டேன் என்றாலும், இன்னமும் நான் அவனுடன் சென்று வசிப்பது எப்படி இருக்கும் என்பது குறித்து யோசிப்பது என்னையே ஆச்சர்யப்படுத்தியது. என்னை அறியாமலே நான் கொண்டிருந்த நம்பிக்கைகள், இப்போது அம்மாவுடன் சேர்ந்து நான் துணை புரிய வேண்டும் என்கிற வார்த்தைகளால் அச்சுறுத்தலுக்கு உள்ளாகி இருக்கின்றன. உண்மையான ஆயர் அதற்குள்ளாகவே இன்னொரு புதிய விஷயத்திற்கு மாறி இருந்தார். இது ஆயன் மற்றும் என்னைப் பற்றியதாக இருந்தது. “அந்த இருநூறு வயதாகிய மனிதனுடன் நீ தொடர்பு வைத்திருக்கிறாயா?” என அவர்

வெளிப்படையாகக் கேட்கவில்லை. பதிலாக, எங்கள் பகுதியில் வலிமையும் அதிகாரமும் கொண்ட துணை ராணுவ படையினன் எவனோ என்னிடம் அத்துமீறுகிறான் என்பதை தான் அறிந்திருப்பதாகக் குறிப்பிட்டார். ஒருவேளை அப்படி இருந்தால், நான் அதை எதிர்ப்பதற்கும் வெளியே சொல்வதற்கும் வலிமை கொண்டிருக்கிறேனா என்று கேட்டார். இதைக் குறித்து அவர் பேசத் தொடங்கியதும் நான் மறுபடியும் இறுகிக் கொள்வதை உணர ஆரம்பித்தேன், உண்மையான ஆயருடனான அந்த நிமிடம் வரை நான் மிகுந்த ஆசுவாசமாகவும் பதட்டம் இன்றியும் இருந்தேன். அந்த நடுக்கங்கள் நின்றிருந்தன. அந்த இயல்பற்ற இயக்கங்கள் நின்றிருந்தன. ஆனால் என்னுடைய குழப்பம் திரும்ப வந்தது போலவே அவையெல்லாமும் இப்போது திரும்பத் தொடங்கியிருந்தன. ஆனால் அவரும் குழம்பியிருந்ததை நான் அப்போதுதான் கவனித்தேன். தனக்குச் சம்பந்தமற்ற ஒரு விஷயத்தின் எல்லைக்குள் தலைநுழைத்ததற்காக அவர் மன்னிப்பும் கேட்டுக் கொண்டார். பிறகு அவர் எங்கள் பகுதியில் இருக்கிற பெண் போராளிகள் பற்றிக்குறிப்பிட்டார். இன வரலாறு குறித்தும் பாலியல் அரசியல் குறித்தும் அவர்களுக்கு நிறையத் தெரிந்திருப்பது போல் இருக்கிறது எனக்கூறினார். “பெண்கள் சார்ந்து இப்போது புதிதாக வருகிற விஷயங்களில் எனக்குப் பெரிய அளவில் புரிதல் இல்லை என்பதற்காக வருந்துகிறேன்” என்றவர், “அவர்களுக்கு இதில் நிபுணத்துவம் இருப்பதாலும், இது அவர்கள் குறிப்பாகக் கவனம் செலுத்துகிற வகைப் பிரச்சினை என்பதாலும், ஒருவேளை நீ இதை வெளியே சொல்வது குறித்து அஞ்சினால் அவர்களிடம் சென்று இது குறித்து ஒருவார்த்தை சொல்லலாமே?” என்றார்.

அவர்களிடம் ஒரு வார்த்தை சொல்வதா? அவருக்கு என்ன பைத்தியம் பிடித்து விட்டதா, ஊரில் இந்தப் பெண்களைப் பற்றி பேசப்பட்டது சார்ந்து இவர் குருடாகி விட்டாரா, செவிடாகவும் ஊமையாகவும் கூட ஆகிவிட்டாரா? அவர்களில் ஒருவருடன் வீதியில் காணப்படுவதற்குப் பதிலாக நான் கூட்டுத்தற்கொலைகூட செய்து கொண்டு விடுவேன். எனவே வேண்டாம். அவர்களுடன் எதுவும் பேசுவதற்கு எனக்கு ஆர்வம் இல்லை, இப்போது இல்லை, எப்போதும் இல்லை. சமீபத்தில் எங்களது பகுதியில் வளர்ந்து வருகிற பெண்ணியக் குழுவை நிறுவிய இந்தப் பெண்கள், அந்தக் காரணத்திற்காகவே, சமூகத்தால், மிக மிக விசித்திரமானவர்கள் என அறுதியாக வகைப்படுத்தப்பட்டிருந்தனர். ‘பெண்ணியம்’ என்னும் சொல் விசித்திரமானது. ‘பெண்’ என்கிற சொல்லே

விசித்திரம் என்கிற வகையிலிருந்து அரிதாகத்தான் தப்பித்தது. இவை இரண்டையும் அருகருகே வைத்தோ, அல்லது 'போராட்டம்' மாதிரியான பலபொருள் கொண்ட பொதுவான வார்த்தையை அவற்றோடு வைத்தோ விஷயங்களை இயல்பாக்க முயன்றால் நமக்கு அது கிடைத்துவிடும் – 'பெண் போராளிகள்'. இந்தப் பெண்களைப் பற்றி மிக மோசமான கருத்துக்கள், அவர்களின் முதுகிற்குப் பின்பு மட்டுமல்ல, முகத்திற்கு நேராகவே சொல்லப்பட்டன.

அதற்கு முன்பு வரை பாரம்பரியம் மிக்கவளாகவும் இயல்பானவளாகவும் கருதப்பட்டிருந்த ஓர் இல்லத்தரசி தன்னுடைய வீட்டின் ஜன்னலின் வெளியே ஒட்டிய அறிவிப்பிலிருந்துதான் அது ஆரம்பித்தது. அவளுக்கு ஒரு கணவன் இருந்தான், குழந்தைகளும் இருந்தனர். அவளது குடும்பத்தில் யாருமே கொல்லப்பட்டிராததனால் இப்படிப்பட்ட ஒரு விசித்திரமான நடத்தைக்கு அதைக் காரணமாக்கி நியாயம் கற்பிக்க முடியாத சூழலும் இருந்தது. வழக்கமாக எங்கள் பகுதியின் சில வீடுகளின் ஜன்னல்களில் குறிப்பிடப்படுகிற **மரணம் தருகிற வலியை அஞ்சி இந்த வீட்டிலிருந்து விலகியே இருங்கள் – இது, இதுதான் ஒரே தகவல்** என்று எழுதி உள்ளூர் கிளர்ச்சியாளர்கள் என்று கையொப்பமிடப்பட்டிருக்கும் அறிவிப்புகளிலிருந்து இது மிகமிக வித்தியாசமானதாக இருந்தது. அந்த வீட்டில் எந்த கைவிடப்பட்ட குடிகாரன் குடியிருந்தான் என்பதையோ அது யாருடைய வீடு என்பதையோ மறந்துவிட்டு, அந்தப் பகுதியில் குடியிருக்க கூடியவர்கள் - குழந்தைகள் உட்பட - யாரேனும் ஆபத்து நிறைந்த அந்த வீட்டிற்குள் – விளையாடுவதையோ, ஒரு பதின்ம வயதினன் தன்னுடைய குடி நேரத்தை அங்கு செலவழிப்பதையோ அல்லது அங்கே என்ன இருக்கிறதென உள்ளே நுழைந்து பார்ப்பதையோ அல்லது அங்கே சென்று ஓய்வெடுப்பதையோகூட தடுத்து எச்சரிப்பதற்காக அவ்வாறு எழுதப்படும். அவர்கள், எங்களது கிளர்ச்சியாளர்கள், ஒருவேளை நாங்கள் எங்களது நியாயமற்ற கவனமற்ற கனிவற்ற நடத்தையை மிகவும் ஆபத்திற்குரியவர்களான கிளர்ச்சியாளர்களை நோக்கித் தொடர்ந்து செலுத்தி வந்தால் பின்விளைவுகளைச் சந்திக்கவும் அதற்காக வருந்தவும் வேண்டி இருக்கும் என்பதை மிகத்தெளிவாக்கி இருந்தனர். முரணாக இந்த இல்லத்தரசியின் அறிக்கை **ஊரிலுள்ள அனைத்துப் பெண்களின் கவனத்திற்கு: அருமையான சிறப்பான செய்தி!!!** என ஆரம்பித்து உலகத்தில் தோற்றுவிக்கப்பட்ட ஒரு சர்வதேசப் பெண்கள் அமைப்பைப் பற்றிய தகவலைத் தந்தது. அந்த

அறிக்கையானது உலகத்தில் இருக்கிற எல்லா நாடுகளிலும் - எந்த நகரமோ மாநகரமோ கிராமமோ ஊரோ சிற்றூரோ ஒரு தனி வீடோ கூட விடுபடாமல் - அதன் துணைக்கிளைகளைத் துவக்குமாறு கேட்டுக்கொண்டது. எந்த ஒரு பெண்ணும் - எந்த நிறத்தவளாயினும் இனத்தவளாயினும் பாலினத் தேர்வு உடையவளாயினும் மாற்றுத்திறனாளியாயினும் மனநலம் பாதிக்கப்பட்டவர்களாயினும் எந்த வேறுபாடுகளையும் ஆதரிக்காதவளாயினும் - இந்த முயற்சியில் இருந்து விடுபட்டு விடக்கூடாது என்றது. ஆச்சரியம் தரக்கூடிய வகையில் எங்களது நகர்ப்பகுதியிலேயே இந்த சர்வதேச பெண்கள் அமைப்பிற்கு ஒரு சிறிய கிளை-அமைப்பு உண்டாகி இருந்தது. அதனுடைய முதல் மாவட்டக் கூட்டத்திலேயே - அந்த நிகழ்வுக்கு முன்பும் பின்புமாக - அதிர்ச்சி தரக்கூடிய அறிக்கைகள் ஊடகங்களில் வெளிவந்தன. இப்படி ஒரு அமைப்பு தோன்றுவதற்கு இருந்த தைரியத்தைப் பற்றியே அடிப்படையாக அந்த அறிக்கைகள் குறிப்பிட்டன. அந்த விமர்சனமானது மோசமாக மிகவும் மோசமாக இருந்தது: முன்பு சிவப்பு விளக்குப் பகுதியைப் பற்றி அது முதன்முதலில் தோன்றிய போது குறிப்பிடப்பட்டது போல, “நியாயமற்று, சிதைவுற்று, கீழ்தரமாக, எதிர்மறை சிந்தனை பரப்பக்கூடியதாக, உரிமைக்கு எதிரானதாக” இருப்பதாக அந்த வரிகள் குறிப்பிட்டன. இருந்தபோதும் ஊடகங்களின் இந்தக் கண்டனத்தினால், சில பெண்களை இப்படிப்பட்ட சர்வதேச பெண்களது பிரச்சினைகள் பற்றிப்பேசுகிற அமைப்பின் கிளையை - அதன் செயல்பாடுகளை - நகரத்திற்குச் சென்று பார்ப்பதிலிருந்து தடுக்க முடியவில்லை. இந்தப் பெண் பங்கேற்பாளர்கள் இங்கே இருக்கக்கூடிய இரண்டு விரோதி மதங்களிலிருந்து மட்டுமல்ல, அதைவிடக் குறைவாக அறியப்பட்டிருந்த, குறைவாகக் கவனம் தரப்பட்டிருந்த, கிட்டத்தட்ட கண்டுகொள்ளப்படாமல் இருந்த வேறு மதங்களையும் சேர்ந்தவர்களாக இருந்தனர். எங்கள் ஊரைச்சேர்ந்த ஒரு பெண்ணும்கூட தானாகவே அவர்களைப்போல அங்கே சென்றிருந்தாள். தன்னை ஆதரிக்க வேண்டும் என்றோ பாதுகாப்புத் தர வேண்டும் என்றோ அவள் யாரிடமும் அனுமதியோ ஒப்புதலோ கருத்தோ கோரி இருக்கவில்லை. பதிலாக அவள் தன்னுடைய துப்பட்டாவைப் போட்டுக்கொண்டு, கைப்பையையும் சாவியையும் எடுத்துக்கொண்டு தனது வீட்டிலிருந்து அப்படியே வெளியேறியிருந்தாள். இந்தப் பெண்தான் அதனைத் தொடர்ந்து தன்னுடைய வீட்டில் அந்த அறிக்கையை ஒட்டியவள். “அந்தக் கூட்டத்திலிருந்து வந்த அடுத்த வினாடியே அவள் அதை ஒட்டி

இருந்தாள்” என்று அண்டைவீட்டார் கூறினர். அதே நேரத்தில், சர்வதேச தலைமை அமைப்பின் துணைக் கிளையாக நகரத்திலிருந்த அமைப்பின் துணைக்கிளையாக உள்ளூரில் ஓர் பெண்கள் அமைப்பை ஆரம்பிக்க அவள் முயற்சித்தாள். நகரக்குழுவில் இருந்த மற்ற பெண்களும் அவரவர் பகுதியில் அவ்வாறே முயற்சித்தனர். அதைத்தான் அவள் செய்தாள். ஊரில் இருக்கும் எல்லாப்பெண்களும் புதன்கிழமையன்று மாலை தங்கள் குழந்தைகளை வழக்கம்போல விளையாட அனுப்பிவிட்டு தனது பேச்சைக் கேட்க வீட்டிற்கு வரும்படி, ஜன்னலில் ஒட்டிய அறிவிப்பில் மிகத் தைரியமான புதுமையான முறையில் அழைப்பு விடுத்திருந்தாள். நகரத்தில் நடந்த கூட்டத்தில் பெண்களின் முக்கியத்துவம் குறித்துக் கூறப்பட்ட விஷயங்களைக் கேட்டு அவர்கள் ஆச்சரியம் அடைவார்கள் என்று அந்த அறிவிப்பு உறுதியளித்தது. அதுமட்டுமின்றி, ஒட்டுமொத்தப் பெண்களின் பிரச்சினையாக அவர்கள் கருதுகிற விஷயங்கள் குறித்து அவர்கள் ஒவ்வொருவருமே தங்களுடைய கருத்துக்களை வெளிப்படுத்தலாம் எனவும், அப்படிப்பட்ட கருத்துகள் மாதாமாதம் நகரத்தில் நடக்கிற கூட்டத்தில் தெரிவிக்கப்படும் என்றும் அடுத்தகட்டமாக அவை சர்வதேச அளவிலான கூட்டத்திற்கும் எடுத்துச் செல்லப்படும் என்றும் அது கூறியது. ஆனால், குழப்பும் விதமாக, எங்களது பகுதியில் இருக்கிற எல்லைப் பிரச்சினை குறித்தோ அரசியல் பிரச்சினை குறித்தோ அதில் எந்தக் குறிப்பும் இல்லை. ஊரில் இருக்கிற ஆண்களும் பெண்களும் அதிர்ச்சியடைந்திருந்தனர். “இவள் எதைப் பற்றி கூறுகிறாள்? இப்படி ஒரு விஷயத்தை ஜன்னலில் ஒட்டுவதன் மூலம் அவள் என்ன சொல்ல வருகிறாள்?” அவர்கள் முதலில் அவளைப் பற்றியும் அந்த அறிவிப்பைப் பற்றியும் புறணி பேசினாலும், சீக்கிரமே அதைவிட்டுவிட்டு, யார் துப்புக்கொடுப்பவராக இருப்பார், யார் சமீபத்தில் கள்ளத்தொடர்பு வைத்திருக்கிறார்கள், உலக அழகி போட்டி அடுத்து தொலைக்காட்சியில் ஒளிபரப்பப்படும்போது அதில் யார் வெற்றி பெறக் கூடும் போன்ற வழக்கமான தங்களது பேச்சுகளுக்கு திரும்பியிருந்தனர். அப்படியே அந்தப்பெண் தொடர்ந்து இவ்வாறு நடந்துகொண்டால், ஊரின் விசித்திரமானவர்கள் பட்டியலில் இன்னொருவரும் சேருவார் என்பதன்றி இந்த அறிக்கையினால் எந்த விஷயமும் நடக்கப்போவதில்லை எனக் கருதப்பட்டதால், இந்த அறிக்கையானது தேய்ந்துபோகும்படி விவாதிக்கப்பட்டு அதன் பிறகு அப்படியே மறக்கப்பட்டிருந்தது. அதிகபட்சமாக, சமீபத்தில் ஊரில் உள்ள சந்தேகப்படக் கூடிய நபராகக் (ஏறத்தாழ

அதுதான் உண்மை) கருதி அவளை அரச கிளர்ச்சியாளர்கள் அங்கிருந்து இல்லாமலாக்கி விடுவார்கள். மாறாக, அந்த அறிக்கை வந்த முதல் வாரத்தில் உள்ளூரைச்சேர்ந்த இரண்டு பெண்கள் அந்த இல்லத்தரசியின் வீட்டிற்கு வந்தனர். எனவே முதல் புதன்கிழமை நடந்த பெண்களுடைய பிரச்சினைகள் சார்ந்த அந்தக்கூட்டத்தில் கலந்துகொண்ட பெண்களின் எண்ணிக்கை மூன்றாகியது. அடுத்த வாரத்தில் இன்னும் நான்கு பேர் வந்து சேர்ந்தனர். அதன் பிறகு வேறு எந்தப் பெண்ணும் வரவில்லை, இப்படியாக மொத்தமாக ஏழு தனி நபர்கள் ஒவ்வொரு புதன்கிழமையும் சந்தித்துக் கொள்ள, நகரத்தில் இருக்கிற குழுவில் இருந்து ஒரு அறிவார்ந்த ஒருங்கிணைப்பாளரும் இரண்டு வாரத்திற்கொருமுறை அவர்களை வந்து சந்தித்தார். இந்த ஒருங்கிணைப்பாளர் உற்சாகமூட்டும் உரைகளையும், விரிவாக்கத்தின் அவசியத்தையும், பெண்களது பிரச்சினைகள் குறித்த வரலாற்று மற்றும் தற்காலத்தியக் கண்ணோட்டங்களையும் குறித்துப் பேசி, ஒவ்வொரு இருண்ட பகுதியில் இருக்கக்கூடிய பெண்களையும் வெளியே கொண்டு வந்து ஒன்றுசேர்க்கத்தான் இது முயல்கிறது என்று கூறுவாள். மாதம் ஒருமுறை இந்த அணியானது நகரத்தில் உள்ள கிளையில் நடக்கிற கூட்டத்தில் சென்று கலந்து கொள்ளும். அங்கே 'நீருக்கு இப்புறம்' 'நீருக்கு அப்புறம்;' உள்ள எல்லாத் துணைக் குழுக்களிலிருந்தும் - தத்தமது பகுதியில் அவர்களால் அதைத் துவங்க முடிந்திருந்தது - வந்து கலந்து கொள்வர். இயல்பாகவே இதற்குள்ளாக, எங்களது பகுதியில் வழக்கமான குற்றச்சாட்டுக் கதைகள் ஆரம்பமாகியிருந்தன.

எங்கள் ஊரில் உள்ள இந்த துணைக்கிளையைச் சேர்ந்த பெண்களைப் பற்றிய கதைகளில் ஒன்றாக அவர்கள் கூட்டம் நடத்திய இடம் பற்றிய கதை இருந்தது. ஏனென்றால் முதல் மூன்று புதன்கிழமைகளுக்குப் பிறகு அந்த முதல் இல்லத்தரசியின் கணவன் இதுபோன்ற பெண்ணியச் செயல்பாடுகளை தானும் அவளும் வசித்து வருகிற அந்த வீட்டில் தொடர்ந்து செய்வதை விரும்பவில்லை. அணுக்கமான அவன் உதவுபவனாகவும் இருக்க விரும்பினாலும் அவனுக்கென்று ஊரில் இருக்கிற பெயரைக் குறித்தும் கவலைப்பட வேண்டி இருந்தது. ஆனால் இது அந்தப் பெண்களை எந்த வகையிலும் தடுத்திருக்கவில்லை. அந்த முதல் பெண்ணின் வீட்டின் கொல்லைப்புறத்தில் இருந்த சிறிய கொட்டகையினைத் தங்களது கூட்டத்திற்கு ஏற்ற வகையில் அவர்கள் மாற்றிக் கொண்டனர். இதற்கு முன்பாக அவர்கள் தேவாலயத்திற்கு சென்று அதன் புறம்போக்கில் இருந்த ஒரு குடிசையினை இவர்களுக்கு ஒதுக்க முடியுமா

எனக் கேட்டிருந்தனர். தேவாலயமானது நிறைய குடிசைகளைக் கொண்டிருந்தது, அதைப் பல்வேறு அமைப்பினருக்கு - குறிப்பாக கிளர்ச்சியாளர்களுக்கு - ஊர்ப்பாதுகாப்பு சார்ந்த கூட்டங்கள், கொள்கையை முன்னோக்கிச் செலுத்துவது சார்ந்து கூட்டங்கள், உள்ளூர்ப் பஞ்சாயத்துக் கூட்டங்கள் - போன்ற வேலைகளை முடிப்பதற்கு அனுமதித்திருக்கிறது. ஆனால் இந்தப் பெண்களைப் பற்றிய கருத்தானது இந்த சமயத்திற்குள் ஒரு மாற்றத்தை அடைந்திருந்ததனால், அவர்களுக்கு அதனை வாடகைக்கோ இலவசமாகவோ நல்குவதற்கு தேவாலயம் மறுத்துவிட்டது. தீங்கற்றவர்களாகவோ குழந்தைத்தனமானவர்களாகவோ கிண்டலுக்குரியவர்களாகவோ பெரியவர்களுக்குரிய பிரச்சினைகளைச் சிறுபிள்ளைத்தனமாகக் கையாள்கிறவர்களாகவோ அவர்கள் பார்க்கப்படுவதை நிறுத்த வேண்டும், ஏனெனில் தற்போது அவர்கள் தங்களது கூட்டங்களை நடத்த ஒரு முறையான இடத்தைக் கோரி நிற்கின்றனர். இதன் வழியாக இந்தப் பெண்கள் உண்மையில் என்ன செய்ய விரும்புகிறார்கள் என்பதைக் குறித்து ஒரு புதிய நம்பிக்கை தோன்றத் தொடங்கியது. “அவர்களுக்கு ஒரு குடிசை கிடைத்தால் அவர்கள் அங்கே எதை வேண்டுமானாலும் செய்யக்கூடும்” என்றது ஊர். அங்கு அவர்கள் தவறான விஷயங்களைத் திட்டமிடலாம். “அங்கு அவர்கள் தன்பாலினப் புணர்ச்சியில் ஈடுபடலாம், கருக்கலைப்புகளையும் அங்கே நடத்தலாம்” என்றெல்லாம் பேசப்பட்டதால் தேவாலயம் அதற்கு மறுப்புத் தெரிவித்தது. இந்தக் காரணங்களுக்காக.... இந்த முரண்களினால்... இவற்றின் அடிப்படையில்... போன்ற வாக்கியங்களோடு, இந்தப் பெண்களது கோரிக்கையை நிறைவேற்றுவதென்பது தேவாலயத்தின் கொள்கைகளுக்கு எதிரானதாகவும் அவப்பெயர் ஏற்படுத்துவதாகவும் அமையும் என்று அது கூறியது. மானக்கேடாகவும் வெளியே சொல்ல முடியாததாகவும் ஆகிவிடும் என்று கூறிய அது அந்தக் குடிசைகளை அந்தப் பெண்கள் உபயோகிப்பதில் இருந்து விலக்கி வைத்தது. ஆனால் அது அந்தப் பெண்களை நிறுத்தவில்லை. அவர்கள் நேரடியாகச் சென்று தங்களது கொட்டகையை வண்ணம் தீட்டி அழகுபடுத்திக் கொண்டனர். அங்கே அவர்கள் அலமாரிகளை வைத்து, திரைகளைத் தொங்கவிட்டு, எண்ணெய் விளக்குகளை, சமையல் அடுப்பை, வண்ண வண்ணத் தேநீர் கோப்பைகளை தேனீர் பாத்திரத்தை பிஸ்கட் டப்பாவினை மென்பொதி விரிப்புகளை பூக்களை குட்டித்தலையணைகளைக் கொண்டு நிறைத்திருந்தனர். சுற்றிலும் உள்ள சுவர்களில் உலகில் இருக்கக்கூடிய பெண்களின்

பிரச்சினைகள் சார்ந்த எடுத்துக்காட்டுகளை ஒட்டியிருந்தனர் - அவற்றை அவர்கள் நகரத்தில் இருந்த சகோதர அமைப்பிலிருந்து பெற்றிருந்தனர், அது அவர்களுக்கு சர்வதேச அமைப்பினால் வழங்கப்பட்டிருந்தது. ஆனால் அதற்கு முன்பாக அந்த ஏழு பெண்களும் அந்த முதல் பெண்ணின் கணவன் வாயிலாக அந்த அறையில் இருந்த சிலந்திகளையும் பூச்சிகளையும் அப்புறப்படுத்தியிருந்தனர். இந்த விஷயத்தில் தான் செய்கிற உதவியை வெளியே சொல்ல கூடாது எனும் நிபந்தனையுடன் அவன் ஓர் இரவில் அவற்றை முடித்துத் தந்திருந்தான்.

கருக்கலைக்கக்கூடிய, தன்பாலின புணர்ச்சியில் ஈடுபடக்கூடிய இந்தப் போராளிகளைப் பற்றிய இரண்டாவது கதையானது அந்த எட்டாவது பெண்ணைப் பற்றி இருந்தது. பதினைந்து நாட்களுக்கு ஒரு முறை வந்து இவர்களை ஊக்கப்படுத்தி உற்சாகமூட்டிய, நகரத்திலிருந்த அந்தத் துணைக் குழுவைச் சேர்ந்த, அறிவார்ந்த ஏதுவாளரான அப்பெண் எதிர்த்தரப்பின் மதத்தினைச் சேர்ந்தவள் மட்டுமல்ல, ‘அப்புறம்’ இருக்கிற தேசத்தைச் சேர்ந்தவளும் ஆவாள். ஒவ்வொருமுறை வருகிறபோதும், மிகுந்திருக்கிற பெண்கள் பிரச்சினை சார்ந்த துண்டுப்பிரசுரங்களையும் கத்தைகத்தையாகக் கொண்டுவந்தாள். ஊரின் துணை ராணுவச் செயல்பாடுகளுக்கு ஒருபெண்ணால் ஏற்படக்கூடிய அச்சுறுத்தலானது ஒரு ஆணால் ஏற்படக்கூடியதைவிட மிகமிகக்குறைவானது என்பதால் முதலில் இது ஒரு பிரச்சினையாகவே இருந்திருக்காது. இரண்டாவது, உள்ளூரில் இருக்கக்கூடிய ஏழு பெண்களால்தான் அவள் இங்கே வரவழைக்கப்பட்டாள் என்பதால் அதுவும் அவளுக்குச் சாதகமாகத்தான் இருந்திருக்கும். ஆனால் இந்த ஏழு பெண்களே இயல்பானவர்களாக இல்லாததனால் அவர்கள் யாருக்கேனும் கொடுக்கக்கூடிய அழைப்பும் அப்படிப்பட்டதாகத்தான் கருதப்படும். எனவே, மிகக்கடுமையாக விசாரிக்கப்படும் வரையிலாவது அந்த எட்டாவது பெண் அங்கே நுழைவது மறுக்கப்படும் என்று கூறினர். வதந்தியில் பரப்பப்படுகிறபடி அவள் ஒரு பிரச்சினைக்குரிய பெண்ணாகவோ போராளியாகவோ இல்லாமல் இருக்கக்கூடும், ஆனால் மற்றவர்களைத் தவறாக வழிநடத்தி சிறை பிடித்துக் கொடுக்கக்கூடிய ஒரு அரச பிரதிநிதியாக இருந்தால் என்ன செய்வது? இப்படியாகக் கொஞ்சம் மிகைப்படுத்தல்களுக்கும் வழக்கமான வதந்திகளுக்கும் பிறகு அவள் ஒரு ஒற்றன் என்பதாகவே மாறிப் போனாள். சமூகத்தின் பார்வையில், குறிப்பாக கிளர்ச்சியாளர்களின் பார்வையில், இந்த எட்டாவது

பெண் எங்கள் ஊரின், பித்துப்பிடித்த ஏழு அப்பாவிப் பெண்களைத் துப்புக்கொடுப்பவர்களாக மாற்ற வந்த எதிரி என்பதாகப் பார்க்கப்பட்டது. எனவே அவளைக் கடத்தும்பொருட்டு ஒரு புதன்கிழமை இரவில் கிளர்ச்சியாளர்கள் அந்தக் கொட்டகைக்குள் திடீரெனப் புகுந்தனர். கையில் துப்பாக்கியுடன் ஹாலோவின் முகமூடியோ, குரங்குத்தொப்பியோ சிலர் அணிந்திருக்க, வேறு சிலர் முகத்தை எந்த விதத்திலும் மறைத்துக் கொள்ளத் தேவையில்லாத பதவிகளிலும் பாதுகாப்பான உயரங்களிலும் இருந்தனர். ஆனால் உள்ளே நுழைந்த போது அவர்கள் கண்டதெல்லாம், துப்பட்டாவும் காலணிகளும் அணிந்து தேநீரும் ரொட்டிகளும் உண்டபடி பிரபுக்களால் பத்தொன்பதாம் நூற்றாண்டில் பீட்டர்லூ போரில் பெண்களுக்கும் குழந்தைகளுக்கும் இழைக்கப்பட்ட தீமைகளின் விளைவுகள் குறித்து மிகத் தீவிரமாக உரையாயாடிக் கொண்டிருந்த ஏழு பெண்களைத்தான். அவர்களைச் சுற்றி இருந்த சுவர்களில் வரலாற்றிலும் தற்காலத்திலும் இருக்கக்கூடிய முன்மாதிரியான சாதனைப் பெண்களின் பெரிதுபடுத்தப்பட்ட படங்கள் கவனத்தை ஈர்க்கும்படி ஒட்டப்பட்டிருந்தன: பான்கர்ஸ்ட்கள், மிலிசெண்ட் ஃபாஸெட், எமிலி டேவிட்ஸன், ஐடா பெல் வெல்ஸ், ஃப்ளாரன்ஸ் நைட்டிங்கேல், எலனர் ரூஸ்வெல்ட், ஹாரியட் டப்மேன், மரியானா பினெடா, மேரி க்யூரி, லூஸி ஸ்டோன், டோலி பார்டன் வகையான பெண்கள். ஆனால் ஊரில் நிலவி வந்த வதந்தியை மிக கவனமாக உள்வாங்கிக்கொண்ட ஏழு பெண்களும், அந்த எட்டாவது சகோதரியிடம் இங்கே எழுந்திருக்கிற ஆபத்து குறித்து எச்சரித்து, வரவிடாமல் செய்திருந்தனர். அறையிலிருந்த எத்தனையோ நூற்றாண்டுகளைச்சேர்ந்த பிற ஆகிருதியான பெண்களால் ஏற்பட்ட அதிர்ச்சியிலிருந்து மீண்ட கிளர்ச்சியாளர்கள் அந்த எட்டாவது பெண்ணைத் தேடும் வகையில் அந்த சிறிய கொட்டகையை முழுவதுமாக ஒரே நொடியில் சூறையாடியிருந்தனர்.

ஓர் உளவாளியாகக் கருதப்பட்டு தண்டிக்கப்பட வேண்டாம் எனில் இனி அந்த எட்டாவது பெண் இங்கே வரக்கூடாது எனக் கிளர்ச்சியாளர்கள் பெண் போராளிகளை எச்சரித்தனர். அவர்கள்மீதும்கூட, அரசுக்கு உதவி செய்து உடந்தையாக இருந்த குற்றச்சாட்டு இருப்பதாகக்கூறினர். ஆனால் வளர்ந்து வருகிற கண்ணோட்டம் தந்த நம்பிக்கையாலும் பொறுப்புணர்வாலும் அந்தப் பெண் போராளிகளுக்குள் எதுவோ தூண்டப்பட, அவர்கள் முடியாது என்றனர். அவர்கள் சொன்னதன் பொருள் என்னவென்றால், கிளர்ச்சியாளர்கள் எல்லாவற்றையும் அழித்து

விட்டதால் அந்த எட்டாவது பெண் திரும்பி வரவேண்டாம் என முடிவெடுத்தாலும்கூட, இவர்கள் அந்தப் பெண்ணைப் புறக்கணிக்க மாட்டார்கள் என்பது மட்டுமல்ல அவர்கள் அவளுக்குப் பின்புறமாகவும் பக்கபலமாகவும் நிற்பார்கள், வேண்டுமானால் கிளர்ச்சியாளர்கள் சென்று தங்களைத்தாங்களே மாய்த்துக் கொள்ளலாம் என்பதாகும். கிளர்ச்சியாளர்கள் மேலும் சில அச்சுறுத்தல்களையும், பெண் போராளிகள் ஆணாதிக்கம் மற்றும் அறிவுப்புலத்தின் தீமைகள் சார்ந்த பிரகடனங்களையும் மேற்கொண்ட பிறகு இறுதியாக ஏழுபெண்களும் “எங்களது பிணத்தைத் தாண்டி” என்று தங்களுடைய குழியைத் தானே தோண்டிக் கொள்கிற தன்மையில் கூற அது கிளர்ச்சியாளர்களுக்குச் சாதகமாகிவிட்டது. அவ்வப்போது ஒன்றுபட்டுக் கிளர்ச்சி அடைந்து ஊரில் இருக்கக்கூடிய அரசியல் அல்லது ஊர்ப் பிரச்சினைகளுக்கு முற்றுப்புள்ளி வைக்கிற பாரம்பரியமான பெண்களைப் போல் அல்லாது, இந்த ஏழு பெண்களும் புரட்சியாளர்களுக்கு எதிராக நிற்க முடிவு செய்த அந்த நொடியில் அதேபோன்ற ஒரு கூட்டத்தைத் திரட்டவோ ஆதரவை உண்டாக்கவோ முடியவில்லை. எனவே அவர்கள் “எங்களது பிணத்தைத் தாண்டி” என்று கூறிய போது “அப்படியானால் சரி” என்று கிளர்ச்சியாளர்கள் பதில் கூறினர். அம்மா உட்பட எல்லா பாரம்பரியப் பெண்களும் இது பற்றிக் கேள்விப்பட்டு தங்களை இந்த விஷயத்தில் சம்பந்தப்படுத்தி கொண்டிராவிட்டால், எங்களது ஊரைச்சேர்ந்த சர்வதேச பெண்கள் அமைப்பின் துணை அமைப்பின் உறுப்பினர்களது திடீர் மற்றும் கொடூரமான மறைவின் வழியாக இது எல்லாமும் ஒரு முடிவிற்கு வந்திருக்கும். இதைப் பற்றிக் கேள்விப்பட்ட ஊர்ப்பெண்கள் அனைவரும் இன்னொருமுறை ஒன்று கூடி செயலில் இறங்கினர். தங்களுக்கு இருந்த தயக்கங்களை எல்லாம் தாண்டி பாரம்பரியப்பெண்கள் செயலில் இறங்கியது கிளர்ச்சியாளர்களது மிகக் கொடூரமான கொலை இயந்திரங்களை எதிர்கொள்வதற்காக மட்டும் அல்ல, தங்களை மிக மோசமாகவும் முழுமையாகவும் பாதிக்கும்படி அமைந்த, பெண்போராளிகள் குறித்த மூன்றாவது கதையின் காரணமாகவும்தான் அது.

பெண்கள் எப்போதுமே ஊரடங்கை மீறினார்கள். அது பெரும்பாலும் பாரம்பரியப் பெண்களாகத்தான் இருக்கும், ஏனென்றால் இந்தப் புதிய பெண்கள் அமைப்பின்கிளை சமீபத்தில்தான் தோன்றி இருந்தது. இப்படி ஊரடங்கை மீறுவதும் கூட பாரம்பரிய பெண்களது பொறுமை மிக அதீதமாகச் சோதிக்கப்பட்டதனால்தான் நிகழ்ந்திருக்கும். பலமுறை பிரயோகிக்கப்பட்டுவிட்ட ஊரடங்கின்

அடுத்த கட்டமானது எந்த மதத்தையோ, நீருக்கு எந்தப் புறத்தையோ சார்ந்த ஆண்களை நோக்கிய சட்ட திட்டங்களை அமைத்து கண்காணிப்பது மட்டுமின்றி, எல்லோரையுமே - அதாவது பெண்களையும்கூட - மிகச்சரியானது எனத் தாங்கள் எண்ணிக் கொண்டிருக்கக்கூடிய முட்டாள்தனமான விஷயங்களுக்கு உட்பட நிர்பந்திப்பதாக இருக்கும். அடிப்படையாக இது ஒரு பொம்மை-விளையாட்டு மனப்பாங்காகத்தான் இருந்திருக்கிறது, பரணில் இருக்கக்கூடிய பொம்மை ரயில்கள், பொம்மைப் போர்க்களத்தில் இருக்கக்கூடிய பொம்மை ராணுவத்தினர் - இந்த விஷயத்தில் அரசும் ராணுவமும் அடிக்கடி தங்களது பெட்டியிலிருந்து எடுத்துக் கையாண்ட பொம்மையாக ஊரடங்கு இருந்தது. மாலை ஆறுமணி அல்லது சமயங்களில் வெறும் நான்கு மணிக்குப்பிறகு நீங்கள் அதனை அனுமதியின்றி மீறி, மரியாதையின்மையை, பயமின்மையை, ஆதரவின்மையை வெளிப்படுத்தினால் கண்டவுடன் சுடப்படுவீர்கள். எனவே உங்கள் சொந்த துணைராணுவப் படையினரது மோசமான மிகையான எதிர்பார்ப்புகளைக் கையாள்வதே மிகச் சிரமமாக இருந்தது. ஆனால் இதே அளவு அபத்தங்களையுடைய மறுதரப்பினரது போட்டியாளர்களையும் கணக்கில் எடுத்தால், பாரம்பரிய பெண்களது பொறுமை மீறப்படாமல் போவதற்கான வாய்ப்புகள் மிகமிகக்குறைவு. எனவே அது மீறப்பட்டது – ஏனென்றால் - வாழ்க்கையானது நகர்ந்துகொண்டிருந்தது - குழந்தைகளுக்கு உணவளிக்கப்பட வேண்டும், அவர்களது கழிவுத்துணிகள் மாற்றப்பட வேண்டும், வீட்டு வேலைகள் முடிக்கப்பட வேண்டும், கடைகளுக்குச் செல்ல வேண்டும், அரசியல் பிரச்சினைகளைத் தாண்டி ஏதேனும் ஒரு வகையில் இவையெல்லாம் சமாளிக்கப்பட வேண்டும். எனவே அச்சமயங்களில் பொறுமை மீறப்படும், காவல் மற்றும் ராணுவத்தின் தீவிரக் கண்காணிப்பினை மீறி, சமையல் அங்கியிலிருந்து மேலங்கிக்கு மாறி சால்வைகளையும் கழுத்துத்துண்டுகளையும் அணிந்தபடி நூற்றுக்கணக்கான எண்ணிக்கையில் மாலை ஆறு மணி அல்லது வெறும் நான்குமணிக்குப்பிறகு அனுமதியின்றி வேண்டுமென்றே வெளியே இறங்கி நடைபாதைகள் தெருக்கள் என அனுமதிக்கப்படாத ஒவ்வொரு துளி இடத்தையும் நிரப்புவார்கள். அதிகாரபூர்வமற்ற தகவல்பரிமாற்று முறையான வதந்தியும் நடைமுறையில் இருக்க அவர்களது எண்ணிக்கை பூதாகரமாகியிருக்கும். அவர்கள் மட்டுமல்ல. குழந்தைகளும், கூச்சலிடுகின்ற சிறுவர்களும், அவர்களது விதவிதமான வளர்ப்பு நாய்களும் ஆமைகளும்

இருக்கும். அதுமட்டுமின்றி தங்களது தள்ளுவண்டிகளைத் தள்ளியபடி, நீண்ட கொடிகளையும் பதாகைகளையும் கையில் பிடித்தவாறு, **ஊரடங்கு முடிந்து விட்டது! எல்லோரும் வெளியே வாருங்கள்! ஊரடங்கு முடிந்து விட்டது!** என்று கத்துவார்கள். அதன் வழியாக ஏற்கனவே வெளியே வராதவர்களை அரசினை எதிர்க்கும்பொருட்டு வெளியே வரும்படி அழைத்து, அப்படியே எல்லோரும் வெளியே வந்திருக்க, இப்படி ஒவ்வொரு முறை பாரம்பரியப் பெண்கள் இதைச் செய்து முடிக்கும்போதும் அவர்களது சமீபத்திய ஊரடங்கானது தங்கள் கண்முன்னாலேயே முடிவுக்கு வருவதை காவல்துறையும் ராணுவமும் பார்ப்பார்கள். பெண்களும் குழந்தைகளும் தள்ளுவண்டிகளும் தங்க மீன்களும் அடங்கிய ஒரு கூட்டத்தினூடே கத்தியைப் பிரயோகிப்பதென்பது பார்ப்பதற்கு நன்றாக இருக்காது. உள்ளூர் ஊடகங்களது விமர்சனப் பார்வைக்கு மட்டுமல்லாது உலக ஊடகங்களின் பார்வையிலும் கொடூரமாகவும் ஆணாதிக்கம் நிறைந்ததாகவும் சமநிலை அற்றதாகவும் நோக்கப்படும். இவ்வாறாக ஊரடங்கு முடிவுக்கு வந்ததும் ராணுவமும் அரசும் தங்களுடைய விளையாட்டுப் பெட்டிக்கு மீண்டும் சென்று வேறு எதை பிரயோகிக்கலாம் எனப் பார்க்க, பாரம்பரியப் பெண்களோ தேவையான அளவு மறியலையும் கொடிபிடித்தலையும் எதிர்ப்புகளையும் பேட்டிகளையும் முடித்துவிட்டு நொடியில் தெருக்களைக் கைவிட்டு அவசரமாக வீட்டிற்குச் சென்று மாலைத் தேநீர் தயாரிக்கும் வேலைகளில் இறங்குவர்.

இதுதான் ஊரடங்கை முறியடிக்கும் வழக்கமான முறையாக இருந்தது. ஆனால் சமீபத்திய ஊரடங்கு முறியடிப்பைப் பொருத்தவரை விஷயங்கள் வழக்கமான முறையில் நடந்திருக்கவில்லை. காரணம் இந்த ஏழு பெண் போராளிகள் தங்களையும் இதில் ஈடுபடுத்திக் கொள்ள முடிவு செய்திருந்தனர். வழக்கம் போல சாதாரண பெண்கள் போதுமான அளவு ஊரடங்கு நாட்களை கடந்திருந்தனர், எனவே அவர்கள் வீட்டிற்கு வெளியே கூட்டமாகச் சென்று, "வீட்டிற்குத் திரும்பிச் செல்லுங்கள். இது விளையாட்டு கிடையாது. இதுதான் கடைசி அறிவிப்பு. மாலை நான்கு மணி ஊரடங்கிற்குக் கீழ்ப்படியுங்கள். இப்போது நீங்கள் சாலையை காலி செய்யாவிட்டால்..." என்கிற அறிவிப்பிற்கு எதிராகக் களமிறங்கியிருந்தனர். இந்த முறை இந்தப் பெண் போராளிகளும் சாதாரண பெண்களுடன் கலந்திருந்தனர், ஆனால் அவர்கள் அதனை ஒரு பிரச்சினையாக நினைத்திருக்கவில்லை. அரசுக்கு எதிராக நிற்பதற்கு எல்லோருக்குமே வரவேற்பளிக்கப்பட வேண்டும்தானே.

ஆனால் அவர்கள் ஊரடங்கை முறியடித்து வீட்டிற்கு கிளம்ப இருந்த சமயத்தில், பாரம்பரியப் பெண்களின் சினத்தைத் தூண்டும்படியாக, இந்தப் பெண் போராளிகள் ஊரடங்கு முறியடிப்பின் நோக்கத்தையே கைப்பற்றியிருந்தனர் - அதில் தங்களது தவறு ஏதும் இல்லை என்றே அவர்கள் பின்பும் தொடர்ந்து கூறிவந்தனர். தங்களது வழக்கமான பதாகைகளுடன் நடந்துகொண்டிருந்த பாரம்பரிய பெண்களுக்கிடையே இந்த ஏழு பெண்களின் கையிலிருந்த வித்தியாசமான பதாகைகளைக் கவனித்த ஊடகங்களின் தவறுதான் அது என்றும் கூறினர். நூற்றுக்கணக்கான பாரம்பரியப் பெண்களோடு ஒப்பிடுகையில் இவர்கள் வெறும் ஏழு பேர்தான் என்றபோதும் உலகின் எல்லா புகைப்படக் கருவிகளும் உடனடியாக அவர்கள்மீது கவனத்தைத் திருப்பியிருந்தன. பாரம்பரிய பெண்கள் புகழ்ச்சிக்கு ஏங்கினார்கள் என்பதல்ல அதன்பொருள், தொலைக்காட்சியில் அல்லது உலகத்தின் செய்தித்தாள்களில் வரவேண்டும் என்றும் அவர்கள் விரும்பவில்லை. ஊரடங்கை முறியடிப்பதைத் தாண்டி வேறு எந்த நோக்கங்களும் கொண்ட ஒரு போராட்டத்தின் பகுதியாக தாங்கள் காணப்படுவதை அவர்கள் விரும்பியிருக்கவில்லை, குறிப்பாக அது இந்தப் பெண்கள் விடாமல் பேசிக் கொண்டே இருந்த பிரச்சினைகளுக்காக இருந்துவிடவே கூடாது. அதாவது இந்தப் பெண்கள் இந்த ஊடக வாய்ப்பைப் பயன்படுத்திக் கொண்டு இந்த நூற்றாண்டு மட்டும் இல்லாமல் பல ஆண்டுகளாகப் பெண்களுக்கு எதிராக நிகழ்கின்ற அத்துமீறல்களை "வரையறையின்படி", "வழக்கு ஆய்வுகள் சொல்கிறபடி", "முறைப்படுத்தப்பட்ட, காலங்காலமான, நிறுவனமயமாக்கப்பட்ட, சட்டமியற்றப்பட்ட விரோதங்களை உள்ளடக்கியது" போன்ற சமீபத்தில் அவர்கள் அதிகம் பிரயோகிக்கிற சொல்லாடல்களால் வெளிப்படுத்துவார்கள் எனப் பாரம்பரியப் பெண்கள் எதிர்பார்க்க மட்டுமல்ல, அஞ்சவும் செய்தனர். அதுமட்டுமின்றி 'மந்திரக்காரிகளை எரித்தல், கால்களுக்குச் சங்கிலியிடுதல், உடன்கட்டை ஏறுதல், பிறப்புறுப்பை அறுத்தல், வன்புணர்வு, குழந்தைத் திருமணம், கல்லெறிந்து கொல்லுதல், மகளிர் மருத்துவ நடைமுறைகள், பெண்சிசுக்கொலை, மகப்பேறு மரணங்கள், வீட்டில் அடிமைத்தனம், உடைமைகள் போலவும் வளர்ப்புப் பிராணிகள் போலவும் நடத்துதல், சிறுமிகள் கடத்தப்படுதல், சிறுமிகள் விற்கப்படுதல், உலக அளவிலான கலாச்சார மரபுரீதியான மதம்சார்ந்த வழக்கங்களும் அவதூறுகளும், மற்றும் ஆணாதிக்க வரலாற்றின் வாயிலாக பெண்கள் சிந்திப்பதற்கும் சொல்வதற்கும் செய்வதற்கும்

தகாதவையாகக்கூறி எச்சரிக்கப்பட்டிருக்கிற கட்டமைப்புகள்' போன்ற பெண்களுக்கெதிரான உலக அளவிலான, அறியப்பட்ட, பெரிய அநீதிகளைப்பற்றியும் அவர்கள் பேசுவார்களெனக் கருதினர். ஆனால் அவை அல்ல, இந்த உள்ளூர் ஊரடங்கு மீறலின் இடையில் அவற்றைப் பேசினால் சரியாக இருந்திருக்காது. அதற்குப் பதிலாக இந்த உள்ளூர் பெண் போராளிகள், 'சாலையில் நடந்து கொண்டிருக்கும் போது ஒருவனால் மோதப்படுதல், யாரோ ஒருவன் தான் சரியான மனநிலையில் இல்லாததால் வெறுமனே நடந்து கொண்டிருக்கும் உங்களை எந்தக் காரணமும் இன்றி மோதி உங்கள் மனநிலையையும் கெடுத்தல், அல்லது 'நீருக்கு மறுபுறம்' இருக்கிற ஒரு காவலன் தன்னை மோசமாக நடத்தியதால் தானும் ஒருவரை மோசமாக நடத்தி அதிலிருந்து மீளுவதற்காக உங்களை மோதுகின்ற ஒருவன்' போன்ற உள்ளூரில் நிகழ்கிற, தனிப்பட்ட சாதாரணப் பிரச்சினைகளைப் பற்றிப் பேசினர். 'நடந்து கொண்டிருக்கும் போதே உங்களது புட்டத்தை உரசுதல். நீங்கள் கடக்கும் போது உங்களது உடல் பற்றி ஆணாதிக்கக் குறிப்புகளை மிகச் சத்தமாகப் பிரயோகித்தல். நட்பார்ந்த பனிச்சண்டை என்னும் பெயரில் பனியில் வன்புணரப்படுதல். வேனிற் காலத்தில் காலநிலையை அடிப்படையாகக் கொண்டு நீங்கள் அதிக ஆடை அணியாமல் சிறிய ஆடை அணிந்திருந்தால் அதற்காக தெருவில் கேலிசெய்யப்படுதல். மாதவிடாயும் அது அந்த நபரின் அவமானமாய்க் கருதப்படுதலும். தவிர்க்கப்படமுடியாத விஷயமாகினும்கூட கர்ப்பத்தையும் அவமானமாகப் பார்ப்பது' போன்றவையும் உண்டு. அடுத்து அவர்கள், வழக்கமான உடல்ரீதியான வன்முறைகள் வெறும் உடல்வன்முறைகள் அல்ல என்பதாகக் கூறினர்: சண்டையின்போது உங்களது ரவிக்கை கிழிக்கப்படுதலும், சண்டையின்போது உங்களது மார்க்கச்சையோ கிழிக்கப்படுதலும், சண்டையின்போது உடலின்பத்தின் பொருட்டு ஒருவர் உங்கள் உறுப்பைத் தொடுதலும் சாதாரண சண்டையின் ஒரு பகுதிதான், அதில் பாலியல் வன்முறையின் எந்தத் தன்மையும் இல்லை என நம்புமாறு அறிவுறுத்தப்படுவது. "கேட்பவர்களுக்கு – புகைப்படக்காரர்கள், பத்திரிக்கையாளர்கள், ஊரடங்கை விதித்தவர்கள் - சிரிப்பை வரவழைக்கும் வகையிலான இந்த விஷயங்களும்கூட அவர்களது சொல்லாடல்களில் கூறப்பட்டன" எனப் பாரம்பரியப் பெண்கள் கூறினர். உலகில் எங்கிருந்தேனும் இதைப்பார்க்கக்கூடிய எல்லோருமே, அறிவார்ந்த பாரம்பரியப் பெண்களும்கூட இந்தப் பெண்போராளிகளுடன் நிற்பதாக நினைத்துக் கொள்வார்கள் என்பதே

இந்த விஷயத்தில் பாரம்பரியப் பெண்களைச் சங்கடப்படுத்துவதாக இருந்தது. இப்படியாக ஊரடங்கின் நோக்கைத்தை இந்தப் பெண் போராளிகள் அபகரித்துக்கொண்டதில் சூழல் உறைந்துபோயிருந்த ஒரு சமயத்தில்தான், "எங்களது பிணத்தைத் தாண்டி" என்னும் வாக்கியத்தை பெண்போராளிகள் கிளர்ச்சியாளர்களிடம் சொல்லி இருந்தனர். பாத்திரங்களைக் கழுவ உதவுகிறேன் என்னும் பெயரில் அவற்றை உடைத்து விடுகிற முட்டாள்களைப் போல அவர்கள் நடந்துகொண்டதால் எரிச்சலுற்றிருந்தாலும், கிளர்ச்சியாளர்கள் அப்படி ஒரு கொலைபாதகத்தைச் செய்ய அனுமதிப்பதை அவர்கள் விரும்பவில்லை.

அதனால்தான் அவர்கள், அவர்களை - கிளர்ச்சியாளர்களைக் காணச்சென்றனர். "முட்டாள்தனமாகப் பேசாதீர்கள்" என்றனர். "நீங்கள் அவர்களைக் கொல்ல முடியாது. அவர்கள் எளிமையான பெண்கள். சற்றே அறிவார்ந்த எளிமையானவர்கள். படித்தவர்கள். அவர்கள் அவ்வளவுதான்." அதோடு அவர்கள் இந்தப் பெண்களை விட்டு விடுமாறும் அவர்கள் எவ்வளவு எரிச்சல் தரக்கூடியவர்களாக இருந்த போதும் அவர்களைக் கொல்வது என்பது நியாயமற்றதாக, கருணையற்றதாக, புரிதல் அற்றதாக, மாவட்டத்தின் மிக மிக எளியவர்கள் மீது செலுத்தப்படுகிறதாக வன்முறையாக இருக்கும் என்றும் கூறினர். அப்படிப்பட்ட ஒரு வரலாற்று முக்கியத்துவம் வாய்ந்த சம்பவத்தை நிகழ்த்திவிடுவதன்மூலம் கிளர்ச்சியாளர்கள் வரலாற்றுப் புத்தகங்களில் தங்களது புகழுக்கு களங்கம் உண்டாக வழிவகுத்துவிடுவர் என்றனர். அதற்குப் பதிலாக அந்தப் பிரச்சினையை தங்களிடம் விட்டுவிடுமாறு பாரம்பரிய பெண்கள் கிளர்ச்சியாளர்களிடம் கூறினர். அதாவது நகரத்திற்குச் சென்று அந்த எட்டாவது பெண்ணிடம் பேசி அவர்களே இதைச் சரி செய்துவிடுவோம் என்றனர். இது எவ்வளவு முடியுமோ அவ்வளவு தந்திரமாக, கிளர்ச்சியாளர்களிடம் கட்டளையாக அல்லாது ஒரு உதவியை கோருவது போல, ஓர் அவசர உதவிக்கான வேண்டுகோளாக விடுக்கப்பட்டதில் அவர்களும் இதைப் பிரச்சினையின்றி முடித்துக் கொள்ளவே விரும்பினர். கட்டளைக்கும் வேண்டுகோளுக்கும் இடையிலான வித்தியாசம் கிளர்ச்சியாளர்களுக்குத் தெரியும் என்றாலும், அரசுக்கு எதிராக ஆயுதமேந்திய கொரில்லா படையாக உள்ளூரில் அவர்களது பிழைப்பானது உள்ளூர் மக்களின் ஆதரவைச் சார்ந்தது என்பதையும் அவர்கள் அறிந்திருந்தனர். இந்தப் பெண்கள் எளியவர்களோ இல்லையோ, ஆனால் இயக்கத்திற்கோ அதன் உறுப்பினர்களுக்கோ அச்சுறுத்தலாக அவர்கள் இருப்பதை

அனுமதிக்கமுடியாது. அது மட்டுமின்றி அந்த எட்டாவது பெண் இங்கே மீண்டும் வரவே கூடாது என்று கிளர்ச்சியாளர்கள் பதிலளித்தனர். இறுதியில் இப்படிப்பட்ட - இந்த ஏழு பெண்களும் தங்களது எட்டாவது சகோதரியைப் பாதுகாப்பதற்காகத் துப்பாக்கி எடுக்கவும் தயார் என்றதும், பேசாமல் அமைதியாக இருக்கும்படி பாரம்பரியப் பெண்கள் இந்த பெண் போராளிகளை அடக்கியதும் கிளர்ச்சியாளர்கள் அதைப் புறக்கணித்துமாக - சில கொடுக்கல் வாங்கல்களுக்குப் பிறகு, இறுதியாக கிளர்ச்சியாளர்களும் பாரம்பரியப் பெண்களும் ஓர் ஒப்பந்தத்திற்கு வந்ததாகத் தோன்றியது. மூன்று பாரம்பரியப் பெண்கள் நகரத்திற்குச் சென்று அந்தத் துணைக் கிளையின் எட்டாவது பெண்ணைப் பார்த்து விஷயங்களை விவரித்தனர்: "நீ எங்களது பெண்களின் மூளையை எதைக் கொண்டு சலவை செய்தாய் என்று தெரியவில்லை, நீ மாதா ஹாரி*யா என்றும் தெரியவில்லை. உனக்கு என்ன நேர்கிறது என்பதைப் பற்றி எங்களுக்குக் கவலை இல்லை. எங்களது அப்பாவிப் பெண்களை இந்தக் கிளர்ச்சியாளர்களிடமிருந்து காப்பதற்காக ஒவ்வொருமுறையும் வேலைகளை விட்டுவிட்டு எங்களால் வரமுடியாது. எனவே நன்றாகப் புரிந்துகொள். இனி எங்கள் ஊருக்கு வராதே." எனவே உலகளாவிய விரிவான கண்ணோட்டம் கொண்ட, வெளிப் பகுதியைச் சேர்ந்த எந்த ஒரு பெண் போராளியும் எங்களது கட்டுப்பாடு மிகுந்த பகுதிக்கு வந்து செல்வது நின்று போனது. இப்படியாக இந்த மூன்று கதைகள்தான் - கொட்டகை விஷயம், அரசாங்கத்துடனான தொடர்பு, கிளர்ச்சியாளர்களை மட்டுமல்லாது பாரம்பரியப் பெண்களையும் சினமூட்டிய எங்களது ஏழு பெண்கள் நடத்தை - நான் அந்தப் பெண்களிடமிருந்து விலகி இருக்க காரணமாக இருந்தது. அதில் நிறைய ஆபத்து இருந்தது. அதுமட்டுமின்றி நான் இந்த தினசரி வாழ்வில் இருந்து மறைந்து வாழ விரும்பிய போது அவர்கள் அதனை எதிர்த்துக் கேள்வி கேட்டுக் கொண்டிருந்தனர். அது மட்டுமின்றி மேலும் அழிந்துபோகிற அம்சங்கள் அவர்களிடம் நிறையத் தெரிந்தது. அவர்கள் எழுப்புகிற ஒருசில பிரச்சினைகளில் எனக்கு ஒப்புதல் உண்டென்றாலும் நான் அவர்களுடன் ஒருபோதும் தொடர்பு கொள்ள விரும்பவில்லை. அதனால்தான் லாரியில் நிஜமான ஆயர் முழுதாகப் பேசி முடிக்கும்வரை நான் மிகப்பணிவாக அமைதியாகக் கவனித்துக் கொண்டேன்.

★ டச்சு நாட்டைச் சேர்ந்த கவர்ச்சி நாட்டியக்காரியாகிய மாதா ஹாரி முதல் உலகப் போரில் ஜெர்மனியின் உளவாளியாக இருந்ததாகக் குற்றம் சாட்டப்பட்டிருந்தார்.

அந்தப் பெண்கள் எதன் அடையாளமாக நின்றார்கள் என்பது அவருக்கே குழப்பத்தினை ஏற்படுத்தியிருந்ததாலோ என்னவோ அவர் விரைவாகவே அதன் முடிவிற்கு வந்திருந்தார், அதைத் தொடர்ந்து எங்களது பயணம் மிக அமைதியாகிவிட்டது. நாங்கள் இருவரும் பத்துநிமிடப் பகுதியிலிருந்தும் வழக்கமான பகுதியிலிருந்தும் மிகத் தூரத்திற்கு வந்துவிட்டிருந்தோம். நாங்கள் என்னுடைய மீத நில அடையாளங்களையும் தாண்டி இருந்தோம்: அதாவது காவல் குடியிருப்பு, ரொட்டி தயாரிக்கும் வீடு, பக்தைகளின் வீடு, நீர்த்தேக்கம்&பூங்கா பகுதி, பிரிவினைச் சாலைகள், மூன்றாவது சகோதரி மற்றும் கொழுந்தனின் சிறிய வீடு இருக்கக்கூடிய தெரு, என்பதாக இறுதியில் நாங்கள் எங்களது வீட்டின் வாசலில் சென்று நின்றிருந்தோம். "நீ இப்போது உள்ளே போ" என்றார் உண்மையான ஆயர். "இது வழக்கத்தை மீறிய இருளாக, மிக அடர்த்தியான இரவாக இருக்கிறது. ஆனால் நீ பயப்படாதே, நாம் பேசியதைப்பற்றி நான் கவனித்துக் கொள்வேன்." அப்போது கையில் இருந்த அந்தப் பூனையின் தலையைச் சுட்டிக்காட்டினார் அவர். "உன் அம்மாவிடம் சொல். அந்தப் பாவப்பட்ட பெண்ணின் வீட்டில் அவளைச் சந்திக்கமுடியாமல் போனால், நாளை வந்து பார்ப்பேன்." தலையை அசைத்த நான், உண்மையிலேயே நிஜமாகவே அவர் அதைப் புதைத்து விடுவாரா அல்லது புதைத்துவிடுவேன் எனப் பொய்சொல்கிறாரா என்று கேட்க எண்ணினேன், ஆனால் அப்படிக்கேட்பதற்கான அவசியம் இல்லை என்பதை உணர்ந்து கொண்டேன். "நன்றி" எனத்தடுமாறிய நான் சோர்வாக, திடீரென மிகச்சோர்வாக, போதையிலிருக்கிறாற்போல் தோன்றும் அளவிற்குச் சோர்வாக உணர்ந்தேன். கடைசியாக 'நன்றி' என்கிற வார்த்தையைக்கூட உச்சரிக்க முடியாத அளவிற்கு அயர்ச்சியாக உணர்ந்தேன். நான் மீண்டும் அதைச் சரியாகச் சொல்ல விரும்பினேன் - அந்தப் பூனைக்காக, என்னை வீட்டிற்கு அழைத்து வந்ததற்காக, அம்மாவின் நண்பராக இருப்பதற்காக, ஆதரவு தருபவராக இருப்பதற்காக. ஆனால் என்னால் சொல்ல முடியவில்லை. பதிலாக, லாரியில் எஞ்சினை அணைக்காமல் அவர் காத்திருந்தபோது நான் அதிலிருந்து இறங்கிக் கொண்டேன். அடர் இருட்டாக எங்களுக்கு மேலிருந்த வானத்திற்குக் கீழே, நான் என்னுடைய சாவியை எடுத்து – இத்தனை ஆண்டுகாலத்தில் முதன்முறையாக - எளிதாக எந்த நடுக்கமுமின்றி பூட்டில் பொருத்தினேன்.

04

ஆயனுடனான மூன்றாவது சந்திப்போடு ஆயன் விஷயம் முடிந்துவிடவில்லை. வேறு சந்திப்புகளும் - உண்மையானவையும் சமூகத்தால் புனையப்பட்டவையும் - நிகழ்ந்தேறின. உண்மையான சந்திப்புகளின் போது, பத்து நிமிடப்பகுதியில் கடந்தமுறை நாங்கள் சந்தித்தபோது போலவே, எதிர்பாராமல் என்னைச் சந்திக்க நேர்ந்துவிட்டது மாதிரியான நடிப்பை அவன் வெளிப்படுத்தவில்லை. போலி ஆச்சரியமோ, 'உன்னைப் பார்ப்பேனென்று நினைக்கவேயில்லை' எனும்விதமான வெளிப்பாடோ இல்லை. மாறாக, "ஏய், இங்கே இருக்கிறாயா நீ," மாதிரியான முன்னரே திட்டமிட்டுச் சந்தித்துக்கொள்வது போன்ற அந்நியோன்யத்தை வெளிப்படுத்தினான். இந்தச் சந்திப்புகள் எல்லா இடங்களிலும் நிகழ்ந்தன. நான் உள்ளூர் கடைகளுக்குச் சென்றால் அவன் அங்கே இருப்பான். நகரத்திற்குச் சென்றால் அங்கே இருப்பான். வேலை முடிந்து வெளியே வந்தால் அங்கே இருப்பான். நூலகத்திற்குச் சென்றால் அங்கே இருப்பான். சில இடங்களுக்கு நான் சென்றுவிட்டு வெளியே வரும்போது அங்கே அவன் இல்லாவிட்டாலும்கூட அவன் அங்கே இருப்பது போலவே தோன்றியது. சிலசமயங்களில் கண்காணிப்பாளர்களை என்னால் கண்டுகொள்ளமுடிகிறபோது, என்னைக் கண்காணிப்பதற்காகவே அவன் அந்தக் குழந்தையை அனுப்பியிருப்பதாக எண்ணிக்கொள்வேன். பெரும்பாலும் அது அப்படி இருக்காதுதான். அக்குழந்தை அரசபடையையோ ராணுவக்கிளர்ச்சியையோ கண்காணிக்கிற தன் வழக்கமான பணியிலிருக்கக்கூடும், அல்லது அப்பணியிலிருந்து அன்று ஓய்விலிருக்கக்கூடும். இப்படி நான் எல்லோரையும் எல்லாவற்றையும் சந்தேகித்ததே, ஆயன் எவ்வளவு தூரம் என்னுள் ஊடுருவியிருக்கிறான் என்பதற்குச்

சான்றாகும். அவை என் ஆழ்மனம் வரை சென்று படிந்திருந்தன. நான் நம்பவிரும்பியது போல, இதற்கு முந்தைய மூன்று சந்திப்புகளும் உண்மையில் யதேச்சையானவையல்ல என்பதை இப்போது நான் கண்டுகொண்டேன். இப்போது அவன் ஏதோ வழக்கமான சந்திப்புகள் போல – அருகில் தோன்றுகிறான், என்னை நிறுத்துகிறான், எனது பாதையில் நிற்கிறான் அல்லது என்னோடு சேர்ந்து நடக்க ஆரம்பிக்கிறான். இது அநீதி எனத் தோன்றியது. இவை குறித்தெல்லாம் மறக்கிற நொடிகளில் நான் ஆண்களுடனான சாதாரண விஷயங்களுக்கு ஏங்கினேன், முறையான ஜோடிகள் வேலை முடிந்து மாலை சந்தித்துக் கொள்வது போல, நானும் ஒப்பந்தங்கற்ற ஆண் நண்பனும் வழக்கமாகச் சந்தித்துவந்த அந்த நாட்களைப் போல மீண்டும் நிகழ்ந்தால் எவ்வளவு நன்றாயிருக்கும் எனப் பகல்கனவு காண்பேன். முறையான ஆண் நண்பனானவன் தன் வேலைகளை முடித்து முறையான பெண் தோழியைக் காண்பதற்காக சிட்டி ஹாலில் வந்து காத்திருப்பான். அவளும் அதேபோல தன் வேலையை முடித்துவிட்டு, திட்டமிட்டது போல சிட்டி ஹாலுக்கு வருவாள். எத்தனையோ இணைகள் இப்படிச் செய்தனர். வேலை முடிந்து செல்கிறபோது அங்கே அவர்களைக் காண்கிற நான் இது போன்ற விஷயங்கள்தான் ஒர் உறவை முறையானதாக்குகின்றன என எண்ணிக்கொள்வேன். மிக இயல்பான சகஜமான வழக்கமான தொனியில் சந்தித்து மிக இயல்பான சகஜமான வழக்கமான வேலைகளை அவர்கள் செய்தனர். மீன் - வறுவல் கடைகளுக்கு இரவுணவுக்குச் சென்று உண்டபடியே தங்களுடைய அன்றைய தினம் எவ்வாறிருந்தது என்கிற செய்திகளைப் பகிர்ந்து கொள்வார்கள். இந்தச் சாதாரண விஷயங்கள் மிகச் சிறியவையாகத் தோன்றினாலும் அது அப்படி அல்ல, ஒரு பூரணமான உறவில் ஒப்பந்தங்களற்ற/ நிலையற்ற எதுவும் இருக்க முடியாதென உணர்த்துகிற பெரிய விஷயங்கள் அவை. ஆனால் எங்கள் விஷயம் அப்படி அல்ல. எனது வேலைச்சூழலும் ஒப்பந்தங்களற்ற ஆண் நண்பனது வேலைச்சூழலும் இதுபோன்ற நெருக்கத்தை அனுமதிக்கவில்லை. எங்கள் உறவின், ஒப்பந்தங்களற்ற தன்மைதான் இது போன்ற நெருக்கத்தை அனுமதிக்கவில்லை என்பதும் உண்மைதான். இப்போது இந்தத் தேவையற்ற சந்திப்புகளால், முன்னர் கிரேக்க ரோமானிய வகுப்புகள் குறித்து எனது மனவோட்டங்களைப் புரிந்து கொண்டது போலவே ஆயன் எனது ரகசிய ஆசைகளையும் கனவுகளையும் கூட வாசித்துவிட்டான். ஆனால் இவன் தவறான நபர். அவன் என்னை இப்படிக் கையாள முயன்றதும் எனது விருப்பத்தை

மீறியதாக இருந்தது. என்னால் வெறுப்பை வெளிப்படுத்த முடியாத காரணத்தால் அவன் தொடர்ந்து எதிரில் தோன்றிக் கொண்டே இருந்தான். நகரத்தில் மதுக்கூடத்திலோ விடுதியிலோ ஒப்பந்தங்களற்ற ஆண் நண்பனுடன் இருக்கும்போது கூட சில சமயங்களில் நான் அவனைக் கண்டிருக்கிறேன், அல்லது கண்டதாக எண்ணியிருக்கிறேன். குறைவான எண்ணிக்கையில் இருந்த அந்த மதுக்கூடங்களும் விடுதிகளும் இந்த அரசியல் பிரச்சினைகள் மிகுந்த காலத்தில் ஆபத்தானவையாகும். அவை எல்லா மதத்தினரும் யார் வேண்டுமானாலும் செல்ல முடிகிற இடங்கள் எனக் கூறப்பட்டன. இரண்டு மதங்களைத் தவிர வேறு சில மதங்களும் இருந்ததாலும், இந்த இரண்டுடன் ஒப்பிடுகையில், அவை எவையாயினும், பொருட்படுத்தத் தக்கதாய் இருந்திருக்கவில்லை. நகரத்திலிருக்கிற இந்தச் சமூகக் கூடுகைத் தளங்களுக்கு அரசால் நியமிக்கப்பட்ட படையினர் தங்களது கண்காணிப்பு மனநிலையோடும் மறைத்து வைத்த ஆயுதங்களோடும் புகைப்பட நோக்கங்களோடும் அடிக்கடி வருகை புரிந்தனர். அதாவது ஒன்று அல்லது இரண்டு பானங்களை இந்தக் கூடங்களிலும் விடுதிகளிலும் அருந்துவதில் அவர்களுக்குப் பிரச்சினை இருந்திருக்கவில்லை, ஆனால் ஒட்டுமொத்தமாய்க் குடித்துச் சரிவதற்கு இந்த இடத்தை அவர்கள் விரும்புவதில்லை. எனவேதான் சாதாரணர்களும் உள்ளூர் மக்களும் - என்னையும் ஒப்பந்தங்களற்ற ஆண் நண்பனையும் போன்றவர்கள் - இங்கே வந்து மேலோட்டமாகக் குடித்துவிட்டு, சுற்றுலாக்காரர்களின் முட்டாள்தனங்களை வியந்துவிட்டுப் பின் குடிப்பதற்குப் பாதுகாப்பான, போகவே கூடாதென மறுக்கப்பட்ட இடங்களில் இருக்கிற விடுதிகளுக்குச் செல்வோம்.

எங்களது விஷயத்தில் அது எப்போதுமே, எனது 'செல்லக்கூடாத' பகுதிகளாய் இல்லாமல் அவனது 'செல்லக்கூடாத' பகுதிகளாய் இருக்கும். ஏனென்றால் எனது பகுதியாயிருந்தால், எடைபோடுகிற கேள்விகளோடும் கல்யாணம் சார்ந்த திட்டங்களோடும் அம்மா அவனிடம் இறங்கி விடுவாள். என்றாலுமே, சமீபமாகவே நான் ஒப்பந்தங்களற்ற ஆண் நண்பனுடன் நகரத்தில் உள்ள மதுக்கூடங்களிலும் விடுதிகளிலும் இருக்கும்போது, ஆயனும் அங்கிருக்கக்கூடும் எனப் பதற்றத்துடன் நோட்டமிடத் துவங்கியிருந்தேன். அவன் எங்களைக் கவனித்துக் கொண்டிருக்கலாம், உளவு பார்த்துக் கொண்டிருக்கலாம், ரகசியமாக எங்களைப் புகைப்படம் எடுத்துக் கொண்டிருக்கலாம். குறிப்பாக ஒப்பந்தங்களற்ற ஆண் நண்பனுடனான என் களவுலாவுதலைக்

குறித்து அவன் தன் நிலைப்பாட்டை வெளிப்படுத்தி விட்டான். என்றாலுமே நான் இன்னமும் ஒப்பந்தங்களற்ற ஆண் நண்பனுடன் அந்த நட்பைத் தொடர்ந்து கொண்டிருந்தேன். ஆனால் ஆயனது வெடிகுண்டு மிரட்டலை நான் புறக்கணித்து விட்டதாக அது பொருள்படாது.

நானும் ஒப்பந்தங்களற்ற ஆண் நண்பனும் இதுகுறித்துச் சண்டையிட்டோம். ஆயன், தனது நிலைப்பாட்டை - *அவனைப் பார்ப்பதை நிறுத்து, இல்லையென்றால்...* - வலியுறுத்துவதற்காகத் தனது மறைமுக அச்சுறுத்தல்களைத் தொடர்ந்து வெளிப்படுத்திச் சூழலைப் பதற்றத்திலேயே வைத்திருந்தான். ஒப்பந்தங்களற்ற ஆண் நண்பன் பற்றி, கார்களைப் பற்றி, அரசு ஆதரவு படையினரின் குண்டு வெடிப்பினால் இறந்த மூத்த அக்காவின் கணவனைப் - அவள் காதலித்தவன். துயரத்தாலும் இழப்பாலும் ஏமாற்றத்தாலும் அவள் மணமுடித்த காமுகன் அல்ல - பற்றித் திரும்பத் திரும்பக் குறிப்பிடுவதன் மூலம் அவன் இதைச் செய்தான். அடுத்ததாக அது ஒப்பந்தங்களற்ற ஆண் நண்பனாக இருக்கும். அடுத்து கார்கள். அடுத்து அக்கா. அடுத்து இறந்த காதலன். அடுத்து கார் வெடிகுண்டுகள். அடுத்து மீண்டும் ஒப்பந்தகளற்ற ஆண் நண்பன் என்பதாக, அநாமதேயனையும் அவனது இடையராத தொந்தரவுப் பேச்சுகளையும் நினைவுறுத்துகிற வரை அது தொடரும். இறுதியாக அவன் ஒரே வாக்கியத்தில் ஒப்பந்தங்களற்ற ஆண் நண்பனையும் கார் வெடிகுண்டையும் அக்காவின் காதலனாகிய இறந்தவனையும் கொண்டுவர, அவன் எதைப்பற்றிய குறிப்புகளைத் தருகிறான் என்பதை நம்மால் புரிந்து கொள்ளாமல் இருக்க முடியாது. அந்தக் குறியீடுகளைப் புரிந்து தொடர்புபடுத்தி அடுத்ததாக ஒப்பந்தங்களற்ற ஆண் நண்பனோடு சண்டைகளிடுவேன். அந்தச் சமயத்தில், அன்றைய என் எண்ணப்போக்கின்படி, இந்தச் சண்டைகளுக்கெல்லாம் ஒப்பந்தங்களற்ற ஆண் நண்பனது தவறுகளே காரணம் என்பது போல் இருந்தது. நான் அவனுடன் சரியாகப் பேசுவதில்லை என்பது அதற்கான காரணமில்லை, ஏனென்றால் நான் பேசிக்கொண்டுதான் இருக்கிறேன். துரதிஷ்டவசமாக அது எங்களது உறவின் பிணைப்பற்ற தன்மையால்; அவன் நகருக்கு மறுபுறத்தில் வசித்ததால், ஆயனது புதிய காதல் இலக்காக நான் இருக்கிறேன் என்கிற வதந்தியை அவன் கேள்விப்பட்டிருக்க மாட்டான் என்பதால்; ஆயனது உத்திகளால் நான் குழப்பம் அடைந்து பலவீனமாகி ஒடுங்கிப் போயிருந்தேன் என்பதால்; பதினெட்டு வயதாகிய நான் இதுவரை சிந்தனைகளையோ தேவைகளையோ உணர்ச்சிகளையோ

ஆரோக்கியமாக வெளிப்படுத்துவது எப்படி என்பதைக் கண்டே இராததால் எனது விளக்கங்கள் எல்லாமே தெளிவற்றதாகி நான் முயல்கிற எதுவுமே சரியாக வெளிப்படாமல் போனதால். இருந்தாலுமே கூட இந்த ஆயன் ஒப்பந்தங்களற்ற ஆண் நண்பனை உண்மையிலேயே நிஜமாகவே கொன்றுவிடுவான் என்பது என்னால் ஏற்றுக்கொள்ள முடியாததாக இருந்தது. சித்தாந்தங்களுக்காகச் செயல்படுபவர்கள் எப்போதுமே அதன் அடிப்படையிலேயே நடந்து கொள்வதில்லை என்பதை நான் அறிந்திருந்தேன்தான். தனிப்பட்ட விருப்பு வெறுப்புகள் இருந்தன, நெறிமுறை மீறல்களும் தவறான புரிதல்களும் இருந்தன. பைத்தியக்காரர்கள். ஆயனால் ஒரு கார் குண்டை ஏற்பாடு செய்ய முடியாதென்றும் நான் கருதவில்லை, அவனால் நிச்சயமாக ஒரு கார் குண்டை ஏற்பாடு செய்ய முடியும். என்றாலுமே அவனுடைய நிலையில் இருக்கிற ஒருவன் என்னை அடைவதற்காக இவ்வளவு செய்வான் என்பதை நம்பச் சிரமமாக இருந்தது. என்னைத் தயார்படுத்துகிற, குழப்பத்தில் ஆழ்த்துகிற, தோல்வியை ஒப்புக்கொண்டு சரணடைந்து அவனுடைய பெண்ணாகி அவனது வாகனத்தில் ஏறுகிற எல்லைக்கு என்னைத் தள்ளுகிற வேலைகளை அவன் ஆரம்பித்ததிலிருந்தே என்னால் இனியும் எதுவெல்லாம் நம்பத்தகுந்தது, எதுவெல்லாம் மிகைப்படுத்தல், எது உண்மையாக இருக்கும் எது ஏமாற்று அல்லது பைத்தியக்காரத்தனம் என்பதையெல்லாம் பிரித்தறிய முடியாமல் போயிருந்தது. கையறு நிலையைத் தோற்றுவிப்பதும் மனக்கட்டுப்பாட்டை இழக்கவைப்பதும் கூட ஆண் உலக எரிச்சலூட்டல்களின் ஒரு பகுதிதான் என்று அப்போது நான் நினைத்திருக்கவே மாட்டேன். ஆனால் அவை நிகழ்ந்தன. கார் குண்டு வெடிப்புகள் நிகழ்ந்தன. மூத்த சகோதரியே அதற்கான ஒரு சான்றுதான். இன்னொருவருடன் திருமணம் ஆகிவிட்டதால், இனியும் பழையவனுடன் காதலில் இருக்கக்கூடாது என்பதால் அவள் அவனுடைய ஈமச்சடங்கிற்குச் செல்லவில்லை. அவள் காதலித்தவனின் ஈமச்சடங்கு தினத்தன்று அவள் எங்கள் வீட்டில் - அவள் வீட்டிலல்ல - எங்கள் அம்மா வீட்டில், வெளிறிய முகத்துடனும் அகன்ற கண்களுடனும் நம்ப முடியாமல் வாயில் வைத்த கையுடனும் அமர்ந்திருந்தாள். எங்கள் யாரின் அருகாமையையும் விரும்பாத அவள் கடிகாரத்தையே பார்த்துக் கொண்டிருந்தாள், வெறுமனே பார்த்துக் கொண்டிருந்தாள்; அவள் அழவில்லை - ஆனால் எங்களில் யாரேனும் - அம்மாவே கூட - அருகே சென்றால் *“வெளியே போ! வெளியே போ! வெளியே போ! வெளியே போ!”* என மிக மோசமான குரலில் கூறிக் கொண்டே

இருந்தாள். எனவே ஒப்பந்தங்களற்ற ஆண் நண்பன் இதற்குச் சரியாக முக்கியத்துவம் தராதது குறித்து நான் அஞ்சினேன். நீ கார் ஓட்டித்தான் ஆக வேண்டுமா என நான் கேட்டபோது, “நான் ஒரு வாகனப் பழுது பார்ப்பவன், ஒருவேளை நான் அப்படி இல்லாவிடினும் கூட, நான் எனது காரை ஓட்டத் தேவை இல்லாவிட்டாலும் கூட, நான் என் காரை ஓட்டுவேன் ஒப்பந்தங்களற்ற பெண் தோழி” என்றான். “இந்த ... பொருட்கள் பற்றி” என நான் ஆரம்பித்ததும் “பொருட்களா?” என்றான் ஒப்பந்தங்களற்ற ஆண் நண்பன் “என்ன பொருட்கள்?” “பொருட்கள் ... பொருத்தப்பட்டு ....” “எங்கே பொருத்தப்பட்டு?” “அடியில்” “நீ என்ன சொல்கிறாய் ஒப்பந்தங்களற்ற பெண் தோழி?” அவன் இன்னமும் காத்திருந்தான். “வெடிகுண்டுகள் பற்றி” என நான் மீண்டும் ஆரம்பித்தேன். இப்போது புரிந்து கொண்ட - அல்லது புரிந்து கொண்டதாக நம்பிக்கொண்ட - ஒப்பந்தங்களற்ற ஆண் நண்பன் “ஆமாம், சில சமயங்களில் அவை நிகழ்ந்தன” என்றான். நிச்சயமாக நிகழ்ந்தன என்றாலும் அவை எப்போதுமே நிகழ்ந்து கொண்டே இருக்கவில்லை. இங்கிருக்கிற மக்கள் தொகையுடன் ஒப்பிட்டால் அவை நிகழவேயில்லை என்றும் கூட கூறலாம். “இங்கிருக்கிற பலரும் கார் குண்டு வெடிப்பினால் பலியாவதில்லை. இங்கிருக்கிற பலரும் குண்டுவெடிப்பினால் பலியாவதில்லை. அத்தோடு ஒப்பந்தங்களற்ற பெண் தோழியே, என்றோ யாரோ நம்மைக் கொல்லக்கூடும் என்பதற்காக நம்மால் வாழாமல் இருக்க முடியாது” இவற்றை அவன் அவ்வளவு எளிமையாக்கி கூறியதிலிருந்து அவன் இன்னமும் முழு விவரங்களை அறிந்திருக்கவில்லை என்பது தெரிந்தது. அவன் எப்போது அவற்றை அறிந்து கொள்வான் என்பது பற்றி எனக்குத் தெரியவில்லை. ஏனென்றால் ஆயனுடைய இந்த ஆக்கிரமிப்பையும் எல்லைமீறலையும் தவிர, சமூகத்தினால் என் மேல் நிகழ்த்தப்பட்ட எல்லை மீறல்களும் இருந்தன. ஆயனுடனான தொடர்பு பற்றிய இந்த அவதூறானது எந்த அளவிற்குப் பரவியிருந்ததென்றால் இப்போது அந்த வதந்தி பைத்தியக்காரத்தனமாக நம்பப்பட்டு, பீறியெழுந்து, வெற்றிகரமாக விற்பனையாகிற இடத்திற்கு வந்து சேர்ந்திருந்தது. சேர்ந்துகொண்டே போகிற இந்த அத்துமீறல்களால் நான் மேலும் மேலும் ஒரு தெளிவற்ற, பலவீனமான இடத்திற்குள் ஒடுக்கப்படுவது போல் உணர்ந்தேன். எப்படியாயினும் என்னை யார் கொல்லப் போகிறார்கள் என்றான் ஒப்பந்தங்களற்ற ஆண் நண்பன். அவன் அரசின் பாதுகாப்புப் பகுதி எதிலும் வசிக்கவில்லை. எல்லோரையும் உள்ளடக்கிய பகுதியிலும் அவன் வசிக்கவில்லை. “பார் அன்பே,

பாவம் உன் அக்காவின் முன்னாள் ஆண் நண்பனுக்கு நேர்ந்ததை மனதில் வைத்தே நீ இப்படி யோசிக்கிறாய். எல்லாருடைய ஆண் நண்பர்களுக்கும் அவ்வாறு நிகழ்ந்துவிடும் என்பது அதன் அர்த்தமல்ல. குறிப்பாக ஒப்பந்தங்களற்ற ஆண் நண்பர்களுக்கு அவ்வாறு நிகழ்வதற்கான வாய்ப்புகள் இன்னும் குறைவு" என ஏளனம் செய்தான் அவன். மீண்டும் இது எளிமையானது போல் தோன்றியது. அப்படி ஒரு எண்ணமும் அப்படி ஒரு நிகழ்வும், உலகம்பற்றிய அவனது பார்வையால், மிகமிக அரிதானதாகத் தோன்றியிருந்தது அவனுக்கு. அடுத்து அவன் என்னைத் தொட முயன்ற போது நான் என்னை இழுத்துக் கொண்டேன், அங்கிருந்து அவனிடமிருந்து அப்படியே வெளியேறினேன். ஆயனுக்கு முந்தைய நாட்களில், ஒப்பந்தங்களற்ற ஆண் நண்பனது தொடுகை, அவனது விரல்கள், அவனது கரங்கள்தான் சிறந்த, அதீத அன்பின் வடிவமாய் இருந்தன. ஆனால் இப்போது, ஆயனுக்குப் பிறகு, ஒப்பந்தங்களற்ற ஆண் நண்பனது எந்தப் பாகம் என்னை நோக்கி வந்தாலும் அது என்னில் எதிர்ப்பினைப் பொங்கியெழச் செய்தது. எந்த நொடியிலும் நான் நோயுற்று விடுவேன் எனத் தோன்றச் செய்தது. அவன் என்னில் வெறுப்பை விளைவிக்கிறான், என்னுடைய சொந்த ஒப்பந்தங்களற்ற ஆண் நண்பன் என்னில் வெறுப்பை ஏற்படுத்துகிறான், எதிர்க்க வேண்டாம் என நான் நினைத்தபோதும், என்னில் எழுகிற வெறுப்பை உணர வேண்டாம் என நினைத்தபோதும் கூட, அதற்கான காரணத்தைப் புரிந்து கொள்ள முடியாமல் நான் இவற்றிற்கு அவனையே குற்றப்படுத்திக் கொண்டிருப்பதைக் கண்டேன். நான் அவனுடைய கையை உதறி விடுவேன், அவனது விரல்களை உதறுவேன், அவனைத் தள்ளி விடுவேன், பதற்றம் அடைந்து வயிற்றுவலி உண்டாகிவிடும். இது ஆயனால்தான் என்பது எனக்குத் தெரிந்தாலும் அது ஏன் என்பதை என்னால் புரிந்து கொள்ள முடியவில்லை. என்னை அவன் வன்தொடரத் தொடங்கி அழித்துக்கொண்டிருக்கிற இந்தக் குறுகிய காலத்தில், காரில் வந்த அந்த முதல் தடவை மட்டும்தான் அவன் என்னை நேராகப் பார்த்திருக்கிறான். இழிவான கேலியான கோபமூட்டக்கூடிய எதையுமே இதுவரை சொன்னதில்லை. இன்னும் குறிப்பாக அவனது விரலைக் கூட என் மீது வைத்ததில்லை. ஒரே ஒரு விரலைக் கூட, ஒரு முறை கூட.

சமூகத்தைப் பொருத்தவரை, ஆயனுடனான எனது தொடர்பு பற்றிய சமூகத்தின் பார்வையைப் பொருத்தவரை, நான் அவ்வுறவில் மிக மிக ஆழமாகப் பிணைந்திருக்கிறேன். உண்மை அப்படி இல்லாமல்

இருந்தாலும் கூட. நான் அவனை அடிக்கடி சந்தித்ததாகவும் நேரம் போக்கியதாகவும் பல 'புள்ளி புள்ளி புள்ளி' இடங்களில் நெருக்கமான பல 'புள்ளி புள்ளி புள்ளி' காரியங்களைச் செய்ததாகவும் கூறப்பட்டது. குறிப்பாக எங்களுக்கு மிக விருப்பமான காதல் தளங்களான பூங்கா&நீர்த்தேக்கத்திலும், பத்து நிமிடப் பகுதியிலும் நாங்கள் அடிக்கடி சந்தித்துக் கொண்டோம் - அதோடு - பழைய கல்லறைகளுக்கு மேலே புற்கள் உயரமாக வளர்ந்திருக்கும் வழக்கமான பகுதியில் நாங்கள் இருவர் மட்டும் தனியாக இருப்பதை எல்லோருமே பார்த்திருந்ததாகவும் கூறப்பட்டது. மிகுந்த நம்பிக்கையுடனும் அதீத கர்வத்துடனும் நான் அவனது கார்களில் ஏறுவதாகச் சொல்லப்பட்டது - ஆமாம் அதையும் பலர் பார்த்திருந்தனர். "களவிற்காக, ரகசியச் சந்திப்புக்களுக்காக, காதல் காரியங்களுக்காக அவளை இந்த இடங்களுக்கு அழைத்துச் செல்கிறான். அப்படி இந்த இடங்களில் அவர்கள் இல்லாத போது நகரத்தின் ஆபத்தான மது விடுதிகளிலும் மதுக்கூடங்களிலும் முறையற்ற நெருக்கத்தை வளர்க்கிறார்கள்" என்றும் கூறப்பட்டது. "ஏற்கனவே அவனுக்கு மணமாகிவிட்டது, தெரியுமா?" எனக் கிசுகிசுத்தனர். "ஏற்கனவே அவன் அவளை வளைத்துப் போட்டு விட்டான்" என பதிலுக்கு கிசுகிசுக்கவும்பட்டது. "ஆமாம், அதுதான் அவன்" என்றனர். "அவளைப் பொருத்தவரை, உயர்ந்த கொள்கைகள் கொண்ட ஒழுக்கமான இணையாய் இருப்பதைவிட, தற்காலிக ஒப்பந்தங்களற்ற உறவுகளைத் தான் விரும்புகிறாள் போல. இல்லையா?" - அதன் பொருள் என்னவென்றால், மாலை வேளைகளில் மட்டும் என்னுடன் இருப்பதற்காக வெகு விரைவிலேயே அவன் என்னை என் வீட்டை விட்டு வெளியேற்றி எங்கேனும் குடியமர்த்தி வைப்பான். அந்த இடம் நிச்சயமாக சிவப்பு விளக்குப் பகுதியில் அமைந்ததாகத்தான் இருக்கும். "நாங்கள் சொல்வதைக் குறித்துக் கொள்ளுங்கள்" என்றனர் மக்கள். மிகச் சிக்கலாக வடிவமைக்கப்பட்ட, அதீத ரகசியமான, தீவிரமாய் வதந்திகள் பரப்புகிற, தூய்மைவாத - அதேசமயம் நாகரீகமற்ற, சர்வாதிகாரத்துக்குட்பட்ட எங்கள் ஊரின் நிலவரத்தைக் கணக்கில் எடுத்தால் அவர்கள் சொல்வது சரிதான். ஆனால் இவர்களிடமிருக்கிற அரிப்பையும் கிசுகிசுக்களையும், அரசியல் கிசுகிசுக்களிலிருந்து ஓய்வு தேவைப்படுகிற போதெல்லாம் பாலியல் கிசுகிசுக்களில் நுழைந்து கொள்கிற அளவுக்கு பாலியல் விவகாரங்களில் ஆரோக்கியமற்ற ஆர்வம் கொண்டு செய்திகள் பரிமாறிக் கொள்கிற பண்பையும் தவிர்த்துவிட்டுப் பார்த்தால், என்னையும் அவனையும்

பற்றிய இவ்வளவு நுணுக்கமான விவரங்களுக்கு இந்த உள்ளூர் மக்கள் எப்படி வந்தடைகிறார்கள் என்பதை அளவிடுவதே சிரமமாகிவிடும். கற்பனை வளம்மிக்க அவர்களது அவதூறுகள் எனது காதுகளுக்கு வதந்தியாகவே வந்து சேர்ந்துவிடும். அதுபோக, என்னை விரட்டிப்பிடித்து முகத்தைப் பார்த்து கேள்விகளால் திணறடிக்க முயல்கிற நேரடியான-தொடர்புறுதல் தருணங்களும் நிகழ்ந்திருக்கின்றன.

என்னையும் ஆயனையும் பற்றிய வதந்திகளுக்கு வெகுகாலம் முன்னதாகவே, எனக்கு இந்தக் கேள்விகள் மீதான சந்தேகம் இருந்து வந்தது. ஏதேனும் ஒரு கேள்வி கேட்கப்படும்போது, யார் இவர்? இந்தக் கேள்விக்குப் பின் என்ன இருக்கிறது? காரணமின்றித்தான் சுற்றிச்சுற்றி வருவதாகக்கூறி என்னை ஏமாற்றுவதாக நினைத்துக்கொண்டு ஏன் இவர்கள் என்னைச் சுற்றிச்சுற்றி வருகிறார்கள்? மறைமுகமாகக் கேட்பதாக நினைத்துக் கொண்டு ஏன் அவர்கள் சாடைகளாலும் துல்லியமான குறிப்புகளாலும் கேலி செய்கிறார்கள் - இவற்றின் மூலம் எனது எண்ணங்களை, கருத்துக்களை, சாய்வுகளைச் சோதித்து அவர்கள் எதிர்பார்க்கிற எதிர்வினையை என்னிடமிருந்து வரவழைக்கவும், என் வார்த்தைகளினாலேயே என்னைச் சிக்கவைக்கவும் ஏன் முயல்கிறார்கள்? ஏதோ ஒரு நோக்கத்துடன்தான் அவர்கள் பேச ஆரம்பிக்கிறார்கள் என்பதை அவர்கள் மறைக்க முயன்றாலும், அவர்கள் நோக்கத்துடன்தான் பேசுகிறார்கள் என்பதை நாம் கண்டுகொள்ள முடியும் என்பதை நான் எனது தொடக்கப் பள்ளிக் கல்வியை முடித்த சமயத்திலேயே கவனித்து விட்டேன். அவர்களது ஆழ்மனதின் அல்லது வார்த்தைகளின் ஏதோ ஒரு சாயல் மட்டுமல்ல அவர்களைக் காட்டிக் கொடுப்பது. தங்களை அவர்கள் இருத்திக்கொள்கிற கேடுகெட்ட, பொருத்தமற்ற சூழலே அதைச் செய்துவிடும். அவர்கள் என்னை நோக்கி வரும்போது உடன்வருகிற தீய எண்ண அலைகளே என்னை அச்சுறுத்தவும் திகிலூட்டவும் போதுமானதாய் இருக்கும். வலிமையான ஆனால் மறைமுகமான அவர்களது குறிப்புகளுக்கும், குற்றமற்ற ஆதரவான மனநிலையென நினைத்துக் கொண்டு எனது சுற்றத்தார் என்னிடம் நடந்து கொள்கிற விதத்திற்கும், அப்போது வெளிப்படுகிற குணநலனுக்கும் இடையே இருக்கிற வேறுபாடே அவர்கள் உண்மையின் பக்கம் இல்லை என்பதைத் தெளிவாகக் கூறிவிடும். அவர்கள் அப்படி நடிப்பதன் காரணம் எனக்குப் புரியாமல்கூட இருக்கலாம். என்னை கேலிக்குள்ளாக்குவதோ, உணர்ச்சிவயப்படுத்துவதோ,

வார்த்தைகளால் தாக்குவதோ அவர்களுள் சிலரின் நோக்கமாக இல்லாமலும் இருக்கலாம். தன் சொந்தக் காரணங்களுக்காக அமைதியாக இருக்க வேண்டியதன் தேவையைப் புரிந்தவர்களாய் இருந்தாலும் கூட, வேறு யார் மூலமோ கேள்விப்பட்ட விஷயத்தினைக் குறித்து ஒரு தெளிவினையும் தகவலையும் பெற விரும்பியவர்களாக இருக்கலாம். பொதுவாகவே வதந்திகளையும் வதந்தி வெறியர்களையும் பொருத்தவரை - அதிலும் குறிப்பாக எங்கள் பகுதியின் வதந்திகளையும் வதந்தி வெறியர்களையும் பொருத்தவரை - அவை எப்போதுமே விசாரணையையும் மிரட்டல்களையும் கட்டாயப்படுத்தல்களையும், பொது மக்களின் கூட்டுமனநிலை இதில் எந்த அளவிற்கு இருக்கிறதென்பதையும் அடிப்படையாகக் கொண்டே செயல்பட்டன.

எனவே அவர்கள் தங்களது காயப்படுத்தல்களுடனும் கேள்விகளுடனும் என்னிடம் வருவர். ஆனால் அவை, "ஏன் இப்படி?" "என்ன இது?" போன்ற வெளிப்படையான கேள்விகளாய் இருக்காது. மாறாக, "அவர்கள் பேசிக்கொண்டார்கள்" "இப்படிச் சொல்லப்படுகிறது", "எனது மாமாவின் மருமகனின் அண்ணனின் மகளது தோழி - தற்போது இந்த ஊரிலேயே அவள் இல்லை - சொன்னாளாம்..." போன்றவையாக இருக்கும். சிலர் 'வதந்தி' என்கிற வார்த்தையையே உபயோகித்து, "இப்படி ஒரு வதந்தி இருக்கிறதே" என்பர். ஆனால் தாங்கள்தான் இப்படி ஒரு வதந்தியையே பரப்புகிறோம் என்பதோ உருவாக்குகிறோம் என்பதோ அவர்கள் குரலில் தெரியவே செய்யாது. அப்பாவித்தனமானவை போல் தோன்றக்கூடிய தங்களது கேள்விகளுடன் வாயைத் திறக்கிற அவர்கள், அதிர்ச்சியாலோ பயத்தாலோ தற்காப்பிற்காகவோ நானும் விளக்கமான, மேலும் எளிதாக விரிவுபடுத்தக்கூடிய பதில்களுடன் வாயைத் திறக்க வேண்டும் என்று எதிர்பார்ப்பார்கள். "இப்படி ஒருவர் இப்படிச் சொன்னார்' என்பதாக அவர்கள் ஏதேனும் ஒரே ஒரு வார்த்தையைச் சொல்லும் முன்பாகவே நான் அவர்களது ஒளிவுமறைவுகளைப் புரிந்து கொண்டு விடுவேன். இதை எதிர்கொள்வதற்கான ஒரே ஒரு வழியாக நான் கைக்கொண்டது, என்னை மறைத்துக்கொள்வதுதான். அதிவிரைவாகவும் சந்தேகத்திற்கு இடமில்லாத வகையிலும் நான் எனது உணர்ச்சிகளை உடனடியாக மறைத்துக் கொள்வேன். அவர்களது நோக்கம் குறித்து அறியாதது போல நடிப்பதன் வாயிலாகவும் அவர்களது ஒவ்வொரு கேள்விக்கும் 'எனக்குத் தெரியாது' என பதிலளிப்பதன் வாயிலாகவும் நான் அதைச் சாதிப்பேன். இந்தச் சொற்போரில் என்னைத் தற்காக்கும்

பெரும் வீரனாக நான் இந்த ‘எனக்குத் தெரியாது’வை இறக்கி, தொடர்ந்து அதைச் சொல்லிக் கொண்டே இருப்பேன். ஏனென்றால், தொடக்கப்பள்ளி வாழ்வின் இறுதியில், நம்பத்தகுந்த வெகு சிலரைத் தவிர வேறு எவரின் பொருட்டும் உண்மையைச் சொல்ல வேண்டி வாயை திறக்கத் தேவையில்லை என்கிற இன்னொரு விஷயத்தையும் கற்றிருந்தேன். நம்பத் தகுந்த சிலர் என்பது தொடக்கப்பள்ளியின் இறுதியில் நம்பத்தகுந்த வெகு சிலர் என்பதாகக் குறைந்திருக்க. நான் உயர்நிலைப் பள்ளியில் இருந்த - பதினொன்று முதல் பதினாறு வயது வரையிலான - காலத்தில் அந்த நம்பத்தகுந்த வெகுசிலரின் எண்ணிக்கை இன்னும் குறைந்திருக்க, பதினெட்டு வயதாகிய போது - ஆயனும் நானும், ஆயனுக்கும் எனக்குமான தொடர்பு பற்றிய வதந்திகளும் இருக்கிற இந்தக் காலத்தில் - இந்த உலகிலேயே நான் நம்ப முடிகிற நபர்களின் எண்ணிக்கை ஒன்றே ஒன்றுதான் என ஆகியிருந்தது. இந்தத் திரைபோட்டுக் கொள்ளுதலையும், எச்சரிக்கையையும், அவநம்பிக்கையையும், சமூகத்தில் இருந்து தொடர்ச்சியாக விலகிக் கொண்டே செல்வதையும் இப்படியே தொடர்ந்தால் இருபது வயதாகிறபோது எங்கேயுமே யாரிடமுமே வாயையே திறக்காத ஒரு நிலைக்குத்தான் செல்வேனோ என ஐயமுற்றேன்.

எனவே ‘எனக்குத் தெரியாது’ என்கிற வார்த்தைகள்தான் கேள்விகளுக்கெதிரான எனது தடுப்பாக இருந்தது. உண்மையைப் பேசும்படி தூண்டப்படுவதிலிருந்தும் அதிர்ச்சியுறுவதிலிருந்தும், பேசுவதிலிருந்தும் நான் இதன் துணையுடன் வெற்றிகரமாகத் தப்பித்தேன். பதிலாக நான் குறுகிக் கொண்டேன், பின்வாங்கிக் கொண்டேன், சிந்தனையைக் குறைத்துக் கொண்டேன், தேவைக்கதிகமான எந்த உரையாடலையும் தவிர்த்து விட்டேன். இதன் பொருள் என்னவெனில், என்னிடமிருந்து அவர்களால் எந்த வெளிப்படையான விஷயத்தையோ, குறியீடுகளையோ, உடலையோ, உள்ளத்தையோ, வேட்கையையோ, கதைத் திருப்பங்களையோ, சோக சாயைகளையோ, கோபத்தின் சாயலையோ, பயத்தின் இருப்பையோ, எதையுமே கேட்கவோ காணவோ முடியவில்லை. உணர்ச்சிகளைக் காட்டாத நான் மட்டுமே. வெறுமையான நான் மட்டுமே. பின்தங்கிக் கொள்கிற நான் மட்டுமே. இவ்வாறாக, சுற்றி வளைக்கிற அவர்களது கேள்விகளின் இறுதியிலும் முக்கியமானவற்றிக்கான நேர்முக மறைமுகத் தேடல்களின் இறுதியிலும் அவர்களால் என்னிடமிருந்து எதையுமே பெற முடியவில்லை. இப்படி அவர்களைப் பலனின்றித்

திருப்பி அனுப்புவது குறித்து எனக்கு எந்தக் குற்றவுணர்வுமே இருந்திருக்கவில்லை. ஏனென்றால் சில மக்கள் உண்மைக்குத் தகுதியானவர்கள் இல்லை என்பது அந்த வயதில் எனக்கு மிகத் தெளிவாகியிருந்தது. உண்மையைக் கோரும் அளவிற்கு அவர்கள் நல்லவர்கள் இல்லை. உண்மையைப் பெறுமளவுக்கு அவர்கள் தகுதியானவர்கள் இல்லை. எனவே பேசாமல் இருப்பதோ பொய் சொல்வதோ தவறில்லை. அது சரிதான். அப்படித்தான் நான் நினைத்தேன். அதன் பிறகு சில சிக்கல்கள் வந்தன. 'எனக்குத் தெரியாது' என்று சொல்கிறபோது அவர்களது ஜாடைப் பேச்சுக்களை, கண் பாஷைகளை, என்னை அவதூறு செய்யும் முயற்சியினை - அப்படிப்பட்ட அவர்களது நினைப்பினை - நான் புரிந்து கொண்டது போல ஒருபோதும் காட்டிக் கொள்ளத் துணிந்திருக்கவில்லை. என்னுடைய அந்த வார்த்தைகளை மிக அமைதியான முறையில் வெளிப்படுத்துகிற அதே வேளையில், எங்கள் இருவருக்கும் இடையே மறைமுகமாக ஆனால் அத்தியாவசியமாக ஓர் இடைவெளி இருப்பதனை நான் உறுதி செய்து கொள்வதை மறைத்தாக வேண்டும் என்பதையும் நான் அறிந்திருந்தேன். அப்படியல்லாது - இந்த நேரத்தில் இந்த இடத்தில் அவர்களிடம் - என்னை வெளிப்படுத்திக் கொள்வதென்பது கூட்டுத் தாக்குதலுக்கோ தீவிர வெறுப்பிற்கோ என்னை உட்படுத்திக் கொள்வதற்குச் சமமாகிவிடும். அப்படிப்பட்ட ஒன்றையோ அதன் எதிர் விளைவுகளையோ சமாளிக்கிற அளவிற்கு எனக்குச் சக்தி இருந்ததாகத் தோன்றவில்லை. எனவே நான் அவர்களது நோக்கத்தை தெரிந்து கொண்டேன் என்பதையோ, என்னுடைய 'எனக்குத் தெரியாது'வின் நிஜமான பொருள் "அசிங்கம்! நிறுத்து! வெளியே போ! வெளியே போ!" என்பதையோ அவர்கள் அறிந்து விடாதபடி பார்த்துக் கொள்ள வேண்டிய நுணுக்கமான தொடர் செயல்பாடாகும் அது. அதற்கு நான் ஒரு சூழ்ச்சியையும் கைக்கொள்ள வேண்டியிருந்தது. சொற்களற்ற அந்த சூழ்ச்சியை எனது நடிப்புக்கிடங்கிலிருந்து பிரயோகித்ததும் அது மிக வெற்றிகரமான ஒன்றாக எனக்குத் துணை நின்றது. ஆனால் அது அதை மட்டுமே செய்யவில்லை. தானாக வெளிப்பட்ட அது ஆரம்பத்தில் எனக்கு விலை மதிப்பற்ற துணையாக நின்றது. பிறகு என் எதிர்பார்ப்புகளை மீறி எந்த எச்சரிக்கையுமின்றி தன் ஆளுகைக்குள் அடுத்து நிகழ வேண்டியவற்றைக் கொணர்ந்திருந்தது; எனது 'எனக்குத் தெரியாது' என்பதன் நோக்கத்தையே திரித்து மாற்றுத் திட்டங்களைச் செயல்படுத்த ஆரம்பித்திருந்தது. அவை வதந்தி பரப்புகிற என் சுற்றத்தினருக்கும், அதைவிட எனக்கும் எதிராக

மாறியிருந்ததை நான் பின்புதான் உணர்ந்தேன். நான் என்னையே தாக்கிக் கொண்டிருந்தேன் - எனது முகம், நான் முகத்தில் காட்டிய உணர்ச்சி - சிறிது காலத்திற்கு, தற்காலிகமாக என்னும் நோக்கத்துடன் நான் பிரயோகித்த அது அதைத் தாண்டி நீளாது என நான் உறுதியாகவும் நிஜமாகவும் நம்பியிருந்தேன். எனது முகம் எப்படித் தோற்றமளிக்கிறது, அதை நான் எப்படித் தோற்றமளிக்கச் செய்தேன், அதை நான் எவ்வாறு வெளிப்படுத்தினேன் என்பதெல்லாம் என் கையில் எனது கட்டுப்பாட்டில் என் ஆழ்மனதில் இருக்கிற 'நான்' -இல் இருந்தது என நான் நினைத்திருந்தேன். அந்த உண்மையான நான் உள்ளுக்குள், அவர்களுக்குத் தெரியாமல் ஆழத்திலிருந்து என்னை வழிநடத்துகிறதென எண்ணினேன். எனக்கு உதவுவதன் பொருட்டு நான் ஒரு வழியைத் தேர்ந்தெடுத்திருக்கிறேன் என நம்பினேனே தவிர அது என்னை மீறி விஷயங்களைப் புரட்டிப் போடும் என நினைத்திருக்கவே இல்லை. ஆனால் அதுதான் நிகழ்ந்தது. என் முகத்தில் அது தொடங்கியது. அது அப்படியே நிலைபெற்று விட்டது.

உணர்ச்சியற்ற முகத்துடன் - அதில் எதுவும் இல்லை, அதன் ஆழத்தில் எதுவும் இல்லை, மிகச் சரியாக நிகழ்ந்துவிட்ட சூன்யம் - கவனமாக நான் கூறிய 'எனக்குத் தெரியாது' வதந்திகளைக் குழப்பும், குறைக்கும், அவர்களது எதிர்பார்ப்புகளுக்கு எதிராய் மாறும். அப்படியாக இறுதியாக எரிச்சலும் அயர்ச்சியுமுற்று தங்களது கொலை பாதகங்களுக்கு முற்றுப்புள்ளி வைத்துவிட்டு எல்லோரும் வீட்டுக்கு சென்று விடுவர் என நான் நம்பினேன். எனது பரிபூரண சூனியம் அவர்களைத் தங்களது கண்டுபிடிப்புகளையும் நம்பிக்கைகளையும் சந்தேகிக்கச் செய்யும், ஒரு கிளர்ச்சியாளன் - குறிப்பாக ஆண்களுக்கெல்லாம் தலைவனாக, வீரர்களுக்கெல்லாம் தளபதியாக, அதிகம் கொண்டாடப்படுகிறவனாக, உள்ளூர் நாயகனாக இருக்கிறவன் - என்னைப் போன்ற ஒரு உயிர்ப்பில்லாத, ஆர்வமூட்டாத பெண்ணிடம் எப்படி மோகம் கொள்ளக்கூடும் என்கிற அளவிற்கு அச்சந்தேகம் நீளும் என நான் நம்பினேன். அவர்கள் என்னை முட்டாளாகக் கருதுவர், முட்டாளாகக் கருதுவதை நிறுத்துவர். மொழிக்கிருக்கிற வழக்கமான அடிப்படையான சமூக அர்த்தங்களை என்னால் புரிந்து கொள்ள முடியவில்லை என்னும் முடிவுக்கு கூடச் செல்வர் என்றெல்லாம் கூட நான் நினைத்தேன்தானே! உணர்வுப்பூர்வமான, உளவியல்பூர்வமான உரையாடல்களையும் தொடர்புறுதல்களையும் கிரகித்துக் கொள்வதற்குத் தேவையான அடிப்படையே என்னிடம்

இல்லாததனால்தான் என்னிடம் கேட்கப்பட்டவற்றிற்கு என்னால் விடையளிக்க முடியவில்லை. நான் ஒரு பள்ளிப் புத்தகம் போல, கணித சூத்திர அட்டவணை போல, சரியானதாக - ஆனாலும் ஏதோ சரியில்லாததாக - அவர்களுக்குத் தோன்றியிருக்க வேண்டும். அவர்கள் அப்படி நினைப்பார்கள் என்றுதான் நான் நம்பினேன்: என்னுடைய நடிப்பும் முகமும் வெற்றி பெறும், ஆயனிடமிருந்து இல்லாவிட்டாலும் இவர்களிடமிருந்தேனும் என்னை விடுதலை அடையச் செய்யும், காக்கும் என நம்பினேன். ஆனால் ஆயனின் இருப்பும், என்னையும் ஆயனையும் பற்றிய வதந்தியும் நாளுக்கு நாள் கூடிக் கொண்டே சென்றன. நான் திட்டமிட்டது இதையல்ல. திட்டமிடுவதற்கு எனக்கு நேரமும் இருக்கவில்லை. எனது மனவார்ப்பு திட்டங்களுக்கோ, வரைபடங்களுக்கோ, புள்ளிகளை இணைப்பதற்கோ, தொலைநோக்கு ஏற்பாடுகளுக்கோ உகந்ததல்ல. நான் உள்ளுணர்வைச் சார்ந்திருந்தேன், தற்செயல்களை, தவிர்த்தல்களை எதிர்நோக்கி இருந்தேன். (சலனமற்று, ராணுவ ஒழுங்குடன் திட்டமிட்டு நடந்து கொள்வதற்குப் பதிலாக அசிரத்தையாக நடந்துகொண்டேன்.) எனது செயல்களுக்கு வருகிற எதிர்வினைகளை அதீத உணர்வுடன் எதிர்கொள்கிறவளாக இருந்தேன். மிகத் தாமதமாகத்தான், துப்புக் கொடுப்பவர்களது நிலையும் இதுவாகத்தான் இருந்திருக்கும் என்பதை நான் உணர்ந்து கொண்டேன். முதலில் காவலர்களது கைகளில் சிக்கிக் கொள்ளும்படியாகிற அவர்கள், அடுத்ததாக "நான் துப்புக் கொடுப்பவன் கிடையாது. அதனால் என்னைத் துப்புக் கொடுப்பவன் என நினைத்துக் கொண்டிருக்காதீர்கள். ஏனென்றால் நான் துப்புக் கொடுப்பவன் கிடையாது" என்கிற நிலையை வெளிப்படுத்தி கிளர்ச்சியாளர்களது கைகளில் மாட்டிக் கொள்வதைப் போல, நானும் எனது பகுத்தறிவையும் இந்த இடத்தில் வாழ்வதற்குத் தேவையான அடிப்படை அறிவையும் விஷயங்களுக்கிடையே உள்ள வெளிப்படையான தொடர்பைக் காண்கிற திறனையும் இழக்கத் தொடங்கியிருந்தேன். ஆனால் என்னை அடைந்து என்னிடம் சலிப்புற்று அந்த மனிதனே என்னை நீங்கிச் செல்லும் வரை நான் என்ன செய்திருப்பினும், செய்திருக்கலாம் என எண்ணி இருப்பினும், அந்த வதந்திகள் நின்றிருக்காது, ஒருபோதும் இல்லாமல் போயிருக்காது என்பதனை என்னால் இப்போது புரிந்து கொள்ள முடிகிறது. என்றாலும் அந்தச் சமயத்தில் அந்த இரண்டு வார்த்தைகளைச் சொல்லி என்னை மறைத்துக் கொண்டதன் வாயிலாக அவர்களைக் குழப்புவதில் வெற்றி கண்டிருந்தேன். இதன் விளைவாக

அவர்களது வழிமுறைகள் வேகம் குறைந்தன, பொறுமை இழந்து ஆத்திரமடைந்தனர், அவர்களை நான் புரிந்துகொள்ள வேண்டும் என உந்தும் நோக்கத்தில் தங்களை மேலும் மேலும் வெளிப்படுத்திக் கொண்டனர். கூர்நோக்குவதிலும் ஏமாற்றுவதிலும் எனக்கு இருக்கும் திறமை கூர்நோக்குவதிலும் ஏமாற்றுவதிலும் அவர்களுக்கு இருக்கும் திறமையை மிஞ்சியிருக்கக்கூடும் என அவர்களுக்கு ஒருபோதும் தோன்றவே இல்லை. முன் முடிவுகளுடன் இருக்கிற சமயங்களில் வெகு எளிதாக ஏமாறக்கூடியவர்களாக, அசட்டையாக இருக்கின்றனர் மக்கள். நான் உணர்ச்சி வயப்பட்டிருந்ததாகவோ எல்லாவற்றையும் புரிந்திருந்ததாகவோ நடிக்கவில்லை என்ற போதும், எனக்கு எதுவும் விளங்கவில்லை என்று நான் நினைத்ததாக அது பொருள் தராது. நான் உணர்வுள்ளவள் என நான் நிச்சயமாக நம்பினேன். எனக்குக் கோபம் வருகிறது என்பதை நான் அறிந்திருந்தேன். நான் பயந்திருக்கிறேன் என்பதை அறிந்திருந்தேன் - எனது உடலும் நானும் இயல்பான எதிர்வினைகளால் பொங்கிக் கொண்டிருந்தோம் - என்பதிலும் எனக்கு சந்தேகம் இருந்திருக்கவில்லை. நான் உயிருடன் இருக்கிறேன் என்பதையும், அடியாழத்தின் இந்தக் கொந்தளிப்புகளை உணர்ந்த அந்த உடலின் உள்ளே நான் இருக்கிறேன் என்பதையும் உறுதி செய்த அந்த எதிர்வினைகளை என்னால் உணர முடிந்தது. விஷயம் என்னவென்றால் என்ன நடக்கிறது என்பதை நான் புரிந்து கொள்ளும் முன்பாகவே, தட்டையானது போலத்தோன்றிய வாழ்க்கை குறித்த எனது அணுகுமுறையானது அதன் போலித்தன்மை கொஞ்சம் கொஞ்சமாகக் குறைந்து காலம் போகப் போக நிஜமாக மாறிக்கொண்டிருந்தது. முதலில் உணர்வுகள் மரத்துவிட்டது போன்ற நிலை ஏற்பட்டது. "அற்புதம். சிறப்பு. நான் யார், என்ன நினைக்கிறேன், எப்படி உணர்கிறேன் போன்ற எதையும் அவர்கள் அறியாதபடி நான் அவர்களை முட்டாளாக்கிவிட்டேன்" என என்னிடம் உறுதி செய்து கொண்டிருந்த புத்தியானது, தற்போது நான் அங்கே இருக்கிறேனா என்பதிலேயே சந்தேகமடைந்திருந்தது. "ஒரு நிமிடம் இரு. எங்கே நமது எதிர்வினை? அடியாழத்தில் ரகசியமாக நாம் ஓர் உணர்வினைக் கொண்டிருந்தோமே, இப்போது அது இல்லையே. அது எங்கே?" என வினவியது. இப்படியாக என் உணர்வுகளது வெளிப்பாடு நின்று போயிருந்தது. பிறகு உணர்வுகளே இல்லாமலாகியிருந்தன. ஊரிலுள்ள பிறர்மட்டுமின்றி நானே என்னை அணுக முடியாத நிலைக்கு, எங்கிருந்தோ வந்திருந்த இந்த உணர்வற்ற தன்மை வளர்ச்சியடைந்திருந்தது. எனது ஆழ்மனமே இல்லாமல் ஆகிவிட்டதைப் போலிருந்தது.

உடல்ரீதியாகவும் இது அயற்சியூட்டியிருந்தது: அந்த நம்பிக்கையின்மையும், மோதுதலும் பின்வாங்குதலும், மறைந்திருந்து கனை தொடுத்தலும் எதிர்கனை தொடுத்தலும், விலகுதலும் திருகுதலும் என எல்லாமும் தந்த சோர்வில் நானும் எனது சமுதாயமும் தன்போக்கிலான முடிவுக்கு எங்களை அனுமதித்துக் கொண்டது போல் தோன்றியது. வீட்டில் ஒவ்வொரு இரவிலும் எனது படுக்கைக்கடியில், கதவுக்குப் பின்னால், துணி அலமாரியில் இன்னும் பல இடங்களில் உள்ளேயோ அடியிலோ பின்புறமோ ஆயன் இருக்கிறானா எனச் சோதித்துக் கொண்டது போல; திரைகள் இறுக்கமாக மூடப்பட்டிருக்கின்றனதானே, கண்ணாடிக்கு வெளிப்புறமோ உட்புறமோ நிற்கிற அவனை அவை மறைக்கவில்லைதானே என உறுதி செய்து கொண்டது போலவே, இந்தச் சமூகமும் இங்கு ஏதேனும் மறைவிடங்களில் ஒளிந்து கொண்டுள்ளதா என சோதிக்கிற அளவிற்கு நிலைமை சென்றிருந்தது. இந்த மக்களைத் தவிர்க்கும் நோக்கில் - ஆனால் உண்மையில் அவர்களை ஈர்த்துக் கொண்டிருந்தேன்தான் - நான் அதீத ஆற்றலைச் செலவழித்தது தெரிந்தது - ஆனால் அந்த ஆற்றலுக்கான மையம் எங்கிருந்தது என்பது எனக்கு அப்போது புரிந்திருக்கவில்லை. ஆனால் அந்த இருளும் பரஸ்பர விளையாட்டும் மோசமான பாதிப்பை ஏற்படுத்தத்தான் செய்தன. எனது இந்த மறைத்துக் கொள்ளும் விளையாட்டுக்கான முயற்சிகள் யாவும் பங்கேற்பை மறுத்து அவர்களிடம் இருந்து தனித்து நிற்கும் நோக்கத்தைத்தான் கொண்டிருந்தன எனினும் இறுதியில் நான் அங்கே அவர்களுடன் இயைந்து சென்றிருந்திருக்கின்றேன். அந்த ஒட்டுமொத்த காலமும் எனது வீழ்ச்சிக்கே வழிவகுக்கிற, பங்களிக்கிற, பங்கேற்கிற ஒரு வீரனாக நான் இருந்திருக்கிறேன் என்பதை வெகு தாமதமாகவே நான் உணர்ந்து கொண்டேன்.

வதந்திகளையும், அதை நான் கையாண்ட விதத்திற்கு கிடைத்த எதிர்வினைகளையும் பொருத்தவரை நான் எண்ணியது போலவே அவர்களைக் குழப்பி இருந்தேன் – ஆனால் என்னையும் குழப்பிக்கொள்ள நான் எண்ணியிருக்கவில்லைதான். ஆனால் குழப்பங்கள் பற்றி கவலைப்படாத அவர்கள், எனது நடத்தை முறையற்றிருப்பதாகவும், சாதாரண கையாளலை ஏற்றுக் கொள்ளாததாகவும், வழக்கமான நடைமுறைக்கு எதிரானதாகவும், இருப்பதாகப் புகார் கூறினர் – நான் கிட்டத்தட்ட அசாதாரண வெறுமையுடனும், கிட்டத்தட்ட உயிரற்றும், கிட்டத்தட்ட மலடாகவும், கிட்டத்தட்ட அதிர்ச்சியளிப்பவளாகவும்

இருப்பதாகவும் இப்பூமியில் உயிர்த்திருக்கிற இயல்பான எவருக்கும் அது ஏற்றுக்கொள்ளத்தக்க குணம் இல்லை என்றும் கூறினர். அந்தக் கிட்டத்தட்ட அசாதாரண வெறுமை, கிட்டத்தட்ட உயிரற்ற போன்றவற்றில் அவர்கள் பிரியோகித்த 'கிட்டத்தட்ட' வைப் பொருத்தவரை அது என் விஷயத்தில் உண்மைதான். என்னதான் நான் என்னை நூறு சதம் வெறுமையாகவும் காலியாகவும் முன்னிறுத்துவது அவசியம் எனக் கூறியிருந்தாலும் நான் அதில் கிட்டத்தட்ட காலியையும் கிட்டத்தட்ட வெறுமையையுமே சொல்ல முனைந்திருந்தேன். ஏனென்றால் துல்லியமும் பிசிறற்ற வழிமுறைகளும் காகிதத்தில் வேண்டுமானால் கச்சிதத்தையும் ஒருவகை போலி திருப்தியையும் தரக்கூடும், ஆனால் நிஜத்தில் அவற்றால் எதுவும் செய்ய முடியாது, ஒரே ஒரு நொடி கூட யாரையும் முட்டாளாக்க முடியாது. அப்படிப்பட்ட முன்கூட்டிய யோசனைகளும் அவற்றால் விளைகிற திட்டங்களும் இச்சமூகத்தில் - குறிப்பாக நீங்கள் அச்சமூகத்தைப் போலியாய்ப் பிரதிசெய்ய முயற்சிக்கிற போது - சரியானதாக இருக்காது. உங்களது காரியங்களை நீங்கள் ஒரு அடிமுட்டாளிடம் நிகழ்த்தாதவரை - நான் நிகழ்த்தியதும் முட்டாள்களிடமல்ல - நீங்கள் சில குழப்பங்களை உண்டாக்குவதும், கறைகளை ஏற்படுத்துவதும், தேநீர்க் கறைகளை விட்டுவைப்பதும், பிரச்சினையின் நடுவே - இல்லை சற்று ஓரத்தில் – 'அந்தப் பிரச்சினை குறித்து சூசகம் தருகிற, தொடர்பைக் கொண்ட ஒரு சிறிய ஆனால் பாதி சகதியான கால் தடத்தைப் பதிப்பதும் அவசியமாகிறது. அப்படித்தான் அது வேலை செய்தது. ஆனால் முகபாவனையில் நான் பெருந்தன்மையின்றி இருப்பதாக அவர்கள் கூறினர். என்னவோ எனக்கு ஒரே ஒரு பாவனைதான் இருக்க முடியும் என்பது போல அதனை ஒருமையில் குறிப்பிட்டனர். கிட்டத்தட்ட பாவனையற்ற முகம் என்றுதான் அவர்கள் அதனையும் சொன்னார்கள். வறட்சிக்கு நெருக்கமான, தனிமைக்கு நெருக்கமான, செயலின்மைக்கு நெருக்கமான என்றெல்லாம் அவர்கள் சொன்னாலும், புரியாதது என்று சொல்லவில்லையே என்பதில் நம்பிக்கை பிறந்தது. அப்பட்டமான முன்யோசனைகளையும் மேலோட்டமான சிந்தனைகளையும் பொருத்தவரை புரிதலின்மை என்பது அங்கு எடுபடவில்லை. ஆரம்பத்தில் அவர்கள் நான் மேரி ஆன் போன்ற அணுகத்தகாத பண்பினை - நான் அவர்களை விட மேலானவள் என்கிற சிந்தையால் - வெளிப்படுத்துகிறேனா எனத் தங்களுக்குத் தெரியவில்லை எனக் கூறினர். பிறகு அவர்கள், இல்லை... இது நடக்கும்போது நான்

வாசித்த பழங்காலப் புத்தகங்களிலிருந்து கிளைத்திருக்கக்கூடிய என்னுடைய ஒரு வினோதமான குணாதிசயமாக இருக்கக்கூடும் என முடிவு செய்தனர். எப்படியாயினும், இறுதியாக, என்னை எந்த வகையிலும் சேர்க்க முடியாமல் போனது அவர்களது ஏதோ குறைபாட்டின் காரணமாகத்தான் என்பதை ஒப்புக்கொண்ட போதிலும் என்னை அனுமானிப்பதை அவர்களால் நிறுத்த முடியவில்லை. கொஞ்சம் திகிலானவள் என்றும் கொஞ்சம் கிறுக்கானவள் என்றும் முடிவுக்கு வந்தவர்கள் எனது திறந்த - அதே சமயம் - மூடிய குணமானது பத்து நிமிடப் பகுதியை ஒத்திருப்பதை முன்பு கவனித்திருக்கவில்லை என்றும் கூறினர். அதாவது எதுவுமே இல்லாத போதும் அங்கே ஏதோ இருக்கிறது என்பது போலவும் ஏதோ இருக்கிற போதும் அங்கே எதுவுமே இல்லாதது போலவும் என்பதாக. முரணானவள், விநோதமானவள், தனிமை விரும்பி என்றெல்லாம் கூறிய அதே நேரம் "ஆனால் அது அவளது ஒரு பரிமாணமாகத்தான் இருக்கக்கூடும்" என்று சமாதானம் செய்து கொண்டனர். எப்படியாயினும், எனக்கு வேறு ஏதேனும் பரிமாணம் இருக்க முடியும் என அவர்கள் நம்பியிராததால், இந்த ஒரே ஒன்றுதான் இருக்க முடியும் என்கிற ஆரம்ப முடிவிற்கே அது அவர்களைக் கொணர்ந்திருந்தது.

அவர்களது அனுமானம் என்னைத் தொந்தரவு செய்து, எனது முகம் அவர்களைத் தொந்தரவு செய்து எனச் சமூகம் என்னைச் சக்தியிழக்கச் செய்த காலம் முழுவதிலும் நானும் சமூகத்தைச் சக்தியிழக்கச் செய்தேன். ஆனால் நல்ல வேளையாக, நான் என்னுடைய 'எனக்குத் தெரியாது' வையும் கிட்டத்தட்ட - பாவனையின்மைக்கு நெருக்கமான முகத்தினையும் அடிக்கடி பிரயோகிக்கவோ என்னுடைய வெளிப்படுத்தாத தன்மையினை அவர்களிடம் அதிகம் வெளிப்படுத்திக் கொள்ளவோ வேண்டியிருந்திருக்கவில்லை. ஏனென்றால் என்னையும் ஆயனையும் பற்றிய இந்த வதந்தி என் முதுகிற்குப் பின்னால்தான் நிகழ்ந்தது. ஆனால் சூழ்நிலை அவ்வளவு மோசமாகவா இருந்தது? நான் சென்று எனது பிரச்சினைகளைக் கொட்டவும், அதனைக் கேட்டு எனக்கு ஆறுதலும் ஆதரவும் மகிழ்ச்சியும் தரவும் கூடிய யாருமே - ஒரே ஒருவர் கூட - அப்போது அங்கே இருந்திருக்கவே இல்லையா? என்னைக் குற்றம் சாட்டியவர்கள் சொன்னது போல நான் பத்துநிமிடப் பகுதியின் பிடிவாதத்தையும் முரண்களையும் கொண்டிருந்தேனா? பின்னோக்கிப்பார்த்தால் பள்ளிக்காலத்திலிருந்தே என்னுடனிருந்த, நம்பத்தகுந்த வெகுசிலரில் ஒரே ஒருவராக எஞ்சியிருந்த தோழியுடனான

நட்பைத் தவிர்த்துவிட்டுப் பார்த்தால், ஆமாம் - அவர்கள் சொல்வது உண்மைதான். எனக்கு உதவவோ ஆறுதலளிக்கவோ ஆதரவு நல்கவோ யாரும் இருக்கக்கூடும் என்பதைக் காணமுடியாத அளவிற்கு எனது அவநம்பிக்கை அதீதமானதாக இருந்தது. நான் நண்பர்களை உருவாக்கிக் கொண்டிருக்கவோ, எனக்குத் துணையாய் இருக்க முடிகிற ஒரு குழுவின் உறுப்பினராகியிருக்கவோ முடியும். ஆனால் அவர்கள் மீதான எனது நம்பிக்கையின்மை மற்றும் என் மீதான அவநம்பிக்கையும் பொறுப்பின்மையும் சேர்ந்து அந்த வாய்ப்பினை நான் இழந்திருந்தேன். ஆனால் உணர்ச்சிகளையும் சூழலையும் கட்டுப்பாட்டிற்குள் வைத்திருக்க நான் முயன்ற, ஒவ்வொருவரும் தங்களது பாணியில் அதையே முயன்ற அந்தக்காலத்தில், என்னால் உதவி என்பதையோ ஆதரவு என்பதையோ கண்டுகொள்ளவோ புரிந்திருக்கவோ முடிந்திருக்குமா என்பது சந்தேகம்தான். குறிப்பிட்ட சிலர் என்னைத் தொடர்ந்து அணுகினார்கள்தான் - அவர்களில் சிலர் நல்ல நோக்கங்களைக் கொண்டிருந்திருக்கவும் கூடும். ஆனால் நான் தொடர்ந்து என்னை வெளிப்படுத்திக் கொள்ளாமலேதான் இருந்தேன். எனது வழக்கமான பயமோ பிடிவாதமோ மட்டுமே அதற்குக் காரணமாயில்லை - நான் சொல்வதற்கு நிஜமாகவே ஏதேனும் இருந்ததா என்பதிலேயே எனக்கு சந்தேகம் இருந்தது.

அது அப்படித்தான் இருந்தது. இந்த வன்தொடரல்களும், வேட்டையாடல்களும் விவரிக்கக் கடினமான துண்டுதுண்டான விஷயங்களாக இருந்தன: இங்கே கொஞ்சம், அங்கே கொஞ்சம், இருக்கலாம், இல்லாமலிருக்கலாம், வாய்ப்பிருக்கிறது, தெரியாது என அவை தொடர்ச்சியான குறிப்புகள், குறியீடுகள், பிரதிநிதித்துவங்கள், உருவகங்களாக இருந்தன. அவனது நோக்கங்களென நான் கருதியவையே அவனது நோக்கங்களாக இருந்திருக்கலாம், அல்லது அவன் எந்த நோக்கங்களற்றவனாகவும் இருந்திருக்கலாம். விஷயங்களின் நடுவில், ஒவ்வொரு நிகழ்வுகளாக, தனித்தனியாக வரிசையாக எடுத்துச் சொல்லும்போது உண்மையில் அங்கே எதுவுமே இல்லாது போல் தோன்றக்கூடும். “ஐவான்ஹு நாவலை வாசித்தபடி பிரிவினை-சாலையில் நான் நடந்துகொண்டிருந்தபோது அவன் தன் காரில் ஏறும்படி என்னிடம் கூறினான்” என்று நான் சொன்னால், “ஆபத்து நிறைந்த அந்த பிரிவினை-சாலையில் நீ ஏன் நடந்தாய், அப்போது நீ ஏன் ஐவான்ஹு வாசித்தாய்” என்பதாக அது இருந்திருக்கும். “பூங்கா&நீர்த்தேக்கத்தில் நான் ஓடிக்கொண்டிருந்த போது அவனும் அங்கே ஓடிக் கொண்டிருந்தான்” என்று நான் சொல்லியிருந்தால், “ஆபத்துமிகுந்த, சந்தேகத்திற்குரிய அந்த

இடத்தில் உனக்கு என்ன வேலை, ஓடுவதன் மூலம் நீ எதை முயன்றாய்?" என்பதாக அது இருந்திருக்கும். "நான் எனது ஃப்ரெஞ்சு வகுப்பில், அஸ்தமனம் நிகழ்ந்து கொண்டிருந்த வானத்தைப் பார்த்துக் கொண்டிருந்தபோது அவன் அந்தக் கல்லூரிக்கு எதிரிலிருந்த நுழைவு வாயிலில் தனது சிறிய வெள்ளை வேனை நிறுத்தியிருந்தான்" என்று நான் சொல்லியிருந்தால், "பாதுகாப்பான நமது உள்ளூரை விட்டு வெளியே சென்று எல்லாத் தரப்பினரும் கலந்திருக்கக்கூடிய நகரத்தில் ஒரு அந்நிய மொழியைக் கற்கவும் வாழ்க்கையை ஒரு குறியீடாகப் பார்க்கவும் செய்தாயா?" என்பதாக அது இருந்திருக்கும். "எனது சகோதரியின் இறந்துவிட்ட மனிதனுக்காக இரங்கல் தெரிவித்த அவன் அதே நேரத்தில் என் கிட்டத்தட்ட ஒப்பந்தங்களற்ற ஆண் நண்பனை திரும்பத் திரும்ப ஒரு கார் குண்டு வெடிப்புடன் தொடர்புபடுத்திக் கொண்டே இருக்கிறான்" என்று சொல்லியிருந்தால் "திருமணமாகாத நீ ஏன் இப்படி ஒப்பந்தங்களற்ற ஆண் நண்பர்களுடனெல்லாம் வெளியே செல்கிறாய்?" என்று சொல்லியிருப்பார்கள். வதந்திகளைத் தவிர்த்துவிட்டுப் பார்த்தால் - அங்கே வதந்திகளே இல்லாமல் இருந்திருந்தாலும் கூட - என்னை நம்பவோ எனக்குச் செவிசாய்க்கவோ யாரும் இருந்திருப்பார்கள் என நான் நம்பியதேயில்லை. ஒருவேளை நான் அதிகாரிகளிடம் சென்று அவன் என்னைப் பின்தொடர்கிறான், என்னை அச்சுறுத்துகிறான், என அதிகாரப்பூர்வமாக புகார் செய்து தீர்வைக் கோரினால் அவர்கள் - எங்கள் கிளர்ச்சியாளர்கள் - அது குறித்து என்ன செய்திருப்பார்கள், அதற்கு என்ன பதிலளித்திருப்பார்கள்? - ம், அவர்கள் என்ன சொல்லி இருப்பார்கள் என எனக்குத் தெரியாது. ஏனென்றால் அவனும் ஒரு கிளர்ச்சிக்காரன் என்பதால் நான் ஒருபோதும் அவர்களிடம் சென்றிருக்கவே மாட்டேன். நடைமுறைச் சாத்தியங்களை வைத்துச் சிந்தித்தாலுமே நான் எப்படி அவர்களிடம் சென்றிருப்பேன்? துணை ராணுவப் படையினரின் அதிகாரத்திற்குட்பட்ட, அவர்களால் காவல் காக்கப்பட்ட பகுதியில்தான் நான் வசித்தேன் என்றாலும் அவர்களை எப்படிச் சென்று சந்திப்பதென்பதெல்லாம் எனக்கு தெரியாது. நான் எந்தச் சமூகத்தைப் பற்றிப் புகார் அளிக்க விரும்பினேனோ, எந்தச் சமூகம் என்னைப் பின்தொடர்ந்ததோ அதனிடம் தான் நான் அதற்குரிய வழிமுறைகளை வினவியிருக்க வேண்டும். உண்மையான காவல்துறையை - அரச காவல்துறையை எடுத்துக் கொண்டால், அவர்களிடம் செல்வதும் பரிந்துரைக்கத்தக்கதல்ல, ஏனென்றால் ஒன்று - அவர்கள் எங்களது எதிரி, இரண்டு - உங்களை ஒரு துப்புக்கொடுப்பவராகக் கருதி சுட்டுக்கொல்லக்

காத்திருக்கும் கிளர்ச்சியாளர்கள் ஆளுகையில், அதற்கு மிகப்பெரிய எதிரியாகக் கருதப்பட்ட காவல் அலுவலர்களிடம் சென்று ஒரு கிளர்ச்சியாளனைக் குறித்தே புகார் செய்வதென்பது உங்களை அந்த வரிசையின் முதல் இடத்தில் கொண்டு நிறுத்தும் என்பதில் சந்தேகமே இல்லை. காவல்துறையின் பார்வையிலுமே எங்கள் சமூகம் ஒரு மூர்க்கத்தனமான சமூகமாக இருந்தது. நாங்கள்தான் எதிரிகள், நாங்கள்தான் தீவிரவாதிகள், தீவிரவாத மக்கள், தீவிரவாதிகளுக்குத் துணை நிற்பவர்கள் அல்லது எளிமையாகச் சொன்னால், தீவிரவாதிகள் எனச் சந்தேகிக்கப்படுகிற ஆனால் இன்னும் உறுதி செய்யப்படாத தீவிரவாதிகள். அப்படிப்பட்ட சூழலில், இரு தரப்பினரும் சூழலை இவ்வாறு ஆக்கிவைத்திருக்கிற வேளையில் நீங்கள் காவல் துறையை அழைப்பதென்பது அவர்களைச் சுட்டுக்கொல்கிற ஒரே காரணத்திற்காக மட்டும்தான் இருக்கும். இது அவர்களுக்கும் தெரியும் என்பதால் அவர்கள் வரமாட்டார்கள்.

என்னுடைய குற்றச்சாட்டுதல்கள் மீதும் எனது உணர்வு என்னிடம் சொல்ல வருகிற விஷயங்கள் மீதும் நான் கொண்டிருந்த அவநம்பிக்கையின் காரணமாக, எல்லாமே என்னுடைய தவறு தான் என்பதாக ஆகியிருக்கும். அவன் உண்மையிலேயே ஏதாவது செய்தானா? உண்மையிலேயே ஏதாவது நடந்ததா? எனக்கே அது தெரியவில்லை எனில் நான் எப்படி அதை இன்னொருவரிடம் சொல்லி நம்பச் செய்ய முடியும்? மாறாக, என்னைப்பற்றிய, என் சூழல் பற்றிய எனது இந்தச் சந்தேகம் - என்னுடைய நம்பகத்தன்மையையே கேள்விக்குளாக்கிவிடும். அப்படியே நான் சொல்வதற்கு யாரேனும் செவி சாய்த்தாலும் 'வன்தொடர்தல்' 'அடைய முயல்தல்' போன்ற வார்த்தைகளை - அதாவது 'பாலியல் ரீதியாக வன்தொடர்தல்' 'பாலியல் ரீதியாக அடைய முயல்தல்' - அவர்கள் அறிந்திருக்கவே மாட்டார்கள். அமெரிக்கப் படங்களில் வருகிற 'விலைமாது வேட்டை' போன்ற ஒரு வார்த்தையைச் சொல்வது போல முற்றிலும் அந்நியமாக, இங்கே நிகழாத ஒன்றாக இருக்கும். அப்படி ஒரு விஷயம் நிகழ்ந்தாலும் கூட, எங்கள் சமூகம் அதனை ஒரு பிரச்சினையாகவே எடுத்துக் கொள்ளாது. சாலையில் குறுக்கே புகுகிற செயலுக்கு இணையாக, அல்லது சாலையில் குறுக்கே புகுவதை விட முக்கியத்துவம் குறைந்ததாகவே அது கருதப்படும். அதிலும் குறிப்பாக இவ்வளவு அரசியல் பிரச்சினைகள் நிறைந்திருக்கக்கூடிய ஒரு ஊரில், வெறும் ஒரு பெண்ணுக்கு நிகழ்கிற விஷயமானது, ஒரு விஷயமாகவே எடுத்துக் கொள்ளப்படாது.

ஞாபக மறதி கொண்ட ஒரு சிறிய பெண்ணே - எங்களது ஊரின் வெற்றிகரமான விஷமூட்டியே - சுதந்திரமாகத் திரிந்து வாராவாரம் யாருக்கேனும் விஷமூட்டுவதே இங்கு சாதாரணமாக நிகழ்கிறது என்பதையும் கருத்தில் கொள்ள வேண்டும். எனவே பாலியல் வேட்டை என்னும் ஹாலிவுட் நிகழ்வானது, இங்கிருந்த மற்ற எல்லா விவகாரங்களையும் போலவே, இங்கு பேசப்பட்ட முக்கியமான அரசியல் பேச்சுகளால் பின்னுக்குத் தள்ளப்பட்டுவிடும்.

என்றாலும் பிறர் வந்து கொண்டு தான் இருந்தார்கள். எனது மூத்த சகோதரி வந்தாள் - "நீ இன்னும் அந்த ஆளுடன் தொடர்பு கொண்டிருந்தாயானால்...", "இதனால் உனக்கு ஒரு பிரயோஜனமும் இல்லை" போன்ற சொற்றொடர்களோடு வரும் அவள், எனது விஷயத்தில் தலையிட வேண்டாம், உன்னை நான் சமாதானப்படுத்தப் போவதில்லை எனும் எனது இறுக்கமான நிலைப்பாட்டைத்தான் எதிர்கொள்ள நேரிடும். ஒருவர் சொல்வதை மற்றவர் கேட்காத அளவிற்கு நாங்கள் எங்களுக்கிடையே வெறுப்பினை விதைத்திருந்தோம். அவளுக்குப் பின்னணியில் அவளது கணவன் - மூக்குகளும் காதுகளும் பெரிதாகிக் கொண்டே, கூர்மையாகிக்கொண்டே வந்த அந்தச் செங்குத்தான ஓநாய் இருந்தான். முடியடர்ந்த கணுக்கால்களைக் கொண்ட முன்னங்கால்களுடனும் பின்னங்கால்களுடனும், பற்களும் மூக்குகளும் நீட்டிக்கொண்டிருக்க, கடுமையான பிராண்டுகிற நகங்களுடன் இருந்த அவன், என்னை வந்து பார்க்கும்படியும், ரகசியங்கள் பேசும்படியும் அவளை நெருக்கிக் கொண்டே இருக்கும்படி தன்னைத் துன்புறுத்திக் கொள்வான். மூத்த சகோதரி இன்னமுமே தனது இறந்து போன முன்னாள் காதலனின் நினைவுகளில் மூழ்கியிருந்ததால் அவளே சிரமப்பட்டுத்தான் எல்லாவற்றையும் சமாளித்தாள் என்பதை எல்லோருமே தெளிவாக அறிந்திருந்தனர். அது மட்டுமின்றி மூத்த மைத்துனனே ஏதோ ஒரு புதிய காதல் விவகாரத்தில் வயப்பட்டிருந்ததால் அவனுமே நிறைய வதந்திகளையும் சிரமங்களையும் தன்னை நோக்கி ஈர்த்துக் கொண்டிருந்தான். அடுத்ததாக அம்மா. நான் திருமணம் செய்து கொள்ளாமலிருப்பது பற்றிய, துணை ராணுவ ரசிகப்பட்டாளத்தில் சேர்ந்து அவமானத்தை வருவித்துக் கொண்டது பற்றிய, இருண்ட ஒழுங்கீனமான சக்திகளுக்கு அடிபணிந்து குட்டித்தங்கைகளுக்கு ஒரு மோசமான முன்னுதாரணமாக இருப்பது பற்றிய தொடர்ச்சியான கேள்விக்கணைகளுடன் இருந்தாள். இருளையும் ஒளியையும் சாத்தானையும் நரகத்தையும் பற்றிப்பேசி கடவுளையும் இதற்குள்

கொணர்ந்திருந்தாள். "இது வசியப்படுத்தப்பட்டது போல. அல்லது திகில் படங்களில் ரத்தக்காட்டேரிகளால் பீடிக்கப்பட்டவர்களைப் பற்றி உன் கற்பனையில் இருப்பது போல. அவர்களுக்கு அது பயம் தராது. வெளியே இருப்பவர்கள்தான் அதனைக் காண்பர். பீடிக்கப்பட்டவர்கள் அதனால் ஈர்க்கப்பட்டு பரவசத்திலும் உற்சாகத்திலும்தான் இருப்பார்கள்." வேலையிடத்தில் இருந்த உறவுகளும் முன்பு போல் இல்லை. இரவுகளில் திடுக்கிட்டு விழிக்கிற நான் மீண்டும் உறங்க முடியாமல் போவதால் பணியிடத்தில் கவனமின்றியும் உறக்கச்சடவுடனும் இருக்கத் துவங்கினேன். உறங்கச் செல்லும் முன்பு நான் சோதித்ததற்குப் பிறகு, அவர்கள் - ஆயனும் சமூகமும் - ஒருவேளை எனது படுக்கையறைக்குள் வந்து ஒளிந்திருப்பார்களோ என உறுதி செய்யும் நோக்கமே இப்படி எழுந்து கொண்டதற்கான ஒரு முக்கியக் காரணமாக இருந்தது; அதோடு, நான் *த கேன்டர்பரி டேல்ஸ்*-ன் முன்னுரையில் வருகிற மனிதநேயமற்ற நோய்மையான ரீவ் போல மாறிவிடுகிற துர்கனவுகளும் என்னை உறக்கத்திலிருந்து உலுக்கி எழுப்பியிருந்தன. பேச்சுகள், சப்தங்கள், அசைவுகள், காற்றின் மாறுபாடுகள், பொருட்கள் இடம் மாறுதல் -, என்னைச் சூழப்போகிறதென நான் அறிந்திருந்த ஆபத்தைப்பற்றி எனக்குத் தெரிவித்து எச்சரித்து அச்சுறுத்தும் நோக்கத்துடன் மோதுவதும் திரும்பி மோதுவதும் மறுத்து மோதுவதுமாக அவை நிகழ்ந்து கொண்டிருந்தன. இது எப்போதுமே எனது படுக்கை அறையில் நள்ளிரவில்தான் நிகழ்ந்தது. படுக்கைக்கு அருகில் இருக்கிற மேஜையில் எழுகிற ஓர் அதிர்வு என்னை எழுப்பிவிடும். பிறகு சுவற்றிலிருக்கிற படங்கள் போன்றவை அசையத் தொடங்கும், எனக்கு நேர் கீழாக இருக்கிற தரையில் சுத்தியலால் அறைவது போன்ற சத்தம் எழும். அல்லது படுக்கையறைக்கதவு குலுங்கி மோதிக்கொள்ளத் துவங்கும். ஒருமுறை எனது அறையில் இருந்த ஆன்மாக்கள் என் தலையணையை உருவி, எனது பாதத்தையும் கால்களையும் வெகுவிசையுடன் படுக்கைக்குக் குறுக்காக இழுத்ததில் என் ஒட்டுமொத்த உடலும் படுக்கையிலிருந்து கிட்டத்தட்ட கீழே விழுந்திருந்தன. "தெய்வமே, சிறியவர்களே. உறங்கும் முன் எதையேனும் வாசிக்கலாம் என முயற்சிக்கிறேன் நான். அங்கே என்ன விழுந்து மோதியது" எனத் தன் அறையில் இருந்து அம்மா கத்தினாள். "அது நாங்கள் இல்லை அம்மா! நாங்கள் தூங்கிக்கொண்டிருக்கிறோம்! நடு அக்காதான் அது." எனக் குட்டித் தங்கைகள் தமது அறையில் இருந்து கத்தினர். "அது நான் இல்லை. இந்த வீடுதான். இந்த வீட்டிலிருக்கும் பேய்கள்தான்.

நானும் உறங்கிக் கொண்டுதான் இருக்கிறேன்" என்றேன் நான். இந்த வீடு என்னை எதுவோ செய்யச் சொல்கிறது, அது ஆயன் சம்பந்தப்பட்டது என்பதைத் தாண்டி, அது நான் என்ன செய்ய வேண்டுமென எதிர்பார்க்கிறதென எனக்குத் தெரியவில்லை. எப்படியோ அது என்னை எழுப்பி பழகியிருந்ததில் முழித்துக் கொள்கிற நான் தொடர்ந்து விழித்தே இருந்து அதன் விளைவாக பகல்நேரத்தில் பணியிடத்தில் சோர்வும் கட்டுப்படுத்த முடியாத தூக்கமும் கொண்டவளாகிப் போனேன். இரண்டு முறை எனது மேற்பார்வையாளர் என்னைத் தன் அறைக்கு அழைத்துப் பேசுகிற அளவிற்கு அது சென்றிருந்தது. இதற்கிடையே எனது ஃப்ரெஞ்ச் வகுப்பும் தனது வசீகரத்தை இழந்திருந்தது, அல்லது அந்த வசீகரத்தின் மேலான எனது ஆர்வத்தை நான் இழந்திருந்தேன். அதன் பரவசங்கள் குறைந்து "*இதில் என்ன இருக்கிறது? இதனால் ஒரு முக்கியத்துவம் இல்லை*" என்னும் மனநிலைக்குச் சென்று, அயர்ச்சியாகி, ஒவ்வொரு வாரமும் வகுப்பிற்காக நகரத்திற்குக் கிளம்பிச் செல்ல வேண்டுமென்பதே சிரமமாகியிருந்தது எனக்கு. எனது கால்கள் வலித்ததனால் மூன்றாவது மைத்துனனுடன் ஓடுவதை நான் கொஞ்சம் கொஞ்சமாகக் குறைத்துக் கொண்டேன். முதலில் நான் எனது கட்டுப்பாட்டினை இழந்தேன், பிறகும் வலி அதிகரித்து ஒத்திசைவில் குறைநேர்ந்ததால் நான் ஓட்டத்தைத் தவிர்த்துக் கொண்டே வந்தேன். முன்பு எனக்குள் உயிர்வளியை நிரப்பி உயிரோட்டமாக உணரச் செய்துவந்த ஓட்டமானது தற்போது எனது சுவாசத்தை மட்டுப்படுத்துவதாக, ஓய்வையோ உற்சாகத்தையோ தராததாக ஆகியிருந்தது. வெகு இயல்பாக என்னில் கலந்திருந்த ஏதோ ஒன்று மாறியிருந்ததால் நான் அதன் பிறகு என் ஓட்டத்தை நிறுத்தியிருந்தேன். நடையும் கூட ஒரு முடிவுக்கு வந்திருந்தது. எனது சமநிலை தவறியிருந்தது. அது தலைகீழாக மாறி, ஒரு தடுமாற்றம் என்னுள் குடியேறி என்னை ஆக்கிரமிக்கத் துவங்கியிருந்தது. நான்தான் ஓட்டத்தை நிறுத்தியிருக்கிறேன், நான்தான் நடையைக் குறைத்திருக்கிறேன், வேறுயாரும் என்னை அப்படி நிர்பந்திக்கவில்லை என அப்போது எனக்கு நானே சொல்லிக் கொண்டேன். அதன் பிறகு ஒப்பந்தங்களற்ற ஆண் நண்பனுடனான நாள்களில் ஒன்றை, திரும்பத் திரும்ப நிகழ்கிற ஒரு நாளை நான் தவிர்க்க ஆரம்பித்தேன். இந்த விஷயத்திலும், இது எனது முடிவுதான். வியாழக்கிழமைகள் முக்கியமற்றவை என வேறுயாரும் என்னை எண்ண வைக்கவில்லை என நான் எனக்குச் சொல்லிக்கொண்டேன். எனது ஒப்பந்தங்களற்ற உறவினை

நான் மிகமிகக் குறைவாகச் சந்தித்தது அந்தச் சமயத்தில்தான் - அப்போதும் நான் இது வெறும் ஒப்பந்தங்கற்ற உறவுதானே என எனக்கு நினைவூட்டிக் கொண்டேன். அதன் பிறகும், வியாழக்கிழமையல்லாத நாட்களில் கார்குண்டு வெடிப்பு சார்ந்த பதட்டத்தினை ஆயன் ஏற்படுத்திக் கொண்டே இருந்தான். அதுமட்டுமின்றி, அவனது ஊரின் கிளர்ச்சியாளர்களாலோ, துப்புக்கொடுத்தல் / துரோகம் போன்ற காரணங்களுக்காக ஊரிலிருந்த மற்றவர்களாலோ அவன் கொல்லப்படக்கூடும் என்னும் புதிய அச்சுறுத்தலையும் ஆயன் இப்போது பின்னத் துவங்கியிருந்தான் "அபத்தம்தான்" என்று கூறிய அவன், இங்கிருக்கிற மக்கள் அபத்தமான காரணங்களாலும் மரணித்தார்கள் என்கிற வரியையும் அதோடு சேர்த்துக்கொண்டான். இவ்வாறாக ஆயன் தன்னை ஒரு பாதுகாவலனாகவும் மாற்று மருந்தாகவும் முன்வைத்தான். அவனால் மட்டும்தான் ஒப்பந்தங்களற்ற ஆண் நண்பனுக்கு வர வாய்ப்புள்ள எல்லா ஆபத்துகளையும் தடுத்து நிறுத்தமுடியும் என்பதாக நடந்துகொண்டான். அதோடு காரில் ஏறிக்கொள்ளும்படியான அவனது வேண்டுதல்களும் தொடர்ந்துகொண்டுதான் இருந்தன. அவனிடமிருந்து மட்டுமல்ல. இதற்குள்ளாக, ஊரிலிருக்கிற மற்றவர்களும் - அவனது ஆட்கள், நண்பர்கள், அவனது கட்டளையை நிறைவேற்றும் இடத்தில் இருப்பவர்கள் தங்களது காரை நிறுத்தி - தங்களை அனுப்பியது ஆயன் என்று கூறாமலேயே - நகரத்திற்கு அழைத்துச் செல்லவோ நகரத்திலிருந்து திரும்பவோ எனக்கு உதவுகிற கோரிக்கையை முன்வைப்பர். ஆனால் அளவற்று வழங்கப்பட்ட இந்தச் சலுகைகளே அவை இன்னொருவரின் கட்டளையின்படி நிகழ்கின்றன என்பதை வெளிப்படையாகச் சொல்லிவிடும். அவர்களது வேண்டுகோளை ஏற்று காரில் ஏறினால் நான் அவர்களுக்கு பெரிய உதவி செய்தவளாவேன் என என்னிடம் மன்றாடுவார்கள்.

இதற்கிடையே எனக்கும் ஒப்பந்தங்களற்ற ஆண் நண்பனுக்கும் இடையேயான பதற்றம் அதிகரித்துக்கொண்டே சென்றது. *"கார் ஓட்டுவதை நீ நிறுத்துவாயா இல்லையா?"* என்கிற எனது கேள்விக்கும், *"ஒருபோதும் மாட்டேன். நீ என்னிடம் என்ன கேட்கிறாய், அது நியாயமேயில்லை. நீ நியாயமாகவே நடந்துகொள்ளவில்லை"* என்கிற அவனது பதிலையும் தாண்டி நாங்கள் வேறு விஷயங்கள் குறித்தும் சண்டையிட்டுக் கொண்டோம். அவன் கார் குண்டுவெடிப்பினால் இறக்கப் போவதில்லையென்றால்,

கொடியுடன் கூடிய அந்தப் பாகத்தை வைத்திருப்பதற்காகக் கிளர்ச்சியாளர்களால் இல்லாமலாக்கப்படப் போகிறான். அதுவும் இல்லையென்றால், கிளர்ச்சியாளர்களல்லாத ஆனால் அவனது பகுதியின் கொள்கைகளைத் தீவிரமாக ஆதரிக்கிறவர்கள் கும்பலாக வந்து அதே கற்பனையான கொடி விஷயத்திற்காக அவனைத் தாக்கப் போகிறார்கள். சூப்பர் சார்ஜரைப் பற்றிய வதந்தியைப் பொருத்தவரை, அதில் கொடி இருக்கிறதோ இல்லையோ - அதை அவன் வைத்திருப்பதே ஒரு தேச விரோதப் பண்புதான் என்பதால்தான் அரசினால் ஆங்காங்கே புகைப்படம் எடுக்கப்படுவதாக ஒப்பந்தங்களற்ற ஆண் நண்பன் கூறினான். இந்தப் புகைப்படங்களைப் பொருத்தவரை, அவன் தன்னுடைய பகுதியைச் சேர்ந்தவர்கள் மட்டுமல்லாது வெளியாட்களது கவனத்தையும் ஈர்த்து வருவதாகச் சமையல்காரனிடம் கூறிக்கொண்டிருந்ததை நான் ஒட்டுக் கேட்டிருந்தேன். “இந்தக் கொடிகள், சின்னங்கள், துரோகங்கள் மற்றும் சூப்பர்சார்ஜரின் காரணமாக அரச படையினரால், நான் ஒரு சிறந்த துப்புக் கொடுப்பவனாக மாறக்கூடும் என்று எதிர்பார்க்கப்படுவேனாய் இருக்கும்” என்று பகடி செய்த அவன், இதற்கு முரணாக, தன்னைப் புகைப்படம் எடுப்பது அரசாக அல்லாமல் உள்ளூர் துணை ராணுவப் படையினராகக்கூட இருக்கவும் வாய்ப்பு இருக்கிறது என்று கூறினான். “நான் ஏற்கனவே துப்புக்கொடுப்பவனாக மாறிவிட்டேனா என்று அவர்கள் கண்காணிக்கக்கூடும்” என மீண்டும் பகடி செய்தான். அடுத்து எங்களது சிக்கலான காலத்தைப் புகைப்படமாக்க வந்த கற்றுக்குட்டிகளும், ஆவணக்காரர்களும், வரலாற்றுச் சித்திரங்கள் கொண்ட நாட்காட்டிகளைத் தயாரிப்பவர்களும் அந்தப் பட்டியலில் இருந்தார்கள். ஒரு வாய்ப்பிற்காகவும், எதிர்காலத்தில் பெயரையும் புகழையும் அடைவதற்காகவும் காத்திருந்த அந்தப் பையன்கள் புகைப்படக் கருவியோடும் ஒலிநாடாக்களுடனும் எங்கு பார்த்தாலும் சுற்றியபடி வரலாற்று அரசியல் சமூக நிகழ்வுகளைப் பதிவு செய்து எதிர்கால சந்ததியினருக்காகப் பாதுகாக்கப் போவதாகக் கூறினர். “இந்தத் துயரத்தின் எந்தப் பரிமாணம் எதிர்காலத்தில் அதிகம் தேடப்படுவதாக இருக்கும் என்பதை நீங்கள் ஒருபோதும் அறிந்து கொள்ள முடியாது” என்றனர். ஒரு சிறந்த துப்பு கொடுப்பவனாவான் என்னும் நோக்கில் அரசினாலோ, துப்புக் கொடுப்பவனாக இருப்பதாகக் கருதி கிளர்ச்சிக்காரர்களாலோ, துப்புக்கொடுத்ததற்காகக் கொல்லப்பட்டு என்றேனும் பிரபலமாவான் என்பதற்காக இந்த விளம்பரப் பிரியர்களாலோ புகைப்படம்

எடுக்கப்படுவது மட்டுமின்றி, தங்களது முக்கியமான பட்டியலில் உள்ள ஒருவனுக்குத் தொடர்புடைய ஒருவருடன் தொடர்பில் இருப்பதற்காகவும் அரச படையினால் அவன் இருமடங்கு முறை புகைப்படம் எடுக்கப்படக்கூடும். கொடி பதிக்கப்பட்ட சூப்பர் சார்ஜரை வைத்திருக்கிறான் எனப் பரவிய வதந்தியின் விளைவாக ஒப்பந்தங்களற்ற ஆண் நண்பனது சுற்றத்தினரும் அறிந்தவர்களும் அவனிடமிருந்து கொஞ்சம் கொஞ்சமாக விலக ஆரம்பித்தனர். சூப்பர் சார்ஜரை அவர்கள் வியந்து ரசித்ததும் அதன் மீதான வேட்கையினால் அதனுடன் செலவளித்த சற்றே நீண்ட மகிழ்வான நேரமும் ஒருபுறம் இருந்தாலும் 'படைக்காதலன்' 'கொடிக்காதலன்' 'தேசம்' 'நீருக்கு மறுபுறம்' 'காதலன்' 'ஊர்ப்பஞ்சாயத்து' போன்ற வார்த்தைகள் அவர்கள் மீது செலுத்திய உணர்வு ரீதியிலான பாதிப்பானது அதைவிட அதீதமாக இருந்தது. ஏற்கனவே வாழ்க்கையானது சிறியதாக - சில சமயங்களில் நம்ப முடியாத அளவிற்குச் சிறியதாக - இருக்கும் போது சமுதாயத்தின் ஒரு நபராக இருப்பதிலிருந்து வெளியேறும்படியாகச் செய்கின்ற தொடர்புகளையும் பொருட்களையும் ஏன் நம்மை நெருங்கவிட வேண்டும்? அதனால்தான் ஒப்பந்தங்களற்ற ஆண் நண்பனுடனான ஒரு சிறிய தொடர்பையும் கூட துண்டித்துக்கொள்ள எல்லோரும் விரும்பினார்கள், என்றாலும் ஆழமான நண்பர்கள் சிலர் உடனிருந்தார்கள்தான். ஒப்பந்தங்களற்ற ஆண் நண்பனது பணியிடத்தில் இருந்ததாக நம்பப்பட்ட, 'சாலைக்கு மறுபுறத்தில்' வசித்த, ஒப்பந்தங்களற்ற ஆண் நண்பனது எதிர் மதத்தைச் சேர்ந்த சக பணியாளனும் அப்படித்தான் உடனிருந்தான். தன்னிடம்தான் அந்தக் கொடியுடைய பாகம் இருக்கிறதென்பதால் ஒப்பந்தங்களற்ற ஆண் நண்பனிடம் அது இருக்க வாய்ப்பில்லை என எல்லோரிடமும் உறுதியளிக்க அவன் தயாராக இருந்ததாகக் கூறப்பட்டது. ஒரு வேளை துரோகக் குற்றத்திற்காக ஒப்பந்தங்களற்ற ஆண் நண்பன் உள்ளூர் பஞ்சாயத்தில் விசாரிக்கப்பட நேர்ந்தால், தான் தனது ஊரில் கொடியுடன் கூடிய பாகத்தினை கையில் பிடித்தபடி இருக்கும் புகைப்படத்தை அனுப்பவும் அந்த இவார் தயாராக இருந்ததாகச் சொல்லப்பட்டது. தான் சார்ந்திருக்கிற எல்லா விஷயங்களுக்கும் எதிர்தரப்பினராய் இருக்கிற கிளர்ச்சியாளர்கள் மீது தனக்குக் கடும் வெறுப்பு இருந்த போதிலும், தனது சக பணியாளனை இந்தப் பிரச்சினையிலிருந்து விடுவிக்கும் பொருட்டு ஒரு புகைப்பட ஆதாரத்தைத் தருவதில் தனக்கு மகிழ்ச்சியே என அவன் கூறியதாகக் கூறப்பட்டது. இவார் என்கிற ஒருவன் இருக்கிறான் என்ற இந்த

வதந்தியைக் கேட்டதுமே, ஒப்பந்தங்களற்ற ஆண் நண்பனை ஆயனிடமிருந்து காப்பதற்காக அப்படி ஒருவன் இருக்கிறான் எனக் கற்பனையாக நான் கூறியதிலிருந்த தவறை உணர்ந்து கொண்டேன், அதுமட்டுமின்றி போகிற போக்கில் நாம் உதிர்க்கின்ற சொற்களானவை எப்படி உண்மையாகி உருவம் பெற்று வந்து நிற்கின்றன என்பது குறித்தும் நான் ஆச்சர்யம் அடைந்தேன். இப்போது அது தனக்கான உயிர் பெற்று கண்முன்னே நிற்கிறது - இப்படியாக இவார் இந்தப் பிரச்சினையின் ஒரு பகுதியாகி, எல்லோரையும் எதிர்க்க வேண்டிய நிலைக்கு வந்துவிட்டானெனினும் இறுதியில் இது ஒரு தூசு போலாகி மறக்கப்பட்டுவிடும் என்றும் ஒருபோதும் புழக்கத்தில் இல்லை என்பது போல மறைந்துவிடும் என்றுமே நான் நம்பினேன். இதற்கிடையே - இவார் எவ்வளவு உதவிகரமானவனாகத் தோன்றினாலும் அல்லது நூற்றுக்கு மேல் புகைப்படங்களையும் இருநூறு எழுத்துப்பூர்வ ஆதாரங்களையும் ஒப்பந்தங்களற்ற ஆண் நண்பனுக்குச் சாதகமாகச் சமர்ப்பித்தாலும் ஒப்பந்தங்களற்ற ஆண் நண்பனது பகுதியில் அவன் நம்பப்பட்டிருக்க மாட்டான். ஏனெனில் அவன் ஒப்பந்தங்களற்ற ஆண் நண்பனின் ஊரினைச் சேர்ந்தவன் அல்ல. இவாரின் இருப்பும், தான் மிகவும் நேசிக்கிற தனது சமுதாயத்தில் முக்கியத்துவம் வாய்ந்ததான ஒரு கொடிக்கு எதிரான ஆதாரத்தை அவன் சமர்ப்பிப்பான் என்பதும் உண்மையாகியிருந்தாலுமே அதனால் எந்த பலனும் நேர்ந்திருக்காது. நாட்கள் சென்ற பிறகு, இவ்விஷயத்தில் இவார் எந்தப் புகைப்படத்தையோ, புகைப்படத்தின் அசலையோ, எழுத்துப்பூர்வ ஆதாரத்தையோ அவன் சமர்ப்பிக்கவேயில்லை என்பது தெரியவந்தது. தனது அத்தனை வாக்குறுதிகளையும் அவன் மீறிவிட்டதால் ஒப்பந்தங்களற்ற ஆண் நண்பன்தான் அந்தக் கொடி அடங்கிய பாகத்தை வைத்திருக்கிறான் என்கிற சமூகக் கண்ணோட்டம் மேலும் மேலும் வலுப்பட்டது.

நான் சொன்னபடி, இது சிக்கலானது. எனது பகுதியில் என்னைப்பற்றியும் ஆயன் பற்றியும் கூறப்பட்ட வதந்திகள் என்னைப் பாதித்தது போல, அவனது பகுதியில் அவனைப் பற்றியும் கொடியைப் பற்றியும் கூறப்பட்ட வதந்திகள் அவனைப் பாதித்தது போல, இந்த இரண்டும் சேர்ந்து எங்கள் இருவருக்கும் - எனக்கும் ஒப்பந்தங்களற்ற ஆண் நண்பனுக்கும் மோசமான திருப்பமாக மாறியது. இதன் விளைவாக இந்த வதந்திகள் எங்கள் இருவருக்குமிடையே இருந்த ஒப்பந்தங்களற்ற உறவிலும் மோசமான பாதிப்பை ஏற்படுத்தியது. இந்த அழுத்தங்களின்

காரணமாக நாங்கள் அடிக்கடி சண்டையிட்டுக் கொள்ளவும், வழக்கமாக எங்கள் இருவருக்குமிடையே இருந்து வந்த தொடர்பினைக் குறைத்துக்கொள்ளவும் ஆரம்பித்திருந்தோம். ஆயனைப்பற்றியும், ஆயனுடனான எனது தொடர்பு பற்றி எங்கள் பகுதியில் நிலவி வந்த வதந்தி பற்றியும் ஒப்பந்தங்களற்ற ஆண் நண்பனிடம் நான் சொல்லாமல் தவிர்த்தது போலவே, ஒப்பந்தங்களற்ற ஆண் நண்பனும் தனக்கேயுரிய அமைதியை - எனக்கும் எல்லோருக்கும் எதிரான பிடிவாதத்தால் விளைந்த, அமைதியை - தனக்கெதிரான கேடயமாக தன்னைப் பாதுகாத்துக்கொள்ளும் பொருட்டு வரித்துக்கொண்டான் என்பது எனக்குத் தெளிவாகத் தெரிந்தது. ஒவ்வொரு நாளும் எங்கள் இருவருக்கிடையேயான பதற்றம் அதிகரிக்க அதிகரிக்க சண்டைகளும் சச்சரவுகளும் உச்சத்தை அடைந்தன. "நீ உன் காரினை ஓட்டித்தான் ஆகவேண்டுமா?" என்பதற்காக மட்டுமல்லாமல், ஆயனுக்குப் கீழ்படிவதற்காகவும் ஒப்பந்தங்களற்ற ஆண் நண்பனை நான் கைவிட வேண்டிவருமோ என நாளுக்கு நாள் அதிகரித்துக் கொண்டே வந்த பயத்தினால், என்னால் இப்பிரச்சினைக்கு வேறு எந்தத் தீர்வினையுமே யோசிக்க முடியவில்லை. ஒப்பந்தங்களற்ற ஆண் நண்பனும் தனது பகுதியில் கடும் பதட்டத்திற்கு உள்ளாக்கப்பட்டான் - ஆனால் அது அந்தக் கொடியினாலோ, அதனை வைத்திருப்பதால் துரோகி என அழைக்கப்படுகிற கொலைபாதகத்திற்கு உள்ளானதாலோ அல்ல. அது சூப்பர் சார்ஜரைப் பற்றியதாக இருந்தது - அதனை அவன் வைத்திருப்பது பற்றிய வதந்தி பரவி வெகுநாட்கள் ஆகியிருந்ததால், இப்போது அவன் அந்தக் கொடியை வைத்துக் கொண்டு சூப்பர் சார்ஜரை மட்டும் ஒரு பெரிய தொகைக்கு விற்கப் போகிறான் என்கிற இடத்திற்கு அது வந்து சேர்ந்திருந்தது. அவனது பகுதியைச் சேர்ந்த கிளர்ச்சியாளர்கள் அவனைச் சந்தித்து அத்தொகையின் ஒரு பகுதியைக் கோரினார்கள் - கோரினார்கள் என நான் இவ்விடத்தில் கூறுவது வற்புறுத்தினார்கள் என்னும் பொருளில் ஆகும். எப்போதேனும் நீங்கள் ஒரு கிளர்ச்சியாளர் ஆதிக்கப் பகுதியில் வசித்திருந்தீர்களானால், "நமது பகுதியின் பாதுகாப்பிற்காகவும் நமது லட்சியங்களுக்காகவும் உங்களது இந்தப் பொருளை நாங்கள் கட்டுப்பாட்டில் கொணர விரும்புகிறோம்" என்னும் வார்த்தைகளை அடிக்கடி கேட்டிருப்பீர்கள். அது உங்களது வீட்டை, காரினை, ஒரு குலுக்கலில் வெற்றிபெற்ற பணத்தை, கிறிஸ்துமஸ் சிறப்பூதியத்தை, இனிப்பு பிஸ்கட்டிற்குக் கிடைக்கிற தள்ளுபடியை, தெருமுனைக் கடை வண்ண மிட்டாய் விலைக் குறைப்பினால் சேமித்த பணத்தை

என எதை வேண்டுமானாலும் உள்ளடக்கலாம். நீங்கள் அவர்களுக்குத் தருகிற எல்லாப் பங்குகளும் பங்குகளின் சதவீதங்களும் ஊரின் பாதுகாப்பிற்காகவும் லட்சியங்களுக்காவும்தான். எனவே உள்ளூர் பையன்கள் - கிளர்ச்சியாளர்கள் - தனி மனிதர்களின் வீடுகளில் அவர்களைச் சந்தித்து பங்கு கோருவது அச்சமயத்தில் வழக்கமாக இருந்தது. அதனால்தான் சூப்பர் சார்ஜரை இவன் விற்கக்கூடும் என நினைத்து அவர்கள் தன்னைச் சந்திக்கக்கூடும் என ஒப்பந்தங்களற்ற ஆண் நண்பன் அஞ்சினான் – ஆனால் அது ப்ளோயர் பென்ட்லி சூப்பர் சார்ஜர் என்பதாலும் அதை வைத்திருப்பது ஒப்பந்தங்கற்ற ஆண் நண்பன் என்பதாலும் அது ஒருபோதும் விற்கப்படாது. ஆனால் எப்போதேனும் அவன் அதை விற்க முடிவுசெய்தாலோ, ஏற்கனவே விற்றிருந்தாலோ கிளர்ச்சியாளர்களையும், தன் பகுதியின் பாதுகாப்பையும் நோக்கங்களை முன்னெடுத்துச் செல்ல வேண்டியதன் அவசியத்தையும் அவன் மறந்துவிடக் கூடாதென அவர்கள் - ஹாலோவீன் முகமூடி அணிந்த நால்வரும், குரங்குக்குல்லாய் அணிந்த மூவரும் - இரவு ஏழு மணிக்கு கையில் துப்பாக்கியுடன் அவனது வீட்டு வாசலில் நின்று கூறினர். அதுமட்டுமின்றி களேபரமாய் இருக்கும் அவனது வீட்டின் ஏதாவது ஒரு இடத்தில் ப்ளோயர் பென்ட்லி பந்தயக்காரின் பிறபாகங்களும் இருக்குமாயின் அவர்கள் அதையும் தம் கண்காணிப்பில் கொணர்வர் எனக்கூறி ஒரு நொடி தாமதித்திருக்கின்றனர். வெறுமனே ஒரு பங்கினைக் கோருவதற்கு பதில் ஒட்டுமொத்தத்தையும் தங்களுக்கே என அவர்கள் எடுத்துக்கொள்ள எவ்வளவு நேரமாகிவிடும் எனத் தனக்கு அப்போதுதான் தோன்றியதாக அவன் கூறினான். ஆனால் அத்துடன் அவர்கள் கிளம்பியதற்கு முன்னதாக, இந்த உரையாடலுக்கு நடுவே கிளர்ச்சியாளனல்லாத ஒருவன் வந்திருக்கிறான். அவனிடம் துப்பாக்கியோ முகமூடியோ இல்லை, அலுவல் ஆடை அணிந்திருந்த அவன் பகுதிக்குப் புதியவன். முந்தைய தினமே, இங்கே உள்ளே வருவதற்கு அவன் கிளர்ச்சியாளர்களிடம் அனுமதி கோரியிருந்ததாக அறியப்பட்டது. அவ்வாறாகத் துப்பாக்கிகளுடனும் முகமூடிகளுடனும் இருந்த கிளர்ச்சியாளர்களுக்கும், தனது வாயிலில் நின்றிருந்த ஒப்பந்தங்களற்ற ஆண் நண்பனுக்குமிடையே தோன்றிய அவன் எடுத்த எடுப்பில் தனது இடையீட்டிற்கு மன்னிப்புக் கோரிக்கொண்டான். நகரத்தில் இருக்கக்கூடிய கலை அமைப்பின் மக்கள் தொடர்பு அதிகாரி எனத் தன்னை அறிமுகப்படுத்திக் கொண்ட அவன், ஒப்பந்தங்களற்ற ஆண் நண்பனது வீட்டின் வெளிச்சுவரில் தான் ஒரு நினைவுப்பட்டயத்தைப் பொருத்திக்

கொள்ளலாமா என வினவினான். அவன் அதைக் காட்டியபோது, தற்போது உலகப்புகழ் அடைந்துவிட்ட அட்டகாசமான நடன நட்சத்திர இணையானது ஆயிரத்துத் தொள்ளாயிரங்களின் குறிப்பிட்ட வருடத்திலிருந்து ஆயிரத்துத் தொள்ளாயிரங்களின் குறிப்பிட்ட வருடம் வரை இந்த வீட்டில் தான் வசித்தார்கள் என மின்னும் வண்ணத்தில் சுழல் எழுத்துகளில் எழுதப்பட்டிருந்தது. “இதை இங்கே பதிப்பதன் மூலம் நாம் இப்பகுதியை இன்னும் சற்று இயல்பானதாக மாற்றமுடியும்” என அவன் கூறினான். “அதாவது இந்தச் சின்ன உலகமானது எப்போதுமே சோகத்திலும் சாபத்திலுமே நிறைந்தது அல்ல, எல்லா நேரங்களிலும் அவர்கள் சுடுவதிலும் குண்டுகள் போடுவதிலுமேயும் அல்ல. இங்கே கலையும் புகழ் பெற்றவர்களும் வசீகரங்களும் கூட இருக்கின்றன என்பதாக” என்றான். ஆனால் கிளர்ச்சியாளர்களது கோட்டையான அப்பகுதியில் யார் வந்து இந்தப் பட்டயத்தை பார்த்து வியந்து கலையையும் புகழ்பெற்ற மனிதர்களையும் பற்றி பேசப்போகிறார்கள் என்கிற விவரங்களுக்குள் அவன் செல்லவில்லை. ஏனென்றால் யாருமே வரப்போவதில்லை. உண்மையில், கிளர்ச்சியாளர்களுக்கான தேடுதல் வேட்டை நடத்தவரும், அதீத கண்காணிப்பும் வலிமையும் கொண்ட அரசபடைத் துருப்புகளும் ‘நீருக்கு மறுபுறத்தைச்’ சேர்ந்த ராணுவ வீரர்களும் மட்டுமே இங்கே வருகின்ற ஒரே வகையினர். இந்தப் பட்டயத்தை ரசிப்பதற்கோ அவ்வகையான கலாச்சாரத்தை உள்வாங்குவதற்கோ தோதான மனநிலையே அவர்களிடம் இருக்காது. அவர்களல்லாது இதைப் பார்க்க வாய்ப்புள்ள உள்ளூர் மக்கள் முன்னரே அந்த நடன இணை இங்கே வசித்ததை அறிந்திருந்ததால் அவர்களுக்கு இது எவ்வித உத்வேகத்தையும் அளிக்கப்போவதில்லை. அந்தப்பட்டயம் அங்கே ஒட்டப்படுவதைத் தான் விரும்பவில்லை என ஒப்பந்தங்களற்ற ஆண் நண்பன் தெரிவித்ததும், இடையீட்டிற்கு மன்னிப்புக் கோரியதால் மட்டுமே அவன் தொந்தரவு செய்யவில்லை என ஆகிவிடாது எனக் கிளர்ச்சியாளர்கள் அந்தக் கலைக்குழு ஆளிடம் தெரிவித்தனர். அதுமட்டுமின்றி, தன்னைக் கலை அமைப்பின் உறுப்பினன் என அழைத்துக் கொள்ளும் ஒருவன் எப்படியாயினும் ஒரு அரசு அலுவலன்தான் என்பதால், அவன் முன்னரே இங்கே நுழைய அனுமதி பெற்றிருந்தாலும் பெறாவிட்டாலும், அவன் ஒரு அரசாங்க உளவாளி போலத்தான் எனக் குறிப்பிட்டனர். இந்த நொடியில், “சரிதான், நாம் இதனை இங்கே பொருத்த வேண்டாம்” என்று ஒப்புக்கொண்ட அந்த மனிதன் குறையாத உற்சாகத்துடன் தன்

கையிடுக்கில் அந்தப்பட்டயத்துடன் அங்கிருந்து வெளியேறினான். கிளம்பும்முன் தனது தொடர்பு அட்டையை ஒப்பந்தங்களற்ற ஆண் நண்பனிடம் அவன் தந்த போது அவன் அதைப் பெற மறுத்துவிட்டான். ஆனால் அவர்கள் மீண்டும் வருவார்கள் எனக் கூறிய ஒப்பந்தங்களற்ற ஆண் நண்பன், தான் மிக விரும்புகிற, நேர்மையாக வெளிப்படையாக வென்ற புகழ்மிக்க ப்ளோயர் பென்ட்லி சூப்பர் சார்ஜரை கிளர்ச்சியாளர்கள் கைப்பற்றுகிற பிரச்சினைக்குத் திரும்பினான். இது என்னை ஆச்சரியப்படுத்தியது. இவ்வளவு நாட்களாக துரோகம் சார்ந்த குற்றச்சாட்டுகள் அவன் மீது குவிந்து வருகிற சூழலில், அடுத்து கிளர்ச்சியாளர்கள் துப்பாக்கிகளுடனும் முகமூடிகளுடனும் மண்வெட்டிகளுடனும் கூட, அவனது வீட்டிற்கு வருவது சூப்பர் சார்ஜரைக் கொண்டு போவதற்காக இருக்காது, அவனையே கொண்டு போவதற்காக இருக்கும் என்கிற அடிப்படைப் புரிதல் கூடவா அவனுக்கு இல்லை, இப்போதும் சூப்பர் சார்ஜர் பற்றியே கவலைப்படுகிறானே என எனக்குத் தோன்றிய எண்ணம் எங்கள் இருவருக்கும் இடையேயான விரிசலை அதிகப்படுத்தியது. கொடியைப் பறக்கவிடுவதை விட - அவன் பறக்கவிட்டிருந்தாலும் இல்லாவிட்டாலும் - குறைவான துரோகமாகத் தோன்றிய காரணங்களுக்கெல்லாம் கூட இங்கே பலரது வாழ்வு பறிக்கப்பட்டிருக்கிறதென்பதனால், இங்கே இவனுக்கு அது நிகழாது என நம்மால் கூறி விட முடியாது. எனவே “அதை அவர்கள் வைத்துக்கொள்ளட்டும் ஒப்பந்தங்களற்ற ஆண் நண்பா, அது வேண்டும் என அவர்கள் நினைத்தார்களானால் எப்படியேனும் அதைக் கைப்பற்றி விடுவார்கள் என்பது உனக்குத் தெரியும்தானே, அது தெரியாமல் நீ இருக்கக்கூடாது” என்று நான் கூறியது அவனைச் சினப்படுத்தியது. கார்கள் மீதான பிடிவாதத்தாலும் வெறியாலும் அவன் தன் வாழ்வையே மறந்துவிட்டாற்போல் தோன்றியது. சில சமயங்களில் நாம் பின்வாங்க வேண்டும் விட்டுத்தர வேண்டும் என்பதை ஒப்புக்கொள்ளவும், சில சமயங்களில் தோல்வியடைய நேரும் என்பதையும், வேறு சில விஷயங்களுடன் ஒப்பிடுகையில் சில விஷயங்கள் இறுகப் பற்றிக்கொள்ளத் தகுதியற்றவை எனப் பிரித்தறிந்து கொள்ளவேண்டும் என்பதையும் அவன் மறந்துவிட்டாற்போல் தோன்றியது. ஆனால் அவன் அதனை அந்தக் கண்ணோட்டத்தில் பார்க்காததால் எங்கள் இருவருக்கும் இடையேயான ஒரு முக்கிய முரணாக இது ஆனதில் அவனது வரவேற்பறையில் நாங்கள் இதுகுறித்து ஒருமுறை சண்டையிட்டுக்கொண்டோம். ஒவ்வொரு பதினைந்து நிமிடத்திற்கும்

அரைமணி நேரத்திற்கும் ஒருமுறை அவன் தனது வீட்டில் இருந்த அந்தப்பொருளை ரகசியமாக இடம் மாற்றிக் கொண்டே இருக்கிற பழக்கத்திற்கு வந்திருந்தான். அத்தனை கார்களுக்கும், மேலே மேலே இருக்கிற அத்தனை அலமாரிகளுக்கும் நடுவே குழம்பி அயர்ச்சியடைகிற கிளர்ச்சியாளர்கள் கைவிடப்பட்ட சிறுகுழந்தைகளைப் போல அதற்கான தேடலையே கைவிட்டுவிடுவார்கள், மீண்டும் மீண்டும் தேடமாட்டார்கள் என அவன் நம்பியது என்னை மேலும் ஆச்சரியப்படுத்தியது. துப்பாக்கி முனையில் அவனை நிறுத்தி சூப்பர் சார்ஜரை மறைவிடத்தில் இருந்து எடுத்து வர நிர்பந்திக்காமல், தாங்களே அதனைத் தேடுவார்கள் என அவன் நினைத்ததே, அவனது புத்தி எவ்வளவு மழுங்கிக் கொண்டிருக்கிறது, அவனது அறிவு எங்கனம் அவனைக் கைவிட்டுவிட்டது என்பதற்கு மேலும் ஒரு சான்றாகியது. அதை நான் சொன்னபோது அவன் மேலும் கோபமடைந்தான். எனவே அந்த சூப்பர் சார்ஜர் தொடர்ந்து இடம்மாறிக் கொண்டே, நகர்ந்து கொண்டே இருந்தது. வரவேற்பறைப் பாதையில் அதை மறைப்பதற்காக அவன் சமீபத்தில் தோண்டி அமைத்திருந்த பலகைகளுக்கு அடியில் அப்போது இருந்த அது, முந்தைய இரவிலும் இன்று காலை உணவிற்கு முன்னும் கூட சமயலறையில் சில நாட்களுக்கு முன் அவன் அமைத்திருந்த பொய் சுவரின் பின்புறம் இருந்தது. அடுத்ததாக, தற்சமயம் அவன் வேலைபார்த்துவந்த மாடி அறைகளில் ஒன்றில் அமைக்கப்போகிற இரட்டை அடுக்குக் குழிமறைவினைப் பற்றி அவன் சிந்தித்துக் கொண்டிருக்கையில், ஒரு சாதாரண கார் விளம்பரத் தட்டி போல் தோற்றமளிப்பதாக அவன் நம்பிய - உட்பாகங்கள் அகற்றப்பட்ட ஒரு காரினுள் அது வைக்கப்பட்டிருந்தது. ஆனால் அதற்கும் முன்னதாகவே, இப்போது திட்டமிட்டிருக்கிற மாடியிலிருக்கும் இரட்டை அடுக்கு குழிமறைவிற்குப் பின் அதனை எங்கே வைப்பதென்பது குறித்து அவன் மனம் யோசிக்க ஆரம்பித்திருப்பதை அறிய முடிந்தது. இதற்கிடையே அது ஒரு பெரிய வாளிபோல் தோற்றமளித்த கார் பாகத்தினுள் வேறு உதிரி பாகங்களுடன் அமர்ந்திருக்க அதன் மேல் அவனது துண்டும், பாத்திரங்கள் துடைக்கும் துணியும் சில ஆடைகளும், யதார்த்தமாக என்பது போல, கலைத்துவமாக் இடப்பட்டிருந்தன. அந்த அத்தனையும் எங்களுக்கிடையே தோன்றியிருந்த இந்தப் புதிய பிரச்சினையோடு சேர்ந்து, எங்களுக்கிடையே இருந்த சிறிய மேஜையின் மேல் இருந்தது. பிறகு நான் அவன் கார் ஓட்டுவது குறித்து மீண்டும் ஒரு முறை

குற்றப்படுத்தினேன். இதை நான் செய்வதற்குள்ளாகவே என்னை இடைமறித்த அவன், நான் அவனைக் குறித்து அவமானமாய் உணர்வதாய்க் குற்றம் சாட்டினான். என் வீட்டிற்கு வந்து என்னை அவன் அழைத்துச் செல்வதை அனுமதிக்காமல், தனிமைப்பட்டுக் கிடக்கும் பிரிவினை-சாலைகளில் மட்டுமே அவனை நான் சந்திக்க விரும்பியதை அதற்குச் சான்றாகக் கூறினான். அதற்குப் பதிலளித்த நான் அவன் சமையலை விரும்புவதைக் குறித்தும் சமையல்காரனுடன் மளிகை பொருட்கள் வாங்குவது குறித்தும் சமைக்க விரும்புவது குறித்தும் குற்றம் சாட்டினேன். நான் அவனிடமிருந்து விலகி உள்ளொடுங்கிக் கொண்ட சமீபத்திய தருணங்களைத் தனது குற்றச்சாட்டிற்கு வலுசேர்க்கப் பயன்படுத்திக் கொண்டதுடன் வியாழன்களில் நான் அவனுடன் தங்குவதில்லை என்பதையும், செவ்வாய்க் கிழமைகளிலும் வெள்ளி இரவுகளோடு சேர்ந்தாற்போல் சனி ஞாயிறுகளில் அவனோடு தங்குவதும் அரிதாகிவிட்டதென்பதையும் குறிப்பிட்டான். ஆயனிடம் காட்ட வேண்டிய எதிர்ப்பையும் விலகலையும் நான் இவனிடம் காட்டியதால் அது அவ்வாறு ஆகிவிட்டதை நானும் அறிந்திருந்தேன். முதலில் நான் திகைத்துப் போய்விட, அதனால் கிடைத்த அவகாசத்தைப் பயன்படுத்திக் கொண்ட அவன் சமீபமாக என்னுள் நுழைந்து பரவி வருகிற உணர்வற்ற தன்மை குறித்துக் கூடுதல் குற்றச்சாட்டுகளை அடுக்க ஆரம்பித்தான். நான் ஒரு உயிருள்ள மனுஷி போலவே இல்லை என்றும் கலைஞர்கள் பயன்படுத்துகிற, ஒன்றுடன் ஒன்று பொருத்தப்பட்ட மரத்துண்டுகளால் ஆன பொம்மை போலாகிவிட்டதாகவும் அவன் கூறத் துவங்கிய போது நான் அவனை நிறுத்த வேண்டியதாகிவிட்டது. ஏனெனில் எனது முகத்தில் தொடங்கி அவன் குறிப்பிட்ட அந்த உணர்வற்ற தன்மை குறித்த குற்றச்சாட்டை முழுவதுமாய் கேட்டு என்னால் தாங்கிக்கொள்ளமுடியாது. இப்படிப்பட்ட குற்றப்படுத்தல்களும் விரிசல்களும் மன்னிக்க இயலாத விஷயங்களின் அதிகரிப்பும் எங்களிடையே நிகழத்துவங்கின. நாங்கள் அவனது காரில் இருக்கும்போது வேறு வகையான பிரச்சினைகளும் தோன்றின. ஏன் அவன் கார் ஓட்ட வேண்டும் என்கிற கேள்வியுடன் நான் ஆரம்பிக்க அவன் என்னை வீட்டிற்கு அழைத்துச் செல்வதாகவும் நேராக என் வீட்டு வாசலிலேயே சென்று இறக்கிவிடப் போவதாகவும் கூறுவான். உடனே எனக்கு அவன் ஆயனாக மாறி வருவதாகவும், என் மீது அதிகாரம் செலுத்துவதாகவும், என்னைக் கட்டுப்படுத்த முடியும் என நம்புவதாகவும் தோன்றும். அல்லது அவனுக்கு நான்

அலுத்துவிட்டதால்தான் என்னை விட்டொழிப்பதற்காகத்தான் காரினை என் வீட்டிற்கு விடுகிறான் எனத்தோன்றும். "காரை நிறுத்து"! எனக் கத்துவேன் நான். "ஆளில்லாத இந்த பிரிவினை-சாலையில் இப்போதே இந்தக்காரை நிறுத்து" என்பேன். ஆனால் அவன் காரை நிறுத்த விரும்பமாட்டான். என்னை இறக்கிவிட விரும்பவில்லை என அவன் சொல்ல, நடந்து போய்க் கொள்வேன் என நான் சொல்ல, ஐயோ நடக்காதே என்று அவன் கூறியதும், ஆயனைப் போலவே, அவன் என்னை முடமாக்க முயல்வதாகவும் செயலற்று தோல்வியுறச் செய்வதாகவும் நான் குற்றப்படுத்துவேன். இவ்வாறாக, "என்னதான் ஆகிவிட்டது உனக்கு!" "உனக்கு ஏதோ பிரச்சினை இருக்கிறது" "உனக்கும்தான் ஏதோ பிரச்சினை இருக்கிறது", என்னதான் ஆகிவிட்டது உனக்கு?" போன்ற கேள்விகள் தோன்றத் தொடங்கும். அடுத்து, "சரி நான் உன்னை அழைத்துச் செல்கிறேன்" "இல்லை எனக்குத் தேவையில்லை", "இல்லை நீ வரவேண்டும்" "இல்லை எனக்குத் தேவையில்லை" என்று அது ஆக, என்னை விட்டு விலக அல்ல, தனது மறதியிலிருந்து மீண்டு எங்களது ஒப்பந்தங்களற்ற உறவை அடுத்த கட்டத்திற்கு எடுத்துச் செல்வதற்காக அவன் செய்கிற சூழ்ச்சியே இது எனத்தோன்ற ஆரம்பித்துவிட்டது. ஆனால் அது மேலும் காதலான, நெருக்கமான முறையான உறவினை நோக்கி அல்ல. மாறாக, வன்தொடரலையும் உடைமையாக்குதலையும் கட்டுப்படுத்துதலையும் பண்பாகக் கொண்ட ஒருவகை உறவினை நோக்கி ஆகும். இதைச் செயல்படுத்துவதற்காக அவன் கைக்கொண்ட முரட்டுத்தனமான வழிமுறையானது நிச்சயமாக மரியாதையான ஒரு இணைதலை நோக்கமாக கொண்டவரது பாதையாக இருக்க முடியாது. இதற்கிடையே, இப்படி ஆபத்தான ஒரு இடத்தில் காரிலிருந்து இறங்குவது ஒரு சூழ்ச்சி என்றும், எங்களது ஒப்பந்தங்களற்ற உறவை முன்னெடுத்துச் செல்ல நான் கைக்கொள்ளும் ஒரு மோசமான மதிப்பற்ற வழிமுறை என்றும், அதன் மூலமாகக் கருணையற்ற வகையில் அவனை நான் கையாள்வதாகவும் உணர்வு ரீதியாக அச்சுறுத்துவதாகவும் என்னைக் குற்றப்படுத்துவான். "பித்தலாட்டம்" எனக் கூறுகிற அவன் இப்படிப்பட்ட ஒரு நடத்தை என் தரத்திற்கு ஒவ்வாதது எனத் தான் கருதுவதாகவும் அழுத்திக் கூறுவான். இந்த இடத்தில் அவனை நான் ஒப்பந்தங்களற்ற ஆண் நண்பன் என்ற அன்பான விளிக்கு பதிலாக "கிட்டத்தட்ட ஓராண்டு ஒப்பந்தங்களற்ற ஆண் நண்பன்" என்ற அழைப்பைப் பயன்படுத்தும் நிலைக்குத் தள்ளப்பட்டு அவனிடமிருந்து என்னை விலக்கிக்

கொள்வது நியாயம்தான் என உணர ஆரம்பித்திருப்பேன்.' அவனும் இதே போல் உணரத் தொடங்கியிருக்க வேண்டும் - ஏனென்றால் அவன் என்னை விடச் சம்பிரதாயமாக "இதோடு கிட்டத்தட்ட ஓராண்டு ஒப்பந்தங்களற்ற பெண் தோழி" என்றழைக்க ஆரம்பத்திருந்தான். இப்படியே இது தொடர்ந்தால், நாங்கள் சந்தித்துக் கொண்ட காலத்திற்கு முன்பு அழைப்பதற்குப் பொருத்தமாயிருக்கிற இன்னும் சம்பிரதாயமான நெருக்கமற்ற பதங்களால் ஒருவரை ஒருவர் அழைத்துக்கொள்ள நேரிடும் என்பதே இதன் பொருளாகும். அவன் தனது பகுதிக்குள் அடைந்து கிடக்க, நான் எனது பகுதியில் உறைந்து நிற்க என எங்களுக்கிடையே பதற்றம் அதிகரித்ததில் விஷயங்கள் இப்படியாகிப் போயின. குழப்பங்கள் அதிகரித்து அதிகரித்து நான் அவன் செய்யாத காரியங்களுக்கு அவனைக் குற்றப்படுத்தி, அப்படியே செய்திருந்தாலும் குற்றப்படுத்தும் அளவு பெரிதல்லாதவற்றைப் பெரிதுபடுத்தி முன்னுக்குப்பின் முரணாக நடந்து கொண்டேன். என்னிடம் அவன் நடந்து கொண்ட விதம் குறித்து அவனும் அவ்வாறே எண்ணியிருக்க வேண்டும். இதற்கிடையே எங்கோ ஓர் இடத்தில் எங்களுக்கிடையே ஆயனும், ஆயனால் ஒப்பந்தங்களற்ற ஆண் நண்பன் கொல்லப்பட வாய்ப்பிருக்கிற அச்சமும் ஆழப் புகுந்திருந்தன. இவை எல்லாவற்றிற்கும் பின்னணியில் எங்கள் வீட்டில், அச்சுறுத்தும் அமைதியில், கொல்லப்பட்ட தன் முன்னாள் காதலனின் மரணத்தின் போதிருந்த அதே முகத்துடன் அமர்ந்து தீரவே தீராத துக்கத்தில் மூழ்கி இருக்கும் என் மூத்த, முதல் சகோதரியின் உருவம் இருந்தது.

இது போன்ற அதீதச் சந்திப்புகளின் - நிஜமான மற்றும் புனையப்பட்ட சந்திப்புகள் - காரணமாகவும், எதையுமே வெளிப்படுத்தாமல் தொடர்ந்து மறைத்துக் கொள்கிற எனது குணம் இப்போது எல்லோரையும் எதிர்கொள்கிற எனது முழுநேர செயல்பாடாக மாறியிருந்ததாலும் எனது தொடக்கப்பள்ளி நீண்டகாலத் தோழி என்னைச் சந்தித்து உரையாட விரும்புவதாகச் செய்தி அனுப்பியிருந்தாள். தொலைபேசித் தொடர்புகளைத் தவிர்த்திருந்த அவள், உள்ளூரின் செயல்திறன் மிக்க தொடர்பு சாதனமான உளவாளிகளில் ஒருவர் மூலம் என்னுடனான சந்திப்புக்கு ஏற்பாடு செய்திருந்தாள். அன்றைய இரவு ஏழு மணிக்கு உள்ளூரின் மிகப்பிரபலமான மது விடுதியின் முன்னறையில் அவளைச் சந்திப்பேன் எனக் கூறும்படி நான் அவன்மூலம் பதில் அனுப்பினேன்.

நான் நீண்டகாலத் தோழியை மிகவும் விரும்பினேன்; குறைந்தபட்சம் நான் அவளை முன்பு விரும்பியிருந்தேன் அல்லது நான் அறிந்திருந்த அவளை இப்போதும் விரும்பினேன். இப்போது அவளைப் பற்றி நான் எதுவும் அறிந்திருக்கவில்லை, அவளை நான் சந்திக்கவும்கூட இல்லை. அவளைப்பற்றிய ஒரு விஷயம் என்னவென்றால், அவள் குடும்பத்தின் அத்தனை பேருமே அதுவரையிலான அரசியல் பிரச்சினைகளால் கொல்லப்பட்டிருந்தனர். விரைவில் அவளுக்குத் திருமணமாக இருந்ததெனினும், இறந்த அந்தக் குடும்பத்தினரின் வீட்டில் அவள் மட்டுமே அப்போது தனியாக வசித்து வந்தாள். எங்களது நட்பைப் பொருத்தவரை, நான் பேச முடிகிற ஒரே ஒருத்தியாக, காது கொடுக்க முடிகிற ஒரே ஒருத்தியாக, மொத்தத்தில் என்னால் நம்பமுடிகிற வெகு சிலரில் இந்த உலகில் எஞ்சியிருக்கும் ஒரே ஒருத்தியாக, மிச்சமிருக்கிற எனது உயிரை எடுக்காத ஒருத்தியாக இவள்தான் இருந்தாள். மூன்றாவது மைத்துனன் போலவே இவளும் புறணி பேசாதவள். அரசியல் விஷயங்களுக்கும் தன் காதுகளையும் கண்களையும் திறந்து வைத்திருந்தாள். நான் அதையெல்லாம் வேண்டுமென்றே தவிர்ப்பதாக இவ்விஷயத்தில் அவள் என்னைக் குற்றப்படுத்தும்போது அது உண்மைதான் என்பதால் நான் அதனை அப்படியே ஒப்புக்கொள்வேன். இருபதாம் நூற்றாண்டின் மீது எனக்கு இருக்கிற வெறுப்பினை அதற்குக் காரணமாகக் கூறுகிற நான், ஊரில் முடிவேயில்லாது தொடர்கிற வெறுப்புமிக்க வதந்திகள் எனக்கு அலுத்துவிட்டதையும் அதோடு சேர்த்துக் கொள்வேன். ஆனால் நீண்டகாலத் தோழியின் குணம் அதுவல்ல. அவளைப் பொருத்தவரை எல்லாவற்றிற்கும் ஏதோ ஒரு பொருள் இருக்கிறது. எல்லாமே பயன்தரக் கூடியவையோ பயன்படுத்தத் தக்கவையோதான், எதிர்காலத்தில் தேவை ஏற்படுகிற ஒரு தினத்திற்காகப் பாதுகாத்து வைக்கப்பட வேண்டியவைதான். அவளது தகவல் சேகரிப்பும், அமைதியும், தர்க்கரீதியான உண்மையை மட்டுமின்றி கற்பனையான உண்மையையும் எதிர்பார்க்கப்படுகிற உண்மையையும் சேர்த்துத் தனக்குள் நிரப்பிக்கொள்ள முயல்தலும் கேள்விக்குரியவை என்றும் ஆபத்தானது என்றும் சற்றே அச்சுறுத்தக் கூடியது என்றும் நான் கூறுவேன். அதற்கு அவள் இது காகம் குயிலைக் கருப்பு என்று கூறுவதற்குச் சமம் என்பாள். இதனை அவள் நாங்கள் ஊரின் புகழ்பெற்ற மது விடுதியின் வரவேற்பறையில் சந்தித்துக்கொண்ட இரவில் கூறினாள். உனக்குத் தெரியாதென்றால் தெரிந்துகொள். நீயும் அதீத சந்தேகத்திற்கிடமானவளும் ஆபத்தானவளும் அச்சுறுத்துபவளும்தான் என்றாள் என்னிடம். தகவல்களைச்

சேகரித்து உள்ளூர் வதந்திகளைப் பரப்பாமல் எனது காதுகளையும் கண்களையும் நான் மூடி வைத்திருப்பதற்காகவும், மூக்கை நுழைக்கிற தேவடியாப் பயல்களிடம் அவன்களுக்குத் தேவையற்ற விஷயங்கள் குறித்து வாய்திறக்காமல் இருக்கிற வாழ்நாள் பிடிவாதத்திற்காகவும்தான் அவள் அவ்வாறு கூறினாள் என நான் புரிந்துகொண்டேன். “நான் ஏன் சொல்ல வேண்டும்?” என்றேன். “அவர்களுக்கு அதில் எந்தச் சம்பந்தமும் இல்லை. நான் எதுவும் செய்யவுமில்லை” என்றேன். “எவ்வளவோ மக்களும் எதுவும் செய்து விடவில்லைதான். என்றாலுமே கூட அவர்கள் உன்னைப்போல நடந்து கொள்வதில்லை, அவர்கள் வழக்கமான பகுதியில் சவப்பெட்டிக்குள் தனித்துக் கிடக்கும் நாள் வரை ஒருபோதும் அப்படி நடந்து கொள்ளமாட்டார்கள்” என்றாள் நீண்டகாலத் தோழி. “நான் எப்போதும் என்னுடைய வேலையைத்தான் செய்கிறேன். வெறுமனே தெருவில் நடந்து கொண்டு, வெறுமனே தெருவில் நடந்தபடி...” “அதேதான்” என்றாள் நீண்டகாலத் தோழி. “அதுதான் பிரச்சினையாக இருக்கிறது” என்று அவள் சொன்னதும். அவள் எதைப்பற்றிக் குறிப்பிடுகிறாள் எனக் கேட்டேன் நான். இன்னும் ஒரு நிமிடத்தில் தான் அந்த விஷயத்துக்கு வருவதாகக்கூறிய அவள், அதற்கு முன்பு பேசவேண்டிய ஒரு விஷயம் இருக்கிறதெனக் கூறினாள். அதற்கும் முன்னதாக நாம் கவனிக்க வேண்டிய ஒரு விஷயம் என்னவென்றால் எங்கள் பள்ளி காலத்தின் இறுதிக்குப் பிறகு நானும் நீண்டகாலத் தோழியும் அடிக்கடி சந்தித்துக்கொள்வதே இல்லை. நாங்கள் சந்தித்துக்கொண்ட சமயங்களிலும் கூட, அவை அமைதியானவையாகவும் மேலும் மேலும் உற்சாகம் குன்றியவையாகவும் தான் ஆகிக்கொண்டிருந்தன. கடைசியாக அவை எப்போது உற்சாகம் கொண்டிருந்தன என்பதே எனக்கு மறந்துவிட்டது. வரவேற்பறையில் நிகழ்ந்த இந்தச் சந்திப்பிற்குச் சில மாதங்களுக்குப் பிறகு நிகழ்ந்த அவளது திருமணத்தின் போது கூட இதேபோன்ற குறை உற்சாகமே காணப்பட்டது. திருமணங்களை விட, ஈமச்சடங்கிற்காக எல்லோரும் குழுமியிருக்கும் பிம்பம் அத்தனை ஆழமாக மனதில் பதிந்திருந்ததால் என்னால் அதனை உதறமுடியாமல், முன்னதாகவே நிகழ்விலிருந்து கிளம்பி வீட்டிற்கு வந்து பகல்வெளிச்சத்தில் விசேஷ ஆடையில் படுக்கையில் மன அழுத்தத்தில் கிடந்தேன். இந்த விஷயத்திற்கும் முன்னதாக ஒரு விஷயம் என்னவெனில் அவளது வேலைகள் குறித்து நான் எதுவும் கேட்பதில்லை எனவும் அவள் அது குறித்து எதுவும் சொல்வதில்லை எனவும் எங்களிடையே ஒரு வெளிப்படையாகச் சொல்லப்படாத

புரிதல் இருந்தது. அவள் தனது வேலைகளைத் தொடங்கியது முதல் நாங்கள் இந்த ஒப்பந்தத்தைச் செயல்படுத்தி வந்தோம். அது தொடங்கிக் கிட்டத்தட்ட நான்கு வருடங்கள் இருக்கும் இப்போது.

அவ்வாறாக நாங்கள் மாடியில் இருக்கும் ஓய்வறையின் பின்பகுதியில் அமர்ந்து சில பானங்களைத் தருவிக்கச் சொன்னோம். சற்று நேரம் பேசாமலிருந்த பிறகு - துவக்கத்தில் அப்படி இருப்பது எனக்கும் நீண்டகாலத் தோழிக்கும் வழக்கமானதுதான் -, "நான் உன்னை அறிந்தவரை, நீ எதுவும் செய்யாமலிருக்கக்கூடும், ஆனால் வதந்திகளைப் பொருத்தவரை நீ எல்லாவற்றையும் செய்திருக்கிறாய் போல் தெரிகிறது. இப்போது என்னிடம் கோபப்படாதே நீண்டகாலத் தோழியே, உனக்கும் ஆயனுக்குமிடையில் என்ன கிறுக்குத்தனம்தான் செல்கிறதெனச் சொல்." என்றாள்.

ஆயன் என்னும் சொல்லை அவள் ஒரு இயற்பெயராகக் குறிப்பிட்டதை நான் கவனித்தேன். எல்லோரும் அதைத் தொழிற்பெயராகக் குறிப்பிட, குழந்தைகள் ஆரம்பத்தில் அவன் ஒரு ஆயன்தான் என நம்பினாலும் பிறகு அதனை மாற்றிக்கொண்டனர். அவள் அவனது பெயரை இயற்பெயராகக் குறிப்பிடுகிறாள் எனில் அது அப்படியாகத்தான் இருக்க வேண்டும் என நான் முடிவு செய்து கொண்டேன். வெளியிலிருந்து யாரும் சொல்வதால் அல்ல, தன் உள்ளார்ந்த அறிவாலேயே அவள் அதை உறுதியாக அறிந்திருப்பாள் என்பதாலும், எங்களது நட்பின் காரணமாகவும் எல்லாவற்றையும் அவளிடம் சொல்லிவிடுவதில் நான் ஓர் ஆசுவாசத்தை உணர்ந்தேன். நான் வாயைத் திறந்து எல்லாமும் வெளியில் வரும் வரை அது அவ்வளவு பெரிய ஆசுவாசம் என்பதை நான் அறிந்திருக்கவில்லை. அவள் என்னை நம்புவாள் என்பது எனக்குத் தெரியும் - நான் அவளை அறிந்திருந்தேன், அவள் என்னை அறிந்திருந்தாள், குறைந்தபட்சம் முற்காலத்திலாவது நான் அவளை அறிந்திருந்தேன் என்பதால் அவளை நம்பலாமா வேண்டாமா எனப் பதட்டம் கொள்வதற்கோ, முடிவு செய்வதற்கோ அங்கு அவசியமில்லாமல் இருந்தது. அவளை நம்பவைப்பதற்கு நான் முயலவும் தேவையில்லை. விஷயங்களை அப்படியே அவளிடம் கொட்டிவிட முடியும். நான் அவ்வாறே செய்தேன். அவனது திடீர் பிரசன்னங்களையும், அமைதியான அறிவிப்புகளையும், என்னைப் பற்றி அவன் அறிந்திருந்ததையும், என் வாழ்க்கையைப் பற்றி என்னவெல்லாம் அறிந்து கொள்ள முடியுமோ அது அத்தனையும் அவன் அறிந்திருந்ததையும் கூறினேன். நான் என்ன

செய்ய வேண்டும் என. வெளிப்படையாக அல்லாமல், எனக்குச் சொன்னதைச் சொன்னேன். அடுத்ததாக நான் ஏதோ பொறியில் சிக்கிக்கொண்டதைப்போல உணரச்செய்கிற, அவனது வருகையைப் போலவே திடுக்கிடச்செய்யும் விடைபெறல்களைப் பற்றிச் சொன்னேன். அவன் என்னைப் பின்தொடர்ந்தான், கண்காணித்தான், எனது தினசரிகளை, செயல்பாடுகளை, என்னோடு தொடர்புடைய எல்லோரது தினசரிகளையும் அறிந்திருந்தான். அவனுக்கு ஏதோ திட்டமிருந்தது, ஆனால் எந்த அவசரமுமின்றி, தன்னுடைய வேகத்தில், ஏதோ ஒரு தினத்தில் அதைச் செயல்படுத்திவிடும் தெளிவான முனைப்புடன் அவன் செயல்பட்டான். அவன் என்னைத் தொடாதது குறித்தும் நான் கூறினேன், ஆனால் எப்போதுமே அவன் என்னைத் தொட்டுக் கொண்டிருப்பது போன்ற உணர்வில் காத்திருப்புடனும் எதிர்பார்ப்புடனும் அச்சத்துடனும் நான் பின்னங்கழுத்தில் மயிர்கால்கள் குத்திட்டு நிற்க நேர்ந்ததைப் பற்றிச் சொன்னேன். அடுத்ததாக அவனது கார்களையும் வேனையும் பற்றி - ஏற்கனவே அவை குறித்து அறிந்திருப்பாளெனினும் -, ஒருபோதும் அவற்றில் ஏறிவிடுகிற அளவிற்கு மட்டும் அடிபணிந்துவிடக் கூடாதென என் உள்ளுணர்வு எச்சரிப்பது குறித்தும் கூறினேன். அவனைக் கண்காணிக்கும் பொருட்டு அரசப் படைகள் என்னையும் கண்காணிப்பது குறித்து அடுத்து நான் கூறினேன். அவர்கள் புகைப்படம் எடுக்கிறார்கள் என்றேன் நான் - என்னையும் அவனையும் மட்டுமல்ல, நான் தனியாகச் செல்லும்போதும், யதேச்சையாக நான் சந்திப்பவர்களையும் முன்பே திட்டமிட்டு நான் சந்திப்பவர்களையும் கூட அவர்கள் புகைப்படம் எடுத்தனர். மறைவிடங்களிலிருந்து ஒலிக்கின்ற இந்தப் புகைப்படக் கருவிகள் சம்பந்தமற்ற நபர்களுடன் என்னைப் புகைப்படம் எடுத்துவிட்டு எதுவுமே நடக்காது போலவும் நடக்கப் போவதில்லை என்பதாகவும் மறைந்துவிடும். அடுத்ததாக அந்த ரசிகைகளின், அடிவருடிகளின் வருகையைப் பற்றியும் உண்மையில் என்னை விரும்பாத போதும் என்னை விரும்புவது போல் அவர்கள் நடித்ததையும் பற்றிக் கூறினேன். என்னையே ஆச்சரியப்படுத்தும் விதமாக, காமுகனான எனது முதல் மைத்துனன் பற்றியும் நான் சொல்லியிருந்தேன். கடைசியில் அம்மாவும் அவளது புனிதப்படுத்தல்களும், எனக்காக வேண்டுவதற்காக அவள் சேர்த்திருந்த தெய்வ விசுவாசிகளும் வந்தனர். தாங்கள் கேட்பவற்றைப் பொருள்திரித்துப் பரப்புகிற, கேட்காதவற்றைத் தானே உருவாக்குகிற வதந்தி வெறியர்களைப் பற்றியும் நான் குறிப்பிட்டேன். முடிவாக நான் ஒப்பந்தங்களற்ற

உறவில் இருக்கிற ஆண் நண்பனைக் கொல்ல வாய்ப்புள்ள எதிர்காலத்தில் நிகழக்கூடிய ஒரு கார் குண்டு வெடிப்புக் குறித்துக் கூறி நான் முடித்துக் கொண்டேன். அவ்வளவுதான். நான் அனைத்தையும் சொல்லிவிட்டேன். பேசுவதை நிறுத்திய நான் நிரம்பக் குடித்துவிட்டு, வெல்வெட் மெத்தையிடப்பட்டிருந்த இருக்கையில் லேசாக உணர்ந்தபடி அமிழ்ந்து கொண்டேன். சரியான நபரிடம் நான் சொல்லிவிட்டேன். நீண்டகாலத் தோழிதான் நிச்சயமாக அந்தச் சரியான நபர். காலவரிசைப்படி இல்லாவிட்டாலும், கோர்வையாக அந்த அனைத்தையும் நான் சொல்லமுடிந்ததே இதற்கான சான்றாகும்.

அப்படியாக, நான் கேட்கப்பட்டேன். கேட்கப்படுவதும், கருத்துகளால் நிறைந்த மோசமான குணாதிசயங்கள் கொண்ட மனிதர்களால் நிறுத்தப்படாமலோ இடைமறிக்கப்படாமலோ இருப்பதும் மகிழ்வாகவும் மரியாதையாகவும் உணரச்செய்தது. நீண்டகாலத் தோழி நீண்ட நேரம் எதுவும் சொல்லாமல் இருந்தது குறித்து எனக்கு வருத்தம் ஏதும் இல்லை. உண்மையில் நான் அதை வரவேற்றேன். அவள் விஷயங்களைப் புரிந்து கொள்ள முயல்கிறாள் என்பதற்கும் அவற்றைத் தன்னோடு பேச அனுமதிக்கிறாள் என்பதற்கும் சரியான நேரத்தில் நியாயமான பொருத்தமான எதிர்வினை புரியக் காத்திருக்கிறாள் என்பதற்கும் அது ஒரு அடையாளம் எனத் தோன்றியது. எனவே அவள் அமைதியாகவும் அசைவின்றியும் அமர்ந்து தொலைவில் வெறிக்க, அப்போதுதான், நாங்கள் சந்திக்கிற போதெல்லாம் அவள் செய்கிற இந்த தொலைதூரத்தை வெறித்தல் ஆயனை ஒத்திருந்ததை உணர்ந்தேன். முதல் சந்திப்பில் தனது காரிலிருந்து குனிந்து என்னை வெளியே பார்த்தபோதன்றி வேறு எப்போதுமே அவன் என்புறம் திரும்பவேயில்லை. கிளர்ச்சியாளர்கள்- பள்ளியின் இறுதியில் அவர்கள் கற்கிற பாடம் எதுவுமா இந்தப் பக்கவாட்டு வெறித்தல்? இதை நான் யோசித்துக் கொண்டிருக்கும் போது நீண்டகாலத் தோழி பேச ஆரம்பித்தாள். என்னை நோக்கித் திரும்பாமலேயே, “பேசுவதில் உனக்கு விருப்பம் இல்லாதது குறித்து நான் புரிந்து கொள்கிறேன். அதில் அர்த்தம் இருக்கிறது, ஆனால் அதற்காக எப்படி உன்னை விசித்திரமானவள் என்று வகைப்படுத்தாமல் இருக்க முடியும்.”

இதை நான் எதிர்பார்க்கவில்லை, அவள் கூறியதை நான் சரியாகக் கேட்கவில்லை என்றே நினைத்தேன். “என்ன சொன்னாய் நீ?”

என நான் கேட்டதற்கு அவள் அதை மீண்டும் சொன்னாள், அந்தச் செய்தியைத் தெரிவித்தாள் - செய்தியாவது - உள்ளூர் விஷமூட்டி, விஷமூட்டியின் சகோதரி, அமெரிக்காவையும் ரஷ்யாவையும் காரணமாக்கித் தற்கொலை செய்து கொண்டவன், பெண் போராளிகள், மற்றும் ஒருவரையும் நேசிக்காதவர் என அழைக்கப்பட்ட நிஜமான ஆயரோடு சேர்ந்து நானும் மனஒழுங்கற்ற, சமூகத்தால் தள்ளி வைக்கப்பட்ட விசித்திரமானவர்களில் ஒருத்தியாகக் கருதப்பட்டேன். நிமிர்ந்து நேராக அமர்ந்தபோது எனது வாய் அகலத் திறந்திருக்கும் என நினைக்கிறேன். பல வாரங்களுக்குப் பிறகு, மிகச் சிறிய கணத்திற்குத்தான் எனினும், ஆயன் கூட என் சிந்தையிலிருந்து வெளியேறியிருந்தான். “அது சரியாக இருக்க முடியாது” என நான் சொன்னதும் பெருமூச்சு விட்ட நீண்டகாலத் தோழி என்னை நோக்கித் திரும்பினாள். “நீயேதான் இதை வருத்திக் கொண்டாய் நீண்டகாலத் தோழி. நான் முன்பே பலமுறை உன்னிடம் சொன்னேன். அதாவது பள்ளிக்காலம் முதலான இந்த நீண்ட காலமாகவே நீ பிடிவாதமாய்க் கடைபிடித்த அந்தப் பழக்கத்தை விட்டொழிக்குமாறு எச்சரித்திருக்கிறேன். இப்போது நீ அதற்கு - பொது இடத்தில் வாசித்துக் கொண்டே நடப்பதற்கு - அடிமையாகிவிட்டாய் என நான் சந்தேகிக்கிறேன். “ஆனால்...” என்றேன் நான். “அது இயல்பற்றது” என்றாள் அவள். “ஆனால்” என்றேன் நான். “பதட்டமுண்டாக்கும் பழக்கம்” என்றாள் அவள். “ஆனால்” என்றேன் நான். “ஆனால் நீ போக்குவரத்து நெரிசலைப் பற்றி, அதில் நான் புகுந்துவிடக் கூடாதென்பதைப் பற்றிச் சொன்னாய் என நான் நினைத்தேன்” என்றேன். “போக்குவரத்து நெரிசலல்ல. போக்குவரத்து நெரிசலை விடச் சிக்கலானது இது. ஆனால் இப்போது காலம் கடந்து விட்டது. சமூகம் இப்போது உன்னைப் பற்றிய தனது தீர்ப்பினை எழுதி விட்டது.”

தான் ஒரு புத்தி பிசகியவள் என அடையாளப்படுத்தப்பட்டிருப்பதை அறிய யாருமே - குறிப்பாக ஒரு பதின்பருவத்தினள் - விரும்பவே மாட்டாள். *நான்! எங்கள் ஊரின் நஞ்சூட்டியான மருந்துக்காரியின் நிலைதான் இப்போது என் நிலையும்.* அது அதிர்ச்சியூட்டுவதாகவும் கொஞ்சமும் நியாயமற்றதாகவும் தோன்றியது. ஒப்பந்தங்களற்ற ஆண் நண்பனையும், ஆயனையும் - இதனை ஒப்புக் கொள்வதை நான் வெறுத்தேன்தானெனினும் - தவிர மற்ற எல்லோருமே வாசித்துக் கொண்டே நடக்கிற எனது பழக்கத்தைக் குறை கூறுவதாகத் தோன்றியது. ஆயனது வருகைக்குப் பிறகான இந்த மூன்று மாதங்களில், நான் மக்களால் கவனிக்கப்படுகிறேன்

என்கிற அறிதலே இன்றி நான் அவர்களை எந்த அளவிற்குப் பாதித்திருக்கிறேன் என்பது பற்றி பாடம் கற்றுக் கொண்டேன். "அது விபரீதமானது, மிகுந்த பிடிவாதத்துடன் உறுதியேற்றுக் கொண்டது" எனத் தொடர்ந்தாள் நீண்டகாலத் தோழி. "ஏதோ ஒரு செய்தித்தாளில் தலைப்புச் செய்தியையோ எதையோ பார்த்துக் கொண்டே நடப்பதைப் போலல்ல இது, தோழியே" என்றாள் அவள். "நீ ஒரு புத்தகத்தை - முழுப்புத்தகத்தையும் - வாசித்துக் குறிப்பெடுத்தபடி, அடிக்குறிப்புகளைக் கவனித்தபடி, ஏதோ திரையிடப்பட்டு விளக்கெரிகிற சிறிய சொந்த படிப்பறையில், தேநீர்க்கோப்பை அருகிலிருக்க கட்டுரைகளையும் சிந்தனைகளையும் எழுதிக் கொண்டிருப்பது போல நடந்துகொண்டதுதான் தொந்தரவு தருவதாக இருக்கிறது, வழக்கமற்றதாக இருக்கிறது, மாயையான தோற்றமுடையதாய் இருக்கிறது, பொதுவில் ஏற்றுக்கொள்ளப்படாததாய் இருக்கிறது, தற்காப்பற்றதாய் இருக்கிறது, கவனம் ஈர்ப்பதாய் இருக்கிறது. எதிரிகள் வாயிலில் நிற்க, சமூகமே ஆக்கிரமிக்கப்பட்டிருக்க, எல்லோருமே ஒன்றிணைந்து முன் செல்ல வேண்டிய ஒரு காலகட்டத்தில் யாரேனும் தன்னை நோக்கிக் கவனங்களைத் திருப்ப விரும்புவார்களா?" "ஒரு நிமிடம் பொறு" என்றேன் நான். "அதாவது பாதுகாப்பற்ற வெடிபொருளைக் கையில் வைத்துக் கொண்டு திரிவதெல்லாம் பிரச்சினையில்லை, நான் ஜேன் ஐயர் புத்தகத்தைப் பொது இடத்தில் வாசிப்பதுதான் பிரச்சினை என நீ கூறுகிறாயா?" "பொது இடத்தில் வாசிக்கக் கூடாதென நான் சொல்லவில்லை. நடக்கும்போது மட்டும் அதனைத் தவிர்த்து விடு. அவர்கள் அதை விரும்பவில்லை" என்ற அவள் சமுதாயத்தை அவ்வாறு குறிப்பிட்டாள். எங்கோ பார்த்தபடி, தான் இப்போது இடக்கரடக்கல்களுக்கோ உரிச்சொல்களுக்கோ நீருக்கு மறுபுறம் இருக்கிற நாட்டின் பழைய டாம்பீகப் பேச்சுக்களுக்கோ தயாராக இல்லை என்று கூறிய அவள், ஒருவேளை நான் இவற்றைச் சரியான இடத்தில் வைத்துப் பார்க்க முயன்றால், "உன்னைத் தவிர வேறு எல்லோருமே விநோதமானதென நினைக்கிற" நடந்து கொண்டே வாசிக்கிற பழக்கத்தை விட செம்டெக்ஸைக்★ கையில் வைத்திருப்பது இயல்பானதெனக் கருதப்படுவது கண்டிப்பாகப் புரிந்து கொள்ள முடிகிற ஒன்றுதான் என்றாள்." பெரும்பாலான மக்கள் அதை எடுத்துச் செல்வதில்லை, பார்த்ததே இல்லை, அது எப்படி இருக்கும் என்றும் கூட அறியாதவர்கள், அதைக் கொண்டு எதையும் செய்ய விரும்பவில்லை என்ற போதிலும் கூட

★ செம்டெக்ஸ் என்பது ஒருவகை ப்ளாஸ்டிக் வெடிகுண்டு.

உன்னுடைய ஆபத்தான நடந்து கொண்டே வாசிக்கும் பழக்கத்தை விட செம்டெக்ஸ் ஒன்றும் புதியதோ, எதிர்பார்த்திராததோ, உணர முடியாததோ, புத்தியால் புரிந்து கொள்ள இயலாததோ அல்ல. அது மிக இயல்பாகச் சமூகத்தில் பொருந்திப் போகிறது. இது விழிப்புடன் இருப்பதைப் பற்றியது. உன்னுடைய நடத்தைகள் விழிப்புணர்வை வெளிப்படுத்துவதில்லை. எனவே அந்த வகைகளில் பார்த்தால், சூழ்நிலையைக் கணக்கில் கொண்டு பார்த்தால், *ஆமாம் அவனுக்கு அது சரியானதுதான். ஆனால் உனக்கு அது சரியானது இல்லை*" என்று அவள் முடித்து வைத்தாள்.

இடைக்கால, தத்துவார்த்த, மாறி-மாறிலி கோணங்களில் பார்க்கும்போது அவளது வார்த்தைகளில் சற்றே உண்மை இருப்பதை என்னால் புரிந்து கொள்ள முடிந்தது. என்றாலும் என்னைக் குணப்படுத்த முடியாத விசித்திரமானவள் என்று முடிவு செய்கிற கோணத்தை என்னால் விரும்ப முடியவில்லை. "இந்த வாசித்துக் கொண்டே நடக்கும் பழக்கம் என்னைத் தவிர வேறு யாருக்கும் இல்லை என்பதற்காக மட்டுமே அது தவறானது என்று பொருள்படாது. புத்தியற்ற கட்டற்ற ஒட்டுமொத்த சமுதாயத்திற்கு எதிராக ஒரு தனிநபர் புத்தியுள்ளவராக நிற்க நேர்ந்தால், அந்த மனிதன் சமூகத்தின் கருதுகோள்களால் பைத்தியக்காரன் என்று சுட்டப்பட்டால் அதற்காக அவன் பைத்தியமாகி விடுவானா நீண்ட காலத் தோழியே" என்றேன். "ஆமாம்" என்றாள் அவள். "எதிரில் நின்று கொண்டிருக்கும் ஒட்டுமொத்த உலகின் குணாதிசயங்களுக்கு எதிராக அவர்கள் தொடர்ந்து உறுதியாக நின்றால் அது அப்படித்தான். ஆனால் நீ அப்படிப்பட்டவள் இல்லை. எப்படியாயினும், இதில் வேறு ஒரு விஷயமும் இருக்கிறது." "ஏன் நான் அப்படிப்பட்டவள் இல்லை." என்று யோசித்த நான் அந்த இன்னொரு விஷயம் ஆயனைப் பற்றியதாக இருக்கும் என்று நினைத்தேன். ஆனால், என்னிடம் கடுமையாக நடந்து கொள்ள விரும்பவில்லை என்றும் கேள்விகளால் என்னைத் தர்ம சங்கடத்திற்குள்ளாக்க விரும்பவில்லை என்றும் கூறிய அவள், "ஆனால் நீ என்ன செய்து கொண்டிருக்கிறாய் நீண்ட காலத்தோழியே, கையில் பூனைகளின் தலையை வைத்துக் கொண்டு நடப்பதைப் பற்றி நீ என்ன நினைக்கிறாய்?" என்றாள். என் மீது இறந்த விலங்குகள் சார்ந்த குற்றச்சாட்டும் இருப்பது அப்போதுதான் எனக்குத் தெரிய வந்தது. "ஒருவேளை பில்லி சூனியம், செய்வினை போன்ற நோக்கங்களுக்காக இருக்கக்கூடும். சமூகம் அவ்வாறுதான் பேசிக் கொள்கிறது" என்றாள் நீண்ட காலத்தோழி. ஊரில் உள்ள பக்தைகளது மணிகளுக்கும் பறவைகளுக்கும் குறி

சொல்லல்களுக்கும் ஜோசியங்களுக்கும் எதிராக நான் கொஞ்சம் கொஞ்சமாக இவற்றை வைத்து சடங்குகள் செய்கிறேனோ என்னவோ? அல்லது நான் கர்ப்பமாக இருக்கிறேனா? "ஆமாம். அது அப்படித்தான் இருக்க வேண்டும். ஆயன் அவளைக் கர்ப்பமாக்கி விட்டான். ஹார்மோன்களால்தான் அவள்..." என்றார்கள் அவர்கள். "பூனைகளது தலைகள் இல்லை!" என்று கத்தினேன் நான். "பூனையின் தலை! ஒரே ஒரு தலை! ஒரே ஒரு முறை!" தோழி உதட்டைக் கடித்துக் கொண்டாள். "துப்பாக்கிச்சூடுகளும் கலவரங்களும் நிகழ்கிற ஒரு இடத்தில் விளக்கோடு வாசித்தபடி நடக்கும் உன் காற்சட்டைப்பையில் இருந்தது பல விலங்குகள் அல்ல, ஒரே ஒரு இறந்த விலங்குதான் என்பது இந்தக் குற்றச்சாட்டினை ஏதேனும் வகையில் எடையற்றதாக்கும் என நீ நினைக்கிறாயா?" என்றாள். "தோழியே, கேள்வி என்னவென்றால், நீ ஏன் ஒரு பூனையின் தலையைக் கையில் வைத்துக்கொண்டு திரிகிறாய்?" அதை எப்படி விளக்குவதெனத் தெரியாமல் நான் மூச்சு விட்டுக்கொண்டேன். நான் அதை ஒரே ஒருமுறைதான் ஒரே ஒரு தினம்தான் எடுத்துச்சென்றேன் - ஆனாலும் கூட அது உளவு பார்க்கப்பட்டிருக்கிறது பார் என்பதை நான் எப்படி ஆரம்பிக்க? இதற்குமேல் என்ன பேசுவதென்று எனக்குத் தெரியவில்லை. இங்கே, என் நீண்டகாலத் தோழியிடம் கூட, நான் ஒரு முறை சகோதரியாய் நினைத்தவளிடம் கூட உயிர்வற்றிப்போகிற சூழலைத்தான் எதிர்கொள்ள நேரிடுகிறது. எப்போதுமே என் நம்பிக்கைக்குரியவளாக இருந்த ஒருத்தியிடமே நான் இங்கே இப்போது எனது நம்பகத்தன்மையை நிரூபிக்க முயல வேண்டிய சூழலில் இருக்கிறேன். இதயப்பூர்வமாக நான் அங்கீகரித்திருந்த அவளுடனான உறவு காலப்போக்கில் - இந்த நான்கு ஆண்டுகளில் - ஒருவழிப்பாதையாக ஆகிப் போயிருந்ததை என்னால் காண முடிந்தது; இப்போதெல்லாம் - ஏனென்று எனக்குத் தெரியவில்லை - எங்களுக்கிடையே இருந்த பேசப்படாத ஒப்பந்தத்தின் காரணமாகவா? என் நன்மைக்காகத்தானோ? - நம்பகத்தன்மைக்கான குணநலன்கள் மிகக் குறைவாகவே அவளிடமிருந்து வெளிப்பட்டன. பத்துநிமிடப் பகுதியில் கிடந்த குண்டுதான் அதைச் செய்திருக்கக்கூடும், அது செம்டெக்ஸ்ஸினால் - அது அந்தப் பழங்கால குண்டாய் இல்லாமலிருந்திருந்தால் செம்டெக்ஸாக அன்றி வேறு என்னவாய் அது இருக்க முடியும் – நிகழ்ந்திருக்கக்கூடும்; யார் அந்த குண்டை அங்கே வைத்தது அல்லது போர் விமானத்திலிருந்து வீசியது என்பது பற்றி எல்லாம் யோசியாமல் நான் அந்தப் பூனையை, குண்டு வெடிப்பால் சிதறிக்

கிடந்த திறந்தவெளியிலிருந்து அகற்றி அதற்கொரு பசுமையான இடத்தை வழங்க விரும்பினேன் என்றெல்லாம் அவளிடம் என்னால் சொல்லிட முடியும் என நான் நினைத்தேன். ஆனால் அப்படிக்கூறுவது ஒரு பைத்தியக்காரியைப்போலத் தோற்றமளிக்கிற நிலைக்கு என்னை நகர்த்தியே தீரும் என்பதால் நான் அதனைத் தவிர்த்து விட்டேன். அதுமட்டுமின்றி எனக்கும் நீண்டகாலத் தோழிக்குமிடையே நிலவிவந்த ஒத்திகைகளோ ஒப்பனைகளோ அற்ற இயல்புத்தன்மை தற்போது ஒரு முடிவுக்கு வந்திருந்ததாய்த் தோன்றியது. நான் அதற்கு மேல் எதையும் விளக்க விரும்பவில்லை - ஏனென்றால் அதற்குள்ளாகவே - அவள் என்னைப் பார்க்கிற மாதிரியே, எல்லோரும் என்னைப் பார்க்கிற மாதிரியே நானும் என்னைப் பார்க்கத் தொடங்கியிருந்தேன். அதுமட்டுமின்றி அதை ஏன் எடுத்துச் சென்றேன் என்பது எனக்கே தெரியவில்லை. இப்போது திடீரென நான் சோகமாக உணர்ந்தேன். இப்போது எங்கள் இருவருக்கிடையேயான உறவினை முறித்துக் கொண்டு முதலில் விலகுவது நானல்ல, ஏற்கனவே நீண்டகாலத் தோழி அதைச் செய்துவிட்டிருந்தாள். அன்பு மிச்சமிருந்ததுதான் எனினும் நம்பகத்தன்மை இல்லாமலாகியிருந்தது - ஆனால் அன்பென்பது என்ன - ஒப்பந்தங்களற்ற இன்னொரு வகை உணர்வு. எனவே நான் அதை அப்படியே விட்டுவிட்டு, அதை முடித்துக்கொண்டு - ஏனென்றால் மக்கள் அப்படித்தான், உறவுகள் அப்படித்தான், நாம் வேறென்ன எதிர்பார்க்கமுடியும் - பூனையைப் பற்றிய விஷயத்தை விட்டுவிட்டு, "நாம் இப்போது முக்கியமான விஷயத்திற்குத் திரும்பலாமா?" என்றேன்.

நீண்டகாலத் தோழி ஆச்சர்யமடைந்ததுபோல் தோன்றியது - அது அவளுக்குப் பழக்கமேயில்லை. "இதுதான் முக்கியமான விஷயம்" என்றாள். அது என்னை ஆச்சரியப்படுத்தியது. "ஆயன்தான் நம் சந்திப்பின் முக்கிய விஷயம் என நான் நினைத்தேன்" என்றேன். "இல்லை" என்றாள் அவள். "அவன் ஏன் முக்கியமாய் இருக்கப் போகிறான். இன்னொரு முக்கியமான விஷயத்திற்கு அடுத்துதான் அவன். நடந்து கொண்டே வாசிப்பதும், அதன் பின்னிருக்கிற யாரும் நெருங்கமுடியாத உனது பிடிவாதமும், அதன் அங்கமாயிருக்கிற ஆபத்துகளும்தான் நாம் இன்றிரவு இங்கே சந்தித்துக் கொண்டதன் காரணம். ஆனால் உனக்குத் தெரியுமா?" என ஒரு நொடி நிறுத்தியவளுக்குள் ஏதோ ஒளிமிகுந்த, உயரச்செய்கிற, தீவிரமான ஞானம் கிடைத்துவிட்டாற்போல் தோன்றியது. "தீமையிலும் ஓர் நன்மை இருக்கும், துயரங்களிலிருந்தும் கற்றுக் கொள்ளலாம் போன்ற

கோணங்களில் பார்த்தால் உன் வாழ்வில் நேர்ந்திருக்கும் ஆயனின் ஆக்கிரமிப்பு கூட ஒரு வகையில் உன்னை குணப்படுத்தத்தான். ஒருபோதும் தற்கணத்தில் வாழவிரும்பாத நீ இப்போது ஆயனின் வருகையால் தற்கணத்தில் வாழக் கட்டாயப்படுத்தப்பட்டிருப்பது கூட உன்னைச் சரிப்படுத்திக் கொள்ள, மேம்படுத்திக் கொள்ள, உன் வாழ்க்கைப் பயணத்தின் அடுத்த கட்டத்திற்கு உன்னை எடுத்துச் செல்ல வாழ்க்கை உனக்குத் தந்திருக்கும் ஒரு வாய்ப்புதான். என்னால் காணமுடிகிறவரை, இப்போது உனக்குக் கிடைத்திருக்கிற இவ்வாய்ப்பை உனக்குத்தர முடிந்திருக்கிற ஒரே வழி ஆயனின் வருகைதான்." என்றாள். இதைக் கேட்டதும் நீ ஒரு கேடுகெட்ட அதிமேதாவி என்று உனக்கே தோன்றவில்லையா என நான் கேட்டதும், "இல்லை" என்ற அவள் நாம் தனிப்பட்ட விஷயங்களுக்குச் செல்லாமல் முக்கியமான விஷயத்தில் கவனம் செலுத்த வேண்டும் என்றாள். எனில் இவ்வளவு நேரம் அவள் பேசியது தனிப்பட்ட விஷயங்கள் இல்லையா? முக்கியமான விஷயம் இதுதான்: வாசித்துக்கொண்டே நடக்கும் பழக்கத்தினால் நான் சமூகத்தை அதிர்ச்சிக்குள்ளாக்குகிறேன்; சில மனிதர்கள் எவ்வளவு முயன்றும் விளக்கப்பட முடியாதவர்களாக இருந்தாலும் அது மற்றவர்களை அந்தக் குறிப்பிட்ட மனிதர்களை குறித்த விளக்கங்களைத் தாமே உண்டாக்குவதிலிருந்து தடுப்பதில்லை; ஒரு அரசியல் சூழலில் யாரும் தங்களது புலன்களை மூடிக்கொண்டு திரியக்கூடாது; சமூகத்தின் கேள்விகள், வழக்கமான விசாரிப்புகள், தகவல்களுக்கான ஆபத்தற்ற வேண்டுகோள்கள் என்னை அசாதாரணமாகப் பதட்டப்படுத்துகின்றன. இந்த இடத்தில் நான் கேள்விகளுக்குப் பதில் அளிக்கத்தான் செய்தேன் என்றதும் தலையை ஆட்டிய அவள் "நீ இலக்கியம் சார்ந்த - குறிப்பாக பத்தொன்பதாம் நூற்றாண்டு அல்லது அதற்கு முந்தைய காலத்தைச் சேர்ந்த - கேள்விகளுக்கு மட்டும் தான் பதில் அளித்தாய்" என்றாள். உணர்ச்சியற்று நடந்து கொள்வது இந்த ஊரில் எந்தப் பிரச்சினைக்கும் தீர்வாகாது என எல்லோருக்கும் தெரிந்தும் நான் என் உணர்ச்சியற்ற முக மற்றும் உடல் பாவங்களைக் கைவிட மறுப்பதும் ஒரு முக்கியமான விஷயம்தான் என்றாள். அடுத்து 'நடக்கிறவள்' என்கிற பெயர், "என்ன, நடக்கிறவளா?" "ஆமாம். நீதான் அந்த 'நடக்கிறவள்' சில நேரங்களில் வாசிக்கிறவளும், பிற சமயங்களில் தனது குறுகிய எல்லைக்குள் சிந்தித்தபடி நடக்கிற விசித்திரமான, பிடிவாதம்பிடித்த, விட்டுக்கொடுக்காத ஒருபோதும் மாறாதவளுமான பெண்." அடுத்து; அவள் நான் இப்போது உனக்குச் சில ஆணைகள் இடப்போகிறேன்

என்றாள். - என்னவோ இதுவரை ஆணையிடாதது போல!. "நீ உன் உண்மையான சுயசரிதையையெல்லாம் வெளிப்படுத்த வேண்டாம். ஆனால் நீ வாசித்துக் கொண்டே நடக்கிற போது முற்றிலும் வெறுமையாகிவிடுகிறாய், உன்னிடமிருந்து ஒன்றுமே அவர்களுக்கு கிடைப்பதில்லை. அதனால் தான் அவர்கள் அதை அப்படியே விட்டுவிட்டு அடுத்த நபருக்கு நகர மறுக்கிறார்கள். இது சிரிப்பையே வரவழைக்கிறது. நீ கர்வமாக இருப்பதை நிறுத்திக்கொள், ஆமாம், அவர்கள் உன்னை அப்படித்தான் காணுகிறார்கள். ஆயனுடன் படுத்துக்கொள்வதாலேயே – சரி, படுத்துக்கொள்வதாக கருதப்படுவதாலேயே - உன்னை அவர்கள் விட்டுவிடுவார்கள் என நினைத்தால், அது சரியல்ல. இயக்கத்தில் அவன் முக்கியப் பொறுப்பில் இருப்பதால், உனக்குத் துணையாக அவன் இருப்பதால் நேரடியாக வேண்டுமானால் அவர்கள் உன்னைத் தூற்றாமல் இருக்கக்கூடும். ஆனாலும் கூட அவர்களைப் பொருத்தவரை, நீ இப்போது ஒரு சிக்கலான வளையத்துக்குள் வந்துவிட்டாய்தான் என்பதை நீ அறிந்துகொள்ள வேண்டும், அதற்காக மகிழ்ச்சியடைய வேண்டும். *"துப்புக் கொடுக்கிறவர்கள்"* போன்ற ஒரு வகைமையினை அவள் சுட்டுகிறாள். அதற்காக நான் துப்புக்கொடுப்பவள் என்று பொருள் அல்ல. ஆனால் துப்புக்கொடுப்பவர்களைப் போலவே யாராலும் ஏற்றுக்கொள்ளப்படாத, யாராலும் விரும்பப்படாத, யாராலும் மதிக்கப்படாத, ஏதோ ஒரு தரப்பினரால் மட்டுமல்ல, எல்லா தரப்பினராலும், யாரோ ஒருவரால் மட்டுமல்ல, உங்களாலேயே கூட நீங்கள் அங்கீகரிக்கப்படாத வகைமை அது. என்னுடைய விஷயத்தைப் பொருத்தவரை, என் வாழ்க்கையை யாரிடமும் பகிர்ந்து கொள்ளாததாலோ, எனது உணர்ச்சியின்மையாலோ, கேள்விகள் மீதான எனது சந்தேகத்தினாலோ மட்டுமல்ல, நான் ஒரு நேர்மையான பெண் தோழியாய் இல்லை என்பதும் எனக்கெதிரான காரணமாகச் சொல்லப்பட்டது. என்னவோ அவனுக்கு மட்டும் வேறு தொடர்புகள் இல்லாதது போல! அவனுக்கும் நிச்சயம் பல தொடர்புகள் இருந்தன. முதலாவது, அவனது மனைவி. எனவே நான் புதியவள், ஆசைநாயகி, பின்னால் அலைகிறவள், ரசிகை. துப்புக்கொடுப்பவனைப் போலவே, உங்களது தேவை தீர்ந்துவிடுகிற போது, உங்கள் இடத்தை வேறு யாரேனும் நிரப்பிவிடுகிற போது, நீங்கள் உங்களது சேவையைத் தந்து முடித்துவிடுகிற போது, அல்லது சேவையைத் தரும்முன்பே தூர நிறுத்தப்படுகிற போது, பிறர் தங்களது ஊகத்தின் விளைவுகளால் பாதிக்கப்பட்டு தங்களது கருத்துக்களைத் திரும்ப பெற நேரும் நிலையும் ஏற்படுவதுண்டு. அதுதான் சிக்கலான

வளையம். விளங்கமுடியாத விஷயம். மற்ற எல்லா விஷயங்களுமே - முரணானவை கூட - ஒரு சிறிய பெயருக்குள் தங்கள் வசதிக்கேற்ப அடக்கிவிடப்படும். ஆனால் அவள் கூறியது தவறு. அந்தச் சிக்கலில் நானாக விழவில்லை. நான் அதற்குள் தள்ளிவிடப்பட்டிருந்தேன்.

"சரி. இனி நான் அதைச் செய்யவில்லை." என்றேன் நான். அதாவது - வாசித்துக்கொண்டே நடப்பதை. பிடிவாதத்திலிருந்து தப்பித்துக் கொள்வதற்காகத்தான் வாசித்துக் கொண்டே நடக்கிற பழக்கத்திற்குச் சென்றிருந்தேன். இப்போது நான் எதையேனும் விட்டே ஆகவேண்டுமென்றால் நான் அதைத்தான் அதற்குத் தேர்வு செய்வேன். "அதுதான் நல்லது" என்ற தோழி, "உன் புத்தியைப் பயன்படுத்து, பிடிவாதத்தை நிறுத்து, உனது நடத்தையைச் சரிசெய்துகொள், கர்வத்தை விடு, கொஞ்சமேனும் நட்பார்ந்த பாவனைகளை வெளிப்படுத்து. அமைதியினால் அவர்களை ஊக்கப்படுத்துவதை விட முக்கியமற்ற எதையேனும் கொஞ்சமாகச் சொன்னால் கூடப் போதும் அவர்களை திருப்தியடைய வைக்க. அதோடு நீ உனது புரிந்து கொள்ளவே முடியாத, வாசித்தபடி நடக்கிற பழக்கத்தையும் விட்டுவிட்டாயானால் அதுவே போதும் நிலைமையை சரிசெய்ய." தலையசைத்த நான் சொன்னேன். நான் விட்டுவிடப்போகிற பல விஷயங்களில் ஒன்றல்ல வாசித்துக்கொண்டே நடப்பது. அதை மட்டும்தான் நான் விடப்போகிறேன். என்னுடைய அமைதியும் விலகலும் இந்தப் பிறாண்டுதல்களிலிருந்தும் கேள்விகளாலான துன்புறுத்தல்களிலிருந்தும் என்னைக் காத்துக் கொள்ள எனக்கு எப்போதும் தேவை. தோழிக்கு முரணாக, விஷயங்களை வெளிப்படுத்துவது அவர்களை அமைதிப்படுத்த அல்ல - மேலும் ஊக்கப்படுத்தவே உதவும் என்பதே எனது பார்வையாக இருந்தது. அதுமட்டுமின்றி, நான் அதை விரும்பவில்லை. இப்போதும்கூட நான் அதை விரும்பவில்லை. அதிகாரமிழக்கச் செய்கிற இவ்வுலகிற்கெதிராக நான் கொண்டிருந்த ஒரே ஒரு அதிகாரம் இதுதான். "அப்படியானால் நீ கவனமாக இருப்பது நல்லது" என்றாள் அவள். இங்கே எல்லோருமே எப்போதுமே கவனமாக இருப்பது நல்லது என்றுதான் கூறினார்கள். விஷயங்கள் நம் கையை விட்டுச் சென்ற பிறகு, விஷயங்கள் ஒருபோதும் நம் கையிலேயே இல்லாத போது, எல்லாமே நமக்கு எதிராகத் திருப்பப்பட்டிருக்கும் போது, ஒரு மனிதன் - இந்த பூமியிலிருக்கும் ஒரு சிறிய மனிதன் - எப்படி கவனமாக இருப்பது? எனவே, ஒப்பீட்டளவில் விட்டுக்கொடுக்க எளிதாகத் தெரிந்த வாசித்தலையும் நடத்தலையும் நான் குறிப்பிட்டேன். இப்போதெல்லாம்

அதன்மூலம் எந்த மகிழ்ச்சியையும் நான் உணர்வதில்லை என்பதால் அது குறித்து வருத்தம் கூடத் தோன்றவில்லை. இந்த வன்தொடரல்களுக்குப் பிறகு, வதந்திகளுக்குப் பிறகு, அரசப் படையினர்கூட என்மீது சந்தேகம் கொண்டு வழியில் நிறுத்தி என்னிடமிருந்து மார்ட்டின் சஸ்ல்விட் புத்தகத்தை அரசப் பாதுகாப்பு காரணங்களுக்காக என் கையிலிருந்து பிடுங்கிச் சென்றதற்குப்பிறகு, வீட்டைவிட்டு வெளியேறியதும் பையில் இருந்து புத்தகத்தை எடுத்து, முந்தைய முறை விட்ட இடத்திற்கு அடுத்த பத்திக்குள் ஓய்வாக மூழ்குகிற அனுபவங்கள் இல்லாமலாகியிருந்தன. அதோடு, நான் வாசிப்பதைக் கண்காணிப்பதும், புகார் செய்வதும், புத்தகத்தோடோ புத்தகமில்லாமலோ புகைப்படம் எடுப்பதும் கூட நிகழ்ந்தது. இத்தனைக்கும் மத்தியில் ஒரு வாசகனின் கவனமும் வாசிப்பின்பமும் எப்படித் தொடர்ந்து நிலைபெற முடியும்?

அரசப் படைகள் சார்ந்த விஷயத்தில் நான் அது பற்றி கவலைப்படத் தேவையில்லை என்றாள் தோழி. ஏனென்றால் புகைப்படக் கருவிகளுக்கு முன்பே, தகவல் சேகரிப்பிற்கு முன்பே, ஏன் - ஆயனுக்கும் முன்பேகூட என்னைப்பற்றி அவர்களிடம் ஒரு கோப்பு கட்டாயம் இருந்திருக்கும் என்றாள். 'இந்த ஒட்டுமொத்த சமூகமுமே சந்தேகங்களால் ஆனதுதான்' என்றாள் "எல்லோர் குறித்தும் ஒரு கோப்பு இருக்கிறது. ஒவ்வொருவரது வீடும், ஒவ்வொருவரது நடவடிக்கைகளும், ஒவ்வொருவரது தொடர்புகளும் தொடர்ந்து சோதிக்கப்பட்டு கண்காணிக்கப்பட்டுத்தான் வருகின்றன. உனக்கு மட்டும் தான் அதைப்பற்றியெல்லாம் தெரியாதது போல் இருக்கிறது. அவர்களுடைய அத்தனை கண்காணிப்புகளையும், ஊடுருவல்களையும், இடையீடுகளையும்; தகவல் பரிமாற்றம் மீதான கவனங்களையும்; அறைகளின் வரைபடங்களை, அவற்றில் அறைகலன்களின் அமைவிடத்தை, அணிகலன்கள் வைக்கப்பட்டிருத்தலை, சுவர்ச்சித்திரங்களை, விரும்பிப் பார்ப்பவற்றை, சென்று வருகிற இடங்களை குறித்து வைத்திருத்தலையும்; அறுவடைகளை நடவுகளை, வதந்திகளை, தேயிலை ஆருடங்களை*, இவை எல்லாவற்றிற்கும் மேலாக, கைவிடப்பட்ட இழிந்த கசப்பான வாழ்விடத்தின் மேல் தங்களது ஹெலிகாப்டரில் பறத்தலையும் தாண்டி இங்கு யார் குறித்தேனும் கோப்பு இல்லையென்றால்தான் ஆச்சர்யம் கொள்ள வேண்டும். கிளர்ச்சியாளர்களின் ஆதிக்கம் நிறைந்த பகுதியில் யார் குறித்தேனும் கோப்பு பராமரிக்கப்படவில்லை என்றால் அவர் குறித்து அங்கே

★ Tasseography – divination by tea-leaves.

சந்தேகமான எதுவோ நிகழ்கிறதென நாம் உறுதியாக நம்பலாம். "நிழல்களைக் கூட அவர்கள் புகைப்படம் எடுக்கிறார்கள்" என்றாள் அவள். "இங்கிருக்கும் மக்களை அவர்களது நிழற்படங்களிலிருந்தே நிழல்களிலிருந்தே புரிந்து கொள்ளவும் ஒப்பிடவும் முடியும்." அவள் கூறியவற்றால் கவரப்பட்ட நான் "நிச்சயம் அதற்கான சாத்தியம் இருக்கிறது" என்றேன். ஆயனுக்கு முன்பிருந்தே, எனது மற்ற தொடர்புகளின் காரணமாக, எப்படியாயினும் என்குறித்த ஒரு கோப்பு இருந்திருக்கும் என்றாள் தோழி. எந்தத் தொடர்புகள் என நான் கேட்கும்முன்பே இடைப்பட்ட அவள், *கடவுளே! என்னால் இதை நம்பவே முடியவில்லை. உனது தலை! உனது நினைவுகள்! உனது மூளையின் எல்லாமும் பிரக்ஞையிலிருந்து பிரிந்து பிளந்து கிடக்கின்றன போல! நான் என்னைப் பற்றி குறிப்பிடுகிறேன்! என்னுடனான உனது தொடர்பு! உனது சகோதரர்கள்! உனது இரண்டாவது சகோதரன்! உனது நான்காவது சகோதரன்!* இப்போது அவள் தலையைக் குலுக்கி கொண்டாள். "நீ கவனித்தும் கவனிக்காமல் விடுகின்ற விஷயங்கள் இருக்கின்றன தோழி. வெளியில் நடக்கிற விஷயங்களுக்கும் உனது மூளைக்கும் தொடர்பே இல்லாமல் இருக்கின்றது. இந்த மனோவியாதி - இது இயல்பானதல்ல. அடையாளம் காண்பதும் அடையாளம் காண முடியாமல் போவதும், நினைவுகூரலும் மறந்து விடுதலும், வெளிப்படையான விஷயங்களை ஏற்றுக் கொள்ள மறுத்தலும் அசாதாரணமானது. ஆனால் நீ அவற்றை ஊக்கப்படுத்துகிறாய். இந்த மூளையதிர்வுகளும், நினைவுக் குழப்பங்களும் - சமீபத்திய இந்த காவலர் பிரச்சினை - நான் இப்போது எதைப் பற்றிப் பேசுகிறேனோ, அதற்குச் சிறந்த உதாரணங்களாகும்." இந்த இடத்தில் இடைவெளி விட்டவள் திரும்பி என்னை முழுவதுமாக முறைத்துப் பார்த்தபோது, நான் காயப்பட்டது போலவும், அதே சமயம் நான் ஆக விரும்பாத ஏதோ ஒரு பரிமாணத்தை நோக்கி அவள் என்னை எந்த நொடியிலும் தள்ளப் போகிறாள் என அச்சமடைந்தது போலவும் உணர்ந்தேன். "அவர்கள் இப்போது உன்னைக் கூடுதலாக நிறுத்துவதில் எந்த ஆச்சரியமும் இல்லை" என்றாள் அவள். "கூடுதலாக அல்ல. இதற்கு முன்பில்லாதபடி, ஆயனால்தான், புதிதாக அவர்கள் என்னை நிறுத்துகிறார்கள்." "இல்லை. ஆயனால் இல்லை. நடந்து கொண்டே வாசிக்கிற பழக்கத்தினால் நீ அவர்களது கவனத்தை ஈர்த்ததால்தான்-' "இல்லை. அப்படி அது உண்மையானால் அவர்கள் ஏன் ஆயனின் வருகைக்கு முன்பெல்லாம் என்னை நிறுத்தவில்லை? "அவர்கள் உன்னை நிறுத்தினார்கள். எப்போதும்

நிறுத்துகிறார்கள். அவர்கள் எல்லோரையும் நிறுத்துகிறார்கள்!" இந்த இடத்தில் அவளது குரல் விட்டேத்தியாய் ஒலித்தது. இந்த இடத்தில், நான் நினைக்கிறேன் - நான் உனது இன்னொரு வகையான ஐமாய்வு மீதான சண்டைக்குள் நுழைகிறோமென என்னுடைய ஐமாய்வு என நீ எதைச் சொல்கிறாய்?" என்றேன் நான். "இன்னொரு ஐமாய்வு என ஏன் சொல்கிறாய்? அப்படியானால் எனக்கு ஐமாய்வு இருக்கிறதென்றும் அடிக்கடி அவை எனக்குத் தோன்றுவதுண்டென்றும் கூறுகிறாயா? என நான் மீண்டும் கேட்ட போதுதான், ஒப்பந்தங்களற்ற ஆண் நண்பனுடனான எனது உறவை அடுத்த கட்டத்திற்கு நகர்த்தும் நோக்குடன் நான் முன்பே பலமுறை செயல்பட்டிருப்பதையெல்லாம் மறந்துவிட்டு ஒவ்வொரு முறையும் முதல்முறை என்பதாக முயல்வது போல்தான் இங்கேயும் ஏற்கனவே அரச பாதுகாப்புப் படைகள் என்னைப் பலமுறை - ஒவ்வொரு முறையும் என்கிறாள் அவள் - நிறுத்தியது வெளிப்படை என்றபோதும் எனக்கு அதெல்லாம் நிகழாதது போல் தோன்றுகிறது என்றாள். ஆரம்பத்தில் அவை வழக்கமானவையாக, கிளர்ச்சியாளர்களின் பகுதிக்குள்ளோ வெளியிலோ செல்கிற எல்லோருக்குமே நிகழ்கிற சம்பிரதாயமான நிறுத்தல்களாகத்தான் இருந்திருக்கின்றன, ஆனால் இப்போதுதான் - ஆயனால் அல்ல - அதிகரித்துக் கொண்டே செல்கிற எனது விசித்திரத் தன்மையால் நான் சம்பிரதாயமான முறைகளை விட அதிக முறைகள் நிறுத்தப்பட்டேன் என்றாள் அவள். கண்காணிப்புகள் பற்றிய, நான் ஒளிந்து கொள்ளும் வேறு பரிமாணங்கள் பற்றிய பேச்சை அவள் இவ்வாறு நிறுத்திக்கொண்டாள்: "புகைப்படங்களைப் போலவே, அவர்கள் எனக்கு அதிகாரபூர்வமாக என்ன பட்டம் சூட்டுவார்கள் என்பது குறித்தும் நான் தேவைக்கதிகமாகக் கவலைப்படத் தேவையில்லை." இப்போது நான் ஒரு விசித்திரமானவள், அமர்ந்து கொண்டு வாசிப்பதைப் போல நடந்து கொண்டு வாசிப்பதற்குப் பெயர் பெற்றவள்; எதிர்பாரா முடிவுகளைத் தாங்கிக் கொள்ள முடியாததால், கடைசிப்பக்கத்தில் ஆரம்பித்து முந்தைய பக்கங்கள் நோக்கி நகர்ந்து முடிவுகளை முன்பே அறிந்து கொள்ளும் பழக்கம் கொண்டவள்; முந்தைய முறை எந்தப் பக்கத்தை வாசித்தேன் என்பது நினைவில்லாததால் எப்போதுமே பக்க அடையாள அட்டைகளைப் பயன்படுத்துகிறவள், சுற்றிவளைக்கிற பிறர் குறித்த அச்சம் காரணமாகச் சூழ்ச்சியுடன் தவறான பக்கங்களைத் திறந்து பொதுமக்களைக் குழப்பத்திற்கு உள்ளாக்குகிறவள்; வாசித்துக் கொண்டே நடக்கிற சமயத்தில் கார்களை மின்கம்பங்களை எண்ணிக்

குறித்துக் கொள்கிற பழக்கம் கொண்ட அதே நேரத்தில் கண்ணுக்குத் தெரியாத நபர்களுக்குப் பாதை காட்டுவது போல நடிக்கிறவள். புத்தகங்களிலோ, ஒலித்தகடுகளிலோ, சுவர்ப் புகைப்படங்களிலோ மனிதர்களின் முகங்கள் இருப்பதை விரும்பாதவள் - ஏனென்றால் அவர்கள் அனைவரும் என்னை உளவு பார்ப்பதாக எனக்கு அச்சம் இருக்கிறது; இவை எல்லாவற்றோடு நான் இறந்த விலங்குகளை என் பையில் வைத்துக் கொண்டு திரிந்தேன். இத்தனை பைத்தியக்காரத்தனங்களுக்கும் மத்தியில் துணைராணுவப் படையின் பெரிய அதிகாரியுடனான தொடர்பு என்பதில் பெரிதாக என்ன இருக்கிறது? யார் அதனைக் கண்டுகொள்ளப் போகிறார்கள்?

இதற்குப் பிறகு அந்த மாலையின் இலகுவான தருணங்கள் - விரும்புவதைப் பேசுகிற தருணங்கள் – வந்தன. எங்களது பானங்களை எடுத்துக் குடித்த நாங்கள் சாய்ந்து அமர்ந்துகொள்ள, மிகவும் யதார்த்தமாக, “உனது மூத்த மைத்துனன்தான் உன்னைப் பற்றிய வதந்திகளைத் துவக்கி வைத்தது” என்றாள். இப்போது அவன் வசமாக மாட்டிக்கொண்டான் என்றும் விரைவிலேயே யதார்த்தத்திற்கு திரும்ப வேண்டிய நிலைக்குத் தள்ளப்படுவான் என்றும் கூறினாள். ஆச்சரியம் எதுவுமின்றி அவனது இந்தப் பிரச்சினை அவனுடைய சமீபத்திய பாலியல் விளையாட்டால் விளைந்திருக்கிறது. இம்முறை அவன் கன்னியாஸ்திரிகளிடம் - ஊரின் பரிசுத்த பக்தைகளை - சுயமைதுனம் சார்ந்த கேள்விகளுடன் அணுகியதால் விளைந்திருக்கிறது. அக்கேள்விகளை அவன் உள்நோக்கங்களில்லாத கலாச்சார விசாரணைகள் என்னும் பெயரில் நடத்தியிருக்கிறான். “கன்னியாஸ்திரி அவிலாவின் தெரசா வை உனக்குத் தெரியும்தானே - அந்தரத்தில் மிதக்கிற தருணங்களை கொண்டவள் - அவளுடைய சிலையை அவன் கொணர்ந்திருக்கிறான்.” அவள் குறிப்பிடுகிற சிலையை நான் அறிந்திருந்தேன். பனிரெண்டு வயதில் பள்ளியின் கலை அறையில் ஒரு புத்தகத்தின் பக்கங்களைத் திருப்பிக் கொண்டிருந்தபோது, அவள் கத்தியபடியே குதிக்கிற அந்தச் சிலையின் படத்தைப் பார்த்தேன். நான் காண்பது என்னவென்பதை அப்போதுதான் நான் உணர்ந்தேன். நான் அதை எதிர்பார்த்திருக்கவில்லை. திடீரென நிகழ்ந்தது. அதை நான் எதிர்கொள்ளப் போகிறேனென எனக்கு எந்த அறிகுறியும் தென்பட்டிருக்கவில்லை... பறக்கிற அந்த ஆடைகள் - கன்னியாஸ்திரியின் ஆடைகள் - அவள் மேலிருக்க, அவள் அதற்குள்ளாக மூச்சுமுட்டியபடி, அவை அவளுக்குப் புறத்தே, உயிர்ப்புடன், அவளை ஒட்டுமொத்தமாக மேலே எழுப்பிக்

கொண்டிருந்தன. அந்த மடிப்புகள், அந்தச் சுருக்கங்கள், சுருள்கள், அலையலையாய் எழுகிற நிஜம் போன்ற துணி மடிப்புகள், என்னை அச்சுறுத்தின. அந்தப் புகைப்படம் என்னை விரட்டுகிறதாகவும் அதே நேரத்தில் இழுத்து நிறுத்துகிறதாகவும் இருந்தது. அச்சத்திலிருந்து மீண்டு மீண்டும் ஒரு முறை, இரண்டாம் முறை மூன்றாம் முறை நான்காம் முறை ஐந்தாம் முறை பார்த்தபோதுதான் அருகே குச்சியுடன் இருக்கும் ஒரு தேவதையின் படமே என் கண்ணில் பட்டது. அந்தச் சமயத்தில் எனக்குத் தோன்றியதெல்லாம் அந்த உடை அவளது உடலில் இல்லாமலிருந்திருந்தால் அது நன்றாகவும் அவ்வளவு பயமுறுத்தாததாகவும் இருந்திருக்கும் என்பதுதான். ஆனால் அவள் மட்டுமே அப்படிப்பட்ட இயல்புக்கு மாறான நிலையில் - வெறும் கைகள், வெறும் கால்கள், உடலின் வெற்று பாகங்களோடு - அந்த முகம், அது காணப்பட்ட நிலை - வேறு வழியின்றி எல்லாவற்றையும் துறந்து, பரவசமடைந்தபடி - அல்லது பரவசத்திற்கு எதிரான உணர்வைக் காட்டியபடி நிர்வாணமாக கடவுளை வழிபட்டால் - ஆனால் அது வழிபடல் போலவே தெரியவில்லை - கடவுளே - வழிபடுதல் என்பது அதுதானா? மீண்டும் ஒருமுறை சிந்தித்த எனது பனிரெண்டு வயது மனது, அமைதியடையாத வேட்கைமிக்க அந்த ஆடைகள் அப்படியே அவளது உடல் முழுவதும் இருப்பது தான் ஒருவேளை நல்லதுபோல என்ற முடிவுக்கு வந்தது.

தன்னுடைய பத்திரிக்கையிலிருக்கும் அந்தச் சிலையின் படத்தை அவர்களிடம் காட்டும் நோக்கத்துடன் கன்னியர் மடத்திற்குச் சென்ற அவன், "எனவே, சகோதரிகளே" என ஆரம்பித்தான். "ஒரு தெய்வீகமான சிலையில் இருக்கும் இந்த மிகையுணர்ச்சி பற்றிப் பேசலாம்" என்றான். இந்தக் கலைச்சேவகன் அதை நெடு நாட்களாகவே தன்னுடன் வைத்துக் கொண்டு திரிந்தான் என்பது வெளிப்படை. "தியானமும், மர்மமும், பொங்கும் காமமும் - இனிந்து முனகுவது போல் தோன்றுகிறதெனக்கு - கொண்ட அதே நேரத்தில் அதீதமாய் நம்மை சங்கடப்படுத்துகிற அப்பட்டமான மோகத்தை வெளிப்படுத்துகிற இந்தப் பரவச நிலை உங்களுக்கு எதை உணர்த்துகிறது?" என்று வினவிய அவன், ஆழ்ந்த சிந்தையும் ஆர்வமும் தொனிக்கிற குரலில், "உண்மையிலேயே இந்தப் பெண் கடவுளுடன்தான் பூரணமாக ஒன்றியிருக்கிறாளா? உங்களைப் போன்ற கன்னியாஸ்திரியான அவள், ஒருவேளை பேரானந்த நிலையில் சுய இன்பத்தில் திளைப்பதுதான் உயரப் பறக்கிற இந்த உருவகத்தின் வழியாகச் சுட்டப்படுகிறதா?"

எனக் கலையார்வம் பொங்கும் - கொஞ்சமும் பாலியல் வக்கிரம் வெளிப்படாத- முகத்துடன் வினவினான். “அதோடு மேலும் மேலும் எழுச்சியூட்டும் அந்த தேவதையை உங்கள் சொந்த அனுபவத்தின் அடிப்படையில்...” எனத்தொடர்ந்த அவன் அவ்வளவுதான் சொல்லி இருந்தான்.

அதற்குள்ளாகவே அவனுடைய நோக்கம் புரிந்து கொள்ளப்பட்டிருந்தது. கன்னியாஸ்திரிகள் ஒன்றும் முட்டாள்கள் அல்லவே என்றாள் தோழி. அல்லது அவர்கள் கலை பற்றியோ, அவனுடைய கண்சிமிட்டல்கள் மற்றும் பெயர் போன பாலியல் வேட்கைகள் குறித்தோ அறியாதவர்கள் அல்ல. அவனுக்காக அவர்கள் பிரார்த்தித்துக் கொண்டுதான் இருந்தார்கள். உண்மையைச் சொன்னால் உள்ளூரில் உடனடியாகப் பிரார்த்திக்கப்பட வேண்டியவர்களின் பட்டியலில் இவனுடைய பெயர் முதல் இடத்திற்கு வந்திருந்தது. ஆனால் இப்போது அவர்கள் அவனை வெளியே வீசி இருந்தார்கள். அமைதியாக அவனை வெளியே போகச் சொல்லுகிற, வாழ்க்கைப்பாதையில் தாங்கள் எப்படி ஒரு தெய்வீக ஆன்மாவோ அதுபோல்தான் அவனும் வாழ்க்கைப்பாதையில் ஒரு தெய்வீக ஆன்மாவோ என்பதற்காக மரியாதை தருகிற நிலையெல்லாம் கடந்த, காட்டுமிராண்டித்தனமான கையாளுதல் ஆகும் அது. இல்லை. அவர்கள் அவனை வெளியே எறிந்திருந்தார்கள். இல்லை. அனைத்துக் கன்னியாஸ்திரிகளும் அவனை அறைந்ததற்குப் பிறகு தலைமைக் கன்னியாஸ்திரி அவனை வெளியே எறிந்திருந்தாள். அதன் பிறகு தலைமை கன்னியாஸ்திரி கிளர்ச்சியாளர்களுக்கும் தங்களுக்கும் இடையிலான பாலமாக விளங்கிய ஊரின் பக்தைகள் வசிக்கிற பகுதிக்கு வந்திருந்தார்கள். இந்த அநாகரீகச் செய்தியைக் கேள்விப்பட்டதுமே பக்தைகள் கிளர்ச்சியாளர்களைச் சென்று சந்தித்தபோதுதான், மூத்த மைத்துனனது நடவடிக்கைகளுக்கு ஒரு முடிவு கட்ட வேண்டும் என்று முடிவு செய்யப்பட்டது என்றாள் தோழி.

“அவன் அசைக்க முடியாதவன்” என்றாள் தோழி. “ஆமாம்” என்றேன் நான். “அதைத்தான் நானும் யோசித்துக்கொண்டிருந்தேன் ஆனால் இப்போது அப்படியில்லை போலிருக்கிறது. அவனுக்கு என்ன ஆகும்? அவர்கள் அவனை என்ன செய்வார்கள்?” நான் இப்படிக் கேட்டது அவன் மீதான அக்கறையினால் அல்ல. முதல் சகோதரிக்காக, அவனது மனைவியாகிய எனது அக்காவிற்காக. ஆனால் மூன்றாவது சகோதரி இதைக் கேள்விப்பட்டபோது அவனுக்கு இந்தத் தண்டனை கண்டிப்பாக வேண்டும் என்றும்

தனக்கு மிகுந்த மகிழ்ச்சி என்றும் கூறினாள். ஆனால் அந்த மகிழ்ச்சி "கடவுள் அவனது ஆன்மாவின் மீது கருணை கொள்ளட்டும்" என்கிற வகையிலானது அல்ல. ஏனென்றால் எல்லோரையுமே - அவர்கள் பெண்களாக இருக்கிறபட்சத்தில் – நெருங்கவும் கைப்பற்றவும் முனைவதிலிருந்து தன்னைத் தடுத்துக்கொள்ள முடியாத எல்லைக்கு அவனது கொடூரமான சித்திரவதைகளுக்குள்ளும் உணர்ச்சிப் பூர்வமான முயற்சிகளுக்குள்ளும் வெட்கமற்ற சிந்தைக்குள்ளும் அடங்கா மோகத்தினுள்ளும் அவன் ஆட்பட்டிருந்தான். அது பனிரெண்டு வயதான அவனது மைத்துனிகளாகவோ அல்லது ஊரில் இருக்கக்கூடிய வேறு எந்தப் பெண்ணாகவோ இப்போது போல கன்னியாஸ்திரிகளாகவோ கூட இருக்கலாம். எல்லாமே அவனுக்குக் காமம் சார்ந்ததுதான், வேறு எதிலுமே அவனால் தன்னை ஈடுபடுத்திக் கொள்ள முடியவில்லை. அதனால்தான் மூன்றாவது சகோதரியும் நானும் சிறுமிகளிடம் பேசினோம். ஆனால், மூத்த மைத்துனது கிளர்ச்சிகளை, உத்வேகங்களை, இச்சைகளைப் பற்றி நாங்கள் அவர்களை எச்சரிக்கத் தேவையில்லை என்ற குட்டித்தங்கைகள், அவனுக்கு ஏதோ நாட்பட்ட நரம்புக்கோளாறு இருக்கிறதென்பது எல்லோருக்கும்தான் பார்த்தாலே தெரிகிறதே என்றார்கள். "அதற்கும் எங்களுக்கும் என்ன இருக்கிறது? நீங்கள் ஏன் எங்களிடம் வந்து மூத்த மைத்துனனைப் பற்றி எச்சரிக்கை செய்கிறீர்கள்?" "அவன் உங்களிடம் ஏதேனும் முயன்றானென்றால்..." என்றாள் மூன்றாம் சகோதரி. "என்ன முயல்வான்?" என்றார்கள் அவர்கள். "பார்த்தால் அப்பாவித்தனமாகத் தோன்றக்கூடிய வகையில் அவன் உங்களிடம் எதையேனும், எடுத்துக்காட்டாக ஃப்ரெஞ்சு புரட்சி பற்றி?" "ஃப்ரெஞ்சுப் புரட்சியின் எதைப் பற்றி?" "எதைப் பற்றியாயினும்" என்றாள் மூன்றாவது சகோதரி. "அல்லது, அவன் உங்களிடம் நீங்கள் மூவரும் ஆர்வம் கொண்டிருக்கிற, ஓரங்கட்டப்பட்டுவிட்ட அறிவியல் கோட்பாடுகள் குறித்து - நீர்மவெப்ப பல்-கொந்தளிப்பு..." "நீ அதைத் தவறாகச் சொல்கிறாய் மூன்றாவது சகோதரி" எனக் கத்தினார்கள் குட்டித்தங்கைகள். "மூன்றாவது சகோதரி என்ன சொல்கிறாளென்றால், அல்ஸிபியேடை டெமஸ்தனீஸ் மறுத்தது குறித்தோ, ஃப்ரான்ஸிஸ் பேக்கன்தான் ஷேக்ஸ்பியர் என்கிற ஆய்வறிக்கைகள் குறித்தோ அவன் பேசத்துவங்கினால்..." என நான் இடைப்பட்டதும், "ஆய்வறிக்கைகள் என்றால் என்னவென எங்களுக்குத் தெரியும்!" என்றார்கள். "நடு அக்கா என்ன சொல்கிறாளென்றால், கை ஃபாக்ஸின் கையெழுத்து சித்திரவதைக்கு முன்பும் பின்பும் எப்படியிருந்தது என்பது

குறித்து அவன் சிற்றுரை ஆற்றவந்தால் அதன் பொருளானது...” “சிற்றுரை என்றால் என்னவென எங்களுக்குத் தெரியும்!” “இதோ பாருங்கள் குட்டித்தங்கைகளே, விஷயம் இதுதான்: அறிவியல், கலை, இலக்கியம், மொழியியல், மானுட சமூகவியல், கணிதம், அரசியல், வேதியியல், சிறுகுடல் பாதை, புதிய சொல்லாட்சிகள், வரவு-செலவு கணக்குப் பதிவேடு, உளவியலின் மூன்று பிரிவுகள், ஹீப்ரூ அகரவரிசை, ரஷ்ய எதிர்மறுப்புவாதம், ஆசிய கால்நடைகள், பனிரெண்டாம் நூற்றாண்டு சீனப் பீங்கான்கள் என எதைப்பற்றியேனும் பேசுகிற பெயரில் அவன் உங்களை மயக்க முற்பட்டால்...” “இதைப்பற்றியெல்லாம் பேசுவதில் என்ன தவறு இருக்கிறது? எங்களுக்குப் புரியவில்லை” எனக் கத்தினார்கள் குட்டித்தங்கைகள். “இதிலெல்லாம் நீங்கள் ஏமாந்துவிடக்கூடாது என்பதுதான் பிரச்சினை, ஏனென்றால் இவை எதுவுமே அவனது உண்மையான நோக்கங்கள் இல்லை.” என்றாள் மூன்றாவது சகோதரி. “அப்படியானால் அவன் என்ன செய்வான்? அவனது உண்மையான நோக்கம்தான் என்ன? நீங்கள் இருவரும் என்ன சொல்லவருகிறீர்கள்?” குட்டித்தங்கைகளைத் தைரியப்படுத்திப் பாதுகாப்பதற்குப் பதிலாக நானும் மூன்றாவது சகோதரியும் அவர்களை எச்சரித்து பயப்படுத்திவிட்டோம் என்பதை உணர்ந்து கொள்ள முடிந்தது. “அது தீங்கிழைப்பதாக, பாலியல் ரீதியில் ஆக்கிரமிப்பதாக, எல்லைமீறுவதாக, மோசமானதாக, எப்போதுமே வார்த்தைகளாலானதாக இருக்கும். ஆனால், விட்டுத்தள்ளுங்கள். அதையெல்லாம் அறிந்துகொள்ளும் அளவிற்கு நீங்கள் இன்னும் வளரவில்லை” என்றாள் மூன்றாவது சகோதரி.

“அவன் விசாரிக்கப்பட வேண்டும்,” என்றாள் தோழி. நீதிமன்றத்தைக் குறிப்பிட்டாள் தோழி – அப்போதெல்லாம் அவை நிகழ்ந்தன. “இது அவனுக்கான முதல் எச்சரிக்கை” என்றாள் தோழி. “முதலாவதாக இருந்திருக்கக்கூடாது. எனக்குப் பனிரெண்டு வயதாக இருந்தபோதே அவன் என்னிடம் இதையெல்லாம் ஆரம்பித்திருந்தான்.” என்றேன் நான். “எச்சரிக்கையையும் தாண்டி, கன்னியாஸ்திரிகளை அவன் பாலியல்ரீதியாக அணுகியதற்காக அவனுக்கு ஒரு அடி கிடைக்கக்கூடும்” என்றாள் தோழி. “பெண் போராளிகள் அதை விரும்பமாட்டார்கள்” என்றேன் நான். இதைக்கேட்டதும் நீண்டகாலத்தோழி முகம் சுளித்தாள். கடவுளுக்கெனத் தன்னை ஒப்புவித்துக்கொண்ட, அலையலையாய்ப் பறக்கும் ஆடையில் தெய்வத்தைக் காணுகிற பெண்களுக்குத்தான் முக்கியத்துவமா – அப்படியானால் அடுத்த இடத்தில் இருப்பது யார் – மனைவிகளா?

அம்மாக்களா? கன்னிகளா? என்கிற, பெண்களுக்கிடையேயான படிநிலை குறித்த விஷயத்திற்காகத்தான் அப்படிச் செய்தாள் என நினைத்தேன். ஆனால், ஆணாதிக்கமின்றி எல்லாமும் சமமாக நடத்தப்பட வேண்டுமென்கிற பெண் போராளிகளின் வலியுறுத்தல்களுக்காக அன்றி, எங்களுக்கிடையேயிருந்த பேசப்படாத ஒப்பந்தத்தை மீறி நான் அவளது வேலையைக்குறித்துப் பேசிவிட்டேன் என்பதற்காகத்தான் அவள் முகம் சுளித்திருக்கிறாள். ஆனால் அவள்தான் முதலில் அதுகுறித்துப் பேசியது. இந்த வரவேற்பறையில் நிகழ்கிற இந்தச் சந்திப்பு முழுவதுமே அடிப்படையில் அவளது வேலைதான். கண்காணிப்புப் பணியில் இருக்கிற ஒருவனைத் தூதாக அனுப்பி இந்தச் சந்திப்பை ஏற்பாடு செய்ததே அவள்தான். “நீதான் ஆரம்பித்தாய்” என்றேன் நான். “அதற்கான அவசியம் இருந்தது. ஏனென்றால் நீ அப்படி மனச்சிதைவு அடைந்திருந்தாய். உன்னுடைய குறைகள் பற்றிய கடும் குற்றச்சாட்டுகளுக்குப் பிறகு நீ சற்று உற்சாகமாக உணர விரும்புவாய் என நினைத்தேன். அதனால்தான் மூத்த மைத்துனன் பற்றிப் பேசினேன். ஆனால் நீ சொல்வது சரிதான். இனி நாம் இதை விட்டுவிட்டு அரசியலல்லாத விஷயங்களை மட்டுமே தொடரலாம்” என்றாள்.

இதன்பிறகு அந்த வரவேற்பறையில் நிகழ்ந்த எங்கள் சந்திப்பு முடிவிற்கு வந்தது, பள்ளிக் காலத்திலிருந்தே என் நீண்டகாலத் தோழியாய் இருக்கிற அவளை நான் அதன்பிறகு மூன்று முறை சந்தித்தேன். அச்சந்திப்பிற்கு நான்கு மாதங்கள் கழித்துக் கிராமப்புறத்தில் நிகழ்ந்த அவளது திருமண நிகழ்வில் ஒருமுறை – அந்நிகழ்வில் என்னைத் தவிர - திருமணத்தை நடத்திய பாதிரியாரையும் விட்டுவிட்டால் – மற்ற எல்லோருமே கருப்புக் கண்ணாடி அணிந்திருந்தார்கள். மணமகனும் தனது எளிய வெண்ணிற கவுனிலிருந்த நீண்டகாலத் தோழியுமேகூட ஆளுக்கொன்றை அணிந்திருந்தார்கள். அடுத்ததாக, அவளது திருமணம் முடிந்து ஓராண்டிற்குப் பிறகு அவளது கணவனின் ஈமச்சடங்கில் நான் அவளைச் சந்தித்தேன். அதிலிருந்து மூன்று மாதங்களுக்குப் பிறகு அவள் மரணித்து அவளைக் கணவனுடன் புதைத்தபோது சந்தித்தேன். அது பத்துநிமிடப் பகுதிக்கு அருகிலிருந்த, ‘புறநகர் இடுகாடு’ என்றழைக்கப்பட்ட, ‘நேரங்காலமற்ற இடுகாட்டில்’, ‘ஓய்வற்ற இடுகாட்டில்’, சுருக்கமாகச் சொன்னால் வழக்கமான பகுதியிலாக இருந்தது.

05

எல்லோரது பானங்களிலும் விஷத்தைக் கலந்தபடி சுற்றிக் கொண்டிருந்த அச்சிறுமி - உண்மையில் அவள் பெரியவள் - என்னுடைய பானத்திலும் விஷத்தைக் கலந்திருந்தாள். ஆனால் உறங்கச் சென்று இரண்டு மணி நேரத்திற்குப் பிறகு தாங்கவே முடியாத வயிற்று வலி வந்து என்னை எழுப்பி விடும் வரை எனக்கு அது தெரிந்திருக்கவே இல்லை. முதலில், ஆயனைப் பார்த்த பிறகு எனக்கு வருகின்ற அந்த நடுக்கங்கள், எரிச்சல் ஊட்டும் உணர்வுகள்தான் அவை என்று நினைத்தேன். ஆனால் இல்லை. மருந்துக்காரி என்னுடைய பானத்தில் எதையோ கலந்திருக்கிறாள். ஆயனைப் பற்றிப் பேசும் எண்ணத்துடன் நான் என்னுடைய நீண்ட காலத் தோழியை மது விடுதியில் சந்தித்து, ஆனால் என்னுடைய விசித்திரத்தன்மை குறித்து உரையாடிய அந்த நேரத்தில்தான் இது நிகழ்ந்திருக்க வேண்டும். தோழி கழிவறைக்குச் சென்றிருக்க, நான் மேசையில் தனியாக இருந்தபோது அந்தச்சிறுமி - உண்மையில் அவள் பெரியவ்ள் - அங்கே வந்திருந்தாள். மனிதத்திற்கு எதிரான தீமைகள் செய்ததாகச் சொல்லி அவள் என்னைக் குற்றப்படுத்தினாள். அதோடு நான் ஒரு சுயநலவாதி என்றும் கூறினாள். இங்கிருந்து தொலை என்று நான் சொல்வதற்கு முன்பாகவே அவள் எனக்கு விஷம் தந்திருந்தாள், “நீ வெட்கப்பட வேண்டும்” என்று கூறினாள். ஆனால் ஆயனுடனான என்னுடைய உறவினைப் பற்றி அவள் எதுவுமே குறிப்பிடவில்லை, நான் அப்படித்தான் நினைத்திருந்தேன், ஏனென்றால் எல்லோருமே – தங்களுக்கு அதில் எந்தத் தொடர்பும் இல்லாதபோதும் - அதைப் பற்றித்தான் குறிப்பிட்டார்கள். அதற்குப்பதிலாக, ஆயனுடன் சேர்ந்து இன்னொரு பிறவியில் நான் அவளைக் கொன்றதைப்

பற்றிக் குறிப்பிட்டாள். அவளுடைய மரணம் மட்டுமின்றி, வேறு இருபத்திமூன்று பெண்களது மரணத்திற்கும் நானே பொறுப்பு என்றாள். அவர்களில் சிலர் மருத்துவச்சிகளாய் இருந்தனர். வெறும் இந்த வெள்ளை மருந்துகள். ஆனால் சிலர் அதையும்கூடச் செய்யவில்லை. இந்தக் குற்றங்களை, நாங்கள் இருபத்தியாறு பேரும் இன்னொரு பிறவியில் இருந்தபோது நான் செய்திருந்தேன். கடந்த காலத்தில் பதினேழாம் நூற்றாண்டில் எடுத்த ஒரு அவதாரத்தில் அது நடந்ததாகச் சொன்ன அவள், தேதியையும் நேரத்தையும்கூடக் குறிப்பிட்டாள். அவன் அப்போது ஒரு மருத்துவராக – ஆனால் போலி மருத்துவராக – இருந்திருக்கிறான். இதைச் சொல்லும்போது, அப்படி ஒரு போலி மனிதனுடன் நான் சேர்ந்ததையும், அவனது சூழ்ச்சிகளுக்குத் துணைபோனதையும் அவள் ஆக்ரோஷமாக எதிர்த்தாள். அவனுடைய ஆள்மாறாட்டம் பற்றி எனக்குத் தெரியாது என்று நான் சொல்வதில் எந்தப் பொருளும் இல்லை என்றாள். நான் அவனுக்கு உதவியிருக்கிறேன், அவனுக்காகச் சூனியம் வைத்திருக்கிறேன், விலங்குகளைக் கொன்றிருக்கிறேன், அவள் உட்பட அந்த அழகிய கிராமத்தின் இருபத்திமூன்று பெண்களை அவன் கொல்வதற்கு உதவுபவளாய் இருந்திருக்கிறேன். "நாங்கள் எல்லோரும் இறந்துவிட்டோம் சகோதரி" என்றாள். "உன்னால்தான். இதனால்தான்." எனக்கு நேரப்போகிறதற்கு நான் தகுதியானவள்தான் என்றாள். அந்த நொடியில்தான் நான் அவளுடைய வசீகரப்பேச்சிலிருந்து என்னை விடுவித்துக் கொண்டு, "ஹோ, தயவுசெய்து இங்கிருந்து ஒழி!" என்றேன். திரும்பிவந்த நீண்டகாலத்தோழி என்னவாயிற்று என்றாள். தலையை உலுக்கிக்கொண்ட நான், "அட, அது அந்த மருந்துக்காரி" என்றேன். "பாவம் அந்தச்சிறுமி – உண்மையில் பெரியவள்தான் - மிகவும் மோசமாக மாறிக்கொண்டிருக்கிறாள்" என்பதால் நான் மருந்துக்காரியிடம் கவனமாக இருக்க வேண்டுமென நீண்டகாலத்தோழி எச்சரித்தாள்.

அதுதான் விஷயம். எங்களது பகுதியின் புகழ்பெற்ற விசித்திரச் சிறுமியாகிய அவள் உண்மையில் பெரியவள். சிறுத்து, ஒடுங்கி, நரம்பு போன்றிருந்த அவள் முப்பது வயதை நெருங்கிக் கொண்டிருந்தாள். எல்லோரது பானங்களிலும் விஷம் கலந்து கொண்டிருந்தாள். நீண்ட நாட்களுக்கு அவளுடைய இந்தச் செயலுக்கு யாராலும் அவளிடமிருந்து எந்த விளக்கத்தையும் தருவிக்க முடியவில்லை. அது குறித்துச் செய்யப்பட வேண்டிய முடிவுகள் அனைத்தையுமே, சமூகமே, எந்தத் தகவலும் அற்ற நிலையில்

உருவாக்க வேண்டியிருந்தது. தான் செய்த விஷயத்தினை அவள் மிக உறுதியாகச் செய்து கொண்டிருந்ததற்கு பெண்ணியக் காரணங்கள் இருக்கக்கூடும் என்று கூறிய அவர்களால் அதனை விரிவாக விளக்க முடியவில்லை. ஆனால், எங்கள் பகுதியின் இன்னொரு வகை விநோதமானவர்களான பெண் போராளிகள் இந்த மருந்துக்காரியிடம் பேசிக் கொண்டும் தங்களுடைய இயக்கம் சார்ந்து மூளைச் சலவை செய்து கொண்டும் இருப்பதைப் பார்த்தால், இவள் இப்படித் தொடர்ந்து நம் அனைவரையும் கொல்ல முயல்வதற்கு தீவிரப் பெண்ணியக் காரணங்கள் மட்டுமே காரணமாக இருக்கும் என்றனர். ஆனால் இது தங்களது இயக்கத்தின் நோக்கம் பற்றிய தவறான புரிதலை வெளிப்படுத்துகிறதென்றும் இதை நிரூபிப்பதற்குச் சமூகத்திடம் எந்த ஆதாரமும் இல்லை என்றும் கூறி, பெண் போராளிகள் இந்தக் குற்றச்சாட்டை மறுத்தனர். மருந்துக்காரியிடம் தாங்கள் பேசியதற்கு வெகுகாலத்திற்கு முன்பிருந்தே அவள் இந்த விஷமூட்டும் காரியத்தைச் செய்துவருகிறாள் என்றும், அவளது பிரச்சினையைப் புரிந்து கொண்டு சரி செய்வதற்காக மட்டுமே அவளிடம் பேசினர் என்றும் கூறினர். எனவே, விஷமூட்டுவதற்கான அந்தச் சிறிய நபரின் நோக்கத்தை இப்படி அரைகுறையாகவும் பொறுப்பற்றும் புரிந்துகொள்ளக்கூடாதென்றனர். எனவே மீண்டும் விளக்கங்களும் அந்த விளக்கங்கள் குறித்த கண்டனங்களும் தொடர்ந்து நிகழ்ந்தன. அவ்வாறே அவளது விஷமூட்டுதலும் தொடர்ந்தது. குறிப்பாக ஊரின் புகழ்பெற்ற மதுவிடுதிக்கு வெள்ளிக்கிழமைகளில் செல்பவர்கள், அவளது விஷமூட்டுதல் குறித்து மிகக் கவனமாக இருக்க வேண்டியிருந்தது.

அதிலும் குறிப்பாக, நடன மேடையில் நீங்கள் உங்கள் ஆண் நண்பனுடனோ இணையுடனோ இருக்கும்போது அங்கே மேஜையில் உங்களது பானம் கவனிப்பாரின்றி இருந்தால் - அப்போது அவள் உள்ளே வர நேர்ந்துவிட்டால், அந்தச் சமயத்தில் நீங்கள் அதீத கவனம் கொண்டாக வேண்டும். அவளது வருகை நிகழும் முன்பாகவே வேறு இரண்டு குழுவினரது வருகை கண்டிப்பாக நிகழும். அரசை எதிர்க்கும் கிளர்ச்சியாளர்கள் தங்களது பாணியில் குரங்குக் குல்லாயுடனும் துப்பாக்கியுடனும், விரும்பத்தகாத நிகழ்வுகளையும் குடிப்பதற்கான வயது வரம்பை எட்டாதவர்களையும் ஆய்வு செய்வதற்காக வருவார்கள். அங்கே விரும்பத்தகாதவையையும் வயதுவரம்பினை எட்டாத குடிகாரர்களையும் நிறையவே எதிர்கொள்ள நேரிட்டாலும், ஒருபோதுமே அவர்களில் ஒருவரையுமே அங்கிருந்து இழுத்துச்சென்று அவர்கள் வெளியேற்றியதில்லை. அது ஒரு நாடகம்

மட்டுமே. அது ஒரு நாடகம் என்பது எல்லோருக்கும் தெரியும் - வலிமையைக் காட்டுவதற்கும், ஒவ்வொரு வாரமும் எல்லோரும் கடந்தாக வேண்டிய சீருடை அணிவகுப்பை நிகழ்த்துவதற்கும் நடப்பதாகும். உள்ளே வந்து மிகுந்த கண்டிப்போடு சுற்றிலும் பார்த்து தங்களுடைய ஆய்வினை முடித்துக் கொண்டு அவர்கள் வெளியேறிய சில கணங்களுக்குப் பிறகு இன்னொரு குழு தங்களது வருகையைப் பதிவுசெய்ய, அங்கே இன்னொரு நாடகம் நடந்தேறும். இது ராணுவத்தை ஆக்கிரமித்திருக்கும் 'நீருக்கு மறுபுறம்' இருக்கிற நாட்டின் அந்நியப் படை ஆகும். அவர்களும் தங்களது பாணியில் காக்கி ஆடையில் தலைக்கவசம் அணிந்து துப்பாக்கிகளுடன் வந்து கிளர்ச்சியாளர்கள் இருக்கின்றனரா என்று சோதனையிடுவர் - ஆமாம், அப்போதுதான் சில நொடிகளுக்கு முன்பாக அங்கிருந்து வெளியேறி அவர்களிடமிருந்து தப்பித்த அதே கிளர்ச்சியாளர்களைத்தான். இந்த இரண்டு குழுவினரும் ஒருவருக்கொருவர் சந்தித்துக் கொண்டால் எவ்வளவு ரத்த ஆறு ஓடும் என நாங்கள் எப்போதாவதுதான் நினைத்துக் கொள்வோம். ஏனென்றால், அத்தனை ஆண்டுகளின் எந்த ஒரு வெள்ளி இரவிலும் அப்படிப்பட்ட ஒரு சந்திப்பு நிகழ்ந்ததில்லை. அப்படி ஒன்று நிகழ வாய்ப்பில்லையே என்று நம்மால் உறுதியாக நினைக்கவும் முடியாது. ஏதோ ஒரு ஒத்திசைவும் திட்டமிடப்பட்ட யதார்த்தமும் அங்கே ப்ரக்ஞையின்றியே அவர்கள் இருவருக்கும் இடையே செயல்பட்டுக் கொண்டிருக்க வேண்டும். "இது வெள்ளி இரவு" என எதிர்த் தரப்புக்குத் தகவல் சொல்லும் ஒருவர், "நாம் ஏன் இதை எளிதாக முடித்துக் கொள்ளக் கூடாது. ஏன் நீங்கள் முதலில் சென்று வெளியே வந்த பிறகு நாங்கள் செல்லக்கூடாது. அடுத்த வாரம் நாங்கள் முதலில் சென்று வெளியேறிய பிறகு நீங்கள் வாருங்கள்." அப்படிப்பட்ட ஒன்றுதான் நிகழ்ந்திருக்க வேண்டும். ஏனென்றால் ஒரு முறையோ இரண்டு முறையோ அல்ல இருநூறு முறை இப்படி நூலிழையில் அவர்கள் ஒருவரை ஒருவர் சந்தித்துக் கொள்ளாமல் தவிர்த்திருக்கின்றனர். இப்படியாக அந்த இரண்டுவகை ராணுவத்தினரும் உள்ளே நுழைந்து தங்களது ஆய்வினை பகட்டினை வலிமையினை எல்லோரிடமும் - அதாவது உணவு மேஜையில் இருக்கிற இளைஞர்கள், நடன மேடையில் இருக்கிற இளைஞர்கள், மதுவிடுதியெங்கும் நிழல்களாகக் முத்தமிட்டுக் கொண்டும் கட்டிக் கொண்டும் இருக்கிறவர்களிடம் - காட்டுவார்கள். அவர்களை நாங்கள் கவனிக்கவே மாட்டோம். ஆனால் மருந்துக்காரி உள்ளே நுழைகிற போது நடப்பதே வேறு.

"அவள் வந்துவிட்டாள்!"

"சீக்கிரம்!"

சீக்கிரம் எல்லோரும் இடத்திற்குச் செல்லுங்கள்! கவனமாக இருங்கள்! எச்சரிக்கையாக இருங்கள்! மருந்துக்காரி! மருந்துக்காரி வந்துவிட்டாள்!"

மது விடுதியில் இருக்கும் ஒவ்வொருவராலும் கிசுகிசுக்கப்படும் இதனைக் கேட்டதும், குடிப்பவர்களுக்கிடையே அச்சம் ஏற்பட்டு, அந்த வாரத்திற்கு அந்த உணவு மேஜைக்கு யார் காவலனாகவோ காவலாளியாகவோ நியமிக்கப்பட்டிருந்தார்களோ அவர்கள் நடன மேடையிலிருந்து, கழிவறையிலிருந்து, மதுப்பகுதியிலிருந்து, மூலையில் அணைத்துக்கொண்டிருக்கும் நிழல்களிலிருந்து, அந்த நொடியில் அவர்கள் எங்கே இருக்க நேர்ந்ததோ அங்கிருந்து தத்தமது உணவு மேஜைக்கு விரைந்து செல்வர். தங்களது பானத்தைக் காப்பதற்காக இதைச்செய்த பிறகும், மீதமிருக்கிற அனைவரும்கூட அவளது இருப்பைக் கவனித்தபடியே நடவடிக்கைகளைப் பின்தொடர்ந்தபடியே இருப்போம். நாங்கள் ஒருவரை ஒருவர் முழங்கையால் இடித்தும், திரும்பித் திரும்பிப் பார்த்து அவளது நடையைத் தொடர்ந்தும், அவள் மீதான எங்களது கவனத்தை வலுவாக்கும்போது அவள் ஒரு பேய் போலவோ அச்சம் தரும் கனவினைப் போலவோ மதுவிடுதியின் நடுவிலும் ஓரங்களிலும் நடந்து கொண்டிருப்பாள். இவ்வாறாக எங்களது அதீத விழிப்பின் விளைவாக எங்களில் பெரும்பாலானோர் மருந்துக்காரியிடமிருந்து தப்பி எங்களது உடல் நலத்தைக் காத்திருப்போம் என்று நீங்கள் நினைக்கக்கூடும். ஆனால் அந்த ஒற்றைப் போட்டியாளரே ஒவ்வொரு முறையும் இதில் வெற்றிபெற்றாள். அதை எப்படி செய்தாள் என்பது யாருக்குமே தெரியவில்லை. ஆனால் மேஜையில் இருப்பவர் யார் என்கிற பாரபட்சமின்றி அவளால் இதை எப்படியோ ஒவ்வொருமுறையும் செய்துவிட முடிந்திருந்தது. மேஜைக்கான அன்றைய காவலாள் மிகக் கவனமாகத் திரும்பி வந்து தன்னுடைய பானத்தைக் கையில் எடுத்து அவளுக்கு எந்த வாய்ப்பும் தராமலிருந்ததை எல்லோரும் பார்த்திருப்பர். அவளை அங்கிருந்து உடனடியாகக் கிளப்புவதிலும் எந்தவித நாகரீகமோ பணிவோ கடைபிடிக்கப்படவில்லை. "வெளியேறு" என்று அவர்கள் கத்துவார்கள், இது போன்ற நச்சுச் சூழ்நிலைகளில் வெளிப்படையாக இருப்பது தான் சிறந்த வழி என்று அவர்கள் எப்போதுமே நம்பினார்கள். "கிளம்பு" என்று அவர்கள் கத்துவார்கள். வெளிப்படையான கடுமையுடன், "போய்த்தொலை!" என்பார்கள்.

அப்படி அவர்கள் அத்தனைமுறை கத்தியபிறகும் ஊரின் புகழ்பெற்ற வெற்றிகரமான நஞ்சூட்டி அங்கிருந்து கிளம்பியிருக்கவில்லை எனில், அன்றைய கொண்டாட்டத்தில் கலந்து கொண்ட ஒருவரேனும் இரவில் வலியில் துடித்து நடுங்கி ஒட்டுமொத்த உடலும் உதறிக் களைத்து மரணத்தை நோக்கி இறைஞ்சுவார்கள் என்பது உறுதி. உடலிலிருந்து நஞ்சை வெளியேற்றுவதற்காக அவர்களுக்குத் தரப்படுகிற விதம்விதமான மருந்துகள், அந்த இரவு முடிந்து காலை புலர்வதற்குள் எதுவுமே இல்லாமல் போய்விடவேண்டுமென அவர்களை அழுகவும் ஏங்கவும் செய்திருக்கும்.

அவ்வாறாக அவள் தன்னை முற்றிலும் வெறுக்கச் செய்தாள். ஆனால், முரணாக அத்தனை வெறுப்புக்கும் மத்தியில் மருந்துக்காரியைச் சமூகம் அவள் போக்கிலேயே அங்கீகரித்திருந்தது. அது பதட்டமான போக்காயினும், கலக்கமான போக்காயினும், நஞ்சூட்டப்பட்ட போக்காயினும் அவள் மீது ஆத்திரமோ அவளைக் கொல்ல வேண்டும் என்ற எண்ணமோ தோன்றவில்லை. ஊரின் பிரபலமான மதுவிடுதியிலிருந்து அவளை விலக்கி வைக்க வேண்டும் என்றும் ஒருவருக்கும் ஒருபோதும் தோன்றவில்லை. ஒவ்வொரு வெள்ளியும் எங்களில் எவரும் இந்த நஞ்சூட்டப்படும் துயரத்தை எதிர்கொள்ளாமல் இருக்கும் பொருட்டு அவள் மருத்துவமனையில் சேர்க்கப்படவேண்டுமென்றோ, அவளது குடும்பம் அவளை வெளியில் அனுமதிக்கக் கூடாதென்றோ, குறைந்தபட்சம் அவள் வெளியே செல்லும்போது அவளுடன் யாரேனும் சென்று கண்காணிக்க வேண்டுமென்றோ கூடக் கருதப்படவில்லை. வித்தியாசமான காலத்தில், வித்தியாசமான மனநிலையில், வாழ்க்கை, மரணம் மற்றும் பண்பாடு குறித்த தன் வித்தியாசமான நோக்கோடு ஓர் அச்சுறுத்தலாய் இருந்த அவள் வானிலைகள் சகித்துக் கொள்ளப்பட்டது போல், வெள்ளி இரவுகளில் வரும் ராணுவத்தை சகித்துக் கொள்ள வேண்டியுருந்தது போல் சகித்துக் கொள்ளப்பட்டாள். விசித்திரமானவள் என அவளுக்குப் பெயர் வழங்க முடிந்தது மட்டுமே சமூகத்தால் இயன்றது. எனவே ஒவ்வொரு முறையும் அவள் அனுமதிக்கப்பட்டதால் ஒவ்வொருமுறையும் அவள் திரும்பி வந்து நஞ்சூட்டுதலைத் தொடர்ந்தாள். திடீரெனத் தன் பாதையை மாற்றிக் கொண்ட அவள் வெள்ளிக்கிழமையல்லாத பிற தினங்களிலும் நஞ்சூட்டத் தொடங்கி அதற்கான காரணங்களையும் விளக்க ஆரம்பித்தாள்.

சமீபத்தில் அவள் தன் சொந்த சகோதரிக்கு நஞ்சூட்டிவிட்டாள் என்றாள் தோழி. ஆனால் அவளது குடும்பம் அதனை மூடி மறைத்து அமைதி காத்திருந்தது. தன்னுடைய ஏற்றுக்கொள்ள முடியாத ஏதோ ஒரு வடிவமாக இருப்பதாக தன் சகோதரியை அவள் குற்றம் சாட்டியிருந்தாள். "இது ரொம்ப சிக்கலாகிறதே. நீ சொல்வதன் பொருள்..." என்றேன் நான். "ஆமாம் என்றாள் நீண்ட காலத் தோழி. "அவளது மனம் இரண்டாகப் பிளவுற்றுள்ளது போல் இருக்கிறது. அவளது இந்த இரண்டு முரணான குணங்களுக்கும் – நஞ்சைக் கலக்கிற ஒரு சுயம், நஞ்சைக் கலக்காத ஒரு சுயம்- ஒரே நேரத்தில் ஊரில் இடமில்லை என தோன்றியிருக்கும்போல. எனவே தன்னைப் பாதுகாத்துக் கொள்ள அவள் அந்த மற்றவளை இல்லாமலாக்க எண்ணியிருக்கிறாள். அவள் இப்படித் தன் காரணங்களைக் கூற ஆரம்பித்த பிறகு, அவளைப் புரிந்து கொள்வதும் விளக்குவதும் சமூகத்திற்கு மேலும் மேலும் சிக்கலாகிக் கொண்டே வந்ததை நீண்ட காலத் தோழி ஒப்புக் கொண்டாள். நானுமே கூட புத்தகத்தால் முகத்தை மூடிக்கொண்டு நடக்கும் பழக்கத்தை விட்டுவிட்டு யதார்த்தத்திற்குத் திரும்பினால், அவளைச் சமாளிக்கச் சமூகம் எவ்வளவு சிரமப்படுகிறதென்பதைக் கவனிக்க முடியுமாயிருக்கும். எல்லோருமே இங்கே மாற்றத்திற்குப் பங்களித்தார்கள். 'தன்னை மாற்றிகொள்வதும்' 'தன் வாயிலாக விசயங்களை மாற்றுவதும்' பிழையின்றித் தொடர்ந்து எல்லாக் காலங்களிலும் நிகழ்ந்து கொண்டேயிருக்கின்றன. கால ஓட்டத்தில் ஏற்படக்கூடிய ஒப்புக்கொள்ளக்கூடிய தடம் மாறல்களைச் சமூகம் தன் இன உணர்வினால் எளிதாகச் சுவீகரித்துக் கொள்கிறது. ஆனால் இந்த விசித்திரமானவர்களைப் பொருத்தவரை (மருந்துக்காரியையும், என்னால் இன்னும் உடன்படமுடியவில்லை எனினும் என்னையும் போன்ற), அவர்களே தங்களுக்கு விதி வகுத்துக் கொண்டனர். பெரும்பாலான சமயங்களில் இந்த விசித்திரமானவர்கள் வழக்கத்தை மீறுகிறவர்களாக, மற்றவர்களைப் போல ஏற்றுக்கொள்ள முடிகிற மாற்றங்களை முன்வைக்காதவர்களாக, ஒப்புதலின்றி முன்னறிவிப்பின்றி இரண்டு மூன்று அடிகள் தூரமாகவோ பக்கவாட்டில் முற்றிலும் மாறான புதிய வழியில் இன்னும் தூரமாகவோ அடிகளை எடுத்து வைத்துவிடுகிறார்கள். தன்னுடைய சுயத்தின் முரண்பதிப்பெனக் கருதித் தன் சகோதரிக்கு அவள் நஞ்சூட்டியது அவ்வகையானதுதான்.

மருந்துக்காரியின் தங்கையான ஒளிர்கிறவள், மருத்துவமனைக்குச் சென்றாக வேண்டிய அளவு, உண்மையில் அதையும் விட

மோசமான நிலையை அடையும் அளவு, நஞ்சூட்டப்பட்டிருந்தாள் எனத் தோழி விளக்கினாள். ஒட்டுமொத்த உடலும் நைந்து போகிற அளவிற்கு அவள் நஞ்சூட்டப்பட்டிருந்தாள். ஆனால். அவள் மருத்துவமனைக்குச் செல்லவில்லை. ஏனென்றால் காவலர்களை அழைப்பதோ மருத்துவ அதிகாரிகளைத் தொடர்பு கொள்வதோ இங்கே விவேகமற்ற செயலாகக் கருதப்படக்கூடும். ஒருவகை அதிகாரிகளைத் தொடர்பு கொள்வதென்பது நிச்சயமாக இன்னொரு வகை அதிகாரிகளைத் தொடர்புகொள்ள வேண்டிய நிலைக்கு அழைத்துச் செல்லும். அதிலும் குறிப்பாக நீங்கள் சுடப்பட்டோ, விஷமூட்டப்பட்டோ, கத்தியால் குத்தப்பட்டோ அல்லது வெளியே சொல்ல விரும்பாத எதோ ஒரு வகையில் பாதிக்கப்பட்டோ இருந்தால் மருத்துவத்துறை உங்களது விருப்பம் குறித்த பாரபட்சமின்றி காவல்துறைக்கு தகவல் அனுப்பிவிடும். அவர்களும் உடனடியாகத் தங்களது குடியிருப்பிலிருந்து வந்து விடுவர். அரசை எதிர்க்கும் படையானது நீங்கள் எந்தப் பகுதியை சேர்ந்தவர் என்பதன் அடிப்படையில் உங்களுக்கு இரண்டு வாய்ப்புகளைத் தந்து ஒன்றை ஒப்புக்கொள்ளச் செய்யும் எனச் சமூகம் எச்சரித்தது: ஒன்று நீங்கள் அவர்களுக்கெதிராகத் துப்புக்கொடுப்பவர் எனத் தந்திரமாகச் சமூகத்தை நம்பச் செய்வார்கள், அல்லது நீங்கள் உண்மையாகவே துப்புக் கொடுப்பவர்களாக மாறி ஊரில் இருக்கும் கிளர்ச்சியாளர்களைப் பற்றி அரச படைக்குத் துப்புக் கொடுக்க வேண்டிய நிலைக்குத் தள்ளப்படுவீர்கள். நீங்கள் எதைத் தேர்ந்தெடுத்தாலும் கிளர்ச்சியாளர்களின் புண்ணியத்தில் வெகு சீக்கிரத்திலேயே தலையில் துப்பாக்கிக் குண்டுகளோடும் கையில் சில்லறைநோட்டுகளோடும் உங்கள் பிணத்தைப் பிறர் காண நேரிடும். சமூகக் கட்டுப்பாடுகளின் அடிப்படையில் நீங்கள் எந்த வகையிலும் மருத்துவமனையுடன் தொடர்பு வைத்துக் கொள்ள விரும்புவதில்லை. வீட்டிலேயே பாதுகாப்பான அறுவை சிகிச்சை அரங்குகளும், பின்புறம் அவசர சிகிச்சை மையங்களும், தோட்டத்தில் தேவைக்கும் அதிகமான மருந்துக் கொட்டகைகளும் மருந்தாளுனர்களும் நிரம்பி இருக்கையில் நீங்கள் ஏன் அங்கே செல்லப் போகிறீர்கள்?

மருந்துக்காரியின் சகோதரியைப் பொருத்தவரை அவள் மிகக் கவலைக்கிடமான நிலையில் இருந்தாலும் அவளது குடும்பத்தினரும் சுற்றத்தினரும் முடிந்த அளவு சிறப்பாகவே அதைச் சமாளித்தனர். பலகட்ட சிகிச்சைகளுக்குப் பிறகு அவள் சரியாகி விட்டாள் என்று சொல்லவே எல்லோரும் விரும்பினர். இதற்கிடையே அந்த இளம்

பெண்ணின் ஆரோக்கியமும் கண் பார்வையும் முன்பிருந்ததை விட மிக மோசமான நிலைக்குச் சென்று விட்டது என்பது தெளிவானதால், கிளர்ச்சியாளர்கள் மூலம் சமூகம் இப்பிரச்சினைக்கு நீதி வழங்க முற்பட்டது. ஆனால் பாதிக்கப்பட்டவள், தவறு செய்தவள் இருவரையுமே தன் அங்கமாகக் கொண்டிருந்த அந்தக் குடும்பமானது, தண்டனையை நிறுத்தி வைத்து மருந்துக்காரி தன்னைத் திருத்திக் கொள்ள இன்னொரு வாய்ப்பு வழங்குமாறு மன்றாடியது. ஆனால் கடந்த முறையே, மருந்துக்காரி தானாகத் தனது சமூகத்திற்கெதிரான நடத்தையைச் சரிசெய்து கொள்ளாவிட்டால் நாங்கள் அதனைச் சரிசெய்து விடுவோம் எனக் கிளர்ச்சியாளர்கள் வாக்களித்திருந்தனர். இப்போது தங்களது எச்சரிக்கை மீறப்பட்டிருப்பதால் வாக்கினைச் செயல்படுத்த வேண்டிய நேரம் வந்துவிட்டதென்றனர். என்றாலும் கூட, அந்தக் குடும்பத்தினரின் கோரிக்கைகளால், கிளர்ச்சியாளர்கள் உடனடியாக செயலில் இறங்கவில்லை என்றாள் தோழி. குடும்பத்தினரை வரவழைத்த அவர்கள் "சரி இன்னும் ஒரே ஒரு முறை அதோடு முடிந்தது" என அறிவுரை வழங்கினர்.

அதன்பிறகு குவளைகளைக் காலி செய்துவிட்டு மதுவிடுதியிலிருந்து வெளியேறினோம் நாங்கள். வீட்டிற்குச் சென்று படுக்கையில் படுத்த நான், கண்ணுக்குத் தெரியாத ஏதோ ஒன்று எனது படுக்கை அறைக்குள் நுழைந்து, போர்வையில் ஏறி, எனது திறந்த வாயில் நுழைந்து தொண்டை வழியாக இறங்கி என்னை எழுப்பும் வரை நன்றாகத் தூங்கியிருந்தேன். குதித்து எழுந்த நான் "அது உள்ளே வந்து விட்டது! அது தன் வழியைக் கண்டு கொண்டது!. நான் உறங்கிக்கொண்டிருக்கும்போது அவர்கள் உள்ளே வந்துவிட்டார்கள்" எனக் கூச்சலிட்டேன். ஆனால் நான் முழுமையாக விழித்து, என்ன பேசுகிறேன் என்பது குறித்து தெளிவாகும் முன்பே என் உடலுக்குள் எல்லாம் எரிகின்ற உணர்வு தோன்றியது. எனது வாயிலும் கூட கடுமையான உணர்வு தோன்றியபோது, முதலில் அது ஏதோ பல்நிரப்பியால் நேர்ந்ததென நினைத்தேன். அதன் பிறகு, இல்லை, அது பல் இல்லை எனத் தோன்றியது. ஆயனாலும் அவன் என்னைக் கவரச் செய்கிற முயற்சிகளாலும் சமீபத்தில் எனக்கு ஏற்படுகிற பாதிப்பே அது. எனக்குள்ளிருக்கிற ஒட்டுமொத்த காற்றையும் வெளியே பிழிந்தனுப்பி தசைகள் திருகிக் கொண்டதில் விறைத்துக் கொண்ட உடலில் சதைப் பிடிப்புகள் ஏற்பட்டன. இன்னமும் அதே விறைப்புடன் படுக்கையிலிருந்து நான் கீழே விழுந்திட என் உள்ளுறுப்புகள் அனைத்தும் கல்லாய் மாறிக் கொண்டிருந்தன. படுக்கை அறையின் தரையில் முழங்கைகளாலும் முழங்காலினாலும்

தவழ்ந்து சென்ற நான் தலையால் கதவினை இடித்தேன். என் உடல் முழுவதும் விறைத்துக் கொண்டிருந்ததால் என்னால் தலையை நிமிர்த்தி எழுந்துகொள்ள முடிந்திருக்கவில்லை ஏன் தலையை மோதுகிறேன் என்றோ, நான் எங்கே செல்கிறேன் என்றோ எதுவுமே எனக்குப் புரியவில்லை. வெளியே சென்று உதவி கோர வேண்டுமென்பது மட்டும் தெரிந்தது.

அடுத்து குறுக்குமறுக்குமாக, குத்துகிறாற்போன்ற வலிகள் தோன்ற ஆரம்பித்தன. இதன் காரணமாகப் படுக்கையறைக்கும் குளியலறைக்கும் இடையே பாதியிலேயே நான் தவழ்வதை நிறுத்த வேண்டியதாயிற்று. இவற்றினோடு வினோதமான சப்தங்களும் எனக்கே கேட்டுக்கொண்டே இருந்தன. எங்கோ வானொலியில் மெதுவாக ஒலிக்கிற சப்தம் அது என நான் நினைத்திருக்க, பின்புதான் அது என் முனகல் சப்தம் எனக் குட்டித் தங்கைகள் கூறினர். “என்ன ஆயிற்று தெரியுமா? ‘அது எல்லோரையும் எழுப்பிவிட்டது’ என உற்சாகமாகக் கூறினார்கள். அவர்கள் நஞ்சூட்டப்பட்ட நான்கு தினங்களுக்குப் பிறகு படுக்கையில் நான் குணமாகிக் கொண்டிருந்தபோதுதான் இது நிகழ்ந்தது. அந்த நள்ளிரவில் நிகழ்ந்த விஷயங்களை எனக்கு விளக்கிய அவர்கள் அதன் ஒரு பகுதியை நடித்து காட்டினர், அந்தச் சப்தங்களை எழுப்பிக் காட்டினர். அதோடு நான் அன்று மிக வெண்மையாக - “ஆனால் நீ வழக்கமாகத் தோன்றுகின்ற அந்த பயங்கர வெண்மை அல்ல. இது பால் போன்ற வெண்மை” - இருந்தேன் என்றாள் மூத்த தங்கை. “ஒரு குவளையில் உள்ள பாலைப் போல” என்றாள் நடுத்தங்கை. வெண்மையான பாலுக்கு மேலும் வெள்ளை நிறம் தீட்டியது போல” என்றாள் கடைசித் தங்கை. “எனவே அது இருளில் ஒளிர்ந்தது.” இருளில் ஒளிர்ந்த அந்தக் குறிப்பிட்ட விஷயம் நிஜமா புனைவா என அந்த மூன்று பேரும் தத்தமது கருத்தோடு சண்டையில் இறங்கினர். அதோடு இந்தக் கூடுதல் வெண்மை எப்போது உண்டானது என்பது குறித்தும் அவர்கள் சண்டையிட்டனர். எங்கள் அம்மாவும் அண்டை வீட்டினரும் எனக்கு விஷமுறிவு செய்த பிறகா அல்லது எனது அம்மாவும் அண்டை வீட்டினரும் எனக்கு விஷமுறிவு செய்ததற்கு முன்பா, எப்போது அது நிகழ்ந்தது? ஆமாம் அம்மாவும் அண்டை வீட்டினரும் என்னைச் சுத்திகரித்திருந்தனர். நான் தரையில் கிடந்த போது அம்மாதான் முதலில் வந்து என்னைத் தன் கரங்களில் எடுத்திருந்தாள். ஆனால் எனக்குள் நிகழ்ந்து கொண்டிருந்த எல்லா விஷயங்களாலும் நான் அவள் வந்ததைக் கவனித்திருக்கவில்லை. என்றாலும் அவளது வலிமையான கரங்களையும் வெண்மையான

மூச்சுக்காற்றையும் என்னால் உணர முடிந்தது. அம்மா என் அருகில் இருப்பது என்னை எல்லாவிதத்திலும் சரிப்படுத்தி விடும் என அந்த நொடியில் எனக்குத் தெரிந்தது. அவளது இரவு ஆடையின் துணியைப் பற்றி மேலும் மேலும் முன்னேறி அந்த இரவு ஆடையின் வயிற்றுப் பகுதியை நெருங்கிய போது நான் பத்திரமாக இருப்பேன் என்றும் நான் தனியாக இல்லை என்றும் எனக்கு தோன்றியது.

என்னைக் காப்பாற்றிக் கொண்டிருந்த அதே நேரத்தில் அவள் கேள்விகளையும் எழுப்பினாள். எனது உடலை அதிவேகமாகப் பரிசோதித்துக் கொண்டே, என்னிடம் இடைவிடாத கேள்விகளையும் வீசினாள்- எனக்கு வெட்டுப்பட்டிருக்கிறதா? நான் கத்தியால் குத்தப்பட்டேனா? என்ன சாப்பிட்டேன்? என்ன குடித்தேன்? தெரிந்த யாராவது தெரியாததைத் தந்தார்களா? யாரிடமாவது சண்டையிட்டேனா? முன்பு யாராவது என்னைத் தலையில் அடித்திருக்கிறார்களா? நான் நம்புகிற நண்பர்களெல்லாம் நம்பத்தக்கவர்கள்தானா? இவற்றோடு சேர்ந்து அவளது முதல் குற்றப்படுத்தலும் வந்து விழுந்தது. “இப்படி நீ அடுத்தவர்களது கணவன்களைக் கையில் போட்டுக் கொண்டு திரிந்தால், வேறு என்ன நடக்குமென நினைத்தாய் மகளே? கண்டிப்பாக அந்தப் பெண்கள் உன்னைக் கொல்லத்தான் முயல்வார்கள். எல்லாம் தெரியுமெனச் சுற்றுகிற உனக்கு இது எப்படித் தெரியாமல் போனது?” ‘எல்லாம் தெரியும்’ என்கிற சொல்லால் அம்மா எதைச் சொல்கிறாள் என எனக்குப் புரியவில்லை. இந்த உலகம் பற்றிய எனது அறிவில் வெறும் மயிறுதான் இருந்தது. வெறும் மயிறு, வெறும் மயிறு. இதற்கு மேல் வேறு சொற்களால் விளக்க முடியாத, இந்தச் சொற்கள்தான் அந்த அறிவு என்பதான அறிவு. அம்மா இன்னும் அந்தக் கணவன் – மனைவி பிரச்சினையை முடித்திருக்கவில்லை. மேலும் பல “வேறு என்ன நடக்கும்?”கள் வந்தன. ஆனால் இம்முறை, சிலசமயம் நான் பல கணவர்களுடன் தொடர்பிலிருப்பதாகவும், சில சமயங்களில் ஒரே ஒருவனுடன் – ஆயனுடன் தொடர்பிலிருப்பதாகவும் ஒலித்தன அந்தக்குற்றச்சாட்டுகள். “முட்டாள்! மடச்சி! அறிவிலி! எனக் கத்தினாள் அவள். “பதின் பருவத்தினாளாகிய உன்னைப் போல் இரண்டு மடங்கு வயதினன் அவன்.” இந்த இடத்தில் நிறுத்தியவள், என்னைத் தன்னோடு சேர்த்துத் தூக்கிக் குளியலறைக்கு அழைத்துச் சென்றாள். பிறகு தனது குற்றப்படுத்தல்களைத் தொடர்ந்தவள். ‘இது எல்லாம் சரியாகியவுடன் நீ அந்த மனைவிகள் அத்தனை பேரின் பெயரையும் எனக்குச் சொல்ல வேண்டும்” என்றாள் கடுகடுப்புடன். இந்தச் சமயத்தில் நான் இன்னமும் நிமிர முடியாமல், நிற்க

முடியாமல் ஒரு பந்து போல் சுருண்டிருக்க, வலி அலையலையாகக் கீழிருந்து மேலே பரவி, திடும்மென அதே குறுக்கு மறுக்காக அம்பு போல் பாய்ந்தன. சுருண்டிருந்த என்னை அவள் அப்படியே தூக்கிக் கொள்ள ஒருகையால் அவளது கழுத்தைச் சுற்றிக் கொண்டு, மறுகையால் கம்பிக்கிராதியை இறுக்கமாகப் பற்றியிருந்தேன். இதற்கிடையே அவள் அந்த நஞ்சினைப்பற்றிக் கூறும்படி என்னை அவசரப்படுத்தினாள். "சரி அவர்கள் உனக்கு என்ன தந்தார்கள்? அவர்கள் என்ன தந்தார்கள் என உனக்குத் தெரியுமா?"இறுதியில் நான் "எந்த மனைவிகளும் இல்லை. எந்தக் கணவன்களும் இல்லை. ஆயனுடன் எந்தத் தொடர்பும் இல்லை. எந்த விஷமும் இல்லை"எனச் சிரமப்பட்டுச் சொல்லியிருந்தேன். ஆனால் புதிய ஒரு சிந்தனை தோன்றியிருந்ததால் நான் கூறியதைக் கவனிக்காத அவள், கல்போல மாறியிருந்தாள்.

'கடவுள் ஆணையாகச் சொல். அவர்கள் சொன்னது சரிதானா? எல்லோரும் சொன்னது சரிதானா? நீ அவனால் - அந்தக் கிளர்ச்சியாளனால் "தேடப்படுபவர்களில் முதலாவதாய்" இருக்கிற அந்த அறிவாளியால் - போலி ஆயனால் - வம்சவிருத்தியடைந்திருக்கிறாயா?"என்றாள். "என்ன?"என்றேன் நான். அவள் உபயோகித்த அந்த வார்த்தை மிகப்புதிதாய் இருந்தது, நேர்மையாகச் சொன்னால் அதன் பொருளே எனக்கு ஒரு நொடி விளங்கவில்லை. "அவன் உன்னில் ஊடுருவினானா?" விரிவாக வினவ ஆரம்பித்தாள் அவள். உண்டாக்கினான். இனப்பெருக்கினான். வளமாக்கி, எரிச்சலூட்டி, தர்மசங்கடப்படுத்தி, தெளித்து, வருந்த வைத்து, நடந்திருக்ககூடாதென எண்ண வைத்து - ஐயோ கடவுளே, மகளே, நான் அதைச் சொல்லத்தான் வேண்டுமா?"அதுதானே, அவள் ஏன் அதைச் சொல்லவில்லை? கர்ப்பம் என்று ஏன் அவளால் சொல்ல முடியவில்லை. ஆனால், அம்மா அப்படித்தான். அவள் சுற்றி வளைத்துக் கூறுவதை, நஞ்சூட்டப்பட்டதன் - அது நஞ்சுதான் என்பதை அப்போது நாங்கள் அறிந்திருக்கவில்லை- வேதனையிலிருந்து வெளியே வந்து புரிந்துகொள்ளும் அளவிற்கு நான் வாளாவிருந்தேன் என்பதனால் அல்ல அது. சிக்கலான கர்ப்பங்கள் பற்றியும் அவள் பேசமாட்டாள். ஏனென்றால் ஒன்றையடுத்து ஒன்றென அவளே திகில் கதைகளை உருவாக்கிக் கொள்வாள். அடுத்து கருக்கலைப்புகள்- அவற்றையுமே நான் "குடற்புழுக்கொல்லுதல்", புதினா, சாத்தானின் ஆப்பிள், அகால வெளியேற்றம், உருவாகாமல் தோல்வியடைதல்"போன்றவற்றிலிருந்தான் யூகிக்க வேண்டும்.

“பார் மகளே, நீ புதிதாக ஒன்றும் என்னை ஏமாற்ற முடியாது. ஏற்கனவே, போதுமான அளவு ஏமாற்றிவிட்டாய். இப்போது சொல், நீ எதை இழுத்துக் கொண்டு வந்திருக்கிறாய், எந்த வேசியிடம் இருந்து அதை நீ இழுத்துக் கொண்டு வந்தாய்?”என அவள் தன் சந்தேகங்களைத் தொடர்ந்தாள்.

இது எனக்குப் புதிய செய்தியாகும். ஊரில் வேசிகள் இருந்தார்கள் என்றோ, கிளர்ச்சியாளர்கள் அவர்களை அனுமதிப்பார்கள் என்றோ அல்லது கிளர்ச்சியாளர்களால் அவர்களைத் தடுக்க முடியாமல் போகும் என்றோ எனக்குத் தெரிந்திருக்கவில்லை. வழக்கம் போலவே, ஊரின் மோசமான பக்கங்கள் பற்றி அவளுக்கிருந்த அறிதலும், அவை பற்றிய ஆச்சர்யப்படவைக்கும் விவரங்களை அவள் என்னிடம் சொல்வதும், அதே சமயம் நான் ஏற்கனவே அவை பற்றி அறிந்திருக்கிறேன் என்கிற குற்றப்படுத்தலும் இம்முறையும் தொடர்ந்தன. மீண்டும் ஒருமுறை அவள் என்னை நம்பவில்லை. நான் உண்மையாக இருப்பேன் என்பதை, உண்மையாக இருந்திருக்கிறேன் என்பதை, ஆயன் போன்ற ஒருவனைத் தவிர்க்கும் அளவிற்கு எனக்கே சொந்த புத்தி இருக்கும் என்பதை அவளால் நம்பமுடியவில்லை. இவையெல்லாமும் சேர்ந்து, அவளை நம்ப வைக்க வேண்டுமென்கின்ற ஆர்வத்தையே எனக்குள் என்னால் ஏற்படுத்த முடியாமல் செய்திருந்தன. ஏன் நம்ப வைக்க வேண்டும்?. போனமுறை நான் அதற்கு முயன்றபோது என்னைப் பொய்சொல்லி என்றழைத்த அவள், உண்மையைச் சொல்லும்படி வற்புறுத்தினாள் – நான் ஏற்கனவே அதைத்தானே செய்துகொண்டிருந்தேன். அவளுக்கு உண்மை தேவைப்படவில்லை. வதந்தியை ஊர்ஜிதப்படுத்தவே அவள் விரும்பினாள். எனவே, அவளது கற்பனைகளுக்குத் தடை போடுவதில் என்ன பயன் இருக்கிறது? இந்த தசைப்பிடிப்பும் விறைப்பும் நிமிரமுடியாமையும் நிற்கமுடியாமையும் நஞ்சினாலோ அவளது எந்தக் கற்பனைகளாலோ இல்லை, வழக்கமாக நிகழ்கின்ற ஒன்றின் தீவிர வடிவம்தான் இது என ஏன் உணரவைக்க வேண்டும்? ஆயனின் வன்தொடரலால், ஆயனின் கண்காணிப்பினால், ஆயன் என்னைப்பற்றியும் என்னைப் பற்றிய எல்லாவற்றையும் அறிந்திருந்ததால், என்னை நெருங்குவதற்காக அவனது நேரத்தைச் செலவழித்ததனால், ரகசியங்களால் விளைகிற தீங்கினால், இங்கே நிலவிய கூச்சல்கள் மற்றும் வதந்திகளால்தான் நான் நோயுற்றிருந்தேன். அவ்வாறாக நானும் அம்மாவும் எதிரெதிர்த் துருவங்களில் நின்றிருந்தோம், இதற்கு முன்பும் எப்போதுமே எதிரெதிர்த் துருவங்களில் நின்றிருந்தது போல. ஆனால் இத்தருணம்

நான் அதை முயன்றேன், ஏனென்றால் அது தனிமையான தருணமாக, எப்போதையும் விட என் மீதான அவளது நம்பிக்கையை ஏங்குகிற, அவள் என்னைச் சரியாக உள்வாங்கிகொள்ள வேண்டுமென விரும்புகிற தருணமாக இருந்தது. “எந்த மனைவிகளும் இல்லை அம்மா” என்றேன் நான். “எந்தக் கணவன்களும், எந்தக் கருவும், எந்த வேசிகளும், எந்த விஷமும், எந்தத் தற்கொலையும் இல்லை” – அந்த இறுதி வார்த்தையை அவளே சொல்லி விடக்கூடாதென்பதற்காக நானே சொல்லியிருந்தேன். “சரி, பிறகு என்னதான் இது?” என்றாள் அவள். தனது குற்றப்படுத்தல்களுக்கிடையே ஒரு நொடி தாமதித்து நான் உண்மையைச் சொல்லக்கூடும் என அவள் நம்பியதில் அந்த வலிக்கிடையில் விஷத்திற்கிடையில் எனக்குள் ஓர் ஆறுதல் எழுவதையும் ஆசுவாசம் பரவுவதையும் பெருமையுடன் உணர்ந்தேன். அவளை நேசிப்பது எளிமையாகத்தான் இருக்கும். அவளை நேசிப்பது எவ்வளவு எளிதானதென நான் சில சமயங்களில் எண்ணியிருக்கிறேன். ஆனால் அடுத்து அது இல்லாமலாகியிருந்தது, தனது தயக்கத்திலிருந்தும் கேள்விகளிலிருந்தும் முன்முடிவுகளிலிருந்தும் தவறான குற்றப்படுத்தல்களிலிருந்தும் மீண்டு குட்டித் தங்கைகளைக் கூச்சலிட்டு அழைத்தாள். மூன்று சகோதரிகளும் படுக்கையிலிருந்து இறங்கி, அச்சமயத்தில், தங்களது இரவு ஆடையில் எங்களுக்குப் பின்னால் வந்து நின்றனர்.

எங்களுக்கு உதவுமாறு அவள் அவர்களுக்கு ஆணையிட்டாள். அதைச் செய்வதில் குட்டித்தங்கைகள் எப்போதுமே அதீதமாய் மகிழ்ந்தனர். அவர்களுக்கு நாடகம் பிடிக்கும். எந்த நாடகமாக வேண்டுமானாலும் இருக்கலாம் – ஆனால் அது முழுமையானதாகவும் அவர்களை அங்கமாகவோ குறைந்தபட்சம் பார்வையாளர்களாகவோ கொண்டிருக்க வேண்டும், அவ்வளவுதான். வேகமாக நெருங்கிய அவர்கள் அம்மாவின் அறிவுரைகளின்படியே என்னைத்தூக்க, அவர்கள் நால்வருக்கிடையே நான் மிச்சமிருக்குற தூரத்தைக் கடந்து, படிகளைக் கடந்து, குளியலறைக்குள் சென்றவுடன் குட்டித் தங்கைகள் பிடியை விட்டு விட்டனர். கையை விட்டுவிட வேண்டும் என நினைத்திருந்தனர். எனவே அம்மாவுடன் சேர்ந்து தரையில் விழுந்தேன் நான். அந்த அடி கூர்மையானதாகவும் வலி மிகுந்ததாகவும் இருந்ததனால் முதலில் சப்தமாகக் கத்தினேன். அதன்பிறகுதான் அந்தத் தரை எனக்குச் சுகமாய் இருப்பதை உணர்ந்தேன். அது குளிர்ச்சியாகவும் மென்மையாகவும் விரும்பத்தக்கதாகவும் இருந்தது. ஆனால் கொஞ்ச நேரத்திற்குத்தான். ஏனென்றால் என் உடல் மீண்டும் தூக்கிப் போட ஆரம்பித்திருந்தது. நடக்கப்போவது எதையோ

எதிர்நோக்கியபடி அது மீண்டும் முழங்கைகளையும் முழங்காலையும் ஊன்றியிருந்தது. இதற்கிடையே தனது படுக்கையறைக்குச் சென்று, கொல்லைப்புற மருந்தகத்தின் சாவிகளை உடனே எடுத்துக் கொண்டு வருமாறு அம்மா குட்டித் தங்கைகளுக்கு கட்டளையிட்டாள். ஒன்றே போல் அங்கிருந்து ஓடினார்கள் அவர்கள் – எப்போதுமே அவர்கள் அப்படித்தான் செய்வார்கள். என்னிடம் திரும்பிய அம்மா தொடர்ந்து என் நடுவில் அழுத்திக் கொண்டே, யோசி யோசி எனக் கட்டளையிட்டாள். "தாக்கப்படவில்லை""பூச்சி மருந்தில்லை""கருச்சிதைவுத் தழையும் இல்லை" என்றால் நீ வேறு எதையும் சாப்பிட்டாயா? எதையும் குடித்தாயா? உடன் சுற்றக்கூடாத எவரும் உன்னுடன் திரிந்தனரா? ஆனால் இப்போது நான் பதில் சொல்ல இயலாத நிலைக்குச் சென்றிருந்தேன். குறுகியபடி, விநோதமான வடிவத்தில், விறைப்பாக நான் என்னை குளியலறையை நோக்கி தரையை நோக்கி கழிவறையை நோக்கி மீண்டும் தரையை நோக்கி என எறிந்து கொண்டிருந்தேன். பெரிதாக எதுவோ வருவதாகவும் ஆனால் எனது உடல் அதை வெளியேற்றும் நம்பிக்கை கொண்டிராததாகவும் தோன்றியது.

சாவிகளின் உலோக ஓசைகளுடன் சகோதரிகள் திரும்பியதும் குதித்து எழுந்த அம்மா, "ஒரு நிமிடத்தில் வந்து விடுகிறேன்"என அவர்களிடம் கத்தினாள். அவர்கள் எங்கேயும் செல்லக்கூடாதென்றும், என் மேலிருந்து கண்களை விலக்ககூடாதென்றும், நான் மல்லாக்கப் படுக்கவோ, உறங்கவோ கூடாதென்றும், ஒரு வேளை நான் நீலமாக மாறினாலோ, தூக்கிப் போடுதலைத் தவிர வேறு ஏதேனும் என் உடலுக்கு நேர்ந்தாலோ அவர்கள் உடனே சென்று அவளை அழைக்க வேண்டும் என்றும் கூறினாள். அவள் வேகமாக வெளியில் சென்றதும், குட்டித் தங்கைகள் என்னைச் சூழ்ந்து கொள்ள, அவர்களது உடல் வெப்பத்தைவிட ஆர்வம் அதிகமாக இருந்ததை என்னால் உணர முடிந்தது. ஆசுவாசத்தை வேண்டி என் நெற்றி அந்தக் குளிர்ந்த தரையில் அழுந்தியிருந்ததால் என்னால் அவர்களது உடலைப் பார்க்க முடியவில்லை. அது ஒரு சிறிய ஓய்வு மட்டுமே என்பதும் இன்னொருமுறை உடல் உதறித் தூக்கியெறியப்படும் முன் நான் இந்தச் சிறிய மகிழ்ச்சியை அனுபவித்துக் கொள்ள வேண்டும் என்பதும் எனக்குத் தெரிந்திருந்தது. ஆனால் உடனடியாகக் குட்டித் தங்கைகள் சப்தமெழுப்பத் துவங்கியிருந்தனர். அவர்கள் என்னை உலுக்கினார்கள், அசைத்தார்கள். "அப்படி இருக்காதே! தூங்காதே! அதை அனுமதிக்கக் கூடாதென அம்மா சொல்லியிருக்கிறார்கள்."

பயங்கரமாக நாற்றமடித்த, பூதாகரமாகத் தோற்றமளித்த கொடூரமான சாறு நிறைந்த அரை லிட்டர் டம்ளருடன் அம்மா திரும்பி வந்தாள். கையில் பெரிய கலன்களுடனும், குடுவைகளுடனும், பச்சை மஞ்சள் பழுப்புக் குப்பிகளுடனும், தைலங்கள், வசிய மருந்துகள், மூலிகைகள், பொடிகள், எடை இயந்திரங்கள், உரல்கள், குழவிகள், பெரிய மருத்துவப் புத்தகங்கள், வீட்டில் எல்லோருமே வைத்திருக்க வேண்டிய வடிகட்டிகளுடன் வந்த அண்டை வீட்டினரும் அவ்வாறே தோற்றமளித்தனர். 'மருத்துவமனைக்குச் செல்லக்கூடாத எல்லா தருணங்களிலும் நிகழ்வது போலவே, அப்போதும் எங்கிருந்தெனத் தெரியாமல் எல்லோரும் கையில் அப்பொருட்களுடன் வந்து சேர்ந்திருந்தனர். அம்மாவைப் போலவே அவர்களும் இரவுடையின் கையைத் தயாராக மேலே சுருட்டிவிட்டிருந்தனர். குளியலறையில் என்னைச் சுற்றிலும் நின்றிருந்த பெண்கள் எனக்கு மேல் விவாதித்துக் கொண்டிருந்தனர். அவற்றில் பெரும்பாலானவை எனக்குக் கேட்டிருக்க, மீதத்தை பின்னாளில் குட்டித் தங்கைகள் கூறினர். அடுத்து என்ன செய்வதென்று வாதிட்ட போது, அவர்களில் இருந்த தூய்மைவாதிகள், உண்மையான பிரச்சினை என்னவெனத் தெரியாத நிலையில் நாமாக வாந்தியைத் தூண்டக் கூடாதென்றனர். ஆனால் மற்றவர்களோ, மிகத் துல்லியமாகவோ, கடவுள் போலவோ செயல்பட நேரமில்லையெனவும், உடனடியாக அதிரடியாக செயல்படுதலே இப்போது இங்கே தேவை எனவும் கூறினர். "ஒட்டு மொத்தமாக வைத்துப் பார்த்தால்' எனத் துவங்கிய ஒரு அண்டை வீட்டினள், "தன் சகோதரியாலேயே நஞ்சூட்டப்பட்டாளே, பாவம் அந்தப் பெண், அவளைத்தான் இது அப்படியே ஒத்திருக்கிறது" என்றாள். எந்தப் பாவப்பட்ட பெண்? என அம்மா வினவியபோது அவளது குரலே சுரத்திழந்துவிட்டதாகக் குட்டித்தங்கைகள் கூறினர்.

"சில நாட்களுக்கு முன்புதான்" என ஆரம்பித்த அந்த அண்டை வீட்டினள், "ஆனால் நீங்கள் எல்லோரும் ரகசியம் காக்க வேண்டும். ஏனென்றால் இவ்விசயம் சமூகத்தில் அதிகம் கசியவிடப்படவில்லை. அந்தக் குட்டிப்பெண்ணுக்கு – உண்மையில் பெரியவள் - இன்னொருமுறை புத்தி பிசகியிருந்தது. ஒளிர்கிறவளாகிய தனது சகோதரிக்கு அவள் விஷமூட்டிவிட்டாள். எங்களில் சிலர் அங்கே சிகிச்சையளிக்கச் சென்றிருந்தோம். நாங்கள் பார்த்தவரை, அது மிக மோசமாக இருந்தது." மற்ற பெண்களில் பலரும் சிகிச்சைக்குச் சென்றிருப்பார்கள் போல எல்லோரும் தலையசைத்தனர். ஆனால் அம்மா சென்றிருக்கவில்லை. குட்டித்தங்கைகளும் சென்றிருக்கவில்லை. எனவே, இந்தச் செய்தியின் தாக்கம்

அவர்களில் அதிகமாய் இருந்தது. மிகக் குறிப்பாக, குட்டித் தங்கைகளுக்கு. அவர்களுக்கு நாடகங்கள் எவ்வளவு பிடிக்குமோ அதைவிட அதிகமாக மருந்துக்காரியின் சகோதரியைப் பிடிக்கும். எனிட் ப்ளைடனின் நள்ளிரவு விருந்து சாகசத்தின் பெரியவர்கள் வடிவத்தில் பங்குபெற அனுமதிக்கப்பட்டதில் ஏற்பட்ட பரவசத்தை விட அவளுக்கு நஞ்சூட்டப்பட்ட செய்தி சாகசத்தினையே ஒரு இடி போல் அவர்களுள் இறங்கியது. ஆனால் அந்தச் செய்தியால் நிலை குலைந்தது அவர்கள் மட்டுமல்ல. அவளது பிரகாசத்தையும், அணுக்கமான தோற்றத்தையும், எல்லோருக்கும் நன்மை விழைகிற குணத்தையும், அதைத் தயக்கமின்றி வெளிபடுத்தி பிரச்சினையை இழுத்துக் கொள்கிற பண்பையும் தாண்டி, மருந்துக்காரியின் சகோதரி எல்லோராலும் - இந்தக் குளியலறையில் இருந்த எல்லோர் உட்பட - விரும்பப்பட்டாள். அந்த இரவில், குளியலறையில், இந்தச் செய்தியைக் கேட்ட குட்டிதங்கைகள் மிகவும் வருந்தினர். அம்மாவும் வருந்தினாள். அந்த ஒளிர்கிற பெண்ணுக்கு நேர்ந்த விசயத்தைக் கிரகித்துக் கொள்வதற்காக காலவெளியற்று அமைதியான அவர்கள் அதற்கிடையே - அவள் அளவிற்குப் பிரகாசம் இல்லையென்றாலும், இங்கே ஒரு பெண் தங்கள் காலடியில் மரணித்துக் கொண்டிருக்கிறாள் என்பதையே சிறிது நேரத்திற்கு மறந்து விட்டாற்போல் தோன்றியது.

அடுத்து இன்னொரு அண்டை வீட்டினள், "அது கணக்கில் எடுத்துக்கொள்ளப்பட வேண்டியதுதான், ஆனால் இந்த நிலைமை அதனுடன் ஒப்பிடத்தக்கல்ல" என்று கூறியதும் மீண்டும் எல்லோரது கவனமும் தரையில் கிடந்த என் மீது திரும்பியது. 'அவளது நிலைமை இதைவிட மிக மோசமாக இருந்ததாக எனக்குத் தோன்றுகிறது' என்றாள் அவள். இங்கே சிகிச்சையின் முதல் கட்டத்தில் இருந்த பெண்கள் அனைவரும் என்னுடைய நிலைமை அந்த இன்னொருத்தியின் நிலைபோல் அவ்வளவு மோசமில்லை என்பதை ஒப்புக்கொண்டனர். என்னுடைய இந்த நிலைக்கு ஆயனின் மனைவியுடைய பழிவாங்கல்தான் காரணமாயிருக்கும் என்கிற எண்ணத்தை மாற்றும் விதமாக ஒலித்த தங்களது வார்த்தைகளின் முக்கியத்துவத்தை அவர்கள் உணர்ந்திருக்கவில்லை. அம்மாவும், நம்பமுடியாவிட்டாலும் நானும் கூட அதை உணர்ந்திருக்கவில்லை. தரையில் கிடந்து, மருந்துக்காரியின் சகோதரியை என்னால் நினைவுகூர முடிந்தபோது கூட அந்த நிகழ்வுகளுக்கிடையே இருந்த வெளிப்படையான தொடர்பினை என்னால் உள்வாங்கிக்கொள்ள முடியவில்லை. நீண்டகாலத் தோழி, இந்த பைத்தியக்காரப்பெண் தன் தங்கைக்கு இழைத்த தீங்கினைப்பற்றி கூறியபோதே நான்

அதற்காக வருந்தினேன். ஆனால் அந்த வருத்தமானது, தானே இன்னும் சிறிது நேரத்தில் அதை எதிர்கொள்ளப் போகிறோம் என்பதை ஒரு நொடி மறந்து விட்டு இன்னொருத்தி எதிர்கொண்ட கொடூரமான அனுபவத்திற்காக வருந்தியது போல் தோன்றியது. அப்படியாக மருந்துக்காரியின் சகோதரிக்கான எனது வருத்தம் உணர்வுப்பூர்வமானதாக அன்றி போகிறபோக்கில் நினைத்துக் கொண்டதாக இருந்தது. இதில் தவறொன்றும் இல்லை என்றாலும் அதில் புரிந்துணர்வோ, கவனமோ, பரிவோ இருந்திருக்கவில்லை. என்னுடைய நிலையைப் பொருத்தவரை, அது நரம்புக்கோளாறுதான் என்பதால் – ஆயனது வருகைக்கு பிறகு தோன்றுகிற இது மிக மோசமாகத் தாக்கியிருப்பது இப்போதுதான் என்றாலும் – அதனை விஷத்தின் விளைவெனக் கருதுவது அபத்தமாய் இருந்திருக்கும் என்பதே எனது கருத்தாய் இருந்தது. இந்த நிமிடத்தில்தான் அம்மா யோசிக்கவே முடியாத ஒரு விஷயம் குறித்து – மருத்துவமனைக்குச் செல்வது குறித்து பேசத் துவங்கினாள். அவசர ஊர்தியை அழைக்கக் கூடாதென சமூகக் கட்டுபாடு இருக்கிறதென்பதற்காகத் தன்னால் தன் மகளை இறக்க அனுமதிக்க முடியாதென்றாள் அவள். அவளது வார்த்தைகள் குண்டு வெடிப்பைப் போலிருந்தன. அண்டை வீட்டினர் மூச்சடைத்துப் போயினர். "போதும், ஐயோ போதும்!" என அவர்கள் அவளைத் தொடர விடாமல் தடுத்தனர்.

"உனக்கென்ன பைத்தியமா அண்டை வீட்டினளே!" என்றனர் அவர்கள். "யோசித்துப்பார், உன்னால் அவளை மருத்துவமனைக்கு அழைத்துச் செல்ல முடியாது. போகக்கூடாதென்னும் சமூகக்கட்டுபாடைத் தாண்டி, உனது மகளது பெருமைகள் அவளுக்கு முன்பே அங்கே போய்ச் சேர்ந்திருக்கும் என்பதால் காவல்துறை அறிக்கை சமர்ப்பிக்க வேண்டிய அத்தனை தவறான காரணங்களையும் அதுவே தந்து விடும். காவல்துறையின் குற்றச்சாட்டுகளையும் அவதூறுகளையும் கடந்தால், இவள் யாருடைய வைப்பாட்டி தெரியுமா என்னும் பேச்சுகள் ஆரம்பித்து ஊரின் மிக விவேகமான கிளர்ச்சியாளனைப்பற்றிக் குறை கூற தங்களுக்கு ஒரு நல்ல காரணம் கிடைத்து விட்டதெனக் கருதுகிறவர்களை எதிர்கொள்ள நேரிடும்." "இந்த வாய்ப்பை அவர்கள் எப்படி விட்டு வைப்பார்கள்?" எனத் தொடர்ந்தாள் இன்னொரு அண்டை வீட்டினள். உனது மகள் மிகவும் சிறியவள். அவளைக் கீழ்படியவைப்பதும், மிரட்டுவதும் அவர்களுக்கு மிகவும் எளிது. அவர்கள் அவளை அச்சுறுத்துவார்கள், தத்தளிக்கச் செய்வார்கள், கட்டாயப்படுத்துவார்கள், விஷயங்களைத் திரிப்பார்கள். இதையெல்லாம் தாண்டி அவர்களுக்கு

உடன்பட மறுத்தாலும் கூட அது எந்த வகையிலும் அவளைக் காப்பாற்றாதென்பது சாலையில் திரிகிற நாய்க்குக் கூடத் தெரியுமே. துப்புக்கொடுப்பவர் என்கிற ஒரு சிறிய குறிப்பு கூட இங்கே போதுமானதாய் இருந்துவிடும்.

"அதற்கடுத்து உன்னைப்பற்றி யோசிக்க வேண்டும்" என இன்னொருத்தி இணைந்து கொண்டாள். "ஏழை விதவையான உனக்கு மகள்கள் மட்டுமே துணை. கணவன் இறந்து விட்டான். ஒரு மகன் இறந்து விட்டான். இன்னொரு மகன் எங்கோ ஒளிந்திருக்கிறான், இன்னொரு மகன் வீட்டை விட்டு ஓடிவிட்டான், இறுதியாக இன்னொரு மகன் எதையோ திட்டமிட்டிருப்பது போல ஊருக்குள் மறைந்து மறைந்து வந்து செல்கிறான். அடுத்து உன் மூத்த மகள் வெளியே சொல்ல முடியாத துயரத்திலிருக்கிறாள். இரண்டாவது மகள் கிளர்ச்சியாளர்களால் விலக்கப்பட்டுவிட்டாள். மூன்றாவது மகள் மிகமிகச் சரியாக இருந்தாலும் ஊரில் அதிகாரப்பூர்வமாக விலக்கி வைக்கப்பட்டுள்ள ஃப்ரெஞ்சு மொழியில் ஆர்வம் கொண்டிருக்கிறாள். இப்போது இந்த மகளோ விரைவில் துரோகி என விசாரிக்கப்படக்கூடும். பிறகு அந்த சிறுமிகளை எண்ணிப்பார்." குட்டித்தங்களைப் பற்றி அவர்கள் குறிப்பிட்டபோது, அவர்களுக்கு அருகில் நின்று பேசப்படுகின்ற ஒவ்வொரு வார்த்தையையும் ஆழமாக உள்வாங்கிக் கொண்டிருந்தனர் தங்கைகள். "கூடாது" தலையை அசைத்தனர் அவர்கள். "இதை நாம் எப்படியாவது சரி செய்ய வேண்டும். அவள் சரியாகி விடுவாள்" என்று அழுத்திக் கூறினார்கள். "கவலைப்படாதே அண்டை வீட்டினளே" என அவளைத் தட்டிக்கொடுத்து அணைத்துக் கொண்டவர்கள், "இப்போது என்ன செய்ய வேண்டுமெனத் தெரியாதவர்களல்ல நாம். நாம் அனைவரும் – நீ உட்பட - இதுபோன்ற குணப்படுத்தல்களை, அடிப்படை வழிமுறைகளை, வீட்டுமுறை மருத்துவ குறிப்புகளை முன்பே பலமுறை உபயோகித்திருக்கிறோமே" என முடித்துக் கொண்டனர்.

நானும் அண்டை வீட்டினரின் கருத்துக்களுடன்தான் உடன்பட்டேன். ஆனால், எனது கெட்டபெயர் எனக்கு முன்பாகச் செல்லும் என்பதால் அல்ல, ஏனென்றால் அப்படி ஒரு விஷயத்தை உண்டாக்கி அங்கே பரவவிட்டதே அவர்கள்தான். ஆயன் எனக்கு அந்த இடத்தை உறுதியாகத் தந்திராவிட்டால், இவள் யாருடைய வைப்பாட்டி தெரியுமா என்னும் என் இடம் மிகக் கேலிக்குரியதாக இருந்திருக்கும். அது மட்டுமன்றி எப்போதும் சந்தேகத்திலும் யூகத்திலும் கற்பனைகளிலுமே ஊறித் திளைத்த எங்களது போன்ற

ஊரில், எல்லாமே தலைகீழாக நிகழ்கிற ஓர் இடத்தில், எந்த ஒரு கதையையுமே சரியாகச் சொல்வதோ எதையும் சொல்லாமல் அமைதியாக இருப்பதோ மிகச் சிரமம். உங்களது வார்த்தைகளாயினும் மௌனமாயினும் அது ஒரு செய்தியாக மாறிவிடும். பிறகு அந்த ஒட்டுமொத்தச் சமூகமும் அதை நம்பி விடும். இப்படிப்பட்ட சூழலில், இப்படி ஏளனங்களையும் கட்டுப்பாடுகளையும் இயல்பாகக் கொண்ட ஒரு தடைசெய்யப்பட்ட சமூகத்தில் அரசானது எப்படி பைத்தியக்காரத்தனங்களைக் கண்டுகொள்ளாமல், அவற்றைப் புகைப்படமெடுக்காமல், படமாக்காமல், கோப்புகளில் எழுதாமல், தேவைக்கு பயன்படுத்தாமல், எளிதாக நம்பாமல் இருக்கும்?. துப்புக்கொடுத்தலைப் பொருத்தவரை காவல்துறை எப்படியும் உங்களைத் தூக்கிவிடும். அதனால் எந்த நேரத்திலும் உங்களைக் கையகப்படுத்தி, மாற்றிட முயல முடியும் என்பது எல்லோருக்கும் தெரியும். நீங்கள் அவசர ஊர்தியை அழைத்தீர்களா இல்லையா என்பதற்கும் அதற்கும் சம்பந்தமில்லை. அவசர ஊர்தியை அழைக்ககூடாதென்கிற வழக்கம் அப்போது இருந்ததென்பதைத் தவிர, அவசர ஊர்தியை அழைப்பதால் வேறு எந்தப் பிரச்சினையும் நேர்ந்திருக்காது. எல்லாவற்றிற்கும் மேலாக அவசர ஊர்தியை அழைக்கவோ மருத்துவ மனைக்குச் செல்லவோ நான் விரும்பியிருக்கவில்லை. ஏனென்றால் இது விஷம் இல்லை. இதையே நான் எத்தனை முறைதான் சொல்ல வேண்டும்?. ஆனால் அண்டை வீட்டினர் அதனை அந்தக் கோணத்தில் காணவில்லை. அவர்கள் என்னைச் சுத்திகரிக்க வேண்டும் என்றனர். எனது பித்தத்தை எல்லாம் நான் வெளியேற்றி விட்டால் பாதுகாப்பானதாக இருக்கும் என்றனர். "அவள் உடலேகூட எதையோ வெளியேற்றத்தான் முயன்றுகொண்டிருக்கிறது, நாம் அதற்கு உதவமட்டும்தான் போகிறோம்." அப்படியாக சுத்திகரிப்பும் பித்த வெளியேற்றமும் நிகழ்ந்தேறின.

என் உடல் இன்னொருமுறை வெட்டிக்கொள்ளும் முன்பாகவே இடைப்பட்டு அதன் உட்புறம் அவர்கள் எதையோ செலுத்தியதில் உடனடியாக நான் வாந்தியெடுத்தேன். அந்த இரவு முழுவதும் என்னென்ன மருந்துகளையோ உட்செலுத்தி எல்லாவற்றையும் வெளியேற்றியதில் நான் குறைந்தது பதினேழுமுறை விறைத்தும் சுருண்டும் மீண்டிருந்தேன். எனது கவனத்தைத் திசைதிருப்புவதற்காக இது ஏதோ வகை உடற்பயிற்சி என்பதுபோல நான் முதலில் அவற்றை எண்ணத் தொடங்கினேன். ஆரம்பத்தில் மிகச்சத்தமாக எண்ணியதாகக் கூறிய குட்டித்தங்கைகள் பிறகு நான் எண்ணுவதை

விட்டுவிட்டதாகவோ சப்தமின்றி முணுமுணுத்ததாகவோ கூறினர். தொண்டையிலும் அடிவயிற்றிலும் யாரோ கிழிப்பது போலிருந்தது நினைவிருக்கிறது எனக்கு. அது ஒரு வழக்கமான, விரும்பத்தகாத வாந்தியாக இருக்கும் என்றுதான் நான் நம்பினேன், முதலில் இரவு உண்டதையும் பிறகு பித்தத்தையும் வெளியேற்றுவேன் என நினைத்தேன். இல்லை. முதலில் இரைப்பையில் இருந்தவை வெளியேறின, அடுத்ததாக குடலிலிருந்து பழுப்புநிறத் திரவங்கள் பல ஓங்கரிப்புகளில் வெளியேறின. அந்தப் பழுப்பு நிறத் திரவங்களை வெளியேற்றி வெளியேற்றி சமாளிக்க முடியாமல் போனபோதுதான் பித்தம் வெளியேறியது. பின், வறட்டு ஓங்கரிப்புகள் தோன்றின. பயங்கரமான எண்ணற்ற வறட்டு ஓங்கரிப்புகள். இந்த எல்லா நிலைகளிலுமே, மேலும் மேலும் புவிஈர்ப்புக்கு எதிராகச் சென்ற தருணங்களிலுமே என் கண்கள் மூடிக்கொள்ள ஏங்கவும் கெஞ்சவும் செய்தன. என்னால் அவற்றைத் திறந்து வைக்கவே முடியவில்லை. தூங்க வேண்டும் என நினைத்தேன் நான். படுக்க வேண்டுமென நினைத்தேன். சீக்கிரம் இறக்க வேண்டும். ஏன் என்னை அவர்கள் சீக்கிரம் மரணிக்க அனுமதிக்க கூடாது? அந்த இரவில் எங்களது குளியலறையில் நான் மரணித்துக் கொண்டிருந்ததற்கு உண்மையான காரணம் விஷமல்ல, இந்தப் பெண்களும் அவர்களது இடைவிடாத பிரார்த்தனைகளும் சுத்திகரிப்புமே என எனக்குத் தோன்றியது. அவர்கள் ஓயவே இல்லை. இரண்டு அணியாகப் பிரிந்து கொண்ட அவர்கள் ஒரு தரப்பு சுத்திகரிப்பினைச் செய்த போது மற்ற தரப்பு பிரார்த்தனைகளைக் கவனித்துக் கொண்டது. இதையே அவர்கள் மாற்றி மாற்றிச் செய்ய, நீண்ட நேரத்திற்கும் அயர்ச்சிக்கும் பிறகே அந்த இரவில் நல்ல தருணங்கள் கொஞ்சம் கொஞ்சமாகத் தோன்றத் தொடங்கின. அவை சிறிய அமைதிகளாக, கொஞ்சம் கொஞ்சமாக நீண்ட அமைதிகளாக மாறுபவையாக – அவர்கள் எனக்கு மருந்தளித்து விஷத்தை என் உடல் வெளியேற்றிய ஒவ்வொரு முறைக்கும் இடையே நிகழ்பவையாக இருந்தன. அடுத்த நடவடிக்கையைச் செயல்படுத்துவதற்காக அவர்கள் என்னை விட்டு விலகியபோது மட்டும்தான் நான் தரையில் ஆசுவாசமாக, தொந்தரவின்றி அமைதியாக உணர்ந்தேன். தரையில் கிடந்த லேசான தூசிக்கும், விநோதமான முடிகளுக்கும், சமீபத்திய எனது வாந்தியிலிருந்து சிதறியவற்றிற்குமிடையே கிடந்த நான் இந்த உலகின் உண்மையான விசயங்கள் இந்தத் தரையும் அதில் கிடக்கிற தூசியும் பொருட்களும்தான் என்றும், அவை மட்டுமே என்னை எப்போதைக்கும் உயிர்ப்பித்து வைக்க முடியும் என்றும் எண்ணிக் கொண்டிருந்தேன். சில சமயங்களில் நான் மனதை மாற்றிக்

கொண்டதும், குளியலறையின் கதவும், கழிவறைத் தொட்டியும், நான் அவ்வப்போது சாய்ந்து கொள்கிற நட்பார்ந்த குளியலறைச் சுவருமே நான் எப்போதும் நம்பமுடிகிறவையும் என்னைக் காக்க முடிகிறவையும் என்பதாக ஆகிவிடும் அது.

முதல்முறை நான் விழித்த போது அது பகலாக இருந்தது. எனது படுக்கையில் இருந்த நான் மனதிற்குள்ளாக, ஃப்ரெஞ்சு வினைச்சொல்லான *etre* என்பதை மூன்று காலங்களிலும் மூவிடப்பெயர்சொல்களிலும் மாற்றி மாற்றி இணைத்துப் பார்த்துக்கொண்டிருந்தேன். இரண்டாம் முறை விழித்தபோதும் படுக்கையிலிருந்த நான், ஆயனது பாலியல் வன் தொடரலால்தான் அது எனக்கு நேர்ந்துருக்கிறதென்றால் இனி நான் அவனிடமிருந்து எப்படித் தப்பிக்கப் போகிறேனென யோசித்துக் கொண்டிருந்தேன். மூன்றாம் முறை நான் விழித்த போது ப்ரௌஸ்ட்டைப் பற்றிய ஒரு கனவிலிருந்து - சரியாகச் சொன்னால் கொடுங்கனவிலிருந்து- விழித்திருந்தேன். அந்தக் கனவில் அவர் ஒரு சமகால, ஆயிரத்து தொள்ளாயிரங்களின் எழுத்தாளராக, நூற்றாண்டின் போக்கையே மாற்றிய கண்டனத்திற்காக என்னால் நீதிமன்றத்தில் தண்டனை வழங்கப்படுகிறவராக இருந்தார். சரியாக அந்த நேரத்தில் நான் மீண்டும் தூங்கி விட்டதால், அதன் பிறகும் பலமுறை விழித்து விழித்து உறங்கியபிறகு, இறுதியாக நான் முழுமையாக முழித்த போது நான் ஏதோ ஒரு ஆபத்தைக் கடந்து இப்போது தேறிக்கொண்டிருக்கிறேன் என்பதைப் புரிந்து கொண்டேன். இதை நான் அறியக் காரணமாய் இருந்தது ஃப்ரே பெண்டாஸ்தான். ஏனென்றால் என் மனதில் நான் ஃப்ரே பெண்டாஸ் கிட்னி பை★ பற்றி விரிவாகக் கனவு கண்டுகொண்டிருந்தேன். அலமாரியிலிருந்து டப்பாவை எடுத்துவிட்ட நான் மூடியைத் திறந்து மின் அடுப்பில் வைத்தேன். அடுத்து நான் ஒரு தட்டும் கத்தியும் முட்கரண்டியும் ஒரு கோப்பைத் தேநீரும் எனக்காக எடுத்துக் கொண்டேன். படுக்கையிலிருந்த போது கூட என் தலைக்குள் எழுந்த அந்தப் பண்டத்தின் வாசனை என் நாவில் நீருறச் செய்தது. கடவுளுக்கு நன்றி. அடுத்த நொடியிலேயே அது தயாராகியிருந்தது. மின் அடுப்பினுள்ளிருந்து அதனை எடுத்த நான் ஆசையில் மயங்கிப் போயிருப்பேன். அதன் முதன் விள்ளலை எடுக்கும்போது சரியாகக் கதவு மடாரென திறந்தது. குட்டித் தங்கைகள் வந்திருந்தனர். இப்போதும் அவர்கள் ஒன்றாகவே அறைக்குள் பிரவேசித்தனர்.

★ ஒருவகை அசைவ உணவு.

“அவள் எழுந்து விட்டாள்” எனக் கத்தினார்கள். அவர்கள் என் முகத்திற்கு நேராகவும் ஒருவருக்கொருவரும் இதைச் சொல்லிக்கொண்டனர். அம்மா வெளியில் சென்றிருப்பதாகவும் அவர்கள்தான் என்னைப் பார்த்துக்கொள்ளப் போவதாகவும் கூறினர். நான் என்னவெல்லாம் செய்யக்கூடாதெனப் பட்டியலிட்டனர். படுக்கையிலிருந்து கீழே விழக் கூடாது, படுக்கையிலிருந்து இறங்கக் கூடாது, எதையும் அருந்தவோ உண்ணவோ கூடாது, பிடித்ததைச் செய்கிறேனென அங்கேயும் இங்கேயும் நகரக் கூடாது. இந்த நாளில்தான், நான் நோயுற்ற தினத்தில் என்ன நடந்ததெனக் கூறி நான் முனகியதை அவர்கள் நடித்துக் காட்டினர்.

அடுத்ததாக அவர்கள் எனது தோல் வெளிறிய நோய்மையான வெண்மையாக இருந்ததைப் பற்றிக் கூற ஆரம்பித்தவுடன் நான் மிகவும் பசிக்கிறதெனக் கூறி போர்வையை உதறி எழுந்தேன். அது ஓங்கரிப்பை உண்டாக்கியது. “இதை அனுமதிக்கக் கூடாதென அம்மா சொல்லியிருக்கிறாள்” எனக் கத்தினர். “சரி வேறு எதைத்தான் சாப்பிடுவது? போய்ப் பார்த்து எனக்கு எதையாவது எடுத்து வாருங்கள்” என்றேன். ஆனால் அவர்கள் என்னைப் படுக்கையில் தள்ளி போர்வையைப் போர்த்திவிட்டனர். எனது கவனத்தைத் திசை திருப்புவதற்காக கிளர்ச்சியாளர்கள் பற்றிய சுவாராஸ்யமான கதையைச் சொல்கிறோம் என்றனர். அன்று காலையில் நான் தூங்கிக்கொண்டிருந்த போது எங்களது ஊரின் துணை ராணுவக் கிளர்ச்சியாளர்கள் எங்கள் வீட்டிற்கு வந்திருக்கின்றனர்.

கதவு தட்டப்பட்டதைக் குட்டித்தங்கைகள் கேட்டிருக்கின்றனர். பிறகு அம்மாவும் குட்டித்தங்கைகளும் கதவைத் திறந்திருக்கின்றனர். ஊரில் ஏதோ நடந்து விட்டதென்றும் அது குறித்து என்னிடம் பேசவேண்டும் என்றும் அவர்கள் தாழ்ந்த குரலில் கூறியிருக்கிறார்கள். ‘ஓ! ஆனால் நீங்கள் இப்போது அவளிடம் பேச முடியாது. அவளுக்கு உடல்நலமில்லை. படுக்கையில் தூங்கிக்கொண்டிருக்கிறாள். குணமாகிக் கொண்டே தனது ஃப்ரெஞ்சுப் பாடங்களைப் படிக்கிறாள். ஆனால் என்னவாயிற்று? அதை என்னிடம் சொல்லுங்கள்” என்றாள் அம்மா. சிறுமிகளை வீட்டுக்குள் அனுப்புமாறு கூறினார்கள் அவர்கள். குட்டித்தங்கைகளை வரபேற்பறைக்குச் சென்று கதவைப் பூட்டிகொள்ளுமாறு கூறிய அம்மா இந்த உரையாடலில் எந்தக் கவனமும் செலுத்தக்கூடாதென்றாள். உள்ளே செல்லும்படி அவள் அவர்களைத் தள்ளினாள். முகப்பறைக்கு மெதுவாக நகர்ந்த அவர்கள்

அதன் திரையிட்ட ஜன்னல்களில் காதை அழுத்திக் கொண்டனர். என்றாலும் கூட கிளர்ச்சியாளர்களின் குரல் மெதுவாகக் கேட்டது.

“அவள் அந்த நேரத்தில் அங்கு இருந்தாள் என்பதற்காக என்ன செய்யமுடியும்?” என அம்மா இடையிட்டிருக்கிறாள். எத்தனையோ பேர் அந்த விடுதிக்குச் செல்கிறார்கள். அந்த மதுவிடுதி ஊரிலேயே மிகப் பிரபலமானது. என் மகள் அங்கே இருந்தாள் என்பதற்காகவே அவளுக்கு இவை எல்லாமும் தெரிந்திருக்க வேண்டும் என்று அவசியமில்லையே என்றாள். அதன் பிறகு அம்மா நான் நான்கு நாட்களாகப் படுக்கையில் கிடப்பதாகவும், விஷமளிக்கப்பட்டுவிட்டதாகவும் வேண்டுமானால் அவர்கள் ஊரின் மருத்துவச்சிகளைக் கேட்டுக்கொள்ளலாம் என்றும் கூறியிருக்கிறாள்.

அதற்குக் கிளர்ச்சியாளர்கள் இப்போதைக்குக் கிளம்புவதாகவும், மருத்துவச்சிகளிடம் நிச்சயம் பேசுவதாகவும் அவர்கள் கூறுகிற சாட்சி திருப்திகரமாக இல்லாவிட்டால் மீண்டும் வருவதாகவும் பதில் அளித்திருக்கின்றனர். அதன்பிறகு அவர்கள் கிளம்பியதும் அம்மா பக்கத்து வீடுகளுக்குச் சென்று இந்தப் புதிய பிரச்சினையைக் குறித்து அறிய முயன்றிருக்கிறாள். “நாங்கள் உன்னை உற்சாகப்படுத்திவிட்டோம்” என்ற குட்டித்தங்கைகள், “இப்போது உனது முறை நடுஅக்கா. எங்களுக்கு வாசித்துக்காட்டு” என்றனர். அவர்களுக்கு இவையெல்லாம் எப்படிப் புரிகின்றன என்பதை எனது பதட்டத்திற்கு நடுவில் என்னால் விளங்கிக் கொள்ள முடியவில்லை. தங்கள் கையிலிருந்த கதைப்புத்தகங்களை அவர்கள் என்னிடம் தந்தபோதுதான் அவர்கள் அதைக் கையில் வைத்திருந்ததையே நான் கவனித்தேன். அவையாவன: அம்மாவின் படுக்கையிலிருந்த புத்தக அடுக்கிலிருந்து எடுக்கப்பட்ட ‘பேயோட்டி’’; முனைவர் ஃபாஸ்டனின் வாழ்க்கை மற்றும் மரணம் சார்ந்த துயர வரலாறு’ – அதை அவர்கள் எங்கிருந்து எடுத்தார்கள் எனத் தெரியவில்லை: ‘உன்னை ஒரு குடியரசென அழைத்துக்கொள்’ புத்தகத்தின் குழந்தைகள் பதிப்பு - “ஐந்து ஆண்டுகளுக்கு முன்பு வரை எந்த அரசினால் வீடுகளைப் பிடியாணையின்றி சோதிக்க முடியும், பிடியாணையின்றி கைது செய்ய முடியும், குற்றப்பத்திரிக்கை இன்றி சிறையில் போட முடியும், விசாரணையின்றி சிறையில் போட முடியும், பிரம்படி தண்டனைகள் தர முடியும், சிறையைப் பார்வையிட வருபவர்களை மறுக்க முடியும், பிடியாணையின்றி கைது செய்து குற்றப்பத்திரிக்கையின்றி சிறைப்படுத்தி குற்றப்பத்திரிக்கை இன்றி விசாரிக்கப்படுகின்ற ஒருவருக்கு சிறையில் சம்பவிக்கிற மரணத்தைக்

குறித்த ஆய்வுகளைத் தடுக்க முடியும்?" என இருந்தது அதன் முதல் வரி. குட்டித்தங்கைகள் வினோதமானவர்கள் என நினைத்தேன். ஏகப்பட்ட ஷேக்ஸ்பியர்கள். உண்மையான ஆயர் சொன்னது சரிதான். இவர்களைப் பற்றி அம்மாவிடம் பேச வேண்டும். இதற்கிடையே சகோதரிகள் அந்தப் புத்தகங்களை என்மேலிருந்த கம்பளியின் மேல் வைத்திருந்தனர். அடுத்து அவர்கள் எனது ஒற்றைப்படுக்கையின் போர்வைக்குள்ளே எனக்கருகே நுழைந்து கொண்டனர். தலைமாட்டில் படுத்துக் கொண்ட கடைசித் தங்கை முடிந்த அளவு தன் கைகளால் என்னைச் சுற்றிக் கொள்ள, மூத்த தங்கையும், நடுத் தங்கையும் கைகளைக் கோர்த்தபடி, கால்மாட்டில் நெருக்கிப் புகுந்துகொண்டு வாசிப்பதைக் கேட்கத் தயாராகினர்.

அந்த நாளின் பின்பகுதியில் அம்மா வீட்டிற்கு வந்து, குட்டித்தங்கைகள் விளையாடச் சென்றபிறகு அம்மா என்னைப் பார்க்க மாடிக்கு வந்தாள். மிகுந்த யோசனையுடன் காணப்பட்ட அவளது முகம், இன்னும் கெட்ட செய்திகள் காத்திருக்கின்றன என்பதைச் சொல்லியது. "எல்லோருக்கும் விஷம் கொடுத்தபடி சுற்றிக் கொண்டிருந்தாளே அந்தப் பெண் அவள் இறந்து விட்டாள் ரோந்து சென்ற படையினர் அவள் கழுத்தறுபட்டுக் கிடந்ததைப் பார்த்திருக்கிறார்கள். அப்படியானால் யாரோ அவளைக் கொன்றிருகிறார்கள்" என்றாள் அம்மா. எதிர்பார்க்கத் தக்கது போல, எனது முதல் எதிர்வினையானது, "என்ன சொல்கீறீர்கள்? நம்பவே இயலவில்லை. அவள்தானே எல்லாரையும் கொல்ல முயன்றாள், அவள் எப்படிச் சாகமுடியும்?" என்பதாகவோ "யார் அவளைக் கொன்றது?" என்கிற நேரடியான கேள்வியாகவோ இருக்கவில்லை. ஏனென்றால், அம்மாவின் வார்த்தைகள் எனக்கு கேட்டன என்றாலும், அவளை யாரோ கொன்று விட்டார்கள் என்னும் விசயத்தை என் புத்தியால் உள்வாங்கிக்கொள்ள முடியவில்லை. உரையாடலில் அவள் குறிப்பிடப்படுவது மட்டுமே எனது சிந்தனைகளைத் தூண்டிவிடப் போதுமானதாக இருந்தது. ஐயோ! மறுபடியும் அவள் அதைச் செய்து விட்டாள் என்று எண்ணினேன் நான். இந்த முறை அவள் யாருக்கு விஷம் தந்தாள்?. உண்மையில் அதை நான் தெரிந்து கொள்ள விரும்பவில்லை, ஏனென்றால் ஆரம்பித்து விட்டால் அவை எண்ணற்ற கணக்கிற்கு நீண்டு கொண்டே செல்லும். அது யாராயிலிருந்தாலும், அவர்களுக்காக நான் வருந்தினேன். ஆனால், மருந்துக்காரியின் சகோதரிக்கு விஷமூட்டப்பட்டது குறித்து நீண்டகாலத் தோழி சொன்னபோது வருந்தியது போன்ற அதே வகை வருத்தம்தான். உணர்வற்ற வருத்தங்களில், அக்கறையற்ற

வருத்தங்களில், ஈடுபாடற்ற வருத்தங்களில் ஒன்றாக இருந்தது அது. ஆனால், கடைசியாக அவள் விஷமூட்டியது எனக்குத்தான் என்பது எனக்குள் ஒரு மின்னல் போல் வெட்டியதுவரைதான் அப்படியாக இருந்தது அது. அதன்பிறகு, எவ்வளவு குருடாக இருந்திருக்கிறேன் நான்!. எப்படி ஒரு முட்டாள் நான்! என்பதாகியது. ஏனென்றால் இப்போதுதான் அது எனக்குத் தெளிவாகியது, அவ்வளவு அப்பட்டமாகத் தெரிந்தது. அவள் ஒரு விஷமூட்டி, அவள் மதுவிடுதியில் இருந்தாள். மதுவிடுதியில் என்னிடம் வந்த அவள் அவளையும் மற்ற சிலரையும் ஆயனுடன் சேர்ந்து சதி செய்தோ என்னவோ நான் கொன்றதாகச் சொல்லி தொந்தரவு செய்தாள். எல்லோரும் அறிந்தபடி, வசீகரிக்கிற புதிது புதிதான கதைகளை இடைவிடாமல் பேசுவதுதான் அவளது சமீபத்திய வழிமுறையில் இருந்தது. அப்படியாக அவள் தனது அடுத்த பலியான எனக்குத் தூண்டிலிட்டுக் கவனத்தை இழுத்திருக்கிறாள். தொந்தரவாக உணர்ந்தபோதும், நீ அவளது வார்த்தைகளில் அவற்றின் பொருளில் கவனம் செலுத்திய போதுதான், அவளது வழிமுறைகளையும் விஷமூட்டும் வரலாறையும் அறிந்திருந்தும் கூட, அவள் கைகள் என்ன செய்தன என்பதை தவறவிட்டிருக்கிறாய். அதைத்தான் அவளும் எதிர்பார்த்தாள். மிகத் திறமையாக, மிக ரகசியமாகத் தன்னை மறைத்துக் கொண்டு, எல்லாவற்றிலும் கலந்து எதுவுமில்லாமல் கரைந்திருக்கிறாள். அடிப்படையிலேயே அவள் ஆக்ரோஷமான பெண்ணிய அமைப்பைச் சேர்ந்த சூது நிறைந்த சிறுமி என்பதாகச் சிலர் கூறினர். ஆனால் உண்மையான பெண்ணியவாதிகளால் அவள் பெண்ணியவாதி என ஏற்றுக் கொள்ளப்படாமல் இருந்தாள். ஏனென்றால் இங்கிருந்த பெண் போராளிகள் அவளை மனநலம் பாதிக்கப்பட்டவள் என்றனர்.

சட்டபூர்வமான பாலின அசமத்துவப்பிரச்சினை மட்டுமன்றி, எல்லாவகையான சட்டப் பிரச்சினைகளையும், எந்த வகை அநீதிகளையும் கூட தன்னுடைய பைத்தியக்காரத்தனத்திற்கான காரணமாக அவள் பயன்படுத்தினாள் என்பது இப்போது தெளிவாகிவிட்டதென அவர்கள் தெரிவித்தனர். யார் வேண்டுமானாலும், எதை வேண்டுமானாலும் - கல்வி, தொழில், குடும்ப வாழ்க்கை, மதம், உடல்தகுதி, அதீதமாய் உண்பது, பசியில் கிடப்பது, குழந்தை வளர்ப்பு, சுதந்திரப் போராட்டம், ஒரு நாட்டின் அரசாட்சி - தங்களது பைத்தியக்காரதனத்தை நியாயப்படுத்த பயன்படுத்துகிறார்களே என்றதையும் சேர்த்துக் கொண்டனர். அந்த ஒட்டுமொத்தப் பண்பின் தனிப்பட்ட வடிவமாக

மட்டும்தானே, பாவம் அநதப் பெண் இருந்தாள் என அவர்கள் முடித்துக் கொண்டனர். மருந்துக்காரி செய்துகொண்டிருக்கின்ற விசயங்களை நிறுத்தும்படி எச்சரிப்பதால் மட்டுமே அவள் செய்கிற விசயங்களைச் செய்யாமல் நிறுத்திவிட முடியாதென முன்னரே பெண் போராளிகள் கிளர்ச்சியாளர்களிடம் சொல்லியிருந்தனர். அவளது விசயத்தில் தலையிட வேண்டியது இவர்கள் தலையிடுகிற வகையில் அல்ல என்றனர். ஏனென்றால் அவளுக்குச் சிகிச்சை தேவைப்பட்டது. கிளர்ச்சியாளர்கள் தங்களைத் தாங்களே இப்பண்ணையின் ஆட்சியாளர்களாகத் தேர்ந்தெடுத்திருக்கிறதனால் மருந்துக்காரியை மட்டும் தங்களிடம் - பெண் போராளிகளிடம் - விட்டு விடும்படியும், வேறு ஏதேனும் விசாரணைகளில் கவனம் செலுத்தும்படியும் கேட்டுக் கொண்டனர். இளம்பெண்களை வேட்டையாடி அழிக்கிற இந்தப் புத்திகெட்ட நடுவயதினள் குறித்துத் தங்களால் தங்கள் இயக்கத்தினால் ஏதேனும் செய்ய முடியும் என்றும் பெண் போராளிகள் தெரிவித்தனர். இந்தக் குழப்புகிற பேச்சுக்களுக்கோ கட்டளைகளுக்கோ தங்களை ஆட்படுத்த முடியாதென கிளர்ச்சியாளர்கள் பதிலளித்தனர். “ நீங்கள் உங்களால் முடிந்த அளவு மருத்துக்காரி விசயத்தில் முயன்றும் தோற்று விட்டீர்கள். உங்களில் சிலரே அதில் விஷமூட்டப்பட்டுவிட்டனர் என்றும் நாங்கள் கேள்விப்பட்டோம். எனவே நாங்கள் இதை வேறு வகைகளில் சரி செய்து கொள்கிறோம்” என்றனர். அதாவது பலமுறை நிரூபிக்கப்பட்ட, பிழையற்ற அவர்களது வழி என்று பொருள்.

எனவே, ஏற்கனவே பலருக்கு விஷம் தந்துவிட்டதால் அடுத்து ஒருவருக்குக் கூட விஷமளிக்க மருத்துக்காரிக்கு அனுமதி இல்லை என கிளர்ச்சியாளர்கள் எச்சரிக்கை செய்தனர். ஆனாலும் அவள் இறுதியாக ஒருவருக்கு விஷமூட்டியிருந்தாள். அது நானில்லை என்பதையும் பிறகு நான் தெரிந்து கொண்டேன். எனக்கடுத்து ஒருவன் வந்திருக்கிறான். ஹிட்லர் என்றோ என்னவோ நினைத்துக் கொண்டு - எனக்குத் தெரியவில்லை - அவனுக்கு அவள் விஷம் தந்ததில் அவனது மனைவியும் அண்டை வீட்டினரும் இரவெல்லாம் அவனைச் சுத்திகரித்திருக்கிறார்கள். அடுத்து அந்த மனைவி அந்த மருந்துக்காரியின் செயலைப் பற்றிக் கிளர்ச்சியாளர்களிடம் சென்று கூறியிருக்கிறாள். ஆனால் கிளர்ச்சியாளர்கள் நடவடிக்கை எடுக்கும் முன்னதாகவே யாரோ ஒரு மர்ம நபர் நடவடிக்கை எடுத்திருந்தார். படுக்கையறையில் எனக்கு எதிராக நாற்காலியில் அமர்ந்தபடி அதிர்ச்சியுடன் என்னிடம் இந்த வதந்தியைக் கூறிக் கொண்டிருந்தாள்

அம்மா. மருந்துக்காரியைக் கொல்வதை நோக்கமாகக் கொண்டிருந்த கிளர்ச்சியாளர்களுக்கு இப்போது அவளைக் கொன்றது யார் எனக் கண்டுபிடிப்பது நோக்கமாக மாறியிருந்ததால் அவர்கள் எங்கள் வீட்டிற்கு வந்ததாக அவள் கூறினாள். சமீபத்தில் அவளுடன் தொடர்பிலிருந்த ஒவ்வொருவருமே கிளர்ச்சியாளர்களிடம் சென்று தன்னைப் பற்றித் தெளிவாக விளக்க வேண்டும். சிலநாட்களுக்கு முன்பு மதுவிடுதியில் மருந்துக்காரியிடம் பேசிக் கொண்டிருந்ததாகக் காணப்பட்ட நானும் ஹிட்லர் எனத் தவறாகக் கருதப்பட்ட ஆளும் படுக்கையிலிருந்து எழ முடியாத அளவிற்கு இன்னமும் நோயிலிருந்ததால் விதிவிலக்காக கிளர்ச்சியாளர்களே எங்களை வந்து பார்த்திருந்தனர். விஷமூட்டப்பட்டிருந்த அந்த மனிதனால் அந்தக் கொலைக் குற்றத்திலிருந்து தன்னை விடுவித்துக் கொள்ள முடிந்திருந்தது. ஏனென்றால் அவனது குடும்பமும் மருத்துவச்சிகளும் அவனது இயலாமை குறித்து சாட்சியளித்திருக்கின்றனர். போலவே என் பொருட்டு எங்கள் குடும்பமும் மருத்துவச்சிகளும் கூடச் சாட்சியளிக்க முடியும் என அம்மா எங்கள் வீட்டு வாசலில் வைத்து அவர்களிடம் கூறியிருந்தாள்.

மருந்துக்காரி மரணித்தபோது நானும் படுக்கையில்தான் இருந்தேன் என்பது குறித்துத் திருப்தியடைந்திருந்த கிளர்ச்சியாளர்கள் மீண்டும் வரவில்லை. ஆனால் அவள் இறந்துவிட்டாள் என்கிற விசயம் அப்போதும் கூட என் மனதில் பதிந்திருக்கவில்லை. மாறாக என்னைக் குறித்த அம்மாவின் பிடிவாதங்களின் காரணமாக அவள் சார்ந்த எனது பிடிவாதங்களும் தொடர்ந்து கொண்டே சென்றன. ஹிட்லர் எனத் தவறாகக் கருதப்பட்டவனுக்கு விஷம் கொடுத்தது மருந்துக்காரிதான் எனத் தெளிவாக நம்ப முடிந்த அவளுக்கு, ஆயனுடனான எனது தொடர்பு குறித்த வதந்திகள் மீதிருந்த அதீத நம்பிக்கையும் என் மீதான நம்பிக்கையின்மையும் சேர்ந்து, நானும் அதே பெண்ணால் விஷமளிக்கப் பட்டிருக்கலாம் என்கிற எண்ணத்தை அவள் மனதில் தோன்ற அனுமதிக்கவே இல்லை. எனது அந்த மோசமான இரவிற்கு மருந்துக்காரிதான் காரணம். அவை ஆயனால் என்னில் நேர்ந்தவை அல்ல என்கிற எண்ணம் தந்த ஆசுவாசம் ஒருபுறம் இருக்க, கண்ணுக்கு முன்னால் தெரிகிற உண்மையைக் காண மறுக்கிற அம்மாவின் மீதான கோபமும் மறுபுறம் வளர்ந்து கொண்டே இருந்தது. ஊரில் பத்து முறை வேண்டுமென்றே நடந்த விஷமூட்டுதல்களில் எட்டிற்கு மருந்துக்காரிதான் காரணம் என்பதையெல்லாம் மறந்து விட்டு அவள் தொடர்ந்து அந்த மரணத்தைப் பற்றியே பேசிக்கொண்டிருக்க,

இடையில் புகுந்த நான் அதீத ஆங்காரத்தினை அந்த நொடியில் முடிந்த அளவிற்குக் கட்டுப்படுத்திக்கொண்டு, "பாருங்கள் அம்மா, அவள் ஒன்றும் சிறுமி அல்ல. அவள் என்னை விட மூத்தவள். அவள் ஒரு பெண்" என்றதும், "அட! நான் என்ன சொல்கிறேனென்று உனக்குப் புரிகிறதுதானே. அவள் சிறியவள். சிறுத்த பெண். அவளிடம் ஏதோ பிரச்சினை இருக்கிறதென்பது எல்லோருக்கும் தெரியும். கொலை செய்யப்பட்டிருக்கவிட்டாலும் கூட, அவள் ஒரு போதும் அதற்கு மேல் வளர்ந்திருக்க மாட்டாள்" என்றாள். அந்த நொடியில்தான் அவளது மரணத்தை என் மனம் உள்வாங்கிக் கொண்டது.

அம்மா வருத்தமுற்றிருந்தாள். கிளர்ச்சியாளர்கள் அவளைக் கொன்றிருக்கவில்லை என்றால் - கொல்லவில்லை என்றுதான் கிளர்ச்சியாளர்கள் சொன்னார்கள். ஏற்கனவே அவளைக் கொல்லப்போவதாகத்தான் அவர்கள் சொல்லிக் கொண்டு இருந்தனர் என்பதால், இப்போது கொன்றுவிட்டு கொல்லவில்லை என்று சொல்ல வேண்டிய அவசியம் இல்லையே அவர்களுக்கு - ஒரு சாதாரணக் கொலை நடந்திருப்பதாக அது பொருள் தருகிறது. சாதாரணக் கொலைகள் திகில் மிகுந்தவையாகவும், புரிந்து கொள்ள முடியாதவையாகவும், இங்கே ஒருபோதும் நிகழாதவையாகவும் இருந்தன. அதை, எந்தக் கணக்கில் வைப்பது, எப்படி வகைப்படுத்துவது, அவை குறித்து என்ன பேச ஆரம்பிப்பது என்பது குறித்தெல்லாம் மக்களுக்கு ஒன்றுமே தெரியவில்லை. ஏனென்றால், இங்கே அரசியல் கொலைகள் மட்டும்தான் நிகழ்ந்தேறின. 'அரசியல்' என்பது எல்லை சார்ந்த எல்லாவற்றையும் உள்ளடக்கியதாக இருந்தது. எல்லையுடன் தொடர்பு படுத்திக் கொள்ள முடிகிற என்னவாகவேனும் - மிகமிகக் குறைவான, முற்றிலும் தொடர்பேயற்ற, ஆர்வமிருக்கிற மீதமுள்ள உலகின் எவரேனும் கண்டால் சம்பந்தமேயில்லை எனக் கருதக் கூடியதாக - அது இருந்தது. அரசியலல்லாத கொலைகள் நிகழும்போதல்லாம் குழப்பமடைந்துவிடுகிற சமுதாயம் அடுத்து என்ன செய்வதெனப் பதற்றமும் அடைந்துவிடும்.

"நாம் எதை நோக்கிச் சென்றுகொண்டிருக்கிறோம் எனத் தெரியவில்லை" என்றாள் அம்மா. ஆமாம், அம்மா நிச்சயம் கலக்கமடைந்திருந்தாள். "நாம் நீருக்கு மறுபுறம் இருக்கிற அந்த நாடாகவே மாறிக் கொண்டிருக்கிறோம். அங்கே என்ன வேண்டுமானாலும் நடக்கிறது. சாதாரணமான கொலைகள்

நடக்கின்றன அங்கே. அநியாயங்கள் நிகழ்கின்றன அங்கே. மக்கள் திருமணம் செய்கிறார்கள், யாருடனும் தொடர்பு வைத்துக் கொள்கிறார்கள். ஆனால் அவர்களது இணையர்கள் அதைப் பற்றிக் கவலை கொள்வதில்லை. ஏனென்றால் அவர்கள் வேறு யாருடனேனும் தொடர்பில் இருக்கிறார்கள் - பிறகு எதற்காகத் திருமணம் செய்ய வேண்டும்? ஏன் திருமணம் செய்து கொண்டோம் என்றே அவர்கள் சொல்வதில்லை. பிறகு விவாகரத்து செய்து கொள்கின்றனர். ஆனால் விவாகரத்து செய்வது பற்றி கவலையே கொள்ளாத அவர்கள் தங்கள் குழந்தைகளேயே மணந்து கொள்கிறார்கள். பிறகு பிள்ளைகளுடன் கூடி பிள்ளை பெறுகிறார்கள். பிறகு அவர்கள் அடுத்த குழந்தைகளைக் கடத்துகிறார்கள். வீட்டை விட்டு வெளியே வந்தால் பாலியல் குற்றங்கள் மீதுதான் தடுக்கி விழுவீர்கள்.” அம்மாவை, இப்படி, இவ்வளவு அதிர்ச்சியில், இவ்வளவு பதட்டமாக நான் பார்த்ததேயில்லை. அரசியலல்லாத கொலைகளைப் பார்த்துப் பழகாதவர்கள் இருக்கும் இடத்தில் அது நிகழ்கிறபோது இத்தகைய விளைவுகள்தான் ஏற்பட்டு விடுகின்றனவெனக் கருதுகிறேன். “அம்மா” என்றழைத்து இடைப்பட்டு அவளைத் தடுக்க எண்ணினேன் நான். “அம்மா! அம்மா!” நிமிர்ந்து பார்த்த அம்மா குழப்பமடைந்திருந்தாள். பிறகு அவள் மீண்டும் தன் கவனத்தைக் குவிக்க முயன்றாள். “சொல்லுங்கள் அம்மா, மருந்துக்காரியைப் பற்றி வேறு என்ன கேள்விப்பட்டீர்கள் நீங்கள்?” என்றேன்.

அரச காவல்படை இவ்விசயத்தில் தலையிட்டது என்பதையும் ஊரில் வெகு சிலர் மட்டுமே அவர்களிடம் பேசினர் என்பதையும் தவிர்த்து அவள் எதையும் அறிந்திருக்கவில்லை. சிலர் அவர்களைக் குழப்பும்படி பேசினர். வேறு சிலர் தவறான தகவல்களைத் தந்தனர். துப்பாக்கி வீரர்கள், சந்தேகமேயின்றி, அவர்களைச் சுடத்தயாராயினர். ஆயுதமேந்திய ரோந்து அணியும் அவர்களது துப்பாக்கி வீரர்களது அணியும் சேர்ந்து பிணத்தை எடுத்துச் சென்றதும், ஊரானது வழக்கம் போல் தன் பேச்சுக்களை ஆரம்பித்து விடும். “இது ஒரு சாதாரணமான கொலையாக இருக்க முடியாது. எங்களிடையே சாதாரணக் கொலைகளே கிடையாது. இது அரசியல் கொலையாகத் தான் இருக்க முடியும். இதில் அரசியல் எந்த வகையில் சம்பந்தபட்டிருக்கிறதென யாருக்கேனும் தெரியுமா?” நிலவரம் அப்படித்தான் இருந்தது, அல்லது இரண்டு வாரங்களுக்குப் பிறகு நொறுக்குத்தீனிக் கடைக்கு செல்லலாமென நான் முடிவெடுத்த போது நிலவரம் அப்படி இருந்ததாகத்தான் நான் நம்பினேன்.

விஷமூட்டப்பட்டதிலிருந்து மீண்டு குணமடைந்ததில் இருந்து என்னால் சாப்பிடுவதை நிறுத்தவே முடியவில்லை. அப்படிச் சாப்பிடாத தருணங்களில் என் மனம் எல்லாவற்றையும் உண்பதாகக் கற்பனை செய்வதையும் நிறுத்த முடியவில்லை. இனிப்புகளும் காரங்களும் எனக்குள் விதம் விதமாகப் படம் காட்டிக் கொண்டிருந்தன. முன்பு போலவே ஃப்ரே பென்டாஸும், அதோடு ஃபார்லே வர்க்கிகளும், சர்க்கரை பிஸ்கட்டுகளும், கெளுத்தி மீனுடன் தக்காளிப்பாகும், பாலேடு பிஸ்கட் சாண்ட்விச்களும், மார்ஸ் பட்டை சாண்ட்விச்களும், உருளைக்கிழங்கு மொறு மொறு சாண்ட்விச்களும், நத்தைகளும், பன்றிகளின் பாதங்களும், சிவப்பு விதைகளும், வறுத்த ஈரலும், சர்க்கரைப் பாகு மிட்டாய்களும் - முன்பு குழந்தையாய் இருந்தபோது விரும்பியவை, சிறுமியாய் இருந்த போது உண்டவை. அவற்றில் பெரும்பாலானவை இப்போது எனக்கு அருவருப்பை வரவழைப்பவை. இறுதியாக வறுவல் சாப்பிடவேண்டுமென எனக்குத் தோன்றியபோதுதான் - வெறும் வறுவல் மட்டும் வேறும் எதுவுமே இல்லை. அப்பாடா, இதுதான் சரியான உணவென எனக்குத் தோன்றியது. மீண்டும் இயல்பு நிலைக்குத் திரும்பியிருக்கிறேன்.

திடீரென ஆயன் எதிர்பட்டால் என்ன செய்வதென்கின்ற சமீபத்தில் வழக்கமாயிருந்த கவலையுடன் வீட்டை விட்டுக் கிளம்பிய நான் எங்கள் பகுதியின் மையத்திலிருந்த நொறுக்குத்தீனிக் கடைக்குச் சென்று சேரும்வரை ஆயனைக் காண நேரிடவில்லை. அந்தச் சிறிய கடையின் நெரிசலான கதவைத் திறந்ததும் உடனடியாக இனிமையான வறுவல் வாசனை என்னைச் சூழ்ந்து கொண்டது. அவ்வளவு ஆழ்ந்து அதை நான் ரசித்தும் அதில் மூழ்கியும் போனதில் என்னைச் சுற்றிப் படர்ந்த விநோதமான சூழலை கவனிக்கத் தவறி விட்டேன். அடிப்படை அறிவுடைய யாராயினும் தனக்கு விஷமூட்டப்பட்டிருப்பதைப் புரிந்து கொண்டிருப்பதற்கு வெகு காலத்திற்குப் பின்புதான் நான் எனக்கு விஷமூட்டப்பட்டதை உணர்ந்திருந்தேன் அல்லவா. அதே போலத்தான் இதுவும் என எனக்குப் பின்னாளில் தோன்றியது. நொறுக்குத்தீனிக் கடையில் நேர்ந்த இந்த நிலை அதனுடன் அப்படியே பொருந்தியது.

அங்கே ஒரு வரிசை இருந்தது. இரண்டு நிலையங்களினைச் சுற்றி நீளும் அளவுக்குப் பெரியதாய் இருந்த அதனுடன் நான் சென்று இணைந்து கொண்டேன். உடனடியாக மற்றவர்களும் என் பின்னால் வந்து சேர்ந்து கொண்டனர். இரவுணவிற்காக வந்த அந்த நடுத்தர

வயதுப் பெண்கள், சில ஆண்கள், சில குழந்தைகள் மற்றும் சில பதின்பருவத்தினரில் பலரை நான் பார்த்திருக்கிறேன். ஆனால் பேசியதில்லை. நான் தனிப்பட்ட வகையில் அறிந்திருந்த எவருமே அங்கில்லை. காத்திருந்த சமயத்தில் நான் அந்த வாசனையை ருசித்துக் கொண்டிருந்தேன், அதோடு மனதிற்குள்ளாக 'நான் இருக்கிறேன், நான் இல்லை என்பவற்றை மூன்று காலங்களில் ஃப்ரெஞ்சில் சொல்லிப் பார்த்துக் கொண்டே, எனக்கு முன்னால் எத்தனை பேர் இருக்கின்றனர் என்பதையும் எண்ணிக் கொண்டிருந்தேன். இதை நான் செய்து கொண்டிருந்தபோதே எனக்கு முன்னால் நின்று கொண்டிருந்தவர்களது எண்ணிக்கை குறைய ஆரம்பித்தது. சிலர் கடைகளிலிருந்தே வெளியேறி விட, பெரும்பாலானவர்கள் ஓரத்திற்கோ கடையின் இறுதிக்கோ சென்றனர். இதன் விளைவாக, விற்பனைப் பகுதிக்கு வழக்கமாய் நான் சென்றிருக்க வேண்டியதை விட பத்தொன்பது பேருக்கு முன்னதாகவே நான் சென்றிருந்தேன். எனக்குப் பின்னால் நின்று கொண்டிருந்தவர்களது எண்ணிக்கையும் கூட குறைந்து விட்டதாக எனக்குத் தோன்றியது. விரைவிலேயே, வரிசையில் இருந்த ஒரே ஒரு ஆள் நான்தான் என ஆகியிருந்தது, என்றாலும் கூட, இன்னமும் அந்த வரிசை கணக்கில் கொள்ளப்பட்டது. விற்பனைப்பகுதியின் முகப்பிற்குப் பின்புறமிருந்த, பெரிய வெண்ணிற அங்கி அணிந்திருந்த இரண்டு பரிசாரகைகளில் ஒருத்தி எனக்கு நேராக வந்து நின்றாள். இரண்டு கைகளையும் இடுப்பில் வைத்திருந்த அவள் எனக்கு என்ன வேண்டுமெனக் கேட்கவோ நான் கூறியபோது என்னை நேராகப் பார்க்கவோ இல்லை. பதிலாக அவள் தனது பார்வையை எனது தலைக்குப் பக்கவாட்டில் எங்கோ செலுத்தினாள். எனக்கும் குட்டித்தங்கைகளுக்கும் அவள் வறுவல் எடுக்கச் சென்றதை ஏதோ வித்தியாசமான உணர்வுடன் - கவலையில்லை - பார்த்துக் கொண்டிருந்தேன் நான். அதன்பிறகுதான் அங்கு தோன்றியிருந்த அமைதியையே கவனித்தேன். இந்த ஊரில்தான் நான் எப்போதுமே வாழ்ந்திருக்கிறேன் என்பதையும், சிறு வயதிலிருந்தே அதன் நடைமுறைகளுக்கும் நுட்பங்களுக்கும் அசைவுகளுக்கும் என்னையறியாமலேயே பழகியிருக்கிறேன் என்பதையும் கணக்கில் கொண்டால் இந்த அமைதியை நான் வெகுதாமதமாகவே உணர்ந்து கொண்டேன் எனச் சொல்ல வேண்டும். ஆனால், இந்த மந்த நிலைக்கு எனது சமீபத்திய உடல்நலக் குறைவுதான் காரணமாய் இருக்கும். அந்த அமைதி எனக்குப் பின்னால் இருந்தது, எனது பின்புறத்தில் நடுக்கம் ஏற்படுத்தியது. என் மனம் வெகுவேகமாகத் துடிக்க தொடங்கினாலும் என்னால் திரும்பிப்

304

பார்க்க முடியவில்லை. ஐயோ அது ஆயனாக இருக்கக் கூடாது. அதன் பிறகு நான் திரும்பிய போது அங்கே இருந்தது ஆயன் இல்லை. மற்ற எல்லோருமே இருந்தார்கள். கடையில் இருந்த ஒவ்வொருவரும் என்னை வெறித்துக் கொண்டிருந்தனர்.

உடனே சிலர் வேறுபுறம் திரும்பிக் கொண்டனர் - சிலர் தரையைப் பார்த்தனர், சிலர் தங்கள் கைகளையும் சிலர் எங்களுக்கு முன்னாலிருந்த விற்பனைப் பகுதியின் சுவற்றில் எழுதியிருந்த உணவுப் பொருட்களின் பட்டியலையும் பார்க்க ஆரம்பித்தனர். மற்றவர்களோ, அப்பட்டமாக, வெறுப்புடனும் கூட என நினைக்கிறேன், என்னைத் தொடர்ந்து பார்த்தனர். அசிங்கம்பிடித்தவர்களே, அப்படி நான் இப்போது என்ன செய்துவிட்டேன் எனத் தோன்றியது எனக்கு. அதன்பிறகுதான் எனக்கு உண்மை உறைத்தது. இது மருந்துக்காரியினால் விளைந்தது. மருந்துக்காரி எனக்கு விஷம் கொடுத்த விசயம் அல்ல, ஏனென்றால் அது முன்பே எல்லாருக்கும் தெரிந்திருக்கும். நான் சொல்வது அவளது மரணத்தைப் பற்றி. ஆனால் எனக்கும் அதற்கும் எந்தத் தொடர்பும் இல்லை என்பதை நிச்சயமாக அவர்களால் - சிந்தித்துப் பார்க்க முடியாதெனத் தோன்றியது. இந்தச் சமயம் வறுவலுடன் திரும்பிய பரிசாரகை அதனை மேடை மேல் வைத்தாள். எல்லோரிடமிருந்தும் திரும்பிய நான் வறுவல் பாக்கெட்டுகளை கையில் எடுத்துக் கொண்டு அதற்கான பணத்தைக் கொடுக்க முயன்றேன். ஆனால் அவள் சென்று விட்டிருந்தாள். தனது அகன்ற பின்புறத்தை எனக்குக் காட்டியபடி திரும்பிய அவள் அதற்குள்ளாகவே தூரத்தில் அமைதியில் அந்த இரண்டாவது பரிசாரகையின் பின் நின்றிருந்தாள். வேறு யாருக்கும் அவர்கள் பொருட்களை விற்கவில்லை. அடுத்து என்ன நிகழப்போகிறது என்பதற்காக எல்லோருமே காத்துக்கொண்டிருந்தது போல் தோன்றியது.

தாங்கள் அவளைக் கொல்லவில்லை என்று சொன்ன கிளர்ச்சியாளர்கள், அடுத்து, அவள் யாரைக் கொன்றாள் என விசாரணை நடத்தினார்கள். ஆனால், எல்லை சார்ந்த அவசர வேலைகள் வந்து விட்டதெனச் சொல்லி, வசதியாக அவர்கள் தங்களது தேடுதலை விட்டுவிட்டு பின்னோக்கிச் சென்றிருந்தார்கள். ஆனால் இந்த மக்கள் ஒருபோதும் பின்வாங்குவதில்லை. அதுதான் அவர்களது குணாதிசியம், அவர்களது முத்திரை. எப்போதும் நடைமுறையிலிருக்கிற, நிறுத்தவே முடியாத பழக்கம். எனவே அவளைக் கொன்றது அவர்களில் ஒருவராகத்தான் இருக்க முடியும்

என்ற முடிவுக்கு சமூகம் வந்து சேர்ந்தது. ஆனால் அரசியல் காரணங்களுக்காக அல்ல. கிளர்ச்சியாளர்களது இந்த திடீர் அமைதியும், அமைதியான பின்வாங்கலும், தீவிரமான நுணுக்கமான விசாரணைக்கு நேர்ந்த எதிர்பாரா முடிவும், தாங்கள் செய்கிற காரியத்தை வழக்கம்போல் ஒத்துக்கொள்ளாமல் தவிர்த்ததும் சேர்ந்து மருந்துக்காரி கொல்லப்பட்டது அரசியல் காரணங்களுக்காக அல்ல என்பதை உறுதிப்படுத்தியது. எனவே எல்லை சார்ந்த நோக்கங்களுக்காக அல்ல, நாட்டைக் காப்பதற்கோ, பகுதியைக் காப்பதற்கோ, சமூக விரோத நடவடிக்கைகள் ஊரில் நிகழாமல் காப்பதற்காகவோ அல்ல. அது ஆயனாகத்தான் இருக்கும். அவன்தான் அவளைக் கொன்றுவிட்டான். அரசியல் காரணங்களுக்காக அல்ல. சாதாரணக் காரணத்திற்காகக் அவளைக் கொன்றிருக்கிறான். அவள் என்னைக் கொல்ல முயன்றது அவனுக்குப் பிடிக்காததால்தான் இது நேர்ந்தது என்பதாக இந்தச் சமூகம் எண்ணிக் கொண்டது.

அது உண்மையாகவும் இருக்கலாம், இல்லாமலும் இருக்கலாம். ஆனால் இந்த வறுவல்கடை அதை உண்மை என்றுதான் நினைத்தது. அவ்வாறாக முடிவு செய்துவிட்ட அத்தனை மனிதர்களுக்கும் நடுவில் நின்றிருந்த நானும், அந்த நொடியில், அது உண்மை என்றுதான் நினைத்துக் கொண்டேன். சமூகத்தின் உயர்ந்த இடத்தில் இருக்கின்ற ஒரு நாயகன், அவமரியாதைக்குரிய ஒரு துடுக்குக்காரிக்காக ஒரு தவறினை - சாதாரணக் கொலையைச் செய்துவிட்டான். அப்படியானால் நான் இப்போது அப்படி ஒன்றும் அப்பாவியில்லை. – நாம் சில சமயங்களில் நமது வாழ்வின் பல நாட்களை பூரணமற்ற பொருத்தமற்ற விசயங்களைக் கொண்டே வாழ்கிறோம், ஆனால் அவை சமாளிக்க முடியாதவை அல்ல. இது எதிர்பார்க்கத் தகுந்ததுதான் என்பதை நான் கண்டுகொண்டேன். ஆனால் ஒரு குறிப்பிட்ட நாள் வரும்போது - நாம் அறிந்தோ, அறியாமலோ, நமது விருப்பத்துடனோ, விருப்பமின்றியோ எல்லாமே முற்றிலும் மாறியிருப்பதைக் காண்போம். விஷயங்கள் மாறியிருக்கின்றன. ஆமாம், ஆனால் ஏதோ ஒரு வகையில் அவை மாறியிருக்கவில்லை. குறிப்பிடத்தக்க பல்வேறு வகைகளில் அவை மாறியிருந்தன. இதற்கு முன்பு எனது உள்ளுறுப்புகள் ஒத்திசைவின்றிப் போயிருந்தன. வயிற்றில் வலியும், கால்களில் அதிர்வும், பூட்டினுள் சாவியை விடும்போது கைகளில் நடுக்கமும் தோன்றின. வீட்டிற்குள்ளும் என் அச்சங்கள் நிரம்பியிருந்தன. என் துணி அடுக்குகளுக்குள் அவன் இல்லாதபோதே அவன் அங்கிருக்கக்கூடும் என அஞ்சினேன்: அவன் ஒரு வேளை எனது

அலமாரியில் இருப்பானோ - ஆனால் அவன் அங்கில்லை. அவன் ஒருவேளை என் படுக்கைக்கடியில் இருப்பானோ ஒவ்வொருமுறை அவன் என்னை மேலும், இன்னும் அதிகமாக நெருங்கியபோது அவனது முத்திரை என்மேல் பதிந்து கொண்டே போனதா அல்லது ஏற்கனவே என்மேல் இருந்து வந்ததா என்பது குறித்து இப்போதும் என்னால் சொல்ல முடியவில்லை "உன்னைப் புரிந்து கொள்ளவே முடியவில்லை. உன்னை விளக்கவும் முடியவில்லை. அது அவர்களுக்குப் பிடிக்கவில்லை. நீ பிடிவாதமாய் இருக்கிறாய் தோழி. சில சமயங்களில் முட்டாளாய், நம்ப முடியாத அளவு முட்டாளாய் இருக்கிறாய். உன்னிடம் எதையும் என்னால் சொல்ல முடியாது என்னும் குணத்தினால் நீ மக்களின் மனதில் நிறைந்து கிடக்கிறாய். அது ஆபத்தானது. நீ எதைத் தரவில்லையோ அதை, குறிப்பாக இது போன்ற கொந்தளிப்பான சமயங்களில் அவர்களே உருவாக்கிக் கொள்கிறார்கள்." என்றாள் நீண்டகாலத்தோழி. "எல்லோரிடமும் அல்ல" என நான் வாதிட்டேன். எப்படியாயினும் என்னுடைய வாழ்க்கை அவர்களுடையது அல்ல. இந்தக் கதைகளையெல்லாம் உருவாக்கி இப்போதும்கூட என்னைக் கட்டுப்பாட்டில் கொண்டுவர மோசமான நாய்களைப் போலக் கண்காணித்துக் கொண்டிருப்பதே அவர்கள்தான் எனும்போது, நான் எதற்காக அவர்களிடம் எல்லாவற்றையும் விளக்கி மன்னிப்புக் கோர வேண்டும்? என்னைக் கட்டுபாடற்ற, ஊர்சுற்றுகிற, வெட்கமற்றவளாகக் காணுகிற அவர்களது கண்ணோட்டத்தை கணக்கில் எடுத்தால், "என் நீண்ட காலத் தோழியே, உண்மையில் அவர்கள் எல்லோரையும் விட நான்தான் அதிக கன்னிமேரித்தன்மை கொண்டவளாக இருப்பேனாய் இருக்கும்." "உனக்குப் பதினெட்டு வயது. ஒரு சிறுமி, ஆயனைத் துணையாகக் கணக்கில் கொள்ளாவிட்டால், நீ துணையற்றவள். எனவே அவர்களுக்கு கொஞ்சம் கொடு - எதையேனும் கொடு - அவர்கள் நம்பாவிட்டாலும் பரவாயில்லை. இன்னும் குறிப்பாக, நம்ப முடியாமல் போகிற விஷயங்களைத்தான் அவர்கள் விரும்பி ஏற்பார்கள். அதன்பிறகாவது அவர்கள் அவனுடனான உனது பிரத்யேகத் தொடர்பை உனக்கெதிராகப் பயன்படுத்தமால் விடுவார்கள்." ஆனால், நான் அதைச் செய்யவில்லை. என்னால் அதைச் செய்ய முடியவில்லை. நினைத்தாலும் மீள முடியாத அளவிற்கு ஏகப்பட்ட வதந்திகளும் கற்பனைகளும் 'உன் வேலையை மட்டும் பார்'களும் முன்பே கடந்திருந்தன.

எனவே நான் எதையோ கற்றுக் கொண்டேன். ஆனால் அது மிக வேகமாகவும் உணர்வுமயமாகவும் இருந்ததால் நான் எதைக் கற்றுக்

கொண்டிருக்கிறேன் என்பது எனக்குத் தெரியவில்லை. அடுத்து என்ன செய்வதென்றும் தெரியாததால் நான் ஒரு முட்டாள்தனமான காரியத்தைச் செய்தேன். அந்த அமைதிக்கும் வெறித்தல்களுக்கும் இடையே வறுவல் பாக்கெட்டுகளை எடுத்துக் கொண்ட நான் பணத்தைத் தராமல் திரும்பி நடந்து கடையை விட்டு வெளியே வந்தேன். எனக்கு வறுவல்கள் வேண்டாம், என்னுடைய பணமும் இப்போது எனக்கு வேண்டாம். உண்மையில் நான் எனது பணம் வறுவல்கள் இரண்டையுமே அங்கேயே விட்டுவிட்டு வந்து என்னை அந்தச் சூழலிருந்து விலக்கியிருக்க வேண்டும். ஆனால், நிஜ வாழ்வில், எதிர்பாராத அதிர்ச்சிகரமான விஷயங்களை எதிர்கொள்ளும்போது மேன்மையாக நடந்து கொள்வதும் மரியாதையான வெளிப்படையான விசயங்களைச் சிந்திப்பதும் எளிதாக இருப்பதில்லை. குறிப்பிட்ட ஒரு காலத்திற்குப் பிறகு எது மேன்மையான இயல்பான குணம், எது அப்படியானது அல்ல என்பதே நமக்குத் தெரியாமல் போய்விடுகிறதே. எனவே நான் அவற்றை எடுத்துக் கொண்டேன், அவற்றிற்கான பணத்தைச் செலுத்தவில்லை. இது *“ஆமாம், ஆயன், போ. அவர்கள் எல்லோரையும் கொல். முன்னே செல். எனக்கு கீழ்ப்படி. நான் உனக்கு ஆணையிடுகிறேன்”*என்னும் கோபத்தினால் பாதியும், அவர்களது உணர்வுகளைப் புரிந்து பதட்டமடைந்ததால் மீதியும் என நிகழ்ந்திருந்தது. வெறும் பதினெட்டு வயதே ஆகிய நான் அவர்களை அவமரியாதை செய்து அவர்களது குணத்தைத் திருத்தி பிரச்சினையை வரவழைத்துக் கொள்ள விரும்பாததால்தான் அவ்வாறு நடந்து கொண்டேன். எனவே, சூழலைக் கையாளத் தெரியாமல் போன நான் எல்லோரது வெறுப்புக்கும் இடையே வறுவல் பாக்கெட்டுகளை எடுத்துக் கொள்கிற நிலைக்குத் தள்ளப்பட்டேன். எனது அந்த நடத்தை - வறுவல் கடையை மோசமாகக் கையாண்ட நடத்தை - நான் அப்படி நடந்து கொள்ளும் நிலைக்கு அங்கிருந்த ஒவ்வொருவரும்தான் என்னைத் தள்ளினார்கள் என்பதைத் தாண்டி, மிகவும் கண்டிக்கதக்கதுதான். மற்ற பதின்பருவத்தினருடன் அங்கேயும் இங்கேயும் இஷ்டப்படி சுற்றிக் கொண்டிருக்கிற பதின்பருவத்தினள் அல்ல நான் என்பதாக கொஞ்சகாலமாகவே அவர்கள் சொல்லிக் கொண்டிருந்ததை இப்போது நானும் தெரிந்து கொண்டேன். இப்போது அந்த முத்திரையானது -ஆயனால் மட்டுமல்ல - சந்தேகமே இல்லாமல், எனது விருப்பத்திற்கு எதிராக, என் மீது பதிக்கப்பட்டுவிட்டதென்பதையும் நான் அறிந்தேன்.

06

மருந்துக்காரியின் மரணம் குறித்துக் கேள்விப்பட்டதற்குப் பின், நொறுக்குத்தீனிக் கடைக்குச் செல்வதற்குமுன் நான் படுக்கையில் குணமாகிக் கொண்டிருந்த போது மூன்று தொலைபேசி அழைப்புகள் வந்தன. அவற்றில் இரண்டு என்னைப் பற்றியவை, முதலாவது அழைப்பு, மூன்றாவது மைத்துனனிடமிருந்து வந்தது, எனக்கு விஷமூட்டப்பட்டிருந்ததைப் பற்றி அவன் கேள்விப்பட்டிருந்தான், ஆனாலும் கூடத் தொலைபேசி அழைப்பை ஏற்ற அம்மாவிடம், நான் ஏன் ஓடுவதற்கு வரவில்லை என வினவினான். முந்தைய நாள் நான் எங்களது ஓட்டத்தைத் தவிர்த்திருந்தேன் எனவும், நான் பல ஓட்டங்களைத் தவிர்த்துவிட்டேன் என்றும் ஆனால் இதைப் பற்றித் தெரிவிப்பதற்கோ வேறு வாய்ப்புகளைக் குறித்து விவாதிக்கவோ அவனைச் சென்று காணவில்லை என்றும் கூறினான். எல்லாமும் தரமிழந்து கொண்டிருக்கின்றவெனவும் இக்காலத்தில் பெண்களுக்கு என்னதான் நேர்ந்துவிட்டதெனத் தனக்குப் பெரிதும் ஆச்சர்யம் தோன்றுகிறதெனவும் தெரிவித்தான். “மருமகனே, அவள் இப்போது ஓடுவதில்லை. நஞ்சூட்டப்பட்டு படுக்கையில் கிடக்கிறாள்” என்றாள் அம்மா. அதற்கு மைத்துனன், “விஷமூட்டப்பட்டதை நான் புரிந்து கொண்டேன். ஆனால் அவள் ஓட வருகிறாளா?” என வினவினான். “இல்லை. படுக்கையில் இருக்கிறாள். நஞ்சுண்டுவிட்டாள்.” “ஆமாம், ஆனால் அவள் ஓட வருகிறாளா?” “இல்லை...” “ஆமாம், ஆனால்...” இந்தத் தருணத்தில் அம்மாவின் கண்கள் தெய்வமே என்பதாக மேல்நோக்கிச் சென்றதாகக் குட்டித்தங்கைகள் கூறினர். அவள் மீண்டும் முயன்றாள். “மகனே, நாள் முழுக்க நாம் இதையே செய்து கொண்டிருக்க முடியாது.

அவள் படுக்கையில் கிடக்கிறாள். ஓட்டத்திற்குச் செல்வதில்லை. விஷமூட்டப்பட்டிருக்கிறாள். ஓடுவதில்லை. விஷமூட்டப்பட்டு படுக்கையில் கிடக்கிறாள்." உடற்பயிற்சி மீதான பித்து, சிந்தனைத் திறனையே மழுங்கடித்திருக்க, மூன்றாம் மைத்துனன் மீண்டும், நான் ஓட வருகிறேனா எனக் கேட்க எத்தனிக்கும் போதே இடையிட்ட அம்மா, "எப்போதும் உனக்குக் கடவுளின் ஆசி இருக்கட்டும் மருமகனே. ஆனால் சொல், உனக்கு ஏதேனும் பிரச்சினையா? அவளுக்கு விஷமூட்டப்பட்டது உனக்கே தெரியும். ஊரில் எல்லோருக்கும் தெரியும். ஆனாலும் இங்கே நான் இருபது மணி நேரமாக அதை விளக்க வேண்டியிருக்கிறது - அவளது வயிறு கழுவப்பட்டிருக்கிறது - அதற்குச் சரியான வார்த்தை என்ன? - இரண்டு இரவுகளாக நான் அவளுடன் அமர்ந்து முழுமையாக அது கழுவப்பட்டுவிட்டதுதானே என உறுதி செய்து கொண்டிருக்கிறேன். ஆனால் நீ அதைக் கொஞ்சமும் புரிந்து கொள்ளாமல், நான் உனக்கு எதையுமே விளக்கவில்லை என்பதுபோல் நடந்துகொள்கிறாய்." என்றாள். லேசாகத் தடுமாறிய மூன்றாம் மைத்துனன், "அவள் ஓட வரவில்லை என்று சொல்கிறீர்களா?" என்றான். "அதுதான் விஷயம்" என்றாள் அம்மா. "ஆனால் அதை என்னிடம் வந்து சொல்வதற்கென்ன? நீங்கள் சொன்ன எல்லாவற்றிற்கும் அதற்கும் என்ன இருக்கிறது? பெண்களின் தரமே கீழிறங்கிக் கொண்டிருக்கிறது" என்றான் மூன்றாவது மைத்துனன். இப்போது தொலைபேசியின் வாய்ப்பகுதியை மூடிக்கொண்ட அம்மா குட்டித் தங்கைகளிடம் கிசுகிசுத்தாள். "இந்தப் பையனுக்கு அறிவே இல்லை. வேடிக்கையான சிறுவன். அவனது மொத்தக் குடும்பமுமே வேடிக்கையானதுதானே. உங்கள் அக்கா ஏன் அவனைத் திருமணம் செய்துகொண்டாள் என்பது கடவுளுக்கே வெளிச்சம்." மருமகன் உரையாடலின் முடிவை நோக்கிச் சென்று கொண்டிருந்ததால் தொலைபேசியை மூடியிருந்த கையை எடுத்தாள். "முதலில், புத்தகங்களை வாசித்துக் கொண்டே நடக்கிற அவளது பழக்கத்தைப் புரிந்து கொள்ள முடியவில்லை. அடுத்து, கால்கள் வேலை செய்யவில்லை என்றொரு சாக்கு - அதுவும் புரியவில்லை. இப்போது அவள் ஓடுவதுமில்லை. இப்படியே இவள் தொடர்ந்து புரிந்து கொள்ள முடியாத விஷயங்களையே செய்து கொண்டிருந்தால், நான் எப்படி ஆவேன் என்பது அவளுக்கே தெரியும் அத்தை அவர்களே. அவளுக்கு நினைவு திரும்பும்போது இதை மட்டும் சொல்லிவிடுங்கள். அதுவரை இங்கு நான் மட்டும் தனியே ஓடிக்கொள்கிறேன்." "சரி மகனே, நடந்து கொண்டே வாசிக்கிற

அவளது பழக்கம் பற்றி நீ கூறியதை ஒப்புக் கொள்கிறேன். ஆனால் இன்னமும் அவள் கிட்டத்தட்ட மரணித்தது போல்தான் இருக்கிறாள். எனவேதான் நான் அவளைப் படுக்கையில் வைத்திருக்கிறேன்" என்றாள் அம்மா. இதன் பிறகு அவர்கள் விடைபெற்றுக் கொள்ளவே இன்னொரு ஐந்து நிமிடம் ஆகிவிட்டது. ஏனென்றால் இரக்கம் நிறைந்த இங்கிருக்கும் மனிதர்கள் அதிகம் தொலைபேசிக்குப் பழக்கப்பட்டிராததோடு, தங்கள் மீதும் நம்பிக்கையின்றி இருந்ததால், ஒரே ஒரு விடைபெறலுடன் பேச்சைத் துண்டித்தால் எதிரிலிருப்பவர் மனம் காயமடையுமோ, அவர் கூறிய விடைபெறல் சற்றுத் தாமதமாக இன்னமும் காற்றில் வந்து கொண்டிருந்தால் என்ன செய்வது போன்ற எண்ணங்களால் விடைபெறலுக்கு அதிகநேரம் எடுத்துக் கொண்டனர். எனவே தொலைபேசி ஆச்சாரங்களின்படி ஏராளமான "வச்சிடறேன்", "வச்சிடறேன்", "வச்சிடறேன் மருமகனே", "வச்சிடறேன் அத்தை", "வச்சிடறேன்" "வச்சிடறேன்", "சரி வச்சிடறேன்", "சரி வச்சிடறேன்"கள் சொல்லப்பட்டுக் கொண்டே இருக்க, காதில் தொலைபேசியை வைத்தபடியே ஒட்டுமொத்த உடலாலும் குனிந்து அங்குலம் அங்குலமாக கீழே நெருங்கி தொலைபேசியை அதனிடத்தில் பொருத்தினர். இறுதியாக மனித காதிலிருந்து விடுவிக்கப்பட்ட அது தன்னுடைய வளையத்தில் மாட்டப்படும். இன்னமும் சில விடைபெறல்கள் கூட அங்கே நிகழ்ந்திருக்கும். ஆனால் அழைப்பைத் துண்டிப்பதற்காகக் கீழே கீழே குனிந்ததால் அவரது உடல் திருகிக் கொள்ளவோ, மனம் சோர்வடையவோ இல்லை என்பதல்ல அதன் பொருள். மாறாக, உரையாடலானது, "*நான் அவனைத் துண்டித்து விட்டேனோ? அவன் மனம் காயப்பட்டிருக்குமோ? மிக வேகமாகத் துண்டித்து அவன் உணர்வுகளை நான் புண்படுத்திவிட்டேனோ?*" என்பது போன்ற பதட்டங்கள் இன்றித் தனது முடிவை எட்டியது என உறுதிசெய்ய விரும்புவார்கள் என்பதே அதன் பொருள். இந்த அழைப்பைப்பற்றி என்னிடம் கூறியபோது நான் மகிழ்ச்சியடைந்தேன் கோடு போட்டாற்போல் செயல்படுகிற மூன்றாவது மைத்துனனின் மனநிலையை எதிர்கொள்ளவோ அவனிடம் எதிர்த்துப் பேசவோ என்னிடம் போதுமான தெம்பு இன்னமும் தோன்றியிராததால், அந்தத் தொலைபேசி அழைப்பிற்கு அம்மா பதில் பேச நேர்ந்தது குறித்து மகிழ்ச்சியடைந்தேன்.

இரண்டாவது தொலைபேசி அழைப்பையும் அம்மா எடுத்தாள், ஆனால் அது எனக்கு மகிழ்ச்சியைத் தரவில்லை. ஒப்பந்தங்களற்ற ஆண் நண்பனிடமிருந்து வந்த அந்த

அழைப்பு சரியாக நிகழ்ந்திருக்கவில்லை. முதலில் நான் அதை எதிர்பார்த்திருக்கவேயில்லை. ஏனென்றால் ஒப்பந்தங்களற்ற ஆண் நண்பனிடம் என் தொலைபேசி எண் இருந்ததே எனக்குத் தெரியாது. அவன் ஒருபோதும் என் வீட்டிற்குத் தொலைபேசியதில்லை, நானும் அவனுக்கு ஒருபோதும் தொலைபேசியதில்லை, அவனது எண்ணே என்னிடம் இல்லை, அவனிடம் எண் இருந்ததா என்பது கூட எனக்குத் தெரியாது. தொலைபேசிகள் எனக்கு வசதியாய்த் தோன்றவில்லை. ஒப்பந்தங்களற்ற ஆண் நண்பனுக்கும் அது வசதியாய்த் தோன்றியதுபோல் தெரியவில்லை. பத்தொன்பதாம் நூற்றாண்டு இலக்கியத்தை நான் ஏன் என் துணையாகக் கொண்டிருந்தேன் எனில், நவீன காலத்தின் எவ்விதப் பரபரப்புகளையும் கொண்ட விஷயங்களை நான் அதில் எதிர்கொள்ள வேண்டியிருக்காது என்பதால்தான். ஒவ்வொரு சந்திப்பின் இறுதியிலும் எடுக்கிற முடிவுகளை நாங்கள் தவறாமல் பின்பற்றினோம். பொதுவாகவே தொலைபேசிகளின் மீது நம்பிக்கையில்லாமல் இருந்ததும் இதற்கு ஒரு காரணம் - தொழில்நுட்பக் கருவிகளாக, புதிய தொலைதொடர்பு சாதனங்களாக அவை இருந்தது மட்டுமின்றி, அசிங்கமான ஏமாற்றுகளும் அதிகாரபூர்வமற்ற தொலைபேசி அமைப்புகளும், அரச விசாரணைகளும் அதற்குக் காரணமாய் இருந்தன. அதாவது சாதாரண மக்கள் சொந்தக் காரணங்களுக்காக - காதல் விஷயங்களுக்காக - தொலைபேசியைப் பயன்படுத்தவில்லை. துணைராணுவ கிளர்ச்சியாளர்களும் அதைப் பயன்படுத்தவில்லைதான். ஆனால் நான் அவர்களைப் பற்றி இங்கே பேசவில்லை. எனவே தொலைபேசிகள் மேல் நம்பிக்கையின்மை நிலவியது; எங்கள் வீட்டிலிருந்த ஒன்றும் கூட நாங்கள் வரும்போதே இங்கே இருந்ததுதான். ஆனால் அதனை நீக்குவதற்கு அம்மா பயந்துகொண்டாள். அதை நீக்குவதற்கு வருபவர்கள் நிஜமான தொலைத்தொடர்பு பணியாளர்களாக இல்லாமல், அவ்வாறு வேடமிட்ட அரச உளவு ஊடுருவல்காரர்களாக இருந்தால் என்னசெய்வது. அவர்கள் தொலைபேசியை எடுத்து விடுவார்கள், ஆனால் அந்த சமயத்திலேயே வேறு எதையேனும் - கிளர்ச்சியாளர்களுடன் நாங்கள் நெருங்கிய தொடர்பிலிருப்பதாய்ச் சுட்டக்கூடிய எதையேனும் - ஆனால் நாங்கள் கிளர்ச்சியாளர்களுடன் நெருங்கிய தொடர்பிலெல்லாம் இல்லை – அங்கே வைத்துவிட்டால் என்ன செய்வதென அண்டை வீட்டினர் எச்சரித்திருந்தனர். என்னுடைய இரண்டு சகோதரர்கள் கிளர்ச்சிக்காரர்களாக இருந்தபோதும், நாங்கள் சராசரியான அளவிற்குத்தான், இயல்பான அளவிற்குத்தான், கிளர்ச்சிக்காரர்களுக்கு ஆதரவாய் இருந்தோம்.

அதிலும் குறிப்பாக அதன் ஆரம்ப காலத்தில் இருந்த அளவிற்குப் பிற்காலத்தில் இல்லை. இப்போதும்கூடக் கொள்கை ரீதியில் அவர்களது ஆரம்பகால சித்தாந்தங்களை ஆதரித்த அம்மா எந்த வகையிலும் தான் எந்த மரியாதையும் வைக்காத அரசிற்குமுன் அவர்களை விட்டுக்கொடுக்கத் தயாராகியிருக்கவில்லை. ஆனால் அவர்களது சமீபத்திய செயல்பாடுகளும், அது குறித்து அவர்கள் மேல் அவளுக்கிருந்த குழப்பமும் அவர்களது முகத்திற்கு நேராக அவர்களைத் தூற்றுவதில் அவளுக்கு எந்தத் தயக்கத்தையும் ஏற்படுத்தியிருக்கவில்லை - நாங்கள் அவர்களுடன் நெருக்கமாக இல்லை என்பதே கிட்டத்தட்ட அதற்கான ஒரு சான்றுதான் எனத் தோன்றியது. எனவே படிக்கருகில் இருந்த சுவரில் எங்களது தொலைபேசி மாட்டப்பட்டிருக்க அவ்வப்போது மக்கள் அதனைப் பயன்படுத்தினர். ஆனால் எங்கே எப்போது ஒரு தொலைபேசியை உபயோகிக்க நேர்ந்தாலும் முதலில் அதில் ஒட்டுக்கேட்கும் கருவி இருக்கிறதா என நீங்கள் திறந்து பார்க்க வேண்டும். அரிதாகத் தொலைபேசியை உபயோகித்த தருணங்களில் நானும் அந்தச் சோதனையைச் செய்திருக்கிறேன். அந்தக் கருவி எப்படி இருக்கும் என்பதோ, அது தொலைபேசிக்குள் இருக்குமா, முனையில் தொங்குகிற கம்பிவடத்தில் இருக்குமா அல்லது தொலைபேசி அலுவலகத்தில் - இன்னும் தொலைபேசி அலுவலகங்கள் செயல்படுகின்றனவென்றால் - இருக்குமா என்பதோ கூட எனக்குத் தெரியாது. உண்மையைச் சொன்னால், நான் வெறும் பழக்கத்தினடிப்படையில் இந்தச் சோதனையைச் செய்து கொண்டிருக்க, அடிக்கடி தொலைபேசியை உபயோகித்தவர்களும் கூட அதைச் செய்தனர் என்று கருதுகிறேன்.

எனவே அவனது எண் என்னிடம் இல்லை - அப்படி ஒன்று அவனிடம் இருக்குமாயின் -, போலவே என்னுடைய எண்ணை அவன் வைத்திருந்தால் எதிர்கொள்ள வேண்டியிருக்கும் சிக்கல்களின் காரணமாக - அவனிடமும் என் எண் இருந்திருக்கவில்லை. நாங்கள் இருவரும் ஒருவருக்கொருவர் எண்ணைப் பரிமாறிக் கொள்ளாமல் இருந்ததற்கு, எங்கள் உறவின் ஒப்பந்தமற்ற தன்மையும் ஒரு முக்கியக் காரணமாகும். இந்த ஒப்பந்தமற்ற தன்மையின் காரணமாகத்தான் மருந்துக்காரி எனக்கு விஷம் தந்ததையும், ஆயன் என்னைப் பின்தொடர்வதையும், ஊரின் வதந்தி என்னை மூழ்கடித்துக் கொண்டிருப்பதையும் நான் அவனிடம் சொல்லவில்லை. சொல்ல வேண்டும் என்று எனக்குத் தோன்றவில்லை. ஒப்பந்தங்கள் அற்ற உறவில் இருக்கும்

ஒப்பந்தமற்ற ஆண் நண்பன் இதையெல்லாம் அறிய வேண்டும் என ஏன் நினைக்கப் போகிறான், அல்லது எண்ணங்களையோ உணர்வுகளையோ தேவைகளையோ ஒருவருக்கொருவர் வெளிப்படுத்திக்கொள்வதற்கு அனுமதியிருக்கிறதென ஏன் கருதப்போகிறான்? அதுமட்டுமின்றி, நான் முயன்றும் அவன் கேட்காமல் போய்விட்டால் என்ன செய்வது? நான் சொல்லுகிற விஷயத்தின் கனத்தை - என்னாலேயே தாங்கிக் கொள்ள முடியாத கனத்தை - அவனால் தாங்கிக் கொள்ள முடியாவிட்டால் என்ன செய்வது? ஆனால் அவன் தொலைபேசியில் அழைத்து, என்னைக் கூப்பிட அம்மா அதற்கு இவ்வாறு பதிலளித்திருக்கிறாள். "ஐயோ, இல்லை! நீ அவளிடம் பேச முடியாது. உனது மாயங்களைப் பற்றி எனக்குக் கவலையில்லை. நீ எவ்வளவு பெரிய கிளர்ச்சியாளன் என்பதோ, எவ்வளவு செயல்திறன் கொண்டவன் என்பதோ, சமூகத்தில் உனக்கு எப்படிப்பட்ட நாயக பிம்பம் இருக்கிறதென்பதோ எனக்குப் பொருட்டில்லை. நீ இளம் பெண்களை ஏமாற்றுகிறவன், உண்மையான ஆயர்களுக்குக் கெட்ட பெயர் ஏற்படுத்துகிற இழிவான மோசடியான ஆயன். நீ அவளிடம் பேசப் போவதில்லை. நீ அவளை தவறாக வழிநடத்தப் போவதில்லை. அவளிடம் இருந்து விலகியே இரு. உன்னையும் உனது வெடிகுண்டுகளையும் – *திருமணமானவனே* - தூர எடுத்துச் செல்." இதை அவள் எந்தக் கவலையும் எந்தத் தயக்கமும், மூன்றாவது மனிதர்கள் யாரேனும் கேட்க நேரிடும் என்கிற ஒளிவு மறைவும் இன்றிச் சொன்னாள். அதன்பிறகு, எவ்வித விடைபெறலோ, அவன் வருந்தக் கூடாதென்பதற்காக பலமுறை முகமன் கூறித் தன்னை வருத்திக் கொள்தலோ இன்றி சட்டென இணைப்பைத் துண்டித்தாள். இது நிகழ்ந்த போது நான் படுக்கையில் இருந்தேன். அவள் பேசியது அத்தனையும் தெளிவாகக் கேட்டதெனக்கு. ஆனால் அவளைப்போலவே நானும் எதிர்முனையிலிருப்பது ஆயன் என நினைத்திருந்தேன். கண்காணிப்பதில் அவனுக்கிருக்கிற திறனைக் கணக்கில் எடுத்துக் கொண்டால், என்னைவிட, கிட்டத்தட்ட ஓராண்டாகிவிட்ட ஒப்பந்தங்களற்ற ஆண் நண்பனை விட ஆயனிடம்தான் என்னுடைய தொலைபேசி எண் இருப்பதற்கான வாய்ப்புகள் அதிகம். அப்படியாக அவன் தனது நிறுத்த முடியாத வேட்டையினை என் வீட்டின் உள்ளே வரை நிகழ்த்தியிருக்கிறான். அப்போதுதான் நான் ஒப்பந்தங்களற்ற ஆண் நண்பனை நினைத்துக் கொண்டேன். விஷமூட்டப்பட்டதற்குப் பிறகு முதன்முறையாக, அவன் இந்த வீட்டில் இந்தப்படுக்கையறையில் எனக்குப் பக்கத்தில்

இருந்தால் எப்படியிருக்கும் என ஏக்கத்துடன் எண்ணினேன். ஆனால் அதனைத் தொடர்ந்து தோன்றிய எண்ணங்களால் இந்த எண்ணத்தை உடனே கைவிட்டுவிட்டேன். அது அம்மாவையும், ஒருவேளை அவள் ஒப்பந்தங்களற்ற ஆண் நண்பனைச் சந்திக்க நேர்ந்தால் அது எப்படி மோசமாகும் என்பதையும் பற்றியதாகும்: "*சரி இளைஞனே, கல்யாணம் எப்போது? அதன்பிறகு குழந்தைகள் எப்போது பெற்றுக் கொள்ளப்போகிறீர்கள் இளைஞனே? நீ சரியான மதத்தைச் சேர்ந்தவன் என்பதும், உனக்கு இன்னும் திருமணமாகவில்லை என்பதும் உண்மையா இல்லையா இளைஞனே?*" ஆமாம், கொடூரம். நான் அவனை உடனடியாக எனது எண்ணத்திலிருந்து வெளியேற்றினேன். அது அவன் மீதான அக்கறையினால், அக்கறையின்மையால் அல்ல. வெகுகாலத்திற்கு முன்பே வீட்டை விட்டு ஓடிப்போய்விட்ட பெற்றோர்களைக் கொண்ட அவன்தான் எவ்வளவு கொடுத்து வைத்தவன்.

மூன்றாவது அழைப்பு அம்மாவிற்கு, பக்தைகளில் ஒருத்தியான அவளது தோழியிடமிருந்து வந்தது. ஜேஸன் என்னும் குடும்பப் பெயர் கொண்ட அவள் மிகவும் அவசரமாக அழைத்திருந்தாள். வழக்கமான இடத்திற்கு வெளியே ஏதோ நிகழ்ந்து விட்டதாக ஜேஸன் கூறியிருக்கிறாள். அரசின் கொலைப்படைகளில் ஒன்று உண்மையான ஆயரைப் பதுங்கியிருந்து சுட்டிருக்கிறது. அதனைத் தொடர்ந்து, துப்புக்கொடுப்பவன் எனும் பெயர் வரக்கூடும் என அஞ்சி அரசியல் பிரச்சினைகள் இருக்கக்கூடிய எவரும் செல்லாமல் தவிர்க்கிற மருத்துவமனைக்கு அவர்கள் அவனை எடுத்துச் சென்றிருக்கிறார்கள். "*அவனால் எதையும் செய்ய முடியவில்லை தோழி*" என்றாள் அவளது தோழி. "*அங்கே வேறு எந்த வழியும் இருந்திருக்கவில்லை. சுட்டவுடனே அவர்கள் அப்படியே அவனை எடுத்துச் சென்றுவிட்டார்கள். வானொலியை உயிர்ப்பித்து செய்தியைக் கேள். அவர்கள் அவனைத் தீவிரவாதி என்கிறார்கள். உன்னால் கற்பனை செய்ய முடிகிறதா? உண்மையான ஆயன்! - யாரையும் நேசிக்காத ஒருவன்! - ஒரு தீவிரவாதி!*" இந்த நொடியில் அம்மா தொலைபேசியைக் கீழே விட்டுவிட்டாள் என்றனர் குட்டித் தங்கைகள்.

உடனே எனது அறைக்கு ஓடிவந்த அவள், தான் மருத்துவமனைக்குச் செல்ல வேண்டுமென்றும், உண்மையான ஆயரைப் பார்க்க வேண்டுமென்றும் கூறினாள். எழுந்து குட்டித் தங்கைகளையும் வீட்டையும் பார்த்துக்கொள்ளும் அளவிற்கு எனக்குத் தெம்பிருக்கிறதா

எனக் கேட்டாள். "அவர் இறந்துவிட்டாரா?" என நான் வினவியது எனக்கே ஆச்சர்யமாக இருந்தது, ஏனென்றால் எப்போதுமே அப்படி ஒரு கேள்வியைக் கேட்கிறவளல்ல நான். தனக்குத் தெரியாதென்றும், ஆனால் அந்த வேட்டை நாய்கள், குற்றஞ்சாட்டிகள், பூமி முழுக்க முன்னும் பின்னும் மேலும் கீழும் திரிகிறவன்கள் அவனைச் சுட்டுவிட்டு உடனே மருத்துவமனைக்கு எடுத்துச் சென்றுவிட்டார்கள் என்றும் கூறினாள். ஆனால் அவர் மரணித்ததால் மருத்துவமனைக்கு - அதாவது அருகிலிருந்த பிணவறைக்கு - எடுத்துச் செல்லப்பட்டார் என்பதுதான் ஜேஸன் கூறியதன் பொருளா எனத் தெரியவில்லை என்றாள். அவர் மரணிக்கிற நிலையில் நினைவின்றி இருந்ததனால் மருத்துவமனைக்குச் செல்ல வேண்டாமென எதிர்ப்புத் தெரிவிக்க முடியவில்லையா அல்லது கிளர்ச்சியாளர்கள் தடைசெய்திருக்கிற விஷயங்களைப் பிடிவாதமாகச் செய்வதற்குப் பெயர் போனவர் என்பதால் மருத்துவமனைக்குச் செல்வதைத் தடுக்காமலோ, அல்லது எடுத்துச் செல்லுமாறு வற்புறுத்தவோ செய்தாரா என்பது தனக்குத் தெரியவில்லை என்றாள். "எனக்குத் தெரியவில்லை" என்றாள் அம்மா. அவர்கள் அவரைத் தீவிரவாதி என்கிறார்கள். அவரது வீட்டைச் சோதனையிட்டு அதன் கொல்லைப் புறத்தில் கிளர்ச்சியாளர்கள் புதைத்த ஆயுதங்களை எடுக்க முயன்று கொண்டிருக்கிறார்கள்." "சரி அம்மா" என்றவாறு படுக்கையிலிருந்து இறங்கினேன் நான். "நீங்கள் சென்று என்ன செய்யவேண்டுமோ அதைப் பாருங்கள். நான் எங்களையும் எல்லாவற்றையும் பார்த்துக்கொள்கிறேன்." உடனே குனிந்து எனக்கு முத்தம் தந்தவள், அவளைத் தொடர்ந்து மேலே ஏறிவந்திருந்த குட்டித் தங்கைகளுக்கும் முத்தம் தந்தாள். அவளைக் கட்டிக் கொண்ட அவர்கள் அழுதார்கள், கெஞ்சினார்கள், வேண்டினார்கள், "வேண்டாம் அம்மா! வேண்டாம் அம்மா! நீங்கள் போகக்கூடாது." அவர்கள் நல்ல பிள்ளைகள் என்றும் ஆனால் இப்போது நடு அக்காவாகிய நான் சொல்வதை அவர்கள் கேட்க வேண்டும் என்றும் கூறினாள். நிமிர்ந்து அவர்களிடமிருந்து தன்னை விடுவித்துக் கொண்டவள் அவசரத்திற்கென வைத்திருக்கும் பணப்பையிலிருந்து கொஞ்சம் பணத்தை எடுத்துத் தனது பாவாடையின் பாக்கெட்டில் வைத்துக் கொண்டு, மீதமிருக்கிற பணத்தோடு அந்தப் பையை என்னிடம் கொடுத்தாள். குட்டித்தங்கைகள் கெஞ்சி, வேண்டி, அழுத மனநிலையை இப்போது என்னால் உணர முடிந்தது. இதற்கு முன் இரண்டே முறைகள் மட்டும் தான் அம்மா தனது பணப்பையைத் தந்திருக்கிறாள். எனது இரண்டாவது அண்ணனின்

உடலை அடையாளம் காண்பதற்காக அரச காவல்படை அவளை அழைத்துச் செல்ல வந்தபோது அது முதல்முறை நிகழ்ந்தது. அப்போது அவள் தனது பணப்பையை மூத்த அக்காவிடம் தந்தாள் - "உனக்கு இது தேவைதான். எங்களுக்கெதிரான அணியில் சேர்ந்தானே உனது மூத்த மகன், அவனுக்கும் இது தேவைதான்" எனக்கூறி, தெய்வத்தின் அதிகாரம் கொண்ட அந்த அதிகாரிகள் அவளைச் சித்தரவதை செய்தாலோ, அல்லது இவள் அங்கு ஏதேனும் செய்ய நேரிடுமோ என அஞ்சி அவள் அப்படிச் செய்திருந்தாள். இரண்டாம் முறை அவள் பணப்பையைத் தந்தது, எங்களது ஊரின் கிளர்ச்சியாளர்கள் இரண்டாவது அக்காவைத் தேடி வந்தபோது. அது அவளை கொல்வதற்காகவோ, எதிரிகளில் ஒருவனைத் திருமணம் செய்தது மட்டுமின்றி அதே முகத்துடன் மீண்டும் எங்கள் பகுதிக்கு வந்து எங்களை அவமானப்படுத்தியதற்காகவோ அவளைத் தண்டிப்பதற்காகவோ இருந்தது. அல்லது வெளியிலிருக்கிற அவனை இங்கே அழைத்து வந்து இவர்களால் அவன் கொல்லப்படுவதற்கு வழிவகுத்து அவள் பரிகாரம் தேடிக்கொள்ள வாய்ப்பளிப்பதற்காக இருந்தது. அந்தத் தினத்தில் அவசர அவசரமாகப் பணப்பையை மூன்றாவது அக்காவின் கையில் திணித்த அவள் இரண்டாவது அக்காவிற்கு அவர்கள் தீர்ப்பு வழங்கிய குடிசைக்கு விரைந்தாள். இறந்த என் சகோதரனின் மாற்றுத்துப்பாக்கியையும் மாடியிலிருந்து தன்னுடன் அவள் எடுத்துக்கொண்டாள். அது அங்கே இருந்தது என்பதே எனக்குத் தெரியாது. ஆனால் அதை எப்படி உபயோகிப்பதென்றே அவளுக்குத் தெரியாதென்பது எனக்குத் தெரியும். உடனடியாக அதை அவளிடமிருந்து பறித்துக் கொண்ட கிளர்ச்சியாளர்கள், இரண்டாம் அக்காவிற்குப் பிரம்படி கொடுத்து மீண்டும் அவள் இங்கே வரவே கூடாதென எச்சரித்தனர். இப்போது பணப்பை என்னிடம் தரப்பட்டிருந்தது. தனது மேலங்கியை அணிந்து துப்பட்டாவைப் போட்டுக் கொண்ட அம்மா, "ஒருவேளை" என்றாள். குட்டித் தங்கைகள் இப்போது பெரிதாகக் கூச்சலிட, முழந்தாளிட்டு அமர்ந்து அவர்களைக் கட்டிக்கொண்ட நான் அவர்களைச் சமாதானப்படுத்த முயன்றேன். அம்மாவின் முகம் மிகவும் கலக்கமடைந்திருந்தது, ஆனால் அவளது கணவன் - எங்களது அப்பா மருத்துவமனையில் மரணித்துக் கொண்டிருந்த போது அவளது முகம் அப்படிக் காணப்படவில்லை என்பதை என்னால் கவனிக்காமல் இருக்க முடியவில்லை. எனவே என்னால் குட்டித் தங்கைகளைக் குறைகூற முடியவில்லை. நானுமே கூட, பயமல்லாத ஆனால்

எந்த நொடியிலும் பயமாக மாறிவிடக்கூடிய ஓர் உணர்வில்தான் இருந்தேன். நான் அப்படிச் சிந்திக்க விரும்பவில்லை என்றாலும், குட்டித் தங்கைகள் அஞ்சுகிறபடியே அவள் ஏதேனும் சண்டையில் இறங்கி அவர்கள் அவளைக் கைது செய்து சிறையிலடைத்து அவள் ஒருபோதும் திரும்பி வராமலே போய்விட்டால் என்ன செய்வது?

அவள் திரும்பி வந்தாள், ஆனால் இரவாகிவிட்டது. அதற்குள்ளாக அரிசி பர்பிகளும், டேய்டோ பர்பிகளும், பாரிஸ் ரொட்டிகளும், ரொட்டிகளும், கூடுதல் சர்க்கரை சேர்க்கப்பட்ட ஹாலிபட் ஆரஞ்சு வில்லைகளும் கொடுத்து நான் அவர்களை உறங்க வைத்திருந்தேன். அதுமட்டுமின்றி *“விர்ஜீனியா உல்ஃபினை அஞ்சுபவர் யார்?”* புத்தகமும் இருந்தது அன்று. அதைத் தேர்ந்தெடுத்தது அவர்கள்தான், நானில்லை. இருபதாம் நூற்றாண்டின் புத்தகமான அது என்னை மிகவும் தொந்தரவு செய்தது. ஆனால் குட்டித்தங்கைகளைக் கவர்ந்தது அதன் மொழியோ கதையோ அல்ல, வேடிக்கைக் கதையினுடையதைப் போன்ற அந்தத் தலைப்பைத்தான் அவர்கள் திரும்பத் திரும்பக் கேட்க விரும்புகிறார்கள் என்பதை புரிந்து கொண்ட நான் ஒவ்வொரு மூன்று வரிகளுக்குமிடையே அதனை நுழைத்து அவர்களை அமைதிப்படுத்தியதில் இப்போது அவர்கள் உறங்கியிருந்தனர். கதவினை அப்படியே திறந்து வைத்துவிட்டு சப்தமின்றிக் கீழே இறங்கிய நான், பாதி இருளும் அமைதியுமாய் இருந்த வரவேற்பறையில் கிடந்த கைவைத்த நாற்காலியில் அமர்ந்து கொண்டேன். வானொலியை உயிர்ப்பித்து அவர் இறந்துவிட்டாரா என்பதைக் கேட்கலாம் என நினைத்தேன், ஆனால் எப்போதுமே என்னால் வானொலிகளைப் பொறுத்துக் கொள்ள முடிந்ததில்லை: அறிவிக்கிற அந்தக் குரல்கள்; முனகுகிற அந்தக் குரல்கள்; ஒவ்வொரு மணி நேரத்திற்கும், ஒவ்வொரு அரை மணி நேரத்திற்கும், தங்களது சிறப்பு அவசரச் செய்திகளைச் சொல்லுகிற அதனை நான் ஒருபோதும் கேட்க விரும்பியதில்லை. அவர் இறந்திருக்க மாட்டார் என நம்பினேன், ஆனால் அதுமாதிரியான சூழ்நிலைகளில் பலரும் இறக்கவே செய்திருந்தனர். இன்னும் சற்று நேரத்திற்கு அறிந்து கொள்ளாமல் தவிர்க்க முடிகிற ஒரு விஷயத்தை அவசரப்பட்டு அறிந்து எதற்காக என் மனதைச் சங்கடப்படுத்த வேண்டும்? ஒரு விஷயத்தை அறிந்து கொள்ள வேண்டுமென்பதற்காக ஏற்படுகிற பதட்டமானது ஒரு விஷயத்தை அறிந்து கொள்ளாமல் இருப்பதால் ஏற்படுகிற பதட்டத்தை விஞ்சுகிற நிலையை இன்னும் நான் அடைந்திருக்கவில்லை. “இருங்கள், அதற்குள்ளாக வேண்டாம்” எனக் கூறுகிற இடத்தில் தான் நான் இருந்தேன், அத்தகைய

நொடியில்தான் அம்மாவின் சாவி பூட்டிற்குள் நுழைக்கப்படுகிற ஓசையைக் கேட்டேன்.

இப்போது அறை பூரண இருளில் இருந்தபோதும் நான் அங்கே இருப்பது அம்மாவிற்குத் தெரிந்தது. கண்ணுக்குத் தெரியாத சக்திகளாலோ நம்பிக்கைகளாலோ அல்லது தெளிவான புலனுணர்தலாலோ இருக்கலாம். அவளும் திரைகளை ஒதுக்கவோ விளக்கினை உயிர்ப்பிக்கவோ இல்லை. பதிலாக இன்னமும் தனது மேலங்கியுடனும் துப்பட்டாவுடனும் இருந்தவள் எதிரில் அமர்ந்தாள். அவர் உயிருடன்தான் இருக்கிறார் எனவும் அவரது நிலை சீராக இருப்பதாகவும் ஆனால் அந்த சீரான நிலைக்கு என்ன பொருள் என்று தனக்குத் தெரியவில்லை எனவும், இவளோ அங்கே சென்று சேர்ந்திருந்த மற்ற அண்டை வீட்டினரோ அவரது குடும்ப உறுப்பினர்கள் அல்ல என்பதால் - அவருக்கு இப்போது அப்படி யாருமே இல்லை, அவரது ஒரே சகோதரனும் இறந்து வருடங்களாகிவிட்டன - இதைத் தாண்டி வேறு எந்தத் தகவலும் அவர்கள் தர மாட்டார்கள் என்றும் கூறினாள். இதுபோன்ற சூழல்களில் இதற்குத் தொடர்பானதெனத்தான் நினைக்கிற விஷயங்கள் குறித்து மனம் தானாகவே சிந்திப்பது வழக்கமானதுதான் என்பதால் அவள் வேறு பேச்சுகளுக்கு மாறினாள் - கேட்பவருக்கு அது தொடர்பற்றதாகத் தோன்றக்கூடும். அவள் தனக்குத் தெரிந்த ஒரு இளைஞியைப் பற்றிப் பேச ஆரம்பித்தாள். இது அவளும் இளைஞியாய் இருந்த பழைய காலம் எனவும், அப்பெண் இவளது இரண்டாவது நீண்டகாலத் தோழி எனவும் குறிப்பிட்டாள். ஆனால் இதற்கு முன் அவளைப்பற்றி அம்மா பேசி நான் கேட்டதேயில்லை. அந்தப்பெண் கன்னியாஸ்திரி ஆகப்போவதாக உறுதி எடுத்துக்கொண்டு நகரத்திலிருந்த மடாலயத்திற்குச் சென்று அங்கிருக்கிற பிற கன்னியாஸ்திரிகளுடன் இணைந்து கொண்டதால் இவர்களது நட்பு முடிவுக்கு வந்து இவர்கள் பிரிய நேரிட்டதாய்க் கூறினாள். “என்னால் அதை நம்பவே முடியவில்லை” எனப் பெருமூச்சு விட்டாள் அம்மா. “அப்போது எங்களுக்குப் பத்தொன்பது வயது. ஒரு கன்னியாஸ்திரி ஆகும் பொருட்டு பெகி வாழ்க்கையை – ஆடைகளை, நகைகளை, நடனங்களை, அழகாய் இருப்பதை - வாழ்க்கையின் அடையாளங்களாய்த் திகழ்பவற்றைத் துறந்துவிட்டாள்” என்றாள் அம்மா. ஆனால் இவற்றையெல்லாம் அவள் துறந்ததல்ல பெரிய துயரம் என அம்மா பேசப்பேச, அம்மா இப்போது பேசிக்கொண்டிருக்கிற பெகி என்கிற அப்படி ஒரு நபர் இருந்திருக்கவே மாட்டாரோ எனக் குழப்பம் தோன்றியது எனக்கு -

குழந்தைப் பருவத்திலிருந்து உடனிருக்கிற அவளது முதல் மற்றும் கண்ணியமான நீண்டகாலத் தோழன் - உண்மையான ஆயர் - சுட்டுக் கொல்லப்பட்டுவிட்டதால்தான் இன்று இவள் இப்படியெல்லாம் பேசிக் கொண்டிருக்கிறாளோ. *"அவன் இறந்து விட்டான் மகளே. இறந்து விட்டான். இதை நான் இப்போது எப்படித் தாங்கிக்கொள்வேன்?* என்னும் உணர்வினை மறைக்க அவளது மனமே இட்டுக்கட்டுகிற, பதிலீடு செய்கிற ஒரு கதையாக இது இருக்கலாம். ஒரு விஷயத்தைப் புரிந்து கொள்கிற படிநிலையில் இருக்கிற மனது, அந்தப் புரிதலால் விளையுவுள்ள துயரத்தை அஞ்சி, உண்மை புலப்படுகிற நொடியில் கூட அதை ஏற்றுக்கொள்ள மறுத்து அதனைத் தள்ளிப்போடும் நோக்கில் தானே கதைகளை உண்டாக்கி என நீண்டு கொண்டிருந்த என் சிந்தனைகளை, தன் சிந்தனைகளிலிருந்து மீண்டு இடைமறித்த அம்மா "விஷயம் என்னவென்றால் மகளே, நானும் அவனை விரும்பினேன்" என்றாள். இப்போது அவள் குறிப்பிடுவது நிச்சயமாக நிஜ ஆயரைப் பற்றித்தான். எல்லாப் பெண்களுமே அவரை விரும்பினர் என்றாள் அவள். அந்தப் பெண்களெல்லாம் யாரென்றால், தற்போது சமூகத்தில் மரியாதையான இடத்தில் இருக்கிற, எங்கள் ஊரின் மத்திம வயது தெய்வ விசுவாசிகளான பெண்கள்தான். ஒரு காலத்தில் ஆண்களையும் பாலியல் விஷயங்களையும் குழந்தைகளையும் தேர்ந்தெடுக்கிற தவறைச் செய்திராவிட்டால் எந்த வகையிலுமே கீழானவர்களாய் மாறியிர வாய்ப்பிருக்காத அவர்களது பெண் என்கிற நிலையிலிருந்தும் பக்திப்பெண் என்கிற தரத்திலிருந்தும் இது ஒரு சறுக்கல்தான். "எனக்கு மிகத் தெளிவாக நினைவிருக்கிறது" என்றாள் அம்மா. "பெகி தெய்வத்தின் சேவைக்குச் செல்ல முடிவு செய்துவிட்டதைக் கேள்விப்பட்ட அவர்கள் அதன் அபத்தத்தையும், அதனால் நேரவிருக்கிற அதிர்ஷ்டத்தையும், அது நிகழ்ந்த சரியான தருணத்தையும் எண்ணிச் சிரித்தார்கள். ஏனென்றால், பெகி இந்தப் பாதையிலிருந்து விலகிவிட்டால் இவர்களையெல்லாம் தங்கள் நோக்கத்திலிருந்து தடுத்து நிறுத்த யார் இருக்கிறார்கள்?" இது தனக்குக் கோபத்தை உண்டாக்கியதாகக் கூறினாள் அம்மா. அது மட்டுமின்றி, முழுக்கவே பக்திமானாகிவிட்ட அவள், தெய்வத்தை மணமுடித்துக் கொண்ட மனநிலையினால், உண்மையான ஆயருக்கு பிற ஆண்களிடமிருந்து மாறுபட்ட எவ்வித சிறப்பான அந்தஸ்தையும் தராமல் விட்டதோடு அவளைப் பற்றி யார் என்ன நினைக்கிறார்கள், பேசுகிறார்கள் என்பதையும் அலட்சியம் செய்தாள். இதனால் பெகி மீதும் தனக்குக் கோபமேற்பட்டதாகக் கூறினாள். "எனக்கு அது

ஆச்சர்யமாக இருந்தது'' என்றாள் அம்மா. "ஏனென்றால் அவள் அவனைக் காதலித்தாள். அவள் அவனைக் காதலித்ததை நான் அறிவேன். என்றாலும் கூட அவள் அவனைத் துறந்து விட்டாள், அவனுடனான உடல் ரீதியான தொடர்புகளையும் கூட. "ஆமாம் மகளே...'' இந்த இடத்தில் தனது குரலைத் தாழ்த்திக் கொண்ட அவள். "இந்தக் காலத்தைவிட அந்தக்காலத்தில் மரியாதை அதிகமாக இருந்தது, ரகசியங்களை வெளிப்படுத்துதலும் மனக்கிளர்ச்சிகளும் கவனமின்மையும் குறைவாக இருந்தன. என்றாலும் கூட அவள் அவனுடன் படுத்திருக்கிறாள் என்பது எனக்குத் தெரியும்.''

கடவுள் பெரியவர்தான் என்ற அம்மா, ஆனால் அவருக்காக உண்மையான ஆயனை விட்டுக் கொடுப்பதாவது! என்றாள். அவள் அப்படித்தான் சொன்னாள். உண்மையிலேயே அம்மா அப்படித்தான் சொன்னாள், அவளது வாயிலிருந்து உதிர்ந்த அந்தச் சொற்கள் நேராக என் காதில் விழுந்தன. ஊரின் ஐந்து முதன்மையான பக்தைகளில் ஒருத்தியான அம்மாதான் இப்படி நம்பவே முடியாத, "கடவுள் பெரியவர்தான், ஆனால்'' என்கிற வார்த்தைகளைச் சொன்னாள். ஊரின் புனிதமானவர்களில் ஒருத்தி இப்படித் தான் ஒன்றும் நூறு சதம் புனிதமானவளல்ல என்பதாக அவதூறுக்குரியவளாக வெளிப்படுவது, எனக்கு உற்சாகமூட்டுவதாகவும் அதைவிடப் புத்துணர்ச்சி தருவதாகவும் இருந்தது. அதோடு, வேறு வழியேயின்றி, அந்தப் புனிதத்தன்மைக்குரிய பொருள் இனி உடலின் கீழ்பாகத்தையும் உள்ளடக்கியதாக இருக்க வேண்டும் என்பதாகவும் தொனித்தது. எனவே நாங்கள் நினைத்தது சரிதான். நானும் சகோதரிகளும் நினைத்தது சரிதான். அம்மாவும் தன் இளமைக்காலத்தில் ஆண்களை 'புள்ளி புள்ளி புள்ளி' இடங்களில் தனியாகச் சந்தித்திருக்கிறாள், அல்லது தனியாகச் சந்திக்க முயன்றிருக்கிறாள், அல்லது குறைந்தபட்சம் அதற்கு எதிரானவளாக இருந்ததில்லை. தனது மனதின் ஆழங்களில் அவற்றை அவள் மறைத்து வைத்திருக்கிறாள். மரணம் உண்மையானது. மறைந்திருந்து சுடப்பட்டு மரணத்திற்கு அருகில் இருப்பதும் உண்மைக்கானது. ஆயர் சுடப்பட்டு மரணத்திற்கு அருகில் வரை செல்லாமல் இருந்திருந்தால், அம்மாவையும் உண்மையான ஆயரையும் பெகியையும் ஊரின் உயர்ந்த இடத்தில் இருக்கிற தெய்வவிசுவாசிகளையும் பற்றிய இந்தத் தாழ்மையான விஷயங்கள் குறித்து ஒருபோதும் நான் அறிந்திருக்கமாட்டேன். இப்போது இவள் அதை மேலும் தொடர்ந்தாள். அம்மாவின் நீண்டகாலத் தோழி இப்படித் தனக்குத் திரையிட்டுக் கொண்டதும் அவர்கள் அனைவரும் மகிழ்ச்சியடைந்ததாகக் கூறிய அம்மா

"ஆனால் அது நீண்ட காலத்திற்கு நீடிக்கவில்லை" என்றாள். ஏனெனில் அவர்களுக்குள் சண்டை ஆரம்பித்திருக்கிறது. "அவர்கள் அவனுக்காகச் சண்டையிட்டார்கள்" என்ற அம்மா, "மகளே, நானும் கூட அவனுக்காகப் போட்டியிட்டேன்" என்றாள். அவள் அதை முடிக்க வேண்டும் என விரும்பியதால் நான் அப்படியே அமைதியாக இருந்தேன். அவள் தன் நினைவுக்குத் திரும்பி தான் யார் என்பதையோ, நான் யார் என்பதையோ, இறந்துபோன இன்னொரு மனிதனாகிய - அவள் மணமுடித்த எங்கள் தந்தையைப் பற்றியோ நினைவுகூர்வதை நான் விரும்பவில்லை. "ஆனால் நானோ மற்ற யாருமோ நினைத்தே பார்த்திராத ஒரு பயங்கரமான விஷயம் நடந்தது." அந்தப் பயங்கரமான விஷயம் என்னவென்றால், எப்போதுமே முரணாக நடந்துகொள்வதற்குப் பெயர் போன அவரது பழக்கத்தின்படி, தனது திருமணம் சார்ந்த பிரச்சினைக்குத் தானே அவர் தீர்வு கண்டிருக்கிறார். அதாவது, அப்படி அவருக்குப் பெகி கிடைக்கமாட்டாளென்றால், வேறு யாருமே வேண்டாம் என்பதுதான் அந்த முடிவு. அவரது பெயருக்கான காரணத்தினை நோக்கி அம்மா உடனேயே நகர்ந்தாள்.

ஒரு முறை ஆத்திரத்துடன் குழந்தைகளைக் கடுமையாகத் - அன்பேயின்றி, சமூக விரோதமாக, மோசமான குணத்துடன் - திட்டியதால்தான் 'ஒருவரையும் நேசிக்காதவர்' என ஊருக்குள் அவர் அழைக்கப்படுகிறார் என்றுதான் என்னுடைய தலைமுறையைச் சேர்ந்த எல்லோரையும் போலவே நானும் கருதியிருந்தேன். அதுமட்டுமின்றி, அவர் ஊரோடு ஒத்து வாழாதவராக, கிளர்ச்சியாளர்களின் முயற்சிக்கு ஆதரவு தராதவராக இருந்தார். "அந்த ஆயுதங்கள் நமது நன்மைக்காகத்தான்" என்றனர் மக்கள், "நமது வீரர்கள் அவற்றை எங்கேனும் புதைக்கத்தானே வேண்டும்" என்றனர். இந்தக் கருத்தையும் அவர் ஏற்றுக் கொள்ளவில்லை. அவர் எப்போதும் விவாதம் செய்பவராக இருந்தார் - அதிலும் குறிப்பாக கிளர்ச்சியாளர்களிடம் - மருந்துக்காரிக்கு அவர்கள் விடுத்த கொலை மிரட்டலுக்கு எதிராக, எனது இரண்டாவது சகோதரியை அவர்கள் பிரம்பால் அடித்ததற்கு எதிராக, சர்வதேச பெண்கள் பிரச்சினை குறித்துச் சொற்பொழிவாற்றும் பொருட்டு பெண்ணியவாதிகளின் கொட்டகைக்கு வருகை புரிந்த விருந்தினரைக் கொல்ல முயற்சித்ததற்கு எதிராக வாதிட்டார். முழங்காலில் துப்பாக்கியால் சுடுதல், அடித்தல், கடைகளைச் சூறையாடுதல், உடலில் தார்பூசி இறகுகள் ஒட்டுதல் - அடுத்தவர்களுக்கு மட்டுமல்ல, அவருக்கே அது நிகழ்ந்தது - போன்றவற்றை எதிர்த்தும்

அவர் வாதிட்டார். எல்லோருக்குள்ளும் அவர் குழப்பத்தை உண்டாக்குகிறார் என்றனர் மக்கள். அவர் அமைதியைக் குலைத்தார். ஒத்துப்போக மறுத்தார். கடுமையும் கவனமும் விழிப்புணர்வும் விட்டுக் கொடுக்காமையும் அவரது குணங்களாய் இருந்தன. 'யாரையும் நேசிக்காதவர்' என்கிற அவரது பெயருக்குக் காரணமாக இவற்றையெல்லாம்தான் என் தலைமுறையினர் நினைத்தோம். அவருக்கு 'உண்மையான ஆயர்' என்கிற இன்னொரு பெயரும் இருந்ததுதான். ஆனால் நான் காதலில் இருப்பதாக நம்பப்பட்ட அந்த ஆயனிடமிருந்து இவரை வேறுபடுத்திக் காட்டுவதற்காகச் சமீபத்தில்தான் அது புழக்கத்திற்கு வந்தது. ஆனால் இப்போது அம்மா சொல்வதைக் கேட்டால் அவரது பெயருக்கு ஒரு பழைய காரணமும் இருக்கும் போல் தெரிகிறது. "இறைவனுக்காக பெகி தன்னை வருத்திக் கொண்ட போது, அவளிலிருந்து மீளாமல் யாரையும் திருமணம் செய்து கொள்ளாமல் வாழ்ந்ததன் மூலம் அவர் எல்லோரையும் வருத்தப்படுத்தினார்" என்றாள் அம்மா. அதன் பிறகும் அவர் வசீகரமானவராகத்தான் இருந்தார். ஆனால் இப்போது அந்த வசீகரத்தில் துயரத்தின், வெகுளித்தனமின்மையின், கசப்பின் சாயை படிந்திருந்தது. அவ்வாறாக முதலில் அவர், "பெகியைத் தவிர வேறு யாரையும் நேசிக்க முடியாதவன்" என அழைக்கப்பட்டார். பிறகு அவர் "பெகியைத் தவிர வேறு யாரையும் நேசிக்க விரும்பாதவன்" ஆனார். அடுத்து, தனது கசப்புமிகுந்த, மனம்நொந்த, மனம் இறுகிய காலத்தில் "ஒருபோதும் ஒருவரையும் -குறிப்பாக பெகியை- நேசிக்கக் கூடாதென முடிவு செய்தவன்" ஆகிய அவரது பெயர் பிறகு அப்படியே சுருங்கி "ஒருவரையும் நேசிக்காதவன்" என்பதாகியது. 'உண்மையான ஆயர்' என்கிற பெயர் வரும் வரை அதுதான் அவரது பெயராக கல்லில் செதுக்கப்பட்டிருந்தது. இப்போது வரை, எப்போதுமே அவர் நற்காரியங்களைச் செய்து வந்த போதும் கூட அந்தப் பெயர் மங்கிப் போகவில்லை. அணுப்பையனின் அம்மாவுமாகிய அநாமதேயனின் அம்மாவிற்கு, அவளது கணவன் இறந்தபோதும், அடுத்து அவளது மகள் இறந்த போதும், அடுத்து அவளது நான்கு மகன்கள் இறந்த ஒவ்வொரு முறையும் அவர் உதவியிருக்கிறார். அடுத்து அவர் என் அம்மாவிற்கு, என் அப்பா இறந்த போதும், இரண்டாவது அண்ணன் இறந்த போதும், தனது வாழ்க்கைத் துணையைப் புரட்சிகரமாகத் தேர்ந்தெடுத்ததற்காக இரண்டாவது சகோதரி கிளர்ச்சியாளர்களால் தண்டிக்கப்பட்ட போதும் துணையிருந்தார். நான் பத்து நிமிடப் பகுதியில் ஆயனைச் சந்தித்த அந்த இரவில் அவர் எனக்கும் கூட

உதவியிருக்கிறார். அவர் எத்தனையோ பேருக்கு உதவியிருக்கிறார்-தன்னை எதிர்த்த மருந்துக்காரிக்கும் கூட. ஆனால் ஆச்சர்யமாக அவள் அவருக்கு நஞ்சூட்டியிருக்கவில்லை. எண்ணூறு ஆண்டு கால அரசியல் பிரச்சினைகள் தீர்க்கப்படாமல் இருக்கிற காலத்தில் சிறிய விஷயங்களுக்காகப் போராட்டங்கள் செய்கிறதாகக் கூறி பெண் போராளிகளை எல்லோருமே ஏளனமும் அபவாதமும் செய்த போது அவர் அவர்களுக்கு உதவி செய்கிறவராய் இருந்திருக்கிறார். இப்படி இவர் எல்லோருக்கும் உதவினார். அதற்கு அவரது விசாலமான மனமும் மேம்பட்ட மனவார்ப்பும் காரணமாய் இருந்தது. ஆனால் எங்கள் சமூகத்தில் அவருக்கிருந்த பெயரில் இவை எவ்வித மாற்றத்தையும் ஏற்படுத்தியிருக்கவில்லை. “வீண்” என்றாள் அம்மா. “எப்படி ஒரு மனிதன். எவ்வளவு நல்ல, அழகான, நேர்மையான மனிதன். அவரது அழகைப் பற்றிச் சொல்லவேண்டுமே, மகளே” இந்த இடத்தில் தடம் மாறிய அவள், அவரிடம் நடிகர் ஜேம்ஸ் ஸ்டீவர்ட்டின் சாயல் இருக்கிறதை நான் ஒப்புக்கொள்கிறேனா என வினவினாள். அதுமட்டுமின்றி நடிகர்கள் ராபர்ட் ஸ்டேக், க்ரிகரிபெக், ஜான் கார் ஃபீல்ட், ராபர்ட் மிட்சம், விக்டர் மஞ்சூர், ஆலன் லாட், டைடன் பவர் மற்றும் கிளார்க் காபிலின் சாயலும் கூட இருக்கிறதுதானே என்றாள். நான் அதனை ஒப்புக் கொண்டேன் எனச் சொல்ல முடியவில்லை, ஆனால் காதலில் இருப்பவர்கள் எப்போதும் இப்படிப் பைத்தியக்காரத்தனமாய் இருப்பார்கள் என்பது எனக்குத் தெரியும். “இறுதியாக நாங்கள் எல்லோரும் அதனை விட்டுவிட வேண்டியதாகியது.” என்று அவள் சொன்னதும் நான் அவளை நிமிர்ந்து பார்த்தேன். இம்முறை, அந்த இருளிலும் கூட, நான் அவளைப் பார்க்கிறேன் என்கிற உணர்வை அது அவளுக்குத் தந்துவிட்டது. அவசரமாக அவள் அதைச் சரி செய்ய முயன்றாள். “நான் இல்லை” என்றாள். “நான் என்னைச் சொல்லவில்லை. நான் எப்போதோ, முன்பே, அவனிலிருந்து மீண்டுவிட்டேன்.” ஆனால் அவள் மீளவில்லை. ஐயோ, அவள் மீளவேயில்லை. அந்த இரவில் தான் எனக்கு ஒரு விஷயம் புலப்பட்டது. “உண்மையிலேயே நான் அவனை விட்டு மீண்டுவிட்டேன்” என்று அழுத்தியும் சப்தமாகவும் கூறி நான் ஆழ்ந்து யோசித்து ஏதையேனும் புதிதாகக் கண்டறிவதைத் தடுக்க முயன்றாள். “அப்படி நான் ஒருவேளை அவனிலிருந்து மீண்டிருக்காவிட்டால், நான் எப்படி உங்கள் அப்பாவை மணமுடித்திருப்பேன்” என இதை அதற்கு ஒரு சாட்சியாக அவள் வைக்க முயன்றாள்.

அது ஏன் அப்படி இருக்க வேண்டும்? மீண்டும் நான், பொருந்தாத நபரை மணமுடிக்கிற விஷயத்தைப் பற்றிச் சிந்திக்க ஆரம்பித்தேன். ஆரம்பத்தில் வெற்றிகரமான இணையாக இருந்து ஒருவருக்கொருவர் ஈடுபாட்டோடு வளர்ச்சியில் உதவியும் ஒருவரை ஒருவர் கொண்டாடியும் களித்துவிட்டு பின் இயல்பாகவே தாங்கள் பகிர்ந்து கொண்ட பாதையில் எல்லையை அடைந்து அன்புடனோ அன்பின்றியோ பிரிந்து இன்னொரு நபருக்கோ விஷயத்திற்கோ நகர்கிறவர்களைப் பற்றிச் சொல்லவில்லை நான். விரும்பவோ வேண்டவோ செய்யாத ஒரு நபரைத் திருமணம் முடிக்கிற விஷயத்தைப் பற்றிச் சொல்கிறேன். வெளியிலிருந்து காண்கிற ஒருவர் இப்படிப்பட்ட ஒரு நபரின் வாழ்க்கையில் இவ்வளவு நெருக்கமான உறவாக இப்படிப்பட்ட ஒருவர் இருப்பது பொருத்தமேயில்லை எனத் தலையசைக்க நேர்கிற திருமணத்தைச் சொல்கிறேன். எங்களது ஊரின் சூழலைக் கணக்கில் எடுத்தால் இதற்குப் பல காரணங்கள் இருக்கின்றன. நீங்கள் உண்மையாகவே வாழ்க்கைத் துணையாக்க விரும்புகிற அவனோ அவளோ இங்கிருக்கிற அரசியல் பிரச்சினைகளால் வெகு சீக்கிரத்திலேயே மிகக் கொடுமையான முறையில் இறக்க நேரிடலாம். வெகு சீக்கிரத்திலேயே மரணித்து உங்களைக் கைவிடப்போகிற ஒரு நபரின் மேல் எதற்காக வாழ்வின் அத்தனை காதலையும் வளர்க்க வேண்டும்? தனியாக இருப்பதற்கு அஞ்சுவது இன்னொரு காரணமாகும் - அப்படி இருப்பவர்கள் மீது இயல்பாகவே சமூகம் பல கதைகளைக் கட்டிவிடுவதுண்டு. எனவே யாரையேனும் திருமணம் செய்து கொள்வதே நல்லது. எவனாயிருந்தாலும் சரி, அவனே போதும், எவளாய் இருந்தாலும் சரி, அவளே பொருத்தம்தான் என்பதாக. அடுத்து, சமூகத்தின் நடைமுறைகளுக்கு ஒத்துப்போக வேண்டுமென்பதற்காக அதற்குள் தள்ளிவிடப்படுபவர்களும் உண்டு - தேதி முடிவாகிவிட்டது, கேக்கிற்குச் சொல்லியாகிவிட்டது, இன்னும் நீ தேனிலவுக்குப் பயணச்சீட்டு ஏற்பாடு செய்யவில்லையா என்றெல்லாம் வந்து நிற்கிற நபர்களை நாம் வருத்தப்படுத்த முடியாதல்லவா. அடுத்தது தன்னைப் பற்றிய பயம் - தனது சுதந்திரத்தை, திறமையை எண்ணி அஞ்சுவது - எனவே அதற்குச் சற்றும் சம்பந்தமில்லாத, உங்களிலிருக்கிற அதனை மதிக்கிறவராகவோ ஊக்குவிக்கறவராகவோ இல்லாத ஒருவரை மணமுடித்து அதிலிருந்து விலகிவிடுவது. அடுத்து தான் விரும்புகிற ஒருவரைத் திருமணம் முடிப்பதன் மூலம் அதே நபரை விரும்பிய பிறரது பொறாமையையும் கோபத்தையும் சம்பாதிக்க நேருமே என அஞ்சி அவரைத் திருமணம் முடிக்காமல் இருப்பது. பொருந்தாத

நபரைத் திருமணம் முடிப்பதற்கு வேறு காரணங்களும் இருந்தன - விரும்பியவர்களை வாழ்க்கைக்குள் அனுமதிப்பதன் மூலம் தங்கள் மீதான அதிகாரத்தை இழத்தல், நீங்கள் விரும்பிய ஒருவர் உங்களை விரும்பாததால் அவருக்கு நெருக்கமான யாரையேனும் - அவர்களது நெருங்கிய நண்பர், உடன் பணி புரிபவர், உறவினர் அல்லது அண்டை வீட்டினர் - மணந்து கொள்வது. ஆனால் பொருந்தாத நபரைத் திருமணம் செய்ய இவை எல்லாவற்றையும் விடப் பெரிய, மிகப் பெரிய காரணம் ஒன்று இருக்கிறதுதான். நீங்கள் நேசித்து விரும்பி, உங்களை நேசித்து விரும்பிய ஒரு நபரைத் திருமணம் செய்து அந்த உறவானது மிக உண்மையானதாக, நல்லதாக மனநிறைவும் மகிழ்ச்சியும் அளிப்பதாக இருக்கும்போது திடீரென இந்த அற்புதமான உறவில் இருக்கிற உங்களது இணைக்கு உங்கள் மீதான காதல் தீர்ந்துவிட்டால்? அல்லது உங்களுக்கு அவர் மீதான காதல் தீர்ந்துவிட்டால்? அல்லது உங்கள் இருவரில் ஒருவர் அரசியல் காரணங்களால் கொல்லப்பட்டு விட்டால்? இந்த முடிவுறாத இன்பங்களை இல்லாமல் செய்து விட்டால் என்ன செய்வது? அப்படி ஒரு சூழலை நீங்கள் உறுதியாக, நிஜமாகவே அதீத உறுதியுடன், எதிர்கொண்டு விடுவீர்களா? இல்லை அது முடியாதென முடிவு செய்தது சமூகம். நிறைந்த நீடித்த மகிழ்ச்சியை ஏங்குவதென்பது இங்கு பேராசையாகும். அதனால் அச்சத்தினால் மணமுடிப்பது, குற்ற உணர்வினால் மணமுடிப்பது, வருத்தத்தினால், சந்தேகத்தினால் குற்றப்படுத்தலினால் மணமுடிப்பது, அதிலும் முக்கியமாக தன்னையே தியாகம் செய்வது - இவைதான் இங்கே பல திருமணங்களுக்குச் சொல்லப்படாத காரணமாய் இருந்தன. அதனால்தான் நான் திருமணத்தைத் தவிர்த்து என்னைப் பாதுகாத்துக் கொண்டிருந்தேன்; அதனால்தான் ஒப்பந்தங்களற்ற ஆண் நண்பனுடனான உறவை ஒரு முறையான உறவாக மாற்றிக்கொள்ள வேண்டுமென்கிற அவ்வப்போதைய ஏக்கங்களையும், வீண் முயற்சிகளையும் தாண்டி தொடர்ந்து ஒப்பந்தங்களற்ற உறவிலேயே இருந்து வந்தேன். தற்செயலாக பொருந்தாத இணையை மணந்து கொள்ள நேர்வதற்கான காரணங்களாய் இவைதான் - பலவற்றை நான் சுட்டிவிட்டேன் - இருந்தன. அப்பா, அம்மாவிற்கு ஒரு பொருந்தாத துணை என்பதை நான் இப்போது அறிந்தேன் - என்னதான் அம்மா அப்பாவை அவரது மனச்சிதைவுகளுக்காக, படுக்கையிலேயே கிடந்ததற்காக, மருத்துவமனைகளுக்குச் சென்றதற்காக, அவளைக் காதலிக்காததற்காகக் குற்றப்படுத்திக் கொண்டே இருந்திருந்தாலும், அப்பா அவற்றிக்குக் காரணம்

இல்லை. அவள் உண்மையான ஆயரைக் காதலித்திருந்தாள், அதன் பிறகும் காதலித்தாள், எப்போதுமே காதலித்தாள் என்பதுதான் காரணம். அப்பாவைப் பொருத்தவரை, தான் ஒரு பொருந்தாத துணை என்பது அவருக்குத் தெரிந்திருக்குமா? தான் பொருந்தாத இடத்தில் இருக்கிறோம் என்பதை மட்டுமல்ல, அப்படிப் பொருந்தாத இடத்தில் இருக்கத் தன்னை அனுமதித்துக் கொண்டோம் என்பது குறித்து அவர் அறிந்திருந்தாரா, அதற்காக வருந்தினாரா? அல்லது, இத்தனை ஆண்டுகால திருமண வாழ்வில், அல்லது திருமணத்திற்கு முன்பிருந்தே கூட, அம்மா தனக்கு ஒரு பொருந்தாத துணை என்பதை அவர் அறிந்திருந்தாரா?

இப்போது, இரண்டு வாரங்கள் கடந்திருந்த பிறகும் அம்மா நிஜமான ஆயரைப் பார்ப்பதற்காக மருத்துவமனையில் இருந்து கொண்டிருக்க நான் வீட்டில் தங்கைகளைக் கவனித்துக் கொண்டிருந்தேன். அவள் எப்போதைக்குமாக எங்கேயும் சென்றுவிடவில்லை, மறைந்து விடவில்லை, மருத்துவமனை அல்லது சிறை மாதிரியான அச்சுறுத்தும் இடங்களுக்கு கடத்திச் செல்லப்பட்டு காணாமலே போய்விடவில்லை, அவசர அவசரமாகத் தோண்டப்பட்டு மூடப்பட்ட கல்லறை எதிலும் அவள் இறந்து புதைக்கப்பட்டுவிடவில்லை என்பதைப் புரிந்து கொண்டிருந்ததால் குட்டித் தங்கைகளது பயம் இப்போது குறைந்திருந்தது. திடீரென சில சமயங்களில் அவள் வீட்டில் தோன்றுவாள் என்பதையும் அப்போது தாங்கள் அவளுடன் இருந்து கொள்ளலாம் என்பதையும் அவர்கள் ஏற்றுக் கொண்டனர். அதேபோல மற்ற நேரங்களில் என்னை ஏமாற்றிக் கொண்டு திரியலாம் என்பதையும் அறிந்திருந்து அதேபோலச் செய்து வந்தனர். "நாங்கள் இதை வாங்கலாம் என்று அம்மா சொன்னாள்." "நாங்கள் இங்கே போகலாம் என்று அம்மா சொன்னாள்." "காலை நான்கு மணி வரை நாங்கள் வெளியே சுற்றலாம் என்று அம்மா சொன்னாள்" இவற்றில் சிலவற்றை அனுமதித்த நான் இரவுகளில் அவர்களுக்குக் கதைகள் வாசித்தேன், ஏனென்றால் அவர்களுக்குக் கதைகள் கேட்க மிகப்பிடிக்கும். அந்தச் சமயத்தில்தான், அவர்கள் கேட்டுக் கொண்டதால் எனக்குமே ஆசை இருந்ததால்தான் அன்று இரவிற்கு முன்னதாக நான் நகரத்தின் மையத்திலிருந்த கடைக்கு நாசமாய்ப்போன அந்த வறுவலை வாங்கச் சென்றேன்.

நெரிசலான அதன் கதவுகளைத் திறந்து உள்ளே சென்ற நான் மருந்துக்காரியின் மரணத்திற்கு காரணம் எனக் குற்றப்படுத்தப்படுகிற

மோசமான சூழலை அனுபவித்திருந்தேன். ஆனால் அதிலிருந்து வெளியேறி தெருவிற்கு வந்ததற்குள்ளாகவே அவனுக்கு அதில் எந்தச் சம்பந்தமும் இல்லாமல் கூட இருக்கலாம் என்ற முடிவுக்கு வந்திருந்தேன். இது பரபரப்பிற்காக அவர்கள் இட்டுக்கட்டுகிற விஷயங்களில் ஒன்று, உண்மையாக இருக்க வேண்டும் என அவர்கள் விரும்புகிற பொய்கள் - அதனால் தங்கள் எண்ணத்திலும் வதந்திகளிலும் அவர்கள் உண்மையாக்கிவிட்ட பொய்கள். அப்படி நான் குற்றத்திற்குத் துணை போனவளென்றால், வேறு யாரிடம் சென்று அவர்கள் பேசுவார்கள் - அவர்கள் ஒவ்வொருவருமே குற்றத்திற்குத் துணைபோகிறவர்கள்தானே. கதவுகளைத் திறந்து உள்ளே சென்றிருந்த நான் வெகு சீக்கிரத்திலேயே அதிர்ச்சியுடனும் அவமானத்துடனும் காசின்றி தரப்பட்ட வறுவல் பாக்கெட்டுடனும் கோபத்தில் தோன்றிய *அவர்களைக் கொல் ஆயன். அவர்கள் எல்லோரையும் கொல். அவர்களை நான் வெறுக்கிறேன். சீக்கிரம் சென்று அவர்களைக் கொல்* உணர்வுடனும் அங்கிருந்து வெளியேறியிருந்தேன். வறுவல் கடையிலிருந்து வெளியேறி தெருவில் நடந்த நான், இது இப்படித்தான் ஆரம்பிக்குமா என எண்ணியபடி முனையில் திரும்பினேன் - அதாவது பொருட்களைக் காசில்லாமல் பெறுவது. எங்கள் பகுதியில் வேறு சிலரும் இப்படிக் காசில்லாமல் பொருட்கள் வாங்குவதை நான் பார்த்திருக்கிறேன். அவர்கள் கடைக்குள் சென்றதும், அமைதியான, அணுக்கமற்ற கடைக்காரர்கள் அதீத பதட்டத்துடனும் அதீத நட்புடனும் பொருட்களை இலவசமாக அவர்களை நோக்கித் தள்ளுவார்கள். ஆயனின் திட்டத்தில் இப்போது நான் ஏற்க வேண்டிய கதாபாத்திரம் இதுதானா? நான் வெறுக்கப்படுவேன், அஞ்சப்படுவேன், தரம் தாழ்த்தப்படுவேன் - என்றாலும் சகித்துக் கொள்ளப்படுவேன். இப்படி, எனக்குத் தேவையோ தேவையில்லையோ - பொருட்களை, ஏகப்பட்ட பொருட்களை இலவசமாக எனக்குத் தருவதுதான் இப்போதைய கட்டம் எனில் அடுத்து நான் என்ன செய்ய வேண்டும்? நான் அந்தப் பொருட்களையெல்லாம் - இலவசப் பொருட்களையெல்லாம் - ஏற்றுக் கொண்டு எடுத்துச்சென்று எங்கேனும் குவித்துவிட்டு ஒரு போதும் அவற்றைத் திரும்பிப் பார்க்காமல் விட்டுவிட வேண்டுமா? அல்லது அவர்களுக்கு அஞ்சாமல் அடிபணியாமல் உறுதியாக நின்று எனது பணத்தை அவர்களது முகத்தில் எறிய வேண்டுமா? அல்லது எதையுமே வாங்காமல், ஏற்றுக்கொள்ளாமல் சுயமரியாதையுடன் வெளியேறிவிட வேண்டுமா? கடைசியில் இருப்பதைத் தேர்ந்தெடுத்திருந்தால்

எல்லா விஷயங்களும் எனது கட்டுப்பாட்டில் இருந்திருக்கும். ஆனால் ஏற்கனவே நான் அந்த வறுவலை எடுத்திருந்ததால் எல்லாம் அவர்களது கட்டுப்பாட்டுக்குள் சென்றிருந்தது. எனவே இதில் செய்வதற்கு ஒன்றும் இல்லை, அவ்வப்போது வாங்க வேண்டிய சிறிய பொருட்களுக்கு மட்டுமின்றி ஒட்டுமொத்தமாக வாரம் ஒரு முறை வாங்குகிற பொருட்களுக்கும்கூட இனி நான் ஊருக்கு வெளியே இருக்கும் கடைகளுக்குத்தான் செல்ல வேண்டி இருக்கும் போல. அதுமட்டுமின்றி இதை எப்படி எதிர்ப்பது என்பதிலோ இதை வெற்றிகொள்வதிலோ எனக்குப் பயிற்சி ஏதுமில்லை. அவன் இறக்க வேண்டுமா -அதாவது ஆயன் மரணிக்க வேண்டுமா, அல்லது சிறைபிடிக்கப்பட வேண்டுமா, அல்லது காணாமல் போக வேண்டுமா - ஏனென்றால் அவ்வப்போது ஒருவரை ஒருவர் காணாமல் போகச் செய்வதில் கிளர்ச்சியாளர்களுக்குப் பிரச்சினை ஒன்றும் இருந்திருக்கவில்லை - அல்லது இனிமேல் என் மேல் விருப்பமில்லை என்னும் நிலைக்கு அவன் செல்ல வேண்டுமா, அப்படிச் செய்தால் என்னுடைய தரம் கீழே இறங்கி அதன் விளைவாக இந்தக் கடைக்காரரர்கள் எல்லாம் தாங்கள் இதுவரை நிகழ்த்தி வந்த அடிவருடித்தனத்திற்குப் பரிகாரமாக மீண்டும் அந்த அத்தனை பொருட்களையும் திரும்பக் கேட்பார்களா? இப்படியாக தனிமையில் சிந்தித்தபடி மிகுந்த மனத் தளர்ச்சியுடன் *"இதில் என்ன இருக்கிறது? இதனால் என்ன பயன்?"* என்னும் எதிர்மறைச் சிந்தனைகள் எனக்குள் வளர்ந்து வளர்ந்து குவிய நான் நடந்து கொண்டிருந்தேன். அப்போதும் அந்த விரும்பத்தகாத, உடல் மிதக்கிற உணர்வு எனக்குள் தோன்றியது. எனது கால்களில் எந்த உணர்வும் இல்லை, எனது கால்கள் தரையைத் தொடவே இல்லை. அவை நகர்வதை என்னால் காண முடிந்தது, ஆனால் அவை நகர்கிற உணர்வு எனக்கு இல்லவே இல்லை. மீண்டும் ஒருமுறை நிர்வாணமாக இருப்பது போன்றும் எனது பின்புறம் எல்லாருக்கும் தெரிவதாகவும் உணர்ந்தேன். என்ன நடக்கிறது? நான் இதை வெறுக்கிறேன் என நினைத்தபடி நடப்பதை நிறுத்தி அங்கே இருந்த ஒரு கம்பியைப் பிடித்துக் கொண்டேன். அப்போதுதான் ஒரு சூசகம் போல அந்த எதிர்ப்பரவச, நடுக்கமான அதிர்வானது எனக்குள் அலையாகப் பரவியது. அவ்வாறாக, நான் விஷயத்தைப் புரிந்து கொள்ளும் வரை, அது அதிர்ச்சிக்கு மேல் அதிர்ச்சி, ஒரு அசிங்கத்திற்கு மேல் இன்னொரு அசிங்கம் என்பதாக என்மேல் நிகழ்ந்தது. ஆனால் என்ன விஷயம்? அவன் எனக்காகத்தான்

அவளது கழுத்தை அறுத்தான் என அவர்கள் முடிவு செய்தது எப்படி என்னுடைய தவறாகும்?

பிறகு எனக்கு வறுவல் நினைவு வந்தது. இன்னமும் என் கையில் இருந்த அது என்னைத் தடை செய்வதை உணர்ந்து நான் அதைத் தூர எறிந்தேன். பிறகு அவை அங்கே தரையில் கிடந்தன. இந்த மேன்மையான செயலை, நான் ஏன் அவ்வாறு செய்ய வேண்டும் எனத் தோன்றிய எண்ணத்தின் மூலமாக நான் சிதைத்தேன். நான் அவற்றை எடுத்துக் கொள்ளலாமா என யோசித்தேன். அவற்றில் இன்னும் அழுக்குப் படவில்லை, இன்னமும் அவை பாக்கெட்டில்தான் இருந்தன. தூசியைத் தட்டி, அதன் மேல் சிலுவைக் குறியிட்டு குட்டித் தங்கைகளுக்கு வீட்டிற்கு எடுத்துச் செல்லலாம். ஆனால் இந்தக்குழப்பம் ஒட்டுமொத்தமாக திடீரென எங்கிருந்தோ வந்த நாய்களால் முடிவுக்கு வந்தது. தங்களுக்குள் சண்டையிட்டுக் கொண்ட அவற்றுள் ஒரு வெற்றியாளன் சில நொடிகளுக்குள் மற்றவற்றை வீழ்த்தி அதை உடனேயே உண்டுமுடித்தது. இந்த நாய்களின் சண்டை சாலைக்கு மறுபுறம் இருந்து ஒரு திகைப்பொலியை ஏற்படுத்தியதும் நான் அந்தப்புறம் திரும்பி நோக்கிய போது அங்கே மருந்துக்காரியின் தங்கை, அதாவது என்னைப்போலவே அதே நபரினால் சமீபத்தில் நஞ்சூட்டப்பட்டு மரணம் வரை சென்று வந்தவள், நின்றிருந்தாள். என்னைப் போலவே கம்பியையும் பற்றிக் கொண்டிருந்த அவள், அதிர்ச்சி அடைந்தவளாய், அவளுக்கு நஞ்சூட்டப்பட்டபோது இருந்தது போலவே இப்போதும் காணப்பட்டாள். அவளைப் பார்த்தால் நஞ்சில் இருந்து முழுவதுமாக மீண்டுவிட்டது போலவே தெரியவில்லை. கண்களைச் சுருக்கிச்சுருக்கி முதலில் என்னையும் பிறகு நாய்களையும் அவள் பார்த்தபோது, விஷமூட்டப்பட்டதற்குப் பிறகு அவள் தனது பிரகாசத்தை மீளப்பெறவில்லை, சரியாக அவளால் பார்க்கவும் முடியவில்லை என்று எல்லோரும் சொன்னது உண்மைதான் என்பதைக் கண்டுகொண்டேன். அவள் ஊன்றுகோல் எதையும் உபயோகிக்கவில்லை என்று சொன்னார்கள், அதேபோல இப்போது அவள் கையில் எந்த ஊன்றுகோலும் இல்லை. பதிலாக மிச்சமிருந்த தனது பார்வையையும் சுவர்களையும் கம்பி வேலிகளையும் மின் கம்பங்களையும் புதர்களையும் பற்றியபடி அவற்றின் மூலமாக தனது பாதையைக் கண்டறிந்து கொண்டாள். பார்க்கிற பொருட்களுக்கு நெருக்கமாக முகத்தினைக் கொண்டு சென்று அவற்றைப் புரிந்து கொண்டாள். “அவள் முழுவதுமாகத் தேறிவிட்டாள்” என்பதுதான் சமூகம் அவளைப் பற்றிக் கூறிய

கருத்தாக இருந்தது. அது "பாதிக்கப்பட்டிருந்தாலும் மீண்டு விட்டாள்" என்று சொல்வதற்கான இடக்கரடக்கலாக இருந்தது. அந்தச் சொல்லே "உடனடியாக மருத்துவப் பராமரிப்பும் கவனமும் அவளுக்குத்தேவை" என்பதற்கான இடக்கரடக்கல்தான். இவை என்னவாக இருந்தாலும், துரதிர்ஷ்டவசமாக, தேவையிலிருக்கும் அந்த நபர் மருத்துவமனைக்குச் செல்லப் போவதில்லை. அவளுடைய பிரகாசத்தைப் பொருத்தவரை, அது பாதிக்கப்பட்டு கண்டறியவே முடியாத அளவு சிதைந்து இருந்தது என்பதை இப்போது நானே கண்ணால் கண்டேன். அவ்வப்போது தயக்கமாக மூடித்திறக்கிற கண்களையும், முகத்தில் தோன்றுகிற வினோதமான, கடுமைபடிந்த மின்னல்களையும் தவிர்த்து விட்டால், எப்போதும் மந்தமாகவே காட்சியளிக்கிற எங்களில் ஒருத்தியாகவே அவள் மாறியிருப்பாள். இந்த வேளையில் தெருவில் அதிகமாக யாரும் இல்லை, பெரும்பாலானவர்கள் வீட்டிற்குள் தேநீர் அருந்தியபடி செய்திகளைப் பார்த்து கொண்டிருந்தனர்.

தெருவில் தோன்றியவர்களும் அவளைக் கடந்து நடந்து சென்றனர். சிலர் வேண்டுமென்றே பார்க்காமல் கடந்தனர். மற்றவர்கள் தாமதித்து நின்று ஒரு நொடி யோசித்து விட்டு, பிறகு ஏனோ நாய்கள் சண்டையிட்டுக் கொண்டிருந்த அந்தப் பாதையைக் கடப்பது இதைவிட மிகக் குறைவான தொந்தரவு தரக்கூடியது என முடிவு செய்தது போலச் சாலையை கடந்து அந்தப்புறம் சென்றனர். நான் தயங்கிக் கொண்டிருந்தது போலவே வேறு ஓரிருவரும் தயங்கினர். ஆனால் உதவக்கூடாது என்பதற்காக அல்ல, தற்போது பிரகாசம் குறைந்து இருளால் ஆக்கிரமிக்கப்பட்டுக் கொண்டிருக்கும் மருந்துக்காரியின் சகோதரி உதவிகளை மறுக்கக் கூடுமோ என்னும் அச்சத்தினால் ஆகும். அதுமட்டுமின்றி, உதவ நினைக்கிற ஒருவர் அவரே கம்பிகளைப் பற்றிக் கொண்டிருப்பதாலும் கூட உதவ முடியாத நிலையில் இருக்கலாம். தயங்கிக் கொண்டிருந்த வேறு சிலரும் ஒரு முடிவினை எட்டி சாலையைக் கடந்து நடந்து விட்டனர். எனவே இப்போது அங்கே நானும் மருந்துக்காரியின் சகோதரியும் மட்டுமே இருந்தோம். அங்கே நாய்களும் இருந்தனதான் - சில சண்டையிட்டுக் கொண்டும், சில அந்த வறுவல் காகிதத்தை நக்கிக்கொண்டும் சாப்பிட்டுக் கொண்டும்கூட இருந்தன. அடுத்து எங்களுக்கு அருகே இரண்டு ஆண்கள் சண்டையிட்டுக் கொண்டிருப்பதையும் உடலால் மோதிக் கொள்வதையும் பார்த்தேன். அவர்களிடமிருந்து எந்தச் சத்தமும் வந்திருக்காததால் இதுவரை நான் அவர்களை கவனித்திருக்கவில்லை. அவர்கள்

சத்தமே இல்லாமல் பூரண அமைதியாக முஷ்டிகளை மடக்கி முன்னோக்கி நகர்ந்து, முகத்தில் குத்துதல், பக்கவாட்டில் குத்துதல், கீழ்வாட்டில் இருந்து நாடியில் குத்துதல் என சுற்றிச்சுற்றி தாக்கியும் தப்பியும் ஒருவரை ஒருவர் பற்றிக் கொண்டு சண்டையிட்டனர். அதுவே பார்ப்பதற்கு வினோதமாகத்தான் இருந்தது என்றாலும் சண்டையிட்டுக் கொண்டபோது அவர்கள் இருவருடைய உதடுகளிலும் நீண்ட சோம்பலான சிகரெட்டுகள் தொங்கிக் கொண்டிருந்தது அதைவிட வினோதமாக இருந்தது.

கம்பியிலிருந்து கையை விடுவித்துக்கொண்டு மருந்துக்காரியின் சகோதரியிடத்தில் சென்றேன் நான். அவளால் என்னைத் தெளிவாகப் பார்க்க முடியாதெனத் தோன்றியதால் நானே அவளிடம் என்னை அறிமுகப்படுத்திக் கொண்டேன். என்னுடைய ஒரு கையை அவள் பற்றிக்கொள்ளத் தரட்டுமா எனக்கேட்டேன். ஆனால் அவள் சரி என்று சொல்வாள் என்றோ ஏதேனும் பதில் சொல்வாள் என்றோ நான் நம்பவில்லை. முதல் காரணம் வறுவல் கடையில் இருந்த மற்றவர்களைப் போலவே அவளும், அவளது சகோதரியைக் கொன்றதில் எனக்கும் ஒரு கை இருக்கிறது எனக் கருதினால் எனது உதவியை எப்படி ஏற்றுக் கொள்வாள், நான் எப்படி அப்படி நம்ப முடியும்? இரண்டாவது, சந்தேகத்தினால் பொருத்தமற்ற இணையைத் திருமணம் செய்து கொள்கிற பிரச்சினையைச் சார்ந்தது. மருந்துக்காரியின் சகோதரி மீது இருளின் சாயல் படிந்ததற்கு அவளது சகோதரி நஞ்சசூட்டியதை விட முக்கியமான காரணமாக அவளது நீண்ட கால ஆண் நண்பன் ஒரு வருடத்திற்கு முன்பு அவளைப் பிரிந்ததனால் அவள் கொஞ்சம் கொஞ்சமாக மனம்விட்டுப் போனதுதான் இருந்ததென சிலர் கூறினர். அவளை அப்படி ஏமாற்றியது யார் எனப் பார்த்தால், அவனுடன் எனக்கு ரத்த சம்பந்தம் இருக்கிறது. எனவே உடனடியாக அவளிடம் செல்ல என் மனம் தயங்கியது. என்றாலும் நான் உதவிய போது அவள் “நீ எப்படி உதவுவாய்? அங்கே எதோ அசைவதைப்பார்த்தேன், நாய்கள் இருக்கின்றன. என்னால் அதை கடக்க முடியாது” என்றாள். ஏற்கனவே அவள் பின்னால் திரும்பி இன்னொரு தூரமான பாதையைத் தேர்ந்தெடுக்க முடிவு செய்திருந்தாள். கம்பிகளுக்குப் பிறகு கம்பிகள், புதர்களுக்குப் பிறகு புதர்கள், உடைந்த மின் கம்பங்களுக்கு அடுத்து மின்கம்பங்கள் என தன் வீட்டை அடையும் வரை ஒவ்வொன்றாக அவள் கடப்பாள் எனக் கருதினேன் நான். “நான் வறுவல் பாக்கெட்டைத் தூக்கிப் போட்டேன் அதனால்தான்” என விளக்கினேன். “அந்த வழியில் செல்லாதே, அங்கே இருவர்

சண்டையிட்டுக் கொண்டிருக்கின்றனர்" என்றேன். அதைக் கேட்டதும் தாமதித்த அவள், தன்னால் விஷயங்களைச் சரியாகப் புரிந்து கொள்ள முடியவில்லை என்றாள். குறிப்பாகத் தெருக்களின் பெயர் தாங்கிய அடையாளப் பலகைகளை என்று கூறிய அவள் கையை நீட்டி ஒன்றைக் காட்டி அவை மிக மங்கலாக எழுதப்பட்டிருப்பதாகச் சொன்னாள். அவள் கைநீட்டிய திசையில் பார்த்தபோது அங்கே அப்படிப்பட்ட பலகை எதுவும் இல்லை. எல்லாத் தெருக்களும் ஒன்றே போல் இருக்கிற இந்த ஊரில் எதிரிகளைக் குழப்பவும் வேகத்தைக் குறைக்கவும் எல்லாப் பலகைகளையும் கிளர்ச்சியாளர்கள் நீக்கியிருந்தனர். அது அவளும் அறிந்ததுதான். இப்படி அவள் கூறியதைக் கேட்டபோது அவளது மூளையும் இந்த நஞ்சூட்டலால் பாதிக்கப்பட்டு விட்டதா எனத்தோன்றியது எனக்கு. "நான் என் பாதையைத் தேடிக் கொண்டிருந்தேன்" என்று கூறிய அவள், இன்னமும் கண்களை சுருக்கிச் சுருக்கிப் பார்க்க அவளது கரங்கள் கம்பியைப் பற்றியிருந்தன. "நான் இப்போது ... சாலைக்கு வந்து விட்டேனா" எனக்கேட்டு சொல்லி அவள் கூறிய இரண்டு சாலைகளுக்குள்ளுமே அவள் வந்திருக்கவில்லை. இன்னும் சில வீதிகள் கடந்தால் அவளது சொந்த வீதியே வந்துவிடும். நாங்கள் எங்கே இருக்கிறோம் என்பதை அவளுக்கு விளக்கிய நான், நாங்கள் இருவரும் சேர்ந்து நடக்கலாமா என வினவ விரும்பினேன். ஆனால் அதற்குள்ளாக நாங்கள் இருவருமே ஒரே நேரத்தில் பேசினோம். சுயநலமாக எதைச் சொல்லி விடக்கூடாது என நினைத்தேனோ அதையேதான் கடைசியில் நான் சொல்லியிருந்தேன், "உன் சகோதரியை நான் கொல்லவில்லை. உன்னுடைய காதலன் உன்னை விட்டுப்போனதற்கும் நான் பொறுப்பில்லை" என்றேன். அதே நேரத்தில் அவள் "என்னுடைய சகோதரியின் அறையில் நாங்கள் அன்று ஒரு கடிதத்தை கண்டோம்" என்று கூறியிருந்தாள்.

ஒட்டுமொத்தக் குடும்பமும் சேர்ந்து ஒரு தேடுதல் வேட்டையை நடத்திய போது மருந்துக்காரியின் சகோதரி அதைக் கண்டெடுத்திருக்கிறாள். தன்னுடைய தொழிற்கருவிகளான மருந்துகளையும் நஞ்சினையும் அவள் எங்கே வைத்திருக்கிறாள் என்பதைக் கண்டறிய அவர்கள் முடிவுசெய்திருந்தனர். அவளிடம் அவை இருந்துகொண்டே இருந்தன, ஆனால் எல்லாவற்றையும் அவள் கையிலேயே வைத்திருந்திருக்க வாய்ப்பில்லை. வீட்டில் எங்கோதான் அவற்றை அவள் மறைத்து வைத்திருக்க வேண்டும் எனக் கருதினர். அவர்களில் சிலர் நிலக்கரித் தொட்டி, பழையவற்றைப் போடும் கிடங்கு, கழிவறை நீர்த்தொட்டி, பரண் என்று சென்றிருக்க,

மருந்துக்காரியின் சகோதரி யாரும் நினைக்காத இடங்களில் அவற்றைத் தேடினாள். நல்ல ஞானமும் அறிவும், சூழல் மற்றும் அதன் பொருட்களோடு புராதனத் தொடர்பும் கொண்ட அமெரிக்க இந்தியர்கள் அப்பட்டமான ஆனால் யார் கவனத்திலும் படாத இடங்களில் பொருட்களை மறைப்பார்களாம் என்றாள் அவள். அதாவது அவள் வரவேற்பறையைச் சொல்கிறாள். மருந்துக்காரியின் சகோதரியான அந்த நஞ்சூட்டுபவள் குடும்பத்தினருடனான அடிப்படைக் கூடுகைகளைக் கூடத் தவிர்க்கிறவள், எனவே அவள் அங்கே வந்திருக்க வாய்ப்பே இல்லை. எனவே நேரடியாக வரவேற்பறைக்குச் சென்று, கொஞ்சமும் எதிர்பார்த்திராத அந்த அறையில் கொஞ்சமும் எதிர்பார்த்திராத எந்த இடத்தில் தனது சகோதரி நஞ்சுகளை மறைத்திருக்கக்கூடும் என நோட்டமிட்டாள். மீண்டும் அந்த செவ்விந்தியர்கள் எடுத்துக்காட்டு சரியாய்ப் பொருந்தியது. ஸோஃபாவின் மேலே அந்தக் குடும்பத்தினரின் விருப்பத்திற்குரிய துணி பொம்மை - கடந்த ஐந்து ஆண்டுகளுக்கும் மேலாகக் கிடப்பது போலவே - அப்போதும் கிடந்தது. குடும்பத்தின் ஒவ்வொரு குழந்தைக்கும் அடுத்தடுத்துக் கடத்தப்பட்டு வந்த அது கடைசிப்பையன் பதினோரு வயதாகி அதைத் தூக்கி எறியும் வரை உபயோகத்தில் இருந்தது. அந்தக் குடும்பத்தில் இருக்கும் யாரேனும் ஒருவர் சீக்கிரமே, வெகு சீக்கிரமே, ஆமாம், சீக்கிரம் ஒரு நாளில், தனது வழக்கமான உடனடியாகச் செய்ய வேண்டிய தினசரி வீட்டு வேலைகளை முடித்தவுடன் அதனை யாருக்கேனும் தந்துவிடவோ தூக்கி எறிந்துவிடவோ நிச்சயம் எண்ணியிருப்பார்கள். ஆனால் அது அவ்வளவு சிறியதாக கண்களை உறுத்தாததாக இருந்ததனால் இன்னும் அந்த நாள் வந்திருக்கவில்லை. அவ்வாறு, வீட்டைச் சுத்தம் செய்கிறவர் அதனை மறந்திருக்க, தான் இருப்பதே கவனிக்கப்படாமல் போகிற காலம் வரை எல்லோர் கண்களிலும் படும் இடத்தில் அது அங்கே கிடந்தது. எனவே மருந்துக்காரியின் சகோதரி அருகே சென்று அதனை எடுத்தாள். அந்த பொம்மையின் வயிற்றுக்குள்ளே சுவாஷ்டானத்திற்கும் மணிப்பூரகத்திற்கும் இடையே ஒரு பெரிய துணி மடித்துக் குத்தப்பட்டிருந்தது. அதைக் கழற்றி பொம்மையின் வயிற்றுக்குளிருந்து வெளியே எடுத்த போது அதற்குள் மருந்துக்காரியின் உண்மையான விஷங்கள் காணப்படவில்லை, ஆனால் எட்டாக மடிக்கப்பட்ட ஒரு கடிதம் இருந்தது. அவளுடைய சகோதரியின் கையெழுத்தில் இருந்த அக்கடிதம் அவளது ஒரு தரப்பினால் அவளது இன்னொரு தரப்பிற்கு எழுதப்பட்டிருந்தது. மிகுந்த அன்பிற்குரிய என் சூஸன்னா எலனர்

லஜபெட்டா எஃபிக்கு எனத் தொடங்கியது அது. இந்த இடத்தில் மருந்துக்காரியின் சகோதரி சற்று இடைவெளி விட்டாள். மிகுந்த எச்சரிக்கை கொண்ட அந்த குடும்பத்தினைச் சேர்ந்த இவளுக்கு, மற்றவர்களது தனிப்பட்ட பொருட்களில் மூக்கை நுழைப்பதில் விருப்பம் கிடையாது. தங்களது உறவினளைக் கொல்லப்போவதாக வாயிலில் நின்று அச்சுறுத்துகிற கிளர்ச்சியாளர்களிடமிருந்து தப்பிக்க வேறு வழி தெரியாமல், வீடு முழுக்கச் சோதனையிட்டு அவளது கொலைக் கருவிகளை அழிக்க வேண்டுமென குடும்பத்தினர் முறையிட்டிருக்காகவிட்டால் இவள் வேறெப்போதும் சாதாரணமாக இதைச் செய்திருக்கமாட்டாள். மற்ற எல்லோரும் மேலேயும் கீழேயும் முன்புறமும் பின்புறமும் தரைப்பலகைகளை நீக்கி, சுவர்களைத் துளையிட்டு, அலமாரிகளுக்கு அடியில் மாத்திரைகளையும் மருந்துகளையும் தேடிக்கொண்டிருக்க ஸோஃபாவின் நுனியில் அமர்ந்தபடி நடுக்கத்துடனும் குற்ற உணர்வுடனும் மருந்துக்காரியின் சகோதரி அந்த மிகச்சிறிதாக மிகத் தெளிவாக அடர்கருப்பாக எழுதப்பட்டிருந்த பதிமூன்று பக்கக் கடிதத்தைப் பிரித்தாள். அவள் ஆழ்ந்து மூச்சிழுத்துக் கொண்டாள். *மிகுந்த அன்பிற்குரிய என் சூஸன்னா எலனர் லஜபெட்டா எஃபிக்கு* என அது தொடங்கியது.

நீ அஞ்சுகிறவற்றை - ஒருவேளை நீ அவற்றை மறந்திருந்தால் - உனக்கு வரிசைப்படுத்துவது எமது கடமையாகும்: தேவையுடையவளாய் இருப்பதற்கு; சார்ந்திருப்பவளாய் இருப்பதற்கு, விநோதமாய் இருப்பதற்கு, உருவமற்றவளாய் இருப்பதற்கு; உருவமுடன் இருப்பதற்கு, அவமானமடைந்தவளாய் இருப்பதற்கு; மறுக்கப்படுவதற்கு, ஏமாற்றப்படுவதற்கு; மிரட்டப்படுவதற்கு, தவிர்க்கப்படுவதற்கு; தாக்கப்படுவதற்கு; பேசப்படுவதற்கு; பரிதாபத்திற்குள்ளாவதற்கு; ஏளனம் செய்யப்படுவதற்கு; ஒரே நேரத்தில் குழந்தை என்றும் பெரியவள் என்றும் கருதப்படுவதற்கு; கோபத்திற்கு; பிறருக்கு தவறு செய்வது குறித்து உள்ளுணர்வால் உணர்வதற்கு; துயரத்திற்கு; தனிமைக்கு; தோல்விக்கு; இழப்பிற்கு; காதலிற்கு; மரணத்திற்கு. மரணம் இல்லையென்றால் வாழ்விற்கு - உடலிற்கு, அதன் தேவைகளுக்கு, அதன் பாகங்களுக்கு, துணிச்சலான பாகங்களுக்கு, தேவையற்ற பாகங்களுக்கு. இவற்றிற்கெல்லாம் நீ அஞ்சுகிறாய். அடுத்து அந்த நடுக்கங்கள், அந்த அதிர்வுகள், அந்த நடுக்கங்களாலும் அதிர்வுகளாலும் கால்கள் எலும்பில்லாதது போல் தொய்ந்து விடுவது. ஒரு கணக்கீட்டிற்காக பத்துப் பேரை எடுத்துக் கொண்டால் அதில் ஒன்பது பேர் சக்தியை இழந்து பலவீனத்திற்கு அடிபணிவதை நம்புகிறோம். அதோடு,

மற்றவர்களது தந்திரத்திற்கு அடிபணிவதையும் நம்புகிறோம். நிலையாமையையும் நாம் நம்புகிறோம். நம்மில் பத்தில் ஒன்பது பேர் நாம் உளவுபார்க்கப்படுவதாக, நமது பழைய துயரங்களை நாம் மீண்டும் ஒளிபரப்புவதாக, நமது முகபாவம் இறுக்கமாகவும் மகிழ்வின்றியும் உணர்வற்றும் இருப்பதாக நம்புகிறோம். இவைதான் நமது அச்சங்கள் சூஸன்னா எலனர் லஜபெட்டா எஃபி. தயவுசெய்து இவற்றைக் குறித்துக்கொள். இந்தக் கருத்துக்களைத் தயவுசெய்து நினைவு கொள். சூஸன்னா, ஓ எங்களது சூஸன்னா. நாம் அச்சத்தில் இருக்கிறோம்.

“தெய்வமே” என்றேன் நான்.

“ஆமாம்” என்றாள் மருந்துக்காரியின் சகோதரி. “இன்னும் அதில் நிறைய இருந்தது.”

இதை நீட்டிக்கொண்டோ, உன்னைச் சிரமப்படுத்தவோ வேண்டாம். இருப்பதிலேயே பெரிய கவலை என்னவென்றால் - அந்தக் கவலை மட்டும் இல்லாதிருந்தால், மற்ற எல்லா அச்சங்களும் இருந்தால்கூட, நாம் விவரிக்க முடியாத அளவு மகிழ்ச்சியாய் இருந்திருப்போம். அது நம்மை மிக ஆழமாகக் குற்றப்படுத்தி, எதிர்மறையாக மாற்றி, ஏற்கனவே குறிப்பிட்ட அச்சங்களை வெற்றிகொள்ள முடியாமல் நிறுத்திவிட்டது - ஆழ்மனதின் விநோதமான ஒன்றுதான் அது. நமது ஆழ்மனதின் அந்த விநோதம் உனக்கு நினைவிருக்கிறதா இனிய சூஸன்னா? நமக்கு உள்ளே நுழைந்த, முன்பே நமக்குளிருந்த, இன்னும் நம்மை ஆக்கிரமித்திருக்கிற அந்த வெளிச்சத்தையும் இனிமையையும் உன்னால் நினைவுகூர முடிகிறதா?

“அவள் என்னைக் குறிப்பிட்டாள்” என்றாள் மருந்துக்காரியின் சகோதரி. “இந்த நஞ்சூட்டுதல்கள் ஆரம்பித்ததற்கு முன்னால் - அதாவது அவள் விநோதமானவர்களுக்கு மட்டும் அரிதாக நஞ்சூட்டிய அந்தப் பழைய காலத்தில் நான் அவளிடம் சென்று பேசினேன். அவள் எனது அக்கா, உடன்பிறந்தவர்களிலேயே மூத்தவள் என்பதால் நான் அவளது வயதிற்கு மரியாதை தர வேண்டியிருந்தது என்பதையும் நீ நினைவில் கொள்ள வேண்டும். அவளுடைய பயத்தின் எல்லையை மட்டுமல்ல, அவள் பயந்திருந்தாள் என்பதையே புரிந்து கொண்டிருக்காத நான் அவளிடம் தவறுதலாகப் பேசிவிட்டேன். நான் தவறு செய்கிறேன் என்பது எனக்குத் தெரியவில்லை. ஆனால் விஷயங்களை மோசமாக்கியிருந்தேன். என் கண்ணெதிரே அப்பட்டமாக இருந்ததை நான் கவனிக்கவில்லை. என்னுடைய முயற்சிகளால்

என்மீது அவளுக்குச் சந்தேகத்தை மட்டும்தான் எழுப்பியிருந்தேன். அவள் நஞ்சூட்டுவதற்கான காரணத்தைத் தெரிந்து கொண்டு, அவளது சிதைவுகளைச் சரிப்படுத்தி சரியான மனோநிலையை மீட்டெடுக்க நான் முயன்றேன். ஆனால், மோசமான விஷயங்கள் இருக்கும்போது, நல்ல விஷயங்கள் மீது கவனம் செலுத்துவது இயலாததென்றும் ஆபத்தானதென்றும் அவள் கூறினாள். அந்த மோசமான விஷயங்கள் மறக்கப்பட முடியாதவை என்றும் கூறினாள். ஒளியற்ற பழைய விஷயங்கள், ஒளியற்ற புதிய விஷயங்கள் எல்லாமே நினைவுகூரப்பட வேண்டும் - இல்லையென்றால் கடந்து போன எல்லாமே வீணாகிவிடும் என்றாள். “என்னுடைய அறியாமையால் ‘வீணாகிவிடும்” என்ற சொல்லால் அவள் எதைக் குறிப்பிட்டாள் என்பது புரியாவிட்டாலும், ‘அவை வெறும் வீணானவை அல்ல, வருந்தத்தக்க வகையில் வீணானவை. ஆனால் இப்போது அவற்றைச் சரிசெய்து, அவற்றிலிருந்து அவள் இப்போது வெளியேறிவிட முடியுமா?’ என வினவினேன். அப்போதுதான் அவள் முதன்முறையாக எனக்கு நஞ்சூட்டினாள்.” “முதல் முறையா?” என வினவினேன் நான். “ஆமாம். அவள் எனக்கு ஐந்து முறை விஷமூட்டினாள். ஆனால் முதல் மூன்று முறை அது வெறும் மாதவிடாய் என நினைத்தேன் நான். அதன்பிறகு அந்தத் தங்கை அவளும் அவளது அக்காவும் இன்னொரு சமயத்தில் தேநீர் அருந்திக் கொண்டே உரையாடியதாகக் கூறினாள். இந்த முறையும் மருந்துக்காரி தேநீர் தயாரித்திருக்கிறாள், போலவே தடுத்து நிறுத்தப்பட வேண்டிய கெட்ட விஷயங்களை அவள் பேசுவதையும் இவள் கேட்டிருக்கிறாள். இன்னமும் தனது சகோதரி கெட்ட விஷயங்களின் வலையில் சிக்கிக் கொண்டிருப்பதை அவள் உணர்ந்து கொண்டாள். அவைகளை விட்டு விடக்கூடாதெனவும் அப்படி விட்டுவிட்டால் பின்வாசல்வழி மன்னித்தல்கள் உள்நுழைந்துவிடும் என்றும் கூறினாள். குறைந்தபட்சம் மன்னிப்புக் கோரல்கள் தன்னை வந்து சேராத வரையிலேனும் தன்னால் எதையும் மன்னிக்கமுடியாதென மருந்துக்காரி சொன்னதாக மருந்துக்காரியின் சகோதரி சொன்னாள். “இந்தமுறையும் யாரிடமிருந்தும் மன்னிப்புக் கோரல்களை அவள் எதிர்பார்த்தாள் என்பதோ, அந்த மன்னிக்கப்படாதவர்கள் எதற்காக மன்னிப்புக் கோர வேண்டுமென்றோ புரியாத நிலையிலும், ‘மன்னிப்புக்காக காத்திருப்பதென்பதும் போரை நியாயம் செய்யும் குணம்தான் என்றும், அவை அவளை மேலும் சிதைத்து விடும் என்பதால் அவள் அவற்றிற்காகக் காத்திருப்பதை நிறுத்தி அதிலிருந்து வெளியேறமுடியுமா’ என்றும் கேட்டேன். தன்னிடம் மன்னிப்புக்

கோரப்படும் வரை தன்னால் எதுவும் செய்ய முடியாதென்றும் முன்னோக்கி நகரமுடியாதென்றும் குறிப்பிட்டாள். இல்லை, அது முடியவில்லை, உண்மையில், உண்மையில் அவளால் அதைச் செய்ய முடியவில்லை... என நான் பதிலளித்த போதுதான் இரண்டாம் முறையாக மிக மோசமாகத் தாக்கிய மாதவிடாய் எனக்கு வந்தது" என்றாள் அவள். மூன்றாம் முறை அவர்கள் தேநீர் அருந்தபடியே உரையாடிய போது 'வீணானவை' பற்றிய 'இன்னும் கோரப்படாத மன்னிப்புகள்' பற்றிய, மன்னிக்க வேண்டுமா வேண்டாமா என்கிற குழப்பங்கள் பற்றிய பேச்சுகளை எல்லாம் முற்றிலுமாகத் தவிர்த்துவிட்டு அடையாளம், மரபு மற்றும் பாரம்பரியம் பற்றிய பேச்சுகளுக்கு நகர்ந்திருந்ததாக மருந்துக்காரியின் சகோதரி குறிப்பிட்டாள். மேலும், அவள் மிக அதீதமாக எல்லாவற்றைக் குறித்தும் கவலை கொள்கிறாள், எல்லாவற்றையும் தொடர்ந்து செல்கிறாள், தேவையானதை விட அதிகக் கவனம் தருகிறாள். இதன்மூலம் ஒவ்வொரு முறை நஞ்சூட்டும் போதும் அவள் தன்னை எல்லோரிடமிருந்தும் விலக்கிக் கொள்ளவும், தனிமைப்படுத்திக் கொள்ளவும் செய்கிறாளென எனக்குத் தோன்றுகிறதென நான் சொன்னேன். "உடனியைவதைப் பற்றி என்ன நினைக்கிறாய்?" என நான் கேட்டபோது நாம் விஷயங்களுக்கு மரியாதை தரவேண்டும் என்று கூறிய அவள், பிரகாசமான விஷயங்கள் பற்றி மட்டுமே அவள் கவனம் செலுத்தினால் உலகில் வேறு எந்தக் கோணமுமே இல்லை என எல்லோரும் நினைத்துக் கொள்வார்கள் என்று கூறினாள். அதை மறந்து விடுவார்கள் என்றாள். இவள் மட்டுமே அவற்றை நினைத்துக் கொண்டிருக்க எல்லாமும் சரியாக இருக்கிறதென நினைத்து அவர்கள் விலகிவிடுவார்கள். அவள் எவற்றைப் பற்றிப் பேசுகிறாளென எனக்குத் தெரியவில்லை. அவளது அடையாளம் எங்கோ தொலைதூர விளிம்பில் இருந்து வருவது போல் தோன்றுவதால் அதை மேலும் மேலும் வலுப்படுத்திக் கொண்டே செல்லாமல் அவள் அதன் மேல் சந்தேகம் கொண்டால் என்ன என நான் வினவியபோதுதான் மூன்றாம் முறையாக மிகுந்த துன்பம் தருகிற வலிமிகுந்த மோசமான மாதவிடாய் வரப்பெற்றேன்" என்றாள் அவள். நான்காம் முறை தன் அக்கா தனக்கு விஷமூட்டுகிறாள் என்பதைத்தான் புரிந்து கொண்டதாகவும் அதன் பிறகு இருவரும் சேர்ந்து தேநீர் அருந்தியபடி உரையாடுவதை நிறுத்திக் கொண்டதாகவும் மருந்துக்காரியின் சகோதரி கூறினாள். "ஆனால் அதற்கு வேறு ஏதேனும் வழி இருக்க வேண்டுமென அப்போதும் நான் கருதினேன்" என்றாள். ஆனால் அதற்குள்ளாக அரசை எதிர்க்கும் கிளர்ச்சியாளர்கள் மருந்துக்காரியை

மிரட்டியிருக்க, அப்போதுதான் குடும்பத்தினர் சேர்ந்து அவளது கொலைக்கருவிகளைத் தேட ஆரம்பித்தனர். "அப்போதுதான் நான் இந்தக் கடிதத்தை எடுத்தேன்" என்ற சகோதரி, பயத்தின் ரேகையுடன் ஆரம்பித்த அது சிறிய எழுத்துக்களில் பதிமூன்று பக்கங்களுக்கு நீண்டு கொண்டே சென்றது என்றாள். இறுதியாக அது,

அன்புடனும் உனது தற்கால எதிர்காலப் பாதுகாப்பு குறித்த நிறைய வருத்தங்களுடனும் அக்கறையுடனும், உனக்கு உண்மையிலேயே மற்றவர்கள் குறித்து அச்சம் இருக்கிறது. அதுவும் கடினமான நாட்களில் மட்டுமல்ல. எல்லா நாட்களிலுமே. ஆனால் அந்த அச்சம் எல்லா நாட்களிலும் இருக்கிறதென்பது அதனால் விளைகிற பாதிப்பினை எந்த வகையிலும் சாதாரணமாக்காது. இதன் பிறகு கடிதத்தில் தொடர்ச்சி எதையும் கண்டறியமுடியவில்லை என்றாள் மருந்துக்காரியின் சகோதரி. அதாவது அச்சம் நிறைந்திருக்கும் ஓர் சூழலை நம்பிக்கை மிகுந்ததாக மாற்றுவதற்கான முயற்சி எதையும் அவளுக்குள்ளிருக்கும் ஏதோவொரு எதிர்த்தரப்பு தைரியமாக முன் வைத்தது போலும் தெரியவில்லை என்றாள். மாறாக ஒளியையும் இனிமையையும் குறித்து ஒரு தனிக்காகிதம் ஆரம்பித்தது. அதிலும் *கூட* உண்மையான மற்றவர்கள் குறித்த அச்சம் அதுவும் மோசமான *நாட்களில் மட்டுமல்ல*-வினுடைய தொடர்ச்சியான இடையீடுகள் இருந்துகொண்டே வந்தன. அந்தத் தனிக்காகிதம்

அன்புள்ள சூஸன்னா எலனர் லஜபெட்டா எஃபிக்கு எனத் தொடங்கியது.

அன்புள்ள சூஸன்னா எலனர் லஜபெட்டா எஃபி,

நான் உனக்குச் சொல்லத் தேவையில்லை...

இது அச்சுறுத்துகிறது! ஐயோ மிகவும் அச்சுறுத்துகிறது!

நீ பார்க்கிற ஒவ்வொன்றுமே

எல்லாமே மிக அச்சுறுத்துகிறது!

உனது ஆழ் மனதின் பிரதிபலிப்புதான் ஆனால் நீ அதனை

உதவி! உதவி! நாங்கள் இறக்கப் போகிறோம்! நாங்கள் அனைவரும் மரணிக்கப் போகிறோம்!

நம்பத் தேவையில்லை

என் வயிறு! என் தலை! ஐயோ என் குடல்கள்!

அதற்குப் பதிலாக நாம்

உதவி உபகரணத்தை நினைவு கொள் சூஸன்னா! நமது ஆறுதல் உபகரணம்! நமது உயிர் காக்கும் தற்காப்பு உபகரணம்! நமது சூழலை நாம் எதிர்கொள்ள வகை செய்யும் உபகரணம்! நமது மாத்திரைகளும் நமது மருந்துகளும் நமது மின்னுகிற கருப்பு வில்லைகளும்! ஐயோ சீக்கிரம்! பழிக்குப் பழி! அவர்களும் உணர வேண்டும் - நமது வலியையும்...

அப்படியாக ஒளியையும் இனிமையையும் வென்று சிதைத்து இறுதியாகக் கொலை செய்திருந்தது *மற்றவர் மீதான அச்சம்*. ஒளியும் இனிமையும் மாறுவேடத்தில் வந்திருந்தன: இசைந்திருத்தல், ஒளிர்தல், சகோதரி. அது சகோதரிக்குள் வந்திருந்தது. எனவே அது தர்க்கப்பூர்வமானது. சகோதரி அவளுக்குள் வந்திருந்தாள். அப்படித்தான் மருந்துக்காரியின் சகோதரி ஐந்தாம் முறையாகக் கிட்டத்தட்ட மரணிக்கும்படி, நஞ்சூட்டப்பட்டிருந்தாள். அடுத்து எனக்கு நஞ்சூட்டப்பட்டது. அடுத்து ஹிட்லர் எனத் தவறாக கருதப்பட்டவர் நஞ்சூட்டப்பட்டார். அடுத்து மருந்துக்காரியே கொடூரமாகக் கொல்லப்பட்டிருந்தாள். அவளே இறந்துவிட்டால் தான் தொடர்ந்து வாழ்ந்து கொள்ளலாம் என *அடுத்தவர்கள் மீதான அச்சம்* நினைத்திருக்கக்கூடும். அது தன்விருப்பப்படி கொண்டாட்டமாக தொடர்ந்து பயம் நிறைந்ததாக இருக்கும். உளவியல் ரீதியாக அபகரித்து ஆக்கிரமிப்புச் செய்கிற இவர்கள், தாங்கள் யார் மூலமாகச் செயல்பட்டு வந்தோமோ, யார் தங்களது இருப்பிற்குத் தேவையோ, அவர்களையே இல்லாமல் செய்வதன் வாயிலாக, தவிர்க்கவே முடியாமல் தாங்களே இல்லாமல் போய்விடுவோம் என்பதை உணர்வதேயில்லை. மருந்துக்காரியின் சகோதரியை உற்றுப்பார்த்தேன். முகம் வெளிறி நெற்றியில் வியர்வை அரும்ப சிரமப்பட்டு மூச்சுவிட்டபடி பார்வைக் குறைபாடுடைய கண்களுடன் தனது சிறிய கைகளால் இன்னமும் கம்பித்தடுப்பைப் பற்றியபடி இருந்தாள். காய்ச்சலில் இருந்ததுபோல அவளது கைகள் நடுங்கிக் கொண்டிருந்தன. ஒருவேளை அவளுக்குக் காய்ச்சல் இருக்கலாம். அவள் ஒரு காகிதத்தைப் போல மெலிந்திருந்தாள் - உடலால் மட்டுமல்ல, எல்லா விதத்திலுமே. கம்பிவடம் போலாகியிருந்த அவளது உடலில் மறைக்கப்பட்ட உணர்ச்சிகளெல்லாம் வெளியே பெருகிக் கொண்டிருக்க உணர்வெச்சரிக்கை மண்டலங்களும் கண்காணிப்பின் கண்டறிதல்களும் மேலும் மேலும் பொங்கிக்கொண்டிருந்தன.

நான் உதவுவதற்காகத்தான் சென்றிருந்தேன், ஆனால் எப்படி உதவுவதெனத் தெரியவில்லை. ஏதாவது செய்ய முடியுமா என நான் யோசித்தேன். அவள் எனது பெயரை - இயற்பெயரைச் சொன்னாள், அது என்னை நெருக்கமாகவும் நட்பாகவும் "நீ எனது சகோதரியைக் கொன்றுவிட்டாய்" என்று சொல்லப்படுவேன் என்ற எதிர்பார்ப்பிலிருந்து ஆசுவாசமாகவும் உணரச் செய்தது. அடுத்து "அவள் எவ்வளவு அச்சத்திலிருந்திருக்கிறாள் பார்த்தாயா? அவள் எனது மூத்த அக்கா என்பதால், அவள் அத்தனை மோசமான சூழலில் இருந்தாள் என்பதை இவ்வளவு எதிர்ப்புகள் இருந்தபோதும், நான் ஒருபோதும் அறிந்திருக்கவேயில்லை" என்றாள் அவள். ஆமாம் என்று தலையசைத்த நான் அதை அவள் காணமுடியாது என்பதை உணர்ந்து "ஆமாம்" என்று வாய்விட்டுக் கூறினேன். அதனைத் தொடர்ந்து வேறு என்ன கூறுவதென யோசித்தேன். ஏனென்றால் நிஜ ஆயருடன் லாரியில் இருந்தபோது தோன்றியது போலவே இப்போதும் ஏதேனும் சொல்லவோ செய்யவோ வேண்டுமெனத் தோன்றியது. என்ன செய்வதென எனக்குத் தோன்றுவதற்கு முன்பாகவே அங்கே அவளது முன்னால் காதலன் வந்திருந்தான்.

அவனது கை என்மேல் படும்முன்பே பின்னால் அவன் நிற்பதை நான் உணர்ந்திருந்தேன். அது மூன்றாவது அண்ணன், எனது மூன்றாவது அண்ணனாகிய அவனை நான் பார்த்துக் கிட்டத்தட்ட ஓராண்டு ஆகியிருந்தது. இப்போதெல்லாம் நீண்ட காலமாகவே, அவனது திருமணத்திற்குப் பிறகு மட்டுமல்ல, கிட்டத்தட்ட ஓராண்டாகவே அவன் எங்களது பகுதிக்கு வருவதேயில்லை. அம்மாவைப் பார்க்க வருகிற அவன் அவளுக்குப் பணம் கொண்டு வருவான். ஆனால் மிக அவசரமாக வந்து மிக அவசரமாகக் கிளம்புகிற அவன் அவளையும் குட்டித் தங்கைகளையும் தன்னுடன் காரில் அழைத்துச் சென்று மகிழ்வாக எங்கேனும் சுற்றிவிட்டு வருவான். கிளம்பும்போதும் *சீக்கிரம்! வேகமாக!* என்பான், விடும்போதும் *சீக்கிரம்! வேகமாக!* என்பான். நகரத்திற்கோ, மலையுச்சிக்கோ, வெயில் நாளாக இருந்தால் கடற்கரைக்கோ அவனுடன் செல்கிற அவர்கள் இடையில் நிறுத்தி ஐஸ்கிரீம்களோ வறுவல்களோ எலுமிச்சை பானமோ தொத்திறைச்சியோ உண்டு மகிழ்வார்கள். அங்கே ராட்டினங்கள் இருந்தால் அதிலும் கூட ஏறுவோம் என்று கூறிய அவர்கள் எங்களை, அம்மாவையும் கூட, எங்களுக்குப் பிடித்ததையெல்லாம் செய்ய விடுவான் என்றனர். நகரத்தின் எதிர்புறத்திலிருக்கிற தன் வீட்டில் தனது புதிய மனைவியுடன் சேர்ந்து தேநீர் அருந்துவதற்குக்கூட இவர்களை அவன் அவ்வப்போது

அழைத்துச் செல்வதுண்டு என்றனர். இந்தப் புதிய மனைவி விவகாரம் எதிர்பாராததாய் இருந்தது. அவள் இங்கே வருவதை அம்மாவோ நாங்களோ சமூகமோ மூன்றாவது அண்ணனோ, நிச்சயமாகப் பல ஆண்டுகளாகக் காதலித்து வந்த பெண்தோழியாகிய மருந்துக்காரியின் சகோதரியோ கண்டிருக்கவில்லை. என்னையும் அவனையும் பொருத்தவரை அவனது திருமணத்திற்குப் பிறகு நாங்கள் சந்தித்திருக்கவேயில்லை. ஏனென்றால் அவன் வீட்டிற்கு வருகிற இரண்டாவது அல்லது மூன்றாவது செவ்வாய்க் கிழமைகளில் நான் வேலை முடிந்து ஒப்பந்தங்களற்ற ஆண் நண்பன் வீட்டிற்குச் சென்றிருப்பேன். இப்போது இங்கே என் பின்னால் வந்து நின்ற அவன், பின்னால் நான் திரும்பி அது ஆயனில்லை, தின்பண்டக்கடையிலிருந்த குறைசொல்லிகள் இல்லை, பிறர் மீதான அச்சம் இல்லை, மருந்துக்காரியின் ஆவி இல்லை என்பதை உறுதிப்படுத்திக் கொள்ளும் முன்பாகவே என் தோளில் கைவைத்திருந்தான். அது அவன்தான், மூன்றாவது அண்ணன், ஆனால் அவன் வருகிற அதிர்வை உணர்ந்தது நான் மட்டுமல்ல. மருந்துக்காரியின் சகோதரியும் எதையோ உணர்ந்திருந்தாள். அதீதக் கோபம் எனத் தவறாகக் கருதப்பட்டு விட்ட அதீத அச்சத்தினைக் கொண்டிருந்த அவளது சகோதரி குறித்த பேச்சினை நிறுத்திக் கொண்ட அவள் மெதுவாக ஆரம்பித்துச் சத்தமாகக் கத்தினாள் "யார் அது? யார் அங்கே? யாரது?" அவசரமும் கேள்வியுமாய் இருந்த அவளது குரல் அதே நேரத்தில் பரவசத்தையும் நம்பிக்கையையும் கூட வெளிப்படுத்தியது. ஏனென்றால் எனக்கு முன்பாகவே எனக்கு அருகில் நிற்பது யார் என்பதை அவள் கண்டு கொண்டிருந்தாள். "தள்ளி நில் இரட்டைச் சகோதரியே, நான் வருகிறேன்" என்று அவன் கூறும் முன்பே அறிந்திருந்தாள்.

அவன் தான் என்னிடமிருந்து விலகி நடக்க வேண்டியிருந்தது, ஏனென்றால் ஒதுங்க முடியாத அளவிற்கு நான் உணர்ச்சிவயப்பட்டிருந்தேன். என்னிடம் பேசினாலும் கூட, அவன் ஏற்கனவே எனது இருப்பை மறந்து என்னைத் தாண்டி அவளைப் பார்த்தபடி வாழ்நாளில் தான் காதலித்த ஒரே பெண்ணை நோக்கி நடந்தான். அவனது குரலைக் கேட்டதும் மருந்துக்காரியிடமிருந்து இன்னொரு முறை திகைப்பொலி எழுந்தது, அவளது ஒரு கை வாய்க்குச் சென்றிருக்க இன்னொரு கை அவனைத் தள்ளிவிடும் பொருட்டோ, பற்றிக் கொள்ளும் பொருட்டோ முன்னோக்கி நீண்டது. பிறகு கைகளைக் கீழே போட்டவள் பின்னோக்கி நகர முயன்றாள், ஆனால் ஏற்கனவே அவள் கம்பித் தடுப்பினருகே

நின்றிருந்ததால் அவளால் நகர முடியவில்லை. எனவே அவள் பக்கவாட்டில் நகர்ந்தாள். அவளும் இப்போது என் இருப்பை முற்றிலும் மறந்திருந்தாள் என்பதை நான் அறிந்திருந்தேன். எனது உதவியை அவள் மறுத்ததற்கான இரண்டாவது காரணமாக நான் இதைத்தான் நினைத்தேன். அவளைக் கைவிட்டுவிட்டு, சுயநலமாக, யாரென்றே தெரியாத புதிய ஒருத்தியை மணந்துகொண்ட அவளது பழைய காதலனின் சகோதரியாகிய நான், பயங்கரமான அந்தக் கடந்த காலத்தை அவளுக்கு நினைவுபடுத்திவிடுவேன் என அவள் அஞ்சியிருக்கக்கூடும். எனவே மீண்டும் நாம் பொருந்தாத நபரை மணமுடிக்கிற விஷயத்திற்கு வருகிறோம். சரியான இணையாக மருந்துக்காரியின் சகோதரி இருந்திருக்க வேண்டிய இடத்தில் இப்போது அவனது மனைவி பொருந்தாத இணையாக இருக்கிறாள். அப்படித்தான் அது எங்களுக்குத் தோன்றியது - என் குடும்பத்திற்கும், அவள் குடும்பத்திற்கும், ஊரில் உள்ள எல்லோருக்கும். ஆனாலும் மூன்றாவது அண்ணன் வழக்கம் போன்ற கேள்விகளற்ற, சிந்தனையற்ற, சுயபாதுகாப்பினை நோக்கமாகக் கொண்ட விஷயத்தினைச் செய்துவிட்டதால் அவர்கள் இருவரும் மணமுடித்திருக்கவில்லை. தான் நேசிக்கிற நபரால் தானும், அதேபோல் நேசிக்கப்பட்டு தருதலிலும் பெறுதலிலும் இனிமேல் தாங்கமுடியாதெனும் உச்சகட்ட எல்லையை அடைந்து, விதியாலோ வேறு யாராலோ அந்த உறவு தொலைந்து விடவோ பறித்துக்கொள்ளப்படவோ நேரும் முன்பே அதிலிருந்து மீளும் பொருட்டு அவன் அந்த உறவினை முடித்துக் கொண்டிருந்தான். யாருமே அவனுக்கு அப்போது எதையும் எடுத்துச் சொல்லி வழிநடத்தியிருக்கவில்லை, யார் இருந்தார்கள் அப்படிச் சொல்ல? வேறெதையும்விட தான் அதீதமாக விரும்பிய ஒன்றை இழந்துவிடுவோமோ என்கிற கற்பனையான மாபெரும் அச்சத்திலிருந்து விடுபடும் பொருட்டு, அதற்கு மாற்றாக ஒரு பதிலியை வைத்து ஈடுசெய்ய முயன்றிருக்கிறான். எதிர்பார்த்தபடியே, மருந்துக்காரியின் சகோதரி எதையோ சொல்ல முயன்றாள்.

“போ இங்கிருந்து” என்றாள். “என்னை விட்டுவிட்டுப் போனவன்தானே நீ, பழைய காதலனே, இப்போது இங்கிருந்தும் போய்விடு.” அவளது குரல் நடுங்கியது, உடல் அதிர்ந்தது. அவள் கோபத்திலிருந்தாள் என்பது உறுதி, மிகவும் சிரமப்பட்டே அவள் கவனம் குவிக்க முயன்றாள்; அவளால் அவனைச் சரியாகப் பார்க்க முடியவில்லை என்பதும் தெரிந்தது. என்னைப் பொருத்தவரை, அவர்கள் இருவருமே எனது இருப்பை மறந்திருந்தார்கள்,

ஆனால் என்மனம் தொடர்ந்து யோசித்ததை அது தடுத்து நிறுத்தியிருக்கவில்லை. இது ரொம்பவும் தாமதமாகிவிட்டதா? சரிசெய்ய முடியாத அளவிற்கு பிரச்சினை மோசமாகிவிட்டதா? ஒட்டுமொத்தத்தையும் அவன் அழித்துவிட்டானா? அல்லது பிரச்சினையைச் சரிசெய்ய ஒப்புக்கொண்டு அவள் அவனை அனுமதிக்கப் போகிறாளா? சரிசெய்யும் நோக்கம் கொண்டிருந்த மூன்றாவது அண்ணன், அவள் சொன்னது போல் போயிருக்கவில்லை. அவளை நெருங்கிச் சென்ற அவன் அவளை இன்னும் தொட்டிருக்கவில்லையெனினும் அவளிடம் பேசினான், மன்றாடினான். மிகவும் உணர்ச்சிவயப்பட்டிருந்த அவன், ப்ரக்ஞையுடன் சுயமதிப்பீடு செய்துகொள்கிற எல்லைகளையெல்லாம் கடந்து, மனதில் தோன்றிய எதையோ அப்படியே, செம்மைப்படுத்தாமல், வெளிப்படுத்திக் கொண்டிருந்தான். "தவறு... முட்டாள்!... பெரிய முட்டாள்! பெரிய மூடன்! நான் என்ன நினைத்தேன் என்றே என்ன செய்தேனென்றே தெரியவில்லை... அறிவிலி... பொருந்தாத நபர். ஏனென்றால் நான் உன்னை நேசித்தேன்... அஞ்சினேன். ஆபத்தானது... பாதுகாப்பாக இருக்க விரும்பினேன்... கனவினை விற்றுவிட்டேன்... ஐயோ மூடன்!... ஓ முட்டாள்!... நாசமாய்ப்போக... பொருந்தாத நபர்... ஒழிந்து போக.... முதிர்ச்சியற்றது!" அடுத்து "போற்றி வளர்க்காததை"ப் பற்றி ஏதோ இருந்தது. அடுத்து "அன்பே, என் அன்பே" என்பதைப் பற்றி, "தாங்கமுடியவில்லை" "முட்டாள், பைத்தியக்காரன், அந்த மகிழ்ச்சி, அடையமுடியவில்லை... அடைய முடியாது... பெரிய முட்டாத்தாயோளி." அவன் தன்னைத்தான் குறிப்பிட்டுக் கொண்டான் என நினைக்கிறேன். அதற்கடுத்து அது, "இந்தக் காதல் விவகாரம்." அடுத்து இதை எப்படி விட்டுக் கொடுத்தான், எப்படி 'பிரச்சினையை முடித்தான்' என்றெல்லாம் கூறியவன் அவன் நடுங்குவதாகவும் இப்போது அவள் முன்னே நடுங்கியபடியே நிற்பதாகவும் கூறினான். "நான் நடுங்குவதை உன்னால் பார்க்க முடியவில்லையா?' என்றான். பிறகு, *நாசம்! உன்னால் நான் நடுங்குவதைப் பார்க்கமுடியாது! உன்னால் என்னைப் பார்க்கமுடியாது! அவள் என்ன செய்துவிட்டாள்? உன் அக்கா உன் கண்களை என்ன செய்து விட்டாள்?*"

அவனுடைய உத்வேகப்பேச்சை இது தடைசெய்திருந்தது. சமீபத்தில்தான் அவன் மருந்துக்காரியின் சகோதரி - தனது பழைய பெண்தோழி- நஞ்சூட்டப்பட்டாள் என்பதை அறிந்திருக்க வேண்டும். அதோடு, நஞ்சூட்டப்பட்டவர்களுக்கு அருகில் அதிகம்

இருந்திராததால் அதன் தீவிரத்தினையும் அது உணவுக்குழாயை மட்டும் பாதிப்பதில்லை என்பதையும் அறிந்திருக்க மாட்டான். மருந்துக்காரியின் சகோதரி இப்போது நன்றாக வேகமெடுத்திருந்தாள். "நீ என் மனதை உடைத்தாய், நீ என்னைத் துயரத்திற்குள்ளாக்கினாய், நீ உன்னையே துயரப்படுத்திக் கொண்டாய். எப்படியாயினும், அவளையும் - அவள் யாராயிருந்தாலும் - துயரத்திற்குள்ளாக்காமல் இருந்திருக்கமாட்டாய். எனவே போய்விடு, போய்விடு." மீண்டும் அவளது கைகள் முன்னே நீண்டன. அவனது கைகளும் மீண்டும் முன்னே நீண்டன, அவள் முயன்றாள், அவன் முயன்றான், அடுத்து அவள் முயன்றாள், பிறகு நிறுத்திவிட்டாள். பிறகு அவன் மீண்டும் முயன்றபோது அவள் அவனைத் தள்ளி விட்டாள். அங்கே தயங்குதலும், தள்ளுதலும், முன்கைகள் நீள்தலும், புஜங்கள் நீள்தலும், தள்ளிவிடுதலும் ஒன்றிற்கு மேற்பட்ட "போய் விடு" களும் நிகழ்ந்து கொண்டிருக்க, அவன் அங்கிருந்து சென்றிருக்கவில்லை. அதன்பிறகு அவன் இன்னும் பலவாறு காதலைப் பிரகடனம் செய்து இன்னும் பல முட்டாள்கள், நாசமாய்ப்போன முட்டாள்கள் நாசமாய்ப்போன மூடர்களைப் பிரயோகித்தான். "அவள் உன்னைக் கொன்றிருந்தால்!" எனக் கத்தினான். "உன் அக்கா உன்னைக் கொன்றிருந்தால் என்ன ஆகியிருக்கும்? நீ இறந்திருந்தால் நான் உன்னை ஒருபோதும்..." அவனது உடல் உண்மையில் நடுங்கவில்லை என்றாலும் அவனுக்குள் உணர்வுகள் கொந்தளிப்பதை நிச்சயம் உணர முடிந்தது. அவளால் பார்க்கமுடியாமல் போகலாம், ஆனால் அவனது வார்த்தைகளும் குரலும் அவளுக்கு அதைச் சொல்லாமல் விட்டிருக்காது. அவன் சமரசம் செய்து கொண்டான், ஒதுங்கி விட்டான், மந்தமாகிச் சோர்ந்து போய்விட்டான் என்பது உண்மைதான். இன்னும் ஓராண்டு தன் இதயம் கூறியதன்படி நடக்காமல் போனால், தன் இதயத்தை அனுமதிக்காமல் போனால் அவன் உயிருடன் எரிக்கப்பட்ட, நூறு சதம் இறந்தது போல் சோர்ந்துவிட்ட, புதைக்கப்பட்ட ஒருவர் போலாகிவிடுவான். ஆனால் இப்படி அவன் தன் காதலைப் பிரகடனப்படுத்திக்கொண்டு உணர்வுகள் கொந்தளிக்கப் பேசிக்கொண்டிருந்ததற்கு இடையில் அவனது குரலில் ஒரு மாற்றம் ஏற்பட்டது. அதில் இப்போது ஒரு அவசரமும், கூர்மையும், ரசிக்கத்தக்க பயமின்மையும், கோபமும்கூடத் தெரிந்தது. அவளது சகோதரி அவளை என்ன செய்துவிட்டாள் என மீண்டும் கேட்ட அவன், அவளை - தன் நேசத்திற்குரியவளை யாரேனும் உதவிபெற அழைத்துச் சென்றார்களா என வினவினான் - அதாவது மருத்துவரிடம்.

அவள் ஒரு மருத்துவரிடம் அழைத்துச் செல்லப்பட்டாளா? அவளைக் குணமாக்குவதற்கு என்ன செய்யப்பட்டது? அவளைக் குணமாக்குவதற்கு ஏதேனும் செய்யப்பட்டதா? இப்போது மருந்துக்காரியின் சகோதரி தனது சகோதரி தனக்குச் செய்துவிட்ட அற்ப விஷயத்தின் மேல் அவன் காட்டுகிற அக்கறையை எதிர்த்து இடையிட்டாள். "நீ எனக்குச் செய்த விஷயங்கள் குறித்தே உனக்கு அக்கறை இல்லாத போது, வேறு யாரும் செய்தது குறித்து நீ ஏன் அக்கறை கொள்கிறாய்?" என்றாள். இம்முறை இருவரிடமிருந்துமே அதிகமான உணர்வுகள் வெளிப்பட்டன, அதனைத் தொடர்ந்து அவள் அவனைத் தள்ளுவதும், அவனது சட்டையைப் பிடித்தலும், அவனைப் பிடித்தலும், கிட்டத்தட்ட தலையை அவன் மீது - ஆனால் இல்லை! மாறாக அது அவனது சட்டையை மறுப்பதாக, அவனை மறுப்பதாக, மேலும் அவனைத் தள்ளுவதாக, மீண்டும் அவனது சட்டையைப் பற்றுவதாக, நெருங்கி நிற்பதாக, மேலும் நெருங்குவதாக, இன்னும் நெருங்குவதாக, மேலும் மேலும் நெருங்குவதாக இருந்தது. அதன்பிறகு குனிந்த அவள் அவன் மீது, ஏற்கனவே அவனது நெஞ்சிலிருந்த தனது முன்கையின் மீது, தலையைச் சாய்த்துக் கொண்டாள். கண்களை மூடிக்கொண்ட அவள் அவனை - தனது காதலனை, முன்னாள் காதலனை, தனது காதலனை சுவாசித்து உள்ளுக்குள் நிரப்பினாள். இந்த நொடியில், தனக்கு அனுமதி கிடைத்துவிட்டதென எண்ணிய மூன்றாவது சகோதரன் கைகளை மேலே கொண்டு வர - இல்லை, அதற்குள்ளாக இல்லை! - அனுமதி வழங்கப்படவில்லை. கத்தியபடியே மீண்டும் ஒருமுறை அவள் அவனைத் தள்ளினாள்.

அப்படி அவர்கள் அங்கே நிகழ்ந்துகொண்டிருந்தனர். மீண்டும் அவள் அவனைத் தள்ளினாள் - பலவீனமான தள்ளல், ஏற்கனவே அவனது கைகள் நீண்டபடிதான் இருந்தன - சமயோசிதமாகக் காத்தபடி, சமிக்ஞையை எதிர்நோக்கியபடி, இதுதான் சரியான நேரம் என உணர்த்துகிற ஒரு நுட்பமான குறிப்பின் மீதான கவனத்துடன் இருந்தான். இவை அனைத்தையும் நான் பார்க்கவோ கேட்கவோ கூடாதென்பது உண்மைதான். சாதாரணமாக இப்படி யாரேனும் - குறிப்பாக நான் - உணர்வு மிகுதியில் அதீதமாய் நடந்துகொள்ளும் காதலர்களை இப்படி நின்று உற்றுப்பார்ப்பதை எண்ணிப்பார்க்கவே அதிர்ச்சியும் அருவருப்பும் அடைந்திருப்பேன். ஆனால் என்னால் அங்கிருந்து நகரமுடியவில்லை, என்னால் என்னைத் தடுக்க முடியவில்லை, தடுக்க விரும்பவில்லை, அது மட்டுமின்றி அவர்கள் ஏற்கனவே அதனை ஆரம்பித்து தொடர்ந்து கொண்டிருந்தார்கள்.

இப்போது அவன் தன் கைகளால் அவளைச் சுற்றிக்கொள்ள அனுமதித்த அவள், ஏற்கனவே அவனைக் கட்டிக்கொண்டும், அதே நேரத்தில் அவளைத் தள்ளிக்கொண்டும் இருந்தபடி, "நான் உன்னை வெறுக்கிறேன் என நினைக்கிறேன்" என்றாள். அது "நான் உன்னை வெறுக்கிறேன் என *நினைக்கிறேன்*" என்பதாக இருந்ததால், அவள் அவனை வெறுக்கவில்லை என்பதாகவும் "ஒருவேளை நான் உன்னை வெறுக்கிறேன்" என்பதாகவோ "நான் உன்னை வெறுக்கிறேனா என எனக்குத் தெரியவில்லை" என்பதாகவோ, அதே சமயத்தில், "நான் உன்னை வெறுக்கவில்லை, ஐயோ, கடவுளே, என் அன்பே, நான் உன்னைக் காதலிக்கிறேன், இப்போதும் உன்னைக் காதலிக்கிறேன், எப்போதும், எப்போதுமே உன்னைக் காதலித்துத்தான் இருக்கிறேன், உன்னைக் காதலிப்பதை ஒருபோதும் நிறுத்தியதில்லை" என்பதாகவும் இருந்தது. தன் முகத்தை அவனது மார்பிலிருந்து அவள் எடுத்துக் கொண்டதும் – தள்ளுவதற்கா, இல்லையா - இருவரும் செயலற்றிருந்தனர். ஒருநொடி அமைதியையும் வெறுமையையும் தொடர்ந்து ஒருவர் கைகளுள் மற்றவர் - எவ்வித பேச்சும், நாடகமும் இன்றி - சரண்புகுந்து கொண்டனர்.

இப்போது அவர்கள் இறுக அணைத்தபடி முத்தமிட்டுக் கொண்டிருந்தனர்; அவ்ளது இடுப்பை அணைத்துத் தன் மீது சாயத்தபடி அவனிருக்க, அவளது கைகள் அவனது கழுத்தைச் சுற்றி அணைத்து அவன் தன்னைக் கட்டிக்கொள்வதை, தாங்கிக்கொள்வதை, சாய்ந்து கொள்வதை அனுமதித்தபடியிருந்தன. *இப்படி ஒரு நறுமணத்தை அணிந்து கொள்ளாதவரை உன்னால் இப்படி ஒரு முத்தத்தைப் பெறவே முடியாது* வகைகளில் ஒன்றான ஃப்ரெஞ்ச் கிறிஸ்துமஸ் நறுமணமூட்டி விளம்பரம் போலிருக்க - இங்கேயும் பலரும் வந்து அவர்களைப் பார்த்துக் கொண்டிருந்ததை நான் பார்த்தேன், ஆனால் அந்த இருவரும் அதனைக் கவனிக்கவில்லை. இவர்களில் பெரும்பாலானோர் அருகே தெருவில் இரண்டு ஆண்கள் சண்டையிட்டுக் கொண்டிருந்த விநோதக் காட்சியைப் பார்ப்பதற்காக கூடியிருந்த சிறிய கும்பலிலிருந்து பிரிந்து வந்தவர்கள். இன்னும் அந்த ஆண்கள் இருவரும், உதடுகளில் சிகரெட் தொங்க, அமைதியாக சண்டையிட்டபடி இருந்தனர். ஒருவேளை அது அதீத அமைதியான, நீண்டநேரம் நிகழ்கிற, மிகவும் குழப்புகிற, கலக்கமடையச் செய்கிற பார்க்கச் சிரமமான ஒரு சண்டையாக இருந்திருக்க வேண்டும். கருத்துக்களின் தொகுப்பாக, நவீன பாணியிலான புதுயுக மோதல் கலையாக இருக்கக்கூடும். மரபார்ந்த பார்வையாளர்களாய் இருக்கிற

அவர்கள் பாரம்பரிய வரலாற்று மெய்மையியல் கலைகளுக்குப் பழகியவர்கள் என்பதால், நிஜமாகவே அந்த ஆண்கள் இருவரும் சண்டையிட்டுக் கொள்கிறார்களா எனச் சந்தேகம் எழுந்திருக்க வேண்டும். அதனால்தான் அதில் ஆர்வமிழந்து விலகி எங்களிடம் வந்தார்கள் பலர். அதில் பெரும்பாலான சுற்றத்தினர் தலையை அசைத்துக் கொண்டிருந்தனர் - பொருள் பொதிந்த தலையசைத்தல். எனக்கு ஒருபுறம் நின்றிருந்த பெண் எனக்கு மறுபுறம் நின்றிருந்த பெண்ணை நோக்கி அர்த்தப்பூர்வமாகத் தலையசைக்க அவளும் பதிலுக்கு அர்த்தப்பூர்வமாகத் தலையசைத்து அதனை ஆமோதித்தாள். "எனக்குத் தெரியும், அது குற்ற உணர்வுதான்" என்றாள் இப்போது அந்த முதல் பெண் என்னிடம். "உன் சகோதரனின் நடத்தைக்கு இப்போது காரணம் புரிகிறது. அவன் ஏன் தெருவிற்குள் பதுங்கிப்பதுங்கி வந்து அவசர அவசரமாக வெளியேறினான் எனத் தெரிகிறது. குற்ற உணர்வு. குற்ற உணர்வு மட்டுமே. அரசியல் பிரச்சினைகளுக்கோ, கிளர்ச்சியாளனாக இருப்பதற்கோ, துப்புக்கொடுப்பவனாக இருப்பதற்கான வாய்ப்புகளுக்கோ இதில் எந்தத் தொடர்பும் இல்லை. எல்லாம் குற்ற உணர்வு மட்டும்தான் - மனஉளைச்சல்தான் – அவளுக்குத் தான் செய்துவிட்டதைப் பற்றிய தன்னுணர்வுதான். ஆனால் அவனது பொருந்தாத மனைவி இதைப்பற்றி என்ன சொல்வாள் என்பது குறித்து உனக்கு ஏதேனும் தெரியுமா?" என்றாள்.

அது வேறு பிரச்சினை. சகோதரர்கள். என் சகோதரர்கள். எனக்கு நான்கு சகோதரர்கள் இருந்தார்கள் - அதாவது மூன்று - ஏனென்றால் இரண்டாமவன் இறந்திருந்தான். என்றாலும் இப்போதும் அவன் எனது சகோதரன்தான் என்பதால் நான் இன்னமும் அவனைக் கணக்கில் சேர்த்துக் கொண்டேன். ஒருபோதும் என்னுடைய சகோதரனாக இருந்திராத நான்காவது சகோதரனையும் நான் கணக்கில் எடுத்துக் கொண்டேன். அவன் எனது இரண்டாவது சகோதரனின் நீண்டகால நண்பனாவான், மழலையர் பள்ளியிலிருந்தே அவர்கள் நண்பர்கள். அதுமட்டுமின்றி அவன் - இந்த நான்காம் சகோதரன் - எப்போதும் எங்களுடன்தான் வசித்து வந்தான். அவனுக்கென்று குடும்பம் இருந்த போதிலும் - பெற்றோர் இருவர், இரண்டு சகோதரர்கள், ஏழு சகோதரிகள் - நான்கு தெரு தள்ளி தங்களது வீட்டில் அவர்கள் வசித்து வந்த போதிலும் பதினான்கு வயதில் பள்ளியை விட்டு நின்ற அவன் அதன்பிறகு எங்கள் வீட்டில் வசிக்க ஆரம்பித்தான். அந்த சமயத்தில் அவன் கிளர்ச்சியாளர்களுடன் இணைந்திருந்தான், இரண்டாவது

சகோதரனும் அப்போது கிளர்ச்சியாளர்களுடன் இணைந்திருந்தான். இப்போதும் கூட - இரண்டாவது சகோதரன் இறந்துவிட்ட பிறகும் கூட - நான்காவது சகோதரன் வீட்டை விட்டு ஓடி விட்ட பிறகும்கூட அவன் எங்களுடன் எங்கள் குடும்பத்தில் ஒருவராக வசிப்பதாகத்தான் கணக்கு. ரோந்துப் பணியில் இருந்தவர்கள் மீது அவன் நிகழ்த்திய துப்பாக்கிச் சூட்டின் போது வேண்டுமென்று நான்கு அரச தரப்பினரையும், பேருந்து நிலையத்தில் பேருந்துக்காகக் காத்துக் கொண்டிருந்த மூன்று சாதாரண மக்களை தவறுதலாயும் - ஒரு பெரியவர், ஆறு வயதினர் இருவர் - சுட்டுக் கொன்றிருந்தான், அதன் பிறகு தனது இருசக்கர வாகனத்தை எடுத்துக்கொண்டு அவன் எல்லைக்குச் சென்றுவிட்டதாகக் கூறப்பட்டது. அவன் இப்போதும் சாலைக்கு மறுபுறம் இருக்கிற தேசத்தில் ஒரு கிராமத்தில் வசிக்கிறான் எனக் கூறப்பட்ட போதும் இப்போதெல்லாம் நாங்கள் அவனைப் பார்க்க முடிவதில்லை. முதல் சகோதரனை, அதாவது மூத்த சகோதரனைப் பொருத்தவரை, சமூகப் பழக்கத்தின்படி ஒரு குடும்பத்தில் இருந்து யாரேனும் ஒருவர் இயக்கத்தில் சென்று சேர வேண்டுமென்றால் அது அந்தக் குடும்பத்தின் மூத்த மகனாகத்தான் இருக்க வேண்டும் என்பதாக இருந்தது. இது எந்த அளவிற்கு நம்பப்பட்டது என்றால் அம்மாவுடைய இரண்டாவது மகன், எனது இரண்டாவது அண்ணன் இயக்கத்தில் சேர்ந்து அரச படையினருக்கு எதிரான ஒரு துப்பாக்கிச் சூட்டின்போது கொல்லப்பட்டபிறகு, அங்கே வந்த காவல்துறையினர், அவனது உடலை அடையாளம் காட்ட அம்மாவை அழைத்துச் சென்றபோது தவறாக அது அவளது முதல் மகன் என்றே கூறிக் கொண்டிருந்தனர். ஆனால் அம்மாவுடைய உண்மையான முதல் மகன், அதாவது எனது மூத்த அண்ணன் கிளர்ச்சியாளர்களுடன் சேர்ந்திருக்கவில்லை. பதிலாக நகரத்தில் குடித்து கீழே விழுந்த ஓர் இரவில் அவன் தனது கையை உடைத்திருந்தான். மருத்துவமனைக்குச் சென்ற அவன் நடைபாதையில் பெயர்ந்திருந்த ஒரு கல்லினால் ஏற்பட்ட நிலை அது என்று கூற, அதை நம்புகிற அல்லது நம்பக்கூடாத இடத்தில் இருந்தவர்கள் அதனை நம்பிய பிறகு அவனுக்கு ஆயிரம் அடிகள் வழங்கப்பட்டன. ஒரு பெருந்தொகையை அம்மாவிடம் கொடுத்த அவன், நாடும் நாட்டின் அரசியல் பிரச்சினைகளும் "நாசமாய்ப் போகட்டும், நான் இங்கிருந்து செல்கிறேன்" என்று கூறிவிட்டு கொஞ்சம் அமைதியையும் தனிமையையும் சூரிய உதயத்தையும் வேண்டி கிழக்கிந்திய நாடுகளுக்குச் சென்று விட்டான். அங்கே செல்லும் முன்பு, தன் சகோதரர்களை உடன்

அழைத்துச் செல்வதாகக் கூறினான். ஆனால் இரண்டாவது சகோதரனும் நான்காவது சகோதரனும் கிளர்ச்சியாளர்களுடன் அச்சமயம் ஆழமான தொடர்பில் இருந்ததால் அவர்கள் வரவில்லை என்று கூறி விட்டார்கள். மூன்றாவது சகோதரனும் மருந்துக்காரியின் சகோதரியுடன் காதலில் இருந்ததால் வரவில்லை என்று சொல்லிவிட்டான். எனவே முதல் அண்ணன் அவன் மட்டும் சென்றான், அதன் பிறகு அவனைப் பற்றி யாருமே எதுவும் கேள்விப்படவில்லை. அப்படியாக முதல் சகோதரன் வீட்டை விட்டுச் சென்று தனக்கு விருப்பமானதைச் செய்தான். தன்போக்கில் சென்றிருந்த இரண்டாவது சகோதரன் இறந்துவிட்டான். நான்காவது சகோதரன் மேலே கூறியவாறு இருக்கிறான். சரியான இணையை உதறிவிட்டுப் பொருந்தாத ஒருவரை மணமுடித்து அதுகுறித்து இதுவரை எதுவும் செய்யாமல் இருக்கிற மூன்றாவது சகோதரனின் நிலையும், இப்போது இங்கே விவரிக்கப்பட்டுவிட்டது.

அப்படியாக, இன்னமும் சுற்றி இருக்கிற எங்களை - பார்வையாளர்களை - கவனிக்காமல் தனது மூான் பால் கால்டியர் முத்தத்தை முடித்துக் கொண்ட மூன்றாவது சகோதரன் தனது உண்மையான மனைவியைத் தரையில் இருந்து தூக்கி கையில் எடுத்துக் கொண்டான். அடுத்து "மருத்துவமனை" என்கிற ஒற்றை வார்த்தையைத்தான் அவன் சொன்னான். தனது முந்தைய காதல் பிரகடனங்களிலிருந்தும் தன் முட்டாள்தனம் பற்றிய குற்றச்சாட்டுகளிலிருந்தும் மீண்ட அவன் "மருத்துவ கவனமும் பராமரிப்பும் உடனடியாகத் தேவை" என்று கூறி தனது காதலியை தன்னுடைய காருக்கு எடுத்துச் சென்றான். "அவளை மருத்துவமனைக்கு எடுத்துச் செல்லக்கூடாது" என்று முனகியது கூட்டம். தங்களது தலையை அசைத்துக் கொண்டது. மருத்துவமனைகள் தவறானவை, முற்றிலும் தவறானவை. மருத்துவமனைகளைப் போல் தவறானவை வேறெவையும் இல்லை. அங்கே படிவங்கள் நிரப்பப்பட வேண்டியிருக்கும். அவளுக்கு யார் விஷமூட்டியது என்று கேள்விகள் கேட்கப்படும். அடுத்து இவர்கள் இருவரும் துப்புக் கொடுப்பவர்கள் என்று அடையாளப்படுத்தப்படுவார்கள்." பிறகு என்னிடம் திரும்பியவர்கள், "அவர்கள் உனது சகோதரனை அடையாளம் கண்டு கொள்வார்கள் என்பதை நீயே அறிவாய். அவன் யார் என்பது அவர்களுக்குத் தெரியும். அதாவது அவன் உனது இறந்த இரண்டாவது சகோதரனின் சகோதரன் என்பதும் தப்பியோடிய நான்காவது சகோதரனின் சகோதரன் என்பதும் சேர்ந்து, இவன் ஒரு கிளர்ச்சியாளன் இல்லை என்பதில் அவர்களுக்கு எந்த வித்தியாசத்தையும் காணமுடியாமல்

ஆக்கிவிடும். ஒரு கிளர்ச்சியாளனுடன் தொடர்புடையவன், ஒரு கிளர்ச்சியாளனின் குடும்பத்தைச் சேர்ந்தவன் என்பதே அவனுக்கும் அதில் தொடர்பு இருக்கிறது என்பதற்கான அத்தாட்சியாகப் பார்க்கப்படும்." இவ்வாறு சொல்லிவிட்டு அவர்கள் என்னுடைய பதிலுக்காகக் காத்திருந்தார்கள். என்னைப் பொருத்தவரை அவர்கள் இந்த மருத்துவமனைப் பிரச்சினையை விட்டுவிடுவது நல்லது என்றே தோன்றியது. எத்தனையோ பேர் இப்போது மருத்துவமனைக்குச் செல்ல ஆரம்பித்து விட்டார்கள். அடிக்கடி வழக்கமாகவே செல்கிறார்கள். என்னுடைய பகுதியில் இருக்கும் மருத்துவமனையானது அங்கே இருக்கக் கூடாது எனக் கருதப்பட்ட மக்களின் கூட்டத்தால் நிரம்பி வழிந்தது. சீக்கிரத்திலேயே, பகலில் இயல்பாகச் செல்லக் கூடியவையாகவும், உங்களது விடுமுறைத் தேதிகளுக்குக் குறித்து வைப்பவையாகவும் மருத்துவமனைகள் ஆகிவிடும். இப்போது ஒரு புதிய காலம் உதயமாகிக் கொண்டிருக்கிறது, குறைந்தபட்சம் மருத்துவமனைகள் விஷயத்திலேனும். சீக்கிரத்திலேயே இந்தச் சுற்றத்தினரும் இதனைப் புரிந்து கொண்டு கண்டுகொள்ளாமல் நகர்ந்து விடுவார்கள். அது மட்டுமின்றி, அவர்கள் இப்போது சொல்ல விரும்புகிற இன்னொரு விஷயத்தைச் சொல்வதற்கான தைரியம் அவர்களுக்கு இருக்காது என்பதை நான் அறிவேன். அதாவது, ஒருமுறை நீதிபதிகளையும் அவர்களது மனைவிகளையும் கொன்ற விஷயத்தின் பின்னணியில் இருந்த, ஊரின் மிகப்பெரிய நஞ்சூட்டியைக் கொன்ற ஒரு துணை ராணுவப் படையினனுடன் உறவில் இருக்கிறவளின் சகோதரன்தான் மூன்றாவது சகோதரன் என்பது. பதிலாக அந்தச் சுற்றத்தினர் அந்தக் கொலை விஷயத்தையும், ஒரு கிளர்ச்சியாளன் சாதாரண மரணத்தைச் செய்வதற்குத் தூண்டுபவளாக நான் இருந்தேன் என்பதையும் பேசாமல் தவிர்த்து விட்டனர். அதற்குப் பதிலாக மூன்றாவது சகோதரனும் அவனது தோழியும் துப்புக் கொடுப்பவர்களாக காவல் துறையினரால் மாற்றப்படுவார்கள் என்ற விஷயத்தையே வலியுறுத்தினார்கள். இதற்கிடையே இந்தச் சகோதரன் இவர்களது அறிவுரைகளையும் மறுப்புகளையும் தன்னைத் துப்புக்கொடுப்பவனாக நிறுத்திக் கொள்ள நேரும் என்கிற அச்சத்தையும் புறக்கணித்துவிட்டு தன்னுடைய வாழ்வின் காதலைப் பயணியர் இருக்கையில் அமர வைத்துவிட்டு, வாகனத்தின் முகப்பின் மீது தாவிக்குதித்து நேரடியாக ஓட்டுனர் இருக்கையில் அமர்ந்து எஞ்சினை முடுக்கினான். அந்தக் காரானது தெருவில் உறுமிச் சத்தம் எழுப்பி, மருத்துவமனைக்கு அழைத்துச் செல்லும்

பிரிவினைசாலையை நோக்கி வேகம் எடுத்தது. அதன் பிறகு, முன்பு துயரத்திலும் தற்போது மகிழ்ச்சியிலும் இருந்த எனது மூன்றாவது சகோதரன் மற்றும் அவனது மோசமாக நோயுற்றிருந்த ஆனால் தற்போது மகிழ்ச்சியடைந்துவிட்ட முன்னாள் காதலியின் காட்சியும் சப்தமும் அங்கிருந்து காணாமலாகி இருந்தன.

அவ்வளவுதான். எல்லாப் பரபரப்பும் ஓய்ந்தது. ரொம்பவும் அதிகமாகிவிட்டது - அதுவும் ஒரே நாளில், குறிப்பாக எனக்கு. பொதுவாகவே எனக்குப் பரபரப்புகள் பிடிக்காது. பெரும்பாலும் அவை நல்ல விஷயம் சார்ந்தவையாகவே இருக்காது, நன்மை தருகிறதாகவும் இருக்காது. எனவே நான் இப்போது வீட்டிற்குச் செல்கிறேன். சற்றே மாற்றப்பட்ட இப்போதைய திட்டத்தின்படி மிச்சமிருக்கிற மாலையில் குட்டித்தங்கைகள் கேக் சாப்பிடுவார்கள். கேக் சாப்பிட்டுவிட்டு அவர்கள் வெளியே விளையாடச் சென்றதும் நான் வீட்டில் நுரைக் குளியல் போடுவேன். அதனூடேயே கேக் சாப்பிட்டுவிட்டு, குளிக்கும் போதும் குளித்த பின்பும் காலை மேலே வைத்து பெர்சியன் கடிதங்கள் படித்து முடிப்பேன். நீராவியாலும் நீர்த்துளிகளின் ஈரப்பதத்தினாலும் அது சேதமடையக்கூடும் என்றாலும் பரவாயில்லை, இன்னும் சில பக்கங்களில் நான் அதை முடித்துவிடுவேன். அதன்பிறகு குட்டித்தங்கைகள் படுக்கிறவரையிலும் கூட அம்மா திரும்பி வராதிருந்தால் நான் அவர்களுக்கு ஹார்டி வாசிப்பேன், ஹார்டியின் எழுத்துக்களை வாசிக்கிற பருவத்திற்கு அவர்கள் ஏற்கனவே வந்திருந்தார்கள். அதற்கு முன்பு அது அவர்களது காஃப்கா பருவமாகவும், அடுத்து கான்ராட் பருவமாகவும் இருந்தது. அவர்களில் ஒருவர் கூட இன்னும் பத்து வயதை எட்டவில்லை என்பதால் இது அபத்தம்தான். எனவே நான் அவர்களுக்கு ஹார்டியை - அது அவருடைய ஏற்றுக்கொள்ள முடிகிற நூற்றாண்டாக இல்லாமல் துயரம் மிகுந்த நூற்றாண்டாக இருந்த போதும் - வாசித்து அந்த மாலையை நிறைவு செய்துவிட்டு எனது படுக்கைக்குச் சென்று பதினெட்டாம் நூற்றாண்டின் ரோமானிய மேன்மை மற்றும் கீழ்மைகளுக்கான காரணங்கள் பற்றிய சில அவதானங்கள் புத்தகத்தை வாசிப்பேன். 1743 ல் வெளியான அந்தப் புத்தகம் போல்தான் எல்லாப் புத்தகங்களும் இருக்கவேண்டுமென நான் கருதினேன். அப்படியாக அந்தத் திட்டமானது எளிமையான, செயல்படுத்துவதற்குச் சுலபமான இடையூறுகளற்ற ஒரு திட்டமாக இருந்தது. ஆனால் நான் கதவைத் திறந்து உள்ளே நுழைந்ததும், துணி அலமாரியின் மேலடுக்கில் வைத்திருந்த கிறிஸ்துமஸ்

பெட்டியிலிருந்து ஜிகினாத் தாள்களையெடுத்து உடம்பில் சுற்றியபடி கையில் குடையுடன் பின்பக்க வரவேற்பறையிலிருந்து ஓடிவந்த குட்டித்தங்கைகள் *"யாரோ ஒப்பந்தங்களற்ற ஆண் நண்பன் என்பவரிடமிருந்து உனக்குத் தொலைபேசி அழைப்பு வந்திருந்தது"* என்றார்கள். இது என்னை ஆச்சரியப்படுத்தியது, ஏனென்றால் அவனிடம் என் எண் இருக்க வாய்ப்பேயில்லை. அவன் ஒருபோதும் என் வீட்டிற்குத் தொலைபேசியில் அழைத்ததில்லை, நான் ஒருபோதும் அவன் வீட்டிற்குத் தொலைபேசியில் அழைத்ததில்லை, அவனிடம் தொலைபேசி இருக்கிறதா என்பது கூட... இதற்கிடையே குட்டித்தங்கைகள் தொடர்ந்து பேசினர். "எங்களது நடுஅக்காவாகிய நீ நொறுக்குத் தீனிக்கடையில் எங்களுக்கு வறுவல் வாங்கிக் கொண்டிருப்பதாக அவரிடம் சொன்னோம்" என்றவர்கள் எனது கையில் வறுவல் பாக்கெட் இருக்கிறதா எனப்பார்த்தனர். ஆனால் என் கையில் அது இல்லை. "நாங்கள் நீ திரும்பி வந்ததும் அழைப்பதற்காக அவருடைய தொலைபேசி எண்ணைக் கேட்டோம். ஆனால் அவர் 'அவள் வறுவல் வாங்க மட்டும்தான் சென்றிருக்கிறாளெனில், அதற்காக மட்டும்தான் சென்றிருக்கிறாளெனில் நான் அரை மணிநேரத்தில் மீண்டும் அழைக்கிறேன்' என்றார்" என்றனர். "முப்பத்தி ஏழு நிமிடங்கள் கழித்து அவர் மீண்டும் அழைத்தார், ஆனால் நீ இங்கு இல்லை. எங்களுக்கு வறுவல் வாங்கி வருவதற்கு நீ நீண்ட நேரம் எடுத்துக் கொண்டாய் நடு அக்கா" மீண்டும் எனது கையில் வறுவல் பாக்கெட்டைத் தேடிய அவர்கள் முகம் சுளிப்பதன் சிறிய சுருக்கங்கள் தோன்ற, "மீண்டும் நாங்கள் அவரது தொலைபேசி எண்ணைக் கேட்டோம், ஆனால் அவர், 'பரவாயில்லை, விடுங்கள்' என்றார். அதன் பிறகு நாங்கள் உனது தங்கைகளா என அவர் கேட்டதும் நாங்கள் ஆம் என்றோம். சரி, நடு அக்கா வறுவல் பாக்கெட் எங்கே?" என்றனர். அவர்கள் முக்கியமான பிரச்சினைக்கு வந்திருந்ததால் வாங்க முடியாததற்கான காரணத்தை - அதில் கொஞ்சமும் உண்மை இருக்கவில்லை - நான் அவர்களுக்கு விளக்கினேன். ஒரு மேம்போக்கான உறுதியற்ற காரணத்தை, தின்பண்டாரக் கடையில் வறுவல் பாக்கெட்டே இல்லை என்பதாகக் கூறினேன். ஆனால் மேம்போக்கான தெளிவற்ற காரணங்களால் அவர்களைத் திருப்திப்படுத்த முடியாதென்பதும் தெரியும். இவ்விஷயத்தைச் சீக்கிரம் முடிப்பதற்காகவும் நான் பொய் சொல்வதிலுள்ள அறமின்மை குறித்து அவர்கள் ஏதேனும் சொல்வதைத் தவிர்ப்பதற்காகவும், சமையலறையில் இருக்கிற எதை

வேண்டுமானாலும் அவர்கள் உண்டு கொள்ளலாம் - சமையலறை அலமாரியில் அட்டகாசமான தின்பண்டங்கள் இருக்கும் என்கிற நம்பிக்கையில் - எனக் கூறினேன். அதன்பிறகு, மருந்துக்காரியின் சகோதரியும் மூன்றாவது அண்ணனும் ஒரு வகையில் மீண்டும் ஒன்றிணைந்து விட்டார்கள் என அறிவித்து இந்த வறுவல் விஷயத்தை முடிவுக்குக் கொணர்ந்தேன்.

அது ஒரு சரியான திட்டமாக, அறிவார்ந்த திசைதிருப்பலாக இருந்தது. குட்டித்தங்கைகள் மருந்துக்காரியின் சகோதரியை பெரிதும் நேசித்தனர். அவர்கள் எந்த அளவிற்கு அவளை விரும்பினார்கள் எனில் அவள் மூன்றாவது அண்ணனுடன் காதலில் இருந்த காலத்தில் எப்போது இவர்கள் அவளைச் சந்திக்க நேர்ந்தாலும் ஓடிச்சென்று குதித்து அவள்மீது தாவி அவளது கைகளிலும் கழுத்திலும் தொங்கிக் கட்டிப்பிடித்துச் சிரித்து அவளாலும் கட்டிக் கொள்ளப்படுவார்கள். எனவே மூன்றாவது அண்ணன் அவளைத் தூக்கி எறிந்தபோது இவர்களும் மனமுடைந்து கிட்டத்தட்ட ஓராண்டாக மூன்றாவது அண்ணனைத் தங்களது கிறிஸ்துமஸ் பட்டியலிலிருந்து நீக்கியிருந்தனர். ஒன்பது மாதங்கள் மூன்று வாரங்கள் மற்றும் கிறிஸ்துமஸ் தினம் துவங்குவதற்கு அரை நாள் முன்பு வரை அவனது பெயரை அடித்து வைத்திருந்த அவர்கள் பிறகு கோபம் குறைந்து மீண்டும் அவனைச் சேர்த்துக் கொண்டனர். செவ்வாய்க் கிழமைகளில் இவர்களை அம்மாவுடன் சேர்ந்து அவன் வெளியில் அழைத்துச் சென்று ராட்டினங்களிலும் கொண்டாட்டங்களிலும் மகிழ்வடையச் செய்த நாட்களும் இந்தக் காலத்தில் அடங்கும். ஆனால் தன் மீது எவ்வளவு பெரிய குற்றச்சாட்டு இருக்கிறது, தான் எந்த அளவிற்கு மன்னிக்கப்படாமல் இருக்கிறோம், கிறிஸ்துமஸ் காலத்தில் தங்கைகளிடமிருந்து பரிசாகப் பெற வேண்டிய பனிமான் வாழ்த்து அட்டையை, ஆண்கள் காலுறையை, காலணி நாடாக்களை, கயிறு இணைக்கப்பட்ட ஆண்கள் சோப்புகளை இழந்திருக்கிறோம் என்பதன் தீவிரம் தெரியாமலே இருந்திருக்கிறான் அவன். இப்போது அவர்கள் இணைந்து விட்டார்கள் என்னும் செய்தி தேவையானதைச் செய்துவிட்டது. இது அவர்களுக்கு மிகச்சிறந்த செய்தி. மருந்துக்காரியின் சகோதரி ஒருபோதும் இவர்களது அன்பைக் குறைவாகத் திருப்பித் தந்ததில்லை. கலைக்களஞ்சியத்தின் கண்டுபிடிப்பு, ஃபீரோ தீவில் எழும் சூறாவளிகள், இசைக்குறிப்புகள், சீனாவின் மாகாணங்கள், வெளி உலகம், பருண்ம அறிவியலின் கருதுகோள்களும் தரவுகளும், ச்யாத் யாரோ (Ca'd'Oro) வின் முற்றத்தில் நிகழ்ந்த கலாச்சாரச் சீரழிவு என

இந்த மூன்று சிறுமிகளும் ஆர்வம் கொண்டிருந்த உரையாடல்களில் அவ்வளவு ஆழ்ந்த பங்கு கொண்ட வேறு யாரையுமே நான் கண்டதில்லை. மருந்துக்காரியின் சகோதரி அவ்வளவு ஈடுபாடு கொண்டிருந்தாள். குட்டித்தங்கைகளிடம் அவள் மகிழ்ச்சியாக இருந்தாள், அவர்கள் கூறுவதைக் கவனித்தாள், அவர்களுக்கு ஊக்கமளித்தாள், அவர்கள் கூறுவதைப் பொருட்படுத்தினாள், அவர்கள் கத்தை கத்தையாக எழுதிக் குவித்திருந்தவற்றை வாசித்தாள், பொருள்பொதிந்த கேள்விகளைக் கேட்டாள். இவை அனைத்தும் அவர்களை மகிழ்ச்சிப்படுத்தின. எனவே அவர்கள் இருவரும் இணைந்து விட்டதாகக் கேள்விப்பட்டதும் இவர்கள் கொண்டாட்டத்தில் மூழ்கினர், வறுவல் பற்றிய கேள்விகளிலிருந்து மாறி மருந்துக்காரியின் சகோதரி மற்றும் மூன்றாவது அண்ணன் பற்றிக் கேட்க ஆரம்பித்தனர். விஷம் அவளை எவ்வளவு மோசமாகச் சிதைத்திருந்தது என்பது பற்றியோ தாங்கள் நேசித்த அன்பான பெண் இப்போதும் கூட எவ்வளவு ஆபத்தான நிலையில் இருக்கிறாள் என்பது பற்றியோ, நானும் மூன்றாவது அண்ணனும் முதலில் அறிந்திராதது போலவே, இவர்களும் அறிந்திருக்கவில்லை. விஷத்தின் தீவிரத்தை அவர்கள் உணர்ந்திருக்கவில்லை. அவள் தற்போது மரணத்தின் வாசலில் இருப்பதையும், மூன்றாவது அண்ணனோடு இப்போது அவள் விஷத்திற்கான சிகிச்சைக்காக மருத்துவமனைக்குச் சென்றிருக்கிறாள் என்பதையும் அவர்களிடம் விளக்காமல் தவிர்த்து விட்டேன் நான். அதற்குப் பதிலாக, அவர்கள் சீக்கிரமே அவளைப் பார்த்து அவளுடன் ஒன்று சேர்ந்து விட முடியும் என்று கூறினேன். அதன் பிறகு சமையலறையில் இருக்கிற எந்தப் பொருளை வேண்டுமானாலும் வைத்து அவர்களுக்கு இரவுணவு தயாரித்துக் கொள்ளலாம் என்றும் அதன்பிறகு வெகு நேரம் வரை அவர்கள் வெளியில் விளையாடலாம் என்றும் இரவு உறங்கும் முன்னே சிறப்புப் பரிசாக அவர்களுக்கு மிகப் பிடித்த இருபதாம் நூற்றாண்டு ஹார்டியை நான் வாசிப்பேன் என்றும் கூறினேன். இது அவர்களுக்கு திருப்தியளிப்பதாக இருந்தது. அப்படியாக நாங்கள் ஒரு நிலைக்கு வந்து குட்டித்தங்கைகள் ஸ்மார்ட்டிஸ் மிட்டாய்களையும், ஃபார்லே வர்க்கிகளையும், வேகவைத்த முட்டைகளையும், 'எளிதாகப் பிழியப்பட்ட புதினா' என்றழைக்கப்பட்ட ஒன்றையும், வேறுபல நொறுக்குத் தீனிகளையும் தேர்ந்தெடுக்க, அந்த மாலையில் மூன்றாவது முறையாகவும், ஒட்டுமொத்தமாக நான்காவது முறையாகவும் ஒப்பந்தங்களற்ற ஆண் நண்பன் தொலைபேசியில் அழைத்தான்.

தொலைபேசி அழைப்பிற்கு நான் பதிலளித்ததும் சமையலறைக்குள் குட்டித்தங்கைகள் சென்றதால், 'சரி, போய் சாப்பிடுங்கள் அவற்றை' எனக் கத்தினேன். ஒப்பந்தங்களற்ற ஆண் நண்பன், 'இது நீயேதான்' என்று கூறியதும் மீண்டும் தொலைபேசியின் வாய்ப் பகுதியை மூடிய நான், "உள்ளே போய் கதவைச் சாத்திக் கொள்ளுங்கள். நான் இங்கே பேசுவதைக் கேட்காதீர்கள்" என மேலும் கத்தினேன். இதுதான் ஒப்பந்தங்களற்ற ஆண் நண்பனுடன் - அல்லது எந்த ஒப்பந்தங்களற்ற ஆண் நண்பனுடனும் நான் தொலைபேசியில் பேசுவது முதல் முறை என்பதால் அடிபணிய வைக்கப்பட்டது போல உணர்ந்தேன், எனவே யாரும் நான் பேசுவதை - இப்போது குட்டித்தங்கைகள் – ஒட்டுக் கேட்பதை நான் விரும்பவில்லை. அரசப் பாதுகாப்புப் படையின் மின் கண்காணிப்புகள் இருந்தனதான், ஆனால் ஒருவேளை இப்போது அவர்கள் ஒட்டுக்கேட்டால் - அப்படி யாரும் கேட்பது போல் தெரியவில்லை - நான் ஒப்பந்தங்களற்ற ஆண் நண்பனுடன் பேசுகிறேன் என்பதைத் தவிர, அவர்களுக்கு முக்கியமான எதுவும் இதில் இல்லை. எனவே, பின்புறம் அமர்ந்து நொறுக்குத் தீனிகளை உண்டுவிட்டு பின்புறமாகவே விளையாடச் செல்லுமாறு குட்டி தங்கைகளிடம் மீண்டும் கத்திய நான், படியில் அமர்ந்து, தொலைபேசியின் வாய்ப்பகுதியில் இருந்து கையை எடுத்துவிட்டு, மீண்டும் என் காதில் அதனைச் சரியாகப் பொருத்தி, "ஒப்பந்தங்களற்ற ஆண் நண்பா" என்றேன். தொலைபேசியில் பேசுவது விநோதமாக இருந்தாலும், அழைத்தது அவன் என்பது எனக்கு மகிழ்ச்சியாக, மிக மகிழ்ச்சியாக இருந்தது. இதுவரை வெறும் எட்டு முறை, ஏழு, ஆறு முறை மட்டும்தான் நான் அதில் பேசியிருக்கிறேன். "வறுவல்களை வாங்குவதற்கு நீ நீண்ட நேரம் எடுத்துக்கொண்டாய் ஒப்பந்தங்களற்ற பெண் தோழி", என்றான் ஒப்பந்தங்களற்ற ஆண் நண்பன். அவனது குரல் அவனைப் போலவே ஒலித்தது. அதாவது இனிமையாக, அதாவது ஆண்மையாக, அதாவது அன்பார்ந்ததாக. வறுவல்களைப் பற்றிக் கிண்டல் செய்து கொண்டிருக்கிறான் அவன், முதலில் அதைக் கிண்டல் என்றுதான் நினைத்தேன் நான். அவ்வாறாக அந்தத் தொலைபேசி உரையாடல் நன்றாக ஆரம்பித்தாலும், இறுதியில், என் அம்மா அவனைத் தீவிரவாதி என்றழைத்ததையும், அவன் இன்னமும் கூடுதல் கண்காணிப்பிற்குள் வந்துவிட்டதையும், - ஆனால் அது சூப்பர் சார்ஜர் மற்றும் கொடி பற்றிய வதந்திகளால் மட்டுமல்ல, அவனைப்பற்றி, அவனது ஊரில் புதிய வதந்தி ஒன்று பரவி வருவதாகவும் அதற்கு இங்கே எனது ஊரில் இருக்கிற

நான்தான் பொறுப்பென அவன் கருதுவதாகவும் கூறியதையும் தொடர்ந்து அவனது "நீண்ட நேரம் எடுத்துக் கொண்டாய்" என்ற வார்த்தைகளை நான் மீண்டும் யோசித்துப் புரிந்து கொள்ள முயன்ற போது, அன்பான கிண்டல் நிறைந்த துவக்கம் அல்ல அது என்பது தெரிந்தது. சீக்கிரத்திலேயே, அது என் மீதான தாக்குதல் என்பதை நான் புரிந்து கொண்டேன்.

என்ன நடந்தது என விசாரித்தான் அவன் நான் ஏன் எனது செவ்வாய்க் கிழமைகளையும், வெள்ளி இரவில் துவங்கி நீள்கிற சனிக்கிழமைகளையும், சனிக்கிழமையோடு சேர்ந்து கொள்கிற ஞாயிற்றுக்கிழமைகளையும் தவிர்த்தேன் என வினவினான். ஏனென்றால் எப்போதாவது சந்தித்துக் கொள்கிற வியாழன் இரவுகளை நான் தவிர்ப்பதைத் தவிர, வேறு எந்தச் சந்திப்பையுமே இந்தக் கிட்டத்தட்ட ஓராண்டில் நாங்கள் இருவருமே தவிர்த்ததில்லையே. திடீரென ஏதோ நிகழ்ந்துவிட்டதெனவும் நான் இங்கேயே இருந்து வீட்டையும் குட்டித்தங்கைகளையும் பார்த்துக் கொள்ள வேண்டியதாகிவிட்டதெனவும் கூறினேன். உண்மையான ஆயர் சுடப்பட்டதையோ, உண்மையான ஆயர் சுடப்பட்டதால் அம்மா தனது சுயரூபத்திற்கு மாறிக்கொண்டிருக்கிறாள் என்பதையோ, அல்லது எனக்கு விஷமூட்டப்பட்டதையோ, மருந்துக்காரி கொல்லப்பட்டதையோ, அல்லது ஆயன் என் மீதான ஆக்கிரமிப்பைத் தீவிரமாக்கிக் கொண்டே செல்வதைப் பற்றியோ, நிச்சயமாக ஆயனைப் பற்றியோ நான் அவனிடம் எதுவும் சொல்லவில்லை. அதுமட்டுமின்றி சமூகம் என்னைப்பற்றிப் பின்னுகிற வதந்திகளைப் பற்றியோ, அவன் உதறித் தள்ள முயன்றாலும் கார் குண்டு வெடிப்பு விவகாரம் எங்கள் இருவருக்குமிடையே இன்னமும் ஒரு பிரச்சினையாக இருப்பதைப் பற்றியுமோ கூட நான் அவனிடம் சொல்லவில்லை. இன்று நொறுக்குத் தீனிக் கடையில் எதிர்கொண்ட அனுபவமும் கூட இருக்கிறதுதான். *"இந்தா, இந்த வறுவல்களை எடுத்துக்கொள். ஆனால் இத்தோடு இது முடிந்துவிடுமென நினைக்காதே வேசியே"* என்னும் தொனி கொண்டிருந்த அதைப்பற்றியும் கூட நான் அவனிடம் சொல்லவில்லை. இவற்றையெல்லாம் நான் பகிர்ந்து கொள்ளாதது பிடிவாதத்தினால் அல்ல. இருந்தாலும், என்னுடைய பிரச்சினைகள் - ஒருவேளை அவன் ஏற்றுக்கொண்டால் - அவனுடைய பிரச்சினைகளும்தான் என்று நான் ஒப்பந்தங்களற்ற ஆண் நண்பனிடம் சொல்லலாம் என்றுகூடத் தோன்ற ஆரம்பித்திருந்தது. ஆனாலும் கூட நான் தயங்கினேன். சரி, நான் சொல்லியிருந்தால் என்ன ஆகும்? நான்

சொன்னால் என்ன ஆகும்? நான் எல்லாவற்றையும் எப்படியோ சொல்லி முடித்ததும், அவன் கார் குண்டு விஷயத்தைப் போலவே இவற்றையும் உதறித் தள்ளி விட்டால் என்ன செய்வது? எனவே என் வாழ்வின் இந்தப் புள்ளியில், அவன் எனது விவகாரங்களை அலட்சியம் செய்வதால் என்னில் ஏற்படுகிற பாதிப்பானது அவற்றைச் சொல்லாமலே விடுவதால் ஏற்படுகிற பாதிப்பை விடக் குறைவாக இருக்கும் என்பதாக நான் முடிவு செய்து கொண்டேன். ஆயனாலும் சமூகத்தாலும் குழப்பமடைந்து நான் உணர்வற்றுப் போயிருந்தாலும், எனக்கும் ஒப்பந்தங்களற்ற ஆண் நண்பனுக்குமிடையேயான உறவின் நிலையற்ற தன்மையாலும், எனது கடந்த காலத்தை தொடர்ந்து உற்றுப் பார்த்ததில் நான் எந்த நல்ல வாய்ப்புகளையும் தவறவிட்டதாகத் தோன்றவில்லை என்பதாலும் நான் மேற்கண்ட முடிவுக்கு வந்திருந்தேன். இப்போதும்கூட, நான் அவற்றை மறைத்துத்தான் நடந்து கொள்ள வேண்டும் என எண்ணியவாறு நான் அவற்றை மறைத்தேன். ஆனால் ஒப்பந்தங்களற்ற ஆண் நண்பன், "அப்படி என்ன நேர்ந்துவிட்டது ஒப்பந்தங்களற்ற பெண்ணே, என்னவாகிவிட்டது?" என வினவினான். ஒரு கணம் அதிர்ச்சியடைந்த பிறகு, எதையும் சொல்லாமல் இருப்பதற்கு நீண்ட காலங்களாக நான் வைத்திருக்கிற காரணங்களனைத்தையும் மீறி என் வாயிலிருந்து எல்லா வார்த்தைகளும் வந்திருந்தன. அம்மாவின் நண்பர் சுடப்பட்டதைப்பற்றி, அதனால் அம்மா இப்போது பெரும்பாலும் மருத்துவமனையிலேயே இருப்பதைப் பற்றி - அப்போது இடைப்பட்ட ஒப்பந்தங்களற்ற ஆண் நண்பன் அவன் வரத் தயாராய் இருக்கிறான் என்றும் அவன் வரட்டுமா? என்றும் வினவினான். நான் அப்படியே தொடர்ந்து நான் சொல்ல விரும்பியதை, மனதிலிருப்பதைச் - அதாவது ஆமாம் - சொல்லி விட வேண்டுமென்றுதான் நினைத்தேன். அவன் வரவேண்டும். அவன் இங்கே இருக்க வேண்டும். திருமணம், குழந்தைகள் பற்றிய அம்மாவின் கேள்விகளோ ஆயனாய் இருப்பதாக இவனை அவள் குற்றப்படுத்துவதோ இல்லாமல் அவன் இங்கே இருக்கலாம். அப்படியே அம்மா இங்கே இருந்தாலும், தன்னுடைய இதயப்பூர்வமான பிரச்சினையால் அவள் தீவிரமாகத் திசைதிருப்பப் பட்டிருந்ததால், அவன் இதே அறையில் இருப்பதைக் கூட அவள் கவனிக்காமல் போகக்கூடும். எனவே இப்போது என்னைத் தடுப்பதோ தயங்கச் செய்வதோ ஒப்பந்தங்களற்ற ஆண் நண்பனை மறுக்கச் செய்வதோ அவளைப் பற்றிய சிந்தனைகள் அல்ல. அது என்னவென்றால் - ஒருவேளை அவன் இங்கே வந்து

எல்லாவற்றையும் கேள்விப்பட நேர்ந்தால் என்ன செய்வது? தன் முன்னாள் காதலனின் ஈமச் சடங்கன்று எங்கள் அம்மாவின் வீட்டில் முன்னறையில் அமைதியாக அமர்ந்திருந்த மூத்த அக்காவின் அருகில் நானும் அமர்ந்திருக்கிற பிம்பம் மனதில் தோன்றியதெனக்கு. நான் ஏற்கனவே என்னவாக இருக்கிறேனென வதந்திகள் கூறுகின்றனவோ அதே நபராக என்னை நான் உண்மையிலும் ஆக்கிக்கொள்ளத் தள்ளப்படுவேன் என்பது நம்ப முடியாததாக இருந்தது, சமூகத்திலிருந்த சமீபத்திய வதந்தியைப் பொருத்தவரை இதோடு கிட்டத்தட்ட இரண்டு மாதங்களாக நான் ஆயனுடன் உறவிலிருக்கிறேன். எனவே இப்போது அவனை ஏமாற்றுவதற்கான காலம் வந்துவிட்டதால் நகருக்கு மறுபுறம் இருக்கிற இளம் வயது ஆர்வக்கோளாறு கார் பழுதுபார்ப்பவனுடன், அவனது முதுகுக்கு பின்னே உறவு வைத்துக்கொள்ளத் தொடங்கியிருக்கிறேன். இந்தப் புதிய வதந்தியின் காரணமாக, அவனிடம் மனதில் தோன்றிய உண்மையை அப்படியே சொல்லத் தயங்கினேன் நான். ஏற்கனவே கொஞ்சத்தைச் சொல்லிவிட்டதால் - என்னைப் பற்றியதல்லாத, அம்மாவையும் நிஜ ஆயரையும் பற்றிய சுலபமான விஷயங்களை - இப்போது மீதி இருக்கிற எல்லாவற்றையும் ஒப்பந்தங்களற்ற ஆண் நண்பனிடம் சொல்லிவிடலாம் என நான் முடிவு செய்தேன். ஆனால் நான் அதைச் செய்வதற்கு முன்பே எனது தயக்கத்தைத் தவறாகப் புரிந்து கொண்ட ஒப்பந்தங்களற்ற ஆண் நண்பன் நான் அவன் வருவதை விரும்பவில்லை எனவும், அழைத்துச் செல்லவோ, வீட்டில் விடவோ, எனது ஊரில் நேரம் செலவழிக்கவோ அவன் வருவதை ஒருபோதும் நான் விரும்பியதில்லை எனவும் ஆத்திரமாய்க் கத்தினான். சூப்பர் சார்ஜரையும் அவனையும் பற்றி நிலவி வந்த வதந்திகளால்தான் நான் அவனுடன் காணப்படுவதை அவமானமாகக் கருதியதாக முதலில் அவன் நினைத்தான் என்றும், வதந்திகளைக் கேட்டுக் கேட்டு நானும் அவனைத் துப்புக்கொடுப்பவன் என நம்பத் தொடங்கியிருக்கக்கூடும் எனக் கருதியதாகவும் கூறினான். ஆனால் நகருக்கு மறுபுறமிருக்கிற அவனுடைய ஊரில் கூட இப்போது அவன் குறித்து ஒரு புதிய வதந்தி நிலவுவதாகக் கூறினான் - அதாவது ஒரு கிளர்ச்சியாளனின் பெண் தோழியின் அன்பைப் பெறுவதற்கான போட்டியில் அவன் இறங்கத் துணிந்திருக்கிறான் என்பதே அது. “அந்தக் கிளர்ச்சியாளன், ஆயனாகிய அந்தக் கிளர்ச்சியாளன். சரி ஒப்பந்தங்களற்ற பெண் தோழி அதைப்பற்றி நீ என்ன சொல்ல விரும்புகிறாய்?” என வினவினான் ஒப்பந்தங்களற்ற ஆண் நண்பன்.

உடனடியாக அந்தப் பதட்டம் மீண்டும் தோன்றியது - எங்கள் இருவரைப் பற்றியும் அவரவர் பகுதியில் நிலவிவந்த வதந்திகளின் காரணமாக எங்கள் இருவருக்கிடையே அதிகரித்துவந்த அந்தப் பதட்டம். ‘அவனைப்பற்றி அவமானமாகக் கருதியதால் நான் அவனை இங்கே அழைக்கவில்லை’ என்பதிலிருந்து மாறி ‘ஆயனுடன் தொடர்பில் இருப்பதால் நான் அவனை அழைக்கவில்லை’ என்பதாக அவன் அதைக் கருத ஆரம்பித்ததிலும், “அம்மா திருமணம் பற்றியும் குழந்தைகள் பற்றியும் நச்சரிப்பாள் என்பதற்காக நான் அவனைத் தவிர்த்தேன்” என்பதிலிருந்து மாறி “ஆயன் அவனைக் கொன்றுவிட்டால் என்ன செய்வது என்பதற்காக நான் அவனைச் சந்திக்கவில்லை” என்பதாக நான் அதைக் காண ஆரம்பித்ததுமாக எங்கள் இருவரின் பகுதியிலும் நிலவிய வதந்திகள் ஒன்றோடொன்று கலக்கத் தொடங்கிவிட்டதாகத் தோன்றியது. வெளிப்படையாகப் பேசுவதைப் பொருத்தவரை, அப்படிப் பேசுவதால் எந்த நன்மையும் விளையப் போவதில்லை என முடிவு செய்தேன் நான், பார்த்தீர்கள்தானே, நான் சொல்லத் தொடங்கும் போதே அவன் அது குறித்துச் சண்டையிட ஆரம்பித்து விட்டான். எனவே பதில் சொல்வதற்குப் பதிலாக - அவனும் எல்லோரையும் போலவே குற்றம் சொல்லி ஆரம்பிக்கும் போது நான் எதற்காகப் பதில் சொல்ல வேண்டும்? - நான் பின்வாங்கி, அமைதியாகி, காயமடைந்து, கோபமடைந்த அந்தச் சமயத்தில்தான் அந்த வெறுப்பு மீண்டும் மேலெழுந்தது. ஐயோ வேண்டாம் என எண்ணினேன் நான். அதிலும் குறிப்பாக இந்த வெறுப்பு வேண்டாம், அதுவும் ஒப்பந்தங்களற்ற ஆண் நண்பனிடம் வேண்டாம். ஆனால், ஆம், நொடிகளுக்குள்ளாக ஒப்பந்தங்களற்ற ஆண் நண்பன் மாறத் தொடங்கிவிட்டான். உடனடியாக அவன் வசீகரம் குறைந்தவனாக, அவனைப் போலவே இல்லாதவனாக மாறிவிட்டான். பிறகு வசீகரமே இல்லாதவனாக அவன் அவனே இல்லை என்பதாக, பதிலாக இன்னும் இன்னும் ஆயனைப் போல. அடுத்து எனக்கு நடுக்கங்கள் தோன்றின - ஒப்பந்தங்களற்ற ஆண் நண்பனுடன் இது எனக்குத் தோன்றுவது இதுதான் முதல் முறை. பிறகு, ஒரு நிமிடம் இருங்கள் எனத் தோன்றியது எனக்கு. எனது எண் அவனுக்கு எப்படிக் கிடைத்தது? என்னுடைய எண்ணைப் பெறுவதற்காக அவன் என்ன விதமான ரகசிய, ஒற்றறிதல், வன்தொடரல் காரியங்களைச் செய்தான்? “உனக்கு என் எண் எப்படிக் கிடைத்தது?” எனக் கடுமையாகக் கேட்டவுடனே என்னுள்ளிருந்த அந்த வெறுப்பு தணியத் தொடங்கிவிட்டது; அவன் யார் என்பது மீண்டும் நினைவுக்கு வந்தது.

அற்பமானவள் நீ என எனக்கு நானே சொல்லிக் கொண்டேன். அவனுக்கு அது எப்படிக் கிடைத்தது என்பதில் என்ன இருக்கிறது? அவனிடம் என் எண் இருக்கக்கூடாது என நான் நினைக்கவில்லை, ஒப்பிட்டு நோக்கினால் அவனிடம் என் எண் இருப்பதைத்தான் விரும்பினேன். அவனால் அழைக்கப்படுவதற்காக அல்ல. அவன் என் எண்ணை வைத்திருப்பதும் வைத்திருக்க வேண்டும் என நினைப்பதும் ஒருவகை நெருக்கத்தை அதிகரிக்கிற, நம்பிக்கையின் அறிகுறிதான் என என் மனம் எண்ணியது. ஆனால் அவன் எனது கேள்வியை கோபத்தின் வெளிப்பாடாக - நான் கேட்டபோது அது துரதிஷ்டவசமாக அப்படித்தான் இருந்தது - அப்படியே எடுத்துக் கொண்டான். "தொலைபேசிப் புத்தகத்திலிருந்து எடுத்தேன் ஒப்பந்தங்களற்ற பெண் தோழி" என வெடுக்கெனப் பதிலளித்தான் அவன். முன்பெல்லாம் இப்படி வெடுக்கெனப் பதிலளிப்பது ஒப்பந்தங்களற்ற ஆண் நண்பனது பழக்கமாக இருந்ததில்லை. "எந்தத் தொலைபேசிப் புத்தகம்?" என்றேன் நான். "கஷ்டகாலம் தெய்வமே! இருபதாம் நூற்றாண்டு தொலைபேசிப் புத்தகங்கள் கூட உன் பட்டியலிலிருந்து விலக்கப்பட்டுவிட்டனவா?" என்றான். எனது வாசிப்பு ரசனை பற்றி முதன்முறையாக ஏளனம் செய்கிறான் அவன். என்றால், அவனும்தான் என நினைத்தேன் நான். எனது சொந்த ஒப்பந்தங்களற்ற ஆண் நண்பன் கூட என்னைக் கேலி செய்கிறவன்தான். அவனும்தான் என்னைத் தாக்கி விட்டான். "உனது பகுதியைச் சேர்ந்தவர்களில் உன்னுடைய குடும்பப் பெயரைக் கொண்டிருந்த சிலருக்கு நான் அழைத்துப் பார்த்தேன். ஏனென்றால் ஒப்பந்தங்களற்ற பெண் தோழியே நீ ஒருபோதும் எனக்கு உன் முகவரியைத் தந்ததே இல்லை, பார்த்தாயா?" என அவன் கூறிய போது அவனது குரலில் கசப்பு - மிகத் துல்லியமான கசப்பு – வழிந்தோடியது. "இறுதியாக, சில தவறான எண்களை அழைத்த பிறகு, நான் அழைத்த எண்ணில் ஒரு பெண் பேசினாள். அது உன் அம்மாதான்" என்றது அந்தக் கசப்பு.

இப்போது அதன் தொனி உறைந்து போய் இருந்தது. மனக்கசப்பின் சாயைபடிந்த, அதிருப்தியடைந்த என விவரிக்கும்படியான உறைந்து போன குரல். தான் இங்கே வருவதைப் பற்றி எதுவும் சொல்லாத அவன் தொடர்ந்து ஆயன் பற்றிய விஷயத்தினையே பேசினான். "ஒப்பந்தங்களற்ற பெண் தோழியே, என்னைப் பற்றியும் இந்தக் கிளர்ச்சிக்காரனைப் பற்றியும் நீ உன் அம்மாவிடம் என்ன சொல்லி வைத்திருக்கிறாய்" என்றான். "எதுவுமில்லை" என்றேன் நான். என் அம்மா அப்படித்தான். தானே கதைகளை உருவாக்கிக் கொள்வாள்.

“என்னிடம் வெடிகுண்டுகள் இருந்ததாக அவள் சொன்னாள்” என்றான். “நான் திருமணமானவன் என்றும் கேடுகெட்டவன் என்றும் கூறிய அவள் உன்னிடம் என்னைப் பேச அனுமதிக்காமலேயே அழைப்பைத் துண்டித்து விட்டாள். சொல்லிவிடு, அவளிடம் நீ என்ன சொன்னாய்?” “நான் எதுவுமே சொல்லவில்லை என்று சொன்னேனே நான். அதுதான் அவள். நான் அவளுக்குப் பொறுப்பாக முடியாது. அவள் எப்போதும் அப்படித்தான்.” “நீ நிச்சயமாக எதையோ சொல்லியிருக்கிறாய்” என்றான் அவன். “நான் ஏன் அப்படிச் சொல்லியிருக்கப் போகிறேன்” என்றேன். இப்போது இங்கே நான் மீண்டும் கண்டிப்பை எதிர்கொள்ள வேண்டி வந்தது - அதை எதிர்க்கவும், விளக்கம் தரவும், மற்றவர்களது தவறான புரிதல்களுக்குப் பொறுப்பேற்கவும் வேண்டி வந்தது. அடுத்து அவன் தனது பிரகடனங்களைத் தொடர்ந்தான், நடுத்தர வயதினன் எனக்கூறப்பட்ட மற்றவன், நடுத்தர வயதினன்தான் எனக் கேள்விப்பட்டதாகக் கூறினான். அந்த நடுத்தர வயதினன் - வயதானவன் - நடுத்தர வயதினனாக வேண்டுமானால் இருக்கலாம், ஆனால் இயக்கத்தில் அவனுக்கிருந்த இடம் சாதாரணமானது அல்ல என்பதையும் ஒப்பந்தங்களற்ற ஆண் நண்பன் வலியுறுத்திக் கூறினான். ஓய்வு பெற்ற இந்த வீரப்பிரதாபன் என்னவெல்லாம் செய்திருக்கிறான் என எனக்குத் தெரியுமாவென... “பேச்சை நிறுத்து” என்றேன் நான். “நான் அவனைப் பார்ப்பதில்லை. அவனுடன் எனக்கு எந்தத் தொடர்பும் இல்லை.” “அவனுக்கு என்னைப்பற்றித் தெரியுமா? ஒப்பந்தங்களற்ற பெண் தோழி” என அதைப்பற்றியே பேசினான். என்னால் இதனை நம்பமுடியவில்லை. அவன் விஷயத்தை எடுத்துச் செல்வதைப் பார்த்தால் எனது ஊரிலும் அவனது ஊரிலும் நிலவிய வதந்திகளை கூர்மையாகக் கவனித்து அங்கே வந்து சேர்ந்ததைப்போல இருந்தது. “இதற்கு முன் நாம் இதைப்பற்றிப் பேசியதே இல்லை என்பது எனக்குத் தெரியும். ‘கிட்டத்தட்ட ஓராண்டு ஒப்பந்தங்களற்ற உறவில்’ இருக்கக்கூடிய ஒப்பந்தங்களற்ற ஆணாகவும் ஒப்பந்தங்களற்ற பெண்ணாகவும் இருப்பதால், ஒருவேளை நாம் வேறு யாருடனும் களவுறவு கொள்வது ஒப்புக்கொள்ளக் கூடியதாக இருக்கலாம். - ஆனால் ஒரு கிளர்ச்சியாளனையா ஒப்பந்தங்களற்ற பெண் தோழி - அதுவும் அந்த கிளர்ச்சிக்காரனையா? அந்த வழியில் செல்வது சரியென்றுதான் நீ நினைக்கிறாயா?” இது என்னைக் காயப்படுத்தியது, நாங்கள் இருவரும் ஓராண்டு ஒப்பந்தங்களற்ற உறவில் இருக்கும்போதே நாங்கள் வேறு யாருடனேனும் தொடர்பில் இருப்பதில் தனக்குப்

பிரச்சினை ஒன்றும் இல்லை என்பதாக அவன் பேச்சு தொனித்தது என்னைக் காயப்படுத்தியது. நானே கூட, நாங்கள் இருவரும் பழக ஆரம்பித்த புதிதில், வேறு சில இளைஞர்களிடம் அவர்களில் யாரேனும் ஒருவரை ஒப்பந்தங்களற்ற ஆண் நண்பனாக்கிக் கொள்கிற நோக்கில் பழக முயற்சித்திருக்கிறேன்தான். ஆனால் எனது ஒப்பந்தங்களற்ற ஆண் நண்பன், ஒப்பந்தங்களற்ற ஆண் நண்பனாகிவிட்ட பிறகு அதனை நிறுத்திவிட்டேன். நாங்கள் பகல்களையும் இரவுகளையும் ஒன்றாகக் கழித்து எங்கள் உறவில் முன்னேறிக் கொண்டிருந்தது மட்டுமின்றி, மற்றவர்கள் பின்தங்கியும் விட்டனர். நான் சரியானவள்தானா என மதிப்பிட்டுத் தீர்ப்பு வழங்குகிற ஏராளமான கேள்விகளைக் - சோதிக்கிற, நிரூபணங்கள் கோருகிற, ஒரு பட்டியலாய் நீள்கிற – கேட்டார்கள் அவர்கள். என்னைப் பற்றி அறிந்து கொள்கிற உண்மையான ஆர்வத்தினால் வந்தவை அல்ல அவை. எனவே நான் அவர்களை உடனடியாக மதிப்பிட்டு அவர்கள்தான் எனக்குப் பொருத்தமற்றவர்கள் என்கிற முடிவுக்கு வந்தேன். அதாவது ஒரு ஒப்பந்தங்களற்ற உறவாக அவை கனிவதற்கு முன்பே நான் அவற்றிற்கு முடிவுகட்டியிருந்தேன். ஒப்பந்தங்களற்ற ஆண் நண்பனது வார்த்தைகளைக் கவனத்தில் எடுத்தால் - அதாவது இருவருடன் உறவில் இருப்பது, மூவருடன் உறவில் இருப்பது - அவன் பலருடன் உறவில் இருக்கிறான் என்பதுதான் அதன் பொருளா? நாங்கள் எங்களது ஒப்பந்தங்களற்ற உறவில் இருந்த இந்தக் காலத்திலேயே அவன் வேறு பெண்ணையோ பெண்களையோ தொடர்பில் வைத்திருந்தானா? என்னுடன் படுத்துக் கொண்டிருந்த காலத்திலேயே அவன் அவர்களுடனும் படுத்துக் கொண்டிருந்தானா - அவ்வளவு விசேஷமற்றவளா நான்? என்னைத் தன்னுடன் சிவப்பு விளக்குப் பகுதியில் வந்து குடியேறும்படி கேட்ட பிறகும் கூட, இன்னமும் கூட அவன் அவர்களுடன் - அந்த எண்ணற்ற ஏராளமான பெண்களுடன் தொடர்பில் இருந்தானா?

“…பிறகு அவள் என்னை வெடிகுண்டுகள் வைத்திருப்பதாகக் குற்றப்படுத்திவிட்டு அழைப்பைத் துண்டித்துவிட்டாள்.”

அவன் மீண்டும் அம்மாவைப் பற்றிய பேச்சைத் தொடர்ந்ததில், நான் அவனுக்கும் வேறு பெண்களுக்குமிடையேயான தொடர்பு பற்றிய வலிமிகுந்த விஷயத்திலிருந்து வெளிவந்தேன். “ஆனால் அதற்கு முன்பாகவே, அவள் மதிப்பீட்டில் உயரத்திலிருக்கிற ஒரு ஆணாக நான் இல்லை என்பதை அவள் தெரிவித்திருந்தாள்” என்றான். “அவள் உன்னை வேறு யாரோ என்று நினைத்துக்

கொண்டாள்" என்றேன் நான். "ஆமாம், அதைத்தான் இவ்வளவு நேரமாக நான் சொல்லிக் கொண்டிருக்கிறேன்" என்றான். இதைச் சொல்லும்போது அவனது குரலில் ஏளனமும் திமிரும் தொனித்தது. "இதையே நீ பேசிக் கொண்டிருக்காதே ஒப்பந்தங்களற்ற ஆண் நண்பனே. என் அம்மா ஏராளமான கதைகள் சொல்கிறாள் என்பதோ, எல்லோரும் என்னென்னவோ கதைகள் சொல்கிறார்கள் என்பதோ என்னுடைய தவறு இல்லை. ஆயன் என்று யாருமே இல்லை – சரி, ஒரு ஆயன் இருக்கிறான், ஆனால் எனக்கும்..." "விளக்கமெல்லாம் தேவையில்லை. எனக்கு ஏற்கனவே தெரியும்." சோர்வும், நிராகரிப்பும், என்னால் முடியவில்லை என்னும் தொனியும் கலந்த அந்த "விளக்கமெல்லாம் தேவையில்லை" தான் என்னை மிகவும் உசுப்பேற்றிவிட்டது. எவ்வளவு தைரியமிருந்தால் "விளக்கமெல்லாம் தேவையில்லை" என்று சொல்வான் அவன்? - என்னவோ விளக்கங்களாலும், புரிய வைக்கிற முயற்சிகளாலும் தொடர்ச்சியாக நான் அவனைத் தொந்தரவு செய்வது போலவும், இவ்வளவு நேரம் பலவிதமாக என்னைக் குற்றப்படுத்தி என்னிடமிருந்து விளக்கங்களைக் கொஞ்சம் கொஞ்சமாக வருவித்தது அவனில்லை போலவும் இருக்கிறது அவன் சொல்வது. அப்படியாக அவனது வார்த்தைகள்தான் என்னையும் திருப்பித் தாக்கத் தூண்டின. "இரக்கமற்ற நாட்டின் கறைபடிந்த சூப்பர் சார்ஜரால் உனக்கு ஏற்பட்ட அவமானத்தின் வெறுப்பையெல்லாம் என்மீது காட்டாதே" என்றேன் நான். அது அசிங்கமானது, ரொம்பவும் அசிங்கமானது, இடுப்புக்குக் கீழே தாக்குவது, அருவருப்பானது, இரக்கமின்றி அசிங்கப்படுத்துவது, ஒருபோதும் ஒருவரிடமும் நான் சொல்லியிருக்க வாய்ப்பில்லாதது – 'நீருக்கு மறுபுறம்' இருக்கிற நாட்டின் பெருமிதத்தை முன்னிறுத்தக்கூடிய, இங்கே மறுக்கப்பட்ட ஒரு கொடியை மட்டுமல்ல அந்நாட்டில் பல கொடிகளைத் தன்னோடு இணைத்துள்ள ப்ளோயர் பென்ட்லி சூப்பர் சார்ஜரைத் துப்புக்கொடுக்கிற தன் வீட்டில் வைத்திருக்க வாய்ப்பிருக்கிற, நான் வெறுக்கிற ஒருவனிடம் கூட இப்படிப்பட்ட வார்த்தைகளை நான் சொல்லியிருக்கமாட்டேன். ஒப்பந்தங்களற்ற ஆண் நண்பன் அப்படிப்பட்டவனல்ல என்பது எனக்குத் தெரியும். எனக்கு நேரம் நன்றாயில்லை போலும், ஒப்பந்தங்களற்ற ஆண் நண்பனது நடத்தையும் நான் துணை இராணுவத்தினனுடன் செல்வதான அவனது குற்றச்சாட்டும் என்னைச் சினப்படுத்தியிருந்தன. எனவே பின்னாளில் அதை நினைத்து வருந்தினேன் எனினும் அப்போது அவ்வாறு அவனைத் தாக்க வேண்டியதாயிற்று. ஆனால் அவ்வாறு

கூறியதைக் குறித்து அப்போது நான் வருந்தியிருக்கவில்லை, எனவே நான் மேலும் அதைத் தொடர்ந்தேன். ஆனால் அதைத் தொடர்ந்து நான் அவனைக் குற்றப்படுத்திய பல விஷயங்கள் குறித்து எனக்கு அப்போதே வருத்தம் தோன்றியது. "சமையல்காரா, நீ காஃபிக் கோப்பைகளையும் சூரிய அஸ்தமனத்தையும் விரும்புகிறாய். பெண்கள் கூட அவற்றை விரும்புவதில்லை. நீ மனிதர்களது இடத்தை கார்களைக் கொண்டு நிரப்புகிறாய். குழப்புகிற அறைகளில் பொருட்களை அடைத்து வைத்திருக்கிறாய், லித்வேனிய படங்களைப் பற்றிப் பேசுகிறாய்" என்றேன். "நீ நடக்கும்போது வாசிக்கிறாய். இரு, இன்னும் நான் முடிக்கவில்லை, நீ வாசித்துக் கொண்டே நடப்பது எனக்குப் பிடிக்கும். நான் விநோதமாக எதையும் செய்யவில்லை, யாரும் என்னைக் கவனிக்கவில்லை என நினைத்துக்கொண்டே நீ செய்கிற புரிந்து கொள்ள முடியாத காரியம் ஆகும் அது. ஆனால் அது விநோதமானதுதான் ஒப்பந்தங்களற்ற பெண் தோழி. இயல்பானதே அல்ல. தன்னைக் காத்துக் கொள்கிற வழிமுறையும் அல்ல. அது இறுகிக் கொள்வது, குழப்புவது. குறிப்பாக நம்முடையதை போன்ற ஒரு சூழலில் அது உன்னை ஒரு பிடிவாதமான இரக்கமற்ற ஒருவராகக் காட்டுகிறது. நான் இதைச் சொல்ல விரும்பியிருக்கவில்லை. ஆனால் நீ என்னைக் குற்றப் படுத்துவதால் நானும் உன்னைக் குற்றப்படுத்துகிறேன். உன்னைப் பார்த்தால் நீ உயிரோடிருப்பது போலவே தெரியவில்லை. உன் முகத்தைப் பார்த்தால் அதிலிருக்கிற புலனுறுப்புகள் எல்லாம் மறைந்து கொண்டே செல்வது போலவும், ஏற்கனவே மறைந்து விட்டது போலவும் இருக்கின்றது, அதனால் யாராலுமே உன்னிடம் தொடர்பு கொள்ள முடியவில்லை. எப்போதுமே நீ புரிந்துகொள்ளச் சிரமமானவளாய்த்தான் இருந்து வந்திருக்கிறாய்; ஆனால் இப்போது நீ முற்றிலும் தொலைவாகி விட்டாய். இது மேலும் மேலும் மோசமாகிக் கொண்டே செல்வதற்கு முன் நாம் இதை நிறுத்திக் கொள்ள வேண்டுமென நான் நினைக்கிறேன்" என்றான்.

இவ்வாறாக நாங்கள் ஒருவர் மற்றவரது போதாமைகளைக் குறைசொன்னோம், என்றாலும் கூட நாங்கள் இதை நிறுத்திக் கொள்ளவேண்டும் என அவன் கூறியதை ஒப்புக்கொண்டேன். இவ்வளவு நேர தொலைபேசி வாக்குவாதத்திற்கிடையில் யாரோ இதை ஒட்டுக் கேட்கிறார்களென்கிற சங்கடம் என் மனதில் இருந்து கொண்டே இருந்தது. ஆனால் கடந்த இரண்டு மாதங்களாகவே நான் எங்கே இருந்தாலும், யாருடன் இருந்தாலும் என்ன செய்தாலும் எப்போதுமே யாரோ என்னைக் கண்காணிப்பதாக, நான் பேசுவதைக்

365

கேட்பதாக, என்னைப் பின்தொடர்வதாக, எல்லாவற்றையும் குறித்துக் கொள்வதாக உணர்ந்து கொண்டுதான் இருக்கிறேன். எல்லோருமே அதைச் செய்தார்கள் என்றும், சிலருக்கு அப்படி ஒட்டுக் கேட்பதுதான் வாழ்க்கையின் நோக்கமாகவே இருக்கிறது என்றும் மேலும் மேலும் நம்புகிற எல்லையில் இருந்தேன் நான். ஆனால் இது எனது அதீதக் கற்பனையாகக்கூட இருக்கலாம், யாருமே கவனிக்கவில்லை, யாருமே இடையிடவில்லை என்பதாக இருக்கலாம். அடுத்த நாங்கள் இறுக்கமாகச் சம்பிரதாயமாக விடைபெற்றுக் கொண்டோம். அதற்கு முன், சீக்கிரமே நான் அவனைச் சென்று சந்திப்பதாகக் கூறியபோது, அது குறித்து அவனுக்கு அக்கறையில்லை என்பதாக, அவன் என்னை நம்பவில்லை என்பதாக, என்னைப் பார்க்க அவன் விரும்பவில்லை என்பதாகத் தொனிக்கிற முறையில் பதிலளித்தான். இதனைத் தொடர்ந்து ஆளுக்கு ஒருமுறை மட்டும் 'வச்சிடறேன்' என்று கூறி அந்த அழைப்பைத் துண்டித்திருந்தோம். தொலைபேசியை அதனிடத்தில் பொறுத்திவிட்டு அப்படியே நான் படியிலேயே அமர்ந்திருந்தபோது, சற்று நேரத்தில் எனக்குள் ஒரு புதிய ஆவல் ஊற்றெடுப்பதை மீண்டும் உணர்ந்தேன். எல்லா சுயபச்சாதாபத்தையும் விட்டுவிட்டு ஒப்பந்தங்களற்ற ஆண் நண்பனிடம் செல்லுமாறு அது என்னிடம் கூறியது. எனக்கு ஒப்பந்தங்களற்ற ஆண் நண்பனைப் பிடிக்கும் என்பதையும் ஒப்பந்தங்களற்ற ஆண் நண்பன்தான் எனது முதல் சூரிய அஸ்தமனம் என்பதையும் நான் கலவி கொண்டிருக்கிற ஒரே ஒருவன் அவன்தான் என்பதையும் ஆயன் அவனைக் கொல்வதாக அச்சுறுத்தும் முன்புவரை வாரத்தில் குறைந்தது மூன்று இரவுகளேனும் நான் அவனுடன் தங்கியிருக்கிறேன் என்பதையும் அதன் பிறகுதான் நான் அதை இரண்டு இரவுகளாகக் குறைத்தேன் என்பதையும் இப்படித் தங்குகிற பழக்கமும் கூட அவனுக்கு முன்பு வேறு யாருடனும் இருந்ததில்லை என்பதையும் எனக்கு நினைவூட்டியது. நாங்கள் முறையான இணையாக இல்லாமல் ஒப்பந்தங்களற்ற உறவில் இருந்தோம் என்பதையும், அந்த ஒப்பந்தங்களற்ற உறவை அடுத்த கட்டத்திற்கு எடுத்துச் செல்ல இருவரில் ஒருவர் முயல்கிற ஒவ்வொருமுறையும் எங்களுக்கு மறதி ஏற்பட்டதையும் தாண்டி நான் அவனிடம் செல்ல வேண்டும், இப்போதே செல்ல வேண்டும். நாங்கள் கொண்டிருந்த தவறான புரிதல்களைப் பற்றி முகத்திற்கு நேராகச் சென்று விளக்கி இந்தக் குழப்பத்தையெல்லாம் சரி செய்ய வேண்டும் என்று எனது அந்த ஆவல் கூறியது. மீண்டும் சண்டையில் இறங்காமல் அவன் இதற்கு

என்னை அனுமதித்தால், நான் எல்லாவற்றையும் சொல்லிய பிறகு அவன் தன்னுடைய பகுதியில் நிலவுகிற சூப்பர் சார்ஜர் வதந்தியையும் துப்புக் கொடுக்கிற வதந்தியையும் சமீபமாகக் கிளர்ச்சியாளனின் பெண் தோழியுடன் தொடர்பிலிருப்பதாக ஆரம்பித்திருக்கிற பேச்சுகளையும் பற்றி என்னிடம் கூறுவான். அது எப்படிச் செல்கிறது என்பதைப் பொறுத்து, அதற்குப்பிறகு அவன் என்னைத் தன் காரில் திரும்ப அழைத்து வரலாம். ஊருக்கு வெளியே வழக்கமாக விடுகிற எல்லைப் பகுதியில் அல்லாமல் ஊருக்குள் நேராக எனது வீட்டிற்கே அவன் என்னை அழைத்து வரலாம். இதனால் ஆயன் அவனைக் கொல்ல நேர்வது குறித்து அவனுக்குப் பிரச்சினை எதுவும் இல்லை என்றால் வீட்டிற்குள் வந்து, கொஞ்ச நேரம், இரவு முழுவதும் கூட தங்கலாம். அவன் சிறுவனல்ல, வளர்ந்த மனிதன். அந்த முடிவை நான் அவனிடமே விட்டுவிடலாம். ஒப்பந்தங்களற்ற ஆண் நண்பன் என்னுடைய ஒப்பந்தங்களற்ற ஆண் நண்பன்; ஆனால் ஆயன் எனது காதலன் அல்ல என்றது எனது உணர்வு. இந்த நம்பிக்கையை நான் உறுதிசெய்து கொண்ட அச்சமயத்தில் அந்த உண்மையானது பிரகாசமாகவும் ஊக்கம் தருவதாகவும் உணரச் செய்தது. அப்போதிருந்த உணர்ச்சிப் பரவசத்தில், என் மனம் சீக்கிரத்திலேயே இந்தப் பிரகாசம் மற்றும் ஊக்கமான மனநிலையிலிருந்து மாறி, விரக்தியும் பலவீனமும் கலந்த ஒரு எல்லையிலிருந்து திடீரென எழுந்த பொருத்தமற்ற உற்சாகம் ததும்பும் மறு எல்லைக்கு ஊசலாடுகிற மனநிலைக்கு மாறக்கூடும் என்பது எனக்குத் தெரிந்திருக்கவில்லை. "இரவு ஆடைகளை அணிந்து கொள்ளுங்கள். உறுதியளித்ததுபோல நான் பிறகு வந்து உங்களுக்கு ஹார்டியை வாசிப்பேன்" எனக் கூறுகிற ஒரு குறிப்பினை குட்டித்தங்கைகளுக்காகக் கிறுக்கி வைத்துவிட்டு, எனது மேற்சட்டையை உடுத்திக் கொண்டு பேருந்து நிறுத்தத்திற்கு விரைந்தேன்.

நான் ஏன் நடக்கவில்லை என்பதற்கு மூன்று காரணங்கள் இருந்தன. ஒன்று: உண்மையில் நான் மிகவும் கட்டுப்படுத்தப்பட்டு போலியாக உற்சாகமூட்டப்பட்டு இருந்தேன் - ஆனால் அதை நான் தீர்வு என்றும் மகிழ்ச்சியுண்டாக்கும் நம்பிக்கை என்றும் எண்ணியிருந்ததால் எவ்வளவு சீக்கிரம் முடியுமோ அவ்வளவு சீக்கிரமாக ஒப்பந்தங்களற்ற ஆண் நண்பனைச் சந்திக்க ஆவலாய் இருந்தேன். இரண்டு: அப்போது கூட - மிகுந்த துள்ளலும் பரவசமும் கொண்டிருந்த அச்சமயத்தில் கூட - எனது கால்கள்

நடப்பதற்குகான - ஓடுவதற்கு அல்ல, வெறுமனே நடப்பதற்கு - முழுமையான சக்தியை இன்னமும் மீட்டெடுத்திருக்கவில்லை. மூன்றாவது என்னவெனில், ஒப்பந்தங்களற்ற ஆண் நண்பனைச் சந்தித்துப் பிரச்சினையைச் சரிசெய்து கொள்ள முடிவெடுத்த பின்பும் கூட, வீட்டை விட்டு வெளியில் சென்று ஆயனை எதிர்கொள்ள நேரிடுவது குறித்து நான் சங்கடமாகத்தான் உணர்ந்தேன். மீண்டும் காட்சியில் அவன் தோன்றுவதன் மூலம் எனது இந்தப் புதிய மலர்ச்சி சோதிக்கப்படவோ, தோற்கடிக்கப்படவோ செய்வதை நான் அப்போது விரும்பியிருக்கவில்லை என்று தோன்றுகிறது - இப்போதும் அது குறித்து எனக்குக் கேள்வி ஒன்றும் இல்லை.

ஒப்பந்தங்களற்ற ஆண் நண்பனது பகுதியில் பேருந்தை விட்டு இறங்கிய நான் அவனது வீட்டை நோக்கிச் செல்லும் சாலையில் திரும்பி நடந்தேன். அங்கே அவனது வீட்டின் பெரிய முன்கதவு உடைந்திருந்தது. அது அடைத்துத்தான் வைக்கப்பட்டிருந்தது, ஆனால் உடைந்திருந்தது. அதற்கு என்ன பொருள்? சப்தமின்றி அதைத் தள்ளிய நான் சிறிய முன்னறைக்குள் நுழைந்தேன். அங்கிருந்து வரவேற்பறைக்குள் நுழைந்த போது அங்கே யாரையும் காணவில்லை, ஆனால் கார் பாகங்கள் வெளியே இழுக்கப்பட்டுச் சிதைந்து ஆங்காங்கே கிடந்தன. ஆனால் தினசரி அவற்றைப் பதுக்குவதற்காக ஒப்பந்தங்களற்ற ஆண் நண்பன் அவற்றை நகர்த்தியது போலவோ, ஒன்றன் மேல் ஒன்றாக அடுக்குவதற்காகக் கலைத்தது போலவோ அது இல்லை; மாறாக, தாறுமாறாகச் சப்தமாக ஏதோ வன்முறை அங்கே நிகழ்ந்திருப்பது போலக் காட்சியளித்தது அவ்விடம். நான் அவனது பெயரைச் சொல்லி அழைக்கவிருந்த அந்நொடியில் சமையலறையிலிருந்து சமையல்காரனின் சப்தம் கேட்டது. வழக்கம்போல தனது கற்பனையான துணைக்குச் சமையல் கட்டளைகளை முனுமுணுத்துக் கொண்டிருந்தான் அவன். “இங்கே, இப்படிச் செய்து பார். அதை விட்டுவிடு. இப்படி, இப்படி. அங்கே, அது சரியாக இருக்கும். நான் இதை ஒன்று சேர்க்கும் வரை இந்தப் பாத்திரம் துடைக்கும் துணியை அங்கே வை. அதன்பிறகு நான் அதைக் கழுவி...” சமையல்காரனிடம் இடைப்பட்டு, வாசற்கதவிற்கு என்ன ஆகிவிட்டதென்றும், ஒப்பந்தங்களற்ற ஆண் நண்பன் எங்கே இருக்கிறான் என்றும் கேட்பதற்காக நான் சமையலறையை நோக்கி நடந்தபோது, சமையல்காரனின் கற்பனை-இணை பதிலுக்கு எதையோ முனகியதால் அப்படியே நின்றுவிட்டேன். அந்தக்குரல் என்ன சொன்னதென்பதை என்னால் புரிந்து கொள்ள முடியவில்லை, ஆனால் அது யாருடையதென்பதை என்னால் அடையாளம்

காண முடிந்தது. அது ஒப்பந்தங்களற்ற ஆண் நண்பனுடையது. வேகமாக உள்ளே நுழைய நான் நகர்ந்தேன், ஆனால் அந்தக்குரலில் இருந்த ஏதோ ஒன்று என்னை எச்சரித்துத் தடுத்து நிறுத்தியது. வரவேற்பறையின் பக்கம் இருக்கிற சமையலறைக் கதவைத் தாண்டி கொஞ்சமும் நகராதபடி என்னை நான் தன்னிச்சையாகவே தடுத்து நிறுத்திக் கொண்டிருந்தேன். ஒப்பந்தங்களற்ற ஆண் நண்பன் என்னென்னவோ சொல்லிக் கொண்டிருந்தான்: "ஒழியட்டும், நாசமாகட்டும், முட்டாள்! பெரிய முட்டாள்! மூடன்! அது வருவதை நான் கவனித்திருக்கவில்லை. நான் என்ன நினைத்துக் கொண்டிருந்தேனெனத் தெரியவில்லை, சமையல்காரா, நான் என்ன செய்து கொண்டிருந்தேன்.. அறிவிலி... அவர்கள் செய்யப்போவதை உணர்ந்திருக்க வேண்டும்..." அமைதியாக இருக்கும்படியும் தலையை வலதுபறம் திருப்பும்படியும் சமையல்காரன் ஒப்பந்தங்களற்ற ஆண் நண்பனைக் கூறுவது அதனைத் தொடர்ந்து கேட்டது. லேசாகத் திறந்திருந்த கதவை மெதுவாக இன்னும் கொஞ்சம் தள்ளித் திறந்த எனக்கு, ஒப்பந்தங்களற்ற ஆண் நண்பன் தன் சாப்பாட்டு மேஜையருகே தனது சாப்பாட்டு நாற்காலிகளில் ஒன்றில் அமர்ந்திருப்பதைக் காண முடிந்தது. அவனது பின்புறம் எனக்கு நேராக லேசாக ஒருக்களித்திருக்க, ஈரம் சொட்டிய பாத்திரம் துடைக்கும் துணியை அவன் தன் கண்களில் வைத்து அழுத்திக் கொண்டிருந்தான், என்னவோ தவறாக நடந்திருக்கிறது. அந்தத் துணியால் அவன் தனது இரண்டு கண்களையும் மூடியிருக்க, அருகில் மேஜையில் அமர்ந்தபடி ஒரு கையில் பஞ்சும் புண்ணிற்குக்கட்டும் மென்துணிகளுமிருக்க, மறு கையால் ஒரு குப்பியிலிருந்து மருந்தினை கொதித்துக் கொண்டிருக்கும் நீரினுள் ஊற்றிக் கொண்டிருந்தான் சமையல்காரன். அதே மேஜையில் குத்தி வைக்கப்பட்டு நேராக நின்று கொண்டிருந்தது சமையல்காரனின் நீளமான சமையலறைக் கத்திகளுள் ஒன்று. அதில் ரத்தம் இருந்தது. எனது உள்ளுணர்வு மீண்டும் என்னைத் தடுத்து நிறுத்தியது. முதல் ஒரு நொடி, அது மனித ரத்தம் என்பதை நான் உணர்ந்திருக்கவில்லை, அது இப்போதுதான் தயாரிக்கப்பட்ட பீட்ரூட் வறுவல் மற்றும் ஆப்பிள் தக்காளியின் கறையாக இருக்கலாம் அல்லது, கொண்டாட்டத்திற்காக தயார் செய்யப்பட்ட சிவப்பு முட்டைகோஸ் மற்றும் சிவப்பு வைன் ஆக இருக்கலாம் அல்லது சிவப்புத் தின்பண்டம் எதிலோ கூடுதலாகப் பட்டுவிட்ட, அதிர்ச்சியூட்டும்படி கூடுதல் கரையாகப் படியவிருக்கிற சிவப்பு வழிகிற பாத்திரமாக இருக்கலாம் என நினைத்தேன், இல்லை. இது ரத்தம். இன்னும் ரத்தம் இருந்தது -

நிறைய ரத்தம் - சமையல்காரனின் சட்டையிலும், தரையில் சிவப்புத் தீற்றல்களும் மேஜையில் செம்பழுப்புக் கரைகளும் இருந்தன. சிறிய துளிகள் ஒப்பந்தங்களற்ற ஆண் நண்பனிடமிருந்து சொட்டிக் கொண்டிருப்பதையும் நான் பிறகுதான் பார்த்தேன். ஆனால் விநோதமாக, மிக வலிமையான ஏதோ ஒன்று தனது அரூபமான கையை எனது தோளில்வைத்து அழுத்திப் பிடித்துக்கொண்டது போல, கட்டளையிட்டதுபோல, எச்சரித்தது போல நான் அதே இடத்திலேயே நின்றுகொண்டிருந்தேன். கொஞ்ச நேரத்திற்கு முன்புதான் முழுக்க முழுக்கப் புத்துணர்வும், உடனடித் தீர்வும் கொண்டு தனது ஒப்பந்தங்களற்ற ஆண் நண்பனை கண்டு வெளிப்படையாக அவனிடம் எல்லாவற்றையும் சொல்லி, அவனிடமிருந்த தடைகளிலிருந்தெல்லாம் அவள் அடைந்து விட்ட விடுதலையைக் குறித்து விவரிக்கும் நோக்குடன் அவனது வீட்டை நோக்கி விரைந்து வந்த ஒரு ஒப்பந்தங்களற்ற பெண் தோழியினுடைய நடவடிக்கைகள் போலவே இல்லை எனது நடவடிக்கை. எவ்வித திகைப்பொலியோ, கூச்சலோ, ஓடிச்சென்று அக்கறையுடன் அவனை மோதி *"என்ன ஆயிற்று? கடவுளே! என்ன ஆனது?"* என்று கேட்கிறதோ நிகழவில்லை. மாறாக நான் அங்கேயே தொடர்ந்து நின்றேன். ஆனால் அந்த அறையில் பாதி உள்ளும் பாதி வெளியிலுமாக நான் நிற்கிறேன் என்பதை சமையல்காரனோ ஒப்பந்தங்களற்ற ஆண் நண்பனோ அறிந்திருக்கவில்லை.

ஒப்பந்தங்களற்ற ஆண் நண்பன் திரும்பவும் எதைப்பற்றியோ ஆரம்பித்தான். "... நாசமாய்ப் போகிறவன். பதுங்கி வந்த கோழைத் தாயோளி. எப்படிப்பட்ட தாயோளி – தாயோளி! தாயோளி! தாயோளி!" இப்போது என்னால் புரிந்து கொள்ள முடிந்தது. "உங்களைக் குறை சொல்லவில்லை, என்றாலும் கூட" என ஆரம்பித்து, இந்த சூப்பர் சார்ஜர்-கொடி பற்றிய வதந்தியை - பின்னால் அது துப்புக்கொடுப்பது பற்றிய வதந்தியாக மாறியிருந்தது – ஆரம்பித்த அந்த அண்டை வீட்டினனைப் பற்றிப் பேசும்போது ஒப்பந்தங்களற்ற ஆண் நண்பன் இதே வார்த்தையை உபயோகித்திருக்கிறான். "நாம் மருத்துவமனைக்குச் செல்வோம் நீண்டகால இணையே" என்றான் சமையல்காரன். "வாய்ப்பே இல்லை. ஏற்கனவே இந்தக் கொடி தந்த புகழே என்னைப் போதுமான பிரச்சினைகளுக்குள் தள்ளிவிட்டது. இப்போது இந்த கிளர்ச்சிக்காரனின் காதல் இணைக்காகப் போட்டியிடுகிற அளவுக்கு ஆண்மையாயிருக்கிறேன் என்கிற பேச்சுகள் வேறு." என்னைத்தான் அவன் காதல் இணை எனக் குறிப்பிட்டான். அது என்னை

அதிர்ச்சிக்குள்ளாக்கியது - ஏனென்றால் அவன் அவ்வார்த்தையை கனிவாகச் சொல்லவில்லை, கடுப்பாக, ஏளனமாகச் சொன்னான். அப்படியென்றால் எங்களுக்கிடையே விஷயங்கள் அவ்வளவு மோசமாகிவிட்டனவா, என் முன்னால் இருப்பது என்னுடைய உண்மையான ஒப்பந்தங்களற்ற ஆண் நண்பன்தானா? ஆனால் பொறு, இவன் இப்போதுதான் குத்தப்படவோ தாக்கப்படவோ நேர்ந்திருக்கிறது, அவனது கண்களில் ஏதோ பிரச்சினை வேறு என நினைத்தேன். ஆனால் இருக்கட்டுமே, எனக்கும் கூடத்தான் சமீபமாக நஞ்சூட்டப்பட்டிருந்தது, ஒரே ஒரு மணி நேரத்திற்கு முன்பு கூட அந்த நொறுக்குத் தீனிக்கடையில் கொலைக்கு உடந்தையாக இருந்ததாக என்னைக் குற்றம் சாட்டினார்கள், சற்று முன் தொலைபேசியில் இவனே என்னை வைப்பாட்டியாக இருப்பதாகக் குற்றம் சாட்டினான், இதோ இப்போது எனது முதுகுக்குப் பின்னும் வைப்பாட்டி என்று ஏசுகிறான். என்றாலும் கூட நான் ஒன்றும் நீண்ட காலமாய் உடனிருக்கிற பள்ளித்தோழியுடன் ஒரு மூலையில் அமர்ந்து இவனைக் குறை கூறிக் கொண்டிருக்கவில்லையே, அவனுக்கு எதிராக எதையும் செய்யமுயலவில்லையே. என்றாலும், அவன் காயம்பட்டிருக்கிறான் என நான் மீண்டும் நினைத்தேன். என்றாலும்கூட அவன் அதை வெறுப்புடன் கூறினானே என நினைத்தேன். கதவுகளுக்குப் பின்னிருந்து எதையும் கேட்கக்கூடாதென்கிற பாடத்தைத்தான் நான் அப்போது உடனடியாக உணர்ந்து கொண்டேன். “இல்லை சமையல்காரா, நான் மருத்துவமனைக்குச் சென்றிருக்கிறேன் என அறிந்தால் அவர்கள் நிச்சயம் என்னை துப்புக் கொடுப்பவன் என்றே முடிவுகட்டி விடுவார்கள்” என்றான் ஒப்பந்தங்களற்ற ஆண் நண்பன். மருத்துவமனைக்குச் செல்வதைக் குறித்து மீண்டும் பேசிய சமையல்காரனிடம் ஒப்பந்தங்களற்ற ஆண் நண்பன் வலியுறுத்தியதுதான் இது. தன்னுடைய கண்கள் சரியாகிவிடும் என்றும் சமையல்காரன் அலட்டிக்கொள்வதை நிறுத்த வேண்டும் எனவும் முன்பிருந்தது போலவே சீக்கிரம் அவை தெளிவாகி விடும் என்றும் கூறினான். “அது என்னவென்று நமக்குத் தெரியாது, அவர்கள் உன் மேல் எதை எறிந்தார்கள் என்றே நமக்குத் தெரியாது, அவன் உன்மேல் எதை எறிந்தான், உனக்கு வலிக்கவில்லை என்கிறாய், ஆனாலும் உன்னால் அவற்றைத் திறக்க முடியவில்லை, எனவே நாம் மருத்துவமனைக்குச் செல்லத்தான் வேண்டும்.” என்று கூறிய சமையல்காரன், “யாருக்குத் தெரியும், நாம் அங்கே, ‘உன்னை குறை சொல்லவில்லை ஆனால்’ என்றவனையும் சந்திக்க

நேரலாம்" எனத் தொடர்ந்தான். "அவர்கள் ஒரு சண்டையை எதிர்பார்த்திருக்கவில்லை என்றே நினைக்கிறேன்" என்றான் ஒப்பந்தங்களற்ற ஆண் நண்பன். சமையல்காரனது வார்த்தைகளைக் கவனியாமல், தொடர்ந்து தனது எண்ணவோட்டத்திலேயே இருந்த ஒப்பந்தங்களற்ற ஆண் நண்பன், "நாம் மட்டுமே இருப்பதைக் கண்டு அவன் அதை என் மீது எறிந்தான், அதன்பிறகு என்னால் பார்க்க முடியவில்லை. நீ ஓடி வருவதை நான் கேட்டேன்தான், சமையல்காரா, என்றாலும் நாம் வெறும் இருவர்தான் இருந்தோம். நீ எப்படி அதைச் செய்தாய்? நீ - ஓரினச்சேர்க்கையாளனாகிய, பொம்மை போன்ற, ஒருபோதும் முக்கியமாய் கருதப்பட்டிருக்காத நீ - ஒருவன் மட்டுமே எப்படி அவர்கள் அத்தனை பேரையும் அச்சுறுத்தி, வெளியேற வைத்தாய்?" சமையல்காரனின் பழம் போன்ற குணத்தைக் குறித்த வழக்கம்போன்ற இன்னொரு சண்டைதான் நிகழ்ந்துவிட்டதெனக் கருதிக்கொண்டிருந்த என்னை, ஒப்பந்தங்களற்ற ஆண் நண்பனது இந்த வார்த்தைகள் சரியான திசைக்கு இட்டுச்சென்றன. சமையல்காரன் தோள்களைக் குலுக்கிக்கொண்டான், ஒப்பந்தங்களற்ற ஆண் நண்பனால் அதனைப் பார்க்கமுடியவில்லை, "ப்ச்" என்றான் சமையல்காரன். நழுவுகிற, புறக்கணிக்கிற அந்த "ப்ச்", இது பேசினால் சோர்வடையச் செய்கிற விஷயம் என்பதாகத் தொனித்தது. அவனது பார்வை கத்தியை நோக்கிச் சென்றது. அதையும் ஒப்பந்தங்களற்ற ஆண் நண்பன் கவனித்திருக்கவில்லை. அது இன்னமும் ரத்தம் வழிய, நேராக, மேஜையில் குத்தப்பட்டு நின்றுகொண்டிருக்க சமையல்காரன் அதனை சப்தமின்றி மேஜையிலிருந்து எடுத்து, இன்னமும் அமைதியாக, கழுவுகிற தொட்டிக்குள் வைத்தான். அடுத்து அவன் ஒப்பந்தங்களற்ற ஆண் நண்பனது கண்களிலிருந்து ஈரத்துணியினை எடுக்க முயன்றபோது ஒப்பந்தங்களற்ற ஆண் நண்பன் அதனைத் தடுத்தான். தனது நாற்காலியைப் பின்னோக்கி இழுத்து சமையல்காரனை தன்னிடமிருந்து விளக்கினான். "தள்ளிப்போ, சமையல்காரா" என்றான். "விடு அதை. அது நன்றாகத்தான் இருக்கிறது. எனக்கு வலிக்கவில்லை" என்றான். ஆனால் தான் அதைப் பார்க்க வேண்டும் எனச் சமையல்காரன் வலியுறுத்தினான். எனக்கும் அதனைப் பார்க்க வேண்டும் என்று தோன்றியது. அவன் மருத்துவமனைக்குச் செல்ல வேண்டுமா, தேவையில்லையா? அவன் எனது ஒப்பந்தங்களற்ற ஆண் நண்பனா அல்லது எனது ஒப்பந்தங்களற்ற ஆண் நண்பன் இல்லையா? ஏதோ

ஒரு கண்ணுக்குத் தெரியாத சக்தி இன்னமும் என்னை நகர விடாமல் செய்தது.

இவ்வளவு நேரமும், அவர்கள் இதையெல்லாம் பேசிக்கொண்டபோது, நான் ஒப்பந்தங்களற்ற ஆண் நண்பனையேதான் கவனித்துக் கொண்டிருந்தேன். அது அப்படித்தானே இருக்க முடியும்? ஆனால் இப்போது நான் சமையல்காரனைக் கவனித்து, உடனே அதிர்ந்தேன். அவனது முகத்தில் இருந்த ஆழ்ந்த, ஒளிவு மறைவற்ற - யாரும் தன்னைப் பார்க்கவில்லை என அவன் நினைத்ததால் அவனுக்கு தன்உணர்வை ஒளித்துக் கொள்வதற்கான தேவை இருந்திருக்கவில்லை - அந்த பாவனை காதலை வெளிப்படுத்துவதாய் இருந்தது. 'சிறந்த நண்பன்' என்கிற முறையில் எழுகிற காதலோ, உலகில் எல்லோரையும் நேசிக்கிறேன்' வகையிலான நிதானமான காதலோ இல்லை அது. 'ஒப்பந்தங்களற்ற' வகைமையிலும் சேர்வதாய் இல்லை அந்தக் காதல். இதுவரை ஒருபோதும் சமையல்காரனின் முகத்தில் - அதிலும் குறிப்பாக ஒப்பந்தங்களற்ற ஆண் நண்பனை நோக்கி - அப்படி ஒரு உணர்வினைக் கண்டதேயில்லை. ஆனால் நான் அடிக்கடி சமையல்காரனை, அவனது முகத்தை நிஜமாகவே கவனித்ததில்லை. அவன் வெறும் சமையல்காரன், அடிபணிகிற, தொந்தரவுதராத, மற்றவர்களின் துணையை நம்பியிருக்கிற சமையல்காரன்; இழிவாக, ஏளனமாக கருதப்பட்டவன் - குறிப்பாக தனது சமையல்சார்ந்த பைத்தியக்காரத்தனங்கள் புகுகிறபோது. ஆழ் மனதில் நான் சமையல்காரனைப் பற்றி வருத்தம் கொண்டிருந்தேன் - ஆனால் அது ஒரு நல்லவிதமான வருத்தம் அல்ல, "அவனாக இருப்பது மிகவும் சிரமமாய் இருக்குமாயிருக்கும், நல்லவேளை, நான் அவனாக இல்லை" வகையிலான வருத்தம். கணக்கில் எடுத்துக்கொள்ளத் தேவைப்படாதே, சமமாகக் கருதப்பட வேண்டியதல்லாத ஒருவன். இந்த நபரை இப்போதுதான் நான் முதன்முதலாகப் பார்க்கிறேன் என்பது போல் தோன்றியது எனக்கு. ஏன் எனது உள்ளுணர்வு என்னை நிறுத்தியதென்பதும் என்னை மறைத்துக் கொள்ளத் தூண்டியதென்பதும் இப்போது எனக்குப் புரிந்தது. அதை முன்னுணர்த்தி எழுகிற நடுக்கங்களும் கூடத் தோன்றின. இரண்டாம் முறையாக ஆயன் இல்லாமல் அது தோன்றியிருக்கிறது. ஒப்பந்தங்களற்ற ஆண் நண்பனது முகத்தில் இருந்து துணியை அகற்றிய சமையல்காரனது முகத்தில் அந்த உணர்வு மேலும் அதிகரிக்க அது என்னை இன்னும் அதிர்ச்சிக்குள்ளாக்கியது. அவன் தனது கையை ஒப்பந்தங்களற்ற ஆண் நண்பனது முகத்திற்கு கொண்டுவர, ஒப்பந்தங்களற்ற

ஆண் நண்பன் அதனை அனுமதித்தான். “என்னை ஒருமுறை பார்க்கவிடு” என்கிற ஒரு ஆணின் கடுமையான நகர்வு அல்ல அது. ஒப்பந்தங்களற்ற ஆண் நண்பனது காயம் பட்ட கண்களை நோக்கியும் அவன் கைகளைக் கொண்டுவரவில்லை. அவன் அதனை அவனது கன்னத்தில் வைத்தான். கையைக் கீழே இறக்கி கன்னத்தைத் தேய்த்தவன் அடுத்து மெதுவாக நளினமாக மறுகன்னத்திற்கு நகர்த்தினான். இப்போதும் ஒப்பந்தங்களற்ற ஆண் நண்பன் தனது கண்களைத் தொடர்ந்து மூடியபடியே அவனை அனுமதித்தான். அப்போதுதான், அதற்குமுன் அவனது முகத்திலிருந்து வழிந்த ரத்தம் கண்களிலிருந்து அல்லாமல் மூக்கிலிருந்து வந்தன என்பதை நான் கவனித்தேன். அதனைத் துடைப்பதற்காக சமையல்காரனின் கையை அங்கிருந்து விலக்கினான் ஒப்பந்தங்களற்ற ஆண் நண்பன். மீண்டும் அவன் சமையல்காரனது கைகளை விலக்கிக் கொண்டே இருந்தான் - இதை அவன் முதலிலேயே செய்திருக்கவேண்டும் என நான் எதிர்பார்த்திருந்தேன். அப்போது அங்கே எதுவுமே பேசிக்கொள்ளப்படவில்லை – ஒரு கை அமைதியாக வைப்பதும், மறுகை நளினமாக விலக்குவதும், ஒரு ஜோடிக்கண்கள் மூடியிருக்க மறுஜோடிக் கண்கள் திறந்திருக்க, ஒப்பந்தங்களற்ற ஆண் நண்பன் நாற்காலியில் அமர்ந்திருக்க அருகே அவன் மீது சாய்ந்தபடி சமையல்காரன் நின்றிருந்தான்.

அடுத்து ஒப்பந்தங்களற்ற ஆண் நண்பன், “நிறுத்து. நிறுத்து சமையல்காரா? நாம் இதைச் செய்யக்கூடாது. நாம் தொடர்ந்து இதையே செய்து கொண்டிருக்க முடியாது” என்றான். அவனது வார்த்தைகளுக்கு வலு சேர்க்கும் விதமாக அவனது கைகள் மீண்டும் மேலெழுந்து சமையல்காரனின் கையைத் தள்ளிவிட்டது. அவன் தள்ளினான், ஆனால் அவன் திரும்பிவந்தான். மீண்டும் ஒப்பந்தங்களற்ற ஆண் நண்பன் கையைத் தள்ளினான், ஆனால் இம்முறை அதில் வலு குறைந்திருந்தது. பிறகு அவன் நிறுத்தினான். அடுத்து அங்கே எந்த வசவும் இல்லை, *தள்ளிப்போ சமையல்காரா. என்ன செய்கிறாய் நீ? நான் அப்படிப்பட்டவன் இல்லையும் இல்லை.* அவர்கள் இருவருக்கிடையே எந்த ஆச்சரியமும் இல்லை, சமையலறையில் அந்த இருவருக்கிடையே நடப்பதைப்பார்த்து இப்போது ஆச்சர்யமும் எதிர்பாராமையும் நிகழ்ந்தது எனக்குத்தான். சமையல்காரனை ஒருமுறை தள்ளிவிட்டு, பின் நிறுத்திய ஒப்பந்தங்களற்ற ஆண் நண்பன் அந்த மற்றவனது தோள்களைப் பற்றிக்கொண்டான். இன்னமும் கண்கள் மூடியிருக்க அவன் தொடர்ந்து அவ்வாறே பற்றிக் கொண்டிருந்தான். இவன்

அவனுக்குள் சாய்ந்து கொள்ள, தனது முகம் ஒப்பந்தங்களற்ற ஆண் நண்பனது முடியின்மேல் அழுந்தும்படி சமையல்காரன் குனிந்து கொண்டான். அடுத்து அவர்களில் ஒருவன் முனக, "விடு. அது முடிந்துவிட்டது சமையல்காரா, அதை விட்டுவிடு" என்ற குரல் ஒலிக்க சமையல்காரன் நகர்வதற்காகவோ என்னவோ தன் கைகளை விடுவித்துக் கொண்ட போது, தனது தலையை மேலே உயர்த்திய ஒப்பந்தங்களற்ற ஆண் நண்பன் மீண்டும் அவனைப் பற்றித் தன் பக்கம் இழுத்தான்.

வேண்டாம் என நினைத்தபடி அந்நொடியில் நான் வரவேற்பறைக்குத் திரும்பியிருந்தேன். அடுத்து என்ன நடக்கப் போகிறதென எனக்குத் தெரிந்தது. அதை நான் பார்ப்பதோ கேட்பதோ சரியில்லை. நில்லுங்கள் என நினைத்தேன் நான். எனது கண்களுக்கும் காதுகளுக்கும் தேவையற்றது என்றால் என்ன பொருள்? இது உன்னுடைய ஒப்பந்தங்களற்ற ஆண் நண்பன் இப்போதுதான் சற்றுமுன்பு "நீ என்னைக் குழப்புகிறாய் ஒப்பந்தங்களற்ற பெண் தோழி, எப்போதுமே புரிந்து கொள்ள கடினமாய் இருக்கிறாய், உரையாடவே முடியாதவளாய் இருந்திருக்கிறாய்" என்றெல்லாம் கூறிய ஒப்பந்தங்களற்ற ஆண் நண்பனும் கூட. ஆனால் எவ்வளவு காலமாக? எவ்வளவு காலமாக இந்த இருவரும்...? ஒரே நேரத்தில் ஒன்றுமே புரியாத ஆனால் எல்லாம் புரிகிற ஒரு நிலைக்கு நான் சென்றது போல் இருந்தது. இப்போது அவர்கள் முணுமுணுப்பதை நிறுத்தியிருக்க, பார்க்கத் தைரியமில்லாவிட்டாலும், அங்கே என்ன நடந்து கொண்டிருக்கும் என்பதை என்னால் ஊகிக்க முடிந்தது - அந்த இரவின் இரண்டாவது கால்ட்டியர் முத்தம் அங்கே நிகழ்ந்து கொண்டிருந்தது. அடுத்து மீண்டும் அந்த முணுமுணுப்புகள் தொடங்கின. "பொருந்தாத நபர்" என்றான் ஒப்பந்தங்களற்ற ஆண் நண்பன் என்னைக் குறித்து. பதிலாக சமையல்காரன், "…. உனக்காக, எல்லாம் உனக்காகத்தான், உனக்காக அதை ஏன் செய்தேனென்றால்…" என்றான். "பயந்துவிட்டேன். ஆபத்தானது. மிகவும் ஆபத்தானது… எப்படியொரு முட்டாள்!... பயந்துவிட்ட முட்டாள்! அவர்கள் உன்னைக் கொன்றிருந்தால்! அவர்கள் அத்தனை பேர்.. நீ இறந்திருக்கக்கூடும், அதன் பிறகு ஒருபோதும் நான் உன்னை…" இந்தக் கடைசி வரியை சொன்னது ஒப்பந்தங்களற்ற ஆண் நண்பனாகவும் இருக்கலாம், சமையல்காரனாகவும் இருக்கலாம். எனது கால்களால் வரவேற்பறை வரை என்னைக் கூட்டிச் செல்ல முடியுமா எனச் சந்தேகமாக இருந்தது எனக்கு. இவ்வளவு நேரமும் நான் வரவேற்பறையின் சமையலறைப்

375

பக்கச் சுவரில் சரிந்தபடி நின்றிருந்தேன். அந்த அறையின் முன் கதவு உடைந்திருந்தது. அது ஏன் உடைக்கப்பட்டது, பதுக்கிக் கொண்டே இருக்கிற அவனது பழக்கத்தில் யார் இடையிட்டது என்பதெல்லாம் எனக்குத் தெரியவில்லை, அதுபற்றி, இப்போது எனக்குக் கவலையும் இல்லை. தொலைபேசிச் சண்டையைப் பொருத்தவரை - எங்களது சமீபத்திய சண்டை - இப்போது அவனும் சமையல்காரனும்... அவனும் சமையல்காரனும்... அவர்கள் இருவரும் - அந்தத் தொலைபேசிச் சண்டை உண்மையில் எதற்காக இருந்தது? மிக இயல்பான, சிக்கல்களற்ற, ஏமாற்றுகளற்ற, தன் இதயத்தினைப் பாதுகாத்துக்கொள்ளும் சுயநலமற்ற ஒருவனாக இருந்த ஒப்பந்தங்களற்ற ஆண் நண்பன்தான் இப்போது தானும் 'எல்லோரையும் போல ஒதுங்குகிறவன்தான்', சரியான நபருக்குப் பதிலாகப் பாதுகாப்பான ஒருவரைத் தேர்ந்தெடுக்கிறவன்தான் என்பதைச் சமையல்காரனுக்கும் எனக்கும் உறுதிப்படுத்திக் கொண்டிருக்கிறான். எப்படி ஒரு முட்டாள் நான்! என நினைத்தேன் - பொருந்தாத இணையைத் தேர்ந்தெடுக்கிற பிரச்சினையிலிருந்து தப்பித்து ஒப்பந்தங்களற்ற வகைமையில் நீடிப்பதன் வாயிலாக நான் என்னைப் பாதுகாத்துக் கொண்டேன் என நினைத்துக் கொண்டிருந்திருக்கிறேன். ஆனால் அந்த ஒப்பந்தங்களற்ற வகைமையிலேயே கூட ஒருவர் அதீத அயர்ச்சியடைய நேரலாம் என்பதை இப்போதுதான் நான் காண்கிறேன். மரத்துப் போனவளாய் இல்லாமல், எல்லாவற்றையும் அறிந்து, உண்மைகளைத் தெரிந்து அவற்றை வைத்துக்கொண்டு, நிகழ்காலத்தில் இருப்பதும், வளர்ந்தவர்களாய் இருப்பதும் எவ்வளவு கொடூரமானது என்கிற உண்மை எனக்குள் விடிய ஆரம்பித்தது. தான் முட்டாளாய் இருப்பது பற்றிய ஒப்பந்தங்களற்ற ஆண் நண்பனது தொடர்ந்த பேச்சுகளுக்கு நடுவேதான் நானும் இப்படி என்னை முட்டாளாய் இருப்பதாக நிந்தித்துக் கொண்டிருக்க, மருத்துவமனைக்குச் செல்ல வேண்டும் என மீண்டும் ஒருமுறை நிர்பந்தித்து எங்கள் மூவரையும் நிகழ்காலத்திற்கு அழைத்து வந்தான் சமையல்காரன்.

அவனது குரலின் தொனி மாறியிருந்தது. கூர்மையாக, கடுமையாக, கட்டளையிடுவதாக. "அது கிட்டத்தட்ட திரும்ப வந்துவிட்டது, சரியாகிவிட்டது. பார், எனது பார்வை திரும்ப வந்து கொண்டிருக்கிறது. ஏற்கனவே என்னால் கொஞ்சம் பார்க்க முடிகிறது" என்று ஒப்பந்தங்களற்ற ஆண் நண்பன் சொன்னபோதும் கூட, "நாம் போகிறோம். ஒரு நிமிடம் இரு, நான் வேறு சட்டையை அணிந்து கொள்கிறேன்" என்றான் சமையல்காரன். நான்

பயந்துவிட்டேன், மாடிக்குச் சென்று சட்டையை எடுப்பதற்காக, *அவன் வரவேற்பறைக்கு வந்துவிட்டால்? - ஆனால் அவன் சட்டைகளை இங்கே வைத்திருக்கிறானா? ம், ஆமாம், அவன் சட்டைகளை இங்கேதான் வைத்திருக்கிறான் -* அவன் என்னைப் பார்த்துவிடுவான். அது எனக்கு பயத்தைத் தந்தது. ஏனென்றால் சமையல்காரன் என்னில் பயத்தை ஏற்படுத்தினான். அவன் யாரென்று நான் இதுவரை நினைத்தேனோ அப்படியில்லை அவன். ஆனால், அவன் யாரென்று நான் நினைத்தேன்? நான் அவனைப் பொருட்படுத்தியதே இல்லை. நட்புக் கொள்ள ஏதுவானவனாக அவன் எனக்குத் தோன்றியதில்லை. ஆனால் அது குறித்து வருந்துகிற அளவிற்கு, முக்கியமானவர்கள் வரிசையில் முதலிலும் அவன் இல்லை. ஆனால் சாதாரணமானவன் இல்லை. அவன் சாதாரணமானவன் இல்லை என்பதை இப்போது என்னால் காண முடிந்தது. உணவின் மீது அவன் எவ்வளவு உரிமை கொண்டாடினான் என்பதை கணக்கில் எடுத்தால் ஒரு ஆணின் மீதான உரிமையை அவன் எப்படி வெளிப்படுத்துவான்! அடுத்து நான் அந்தக் கத்தியை நினைத்துக் கொண்டேன், அவனது கத்தி, ரத்தம் வழிந்த கத்தி, கழுவும் தொட்டியில், இன்னமும் ரத்தத்துடன் கிடந்த கத்தி. இதுவரை என் வாழ்வில் நான் மயங்கியதே இல்லைதான், என்றாலும் இப்போது நான் மயங்ககூடும் என்று தோன்றியது. ஆனால் நான் உறுதியிழந்தும், கதகதப்பாகவும், சோர்வாகவும் உணர்ந்தேன். என்னைச் சுற்றி ஒருவகையான பூச்சிபறக்கின்ற உணர்வு தோன்ற, எதிர்பார்த்தது போலவே எனக்குள் அந்த வழக்கமான அதிர்வுகள் மிக உறுதியாக கீழ்முதுகுத்தண்டிலும் கால்களிலும் மேலும் கீழும் அலைவுற்றுக் கொண்டே இருந்தன. அடுத்து இன்னும் சப்தங்கள் - நெருக்கத்தைச் சுட்டுகிற சப்தங்கள் - சமையலறையிலிருந்து ஒலித்தன, குறைந்தபட்சம் காட்லியர் நடத்தையை அறிவிக்கிற முனகல்கள் கேட்டன. அடுத்து, அவர்களில் ஒருவன், “கணவன்” என்றான். பிறகு, “நாம் இதை விட்டொழிப்போம். நாம் ஏன் இங்கே இருக்கிறோம்? நாம் தென்அமெரிக்காவிற்குச் செல்லலாம். பைனோஸ் ஐரிஸுக்குச் செல்லலாம் – கியூபா! நாம் கியூபாவிற்குச் செல்லலாம். எனக்கு கியூபா பிடிக்கும். உனக்கும் நிச்சயம் கியூபாவைப் பிடிக்கும்.” இதைக்கேட்ட என் மனம் - நானும் அவனும் இதை ஒரு ஒப்பந்தங்களற்ற உறவுக்கு மேலே நகர்த்த முடியாமல், இங்கே சிவப்பு விளக்குப் பகுதிக்குக் கூடச் செல்ல முடியாமல் இருக்கும்போது *கணவன்! கியூபா! நாம்! –*

நான் யார் கண்ணிலும் படாமல், கலைந்து கிடந்த அந்த அறையைக் கடந்து, உடைந்த கதவினைக் கடந்து சாலைக்கு வந்து வளைவினைக் கடந்திருந்தேன். நான் அங்கே இருந்தேன் என்பதே அவர்களுக்குத் தெரியாதென்றாலும், ஒருவேளை அவர்கள் நான் வருவதைக் கண்டிருந்தால் என்ன செய்திருப்பார்கள் என்பதை என் மனம் நிகழ்த்திப் பார்த்துக் கொண்டிருந்தது. இதை இல்லாமலானதாக்க, சாதாரணமானதாக்க, இயல்பானதாக்க, நான் மீண்டும் அந்த முன் கதவின் வழியாகப் பதுங்கிச்சென்று உள்ளே நுழைந்து சப்தமெழுப்பினால் என்னவாகும்? நான் இப்போதுதான் முதன்முறையாக வருகிறேன் என்று நினைப்பார்கள் அவர்கள். கதவு உடைந்திருப்பதைப் பார்த்து, உடனடியாக முன்னாள் ஒப்பந்தங்களற்ற ஆண் நண்பனை அழைத்துச் சப்தமிடுவேன் நான். சமையலறையில் இருக்கும் முன்னாள் ஒப்பந்தங்களற்ற ஆண் நண்பனுக்கும் சமையல்காரனுக்கும் தங்கள் உடல்களைப் பிரித்துக் கொள்ள நேரம் கிடைக்கும். தங்களை நிதானப்படுத்திக் கொள்கிற அவர்கள் நான் உள்ளே நுழையும் முன்பாக அவசர அவசரமாகத் தங்களைத் திருத்திச் சரிசெய்து கொள்வார்கள். "இங்கே, சமையலறையில் இருக்கிறோம் ஒப்பந்தங்களற்ற பெண் தோழி" எனக் கத்துவான் முன்னாள் ஒப்பந்தங்களற்ற ஆண் நண்பன். நான் உள்ளே செல்லும்போது அங்கே அவர்கள் இருப்பார்கள் - இரண்டு நண்பர்களாக, கழுவும் தொட்டிக்குள் கத்தி கிடக்க, எவ்வித விளக்கங்களும் கோரப்படத் தேவையில்லாத சூழலில் இருப்பார்கள். முன்னாள் ஒப்பந்தங்களற்ற ஆண் நண்பனது கண்களும் ரத்தமும் அப்படியே இருக்கும்தான். சமையல்காரன் மருத்துவமனையைப் பரிந்துரைப்பான், முன்னாள் ஒப்பந்தங்களற்ற ஆண் நண்பன் மருத்துவமனையை மறுதலிப்பான். நெருக்கமான எதுவும் இருக்காது, மென்மையான எதுவும் இருக்காது, தீவிரமான அந்தப் பார்வைகள் இருக்காது, தொடுதல் இருக்காது. திகைத்துவிடுகிற நான் கத்திக்கொண்டே ஓடிச்சென்று முன்னாள் ஒப்பந்தங்களற்ற ஆண் நண்பனைப் பற்றிக் கொள்வேன். "என்னவாயிற்று ஒப்பந்தங்களற்ற ஆண் நண்பா? கடவுளே! என்ன ஆயிற்று?" அதற்கு அவர்கள், ஓரினச் சேர்க்கையாளர்களுக்கு எதிரானவர்கள் சமையல்காரனைத் தாக்கவந்ததாகக் கூறிச் சமாளிப்பார்கள். அதாவது நாங்கள் இதை இட்டுக்கட்டி, தெளிவற்றதாக்கி நேர்மையற்றதாக்கிச் சமாளிப்போம். அங்கே எந்த முரண் உணர்வுகளோ சரிசெய்ய முடியாதவைகளோ இருக்காது. சமையல்காரன் தாக்கப்பட்டுக் காப்பாற்றப்படுகிற வழக்கமான சம்பவம் மட்டுமே. ஆனால் அவர்கள் இருவரோ,

குறிப்பாக நானோ, "நாம் மூவரும், ஒரு முறை முன்பே அமர்ந்து பேசி இருக்க வேண்டும்" என்று மட்டும் கூறியிருக்க மாட்டோம். நிஜத்திலும் நான் அதைச் சொல்லியிருக்கவில்லை.

எனவே அங்கே எந்தச் சண்டையோ, இன்னொருமுறை குறைகளை நிந்தித்தல்களோ, ஒருவரையொருவர் குற்றப்படுத்திக்கொள்ளலோ இருந்திருக்கவில்லை. கத்துதலும் இல்லை, குமைதலும் இல்லை. நான் இனி முன்னாள் ஒப்பந்தங்களற்ற ஆண் நண்பனைக் காணவோ அவனது வீட்டிற்குச் செல்லவோ மாட்டேன் என்பதை அறிந்திருந்தேன். வாடகைக் கார்கள் நிறுத்தியிருக்கும் இடம் நோக்கி நான் சாலையில் நடக்க நடக்க நொறுக்குத்தீனிக் கடையிலிருந்து வெளியேறிய போது இருந்தது போலவே என் கால்களை என்னால் உணர முடியவில்லை. என்னால் என் கால்களையும் தரையையும் பார்க்க முடிந்தது, ஆனால் அவற்றுடன் தொடர்பு கொள்ள இயலாமல் போயிருந்தது. கைகளைத் தொடைகளுக்குக் கொண்டு சென்று தொட்டு, அழுத்தி நான் அவற்றை வலுக்கட்டாயமாக உணர முயலும் போது, சமீபமாக எனக்கிருக்கும், யாரோ என்னைக் கவனிப்பது போன்ற, வழக்கமான உணர்வு எழுந்தது.

ஆனால் கோபம் எதுவுமில்லை. எனக்குக் கோபம் எழவில்லை. ஆனால் இந்த உணர்வின்மைக்குக் கீழே ஆழத்தில் எங்கோ அந்தக் கோபம் இருக்கிறதென எனக்குத் தெரியும். முன்னாள் ஒப்பந்தங்களற்ற ஆண் நண்பன் மீது. சமையல்காரன் மீது. என்னைப் பற்றிய கதைகளைக் கட்டி அவற்றைப் பரப்பியதற்காக முதல் மைத்துனன் மீது - இப்போது நான் நகரத்திற்கு மறுபுறம் இருக்கும் என் வயதைச் சேர்ந்த ஒரு இளைஞனுடன் சேர்ந்து முட்டாள்த்தனமாக ஆயனுக்குத் துரோகம் செய்கிறேன் என்பது வரை அவன் உண்டாக்கிய வதந்திகள்தான். தங்கள் கற்பனைகளையும் சேர்த்து முதல் மைத்துனனது கதைகளை மேம்படுத்தி வசீகரமாகியதற்காக வதந்திகள் மீது கோபம் எழுந்தது. என்னை வெறுத்த அடிவருடிகள் மீது, எனக்குத் தேவையென அவர்கள் நினைக்கிற பொருட்களைத் தரவேண்டிய நிர்பந்தத்திற்குள்ளாக்கிக் கொள்ளப்போகிற நொறுக்குத் தீனிக்கடை மற்றும் பிற அத்தனை வகைக் கடைக்காரர்கள் மீது. அந்தக் கோபம் இல்லாமலாகியிருந்தது, காணாமல் போயிருந்தது, என்னால் பார்க்க முடிகிற ஆனால் உணரமுடியாத கால்களையும், நான் நின்றுகொண்டிருக்கிற ஆனால் மிதப்பது போல் உணர்கிற தரையையும் எண்ணும்போது எனக்கு எவற்றின் மீதும் கோபம்கொள்ள உரிமையில்லை என்பது போல் தோன்றியது.

நான் ஒருவேளை இதனை வேறுமாதிரியாகக் கையாண்டிருந்தால் இப்போது இது என்னுடைய தவறாக ஆகியிருக்காது. இதை இதையெல்லாம் செய்ததற்குப் பதிலாக நான் அதை அதையெல்லாம் செய்திருந்தால், அங்கே செல்வதற்குப் பதிலாக இங்கே சென்றிருந்தால், அதற்குப்பதிலாக இதைச் சொல்லியிருந்தால், வேறு மாதிரி தோற்றம் கொண்டிருந்தால், இவான்ஹீ வுடன் அந்த இரவோ அந்த வாரமோ இந்த இரண்டு மாதங்களில் எந்த ஒரு நாளிலோ வெளியில் செல்லாமல் இருந்திருந்தால் அவன் என்னை பார்க்காமல், நான் வேண்டுமென நினைக்காமல் இருந்திருந்தால். இந்த இடத்தில் நான் தடுமாறினேன், அப்போதுதான் அந்த வெள்ளை வேன் என் பக்கம் வந்தது. அதன் பயணியர் இருக்கைப் பக்கக்கதவு திறந்துகொள்ள, அச்சம்தரும் அந்த இடத்திற்குப் புதிதாகச் செல்லவில்லையெனும் உணர்வு மீண்டும் ஒரு முறை என்னில் எழுந்தது.

மிக இயல்பானது போல், வேனில் ஏறுவது இது முதல் முறையல்ல என்பது போல், நான் உள்ளே ஏறிக் கொண்டேன். தனித்துவமல்லாத, சாது போன்ற தோற்றமளிக்கிற மிக முக்கியமான வாகனம். நான் செய்வதற்கு முன்பாகவே, கீழே குனிந்து, மில்லிமீட்டர் தொலைவிற்கும் குறைவான நெருக்கத்தில், தொடாமலே பார்க்காமலே என் புறமிருந்த கதவினைத் திறந்து விட்டான். இருக்கையிலிருந்த ஒரு நீண்ட புகைப்படக் கருவியை எடுத்து எங்கள் இருவருக்கிடையேயிருந்த சிறிய பகுதியில் வைத்தான். அதே இடத்தில் பளிச்சென்ற வெண்புள்ளிகள் கொண்ட பல கருப்பு மாத்திரைகள் அடங்கிய சிறிய மருந்துக் குப்பிகளும் கிடந்தன. அவற்றுள் ஒன்று இன்னமும் என் கைப்பையில் இருந்தது. எனது கதவை மூடியபிறகு அவன் மீண்டும் தனது இருக்கையில் சாய்ந்து காரினைக் கிளப்பினான். நாங்கள் இருவரும் ஒன்றாக, ஒரு முறையான தம்பதியைப்போல அங்கிருந்து கிளம்பினோம். அவ்வளவு பயங்களுக்கும், அவனது வாகனங்களில் ஏறி விடவே கூடாது என்கிற கடைசி தீர்மானத்திற்கு பிறகு; "என்ன நடந்தாலும், தோழியே, என்னவாகினும் அவனது வாகனத்தில் மட்டும் ஏறாதே" என்கிற பள்ளிக்காலத்திலிருந்து உடனிருக்கும் நீண்டகாலத் தோழியின் எச்சரிக்கைக்குப் பிறகு; அப்படி நான் என் எல்லையைக்கடந்து அதில் ஏறியிருந்தால் அது இதைவிட அதிகக் கலக்கத்தையும் உணர்வுச் சிக்கல்களையும் ஏற்படுத்திவிடும் என என் பயத்திற்குப்பிறகு - இரண்டு மாதங்களுக்கு முன்பு நான் நிச்சயம் அப்படித்தான் எண்ணியிருப்பேன். ஆனால் இப்போது எவ்விதக்

கலக்கமும் இல்லை. உணர்ச்சிக்கொந்தளிப்பும் இல்லை. அது இப்போது நடந்தே விட்டது - அது எப்படியாயினும் நடந்துவிடும் என எனக்குத் தெரிந்திருந்தது. இது வந்துகொண்டிருக்கிறது என்பதையும் நடக்கப்போகிறது என்பதையும் பல காலங்களாகவே அது எனக்கு சொல்லியிருந்தது. இப்போது அது தொடங்கியிருக்கிறது. பிறகு கலக்கமடையவோ, உணர்ச்சிக் கொந்தளிப்படையவோ என்ன இருக்கிறது? ஏறவேண்டியதும் அதைக் கடக்க வேண்டியதும்தான் பாக்கி. ஆனால், அவன் என்னை அடைந்து கொள்ளட்டும், ஏனென்றால், அவனால் என்னை அடைய முடியும் என்பது எப்போதுமே அவனுக்குத் தெரிந்திருந்தது, அதை என்னால் தடுக்கவும் முடியாது. அவன் என்னை அடையாதவாறு தடுக்க முடியாது என நான் மனப்பூர்வமாக நினைத்ததால் அல்ல அது; அல்லது, எவ்வளவோ நாட்களுக்கு முன்பே எனக்கு நடக்க நான் அனுமதித்திருக்க வேண்டிய ஒன்றை இப்போது அனுமதிப்பதை நோக்கி நான் பயணிக்கிறேன் என்பதோ அல்ல. மாறாக, இந்த வேன் இம்முறை என்னருகே வந்தபோது, நான் ஒருவகை வசியம் செய்யப்பட்ட பலவீனமாகிவிட்ட நிலையில் இருந்தேன். முன்னாள் ஒப்பந்தங்களற்ற ஆண் நண்பனே சொல்லிவிட்டான், "தெரியவில்லை ஒப்பந்தங்களற்ற பெண் தோழி, ஆனால்.... உன் முகத்தைப் பார். உனது புலனுறுப்புகளெல்லாம் மறைந்து கொண்டிருப்பது போலவும், ஏற்கனவே மறைந்து விட்டது போலவும் இருக்கிறது." என்று. சில விஷயங்கள் நம்மைப் பீடித்துக் கொள்கின்றன. இது பீடித்துக் கொண்டது. எனது முகம் இல்லாமலாகிக் கொண்டிருப்பது குறித்து அவன் எதுவும் சொல்லாமல் இருந்திருக்கக்கூடாதா.

எப்போதும் போல, தூரத்தில் பார்த்தபடியே, "அப்படி அது முடிந்து விட்டது. சரிப்படுத்தப்பட்டுவிட்டது" என்றான் ஆயன். அவனது குரல் அமைதியாக, அவசரமில்லாததாக, மகிழ்ச்சியற்றதாக இருந்தது. அவனது அடுத்த வார்த்தைகள் ஆச்சர்யம் கொண்டவையாகவும் ஊக்கமூட்டுபவையாகவும் தொனித்தன. "அது எதிர்பாராதது. அந்த உதவியாளன் கத்தியுடன் வருவான் என அவர்கள் நினைத்திருக்கவில்லை. ஆனால் அவர்கள் நிறுத்திக் கொள்வார்கள். இதை விட்டுவிடுவார்கள், அவனை விட்டுவிடுவார்கள். அந்த இன்னொருவன் - கார்களுடன் இருக்கிறவன் - உனது முன்னாள் தொடர்பு - அவனும் சரியாகிவிடுவான். கொடி அல்லது துப்புக்கொடுப்பது சார்ந்த பிரச்சினைகள் எதுவும் அவனுக்கு வராது. நீ அவனைக் குறைவாக மதிப்பிட்டு விட்டாய், இல்லையா? ஒரு ஒப்பந்தங்களற்ற ஆண் நண்பனாக அவனிருந்தான், இல்லையா?

கவலைப்படாதே இளவரசி. நாம் அவை குறித்து இனி எதுவும் கவலைப்படத் தேவையில்லை.”

மேலும் ஒருவார்த்தை கூடப் பேசாமல் அவன் என்னை வீட்டுக்கு அழைத்து வந்தான். அம்மாவின் வீட்டு முன்வாசலை அடையும் வரை அவன் என்னைப் பார்க்கவும் இல்லை. பயணத்தின் போது எதுவும் பேசாமலிருந்தது அவனது விவேகத்தைப் பறைசாற்றியது, ஆனால் ஆயன் எப்போதுமே விவேகமானவனாகத்தான் இருந்திருக்கிறான். நான் அவனைக் கவனித்து அவனது கடைசி வார்த்தைகளை உள்வாங்கிக் கொள்ளும்படியான ஒரு சிறந்த சூழலை மிகச்சரியாகக் கட்டமைத்து நிறுவியிருக்கிறான். முன்னாள் ஒப்பந்தங்களற்ற ஆண் நண்பனது பகுதியிலிருந்து வெளியே வந்து. நகரத்தினூடாகக் கடந்து நகரத்திற்கு மறுபுறம் சரியான பாதையில் எனது எல்லா நிலஅடையாளங்களின் வழியாக வந்து கொண்டிருந்தோம். அடுத்து பிரிவினைச்சாலைகளைக் கடந்து ஊரறிந்த, முறையான தம்பதிகள் போல எனது பகுதிக்குள் வந்து அம்மா வீட்டின் வெளியே காரை நிறுத்தினோம். எனக்குத் தெரியும், நான் அதிர்ச்சியடைந்திருக்க வேண்டும், எதிர்த்திருக்க வேண்டும், ஆச்சர்யமாவது அடைந்திருக்க வேண்டும். ஆனால் நான் இப்போது இந்தப் பெயர்போன வாகனத்தில் பெயர்போன மனிதனுக்கு சில அங்குலங்கள் மட்டுமே தள்ளி அமர்ந்திருக்கிறேன். ஆனால் எனக்கு வேறு வழியிருந்திருக்கவில்லை. வேறு எந்த மாற்றும் இருந்திருக்கவில்லை. ஆரம்பத்திலேயே எல்லோரும் எளிதாக ஏற்றுக்கொள்கிற ஒன்றை, ஏற்றுக்கொள்ளும் திறமை எனக்கிருந்திருக்கவில்லை: நான் எப்போதுமே ஆயனுடையவளாகத்தான் இருந்திருக்கிறேன்.

இன்னமும் அந்த வேனுக்குள் இருளில் நான் அமர்ந்திருக்க, வாகனத்தை அணைத்துவிட்டு தன் இருக்கையில் இருந்தபடி என்னிடம் திரும்பினான் அவன். இறுதியாக நான் அவனது நீண்ட, நிதானமான பார்வையை என் மீது உணர்ந்தேன். இப்போது அவனால் என்னைப் பார்க்க முடிந்தது, என்னைப் பார்க்கத் தன்னை அனுமதித்துக் கொள்ள முடிந்தது. வெற்றியும் நிறைவும் ஆக்கிரமிப்பும் அடையப் பெற்றிருந்தன. தனது கையுறையைக் கழற்றிய அவன், “மிகச்சிறப்பு. அற்புதம்” என்றான். தனக்குள் பலதையும் நினைத்துக் கொண்ட அவன், கவனமாக இதை மட்டும் வெளிப்படுத்தியதாகத் தோன்றியது எனக்கு. குனிந்த அவன் தனது விரல்களை எனது முகம் நோக்கி உயர்த்தினான். மிக நெருக்கத்தில், அசைவின்றி, காற்றில் நின்றன அவை. அடுத்து மனதை

மாற்றிக்கொண்ட அவன் அவற்றைப் பின்வாங்கிக் கொண்டான். தனது இருக்கையில் அமர்ந்து கொண்டான். அதன் பிறகு அவனது கடைசி வார்த்தைகள் வந்தன. நான் அழகாய் இருக்கிறேன் என்றும், நான் அழகாய் இருப்பது எனக்குத் தெரியுமா என்றும், நான் அழகாய் இருக்கிறேனென நான் நம்ப வேண்டும் என்றும் கூறினான். ஏதேனும் மகிழ்ச்சிதரும் இடத்திற்கு நாங்கள் செல்வதற்கு அவன் ஏற்பாடு செய்திருப்பதாகச் சொன்னான். அங்கே நாங்கள் மகிழ்ச்சியாக இருக்கலாம் என்றான். முதன்முறையாக நாங்கள் வெளியே செல்லவிருக்கும் இடம் எனக்கு இனிய ஆச்சர்யத்தைத் தருவதாக இருக்கும் என்றான். நான் எனது கிரேக்க ரோமானிய வகுப்புகளைத் தவிர்க்க வேண்டியிருக்கும் என்றும் ஆனால் நான் கிரேக்க ரோமானிய வகுப்புகளைத் தவிர்ப்பது குறித்து கவலை கொள்ளமாட்டேன் என்று தனக்குத் தெரியும் என்றும் கூறினான். அதோடு, எனக்கு அந்த கிரேக்க ரோமானிய வகுப்புகளெல்லாம் உண்மையிலேயே தேவைதானா என்றும் வினவினான். அதனை நாங்கள் பின்பு முடிவு செய்து கொள்ளலாம் என்றான். நான் இங்கே குடும்பத்தினருடன் வசிக்கும் வரையில் அவன் வீட்டு வாசல்வரை வந்து எனக்காக வெளியே காத்திருப்பான் என்றும் நான் அவனிடம் செல்ல வேண்டும் என்றும் கூறினான். தன்னுடைய ஏதேனும் ஒரு காரில் மறுநாள் மாலை ஏழு மணிக்கு வருவதாகவும் கூறினான். "ஆனால் இதில் இல்லை" என்று கூறியவன் தனது வேறு ஏதோ ஒரு வண்டியின் எண்ணைக் கூறினான். எனது பங்காக – அவனுக்காக, அவனை மகிழ்ச்சிப்படுத்துவதற்காக - நான் அவனைக் காத்திருக்கவிடாமல் உடனடியாக வாசலுக்கு வந்துவிட வேண்டும் என்றான். அதுமட்டுமின்றி நான் ஏதேனும் அழகாக உடுத்திக் கொள்ள வேண்டும் என்றான். "கால் சட்டைகள் வேண்டாம். ஏதேனும் அழகாக. பெண்மையான, மென்மையான, நளினமான, நல்ல ஆடை" என்றான்.

07

என் வாழ்வில் மூன்று முறை நான் முகங்களில் அறைய வேண்டும் என்றும் ஒருமுறை ஒருவரை துப்பாக்கியால் முகத்தில் அடிக்க வேண்டும் என்றும் நினைத்திருக்கிறேன். துப்பாக்கியால் அடித்துவிட்டேன், ஆனால் யாரையும் முகத்தில் அறையவில்லை. நான் அறைய நினைத்த மூவரில் என் மூத்த அக்காவும் ஒருத்தி. என்ன நடக்கப்போகிறதோவென நான் நினைத்திருந்த ஒரு நாளில் என்னிடம் வந்து, அரச படையினர் ஆயனைச் சுட்டுக் கொன்றுவிட்டார்கள் என அவள் கூறியபோதுதான் அப்படித் தோன்றியது. எனது காதலன் என்றும், எனக்கு முக்கியமானவன் என்றும் அவள் கருதிய ஒருவன் இறந்துவிட்டது குறித்து அவள் மிகவும் மகிழ்ச்சியாகவும் உற்சாகமாகவும் காணப்பட்டாள். நான் அதை எப்படி எதிர்கொள்கிறேன் என்பதை என் முகத்தில் உற்று ஆராய்ந்தாள். ஆயனுக்கும், ஆயன் மற்றும் எனக்கிடையேயான வதந்திகளுக்கும் எதிராக எனது பிடிவாதம் என்னை எடுத்துச் சென்றிருந்த, எப்போதையும் விட ஆழமான அந்தப் பொறி போன்ற குகைக்குள் இருந்தபோதும்கூட, அவளது இந்த நடத்தை எவ்வளவு தன்னியல்பாக வெளிப்பட்டது என்பதை என்னால் காண முடிந்தது. இது எனக்கு ஒரு பாடத்தைக் கற்பிக்கும் என அவள் நினைத்ததாகத் தோன்றியது. அரசியல் சூழலினாலோ அவன் எதன் பிரதிநிதியாக இருந்தான் என்பதாலோ அல்ல. அவனைக் கொன்றவர்கள் யார் தரப்பைச் சேர்ந்தவர்கள் என்பதாலும் அல்ல. அவையெல்லாம் ஒன்றுமே இல்லை. நீண்டகாலமாக அவள் தனக்கு அனுமதித்துக்கொள்ளாமல் இருந்த சிலவற்றை நானும் கிடைக்கப்பெறக் கூடாது என அவள் விரும்பியதுதான் இதில் முக்கியமான விஷயம். நானும் அவளைப் போலவே, இருப்பதை வைத்து

384

மகிழ்ச்சி கொள்கிறவளாய், திருப்தியடைகிறவளாய் - ஆனால் நான் விரும்புவதாய் அவள் நினைத்த அந்த மனிதனுடன் அல்ல, அவள் நேசித்து இறந்துவிட்டதைப் போல நானும் நேசித்து இழந்துவிட்ட அந்த நபருடன் அல்ல - மாறாக, ஆயனுக்குப் பிறகு, அவனுக்குப் பதிலியாக வரக்கூடிய விரும்பத்தகாத ஒருவனுடன் இருக்க வேண்டும். எத்தனையோ காலங்களாய் அவள் தன்னுடன் சுமந்துதிரிந்த துயரத்திலிருந்து இந்த நிகழ்வு அவளை விடுவித்துவிட்டதுபோல் இருந்தது அவளது தோற்றம். ஆனால் ஒருபோதும் அவள் என்னைப் பலியாக்கி அந்த மகிழ்ச்சியை அடைய நான் அனுமதிக்க மாட்டேன். மகிழ்ச்சியாக இருப்பதை நிறுத்து, உன்னை மகிழ்ச்சிப்படுத்துவதற்காக அது நிகழவில்லை – *பளார்!* – என்பதுதான் என் எண்ணமாக இருந்தது. ஆனால் வெளித்தோற்றத்தில், இப்போதைய என் வழக்கத்தின்படி, என் முகத்தை – அவள் அதை உற்றுநோக்கிய போதும் – கிட்டத்தட்ட உணர்ச்சிகளற்றதாகவும், புரிந்துகொள்ள முடியாததாகவும் வைத்திருந்தேன். நான் சொல்ல விரும்பியதைச் சொல்வதற்குப் போதுமான ஒரு போலியான பாவனையுடன், அந்த ஒரு சிறிய நொடிக்கு மட்டும் போதுமான பாவனையுடன் "உன்னைப் பார்த்தால் புணர்ச்சியின் போதான உச்சப் பரவசத்தில் இருப்பது போலிருக்கிறது" என்றேன்.

அவளது சிரிப்பு – அறைபெறுவதற்கு முழுக்கத் தகுதியானவர்களது முகத்திலிருக்கும் அந்த வக்கிரமான வெற்றிச் சிரிப்பு, இறந்தேபோய்விட்டது போன்ற தனது வழக்கமான கொடூரமான வாழ்வில் இந்த ஒரே ஒரு நிகழ்வால் மகிழ்ச்சியைக் கண்டெடுத்துக் கொண்டவளது அந்தச் சிரிப்பு அப்படியே நின்று போனது. அது அப்படி நின்றுபோகுமென எனக்குத் தெரியும். ஏனென்றால் நான் அவளை எங்கே பிடிக்கவேண்டும் என நினைத்தேனோ, அங்கே, அந்தச் சரியான இடத்தில் பிடித்திருந்தேன். அவளோ, வேறு யாரோ என்னிடம் அந்த வார்த்தைகளைச் சொல்லியிருந்தால் அவர்களும் என்னை அங்கேதான் பிடித்திருப்பார்கள். உடனடியான எதிர்வினையாக அவள் என்னை அறைந்திருந்தாள், ஏனென்றால் எனக்குச் செல்ல உரிமையில்லாத ஓர் இடத்தில் நான் அவளைப் பிடித்திருந்தேன். அந்த நொடியில் அவளைத் திருப்பி அறைவதற்கான எல்லா உரிமையும் இருப்பதாக நான் கருதியிருந்தும் நான் அவளைத் திருப்பி அறையவில்லை, என்னால் அறையமுடியவில்லை. அவளை அதிர்ச்சிக்குள்ளாக்கியதில், அவளது வெற்றி குறித்து அவமானமாக உணரச்செய்ததில் ஆரம்பத்தில் கிடைத்த திருப்திக்குப் பிறகு, நான்

ஏற்கனவே எனது வார்த்தைகளுக்காக வருந்த ஆரம்பித்திருந்தேன். எனவே அவள் இப்போது போய்விடவேண்டும் என விரும்பினேன். தன்னையும் பெயரளவிலான தனது கணவனையும், இந்த எல்லாவற்றையும் துவக்கிவைத்த அவனது அவதூறுகளையும் எடுத்துக்கொண்டு உடனடியாக அவள் போய்விடவேண்டும் என விரும்பினேன். விஷயங்கள் கண்ணியமாக இருந்திருக்கவில்லை அப்போது, எப்போதுமே.

மீண்டும் துயரத்தின் சிலுவையைச் சுமந்தபடி - அவளை தெய்வம் ஆசிர்வதிக்கட்டும் – அவள் கிளம்பினாள். மகிழ்ச்சியைப் பொருத்தவரை, எனக்கு அப்படி எதுவும் தோன்றவில்லை. அவன் இறந்துவிட்டது குறித்து நான் மகிழ்ச்சியடையவில்லை – அல்லது நான் மகிழ்ச்சியடைந்திருக்கலாம், ஏன் கூடாது? ஆனால் ஒரு வகையான நிம்மதி எனக்குள் முழுவதுமாக, இதுவரை வாழ்க்கையில் இல்லாதபடி, மிக ஆழமாகப் பரவுவதை என்னால் உணர முடிந்தது. எனது மனதில் உடனடியாக எழுந்த வார்த்தைகள் அவை இல்லையெனினும் எனது உடல் இவ்வாறு உச்சரித்தது, *அல்லேலுயா அவன்! இறந்துவிட்டான். நன்றி நாசமாய்ப்போன அல்லேலுயா.* எனக்குள் எழுந்த உண்மையான உணர்வானது, நான் இனி அமைதியடைவேன், இனிமேல் சரியாகிவிடுவேன், *அது ஆயனாக இருக்கக்கூடாது, தயவுசெய்து அது ஆயனாக இருக்கக்கூடாது* என்னும் அச்சங்கள் இனி இல்லாமல் போகும், என் பின்னால் யார் வருகிறார்கள் என கவனிக்கத் தேவையிருக்காது. ஏதேனும் திருப்பத்தில் அவனை எதிர்கொள்ள நேரிடுமோ என அஞ்சத் தேவையிருக்காது, பின்தொடரப்பட மாட்டேன், கண்காணிக்கப்பட மாட்டேன், புகைப்படம் எடுக்கப்பட மாட்டேன், தவறாகப் புரிந்து கொள்ளப்படமாட்டேன், சூழப்பட மாட்டேன், எதிர்பார்க்கப்படமாட்டேன். கட்டளையிடப்படமாட்டேன். முந்தைய இரவில் அளவிற்கு மீறி அயர்ச்சியடைந்து, எனது விதியையே புறக்கணிக்கிற அளவு அலட்சியமாகி அவனது வேனில் ஏறியது போன்ற அடிபணிதல்களுக்கு இனி ஆளாகத் தேவையில்லை. எல்லாவற்றிற்கும் மேலாக, முன்னாள் ஒப்பந்தங்களற்ற ஆண் நண்பன் கார் குண்டுவெடிப்பினால் கொல்லப்படுவான் என இனி அஞ்சத் தேவையில்லை என்பதாக இருந்தது. இப்படியாக சமையலறையில் நின்றபடி, அந்நிகழ்வின் இச்சிறிய விளைவுகளை உள்வாங்கிக் கொண்டிருந்தபோதுதான், நான் எந்த அளவிற்கு அடக்கப்பட்டிருந்தேன் என்பதையும், திட்டமிட்டு கவனமாக அவன் உருவாக்கிய ஒரு விஷயத்தினை எதிர்த்துக்கொண்டேயிருக்கிற

நிலைக்குத் தள்ளப்பட்டிருந்தேன் என்பதையும் புரிந்து கொண்டேன். அவனால் மட்டுமல்ல, ஒட்டுமொத்த சமூகத்தின், அதன் அடிப்படை மன இயல்பின் ஒரு சோறுபதம்தான் அவனது ஆக்கிரமிப்பே என்பதைப் புரிந்துகொண்டேன். அவனது மரணமானது அன்று காலையில் பூங்கா&நீர்த்தேக்கத்தின் வெளியே தனது வெள்ளை வேனில் அவன் இருந்தபோது அவர்கள் மறைந்திருந்து தாக்கியதால் நிகழ்ந்திருந்தது. அப்படியாக ஆறு தவறான முயற்சிகளுக்குப் பிறகு அவர்கள் தனது இலக்கான இந்த மனிதனை முடித்திருந்தார்கள். ஆயனுக்கு முன்பு அவர்கள் ஒரு குப்பை எடுப்பவரை, இரண்டு பேருந்து ஓட்டுநர்களை, ஒரு சாலை கூட்டுபவரை, ஒரு உண்மையான ஆயரை – அவர்தான் எங்களது ஆயர், அடுத்து எவ்வித தொழிற்சாலைப் பணியாளராகவோ சேவைத்துறைத் தொடர்போ இல்லாத ஒருவரை என எல்லோரையும் இந்த ஆயன் என நினைத்துக் கொன்றிருந்தார்கள். அடுத்து அவர்கள் ஆயனைச் சுட்டார்கள். இத்தனை நாட்களாக அவர்கள் சுட்டுக்கொண்டிருந்ததெல்லாம் இந்த ஆயனை மட்டுமே என்பதுபோலச் சித்தரித்து, இதுநாள்வரை அவர்கள் தவறாகச் சுட்ட விஷயத்தையெல்லாம் மங்கச் செய்து, சரியாகச் சுட்டதை மட்டும் முன்னிலைப்படுத்தினர்.

ஆனால் அரசை விமர்சிக்கிற சில வகை ஊடகங்கள் அவர்களை அப்படியே விடத் தயாராக இருக்கவில்லை. **'ஆயன் எனத் தவறாக நினைத்து சுட்டுக்கொல்லப்பட்ட ஆயன்'** என்றும் **'கசாப்புக்காரன், அடுமனைஞர், மெழுகுவர்த்தி செய்பவன் – கவனம்'** என்றும் ஏற்கனவே செய்திகள் வரத்தொடங்கியிருந்தன. அவற்றைத் தொடர்ந்து, அரசின் தவறுகளையும், வக்கிரங்களையும், ரகசிய ராணுவ சீருடைகளையும், ஓடும் வாகனத்திலிருந்தே சுடுவதையும், அரசே கட்டிழந்து அதீத விசித்திரமானதாக மாறிவிட்டிருப்பதையும் மின் மற்றும் அச்சு ஊடகங்கள் செய்தியாக்கின. இறுதியாக அதனை ஆமாம் என ஒத்துக்கொண்ட அரசு, தாங்கள் எண்ணிய நபர்களுக்கான தேடுதலில், வேறு சில நபர்களைத் தவறாகச் சுட நேர்ந்திருக்கிறதெனவும், நிகழ்ந்துவிட்ட தவறு வருந்தத்தக்கதுதான் என்றும் ஆனால் கடந்த காலங்கள் மறந்துவிடப்படவேண்டியவை என்றும் அவற்றையே பேசிக்கொண்டிருப்பதில் பிரயோஜனம் இல்லை என்றும் கூறியது. எல்லாவற்றிற்கும் மேலாக, அவர்களது தவறான குறிவைத்தலையும் எதிர்பாரா உயிரிழப்புகளையும் தாண்டி, இப்போது ஒரு முன்னணி தீவிரவாதக் கிளர்ச்சியாளன் எப்போதைக்குமாக இங்கிருந்து அகற்றப்பட்டுவிட்டதால் நேர்மையானவர்கள் அனைவரும் இனி நிம்மதியாக இருக்கலாம்

என அரசு உத்திரவாதம் தந்தது. இதை நியாயப்படுத்தும் சொற்பொழிவுகளையோ, மாற்றிப் பேசுவதையோ, தந்திரமான வார்த்தைகளையோ வக்கிரமான சிரிப்புகளையோ நாங்கள் முன்வைக்க விரும்பவில்லையெனக் கூறிய அவர்களது மக்கள் தொடர்பாளன். "ஆனால் இது மிகச் சரியாக முடிக்கப்பட்ட வேலையென்றே நாங்கள் கருதுகிறோம்" என்றான். எனவே வெற்றிப்பெருமிதத்தையோ, தோற்கடித்த கர்வத்தையோ, வீரப்பிரதாபத்தையோ வெளிப்படையாகக் காட்டிக்கொள்ள அனுமதியில்லை. ஏனென்றால் வெற்றிப் பெருமிதங்கள் பொது நடைமுறைகளுக்கு உகந்தவையல்ல, அதாவது பொது நடைமுறைகளுக்கு மட்டும்தான். எனவே இந்த விஷயத்தைக் கேட்டதும், நான் நானாக இருப்பதை நான் மட்டுமே காணமுடிகிற மனதின் அடியாழத் தனிமையில்கூட, துரோகி, இரக்கமற்றவள் எனத் தீர்ப்பளிக்கப்படுவோம் என அஞ்சி, நான் மகிழ்ச்சியாக இல்லாமலிருக்க முயன்றேன். ஆனால் அன்று மாலையில் அவன் எனக்காகத் திட்டமிட்டிருந்த அந்த ஏதோ ஒன்றிலிருந்து நூலிழையில் தப்பித்ததை நினைத்துக்கொண்டே இருந்தேன், அதுகுறித்து மகிழ்ச்சியடைந்தேன், அதுமட்டுமின்றி இந்நிகழ்வில் எவ்வித ஏளனமான ஊரறியச் செய்கிற ஊடக வெளிச்சமும் என் மீது திருப்பப்படவில்லை என்பது குறித்தும் நான் மகிழ்ச்சியடைந்தேன்.

அவ்வாறாக அவனது இறப்பு தலைப்புச் செய்திகளில் வந்தது. ஆனால் தலைப்புச் செய்தியாய் இருந்தது அதுமட்டுமல்ல. ஆறு துரதிர்ஷ்டசாலிகளைப் பலிகொடுத்துப் பின் பலியாகியிருந்த அவனது வயது, இருப்பிடம், இன்னாருடைய கணவன், இன்னாருடைய தகப்பன் போன்ற தகவல்களுக்குப் பிறகு அவனது நிஜப் பெயரே ஆயன்தான் என்பது எல்லோருக்கும் தெரியவந்திருந்தது. அது அதிர்ச்சிதருவது, அப்படி இருக்க முடியாது எனக்கத்தினர் மக்கள். சம்பந்தமே இல்லை. விநோதமானது. ஆயன் என்று பெயர் வைத்துக்கொள்வது அற்பமானதும் கூட. "ஆனால் அதைப்பற்றி யோசித்துப் பார்த்தீர்களானால், ஏன் அதை விநோதம் என்று சொல்ல வேண்டும்? எத்தனையோ தொழிற்பெயர்கள் இயற்பெயர்களாய் இடப்படுகின்றனவே – புட்ச்சர் (கசாப்புக்காரன்) என்பது ஒரு பெயர்தான். செக்ஸ்டன் (தேவாலயத்தில் மணியடிப்பவன்) என்றும் பெயர் இருக்கிறது. *Weaver, Hunter, Roper, Cleaver, Player, Mason, Thatcher, Carver, Wheeler, Planter, Trapper, Teller, Doolittle, Pope Nunn** போன்றவையும் பெயர்கள்தான். பல ஆண்டுகளுக்குப்

★ இயற்பெயராய் சூட்டப்படுகிற சில தொழிற்பெயர்கள்.

பிறகு திரு. தபால்காரர் எனப் பெயர்கொண்ட ஒரு நூலகரை நான் சந்தித்திருக்கிறேன். எனவே அப்படிப்பட்ட பெயர்களும் மனிதர்களும் எல்லா இடத்திலும் இருக்கிறார்கள். இந்த ஆயன் என்கிற பெயரைப் பொருத்தவரை, அதை ஏற்றுக்கொள்ளலாமா கூடாதா என்கிற குழப்பத்தைப் பொருத்தவரை, எங்களது பகுதியில் பெயர்களைப் பராமரித்து வரும் நிகெல் மற்றும் ஜேஸனின் கருத்து என்னவாக இருக்கும்? நிகெல் மற்றும் ஜேஸன் மட்டுமல்ல அவர்களைப் போல், மற்ற பகுதிகளில் கிளர்ச்சியாளர்களால் மறுக்கப்பட்ட பெயர்களைப் பராமரித்து வரும் குமாஸ்தாக்கள் இதுகுறித்து என்ன சொல்வார்கள்? 'சாலைக்கு மறுபுறம்' இருக்கும் கிளர்ச்சியாளர்கள் ஆதிக்கப்பகுதியில் மறுக்கப்பட்ட பெயர்களை எதிர்ப்பதற்கு எதிராகக் களமிறங்கும் ரோய்ஸின்களும் மேரிகளும் இதுகுறித்து என்ன சொல்வார்கள்? இதற்கிடையே மிகுஎச்சரிக்கையாளர்கள் ஆயன் என்னும் பெயரின் தோற்றம் மற்றும் வரலாறு குறித்து விவாதங்களைத் தொடர்ந்தார்கள். அது நம்முடையதா? அவர்களுடையதா? சாலைக்கு மறுபுறமிருந்து வந்ததா? நீருக்கு மறுபுறமிருந்து வந்ததா? எல்லைக்கு மறுபுறமிருந்தா? அதை அனுமதிக்கலாமா? தடைசெய்யப்பட வேண்டுமா? தூக்கியெறியப்பட வேண்டுமா? ஏளனம் செய்யப்பட வேண்டுமா? புறக்கணிக்கப்பட வேண்டுமா? என்னதான் முடிவு? நீண்ட யோசனைகளுக்குப் பிறகு, மிகுந்த எச்சரிக்கையுடன் வித்தியாசமான பெயர் என்றனர் எல்லோரும். அது நம்பகத்தன்மையின் எல்லைகளை உடைக்கிறது என்றது செய்தி, ஆனால் வாழ்வில் பல விஷயங்கள் நமது நம்பகத்தன்மையை உடைக்கிறவையாகத்தான் இருக்கின்றன. நம்பகத்தன்மையை உடைப்பதென்பதுதான் வாழ்க்கையே என்பதை நான் புரிந்து கொள்ள ஆரம்பித்திருந்தேன். எல்லாவற்றையும் தாண்டி, ஆயனின் பெயர் சார்ந்த விஷயம் மக்களைத் தொந்தரவுக்குள்ளாக்கியது. அது அவர்களைக் குழப்பியது, பயமுறுத்தியது, வேறு என்ன செய்வதென்றே தெரியாத ஒரு சங்கடமான மனநிலையையும் உருவாக்கியது. அதை ஒரு புனைப்பெயர் எனக் கருதிக் கொண்டால் அதில் ஒரு மாயமான உள்ளீடான நாடகீயமான குணாதிசயம் இருந்தது. ஆனால் அந்தக் குறியீடுகளை எல்லாம் இழந்து, தினசரி வாழ்க்கையின் சாதாரண ஏதோ ஒரு டாம் டிக் ஹாரி தன்மையுடைய பெயராக ஆனதும் அது இத்தனை நாளாக துணை ராணுவப்படையின் உயர் பதவியில் இருந்த ஒருவருக்கு அழகு சேர்த்த தனது தன்மைகளை இழந்து உடனடியாக மதிப்பிழந்து

போயிருந்தது. மக்கள் தொலைபேசிப் புத்தகங்களை, பெயர்விவரப் புத்தகங்களை, கலைக்களஞ்சியத்தை ஆராய்ந்து பார்த்தனர். ஆனால் பலரும் எதையும் புரிந்து கொள்ள முடியாமல் நட்டாற்றில் விடப்பட்டது போலாகி, இந்த ஆயன் என்கிற மனிதன் உண்மையில் யாராக இருந்தான் என்பது பற்றி ஊடகத்திலும் ஊருக்குள்ளும் மென்மேலும் யோசித்துக் கொண்டிருந்தனர். எல்லோரும் நம்பியபடி, அவன் அச்சுறுத்தக் கூடிய, கம்பீரம்வாய்ந்த, துணை ராணுவப் படை ஆளாக இருந்தானா அல்லது அரசால் சுட்டுக் கொல்லப்பட்ட எத்தனையோ பேரைப் போன்ற ஒரு சாதாரண திரு. ஆயன் என்பவனாக இருந்தானா?

அவன் என்னவாக இருந்திருந்தாலும் எப்படி அழைக்கப்பட்டிருந்தாலும் அவன் போய் விட்டான். எனவே ஒவ்வொரு மரணத்தின் போதும் நான் வழக்கமாகச் செய்கிற அந்த விஷயத்தை இப்போதும் செய்தேன் - அதாவது அதை நான் மறந்து விட்டேன். எல்லாக் களேபரங்களும் - அதாவது களேபரம் என்பதன் பழைய பொருளில், சச்சரவுக் கூடங்களும், கசாப்புக் கடைகளும், சந்தைக்கருகிலும், வியாபாரங்களும் - வழக்கம் போல மீண்டும் களைகட்டின. அன்றைய மாலையின் என்னுடைய ஃப்ரெஞ்ச் வகுப்பினைத் தவிர்த்து விடலாம் என முடிவு செய்த நான் மது விடுதிக்குச் செல்லத் தயாராகினேன். அது எங்களது சிறிய பகுதியில் இருக்கக்கூடிய பதினோரு மதுக் கூடங்களில் மிகப் பிரபலமானதும் கூட்டம் நிறைந்ததும் பளிச்சென்றதும் ஆகும். அங்கே ஏன் செல்கிறேன் என்று யோசித்தால், நீங்கள் அதிக மகிழ்ச்சியிலோ மிகுந்த துயரத்திலோ மதுவினை நாடுகிற போது செல்கிற சரியான இடமாக இந்த மதுக் கூடங்கள்தான் இருந்தன.

வந்த சிறிது நேரத்திலேயே எனது மதுக்கூட்டாளிகளை விட்டுவிட்டு நான் கழிவறைக்குச் சென்றேன். துப்பாக்கிச் சூட்டினைப் பற்றி நானும் அந்தக்கூட்டாளிகளிடம் எதையும் சொல்லவில்லை, அவர்களும் என்னிடம் எதுவும் சொல்லவில்லை. இது மிக இயல்பானது. குடிப்பதற்கு என்று தனியான நண்பர்களும் இதையெல்லாம் தெரியப்படுத்திப் பேசுவதற்கு என்று தனியான நண்பர்களும் இருந்தார்கள். இதைப் பேசுவதற்கு எனக்கு ஒரே ஒரு தோழிதான் இருந்தாள். ஆனால் முழுதாகக் குடித்து மட்டையாகிற தருணங்கள் பள்ளிக் காலத்திலிருந்து இருக்கும் நீண்டகாலத் தோழிக்கு உகந்தவை இல்லை. கழிவறைக் கதவைத் தள்ளித் திறந்து நான் உள்ளே நுழைந்த போது அநாமதேயன் என்னும்

ஆள் – உண்மையில் அவன் ஒரு சிறுவன் – கதவைத்தள்ளியபடி என் பின்னாலேயே உள்ளே வந்தான். எந்த உறவுமற்ற எங்களது உறவில் அவன் தனது சிறுபிள்ளைத்தனமான வன்தொடரல்களை நிறுத்திவிட்டு, நான் ஒரு ஆசைநாயகி என எண்ணிய எங்கள் பகுதியின் அடிவருடிகள் போல, என்னை மதித்து அடிபணிந்து நடக்கத் தொடங்கியிருந்தான். ஆனால் அம்மா தொடர்ந்து அவனைப் பற்றித் தவறாகவே புரிந்து கொண்டிருந்தாள். மிக நல்ல பையன் என்றாள். உறுதியானவன், நம்பத் தகுந்தவன், சரியான மதத்தைச் சேர்ந்தவன் என்பது மட்டுமின்றி அவன் நமது வீட்டுத் தபால் பெட்டியில் உனக்காகத் தொடர்ந்து போடுகின்ற நல்ல காதல் கடிதங்களையும் நான் பார்த்தேனே, நீ ஏன் அவனுடன் உறவை ஏற்படுத்திக்கொள்ளக்கூடாது, அவனைத் திருமணம் செய்வது பற்றி யோசிக்கக் கூடாது? என்றாள். ஆனால் எனக்கு வயதாவதற்குள் - அதாவது இருபது வயதிற்குள் – நான் அவனையோ யாரையோ திருமணம் செய்து கொள்ள வேண்டும் என்கிற அவசரத்தில் என் அம்மா இருந்ததால் அவளுக்கு ஒன்றும் தெரியவில்லை. இன்னமும் அவள் தன்னுடைய காலத்தில்தான் இருந்தாள், இது வேறு வகையான மனிதர்களைக் கொண்ட என்னுடைய காலம் என்பது அவளுக்குத் தெரியவில்லை. ஆனால் அந்த நல்ல பையனான அநாமதேயன் எனக்குப் பின்னால் உள்ளே வந்து என்னைக் கை கழுவும் தொட்டியின் மேல் தள்ளினான். அவனிடம் ஒரு கைத்துப்பாக்கி இருந்தது, அதை எனது மார்பில் வைத்து அழுத்தினான் – ஆயனின் இறப்பானது என் வாழ்விலிருந்து ஆயன் நீங்கிவிட்டதாகப் பொருள்தராது என நான் முன்பே நினைத்திருந்தேன். அவர்களுடைய கதைகளால்; ஆயன் என்னை அடைந்து விட்டான் என அவர்கள் கருதியதால்; என்னுடைய கர்வத்தினால்; எனக்குப் பாதுகாப்பாக இருந்தவன் இப்போது இறந்துவிட்டான் என்பதால்; கார் பழுதுபார்ப்பவன் ஒருவனுடன் சேர்ந்து அவனுக்குத் துரோகம் இழைத்ததற்கான பரிகாரத்திலிருந்து நான் தப்பிக்க முயல்வதாக இப்போது இட்டுக்கட்டப்பட்டதால்; எப்போதெல்லாம் தனிப்பட்டதல்லாத சமூக மரணங்கள் நிகழ்கிறதோ அப்போதெல்லாம் சிறிதளவு கொடுங்கோன்மை அனுமதிக்கப்பட்டதால் – இந்த எல்லாவற்றினால், எல்லா வதந்திகளையும் ஒதுக்கித் தள்ளிவிட்டு, இத்தனைகாலமாக ஆயனைக் கொல்லத் திட்டமிட்டது அரச கொலைப்படையல்ல, நான்தான் என முடிவு செய்வது அவர்களுக்குப் பொருத்தமாக இருந்தது. அபத்தங்களின், முரண்களின் எல்லைக்கே கூடச்சென்று எதையேனும் உருவாக்குவார்கள் மக்கள். பிறகு அதையே நம்பி,

மென்மேலும் இட்டுக்கட்டுவார்கள். அப்படிப்பட்ட இடத்திலும் காலத்திலும், அச்சமடைந்து, "இவான் இவனோவிச் இவான் நிகிஃபோரோவிச்சுடன் எப்படிச் சண்டையிட்டான்"★ என்பது பற்றிப் பேசியபடி திரிந்து சுற்றத்தினரை நானே அச்சுறுத்தியிருக்கக்கூடும் என்பது உண்மைதான். ஆனால் நான் மட்டுமே அப்படியில்லை. இன்னும் எத்தனையோ பேர் தத்தம் தனித்துவமான வகைகளில் அச்சுறுத்தக் கூடியவர்களாய்த்தான் இங்கே இருந்தார்கள்.

இப்போது தனது வன்தொடரல் மனப்பான்மைக்குத் திரும்பிய அநாமதேயன், ஆயனின் மரணத்தைச் சாதகமாகப் பயன்படுத்தி, தன்னுடையதைத் திரும்ப அடைகிற முயற்சிக்குள் நுழைந்திருக்கிறான் எனத் தோன்றியது. ஆனால் தனது வன்தொடரல் வகைப் பேச்சுக்களோடு சிறிதளவு வன்தொடரலல்லாத மென்மைத்தன்மையையும் அவன் கலந்துகொண்டது எனக்கு ஆச்சர்யத்தைத் தந்தது. இரண்டு முறை ஏற்கனவே என்னால் மறுக்கப்பட்டிருந்ததால் இப்போது தனது மதிப்பை மீட்டுக்கொள்வதற்காகவோ, ஆயனின் பெண்களில் ஒருத்தியாக நான் இருந்த காலத்தில் என்னிடம் தலைகுனிந்து "இதோ மகாகனம் பொருந்தியவரே, இதை எடுத்துக்கொள்ளுங்கள் மகாகனம் பொருந்தியவரே" என்று சொல்லிப் பழகியதாலோ அப்படி இருக்கலாம். கட்டுப்பாடற்ற ஒருத்தியாக, பிடிவாதமாக அவனைப் பின்தொடர்கிற ஒருத்தியாக என்னை உருவகித்துக்கொள்வது அவனுக்கு வசதியாக இருந்திருக்கும்போல. "எங்களைத் தனியாக விட்டுவிடு!" என்று கத்தினான். "எங்களை விட்டுவிடு என்பதை மட்டும்தான் நாங்கள் உன்னிடம் கேட்கிறோம். எங்களைப் பின் தொடர்வதை நிறுத்திக்கொள். எங்களை வலையில் சிக்கவைப்பதை நிறுத்து. நீ எங்களை என்ன செய்யத் திட்டமிட்டிருக்கிறாய்? எங்களிடமிருந்து போய்விடு. நீ எங்களுக்கு வேண்டாம், நீ நெருங்குவதை நாங்கள் விரும்பவில்லை, இது எங்களை மகிழ்ச்சிப்படுத்தவில்லை என்பதையெல்லாம் ஏன் நீ புரிந்துகொள்ள மறுக்கிறாய்? நீ எங்களுக்குப் பொருட்டே இல்லை, நாங்கள் உன்னை நினைப்பதுகூட இல்லை. அது நடக்கவேயில்லை என்பதுபோலவும் அதை நீ ஆரம்பிக்கவில்லை என்பதுபோலவும், நீ இதையெல்லாம் தூண்டிவிடவில்லை என்பது போலவும் தண்டனைகளிலிருந்து தப்பியே வாழ்ந்துகொண்டிருக்க முடியாது. நீ ஒரு பூனை – ஆமாம், நான் அப்படித்தான் சொன்னேன், ஒரு பூனை – இரட்டைப்பூனை! நீ ஒரு பூனையின் தரத்திற்குக்கூடத் தகுதியானவள் இல்லை என்றே நாங்கள் கருதுகிறோம். ஆனால் நீ இன்னும் இப்படியே

★ ரஷ்ய எழுத்தாளர் நிகோலை கோகோலின் சிறுகதை.

தொடர்ந்துகொண்டிருக்காதே, இது ஒரு கடுமையான துன்புறுத்தல்.” அவன் சொன்னது சரிதான். அது கடுமையான துன்புறுத்தல்தான். ஆயனுக்கும் முந்தைய நாட்களில் இவன் எனக்கு ஒரு கடிதம் அனுப்பினான் – எங்களது வீட்டுத் தபால்பெட்டியில் அவன் போட்ட காதல் கடிதங்கள் என அம்மா சொன்னாளே, அவைதான். எங்களது முன்பக்கத் தோட்டத்தில் தற்கொலை செய்துகொள்ளப் போவதாக அதில் அவன் அச்சுறுத்தியிருந்தான், ஆனால் எங்கள் வீட்டின் முன்பக்கம் தோட்டம்தான் இல்லை. இரண்டாவது கடிதத்தில் அதை ‘முன்பக்க வாசல்கதவிற்கு வெளியே’ எனத் திருத்தியிருந்தான். கழிவறையில் இப்போது நிகழ்ந்திருக்கிற இந்தச் சந்திப்பில், தற்கொலை செய்துகொள்வதாக மிரட்டி அவன் எழுதிய கடிதமானது தற்கொலை செய்துகொள்வதாக மிரட்டி நான் கடிதம் எழுதியதாக மாறியிருந்தது. அவனது கையில் நான் கொடுத்த அந்தக்கடிதத்தில், என்னை வேண்டாம் என்று சொன்னதற்காக அவன் வருந்தும்படி அவனது வீட்டு வாசல் முன்பு தற்கொலை செய்துகொள்ளப் போவதாக நான் அவனை எச்சரித்திருந்தேன். இந்தக் கழிவறையின் கைகழுவு தொட்டிக்கருகே வைத்து என்னைக் கொலை செய்வதற்கான அவனது திட்டத்தைக் குறிப்புணர்த்தும் வார்த்தைகள்தானா அவை என நான் யோசித்தேன். ஆனாலும் அப்போதும்கூட அவன் வசீகரிக்கப்பட்டிருந்தான் என்பது தெளிவாகத் தெரிந்தது. அப்படி வசீகரிக்கப்பட்டிருந்தது குறித்து அவன் ஆத்திரமடைந்தான் என்பதும் தெளிவு. அநாமதேயன் பற்றி நாம் கூறமுடிகிற அத்தனை குறைகளுக்கும் மத்தியில் நாம் அவனைக்குற்றப்படுத்த முடியாத விஷயம் ஒன்று இருக்குமெனில் அது அவனால் சிக்கலான விஷயங்களை யோசிக்க முடியாது என்பதுதான். இதற்கிடையே, அவனுக்கு எப்படி எதிர்வினை புரிவதெனத் தெரியாமல் நான் திகைப்படைந்திருந்தேன்.

“நீ நினைப்பது மாதிரியான இடம் இதுவல்ல அடிமைப்பூனையே,” எனத் தொடங்கிய அவன் என்னிடம் சொல்ல ஆரம்பித்ததை எப்படி முடிப்பதெனத் தெரியாமல் போகுமளவிற்கு அதீதமாக ஆத்திரமடைந்திருந்தான் எனத் தோன்றியது. ஆனால் அவனது வரிகளுக்கிடையே என்னால் வாசிக்க முடிந்திருந்ததென்பதால் அதற்கு அவசியம் இருந்திருக்கவில்லை. அறிமுகக் கடிதங்களோ ஒப்புதல் அளிக்கும் முத்திரைகளோ இல்லாமல் நான் திரிய முடிகிற மதுவிடுதியோ ஊரோ அல்ல இது என்பதைத்தான் அவன் சொல்ல வந்தான்; அதுமட்டுமின்றி, அது அமைதி நிலவுகிற இடமும் அல்ல - ஒரு மனிதனின் மேன்மையுறும் முயற்சிக்கு எதிராக,

விலங்காகவும் பண்படுத்தப்படாதவனாகவும் இருக்க விரும்பும் தன்னியல்பான குணங்கள் மேற்கொள்ளும் ரத்தக் களறியான போர் நடைபெறும் இடம் இது என்கிறான். இங்கே என்ன வேண்டுமானாலும் நடக்கலாம் என்றான், இந்த ஊரைச் சேர்ந்தவள் என்பதால் இங்கே என்னவேண்டுமானாலும் நடக்கலாம் என்பதை நான் அறிந்திருக்கவேண்டும் என்றான். அவன் இப்படியெல்லாம் பேசிக்கொண்டிருக்க, இவன் ஒரு முட்டாள், ஆனால் ஆபத்தான முட்டாள், அவன் என்னை அடைய விரும்புகிறான், அடிக்க எண்ணுகிறான், நடக்கிறதையெல்லாம் பார்க்கிறபோது அவன் என்னை இப்போது சுட்டுவிடவும்கூடும் என்பதான எண்ணங்கள் என் மனதில் அதிவேகமாகப் பெருக்கெடுத்தன. ஆனால் அவன் முன்பிருந்தே இதற்குத் தயாராகத்தான் இருந்தான். அவன் என்னைப் பழிவாங்க எண்ணினான் என்பது எனக்குத் தெரியும் – ஆயனின் காலத்திற்கு முன்பிருந்தேகூட அவன் இந்தப் பழிவாங்கும் எண்ணத்தைக் கொண்டிருந்தான்தான். நான் ஒரு நல்ல பெண்ணாக இருந்திருக்க வேண்டும், குறிப்பாக அவனது நல்ல பெண்ணாக, ஆனால் ஏதோ தவறு நேர்ந்து அவனைக் குழப்பியும் அவமானப்படுத்தியும் விட்டது – அதனால்தான் அவன் அத்தகைய முடிவெடுத்திருந்தான். ஆனால் அதன்பிறகு ஆயன் என்மீது ஆர்வம் கொண்டுவிட்டதால் இவன் பின்வாங்குவதும் தனது வஞ்சத்தை நிறுத்திவைப்பதும் கட்டாயமாகிவிட்டது. அப்போது அவனால் நியாயம்கோர முடிந்திருக்கவில்லை. ஆனால் இப்போது அவனால் நியாயம் கோரமுடியும், அவனேகூட அதனை நிலைநாட்டமுடியும். ஆயன் இப்போது இல்லாமல் போய்விட்ட நிலையில், எல்லோரும் அதனைக் கடந்துகொண்டிருக்கிற நிலையில், இவனைத் தடுப்பதற்கு இப்போது இங்கே யார் இருக்கிறார்கள்?

“உனக்கு நாங்கள் ஒரு பாடம் கற்பித்தால் அதுகுறித்து யாரேனும் வருந்துவார்கள் என நினைக்கிறாயா...”

அவன் அடுத்து என்ன சொல்ல வந்தான் என்பது குறித்து எனக்குத் தெரியவேயில்லை, ஏனென்றால் அவனால் அதனைச் சொல்லியிருக்க முடியவில்லை. ஏனென்றால் நான் அந்தத் துப்பாக்கியின் உருண்டையான முன் பகுதியை, தசையை, அதன் பெயரென்ன, அதனைப் பற்றி அவனிடமிருந்து அதனைப் பிடுங்கியிருந்தேன். அவன் அதை எதிர்பார்த்திருக்கவில்லை, அதைச் செய்வதற்கு முன் நானும் அதனை எதிர்பார்த்திருக்கவில்லை. நீண்ட காலத்திற்கு முந்தைய அந்த - பொறுப்பின்மை, கைவிடுதல்,

என்னையே மறுத்துவிடுதல் சொற்றொடர் என்னிடம் திரும்பி வந்திருந்தது. எப்படியாயினும் நான் இறக்கப் போகிறேன், எப்படியாயினும் நீண்ட காலம் வாழப் போவதில்லை, எந்த நாளிலும் நான் இறந்தவளாகி விடக்கூடும், கொடூரமாகக் கொல்லப்படப் போகிறேன் என்னும் சிந்தனை அந்த எல்லைக்கு அழைத்து வந்திருந்தது. அது ஒரு மாறுபட்ட பார்வையைத் தந்தது, பயத்திலிருந்து விடுதலை தந்தது. எனவேதான் நான் அந்த இடத்தில் அவன் என்னைப் புதிதாக உட்படுத்தியிருப்பதாக எண்ணிய பயத்தைப் பழையதுபோல எதிர் கொண்டேன். எனவே அவனிடமிருந்து அதைப் பிடுங்கிய நான் அதைக்கொண்டு அவனது முகத்தில் அடித்தேன். அதாவது அந்தக் குரங்குக்குல்லாயின் மேல் துப்பாக்கியின் பின்புறத்தால், கைப்பிடியால் அதன் பெயரென்ன, அதனால் அடித்தேன். ஆனால் அந்த உலோகம் அப்படி ஒன்றும் அவனது எலும்பை நொறுக்கியிருக்கவில்லை - நான் இவ்வளவு ரத்த வெறி பிடித்தவள் என்பதே எனக்கு இப்போதுதான் தெரிகிறது. அது ஒரு பலவீனமான அலங்கோலமான அடியாய் இருந்ததால் என் முகத்தில் குத்தி அவன் அதை என்னிடமிருந்து பிடுங்கினான். பிறகு அதை வைத்து என் முகத்தில் அடித்தான். ஆனால் நான் குரங்குக்குல்லாய் அணிந்திருக்கவில்லை. அதன் பிறகு என்னை நிமிர்த்தி சுவரில் சாய்த்த அவன் துப்பாக்கியை முன்பு போலவே என் மார்பில் வைத்தான்.

ஆனால் அவனால் அதை மட்டும்தான் செய்ய முடிந்தது, ஏனென்றால் அவன் நினைத்திராத, திட்டமிட்டிராத ஒரு விஷயத்தை அங்கேயிருந்த பெண்கள், குறிப்பாக கழிவறையில் இருந்த அந்தப் பெண்கள் நிகழ்த்தியிருந்தனர். அநாமதேயனைத் தாக்க வேண்டும் என அவர்கள் கங்கணம் கட்டிக்கொண்டதைப் போலிருந்தது, பலரும் அவ்வாறே தாக்கினார்கள். கூட்டத்திலிருந்து வெளியே வந்து விழுந்தது துப்பாக்கி, அடுத்து இன்னொரு துப்பாக்கியும் வெளியே விழுந்தது. ஆனால் யாரும் அது பற்றிக் கவலைப்பட்டது போல் தெரியவில்லை, அதைப் பார்த்த நானும் அது பற்றிக் கவலைப்படவில்லை. துப்பாக்கிகள் அச்சூழலில் அதீதமானவையாகவும் பொருத்தமற்றவையாகவும் தோன்றின, அல்லது பொருத்தமற்றவையாக மட்டும். அது வெறுங்கையால் அடிப்பதை, குதிசெருப்புகளால், செருப்பணிந்த கால்களால், கைக்குக் கை, முஷ்டிக்கு முஷ்டி, நொறுக்குதல், நொறுங்குகிற சப்தங்களைக் கேட்டல், அடக்கிவைத்த ஆத்திரத்தையெல்லாம் வெளிப்படுத்துதல் போன்றவற்றையே கோரியது. அதனால்

துப்பாக்கிகள் புறக்கணிக்கப்பட்டிருந்தன, அநாமதேயனை உதைக்கும் போது உதைக்கப்பட்டிருந்தன. இந்தப் புதிய முன்னேற்றத்தையெல்லாம், அவன் என்னைத் தள்ளி அழுத்திய கைகழுவு தொட்டியின் மேல் நன்றாகச் சாய்ந்தபடியே நான் பார்த்துக் கொண்டிருந்தேன். பார்க்கத்தான் வேண்டியிருந்தது. ஏனென்றால் அவர்களில் ஒரு சில பெண்கள் அந்தச் சமயத்தில் அங்கிருந்த ஒரே கதவிற்குக் குறுக்காக நின்றிருந்தனர்.

அவ்வாறு அவர்கள் அவனை அடித்தார்கள். அவன் யாரென்று அறிந்த அவர்கள் அவனது குரங்குக்குல்லாய்க்காகவோ துப்பாக்கிக்காகவோ அவனை அடிக்கவில்லை; அவர்களில் ஒருத்தியான, ஒரு சகோதரியான என்னை அச்சுறுத்தியதற்காகவும் அல்ல. அவனது நடத்தைக்காகத்தான் அவர்கள் அவனை அடித்திருந்தனர். ஒரு ஆணாக இருந்துகொண்டு, முன்னறிவிப்பின்றி பெண்கள் கழிவறைக்கு வந்ததற்காக அவனை அடித்தார்கள். அவன் மரியாதையின்றி நடந்திருக்கிறான்; பெண்களது மென்மையையும் நயத்தையும் உணர்வுகளையும் அலட்சியப்படுத்தியிருக்கிறான்; கம்பீரமில்லை, கண்ணியமில்லை, வீரமில்லை, தீரமில்லை, அவனுக்கு அடிப்படைப் பண்பே இல்லையெனக் கருதப்பட்டது. அவர்கள் உதட்டுச் சாயம் பூசுகிற, கூந்தலைச் சரி செய்கிற, ரகசியங்கள் பகிர்கிற, தூமைத்துணிகள் மாற்றுகிற இடத்திற்கு உள்ளே வந்தால் அதன் விளைவுகளை எதிர்கொள்ள வேண்டியிருக்கும். அந்த விளைவுகள்தான் இப்போது நிகழ்ந்து கொண்டிருக்கின்றன. இப்போதைய இந்த உடனடி விளைவுகள் மட்டுமின்றி, அவர்கள் இதனைத் தங்களது ஆண்களிடம் சொல்லியவுடன் - இன்னும் ஒரு நிமிடத்தில் சொல்லிவிடுவார்கள் - அடுத்த கட்ட விளைவுகள் இருக்கும். எப்படி அரசு படை ஆயனைக் கொன்றது எனக்காக இல்லையோ அதேபோல இந்த மீட்பும் என் பொருட்டு திட்டமிடப்பட்டதல்ல. என்றாலும் உதவி என்பது உதவிதான், அது எந்த நோக்கத்தோடு நிகழ்ந்திருந்தாலும். அப்படியாக அந்த ஒரே நாளில் எனக்கு இரண்டாம் முறையாக வேறு காரியங்களின் பக்க விளைவாக கருணையும், ஆதாயமும் கிடைக்கப் பெற்றிருக்கின்றன, அதுமட்டுமின்றி அவை சரியான தருணத்திலும் கிடைத்திருக்கின்றன.

அப்படியாக அவர்கள் அவனைக் கவனித்துக் கொண்டார்கள். அடுத்து அவர்களது ஆண் நண்பர்கள் அவனைத் தாக்கியிருக்கிறார்கள். அடுத்து அவன் உள்ளூர்ப் பஞ்சாயத்திலும் விசாரிக்கப்பட்டதாகக் கேள்விப்பட்டேன். ஆமாம் நானாக வினவாமலேயே, எனது

வேலையை மட்டும் பார்த்துக் கொண்டிருக்கையிலேயே, இந்தச் செய்திகள் என்னை வந்து சேர்ந்தன. பஞ்சாயத்துகள் நடந்தன. அவை நடந்தன. இந்தப் பஞ்சாயத்தில் அவனை என்னவென்று குற்றம் சாட்டுவதெனக் குழப்பம் எழுந்தது. பிறகு திடீரென ஒருவர் கால்-வன்கலவி என்கிற கருத்தை முன்வைத்தார்.

அவர்கள் அப்படித்தான் செய்தார்கள். மிகமிகச் சிறிய தவறுகளையும்கூட மிகக் கெடுபடியாகப் பெயரிட்டு ஆர்வமூட்டும், பிடிவாதமான வரிசைப்படுத்தல்களைச் செய்கிற கிளர்ச்சியாளர்கள், கிட்டத்தட்ட எல்லாக் குற்றங்களையும் பல்வேறு பெரிய சிறிய வகைமைகளின் கீழ் கொணர்ந்து இறுதியில் அவை வெறுமனே பயனாளர் மற்றும் உரிமையாளர் கையேடு என அழைக்கப்படும் நிலைக்கு ஆகியிருந்தன. சட்டத்தை மீறுகிறவர்களாக, கண்டிக்கத்தக்க போக்கிரிகளாக, குற்றவாளிகளாக எங்களால் நிகழ்த்தப்பட வாய்ப்பிருந்த எல்லா சமூகவிரோதச் செயல்களும் சிறிய குற்றங்களும் அவற்றுள் அடங்கின. தங்களது மிகமிகத் துல்லியமான வகைப்படுத்தல்களால் பள்ளி ஆசிரியர்கள் போலவும் கடும் நிபந்தனையாளர்கள் போலவும் ஊருக்குள் நடந்துகொண்ட அவர்கள் பெண்களது பிரச்சினைகளின் போது மட்டும் இதிலிருந்து விதிவிலக்காகியிருந்தனர். பெண்களது பிரச்சினைகள் குழப்புபவையாகவும், கவனம் கோருபவையாகவும், மிகக்கடும் சினத்தை ஊட்டுபவையாகவும் இருந்தன. பிரச்சினைகளுடைய பெண்கள் அனைவருமே விசித்திரமானவர்களாகிப் போயினர் என்பதை அடிப்படைக் கனிவு கொண்ட எவராலுமே கண்டுகொண்டு விட முடியும். தங்களது கொல்லைப்புறக் கொட்டகையில் இப்போதும்கூட வாரம் ஒருமுறை சந்தித்துவந்த பெண்களையே அதற்கு ஆதாரமாகக் கூறலாம். மாற்றங்கள் ஏற்பட்டுவந்த அந்தக்காலத்தில், எண்பதுகளின் வாழ்க்கை முறையில், பெண்களுக்கு கவனம் கொடுக்கப்பட வேண்டும், அவர்களது பிரச்சினைகள் தீர்க்கப்பட வேண்டும் என்கிற சிந்தைகள் மேலோங்கத் துவங்கியிருந்தன. சமீபத்திய பெண்கள் கருத்தரங்குகள், பெண்கள் அமைப்புகள், பெண்கள்-இவை, பெண்கள்-அவை, ஆண்களும் பெண்களும் சமம் போன்றவற்றின் விளைவாக, ஒருவேளை நீங்கள் வீட்டிலிருந்து வெளியே சென்று அவர்களது முட்டாள்த்தனமான, பைத்தியக்காரத்தனமான கருத்துகளுக்கு மரியாதையான ஆதரவையேனும் நல்காமல் போனால், நீங்கள் ஒரு சர்வதேசப் பிரச்சினையைத் தூண்டிவிட்டவராகிவிடக்கூடும். அதனால்தான் எங்களது பெண் போராளிகளின் பிரச்சினைகளை

தங்களது சட்ட திட்டங்களுக்குள் உள்ளடக்கி வரையறை செய்ய கிளர்ச்சியாளர்கள் மிகுந்த பிரயாசை கொண்டு செயல்பட்டனர். அப்படியாகத்தான் எங்கள் கிளர்ச்சியாளர்கள் வன்கலவியின் பல உப பிரிவுகளுக்கு வந்து சேர்ந்திருந்தனர். அதாவது, நடந்தது வன்கலவி என்றோ வன்கலவியில்லை என்றோ வெறும் இரண்டு கோணங்களில் பார்ப்பதற்குப் பதிலாக முழு வன்கலவி, கால் வன்கலவி, அரை வன்கலவி, முக்கால் வன்கலவி எனப் பிரிப்பதுதான் சரியென்றும், வேறு பல கிளர்ச்சியாளர் ஆதிக்கப் பகுதியில் மட்டுமின்றி ஆதிக்கவாதிகளின் எள்ளத்தகுந்த நீதிமன்றத்திலுமே இது நடைமுறையில் இருப்பதாகக் குறிப்பிட்டனர். எனவே நாம் முற்போக்காய் இருக்கிறோம் எனக்கூறினர் அவர்கள் - அதாவது நவீன யுகத்தில், பிரச்சினைகளுக்குத் தீர்வு காணும் பாதையில், பாலியல் சமத்துவ முன்னேற்றத்தில். பாருங்கள்! நாங்கள் பிரச்சினைகளைத் தீவிரமாக எடுத்துக் கொள்கிறோம் என்றனர். வன்கலவியும் எல்லாமும் அவை என்னவாக அழைக்கப்பட்டனவோ அப்படி இருந்தன. நான் விஷயங்களை இட்டுக்கட்டவில்லை. அவர்கள்தான் இட்டுக்கட்டினார்கள். அட்டகாசம் என்றனர். இதுவே அவர்களுக்குப் போதுமானதாய் இருக்கும் - அதாவது பெண்களுக்கு - பிரச்சினைகள் உள்ள, பிரச்சினைகள் இல்லாத எல்லாப் பெண்களுக்கும் நீதிவழங்குவதற்கு. ஏனென்றால் எல்லா பெண்களுக்கும் பிரச்சினைகள் இருந்திருக்கவில்லை. அப்படியாக கால்-வன்கலவி என்பது எங்கள் பகுதியின் நிரந்தரமான பாலியல் குற்றச்சாட்டாக ஆனது.

அப்படியாக கழிவறையில் இருந்த எந்தப்பெண்ணுமே நடந்தது வன்கலவி என்றோ, அதை வன்கலவி என வகைப்படுத்த வேண்டும் என்றோ கோராத போதும் பெண்களது கழிவறைக்குள் நுழைந்ததற்காக அநாமதேயன் மீது அந்தக் குற்றச்சாட்டு சுமத்தப்பட்டது. இது மிக மோசமானது என்று கூறிய கிளர்ச்சியாளர்கள், அநாமதேயன் இதுபற்றி என்ன கூற விரும்புகிறான் எனக்கேட்டனர். ஆனால் அது ஒரு விளையாட்டுத்தான். பொம்மைப் போர்க்களத்தில் பொம்மை வீரர்கள், பரணில் இன்னும் சில பொம்மைகள், பதின்பருவத்திலிருக்கும் இரக்கமற்ற ஆண்கள், இருபதுகளிலிருக்கும் இரக்கமற்ற ஆண்கள், முப்பதுகளிலிருக்கும் இரக்கமற்ற ஆண்கள், நாற்பதுகளிலிருக்கும் இரக்கமற்ற ஆண்கள், அவர்கள் விளையாடுவது பொம்மைகளோடில்லை என்றபோதும், அவர்களது மனநிலை பொம்மைகளாய் இருப்பதுபோன்று இருந்தது. இப்படியாக அவர்கள் பொம்மை மனநிலையில் ஆழ்ந்திருந்தனர்,

வழக்கமான வதந்திகளில் எல்லோரும் ஆழ்ந்திருந்தனர். அவர்கள் அவன் மீது என்ன குற்றம் சாட்டினார்கள் என்பதை நான் கண்டுகொள்ளவில்லை. அவனுக்கு என்ன தண்டனை தந்தார்கள், அவன் அவர்களிடம் என்ன சொன்னான் என்பவையெதுவும் எனக்குத் தேவைப்படவில்லை, அவை எது குறித்தும் நான் யாரிடமும் விசாரிக்கவில்லை, அறிந்துகொண்டிருக்கவில்லை, ஒருபோதும் அறிந்து கொள்ள விரும்பவுமில்லை. அந்தக் குற்றம் சார்ந்து சாட்சி தர நான் அழைக்கப்படவில்லை என்பது குறித்தும் எனக்கு மகிழ்ச்சிதான். ஏனென்றால் எப்படியாயினும் நான் சாட்சியளித்திருக்க மாட்டேன், அழைத்தாலும்கூட போயிருக்கவே மாட்டேன், கலந்து கொண்டிருக்கவே மாட்டேன். இறுதியாக நான் கேள்விப்பட்டதென்னவென்றால், அவனை அடித்த எந்தப் பெண்ணும் இதுகுறித்து பெரிதாகப் பொருட்படுத்தாததால், விசாரணைக் குழுவானது அநாமதேயனை கால்-வன்கலவிக் குற்றச்சாட்டிலிருந்தும் அமைதியாக விடுவித்திருந்தது. அதெப்படி நாம் அதை அப்படிச் சொல்ல முடியும் என்கிற பொதுவான கேள்வியுடன் அவர்கள் அதைச் செய்திருந்தனர். பதிலாக, துப்பாக்கிகளை, அதற்கான அங்கீகாரமின்றி எடுத்து அவற்றின் உண்மையான நோக்கத்திற்காக அல்லாமல், பெண்களைத் தன்னுடன் வரவழைப்பதற்காகப் பயன்படுத்தினான் என்கிற குற்றச்சாட்டை அவன் மீது சுமத்தியிருந்தனர்.

ஊர்ப்பஞ்சாயத்து அவனுக்கு வழங்கிய தீர்ப்பிற்குப் பிறகு அவனுக்கு என்ன நேர்ந்தது என்பது குறித்து எதுவுமே எனக்குத் தெரிந்திருக்கவில்லை. ஒருவேளை அவன் பெண்களிடமும் பெண்களது தனியறைகளுக்குள்ளும் அத்துமீறுகிற தனது தொன்மமான பழக்கத்திலிருந்து சற்று மாறியிருக்கக்கூடும். என்னைப் பொருத்தவரை நான் திரும்பவும் நடக்கத் தொடங்கினேன். வாசித்துக் கொண்டே நடக்க அல்ல. எனது ஓட்டத்தையும் திரும்ப ஆரம்பித்திருந்தேன். ஆயன் இறந்ததற்கு அடுத்த நாள் வேலைக்குச் சென்று வீடுவந்த பிறகு, ஓடுவதற்காக ஆடைகளை மாற்றிக்கொண்டு மூன்றாவது மைத்துனனைக் காண்பதற்காக முன்கதவைத் திறந்தபோது, நன்றாக உடுத்திக்கொண்டு படியின்மேல் நின்றிருந்தார்கள் குட்டித்தங்கைககள். என்னுடைய ஆடைகளையும் எனது காலணிகளையும் எனது அலங்காரப் பொருட்களையும் எனது நகைகளையும் அணிந்திருந்த அவர்கள் கீழ்த்தளத்தின் பின்னறையின் திரைச்சீலைகளை வைத்துச் செய்யப்பட்ட கூடுதல் ஆடைகளையும் அணிந்திருந்தனர். அவற்றோடு மாலைகளும். டெய்ஸிப்

பூச்சரங்களும், குலுக்கல் நடையும், கிறிஸ்துமஸ் பெட்டியிலிருந்து எடுத்த ஜரிகைத் தாள்களும் இருந்தன. தாங்களாகவே அவர்கள் இவற்றைத் தொடுத்துத் தயார் செய்திருக்க வேண்டும். என்னுடைய பொருட்களை எடுக்கக்கூடாதென ஏற்கனவே நான் அவர்களை எச்சரித்திருந்ததால், அவர்களைத் திட்டலாம் எனத் துவங்கும் போது தான் கவனித்தேன்: என்னுடைய பொருட்களைக் கொண்டு தங்களை நன்றாக அலங்கரித்துக் கொண்டிருந்த அந்த மூவரும் தொலைபேசியில் மூழ்கியிருந்தனர். மொத்தமாகப் படியின் மேல் அமர்ந்திருந்த அந்த மூவரும், தொலைபேசியை நடுவில் பிடித்து, ஒன்றாகச் சேர்ந்து பேசிக் கொண்டிருந்தனர். "ஆமாம். ஆமாம். ஆமாம்." என்றவர்கள் ஒரு நொடி இடைவெளிக்குப் பிறகு "இப்போது அவள் இங்கேதான் இருக்கிறாள். நாங்கள் சொல்லிவிடுகிறோம்." என்றனர். அதன்பிறகு "வச்சிடறோம்", "வச்சிடறோம்", "டாட்டா", "டாட்டா" - தொலைபேசி முத்தங்கள் - என மிகுந்த சிரமங்களுக்குப்பிறகு, தொலைபேசி இணைப்பு துண்டிக்கப்பட்டது. "அம்மாதான் பேசினாள்" என்று கூறிய அவர்கள் "எங்களுக்கு இரவுணவு தயார் செய்யாமல் நீ எங்கேயும் இஷ்டத்துக்கு சுற்றக்கூடாதாம். அவள் வரமுடியாதாம். அவள் ஆயருடன் வேலையாய் இருக்கிறாளாம்" என்றார்கள். அவர்களது குரலில் எவ்வித மறைமுக ஜாடையின் தொனி இல்லாவிட்டாலும் கூட, அங்கே நிஜ ஆயனின் வீட்டில் அந்த இருவருக்கிடையே உடல் சார்ந்த தொடர்பும் நிகழ்ந்துகொண்டுதான் இருக்கிறதென்பது உறுதியாகத் தெரிந்தது. வழக்கமான தனது பிடிவாத குணத்தின்படி மருத்துவமனையின் முடிவிற்கெதிராக அவர் தன்னை அங்கிருந்து விடுவித்து வீட்டிற்கு வரும்வரை பெரும்பாலான நேரங்கள் அம்மா அவருடன்தான் அங்கேயே இருந்தாள். இப்போது வீட்டிற்கு வந்தபிறகோ, முழுநேரமும் அங்கேதான். அவருக்குக் கேக்குகள் வாங்கித் தருவது, வடிசாற்றைக் குடிக்கத் தருவது, அவரது புண்களுக்கு மருந்திடுவது, தான் எப்படி இருக்கிறேன் எனக் கண்ணாடியில் பார்ப்பது, அவருக்கு புத்தகங்களும் செய்தித்தாளும் வாசித்துக் காட்டுவது என அவளது பகல் முழுவதும் இரவு முழுவதும் இப்படிக் கழிந்தன.

"டாட்டா" என்று சொல்லிய கடைசித்தங்கையைத் தூக்கிக் கொண்ட நான், "போதும், விடு. தொலைபேசி அழைப்பு முடிந்துவிட்டது." என்றேன். "எனக்குத் தெரியும்" என்ற அவள், "நான் அதை உறுதிப்படுத்திக் கொண்டேன்" என்றாள். தனது கால்களால் எனது இடுப்பைச் சுற்றிக் கொண்ட அவள், கன்றிப் போயிருந்த

எனது கண்களைத் தொட்டு, "இது உனக்கு வால்ட்ஸினால்தான் ஏற்பட்டதா? எங்களுக்கு வால்ட்ஸி*னால் தான் ஏற்பட்டது என்றாள்." உடனே மூவரும் தங்களது கை கால்களை நீட்டி கீறல்களையும் காயங்களையும் காட்டினர். நூறுசதம் ஒரே மாதிரியான கீறல்களும் காயங்களுமாய் இருந்த அவை அவர்களது உடலின் கிட்டத்தட்ட ஒரே இடத்தில் உண்டாகியிருந்தன. "சர்வதேச ஜோடியைப் போல நடித்துப் பார்ப்பதனால் எங்களுக்கு இந்தக் காயம் உண்டாகிறது" என்றாள் மூத்த தங்கை. ஓ, தெருவில் இவர்கள் போட்டுக் கொண்டிருந்த ஆட்டமெல்லாம் அதுதானா என நினைத்துக் கொண்டேன். என் மனதில் எழுந்திருந்த குழப்பத்திற்கான விடை கிடைத்துவிட்டது. எல்லாச் சிறுமிகளுமே - எங்களது தெருவில் மட்டுமல்ல, எல்லாத் தெருவிலுமே, பிரிவினை சாலைக்கு மறுபுறம் இருக்கிற பாதுகாவலர் பகுதியிலும் கூட - நன்றாக உடுத்தி நடனமாடி கொண்டிருப்பதை நகரத்தை நோக்கி வாசித்துக் கொண்டே நடந்த ஒரு தினம் நான் பார்த்திருந்தேன். எங்கள் பகுதியை, அவர்கள் பகுதியைச் சேர்ந்த எல்லாச் சிறுமிகளுமே நீண்ட ஆடைகளையும் குதி செருப்புகளையும் அணிந்து சர்வதேச ஜோடியைப் போல நடனமாடி, கீழே விழுந்து கொண்டிருந்தனர். முன்னாள் ஒப்பந்தங்களற்ற ஆண் நண்பனது பெற்றோர்கள் உலக அளவிலான வெற்றியாளர்கள் மட்டுமல்ல அதையும் தாண்டி இங்கேயும் அவர்கள் முக்கியமாய்க் கருதப்படுகிறார்கள் என்பதற்கான நிரூபணமாய் இது நிகழ்ந்து கொண்டிருந்தது. இனரீதியான எல்லைகளைத் தாண்டிக் கால்பதிக்கிற அந்த உன்னத நிலையை அவர்கள் அடைந்திருந்தார்கள். பிரிவினைவாதப் பிரச்சினைகள் இல்லாத இடத்தில் இதற்கு எவ்வித முக்கியத்துவமும் இல்லாமல் இருக்கலாம், ஆனால் அப்படியான இடங்களில் இது ஒரு அரிதான, நம்பிக்கை தருகிற நிகழ்வுக்கு இணையாகப் பார்க்கப்பட்டது. சின்னப்பிள்ளைகள் செய்கிற சிறுபிள்ளைத்தனமான காரியம் எனக்கருதி நான் ஆரம்பத்தில் அதற்கு அதிக முக்கியத்துவம் தந்திருக்கவில்லை, ஆனால் அவர்களது எண்ணிக்கை அதிகமாக இருந்தது - அத்தனை பேருமே நன்றாக உடுத்தி, ஜோடிகளாகப் பிரிந்து, எல்லோர் பாதையிலும் எல்லோர் நினைவிலும் குறிக்கிடும்படி வால்ட்ஸ் நடனமாடிக் கொண்டிருந்தனர். எவ்வளவு உணர்வற்ற மரத்துப்போன மனமுடையவரையும்கூடத் துளைத்துவிடுகிறபடி தீவிரமானதாய் இருந்தது அந்த நிகழ்வு. திரு மற்றும் திருமதி சர்வதேச ஜோடி போல் ஆடுவதால் கிடைக்கும்

★ பால்ரூம் நடனத்தின் ஒருவகை.

மகிழ்ச்சியை விளக்கத் தொடங்கினர் குட்டித்தங்கைகள். "அற்புதம், ஆனால் அந்தச் சிறுவன்களால்தான் அது கெட்டுப்போகத் தெரிந்தது" என்றனர்.

முன்னாள் ஒப்பந்தங்களற்ற ஆண் நண்பனது அம்மா கதாபாத்திரமாக, விழாவின் நட்சத்திரமாக தாங்கள் ஆடும் போது, தங்களுக்கு இணையாக அவனது அப்பா கதாபாத்திரத்தில் ஆடும்படி பலகாலங்களாக இந்தச் சிறுமிகள் தங்களது பகுதியில் உள்ள சிறுவன்களைக் கேட்டும் அந்தச் சிறுவன்கள் அந்தக் கதாபாத்திரத்தில் நடிக்க விரும்பியிருக்கவில்லை. மாறாக, 'நீருக்கு மறுபுற'த்தைச் சேர்ந்த அந்நியப் படையினர் எங்கள் தெருக்களுக்குள் கும்பலாக வரும்போது அவர்கள்மீது கன்னிவெடியின் சிறிய மாதிரிகளைத் தூக்கி எறிகிற வேலையையே தொடர்ந்து செய்ய விரும்பினர். சிறுமிகளின் திட்டுகளையும், கெஞ்சல்களையும் கண்ணீரையும் மீறி அதில் பங்குபெற சிறுவர்கள் பிடிவாதமாக மறுத்துவிட்டனர். இதனால் வேறு வழியின்றி சிறுமிகளே முன்னாள் ஒப்பந்தங்களற்ற ஆண் நண்பனது கவர்ச்சிகரமான மீயழகான அம்மா கதாபாத்திரத்தையும், சிறுமிகளுக்கு அவ்வளவு ஆர்வமூட்டாத, கவர்ச்சிகரமல்லாத, சாதாரணமான ஆடை அணிந்த புகழ்பெற்ற அப்பா கதாபாத்திரத்தையும் ஏற்க வேண்டியிருந்தது. ஆனால் அந்த அப்பா கதாபாத்திரத்தை ஏற்பதில் எந்தச் சிறுமிக்குமே விருப்பம் இருந்திருக்கவில்லை. எல்லோருமே அவளாக இருக்கத்தான் விரும்பினார்கள் - முன்னாள் ஒப்பந்தங்களற்ற ஆண் நண்பனது அட்டகாசமான சாதனை நாயகியாகிய அம்மாவாக. எனவே வால்ட்ஸின் இரண்டு இணையருமே அட்டகாசமாக ஆடையுடுத்திய இரண்டு பெண்களாக இருக்கும்விதம் செய்வதன் மூலமாகவோ, அல்லது அந்த ஆண் இணை இருப்பதுபோல வெறுமனே கற்பனை செய்து கொள்வதன் வாயிலாகவோ அவர்கள் அந்த ஆண் கதாபாத்திரத்தைக் கைவிட்டிருந்தனர். "அதனால்தான், எப்போதுமே அவளாகவே இருப்பதற்காகத்தான் இப்படியான ஆடையுடுத்தினோம்" என்றனர் குட்டித்தங்கைகள். அங்கே இருந்த வண்ணங்களுக்கான காரணத்தை இது விளக்கியது. அங்கே ஏராளமான வண்ணங்கள் வெடித்துச் சிதறியிருந்தன. அவற்றோடு ஆடைகள், அலங்காரப் பொருட்கள், ஒப்பனைகள், இறகுகள், தோகைகள், கிரீடங்கள், மணிகள், ஜிகினாக்கள், குஞ்சங்கள், நாடாக்கள், வார்கள், அடுக்குமடிப்பான அங்கிகள், உதட்டுச் சாயங்கள், கண் இமைச்சாயங்கள், ரோமங்களும் கூட - விளிம்பில் ரோமக்கற்றைகளை நான் பார்த்திருந்தேன் - சிறுமிகளின்

அக்காக்களுடைய குதிசெருப்புகளும் கூட இருந்தன. அவை காலுக்குச் சரியாகப் பொருந்தாததனால்தான் ஆடும் போதெல்லாம் கீழே விழுந்து அந்தப்புண்கள் தொடர்ந்து இருந்து கொண்டேயிருந்திருக்கின்றன. “ஆனால் நடு அக்கா, இவையெல்லாவற்றையும் விட, நாம் அவளாகவே ஆகிவிடுவதில்தான் மகிழ்ச்சி இருக்கிறது” என மீண்டும் கூறினர் குட்டித்தங்கைகள். இவ்வாறாக அவர்களை அறியாமலேயே, வீட்டில் – வீட்டிலும் - நான் முன்னாள் ஒப்பந்தங்களற்ற ஆண் நண்பனை மறப்பதைக் கடினமாக்கிக் கொண்டிருந்தனர் குட்டித்தங்கைகள். வீட்டைவிட்டுக் கிளம்பும்முன்பே அவனை நினைவுறுத்துகிற விஷயங்களை நான் எதிர்கொள்ள வேண்டியிருந்தது. வீட்டை விட்டு வெளியேறினால், மேலும் பல நினைவூட்டிகள் இருந்தன: விளம்பரத் தட்டிகளில் அவனது பெற்றோர்கள் இருந்தனர், ஒவ்வொரு செய்திக் குறிப்பிலும் அவர்கள் குறிப்பிடப்பட்டார்கள், பத்திரிக்கைகளில் பாராட்டப்பட்டார்கள், இதழ்களில் புகழப்பட்டார்கள், வானொலி நிலையங்களில் நேர்காணல் செய்யப்பட்டனர், உலகத்திலிருக்கும் எல்லாச் சிறுமிகளாலும் நடித்துப் பார்க்கப்பட்டனர். சுவர்ச்சித்திரங்களிலும், எல்லாத் தொலைக்காட்சிகளிலும் அட்டகாசமாக நடனமாடியபடி காட்சியளித்துக் கொண்டிருந்தனர்.

எனவே சர்வதேச ஜோடிகளுடைய கதாபாத்திரத்தைச் செய்து முடித்து ஓயும் வரை தங்களால் என்னுடைய ஆடைகளைக் கழற்றி வைக்கவும் திருப்பித் தரவும் முடியாது என்றனர் குட்டித்தங்கைகள். நான் அவர்களுக்கு உண்பதற்கு எதையேனும் தந்தவுடனேயே அவர்கள் வெளியே சென்று விளையாட ஆர்வமாக இருந்தார்கள். சரி என்ற நான், ஆனால் நான் ஓடிவிட்டு வருவதற்குள் அவர்கள் வீட்டிற்குத்திரும்பி என்னுடைய எல்லா ஆடைகளையும் கழற்றி வைத்திருக்க வேண்டும் என்றேன். அது மட்டுமின்றி குதி செருப்புகளை அவர்களுக்கு அனுமதிக்க முடியாது, “அவற்றை என்னிடம் தாருங்கள், நீங்கள் அவற்றை வளைத்துவிடுவீர்கள்” என்று சொல்லி அவர்களிடமிருந்து அதைக் கழற்றினேன். ஆனால் எப்படியும் நான் வீட்டில் இருந்து கிளம்பியவுடன் அவர்கள் அதை எடுத்துக் கொள்வார்கள் என்பது நன்றாகத் தெரிந்தது. அதுமட்டுமின்றி “நீங்கள் என்னுடைய உள்ளாடை அலமாரிப் பக்கம் போகாமல் இருப்பதுதான் நல்லது” என்றேன். “அது நாங்கள் இல்லை” என்ற மறுத்தார்கள் குட்டித்தங்கைகள்.” அது அம்மா. நீ தினமும் வேலைக்குச் சென்ற உடனேயே அம்மாதான் அந்தக் குவியலுக்குச் செல்கிறாள்” என்றார்கள்.

ஆமாம். அவள் சென்றாள். முன்பே நான் அவளிடம் என்னுடைய ஆடைகளைத் தொட வேண்டாம் என்று எச்சரித்திருந்தேன். குறிப்பாக என்னுடைய உள்ளாடைகள். அது மட்டுமின்றி அவள் என்னுடைய அறைக்கே வரக்கூடாது என்று சொல்லியிருந்தேன். அவளுக்கு ஏற்பட்டிருந்த இந்த மாற்றத்திலிருந்து - அதாவது நிஜ ஆயனைக் காதலிக்கத் துவங்கிய பிறகு, அல்லது காதலிக்கவே இல்லை என்று இத்தனை நாட்களாக நடித்துக் கொண்டிருந்ததிலிருந்து வெளிவந்த பிறகு - அவள் எப்போதும் தான் எப்படி இருக்கிறோம் என்பதைக் கண்ணாடியில் பார்த்துக் கொண்டே இருந்தாள். அவள் முகத்தைச் சுருக்கியபடி தன்னுடைய மூச்சை இழுத்துப் பிடித்து வயிற்றை உள்ளே இழுத்து அதன் பிறகு மூச்சு விடமுடியாமல் போகிற போதுதான் வயிற்றைத் தளர்வாக்கினாள். பிறகு பெருமூச்சு விடுதலும் தன்னுடைய உடலின் ஒவ்வொரு பாகங்களையும் ஆராய்தலுமாக இருந்த அவளுக்கு ஐம்பது வயது என்று நினைக்கிறேன். இந்த வயதிற்கு இதெல்லாம் அதீதம்தான். அதோடு அவ்விஷயத்தில் என்னுடைய ஆடைகளும் இருந்தன. அவற்றைத் தோண்டிக் கொண்டிருந்த அவள், தன்னுடைய ஆடைகளைத்தான் முதலில் தோண்டிக்கொண்டிருந்தாள் என்றும் அவற்றின் ஒவ்வொரு தையலையும் பிரித்துப் பெரிதாக்கிக் கொண்டிருந்தாள் என்றும் குட்டித்தங்கைகள் சொன்னார்கள். அவளது எந்த ஆடையும் அலங்காரப் பொருட்களும் தற்காலத்திற்குப் பொருத்தமாக இல்லை என்று அவள் மிகவும் வருந்தினாள் என்றும் குட்டி தங்கைகள் கூறினார்கள். அதனால் நான் வேலைக்குச் செல்வதற்காகக் காத்திருந்து அவள் அவற்றை நோண்டத் துவங்கியிருக்கிறாள். அப்படித்தான் இந்த வேலைகள் ஆரம்பித்திருக்கின்றன. நிஜமான ஆயர் மருத்துவமனையில் இருந்து வீட்டுக்கு வந்த பிறகு ஒரு நாள் நானே அவளைக் கையோடு பிடித்திருக்கிறேன். வேலை முடித்து ஒரு நாள் சீக்கிரமாகவே வீட்டிற்கு எனது அறைக்கு வந்த போது அவள் என்னுடைய அறையில் எல்லாவற்றையும் உடுத்திப் பார்த்துக் கொண்டிருந்தாள். எனது துணியலமாரி திறந்து கிடந்தது, இழுப்பறைக் கதவுகள் திறந்து கிடந்தன, காலணிப்பெட்டிகள் நகைப் பெட்டிகள் திறந்திருந்தன, அவளது முகத்துக்குத் தீட்டப்பட்டதாலோ படுக்கையில் சிதறப்பட்டிருந்ததாலோ ஒப்பனைப்பெட்டி காலியாக இருந்தது. அது மட்டுமின்றி அவள் என்னுடைய பொருட்களில் பாதியைத் தன்னுடைய அறைக்கு எடுத்துச் சென்றிருந்தாள். என்னுடையவை மட்டுமல்ல, இரண்டாவது அக்காவினுடையதும்கூட. ஏனென்றால் அவள் இங்கிருந்து

விலக்கிவைக்கப்பட்டவுடன் அவசரமாகச் செல்ல வேண்டி இருந்ததால் தன்னுடைய எல்லாப் பொருட்களையும் எடுத்துச் செல்வதற்கு அவளுக்கு நேரம் இருக்கவில்லை. நானும் இரண்டாம் அக்காவும் மட்டுமல்ல. மூத்த மற்றும் மூன்றாவது அக்காவின் வீடுகளுக்கும் - குறிப்பாக அவர்கள் அங்கு இல்லாத சமயமாகப் பார்த்து - செல்வதை அம்மா வழக்கமாகக் கொண்டிருந்தாள். முதல் அக்கா வீட்டிற்குத் தனது பேரக் குழந்தைகளைப் பார்க்கச் சொல்லும் சாக்கிலும் மூன்றாவது அக்காவிடம் ஏன் இன்னும் அவர்களுக்கு குழந்தை இல்லை எனக்கேட்கும் சாக்கிலும் சென்று வந்தாள். உண்மையில் அங்கு இருக்கிற பொருட்களை எடுப்பதுதான் அவளது நோக்கமாக இருந்தது. அவர்களுடைய கணவர்களும் அவளை அதற்கு அனுமதித்தார்கள். அவர்களைக் கண்டு கொள்ளாமல் அவள் மாடிக்குச் சென்று அந்தக் கதவுகளின் வழியாகத் தடுமாறியபடி கை முழுக்க தங்களது மனைவிகளின் பொருட்களோடு வெளியே வருவது குறித்து அவர்கள் எதுவும் நினைத்துக் கொள்ளவில்லை, இன்னமும் எதுவும் சொல்லவுமில்லை. எல்லாவற்றையும் தூக்கிக் கொண்டு வீட்டுக்கு அவள் வருவதாகக் குட்டித்தங்கைகள் கூறினார்கள். நாங்கள் சகோதரிகள் அனைவருமே இந்த நிஜ ஆயர் உறவினைப் புரட்சிகரமானதாகக் கருதினோம். அவளது நீண்ட கால ஜெபங்கள், நேரம் தவறாத பிரார்த்தனைகள், தேவாலயத்தில் நிகழ்கிற தீவிரமான, போட்டியிடுகிற வேண்டுதல்கள் எல்லாமும் மாறி, அவள் லியோ சேயரின் "நீ எனக்கு எப்போது தேவையோ", "நான் உன்னைக் காதலிக்கிறேன்", "நடனமிடுவதுபோல நீ என்னை உணரச் செய்கிறாய்" போன்ற பாடல்களை ஒலிநாடாவில் ஒலிக்கவிட்டுக்கொண்டிருக்கிறாள் என்றனர் குட்டித்தங்கைகள். எனவே நான் வேலை முடித்து வீட்டிற்கு வந்தபோது அவள் இடுப்புப் பட்டைகள், கைப்பைகள், கழுத்துத் துணிகள் எல்லாவற்றோடு தனது உடலும் தனக்கு துரோகம் செய்துவிட்டதாகக் கூறி வருந்திக் கொண்டிருந்தாள். கையும் களவுமாகப் பிடிக்கப்பட்டதில் வெட்கமோ குற்ற உணர்வுக்கான அடையாளமோ இல்லாதிருந்த அவள், "இன்னும் கொஞ்சம் குறைவான உயரம் கொண்ட குதிசெருப்புகளை நீ வாங்க மாட்டாயா என் மகளே?" என்று கேட்டாள். உடனடியாக நான் கோபப்படவும் தனக்குச் சொந்தமல்லாத பொருளை அவள் அபகரித்துக் கொண்டிருக்கிற எல்லை மீறலையும் சுட்டிக்காட்ட விரும்பினேன். அவள் பிரார்த்திப்பதற்காக தேவாலயத்திற்கும் வதந்தி பரப்புவதற்காகப் பக்கத்து வீடுகளுக்கும் கிளம்பிய உடனேயே குட்டித்தந்தைகள் நேராக அவளது அறைக்கு வந்தார்கள்

என்று நான் கூறினால் அவளுக்கு எப்படி இருக்கும் என்று கேட்க விரும்பினேன். அவர்கள் அவளுடைய படுக்கையில் அவளுடைய இரவு ஆடையை அணிந்து அவளுடைய புத்தகங்களைப் படித்துக் கொண்டு பொய்யாகப் பிரார்த்திப்பது போல விளையாண்டு, வதந்திகளைப் பொய்யாகப் பரப்பி, மருந்து தயாரிப்பது போல் நடித்து அவளது கதாப்பாத்திரத்தை மாறி மாறித் தங்களுக்குள் இட்டுக்கொண்டால் அவளுக்கு எப்படி இருக்கும் என்று கேட்க விரும்பினேன். ஆனால் அவளுடைய பயத்தாலோ என்னவோ, அவள் பார்ப்பதற்கு ஏதோ ஒரு ஆபத்தான, வித்தியாசமான மாற்றத்திற்கு உட்பட்டுக்கொண்டிருப்பது போலத்தோன்றியது. எனவே நான் அவளுக்கு, பின்புறம் வார்வைத்த இன்னொரு சிறிய குதிகொண்ட காலணி ஜோடியை எடுத்து கொடுத்து, "இதை முயற்சி செய்து பாருங்கள், அம்மா" என்றேன்.

உண்மையான ஆயர் சார்ந்த விஷயங்கள் ஒட்டுமொத்தப் பகுதியிலுமே மாறியிருந்தது போல் தோன்றியது. பக்தைகளின் - முன்னாள் பக்தைகளாகத் தற்போது தரமிறங்கிவிட்டவர்களின் - பெரிய அணியின் சமீபத்திய பேச்சுகள் குறித்து நானும் கூட கவனம் செலுத்தியிருந்தேன். அவர்களுக்கிடையேயான பழைய காதல் போட்டிகள் மீண்டும் உயிர்பெற்றிருந்தன. முதலில் ஆயர் உயிர்பிழைக்க வேண்டுமென்று கடவுளை வேண்டிய அவர்கள், அது நிறைவேறியவுடன், அவர் முழுமையாக குணமடைய வேண்டுமெனப் பிரார்த்திக்க ஆரம்பித்திருந்தனர். ஆனால் அதில் சில பெண்கள், தாங்கள் தேவாலயத்தில் கண்கள் மூடி, கைகள் கோர்த்து, பக்தியால் மர இருக்கைகளைத் தேய்த்து முழங்காலிட்டு தெய்வத்தை வேண்டிக் கொண்டிருக்கையில், இவர்களது நீண்ட நேர தீவிரப் பிரார்த்தனைகளை தங்களுக்குச் சாதகமாகப் பயன்படுத்தி தங்களது பிரார்த்தனைகளைக் குறைத்துக் கொண்டு உண்மையான ஆயரைக் காண்பதற்காக மருத்துவமனைக்கு விரைகிறார்கள் என்பதைக் கண்டுகொண்டனர். இதைக் கண்டுபிடித்தவுடன் எல்லோருமே அவசரமாகினர். பிரார்த்தனைகள் செய்யப்பட்டபோது அதில் பல பகுதிகள் விடப்பட்டன. முன்னாள் பக்தைகள் முன்னதாகவே இறைவனிடம் மன்னிப்புக் கோரிக் கொண்டனர். இது தற்காலிகமானதுதான் என்றும், எப்போதுமே இவை தற்காலிகமானவையாகத்தான் இருக்கும் என்றும், தங்களது வழக்கமான முழுமையான பிரார்த்தனைகளுக்கு சீக்கிரமே திரும்பிவிடுவர் என்றும், அவருக்குப் பிரச்சினை இல்லையெனில் பிரார்த்தனை நேரத்தையும் பிரார்த்தனை வரிசையிலுள்ள எல்லாப்

பகுதிகளையும் சுருக்கிக் கொள்ளவும் - சிலவற்றைச் சொல்லாமல் விட்டுவிடவும் - இப்போதைக்கு விரும்புகின்றனர் எனவும் குறிப்பிட்டனர். அப்படி ஒன்றும் அவரது இருப்பை அவர்கள் மறந்துவிடவில்லை. அம்மாவைப் போலவே அவர்களும் போளிகள் தயாரித்து, கேக்குகளை அலங்கரித்து, வடிசாற்றை ஊட்டி, மகள்களின் ஆடைகளை, மகள்களின் ஒப்பனைகளை, மகள்களின் நகைகளை அணிந்து வீட்டிற்கும் மருத்துவமனைக்கும் ஓடுகிற வேலையில் மகள்களது குதிசெருப்புகளை வளைத்துக் கொண்டிருந்தனர். அடுத்து உண்மையான ஆயர் மருத்துவமனையிலிருந்து வீட்டிற்குத் திரும்பிய பிறகும் அவர்கள் அவசரத்திலேயே இருந்தார்கள் - இம்முறை அவர் வீட்டில் நல்லமுறையில் நலமடைந்து கொண்டிருக்கிறாரா என்பதை உறுதி செய்வதற்காக.

ஜேஸனிடமிருந்து கிடைத்த அறிவுரையின்படி அம்மா இவ்விஷயங்களைச் செய்ய ஆரம்பித்தாள் ஜேஸனுக்கு நன்றி. அவள் தன் கணவன் நிகெலைக் காதலித்ததால் அவளுக்கு உண்மையான ஆயர் மீது அந்த வகையான ஆர்வம் இருந்திருக்கவில்லை. எனவே துப்பாக்கிச் சூட்டினைப் பற்றிக் கேள்விப்பட்டவுடனேயே முதல் ஆளாக அம்மாவால் அங்கே சென்றிருக்க முடிந்தது. உடனேயே அவள்மேல் பாய்ந்து விழுந்த காவல்துறையினர் மருத்துவமனையின் ஒரு அலமாரி போன்ற அறைக்கு அவளை விசாரணைக்கு அழைத்துச் சென்றிருந்தனர். அரசுக்கு எதிரானவன் எனக் கருதிச் சுடப்பட்ட இந்த ஆணை – இந்தத் தீவிரவாதியை - அவள் ஏன் காண விரும்பினாள் என அவர்கள் வினவினர். காயம்பட்ட இந்த மத்திம வயது துணை ராணுவக்காரனின் மத்திம வயதுப் பெண் தோழியை தங்களுக்குத் துப்புக்கொடுப்பவளாக மாற்ற காவல்துறையினர் முயன்றதாகத்தான் அது கருதப்பட்டது. சமூக விரோதிகளான கிளர்ச்சிக்காரர்களை அவர்களுக்கு அவள் அடையாளம் காட்ட கட்டாயப்படுத்துவார்களா? கிளர்ச்சிக்காரர்களின் சமூகவிரோதத் திட்டங்களை அவர்களுக்குத் தெரியப்படுத்துவாளா? அவர்களது அந்தக் கொடூரமான எதிரிகளை இல்லாமலாக்க உதவுவாளா?

விஷயம் என்னவென்றால், அம்மா அவசரமாக அங்கே சென்ற சிறிது நேரத்திலேயே, அந்தக் காயம்பட்ட துணைராணுவத்தினனின் பெண்தோழிகளாக இருக்க வாய்ப்புள்ள மூன்று மத்திம வயதுப் பெண்களும் அங்கே சென்றிருந்தனர். அடுத்ததாக இன்னும் நான்கு பேரும் வந்தனர். அதிகரித்துக்கொண்டே சென்ற இவ்வகையிலான பெண்களை அடைத்து வைத்து விசாரிக்கிற அலமாரி-வகை

அறைகளே காவல்துறைக்குப் போதாமலாகின. எனவே அவர்கள் இவர்களை காவலர் வளாகத்திற்கு மாற்ற வேண்டியிருக்கும், ஆனால் அது அவர்கள் நினைத்தது போல விஷயத்தை ரகசியமாக வைத்திருக்க உதவாது. மருத்துவமனை நடைபாதைகளில் சோதனை நடத்திய காவல்துறையினர் விசாரணை செய்யப்பட வேண்டிய மேலும் இரண்டு மத்திம வயதுப் பெண்களை எதிர்கொண்டனர். இந்நேரத்திற்கு சட்டம் தன் தலையைச் சொறிந்து கொண்டிருந்திருக்க வேண்டும். "எத்தனை பேர்தான் இருக்கிறார்கள் அவனுக்கு? எப்படிப்பட்ட பரோபகாரி அவன்? இத்தனை காதல் சந்திப்புகளுக்கும் இடையில், சரியாக எப்போது இந்த வேலன்டினோ தனது தீவிரவாத நடவடிக்கைகளுக்கான நேரத்தைக் கண்டறிந்தான்? இதற்கான பதிலை அவர்கள் வந்தடைவதற்கு முன்பே அது மீண்டும் நிகழ்ந்தது. கட்டுப்பாடுகள் நிறைந்த எங்களது சிறிய பகுதியிலிருந்து வந்த துப்புக்கொடுக்கிற மத்திய வயதுப் பெண்களின் எண்ணிக்கை பத்திலிருந்து பதினெட்டாகப் பெருகியதென வதந்தி கூறியது. வெளிப்படையாகச் சொன்னால், இது சமாளிக்க முடியாதது. ஆனால் காவல்துறைக்கு மட்டுமல்ல, தாங்கள் அறிந்த இந்தப் பதினெட்டு முன்னாள் பக்தைகள் யாரேனும் துப்புக்கொடுப்பவர்களாக இருந்திருப்பார்களா என்பது குறித்து ஒரு போலி - ஆய்வு நடத்த வேண்டியிருந்த கிளர்ச்சியாளர்களும் கூட இச்சூழலை சமாளிக்க முடியாததாகத்தான் கருதினர். சமாளிக்க முடியாதது மட்டுமல்ல – நகைப்பிற்குரியது. நகைப்பிற்குரியது மட்டுமல்ல பதட்டம் தருவது. சமாளிக்க முடியாததாகவும் நகைப்பிற்குரியதாகவும் பதட்டம் தருவதாகவும் அது இருந்தது அரசியல் பின்னணிகளால் மட்டுமல்ல, இதில் சம்பந்தப்பட்டிருந்த பெண்கள் ஊரின் பாரம்பரியமான மனைவிகள் மற்றும் அம்மாக்கள் என்பதாலும்தான்.

"ஏதோ குறைகிறது. ஏதோ குறைவதுபோல உனக்குத் தோன்றவில்லையா?" என ஒரு கிளர்ச்சிக்காரன் இன்னொரு கிளர்ச்சிக்காரனைக் கேட்டதாகக் கூறப்பட்டது. எங்கள் பகுதியானது அச்சம் தரும் ஒரு அமைதியை அடைந்திருந்தது, அமைதியிலேயே மூழ்கியிருந்தது. பிரார்த்தனைகளின் முணுமுணுப்பும் ஜெபமாலை மணிகளின் ஓயாத சப்தமும் உண்டாக்கியிருந்த அதிர்வும் நின்று பகுதி முழுக்க ஒரு திகில் நிறைந்த விநோதமான அமைதி சூழ்கிற வரை அதற்குமுன் அங்கே எவ்வளவு அமைதியின்மை நிலவியதென்பதை ஒருவர் உணர்ந்திருக்க முடியாது. "அது அந்த பக்தைகள், முன்னாள் பக்தைகள், தங்களது பயங்கரமான முணுமுணுப்பையும், இடைவிடாத நிதானமான அடிக்குரல்

பிரார்த்தனைகளையும், எரிச்சலும் அயர்ச்சியும் ஊட்டுகிற காலஅட்டவணைப் பிரார்த்தனைகளையும், காரணமேயின்றி சப்தமான பாடலாக வெடிக்கிற அந்த வேண்டுதல்களையும், எல்லாவற்றையும் நிறுத்தியிருந்தனர். அதிலும் குறிப்பாக, ஒருவரையும் நேசிக்காத, குழந்தைகளைத் திட்டுகிற, தனது சகோதரன் இறந்த பிறகு 'நீருக்கு மறுபுறமிருந்து, இங்கே வீட்டிற்கு வந்த, நமது ஆயுதங்களையெல்லாம் சாலையில் எறிந்த அந்த சுயமோகக்காரனுக்காக இவர்கள் அதனை நிறுத்தியிருக்கிறார்கள்" என்றான் இன்னொரு கிளர்ச்சிக்காரன். "நாம் அவன் மீது தார் பூசி இறகுகள் ஒட்டியிருக்கக்கூடாது. தற்காலிகக் குழிக்குள் தள்ளி அன்றே அவனைச் சுட்டிருக்க வேண்டும்" என்றான் இன்னொரு கிளர்ச்சிக்காரன். "ஆனால், நாம் அப்படியும் நம்மைக் குறைகூற முடியாது." என்று கூறி இன்னொருவன் அந்த ஆரம்பகாலத்தையும் பனிரெண்டு ஆண்டுகளுக்கு முன்பும் இதே பெண்கள்தான் அவர்களது தீர்ப்பினைச் செயல்படுத்த விடாமல் அந்த ரகசிய இல்லத்தின் வாசலில் வந்து குவிந்தனர் என்பதையும் மற்றவர்களுக்கு நினைவூட்டினான். இது அந்த யாரையும் நேசிக்காத மனிதன் குழந்தைகளைத் திட்டி, இவர்களது துப்பாக்கிகளை விட்டெறிந்தபோது, கிளர்ச்சிக்காரர்கள் உடனடியாக அங்கே சென்று அவனையும் தங்களது ஆயுதங்களையும் அவசரம் அவசரமாக ரகசிய இல்லத்திற்கு அழைத்துச் சென்ற பிறகு நிகழ்ந்திருந்தது. உண்மையில் அவர்கள் அவனைக் கொல்லத்தான் முடிவு செய்திருந்தனர். அவர்களுடைய உடைமைகளைத் தொந்தரவு செய்ததற்காக மட்டுமல்ல, அவற்றை அவ்வளவு பட்டப்பகலில் வெட்டவெளியில் வீசியதற்காகவும்தான். அந்த இளம் கண்காணிப்பாளன் மட்டும் உடனடியாகச் செயல்பட்டு நடந்ததைப் பற்றி அவர்களுக்கு எச்சரிக்கை செய்திராவிட்டால், வழக்கம்போல அவர்களது பகுதியின் மேல் ரோந்து வரும் ஏதேனும் ஒரு பழைய ராணுவ ஹெலிகாப்டர் இவர்களது ஆயுதங்களை நிச்சயமாகப் பார்த்திருக்கும். எனவே ஒருவரையும் நேசிக்காத அந்த மனிதனை அவர்கள் கொல்லத்தான் நினைத்தார்கள், ஆனால் அவனை நேசித்த பெண்கள் அதைச் செய்யவிடாமல் தடுத்து விட்டனர். வழக்கமாக இந்தப் பெண்கள் கிளர்ச்சியாளர்களுக்கு அடிபணிபவர்களாகவும் ஆதரவு தருபவர்களாகவும் தான் இருப்பர். எதிரிகள் வரும்போது, ஒரேநேரத்தில் குப்பைக்கூடை மூடிகளைத் தட்டியும் விசில் ஓசை எழுப்பியும் எல்லோரையும் - கிளர்ச்சிக்காரர்கள் உட்பட - எச்சரிக்கை செய்வர்; கிளர்ச்சிக்காரர்களை மறைவிடத்தில்

தங்கவைப்பர்; அவர்களுக்காகத் துப்புக் கொடுப்பார்கள், ஊரடங்குகளை நிறுத்துவார்கள், ஆயுதங்களைக் கடத்தவும் இடம்மாற்றவும் உதவுவார்கள், அதுமட்டுமின்றி அவர்களது திறன்மிக்க வீட்டுமருத்துவமும் இருந்தது: துப்பாக்கியால் சுடப்பட்டும் உயிரிழக்காத கிளர்ச்சிக்காரர்கள் தெருவோரப் பதுங்குகுழி வாயிலாக இப்பெண்களில் யாரேனும் ஒருவரது வீட்டின் பின்புறம் வழியாக உள்ளே நுழைகிற சமயங்களில், அப்பெண்கள் அவர்களது உடலில் பாய்ந்த குண்டினை அகற்றி, பிளவுபட்ட தோலை ஒன்றாக இழுத்து இணைத்துத் தைப்பார்கள். அல்லது வீடுகளில் அரச படை வீரர்கள் சோதனை நிகழ்த்தி முடிக்கும் வரை தற்காலிகமாகப் போதுமான பின்னூசிகளால் தோலை இணைத்து வைப்பார்கள். இவ்வாறாக சோதனை முடியும்வரை காத்திருப்பதைப் போல மோசமான ஓர் அனுபவம் எதுவுமே இல்லை என்பதை எந்த ஒரு உண்மையான கிளர்ச்சிக்காரனும் ஒப்புக்கொள்வான். அந்த நேர்மையானது அப்பெண்களின் இயல்பிலேயே இருப்பது. ஆனால் நிஜமான ஆயர் இவர்களது துப்பாக்கிகளைப் பரசியமாக்கிவிட்டார். அதனால்தான் அவர்கள் அவரை ரகசிய இல்லத்திற்கு அழைத்து வந்திருந்தனர். உண்மையில் அது ஒரு இல்லம் அல்ல, தேவாலயத்தின் குடிசைகளில் ஒன்றுதான். அங்கே அவரை அவர்கள் அழைத்துச் சென்றது ஊர்ப்பஞ்சாயத்தை நீட்டிப்பதற்காகவும் அல்ல, உடனடியாக அவரைச் சுட்டுக் கொல்வதற்காகத்தான். அவரை அதன் வாயிலுக்குள்கூட அழைத்துச் சென்றிருக்க மாட்டார்கள், அதற்குள்ளாகவே அந்தப் பெண்கள் அங்கே வந்திருந்தனர். ஆச்சர்யமாக அவர்கள் ஆத்திரமாகவோ கோபமாகவோ நடந்துகொள்ளவில்லை. மாறாக அப்பெண்கள் அந்த இல்லத்திற்கு எதிராக இருந்த தெருவில் முகாம் அமைத்துக் கொண்டனர். அமைதியாக அமர்ந்து கூடாரத்தையே பார்த்தனர். கூடாரத்தைப் பார்த்தது மட்டுமின்றி அவர்களில் பலர் அதனை நோக்கி - தெய்வம் மன்னிக்கட்டும் - விரல்களையும் நீட்டினர். இந்தப் பெண்களின் நோக்கம் என்னவென்பதை வெகு சீக்கிரமாகவே கிளர்ச்சிக்காரர்கள் புரிந்து கொண்டனர். அதாவது இப்படி இத்தனை பெண்கள், கிளர்ச்சிக்காரர்களின் கைகளில் உள்ள ஒரு தேவாலயக்கூடாரத்தின் முன் அமர்ந்திருக்கிறார்கள் என்பதைக் காணவும், அதனைக் குறித்து வைத்து சூறையாடவும் அரசின் ஒரே ஒரு ஹெலிகாப்டர் இங்கே ஒரே ஒரு முறை பறந்து விட்டால் போதும் என்பது அவர்களுக்குத் தெரிந்தது, அவர்களுக்குத் தெரியும் என்பது அந்தப் பெண்களுக்குத் தெரியும் என்பதும் அவர்களுக்குத்

தெரிந்தது. எனவே அது ஓர் அச்சுறுத்தலாய் இருந்தது, அதே நேரத்தில் புரிந்து கொள்ள முடியாத மனித நடத்தையாகவும் இருந்தது. அந்தப் பெண்கள் அவர்களது நேர்மையான குப்பைக்கூடை மூடி ஓசைகளுக்கும் நேர்மையான விசில் சப்தங்களுக்கும் நேர்மையான ரத்தக்குழாய் தையல்களுக்கும் பெயர் போனவர்கள் என்பதை கிளர்ச்சியாளர்களால் மறுக்க முடியவில்லைதான். ஆனால் யாரையும் நேசிக்காத அந்த மனிதனை விடுவிக்கக் கோரி இப்போது துரோகம் சார்ந்த அச்சுறுத்தலை அவர்கள் முன்வைக்கிறார்கள் என்பதும் மறுக்க முடியாததுதான். எனவே அங்கே எதுவும் பேசப்படாமல் இருந்தது. ஆனால் இறுதியில் அந்தப் பெண்களின் பிரதிநிதி ஒருவர் அக்கூடாரத்தின் கதவினைத் தட்டி யாரையும் நேசிக்காத அந்த மனிதன் உடனடியாக விடுவிக்கப்பட வேண்டுமென சப்தம் எழுப்பி அந்த அமைதியைக் குலைத்திருந்தாள். அங்கே எந்தப் பிணமும் இருக்கக்கூடாதெனக் கத்திய அவள் தங்கள் நண்பன் சுவாசத்துடனும் முழுநலத்துடனும் இருக்க வேண்டும் என்றாள். ஆனால் அவர்களது கோரிக்கை முழுவதுமாக நிறைவேற்றப்படவில்லைதான். தங்களது மரியாதையைக் காப்பாற்றிக் கொள்ளும் பொருட்டு, ஒப்புக்கொள்ளப்பட்ட நடத்தைகளிலிருந்து விலகிச் சென்று சமூக விரோதப் பண்புகள் கொண்டிருக்கிற ஒருவராக நிரூபிக்கப்பட்டிருப்பதால் ஆயரை ஊரின் மற்றொரு பரிதாபத்திற்குரிய விசித்திரமானவராகத் தீர்ப்பளிப்பதாக கிளர்ச்சியாளர்கள் அறிவித்தனர். அந்த வகையில் அவரை கவனத்தில் கொள்ளும்போது - இதைக் கூறும்போது தங்களது தலையில் தட்டிக்கொண்டனர் - ஊரின் மனநிலை பாதிப்பில் இருக்கிற ஒருவரிடம் தயவுடன் நடந்துகொள்ளும் பொருட்டு மரணதண்டனை தவிர்க்கப்படுகிறது எனக் குறிப்பிட்டனர். ஆனால் ஒருவரையும் நேசிக்காத அந்த மனிதனைத் தண்டனையின்றி விடுவிக்க முடியாது. எனவே அவருக்கு லேசானதிலிருந்து - சுமாரான அளவிற்கு அடிகளும், அதைத்தொடர்ந்து தார்பூசி இறகு ஒட்டுதலும், இன்னொரு முறை அவர் இவர்களது ஆயுதங்களை ஆபத்திற்கு உள்ளாக்கினால் - எவ்வளவு பெண்கள் அவரை நேசித்தாலும் - இம்முறை போல இவ்வளவு கருணையுடன் நடத்தப்படமாட்டார் என்கிற எச்சரிக்கையும் தரப்பட்டது. இது நடந்து பனிரெண்டு ஆண்டுகளுக்குப் பிறகு இப்போது, "ஆனால் நாம் மிகவும் கருணை காட்டி விட்டோம்" என்றனர். இப்போதும் அவர்கள் அதே போன்ற, கிட்டத்தட்ட அதே போன்ற, குறிப்பிடத்தக்க அளவு ஒற்றுமையான பெண்ணெதிர்ப்பை எதிர்கொள்கின்றனர். "மருத்துவமனைக்குச்

செல்லக்கூடாதென அவர்களுக்குச் சொல்லியிருக்கிறோம்தானே?" என்றனர். "அவர்கள் எச்சரிக்கப்பட்டனர், அறிவுறுத்தப்பட்டனர், கட்டளையிடப்பட்டனர், ஆனால் பாருங்கள், நேராகச் சென்று அதையே செய்து அவர்களிடம் சிக்கியிருக்கிறார்கள்." "அவனிடம் அப்படி எதைத்தான் கண்டார்கள்?" "ஆமாம். அதுவும் இந்த வயதில், அவர்களில் சிலர் இளைஞிகளும் அல்ல." சிலர் அல்ல. அவர்களில் யாருமே இளைஞிகள் அல்ல. இன்னாருடைய அம்மா என்று அழைக்கப்படுபவர் எப்படி இளைஞியாக இருக்க முடியும்? அந்தப் பெண்ணும் கூட மருத்துவமனையின் அலமாரி வகை அறைகளிலிருந்துதான் பிடிக்கப்பட்டாள் என்றும் இப்போது காவலர் குடியிருப்பில் இருப்பதாகவும் ஒற்றர்கள் சொன்னார்கள். "இன்னாரது அம்மாவும்கூட." "என்னுடைய அம்மாவும்தான்" என ஒப்புக் கொண்டான் ஒரு கிளர்ச்சியாளன். 'மன்னித்துக் கொள்ளுங்கள். இத்தனை நாட்களாக இது எனக்குத் தெரியாது, என் அம்மாவிற்கும் அவள் இன்று அங்கே சென்று சிறைப்படும் வரை தெரியாது." சிறிது இடைவெளிக்குப் பிறகு, வேறு சிலரும் கூட, ஒருவரையும் நேசிக்காத அந்த மனிதனுடன் தங்களது அம்மாக்களும் தொடர்பில் இருக்கிற வருந்தத்தக்க விஷயத்தினை ஒப்புக்கொண்டனர்.

முன்னாள் பக்தைகளைத் தங்களுக்காகத் துப்புக் கொடுப்பவர்களாக மாற்றுவதற்கான காவல்துறையின் முயற்சியும், முன்னாள் பக்தைகள் துப்புக் கொடுப்பவர்களாக மாறிவிட்டார்களா என அறிவதற்காக அவர்களைத் துரத்துகிற கிளர்ச்சியாளர்களது முயற்சியும் எந்தப் பலனையும் தரவில்லை, பெண்களின் எண்ணிக்கை இப்போது மேலும் அதிகரித்திருந்தது. பெண் போராளிகளும் கூட – *ஐயோ! அவர்களா! வேண்டவே வேண்டாம்* எனப் பதறினார்கள் ராணுவ மற்றும் துணை ராணுவ வீரர்கள் - அங்கே தோன்றி உண்மையான ஆயனுக்கு ஆதரவு தெரிவிப்பதற்காக மருத்துவமனைக்கு விரைந்திருந்தார்கள். தங்களையும் தங்களது நோக்கங்களையும் முழுமையாகப் புரிந்து கொண்டு மரியாதை தந்த ஒரே ஒருவர் ஊரில் இவர் மட்டும்தான் என்று கூறினார்கள் அவர்கள். அதன் பிறகு ஊடகங்கள் வந்தன. அவற்றின் சிறிய, ஆனால் எரிச்சலூட்டும், *ஆயன், உண்மையான ஆயன்* என்கிற செய்திக் குறிப்பு வந்தது. சினமூட்டும்படியான மதியநேரத் தலைப்புச் செய்தி அரசு மீண்டும் தவறான நபரைச் சுட்டு விட்டதாகக் கூறியது. தாங்கள் தவறான நபரைச் சுட்டு விட்டோம் என்கிற செய்தி சரியானதுதான் என்பதைக் கண்டுகொண்ட அரசானது இந்த ஒட்டுமொத்த விஷயத்தையும் முடிவுக்குக் கொண்டு வருவதாக தொலைக்காட்சியின் அடுத்த

செய்திக் குறிப்பில் தெரிவித்தது. பெரும்பாலும் தங்களது அம்மாக்களாக இருக்க வாய்ப்புள்ள, துப்புக்கொடுக்கிறதாக கருதப்படுகிறவர்கள் மீது கடுமையான தீர்ப்பினை வழங்குவதற்காக விசாரணை மன்றத்தில் அமரவேண்டுமே என வருந்திக் கொண்டிருந்த கிளர்ச்சியாளர்களுக்கும் எல்லாவற்றையும் அரசு முடிவுக்கு கொண்டுவர விரும்புகிறதென்னும் தொலைக்காட்சிச் செய்தியானது முதன்முறையாக ஒத்துப்போக விரும்புகிற விஷயமாக இருந்தது. இதனை அப்படியே முடித்துக் கொள்வதைத்தான் தாங்களும் விரும்புவதாக அவர்களும் தெரிவித்தனர்.

கிளர்ச்சிக்காரர்களால் மட்டுமின்றி காவல்துறையினராலும் அம்மாவும் பதினேழு பெண்களும் விடுவிக்கப்பட்டனர். உடனடியாக மருத்துவமனைக்கு விரைந்த அவர்கள் நேரடியாக அவசர சிகிச்சைப்பிரிவிற்குச் சென்றனர். உண்மையான ஆயரது நிலைமை ‘சீராக’ இருப்பதாக அவர்களுக்குத் தெரிவித்த மருத்துவமனையினர், ஆனால் அவர்கள் யாருக்கும் அவரைப் பார்க்க அனுமதியில்லை என்று கூறிவிட்டனர். “மன்னிக்க வேண்டும். நீங்கள் அவரது குடும்பத்தினர் இல்லை” என்று கூறியது மருத்துவமனை. “இணையாக விருப்பம் கொண்டிருப்பவர்” என்னும் விஷயம் அங்கே வேலைக்காகவில்லை. சில இணைகள், தெம்பை வரவழைத்துக்கொண்டு திட்டங்களையும் செயல்களையும் ஒருங்கிணைப்பதற்காக வீடு திரும்பினர். அப்போதுதான் அம்மா இருளில் எங்கள் வீட்டிற்குத் திரும்பி, அவளும், பெகியும், நிஜமான ஆயரும், மற்ற பெண்களும் பங்குபெற்ற அந்தப் பழைய நாடகத்தைப்பற்றி எனக்குத் தெரிவித்திருந்தாள்; அவளுக்கும் அப்பாவுக்கும் இடையிலான திருமண வாழ்வு முழுவதும் சொல்ல முடியாததாக இருந்த அந்தப் பொருந்தாத - இணை சார்ந்த பிரச்சினையும் அப்போதுதான் வெளிப்பட்டிருந்தது.

இதோ, நான் நஞ்சூட்டப்பட்டு இரண்டு வாரங்களுக்குப் பிறகு, நொறுக்குத் தீனிக் கடைக்குச் செல்வதற்கு முன்பு அவள் எனது குதிவார் செருப்புகளை அணிந்து - அவை பொருந்துவது போல் தோன்றியதால் - தற்காலிகமாக அமைதியடைந்திருந்தாள். ஆனால் தனது போதாமை குறித்த அவளது பயம் இன்னும் அதிகரித்து அடுத்தடுத்த விஷயங்களுக்கு நகர ஆரம்பித்திருந்தது. இப்போது அது அவளது ‘பின்புறமாக’ இருந்தது, அவள் அதனை அப்படித்தான் அழைத்தாள். அவள் கடந்த முறை கண்ணாடியில் அதை முழுவதுமாகப் பார்த்திருந்ததைவிட இப்போது அது

பெரிதாகியிருந்தது. அது வருடங்களுக்கு முன்பாய் இருந்தது. எத்தனை வருடங்கள் என்பதைச் சொல்ல அவள் விரும்பவில்லை. ஆனால் நான் பார்த்தேன் என்று கூறிய அவள், கண்ணாடியின் முன்புறம் பார்க்கும் போதே அது பெரிதாகத் தெரிகிறதென்றால் பின்புறம் அது நிச்சயம் குறிப்பிடத்தக்க அளவு பெரிதாகியிருக்கும் என்பதாகவும், தொடர்ச்சியாகத் தனது ஆடையின் அளவை அதிகரித்துக் கொண்டே போனதால் மட்டுமல்ல, முன்னறையில் கிடந்த அந்த நாற்காலியில் அமர்கிற அனுபவமும் அவளுக்கு அதை உணர்த்தியிருந்ததாகக் கூறினாள். நான் ஒன்றும் புரியாமல் முழித்திருக்க வேண்டும். எனவே அவள் தொடர்ந்து கூறினாள், “பின்புறத்தைப் பற்றிப் பேசுகிறேன், மகளே. நான் இப்போதெல்லாம் அமர்வதேயில்லையே, அந்த நாற்காலி. எனது பின்புறம்தான் நான் அதில் அமராததற்குக் காரணம். ஏன் என்று நீ யோசித்திருப்பாய்....” “இல்லை அம்மா” என்றேன் நான். “நான் அதையெல்லாம் யோசிக்கவில்லை. எந்த நாற்காலி? நான் எந்த நாற்காலியையும் கவனிக்கவில்லையே.” “நிச்சயம் நீ கவனித்திருப்பாய். கைவைத்த அந்த மர நாற்காலி முன்னறையில் கிடக்குமே, ஒரு காலத்தில் அது உன் கொள்ளுப்பாட்டி வின்ஃப்ரெட்டின் நாற்காலியாய் இருந்தது. எனக்கு அதில் அமரும் பழக்கம் இருந்தது. அவ்வப்போது அதில் அமர்ந்து நான் பின்னல் வேலை செய்வேன், ஜேஸனிடம் பேசிக் கொண்டிருப்பேன், அல்லது வேறு பெண்களிடம் பேசிக் கொண்டிருப்பேன், அல்லது தனியாக அமர்ந்து தேநீர் அருந்திக் கொண்டிருப்பேன், அல்லது உண்மையான ஆயனான அந்த ஆணுடன் - இந்த இடத்தில் நிறுத்திய அவள் என்னைப் பார்த்தாள், ஆனால் நான் அதற்கு முகம் கொடுக்கவில்லை - சில நேரங்களில் நான் அதில் வெறுமனே அமர்ந்து யோசித்துக் கொண்டிருப்பேன் அல்லது வானொலியில் எதையேனும் கேட்டுக்கொண்டிருப்பேன். அது சரியாகத்தான் இருந்தது. நான் அதில் எந்தச் சிக்கலுமில்லாமல் அமர்வேன், நான் அதில் அமர்ந்திருக்கிறேன் என்கிற உணர்வேகூட இருக்காது. அது வெறும் ஒரு நாற்காலி; ஆழ்மனதைச் சித்திரவதை செய்கிற ஒரு பொருளாகக் குறித்துக் கொள்கிற அளவுக்குக்கூட அது கவனத்தை ஈர்த்திருக்காது. நான் அதற்குள்ளே அமர்வேன், வேலை முடிந்ததும் எழுந்து கொள்வேன். எல்லாம் சாதாரணமாகத்தான் இருந்தது. இப்போதில்லை மகளே. இப்போதெல்லாம் அந்த நாற்காலியில் அமர்ந்து நான் ஏதாவது செய்தாலே, மன வருத்தம் அதிகமாகிவிடுகிறது. நான் அமர்கிறபோதோ அதிலிருந்து எழுகிறபோதோ அதன் ஒரு கை எனதுபின்புறத்தில் லேசாக

உரசுகிறது. அல்லது எனது பின்புறம் அதன் மறுகையில் அதேபோல இடிக்கிறது. இந்த நாற்காலியின் கைகள் நகர்த்த முடியாதவை" என்றவள். "அது ஒரு தனி நாற்காலி என்பதால், அதன் கைகள் அதன் உடல்பகுதியுடன் இறுக்கமாகப் பிணைக்கப்பட்டுள்ளன. ஒரு நாற்காலி நிச்சயமாக சிறியதாகியிருக்க முடியாதென்பதால், எனது பின்புறம் பெரிதாகிவிட்டதென்பதுதான் அதன் பொருள். ஆனால் அப்படிப் பெரிதாகும்போது அறைகலன்களில் பொருந்திப் போவதற்காகச் செய்து கொள்ளவேண்டிய சிறிய சிறிய நெளிவு சுழிவுகளைத் தன்னியல்பாகக் கொண்டிராமல், தான் சிறிதாக இருந்த பழைய காலத்தின் நினைவிலேயே நடந்துகொள்கிறது" என்றாள். என்ன சொல்வதெனத் தெரியாமலோ, அல்லது வெறுமனேயோ நான் வாயைத் திறந்து அப்படியே வைத்திருந்தேன். "ஆனால் புரிந்துகொள் மகளே" எனத் தொடர்ந்தாள் அம்மா. "என் பின்புறம் மிகவும் பெரிதாகிவிட்டதால் நான் அந்த நாற்காலிக்குள் பொருந்தமுடியவில்லை என்று சொல்லவில்லை. இப்போதும் அதனால் அதில் உட்காரமுடியும். ஆனால் சில அங்குலங்களோ அல்லது அங்குலத்தின் பின்னங்களோ நாற்காலியைவிடக் கூடுதலாக அது பெருத்துவிட்டதால் முன்பிருந்ததைப் போல இயல்பாக அதனால் அதில் அமரமுடியவில்லை."

எப்படி இதற்கு எதிர்வினை புரியவேண்டும் எனத் தெரியாவிட்டாலும், அவள் என்ன சொல்ல வருகிறாள் என்பதை என்னால் புரிந்து கொள்ள முடிந்தது. தனது பின்புறத்தின் வளர்ச்சியைப் பற்றிய அம்மாவின் இந்த உணர்வுபூர்வமான, வலிமிகுந்த, நுணுக்கமான காட்சிப்படுத்துதலின் விவரணையில் எளிமையோ, உண்மையோ, அப்பட்டமோ, சமூகத்தில் பழக்கத்தில் இருக்கிற தன்மையோ காணப்படவில்லை. எனவே எனது விவரணையும் அவளது வார்த்தைகளைப் போலவே அதே போன்ற தொனியிலும் கனத்திலும் இருந்தால்தான் அது அவளது பழைய நிலையை அங்கீகரிப்பதாகவும் மதிப்பதாகவும் இருக்கும். தான் குறிப்பிடுகிற அந்த நாற்காலியுடன் தொடர்புபடுத்தி தனது பின்புறத்தின் நிலை குறித்த அவளது விளக்கத்தில் இருக்கும் தனித்தன்மையை ஒப்புக் கொள்வதாகவும் மதிப்பதாகவும் கூட ஆகும். தனக்கும் உண்மையான ஆயருக்குமிடையேயான விஷயமும், உண்மையான ஆயர் விஷயத்தில் தனக்கும் மற்ற முன்னாள் பக்தைகளுக்குமிடையே நிலவுகிற போட்டியும் ஏற்படுத்திய மாற்றத்தினைக் கடந்துகொண்டிருக்கும் அவள் இந்த நாற்காலி சார்ந்த நுணுக்கமான விஷயத்தினால் நிச்சயம் மனமுடைந்து போயிருப்பாள் என்பது தெரியும்.

ஆனால் கீழேயிருந்து குட்டித்தங்கைகள் என்னை அழைத்ததனால் இந்த நாற்காலி விஷயத்தில் எந்தப் பதிலும் சொல்வதிலிருந்து தடுக்கப்பட்டேன் நான். நாங்கள் இதைப் பேச ஆரம்பித்தபோது படுக்கையறையிலிருந்து வெளியே ஓடியிருந்த அவர்கள் எங்களது பேச்சின் மையமாயிருந்த நாற்காலியை முன்னறையிலிருந்து இழுத்து வரவேற்புக்கூடத்தில் போட்டிருந்தார்கள். "நடு அக்கா! நடு அக்கா! என்று அவர்கள் கத்தியதும் நானும் அம்மாவும் எழுந்து வெளியே சென்று கம்பிக்கிராதியைப் பற்றியபடி கீழே பார்த்தபோது அந்த நாற்காலி அங்கே வரவேற்புக்கூடத்தில் கிடப்பதைப் பார்த்தோம். முன்னறையில் கிடந்த, பழங்காலத்திய, உயர்ந்த பின்பகுதியைக் கொண்ட, கைவைத்த, அந்த மரநாற்காலியானது மிக சாந்தமாகத் தோற்றமளித்தாலும் மனதைச் சித்திரவதை செய்கிற விஷயத்தில் அது துளியும் சாந்தம் கொண்டிருந்ததாகத் தெரியவில்லை. "இங்கே இருக்கிறது நடு அக்கா! இந்த நாற்காலிதான்! இங்கே இருக்கிற இந்த நாற்காலிதான்!" என்று குட்டித்தங்கைகள் கூச்சலெழுப்பியதும் கண்களைத் திருப்பிக்கொண்ட அம்மா தனது கையை அதற்கு எதிராகத் திருப்பி, "ஐயோ, அதை எனக்கு நினைவூட்டாதீர்கள்! அதை என்னிடமிருந்து எடுத்துச் சென்றுவிடுங்கள் இளைய மகள்களே" எனக் கத்தினாள். எனவே அந்தக் கொள்ளுப்பாட்டி வின்ஃப்ரெட்டின் காயப்படுத்தும் நாற்காலியை, ஒன்றுசேர்ந்து, சிரமப்பட்டு இழுத்து மீண்டும் முன்னறைக்குக் கொண்டுசென்ற அவர்கள் மாடிக்கு விரைந்து வந்தார்கள். நாங்கள் மீண்டும் பேச ஆரம்பித்தோம்.

இப்போது அது அவளது முகமாய் இருந்தது. அது 'சரிந்துவிட்டது' என்றாள் அவள். அடுத்து கோடுகளும் முதுமையின் அடையாளங்களும் சுருக்கங்களுமாய் இருந்தது அது. "இந்த ஒன்று" என்று கூறியபடி அதை நான் பார்ப்பதற்காக என்னருகில் வந்தாள். நான் கவனித்தேன் அது ஒரு சுருக்கம். மற்றவற்றிற்கிடையே இருந்தது. அவளது கன்னத்தின் மேற்பகுதியில், அவளது முகத்தில். "அதுதான் முதலில் தொடங்கியது" என்றாள் அவள். "மிக மங்கலாக, லேசாக இருந்த அதனை எனது முப்பதுகளின் துவக்கத்தில் மிகச் சிரமப்பட்டு என் கண்ணே வலிக்கும்படி செய்துதான் சிட்டி ஹாலில் இருக்கிற பொதுக் கழிவறைக் கண்ணாடியில் என்னால் காண முடிந்தது. அதன் பொருள் என்ன என்பது எனக்குப் புரிந்தது. ஆனால் ஆரம்பகட்ட லேசான பதட்டத்திற்குப் பிறகு நான் அதனை அப்படியே விட்டு விட்டேன், ஏனென்றால் என்னால் அதைத் தவிர்க்க முடியாதில்லையா. இன்னும் எவ்வளவோ வருடங்கள் இருந்தன." அடுத்து அவளது

தொடைகள். "அவை இறந்துவிட்டன" என்றாள் அவள். "அவை இறந்து விட்டது போல் தோன்றின. பார்ப்பதற்கும் அவை இறந்துவிட்டதுபோல் இருந்தன. இப்போதும் அவை அப்படித்தான் இருக்கின்றன, அவற்றில் எந்த உற்சாகமும் இல்லை." அடுத்து முழங்கை மூட்டுகள், மூட்டுகளில் எழுகிற சொடக்குச் சத்தங்கள், தடிமனாகிவிட்ட அடிவயிறு, சில அங்குலங்களோ அங்குலத்தின் சில பின்னங்களோ பருத்துக் கீழிறங்கிவிட்ட அந்தப் பின்புறம். இப்படி எல்லாமும் கீழே சரிந்திருப்பதால் அவளது உடலின் பின்புற வளைவானது முன்பிருந்ததைப் போல வடிவாக இல்லாமல் போய்விட்டது. "எனது அசைவுகளில் நான் ஒரு மானைப்போல இருப்பேன். உனது மூன்றாவது அக்காவைப் போல, நான் அப்படி இருந்ததன் புகைப்படங்கள்கூட இருக்கின்றன. இதுவும்தான். உனக்குத் தெரிகிறதா? இங்கிருக்கிற சிவப்புத் தழும்பு? உனக்குத் தெரிகிறதா? அது இங்கே மேலே இருந்தது, அதற்கு முன்பு அது அங்கே இல்லவே இல்லை." அம்மா மணிக்கணக்கில் இப்படியே பேசிக்கொண்டிருக்கிறாள் என்றும் தங்களுக்குக் கவலையாக இருக்கிறதென்றும் குட்டித்தங்கைகள் கிசுகிசுத்தனர். அவளுக்கு என்ன பிரச்சினை எனச் சொல்லும்படியும் ஏதாவது செய்து அதனைச் சரி செய்யும்படியும் கேட்டுக்கொண்டனர். எனவே நான் சிலமுறை முயற்சித்தபோது அது வீணாகத்தான் போனது. உண்மையான ஆயர் சுடப்பட்டும் உயிர்பிழைத்ததன் பக்கவிளைவாக, தனது பல வயதுகளை இழந்து காலத்தில் பின்னோக்கிச் சென்றுவிட்ட அம்மா, பெருமளவில் தன்னம்பிக்கை இழந்து, பதின்மவயதுக்காரியாகி, இவளைப்போலவே இளமைக் காலத்திற்குச் சென்று சுயமரியாதை சார்ந்த பிரச்சினைகளை எதிர்கொள்கிற முன்னாள் பக்தைகளுடன் போட்டியிடுவதற்கான தகுதியை இழந்துவிட்டதாகக் கருதிக் கொண்டிருக்கிறாள் என்பதை அவள் உணர்ந்திருக்காவிட்டாலும் என்னால் கவனிக்க முடிந்தது. ஆனாலும் அம்மா தன்னை ஆறுதலடைய அனுமதிக்கவில்லை. அவளது பேச்சுகளில் நிறைய 'ஆமாம். ஆனால்' இருந்தது.

அவளைத் தைரியப்படுத்த நான் எவ்வளவு முயன்றபோதும் அவற்றினூடே அவளது நிறைய ஆமாம்-ஆனால் கள் வந்தன. தைரியப்படுத்துதலுக்கான என்னுடைய முதல் வார்த்தையை நான் சொல்லும்முன்பே அவளது "ஆமாம். ஆனால்" வந்துவிடும். இப்போதைய அவளது கவலை, அக்குளைப்பற்றி, புஜங்களைப்பற்றி, அவை அசைவதைப்பற்றி, தன்னை சித்தரவதை செய்துகொள்ள விரும்பாத அவள் வயதுப் பெண்கள் சிந்தித்துப் பார்க்கக்கூடாத

அந்த புஜத்தின் பின்புறங்கள் பற்றியதாக இருந்தது. அடுத்து பற்களுக்கிடையேயான இடைவெளி, முலைகளின் இறக்கங்கள், மூட்டுகள் மோதிக் கொள்வது, எலும்புகள் தேய்ந்து கொண்டது, ஜீரண மண்டலத்தில் எழும் சப்தங்கள், மலக்குடலில் ஏற்படும் பிரச்சினை, தெளிவற்றதாகிக் கொண்டிருக்கும் கண்பார்வை, வயதான பெண்களுக்கிருப்பதுபோல அவை சுருங்கிக் கொண்டே செல்வது. அதோடு அவளது முடியும் நரைத்துக் கொண்டே செல்கிறது என்று கூறிய அவள், ரகசியமாக, ஆண்களுக்குப் போல தன் உடலில் வளர்கிற - குறிப்பாக முகத்தில் - முடிகளைப் பற்றிக் கூறினாள். "இன்னும் சொல்லிக்கொண்டே போகலாம்" என்றாள். அவ்வாறே செய்தாள். அவள் தொடர்ந்து தன்னம்பிக்கையற்றவளாகவே இருந்தாள். கவலைகொள்வதை விடுங்கள், இந்த வயதில் அவள் கவனம் கொடுப்பாள் என்றே நான் அந்த விஷயங்கள் குறித்து நேற்றுவரை நம்பியிருக்க மாட்டேன். தான் இளமையாவதாக நம்பாவிட்டாலும்கூட தான் இளமையாகிக் கொண்டிருப்பது போன்ற ஓர் உணர்வு அவளுக்கிருந்தது. எனவே உளவியல் ரீதியாக பதினாறுவயது போல் உணர்கிற அவளுக்கு ஏற்பட்டிருக்கிற இந்த வயதாவது பற்றிய அச்சம் வாழ்வில் சில சமயங்களில் தலைகீழாக நிகழ்ந்துவிடுகிற சில விஷயங்கள்போல கருதப்படுவதற்குப் பொருத்தமாக இருந்தது. அந்த நேரத்தில்தான் அவ்வளவு நேரமும் நான் கண்டுவந்தது, சாட்சியாக நோக்கியது எல்லாம் முழுமையான தோல்வியிலும் கவலையிலும் சென்று முடியப்போகிறது என்பதை நான் உணர்ந்தேன். அவ்வாறே அது சென்று முடிந்தது. மீண்டும் கண்ணாடியில் தன்னைப் பார்த்துக்கொண்ட அம்மா தனது எலும்புகள் தேய்ந்து வருவதால் தன் உயரமும் குறைந்திருப்பதைக் கண்டு இவ்வளவு நேரத்திலேயே பெரிய பெருமூச்சொன்றை வெளியிட்டாள். இப்போது அவள் என்னிடமோ குட்டித்தங்கைகளிடமோ சொல்வதற்குப்பதிலாக தனக்குத்தானே சொல்லிக்கொண்டாள். "இதனால் என்ன பிரயோஜனம்? இவை எதுவுமே இப்போது பொருட்டில்லை. நான்கு மகன்கள் இறந்து, ஒரு மகள் இறந்து, கணவனும் இறந்து விதவையாக நிற்கிற பாவம் அந்தப்பெண் இருக்கிற இந்த சமயத்தில் இதையெல்லாம் யார் பொருட்படுத்தப் போகிறார்கள்?" என்றாள். அப்படித்தான் அவள் அணுப்பையனின் அம்மாவைப் பற்றி பேச்சை எடுத்தாள்.

அணுப்பையனின் அம்மாவும் அநாமதேயனின் அம்மாவுமாகிய அவள் குண்டுவெடிப்பில் தனது விருப்பமான மகனை இழந்திருந்தாள், ஜன்னலிலிருந்து கீழே விழுந்து மரணித்த

குட்டிப்பையனின் அம்மாவும் அவள்தான். இத்தனைக்குப் பிறகும் அவள் அணுப்பையனின் அம்மா என்றழைக்கப்படுகிற அளவிற்கு அவன் ஆயுதங்கள் மீதான தனது புரிந்துகொள்ள முடியாத அச்சத்தினால், மற்றவர்களைவிட, எல்லோரது மனதிலும் ஆழ்ந்த பாதிப்பினை ஏற்படுத்தி இருந்தான் - அவனது தற்கொலைக் கடிதம் தனி. குடும்பத்தில் உயிருடனிருக்கிற அல்லது மரணித்துவிட்ட வேறு எவருமே அவன் ஈர்த்த அளவிற்கான கவனத்தினை ஈர்த்திருக்கவில்லை. இன்னும் சொல்லப் போனால், அநாமதேயனைத் தவிர குடும்பத்திலுள்ள மற்ற எல்லோருமே அவனைத் தொடர்புபடுத்தியே அழைக்கப்பட்டனர். அணுப்பையனின் ஆறு சகோதரிகளும் இருந்தனர். அணுப்பையனின் வேறு மைத்துனன்களும் அத்தைகளும் மாமாக்களும் வேறு சிலரும் இருந்தனர். அவ்வாறாக அம்மா இங்கே அணுப்பையனின் அம்மா என்று அவளைக் குறிப்பிட்டாள். இப்போதும் அவள் என்ன சொல்ல வருகிறாள் என்பதை அறியாமல் நான் அவளை வெறித்திருக்க வேண்டும். ஏற்கனவே இது குறித்து தீவிரமாக முடிவெடுத்துவிட்டது போல அம்மா தொடர்ந்து சொன்னாள், “நான் அவளே அவரை வைத்துக்கொள்ள விட்டுவிடலாம் என நினைக்கிறேன்” என்றாள். விரிவாகக்கூறும்படி நான் கேட்டுக் கொண்டேன். அதற்கு முந்தைய நாள் அனைத்து பக்தைகளும் ஒன்று கூடி எங்கள் வீட்டிற்கு வந்து பரிதாபத்திற்குரிய அணுப்பையனின் அம்மா குறித்துச் சிந்திக்கும்படி கோரிக்கை வைத்திருக்கின்றனர். சரியான காரணங்களுடன், அதாவது, “*பாவம் பாவம் பாவம் பாவம்*” (*என்று அழுத்திக்கூறி*) அணுப்பையனின் அம்மா, எண்ணிக்கை அடிப்படையில் பார்க்கும்போது, ஊரிலிருக்கும் வேறு எந்தப் பெண்ணையும்விட அதிக அளவு சொந்தத் துயரங்களை அரசியல் காரணங்களால் அனுபவித்திருப்பதால் நிஜ ஆயரை அவளுக்கு விட்டுக்கொடுப்பதுதானே மேன்மையாகவும், தெய்வத்திற்குப் பணிவதாகவும், மனிதாபிமானதாகவும் இருக்கும் என்று அவர்கள் கேட்டிருக்கிறார்கள். உடனடியாக எனக்கு விஷயம் புரிந்துவிட்டது. “கடவுள் உனக்குச் சக்தி தரட்டும் அம்மா, அவர்களது தந்திரம் உனக்குப் புரியவில்லையா? அதுமட்டுமின்றி அவர்கள் சொல்வது சரியானதாகவும் இல்லை” என்று சொல்ல நான் ஆரம்பிக்கும்முன்பே, அவளே தன் தரவுகளை சரிபார்க்கத் தொடங்கினாள். எதிர்கொண்ட துயரங்களின் எண்ணிக்கையின் அடிப்படையில் விரல்களை விரித்து எண்ணிய அவள், அணுப்பையனின் அம்மா எதிர்கொண்ட துயரங்களோடு

தான் எதிர்கொண்ட துயரங்களை ஒப்பிட்டுப்பார்த்தாள். "அந்தப் பாவம் பாவம் பாவம் பாவம் பெண்" என்றாள் அவள். "அவளது ஒரு கணவனும் நான்கு மகன்களும் ஒரு மகளும் இறந்திருக்கிறார்கள் - எல்லாமே அரசியல் காரணங்களால். ஆனால் எனக்கு ஒரு கணவனும் ஒரே ஒரு மகனும் தான் இறந்திருக்கிறார்கள், மகள்கள் யாருமே - இறந்தவர்கள் பற்றிச் சொன்னால், ஆமாம்" - இந்த இடத்தில் தன் கைகளை உயர்த்தி என்னை அமைதிப்படுத்தியவள், "இரண்டாவது மகன் அரசியல் காரணங்களால் இறந்தது உண்மைதான். ஆனால் உன் அப்பா – நல்லவர்! மிகவும் நல்லவர்! நல்ல தந்தையும் நல்ல கணவனும் கூட" - இந்த இடத்தில் பேச்சின் தடம் மாறிய அவள் அப்பாவைப் பற்றிய வழக்கமான குற்றச்சாட்டுகளுக்குப் பதிலாக அவரைப்பற்றிய பாராட்டுகளில் இறங்கினாள். "நான் காதலில் இல்லை, எனக்கு ஏற்கனவே திருமணமாகிவிட்டதால் நான் எப்படிக் காதலிக்கமுடியும்" என்கிற உணர்வை நீண்ட நாட்களாக அடக்கி வைத்திருந்ததன் விளைவாகத் தோன்றிய இன்னொரு குற்ற உணர்வினால் நேர்ந்ததே அது என நினைக்கிறேன். நிஜ ஆயர் மீதான காதலை மனதில் வைத்துக் கொண்டே, பொருந்தாத நபரைத் திருமணம் செய்ததால் நேரிட்ட சங்கட உணர்வினை இப்போது அவள் சரிக்கட்டுவதாகத் தோன்றியது. மீண்டும் பேச்சின் சரியான தடத்திற்குத் திரும்பிய அவள், "உன் அப்பா நோயினால் சாதாரண மரணம் அடைந்ததனால், கடவுள் அன்பு அவருக்கு எப்போதும் இருக்கட்டும், அது அரசியல் மரணமில்லை எனப் பொருளாகிறது. எனவே அவர்கள் சொல்வது சரிதான் என எனக்குத் தோன்றுகிறது, எனவே நான் அதற்குச் செவிமடுத்து அந்த உயரிய காரியத்தைச் செய்து உண்மையான ஆயரை அவளிடம் ஒப்படைக்கப்போகிறேன்.

பேச்சற்று அவளை வெறித்துக் கொண்டிருந்த நான், இவ்விஷயத்தில் அம்மாவிற்கிருக்கும் முட்டாள்தனம் பற்றி மேலும் கீழும் குதிக்க ஆரம்பித்தேன். அவள் தெரிந்துதான் சொல்கிறாளா? அந்தத் தந்திரக்கார முன்னாள் பக்தைகளின் நோக்கத்தை அவளால் காணமுடியவில்லையா? இப்படித்தான் விஷயங்கள் தீர்மானிக்கப்படுகின்றனவென்றால், உயர்ந்த கொள்கைகளென்றும் தேர்ந்த ஞானமென்றும் கூறி அவர்கள் எடுக்கிற முடிவுகள் சரியென்றால், *ஒரே ஒரு மகனும் கணவனும்தான் இறந்திருக்கிறார்கள், மகள்கள் யாரும் இறக்கவில்லை, எனவே தகுதிபெறவில்லை* என்பதுதான் விஷயமென்றால் அவள் களவுலாவிற்குச் செல்லத் தன்னைத் தகுதியெனக் கருத இன்னும் நாங்கள் எத்தனை பேர் அரசியல் ரீதியாக மரணித்து கல்லறைக்குள் செல்ல வேண்டும்?

அப்படியே அந்த அதிகம் துயருற்றவர் யார் என்பதன் அடிப்படையிலான வரிசைப்படுத்தலில் யார் மேலே இருக்கிறார் என்கிற மதிப்பீட்டினை ஒப்புக்கொண்டாலும் கூட அவள் 'தரவுகள்' என்றழைக்கிற அவற்றைத் தவறாகத்தானே புரிந்து கொண்டிருக்கிறாள். அவளது தவறான புரிதல்களைக் களைகிற அதிகாரத்தைக் கையில் எடுப்பது இப்போது எனது கடமையாகும். எனவே நான் சொன்னேன், முதலாவது: பரிதாபத்திற்குரிய அணுப்பையனின் அம்மா தனது இரண்டே இரண்டு மகன்களைத்தான் அரசியல் காரணங்களால் இழந்திருக்கிறாள். பகுதியிலுள்ள வேறு சிலர் அணுப்பையனையும் - அமெரிக்க ரஷ்ய விவகாரங்களைத் தாண்டி - இதில் சேர்த்துக்கொள்ள வேண்டுமெனக் கூறினாலும் அது மூன்று மகன்கள் அல்ல, இரண்டு மகன்கள் மட்டும்தான். அதிலும் குறிப்பாக, தன்னையே தியாகம் செய்து கொள்கிற நிலையை நோக்கி அம்மா சென்று கொண்டிருக்கிற இத்தருணத்தில் நான் அதை ஏற்றுக்கொள்ளத் துணிய மாட்டேன். எனவே நான் அணுப்பையனின் அம்மா மிகவும் நேசித்த, சாலையைக் கடக்கும்போது, தெருவில் வெடித்த குண்டினால் அரசியல் ரீதியாக மரணித்த ஒரு பையனைக் குறிப்பிட்டேன், பிறகு, கிளர்ச்சிக்காரனாகி மரணித்த அந்த மூத்தமகன், மற்றும் கிளர்ச்சிக்காரியாகிய ஒரு மகள். இவர்களோடு, அரசியல் ரீதியாக மரணித்த அவளது கணவர் நிச்சயம் சேர்க்கப்பட வேண்டும். அதோடு படை வீரர்கள் நுழைவுப்பகுதியில் வைத்து நாய்களின் கழுத்தை வெட்டியபோது இறந்த அவர்களுடைய பரிதாபத்திற்குரிய நாய் இருக்கிறது. இரண்டாவது: அம்மாவும் கூட - சற்று பலவீனமாக இருந்தாலுமே - அரசியல் காரணங்களால் ஊரை விட்டு ஒதுக்கி வைக்கப்பட்டிருக்கிற - தனது மகளை இழந்து வருந்துவதாக வாதிடலாம். அதுமட்டுமின்றி அவள் தனது இன்னொரு மகனை, அதாவது நான்காவது மகனை, ஓடிப்போன மகனை - அவன் இவளது உண்மையான மகனில்லையென்றபோதும், இவள் அவனை மிகவும் நேசித்ததால் அவன் உயிரோடிருந்தாலும் எல்லைக்கு மறுபுறம் எங்கோ சென்று வசிப்பதால் அவனையுமே இவள் இழந்து துயருறுவதாகக் கணக்கில் சேர்க்கலாம் என்றேன். அதுமட்டுமின்றி அணுப்பையனின் அம்மா இருக்கிற சபிக்கப்பட்ட நிலையைக் கருத்தில் கொண்டால் அவள் ஏதேனும் காமத்துடன்கூடிய காதல் உறவிற்கான தேடலில் இருப்பதுபோலும் தோன்றவில்லை என்பதையும் நான் குறிப்பிட்டுச் சொன்னேன். "தைரியமா இருங்கம்மா" என்றேன் நான். "நீங்களே அவளைப் பார்த்திருக்கிறீர்கள். தனது வீட்டை விட்டு வெளியே வருவதை நிறுத்திக்கொள்வதற்கு

முன்பு, ஒவ்வொரு நாளும் அவள் எப்படி சிதைந்து அழிந்து கொண்டிருந்தாள், மக்கள் எப்படி அவளைக் குறித்து அஞ்சத் தொடங்கினார்கள், அவளைக் குறித்த அச்சத்தின் காரணமாக இறக்கத் தயாராயிருக்கும் ஊரின் விசித்திரமானவர்களது பட்டியலில் அவளைச் சேர்க்கத் தலைப்பட்டார்கள் என்பதையெல்லாம் நீங்களே பார்த்திருக்கிறீர்கள். கடைசியாக நீங்கள் அவளை எப்போது பார்த்தீர்கள்?" என வினவினேன் நான். "வேறு யாரும் அவளைக் கடைசியாக எப்போது பார்த்தார்கள்? அவள் குளிப்பதில்லை, சாப்பிடுவதில்லை, படுக்கையைவிட்டு எழுவதில்லை, வீட்டின் மற்ற அனைவரையும் கைவிட்டுவிட்டாள் என்றும்கூடச் சொல்லப்படுகிறது. ஆண்களை 'புள்ளி புள்ளி புள்ளி' இடங்களில் தனியாகச் சந்திப்பதற்கான போட்டியாளராக அணுப்பையனின் அம்மாவை நினைக்காதே" என்றேன் நான். முகத்தைச் சுளித்த அம்மா தன் காதுகளைக் கைகளால் மூடிக்கொள்கிற மாதிரி செய்தாள்." நீ கொடூரமானவள் குழந்தை, நீ மிகவும் காயப்படுத்துகிறாய். நீ இறுக்கமானவளாய் இருக்கிறாய். எப்போதுமே உன்னிடம் மிக மிக இறுக்கமான ஏதோ ஒரு தன்மை இருந்து கொண்டே இருக்கிறது." என்றாள். 'ஆமாம், நீ ஒரு லாயக்கற்றவள்' என்பதுதான் நான் சொல்ல நினைத்தது. ஆனால் சொல்லவில்லை. ஏனென்றால் அது இன்னொரு "மூடு" சூழலுக்கு எடுத்துச் செல்லும். பிறகு நாங்கள் ஒருவர் மீதான மற்றவரது பழைய கோபங்களுடன் இன்னொரு சண்டையை ஆரம்பிப்போம். அதோடு "உனது தோழிகள் யாவரும் நம்பத் தகுந்தவர்களா?" என்பதையும் நான் கேட்கவில்லை. ஏனென்றால் எனக்கு விஷமுறிவு செய்த அந்த இரவில் அவள் என்னிடம் கேட்ட வார்த்தைகளையே நான் மீண்டும் எதிரொலிப்பதாக ஆகிவிடும். பதிலாக இதில் ஈடுபட்டுள்ள மறுதரப்பின் வஞ்சத்தையும் சூழ்ச்சி நிறைந்த திட்டத்தையும் வெளிக் கொணர்வதன் மூலம் நான் அதை மறைமுகமாகக் கூறினேன். "உனது தோழிகள், அம்மா. அந்த பிரார்த்தனைத் தோழிகள், முன்னாள் பக்தைகள் எல்லோரும், நாம், அப்படியே பின்வாங்கி அவனை அவளுக்கு அதாவது அணுப்பையனின் அம்மாவுக்கு விட்டுக் கொடுத்துவிட வேண்டும் என்று கூறுவதாக நீ நினைக்கிறாயா? அப்படி நிஜ ஆயரை விட்டுக்கொடுக்கவும், அவளுக்காகத் தங்களது வாய்ப்புகளைப் புறக்கணிக்கவும் முடிவு செய்வார்கள் என்று உனக்குத் தோன்றுகிறதா? நீ பாதையிலிருந்து விலகியவுடனேயே தங்களது உணர்வு ரீதியான அச்சுறுத்தலால் மிக எளிதாக பரிதாபத்திற்குரிய அந்தப் பெண்ணை முதல் முயற்சியிலேயே

கீழே போட்டு நசுக்கிவிடுவார்கள். மீண்டும் குழுவாகச் சேர்கிற அவர்கள், திட்டத்தை மாற்றியமைத்து, தங்களுக்குள் நிஜ ஆயனின் அன்பைப் பெறுவதில் உனக்கு அடுத்த இடத்தில் இருக்கக்கூடிய பெண்ணையும் வெளியேற்றி விடுவார்கள். ஆனால் முதலில் இருப்பது நீதான் அம்மா. உண்மையான ஆயரின் இதயத்தைத் தொடுவதற்கான ஓட்டத்தில் முன்னிலையில் முதல் தரத்தில் இருப்பது நீதான் அம்மா. அதனால்தான் அவர்கள் இந்த அணுப்பையனின் அம்மா என்கிற துருப்புச்சீட்டை உன்னிடம் தந்திரமாக கிட்டத்தட்ட வெற்றிகரமாகப் பிரயோகித்திருக்கிறார்கள்." உடைந்துபோன அவள் இம்முறை மறுப்பைத்தெரிவிக்கும்படி கையை அசைத்தாள். "அது நீதான் அம்மா. உன் மேல்தான் அவர் ஆர்வமாய் இருக்கிறார். தேநீர் அருந்துவதற்காக உன்னைப் பார்க்கத்தான் வருவார், கூடுதலாக சில பின்ட்ஸ்* பாலும், சிறப்பான பால்பொருட்களும் கொண்டுவருவார். வேறு யாருக்கும் அவர் அவற்றைத் தந்ததில்லை என நான் உறுதியாகக் கூறுவேன்" என்றேன். மீண்டும் அங்கே நம்பமுடியாத கையசைவுகள் இருந்தன - இம்முறை அதில் பிடிவாதம் சற்று குறைந்திருக்க, பாதி நம்பிக்கையும் கூடுதல் எதிர்பார்ப்பும் தொனித்தது. அம்மாவிற்குப் பயிற்சி போதவில்லை என்பதும் அவளுக்கு தன்னம்பிக்கை மிகமிக அதிகமாகத் தேவைப்பட்டதென்பதும் உண்மைதான். எனவே நான் தயாளமுள்ளவளாக இருத்தல் வேண்டும், - இல்லையில்லை - சமயோஜிதமாக நடந்து கொள்ளல் வேண்டும். ஏனென்றால் உண்மையில், உண்மையான ஆயருக்கு அம்மாவின் மீதோ அணுப்பையனின் அம்மாவின் மீதோ அவர்களுள் வேறு எவர் மீதோ ஆர்வம் இருந்ததா என்பதை நான் கவனித்திருக்கவில்லை. கவனிக்கிற வயதையெல்லாம் அவர்கள் கடந்துவிட்டிருந்தார்கள். அவள் ஆரம்பத்திலேயே விட்டுக்கொடுத்துவிடக்கூடாது என்பதுதான் என் எண்ணமாக இருந்தது. தனக்கென்று சொந்தமாக ஒரு துணையை வைத்துக் கொள்வதில் தற்போது நிஜ ஆயருக்கு இருக்கும் வெளிப்படையான விருப்பத்தைத் தாண்டி, விரைவிலேயே இவர்களுள் யாருடைய துணையும் வேண்டாமென முடிவு செய்து தன்னுடைய பழைய விலாசமான உலகனைத்தையும் சொந்தமாய்க் கருதுகிற மனநிலைக்கு, உடல்நலம் நன்றாகத் தேறியவுடனே, அவர் திரும்பக்கூடும். இப்படிப்பட்ட ஒரு சூழலில் இதை ஒரு சாத்தியமாக முன்வைப்பதென்பது அம்மாவையும், பிற முன்னாள் பக்தைகளையும் ஏன் என்னையுமே கூட சோர்வடையச் செய்யக்கூடும். எனவே

★ Pints – 0.568 லிட்டருக்குச் சமமான அளவீட்டுமுறை.

நாங்கள் அதைச் செய்யவில்லை. எனவே நான் பொய்களைக்கூறி அவளைத் தைரியப்படுத்தினேன். ஆனால் எல்லாத் தரவுகளையும் கணக்கிட்டுப் பார்த்தால் அவை பொய்களாக இல்லாமல்கூட இருக்கலாம். "நீதான் வலிமையான போட்டியாளர் அம்மா. உன்னைத் தனக்குப் பிடிக்கும் என்றும், உன்னைக் கேட்டதாகச் சொல்லும்படியும் எப்போதும் என்னிடம் சொல்வார்" என்றேன். "அப்படிச் சொன்னாரா? என்னைச் சொன்னாரா?" அவர் எப்போதுமே அதை போகிறபோக்கில் தான் சொல்லியிருக்கிறார் என்றபோதும் "ஆம்" என்றேன் நான். லாரியில் என்னை வீட்டிற்கு அழைத்து வந்து எனக்காக அந்தப் பூனைத் தலைக்குப் பொறுப்பேற்றுக் கொண்ட சமயத்தில் எங்களிடையே நிகழ்ந்த உரையாடலில் நிஜ ஆயர் அம்மாவைப் பற்றி நூறு சதம் அக்கறை கொண்டிருந்தார்தான். எனவே நான் நிஜமாகவே பொய்சொல்லவில்லை. அவளுக்கு மேலும் அதிக அளவில் உற்சாகமூட்டும் பொருட்டு நான் இதனையும் அவளிடம் சொன்னேன். அவர்கள் எப்படி அம்மாவிடம் தந்திரம் செய்தார்கள், மூளைச் சலவை செய்தார்கள், அவளது மனப்போராட்டத்தை பயன்படுத்திக் கொண்டார்கள் என்பதையெல்லாம் நினைத்துக்கொண்ட நான், "பரவாயில்லை விடுங்கள் அம்மா, நிதானமாய் இருங்கள், நம்பிக்கையைக் கைவிடாதீர்கள், உறுதியாய் நில்லுங்கள், அமைதியான வழியில் கொஞ்சம் கொஞ்சமாய் வெற்றி கொள்ளுங்கள். இதே போல்தான் அந்தப் பெண்கள் பெகியுடனும் நடந்து கொண்டார்கள் என்பதையும் நினைவில் கொள்ளுங்கள். துறவி பெகிக்குப் பிறகு அவர்களில் தீராப் பசியும் பெருவிருப்பமும் வெடித்தெழுந்ததில். உங்களுக்கே அவர்கள் மேல் கோபம் வந்ததாக நீங்கள் சொன்னீர்கள், இதோ இப்போது அவர்கள் மீண்டும் அதையே செய்கிறார்கள். வஞ்சகம்பிடித்த பெண்கள்." எனத் தொடர்ந்தேன் நான். அவள் தந்திரங்களிலோ வஞ்சகங்களிலோ ஈடுபட்டு வெகுகாலமாகிவிட்டது என்பதையும் என்னால் புரிந்து கொள்ள முடிந்தது. "எல்லாச் சூழலையும் தமதாக்குகிற என்னவொரு சூழ்ச்சிக்காரப் பெண்கள்......"
"நடு மகளே" எனக் கத்தினாள் அம்மா. "அவர்கள் உனக்குப் பெரியவர்கள்! முன்னாள் பக்தைகளை இதுபோன்ற சொற்களைக் கூறி வர்ணிக்காதே."

என்றாலும் நான் நினைத்ததைச் செய்திருந்தேன், ஏனென்றால் அவள் தன் சுயமரியாதையைக் குறித்துச் சிந்திக்க ஆரம்பித்திருந்தாள். "என்ன தைரியமிருந்தால் அவர்கள் எனது நற்குணத்தைத் தவறாகப் பயன்படுத்துவார்கள்" என்கிற எண்ணம் ஓரளவு

வளர ஆரம்பித்திருந்தது நல்ல விஷயம்தான், ஆனால் அதன் பக்கவிளைவாக - இல்லை முக்கிய விளைவாக - நிஜமான ஆயர் 'பெகியை மறக்க முடியாத' தனது நீண்டகாலத் தனிமையிலிருந்து வெளிவரத் தூண்டுவதாக அவர் சுடப்பட்ட விஷயம் அமைந்திருந்தது. தனிப்பட்ட காதல் மற்றும் வேட்கைமிகுந்த காதலிலிருந்து தன்னைத்தானே விலக்கிவைத்து அதற்குப் பதிலாக ஒப்பந்தங்களற்ற, எல்லோருக்குமான அன்பைத் தேர்ந்தெடுத்திருந்த அவரது நிலை இப்போது முடிவுக்கு வந்திருந்தது. மருத்துவமனையிலிருந்து கிளம்பி, சுடப்பட்டதன் துயரத்திலிருந்து வெளியேறும் முன்பே, அவரது உறுதியும் சந்நியாசமும் தனது உறுதியையும் சந்நியாசத்தையும் நிலைநிறுத்த முயன்றதையும் தாண்டி, தான் மிக மகிழ்ச்சியாக இருப்பதைக் கண்டுகொண்டார். எப்போதுமே, நல்லவற்றைச் செய்பவராகத் தானே இருப்பதிலிருந்து மாறி தனக்கு நன்மைகள் செய்யப்பட வேண்டுமென்கிற ஒரு மாறுபட்ட எதிர்ப்புணர்வு தனக்குள் மருத்துவமனைப் படுக்கையில் கிடந்தபோது எழுந்ததாக அவர் அம்மாவிடம் கூறியிருக்கிறார். கடைசிமுறை, பனிரெண்டு வருடங்களுக்கு முன்பு அந்த அடிகளும் தார் பூசி இறகு ஒட்டுகிற தண்டனைக்கும் பிறகு அவருக்குத் தேவையான உதவிகள் அத்தனையும் கிடைக்கப்பெற்றும் இப்போது போலல்லாது அவரது இதயம் தனிப்பட்ட காதலிற்கோ பெண்ணுறவிற்கோ அப்போது திறந்து கொடுத்திருக்கவில்லை. இப்போதைய நிகழ்விற்கு முற்றிலும் முரணானதாக இருந்தது அது. எனவே பொதுநலத்திற்கும் தியாகத்திற்கும் கீழிருந்து வந்த, தனக்குள்ளான ஒரு புரட்சியை இப்போது அவர் கடந்துகொண்டிருந்தார். தற்போது அவர் தனிப்பட்ட காதலையும் காமத்தையும் அன்பையும் பெறுகிறவராக இருக்க விரும்பினார். இவை எல்லாவற்றையும் அவர் தன்னிடம் வெளிப்படையாகக் கூறியதாகச் சொன்ன அம்மா, ஒரு சூசகம் போல ஓர் அற்புதம் போல பல்வேறு நற்காரியங்கள் அவற்றின் அத்தனை சாத்தியக்கூறுகளுடனும் தனிப்பட்ட அன்புடனும், இந்தப் பெண்கள் அனைவரும் ஒரே நேரத்தில் தன்னைக் காணத்தொடங்கியதன் வாயிலாக தனக்கு நிகழ்ந்ததாகவும் கூறியிருக்கிறார். மருத்துவமனையில் அவர்கள் ஒட்டுமொத்தமாகக் குவிந்ததாகவும் அவர்களுள் பெரும்பாலானோர் ஊரிலுள்ள பாரம்பரிய, பக்தைகள் என்றும் கூறினார். அதன் பிறகு பெண் போராளிகள் வந்திருக்கின்றனர். அதன்பிறகு சில ஆண்களும்கூட - எப்போதும் வரம்புகளை மீறி தலையுயர்த்துகிற ஒருவருடன் தொடர்பிலிருப்பதாகக் கருதப்படுகிற அச்சத்தினைத் துறந்தவர்கள்

- மருத்துவமனைக்கு வந்து பார்த்திருக்கிறார்கள். அதன்பிறகு அவரது நீண்டநாள் தோழியான அம்மாவும் உடனிருந்தாள். அப்படி அவர்கள் அனைவரும் வந்தது மகிழ்ச்சியைத் தந்ததாக அவர் கூறியிருக்கிறார். அப்போது அவர் அம்மாவின் கையைப் பிடித்துக் கொண்டிருந்திருக்கிறார். அவர் தன்னில் புதிதாக உணர்கிற இந்த அமைதியான குணத்திற்கு, அவருக்குச் செய்யப்படுகிற இந்த நற்காரியங்கள் மிகவும் பொருந்திப் போவதாக அவர் கூறியதாக அம்மா சொன்னாள். அவர் மருத்துவமனையிலிருந்து திரும்பிய பிறகும் மக்கள் அவரைப் பார்க்க வந்திருக்கிறார்கள், அப்போதும் அவை நன்றாகப் பொருந்திப் போயிருக்கின்றன. நிஜமான ஆயர் தன் கையைப் பற்றிக் கொண்டிருப்பதிலும் இவ்வளவு நெருக்கமான விஷயங்களைப் பகிர்ந்து கொண்டதிலும் அம்மா ஒரே நேரத்தில் பரவசமும் கோவமுமாக கலவையாக உணர்ந்திருக்கிறாள். அந்தக் கோவத்திற்கான காரணத்தை, இப்போது இவ்வளவு நேரம் அந்தப் பெண்களின் நோக்கம் பற்றி நான் கவனப்படுத்த முயன்றதில், அம்மா புரிந்து கொண்டிருக்கிறாள்.

தனக்கு வயதாகிக்கொண்டிருப்பதைப் பற்றிய புகாரைத் தவிர்த்து அம்மாவிற்கிருந்த இன்னொரு புகார் இந்த முன்னாள் பக்தைகள் எங்கும் நீக்கமற நிறைந்திருப்பதைக் குறித்ததாக இருந்தது. என்னைத் திருமணம் குறித்துத் தொந்தரவு செய்வதை அவள் நிறுத்தியிருந்தாள் - உண்மையான ஆயர் காயம்பட்டதால் நிகழ்ந்த ஒரு வரவேற்கத்தகுந்த சிறிய விளைவாகும் இது. ஆபத்து நிறைந்த, மணமானவர்களுடன் நான் தொடர்பிலிருப்பது பற்றிய அவளது வார்த்தைகளும் நின்று போயிருந்தன.. அவளுக்கு அதற்கு நேரம் இருந்திருக்கவில்லை, அவ்வளவுதான். "எப்போது பார்த்தாலும் அவர்கள் அங்கே தான் அவரது வீட்டில்தான் தங்களது தந்திரமிக்க நடவடிக்கைகளுடன் திரிகிறார்கள். நூல்கோல்களை அவருக்காக எடுத்துச் செல்கிறார்கள். கேரட்டுகளையும், முள்ளங்கிகளையும், வீட்டில் செய்த வடிசாறுகளையும், கேக்குகளையும், பன்னீரையும் அவர்கள் பரிசாகக் கொண்டு செல்வதை நான் பார்த்தேன். மிக அழகாக அடுக்கி பரிசுக்காகிதம் சுற்றப்பட்ட உருளைக்கிழங்குகள் அவர்களது பைகளிலிருந்து வெளியே நீட்டிக்கொண்டிருப்பதை நான் பார்த்திருக்கிறேன். என்னவொரு ஏமாற்று. கற்பனையே செய்யமுடியவில்லை" என்றாள். "எனக்குத் தெரியும் அம்மா" என்றேன் நான். "கற்பனை செய்யவே முடியாது. அதிலும் நன்றாக உடுத்திக் கொள்ளவேறு செய்கிறார்கள் மகளே. அவர்களுக்கென்ன இளமையா ஊஞ்சலாடுகிறது" எனத் தொடர்ந்த போதுதான் தனக்கும்

ஒன்றும் இளமை ஊஞ்சலாடவில்லை என்பதை நினைவுகூர்ந்து தனது ஆமாம் - ஆனால் மனநிலைக்குள் விழத் தொடங்கினாள். அதைத் தடுப்பதற்காக நான் உடனடியாகப் பேச ஆரம்பித்தேன். தனது உயிராற்றல் முழுக்க அவளுக்குள் இப்போது பீறிட்டுக் கொண்டிருப்பதால் அவள் மலர்ந்து கொண்டிருப்பதாகவும் வாழ்க்கையே முடிந்துவிட்டது, இனி எனக்கு வாழ்க்கையில் எதுவும் இல்லை, எல்லாவற்றையும் நான் கடந்துவிட்டேன், வெறுமனே மிச்சமிருப்பதை வாழ்ந்து கொண்டிருக்கிறேன் என்கிற அவளது வழக்கமான வயதானவர்களின் மனநிலையிலிருந்து விடுபட்டுக் கொண்டிருப்பதாகவும் அழுத்திக் கூறினேன். இப்போது அவள் அதிலிருந்து விடுபட்டுவிட்ட பிறகுதான் இத்தனை நாட்களாக அவள் அந்த மனநிலையில் இருந்ததையே நான் உணர்ந்ததாகவும் கூறினேன். அதற்குப்பதிலாக இப்போது அவள் வசந்தத்திற்குத் திரும்பி, இளங்குருத்துகள் வெடிக்க…. "போட்டியும் சண்டையுமாக" என முடித்தேன் நான். ஆமாம் - ஆனால் நான் அப்படி அதை முடித்திருக்கக் கூடாது. "பொறாமைப்படுகிற வயதையெல்லாம் நான் கடந்து விட்டேன்" என்ற அம்மா. "அதில் பழக்கமில்லை. அவையெல்லாம் முடிந்துவிட்டன என நான் நினைத்திருந்தேன். உனக்குத் தெரியுமா மகளே, அவர் எனக்குக் கிடைக்க வேண்டுமென கடவுளை வேண்டுவதைவிட அவர் பெகிக்கு கிடைக்க வேண்டுமென கடவுளை வேண்டுவதுதான் அப்போது எனக்கு எளிதாக இருந்தது - அதாவது, மற்றவர்களின் பொறாமையைச் சம்பாரிக்க வேண்டியிருக்கும் என அஞ்சினேன் நான். அவர் எனக்குக் கிடைத்து எல்லோரும் என் மீது பொறாமை கொள்வதற்குப் பதில் அவர் வேறு யாருக்காவது கிடைத்து அந்தநபர் மீது நான் பொறாமை கொள்வது எளிதானதாக இருந்திருக்கும்." கொள்ளுப்பாட்டி வின்ஃப்ரெட்டின் நாற்காலியைப் பற்றிப் பேசியது போலவே நாங்கள் இப்போது பொறாமை பற்றிய இன்னொரு நுணுக்கமான உரையாடலை நோக்கிச் செல்வதாகத் தோன்றியது எனக்கு - இதுவரை அம்மா இதுகுறித்துப் பேசி நான் கேட்டதே இல்லை என்பதோடு நானும் அதுகுறித்துப் பேசியதேயில்லை. அப்படிப் பேசுவதால் எனக்குள்ளிருக்கும் ஆமாம் - ஆனாலையும் மற்றவர்கள் மீதான பயம், ஆனால் கடினமான நாட்களில் மட்டுமல்லவையும் வெளிப்படுத்திவிடுவதைத் தடுப்பதற்காகத்தான். அதனால்தான் நான் அதனை ஒப்புக்கொள்ளவும் விரும்பியதில்லை.

எனவே அம்மாவைத் தைரியமூட்டுகிற எனது எல்லா முயற்சிகளையும் தாண்டி அந்த ஆமாம் - ஆனால் மேலெழுந்து கொண்டே இருந்தது.

உற்சாகமூட்டும் பொருட்டு நான் தந்த ஒவ்வொரு பாராட்டினையுமே, தனது எதிர்மறைக் கோணங்களுடன் வெளிப்பட்ட ஆமாம் - ஆனால் கீழே தள்ளியது. ஆமாம் - ஆனால் வந்து தனது ஆமாம் - ஆனாலை நிகழ்த்தாதபோது அம்மா கண்ணாடி பார்த்துப் பெருமூச்சு விட்டுக் கொண்டிருந்தாள். அதே நேரத்தில் அவள் ஒரு மின்விளக்கு போலவும் தெரிந்தாள். ஒரு நொடி முடுக்கப்பட்டு ஒளிர்கிற அவள் அடுத்த நிமிடம் அணைந்து போனாள், அணைந்தும் ஒளிர்ந்தும் அணைந்தும் ஒளிர்ந்தும் ஒருநொடி சோர்ந்து போகிற அவள் மீண்டும் உத்வேகமடைவாள். இந்த நொடியில் எதுவோ தோன்ற அவள் முகம் சுருங்குவதையும் சோர்வடைவதையும் எரிச்சலடைவதையும் நான் கவனித்தேன்.

“சிலருக்கு அதெல்லாம் சரியாகத்தான் தெரிகிறது - மனசாட்சியே இன்றி உலகம் முழுக்கச் சுற்றித் திரிவதும், கொண்டாட்ட நடன ஜோடிகளாய் அற்புதமாகக் காட்சியளிப்பதும் அவர்களுக்குச் சரிதான். தொலைக்காட்சிப் போட்டிகளில் நடனமாடி பரிசுகளை வெல்கிற அந்தப் பெண்ணுக்கும் என்னுடைய வயதேதான் என்பது உனக்குத் தெரியுமா மகளே? ஆமாம், அவளுக்கு என் வயதுதான். எங்கள் எல்லோராலுமே அப்படி இருக்க முடியும் - உலகத்தின் உச்சியில், வசீகரமாக ஒப்பனை செய்து, மின்னுகிற புன்னகைகளும், ஜொலிக்கின்ற ஆடைகளும், நடனமேடையில் இறங்கும் முன்பே தான்தான் உலகத்தையே வென்றவள் என்பதுபோன்ற அங்க அசைவுகளுமாக இருப்பது சுலபமாகத்தான் இருந்திருக்கும். அவள் செய்வது போலவே செய்திருந்தால் எங்களாலும் அப்படி இருந்திருக்க முடியும் மகளே, அவள் என்ன செய்தாள் என்று உனக்குத் தெரியுமா? தான் மகிழ்ச்சியாக இருப்பதற்காகவும், உலகிலேயே மிகுந்த வசீகரமிக்க, அதிகமாகக் கொண்டாடப்பட்ட தொழிலைத் தேர்ந்தெடுப்பதற்காகவும் புதிதாகப் பிறந்த தனது ஆறு குழந்தைகளைத் தங்களைத் தாங்களே பார்த்துக்கொள்ளும்படி வெறுமனே சில ஃபார்லே ரஸ்க்குகளை அவர்களுக்கிடையே தூவி நீளிருக்கையில் விட்டுவிட்டுச் சென்றுவிட்டாள். என்ன மாதிரியான நடத்தை அது? எந்த அம்மா அப்படிச் செய்வாள்? உலகிலேயே சிறந்தவளாக, தலைசிறந்தவளாக ஆகிற பெருமைக்காகவோ, வெறுப்பையும் வன்முறையையும் நீண்ட வரலாறாகக் கொண்டிருக்கிற ஒரு இடத்தில் அமைதியையும் ஒற்றுமையையும் உண்டாக்குகிற தன்நலமற்ற ஆன்மாவாக இருப்பதற்காகவோ கூட எப்படி அதைச் செய்ய முடியும்? ஆடுவதும், அங்கீகரிக்கப்படுவதும், கௌரவம் சம்பாதிப்பதும், மரியாதை பெறுவதும், லாபமும் புகழும்

அடைந்து இருப்பதும் மட்டுமே வாழ்க்கை கிடையாது. நான் எனது கடமைகளையோ குழந்தைகளையோ ஒருநாளும் புறக்கணிப்பதை நீ பார்த்திருக்க மாட்டாய்", இதைச் சொல்லும்போது அவளுக்கு மீண்டும் தனது தினசரி கடமைகளும் போராட்டங்களும் நினைவுக்கு வந்துவிட்டன.

இப்போது அவள் தனது மின்விளக்கு அணைந்தது போல் பெருமூச்சுடன் ஆழ்ந்த துயருக்குள் விழுந்தாள். பிறகு அது மீண்டும், "நான் இதையெல்லாம் செய்ய முயல்கிறேன் என்பதையே என்னால் நம்பமுடியவில்லை, இதையெல்லாம் செய்கிற வயதை எப்போதோ கடந்துவிட்டேன். உன்னுடைய ஆடைகளை அணிய முடியாது. அவை சிறு பெண்களின் ஆடைகள், பெரியவர்களுக்கு உகந்தவை அல்ல." என்பதற்கும், தன்னால் அதைச் செய்ய முடியாதது குறித்து படுக்கையின் விளிம்பில் சரிவதற்கும், ஒப்பந்தங்களற்ற ஆண் நண்பனின் அம்மாவால் அதை பிரம்மிக்கிற வகையில் செய்ய முடிவது குறித்து பொறாமைப்படுவதற்கும் திரும்பியது. அப்போதுதான் என்னால் இதைச் சமாளிக்க முடியாதென்பது எனக்குத் தெளிவாகியது. என்னால் அவளைத் தைரியமாக வைத்திருக்க முடியாது. அதற்குத் தேவையான குணநலன்கள் என்னுள் இருந்திருக்கவில்லை. அவள் எனக்கு செவிச்சாய்க்கவில்லை. எனது கருத்துக்களை மதிக்கவில்லை, மாறாக ஆமாம் - ஆனால் என்கிற தன்மைக்கே அதிக கவனம் தந்தாள். எனவே அவளுக்குத் தெம்பூட்டுகிற ஒருத்தியாக நான் இருக்க முடியாது. அது மட்டுமின்றி எனக்கு என்னுடைய கவலைகள் இருந்தன. அந்த சமயத்தில் நான் இன்னமும் ஆயனால் வன்தொடரப்பட்டுக் கொண்டுதான் இருந்தேன். அவன் அப்போது இறந்திருக்கவில்லை என்பது மட்டுமல்ல, காமவேட்டையை நோக்கி எல்லாவற்றையும் நகர்த்துகிற அளவுக்கு அவன் என்னிடம் முன்னேறி நெருங்கியிருந்தானும் கூட. அம்மாவின் விஷயத்தைப் பொருத்தவரை எனக்கு இன்னும் வலுப்படுத்துதல் தேவைப்பட்டது, அதாவது மூத்த அக்காவை அழைக்க வேண்டும் என்பதாக, அவளை அழைக்க வேண்டும் என்பதாக மட்டும்தான் அதற்குப் பொருள்கொள்ள முடியும். என்ன செய்ய வேண்டுமென்று அவளுக்குத் தெரியும் எனத் தோன்றியது, எதைப் பரிந்துரைத்து அவளைத் தோல்வியிலிருந்தும் எதிர்மறை சிந்தையிலிருந்தும் வெளிக்கொணர முடியும் என்பது அவளுக்குத்தான் தெரியும். ஆமாம் - ஆனால் இடையீடுகளையும் மூத்த அக்கா உள்ளே அனுமதிக்க மாட்டாள். அவசியம் மூத்த அக்காவை வரவழைக்க

வேண்டும், மூத்த அக்காவை வரவழைக்க வேண்டும் என்பதே எனது முதன்மையான சிந்தனையானது.

கைகளால் முகத்தை மூடியபடி படுக்கையின் விளிம்பில் அமர்ந்திருந்த அம்மா அந்த ஆமாம் - ஆனால் உண்டாக்கிய பலவீனமான மனநிலையினால், தன்னலமற்று ஆயரை அனுப்பையனின் அம்மாவிற்குத் தருகிற நற்காரியத்தை நோக்கி நகர்ந்து கொண்டிருக்க, குட்டித்தங்கைகள் வீராவேசமாக அம்மாவை அதிலிருந்து வெளியேற்ற முயன்று கொண்டிருந்தனர். கீழே இறங்கிச்சென்ற நான் தொலைபேசியைக் கையில் எடுத்தேன். மூத்த அக்காவுக்கும் எனக்கும் இடையே நிலவிய பதற்றத்தின் காரணமாக அவளுக்குத் தொலைபேசுவது குறித்து நான் கவனமாக இருக்க விரும்பினேன். சந்தேகமேயின்றி எங்கள் இருவருக்குமிடையே அது எல்லைகளைக் கடந்திருந்ததென்பதை நாங்கள் அறிந்திருந்தோம். நான் ஆயனைத் துறந்து, விட்டுக் கொடுத்து, சிவப்பு விளக்குப் பகுதிகளில் அவனுடனான எனது தவறான சந்திப்புகளை நிறுத்தாவிட்டாலோ, அல்லது ஆயனுடன் எனக்குத் தொடர்பிருப்பதாக பொய்யாகக் குற்றஞ்சாட்டுவதை அவள் நிறுத்தாவிட்டாலோ வெகு விரைவிலேயே இந்தப் பதட்டம் இருவருக்கிடையேயான அடிதடியிலோ, அதைவிட மோசமாக மன்னிக்கவே முடியாத வார்த்தைப் பிரயோகங்களிலோ சென்று முடியக்கூடும் என்பதையும் நாங்கள் அறிந்திருந்தோம். எனவே அழைப்பின் நோக்கத்தை நான் முதலிலேயே அறிமுகப்படுத்திக் கொள்வது முக்கியம். அவள் தனது அடுத்த தாக்குதலில் இறங்கும் முன்பாக, அழைத்த உடனேயே நான் என்னைக் குறித்தோ அவளைக் குறித்தோ ஆயனைக் குறித்தோ அவளது மோசமான கணவனைக் குறித்தோ பேசுவதற்காக அழைக்கவில்லை என்பதைச் சொல்லிவிட வேண்டும். அம்மா ஆபத்தில் இருக்கிறாள். அவளுக்கு உதவி தேவைப்படுகிறது. மூத்த அக்காவின் உதவி. உடனடியாக தேவைப்படுகிறது என நான் சொல்வேன். என்னைக் குறித்த விஷயங்களில் முதன்மையானதாக அவள் ஆயனைக் கருதுவதால் அவள் அவனைக்குறித்துப் பேச ஆரம்பித்தால், அவளுடனான எனது முதல் எதிர்வினை கோபமாக இருக்கும் என்பதால், நான் அவளிடம் அதற்குக் கோபமடைந்தால் இருவரில் யாரோ ஒருவர் நிச்சயமாக அழைப்பைத் துண்டித்து விடுவோம். அதை நான் விரும்ப மாட்டேன். அதை நான் வெறுப்பேன் என்பது தெரியும். ஆனால் அந்த சமயத்தில் நான் துணிந்தே ஆக வேண்டிய ஒரு விஷயமாக அது தோன்றியது. எனவே தொலைபேசியின் பேசும் கருவியைக் கையில் எடுத்த நான், வழக்கம்

போல, அதில் ஒட்டுக்கேட்கும் கருவி இருக்கிறதா என ஆராய்ந்தேன். ஒருவேளை இருந்தால் அதனை எப்படிக் கண்டறிவதென்பதையும் நான் வழக்கம்போலவே அறிந்திருக்கவில்லை. பிறகு எண்ணைச் சுழற்றினேன். அழைப்பொலி எழுந்த பிறகுதான், ஒருவேளை அவளது கணவன் அழைப்பை எடுத்தால் துண்டித்துவிடலாமா என மனதிற்குள் விவாதம் நிகழ்ந்தது. ஆனால் அவன் எடுக்கவில்லை. அக்காதான் பேசினாள், அப்போதுதான் அவனால் தொலைபேசியை எடுக்க முடியாதென்பது எனக்கு நினைவுக்கு வந்தது. சமீபத்தில் துணை ராணுவத்தினர் அடித்ததனால் அவன் படுக்கையில் குணமடைந்து கொண்டிருந்தான்.

உடனடி விவாதத்தைத் தவிர்க்கும் பொருட்டு, நான் நேரடியாக எனது முன்னரே திட்டமிட்ட அறிமுகத்தில் இறங்கினேன். "இது நான்தான் மூத்த அக்கா. இது அம்மாவைப் பற்றியது" என்று கூறிய நான் உடனடியாக விளக்கங்களில் இறங்கினேன். ...அதனால் அவளுக்கு உதவி தேவைப்படுகிறது. ...ஆமாம், ஒருவரையும் நேசிக்காதவராகிய அவளது நண்பர்... ம் ஆமாம் ஆமாம் ...ம் ஆமாம் இல்லை... தாங்கள் இருவரும் வெறும் நண்பர்களாக மட்டும் இருக்க விரும்பவில்லை என்கிறாள்... முன்னாள் பக்தைகள் அவள் மனதில் குற்ற உணர்வை விதைத்து விட்டதால் இவளால் அவரைத் துணையாக்கிக்கொள்ள முடியாதென நினைக்கிறாள், அதாவது... என்ன?... ஆமாம்... ஊஹீம்... ஆமாம், அதேதான். நானும் அவளிடம் அதைத்தான் சொன்னேன். ம், ஆமாம் ஆமாம் நான் அதையும்தான் சொன்னேன், ஆனால் அவள் நான் சொல்வதைக் கேட்க மறுக்கிறாள்... எனக்குத் தெரியும் அக்கா ஆனால் அவளுக்கு வயதாகிவிட்டதென்பதையும் மறந்துவிடாதே, அவளுக்கு இதிலெல்லாம் அனுபவம் இருப்பது போலவும் தெரியவில்லை. அப்பாவிற்குப் பிறகு அவள் இதுபோன்ற எதையும் செய்யவேயில்லையே." இந்த இடத்தில் நான் பொருத்தமற்ற இணையை மணமுடிக்கிற ஒட்டுமொத்த விஷயத்தையும் விட்டுவிட்டேன், ஏனென்றால் மூத்த அக்காவே அதில் பலவீனமாகத்தான் இருப்பாள். நான் மீண்டும் அவசரமாகத் தொடர்ந்தேன். "எனவே பல வருடங்களுக்கு மேலாகியிருக்கும்... என்ன? நான் அதைப்பற்றி யோசித்திருக்கவில்லை, ஆனால் அதனாலும் எந்தப் பிரயோஜனமும் இல்லை, ஏனென்றால் என்னால் அவளைச் சம்மதிக்க வைக்க முடியவில்லை... ஆமாம் அதைத்தான் நான் இவ்வளவு நேரமாகச் சொல்ல முயல்கிறேன்; ஆனால் அவள் ஆமாம் – ஆனால், ஆமாம் - ஆனால் என்றே கூறிக்கூறி தனது ஆடைகள், தனது உடல், அவளால் உட்காரமுடியாத

ஒரு நாற்காலி குறித்தெல்லாம் மனஉளைச்சல் அடைகிறாள்... ஆமாம், நாற்காலிதான். நாற்காலி! நான் 'நாற்காலி' என்று சொன்னேன்... இல்லை, நான் கத்தவில்லை! இல்லை அக்கா, நான் மிகைப்படுத்தவில்லை. கவனி. உன்னால் அவளது முனகல்களையும் பெருமூச்சுகளையும் கேட்க முடியவில்லையா?" இவ்வாறு கூறிவிட்டு நான் தொலைபேசியின் வாய்ப்பகுதியை மாடியை நோக்கிப் பிடித்தேன். அம்மாவின் படுக்கையறையிலிருந்து அவளது மனவேதனையின் தீவிரமான வெளிப்பாடுகள் தெளிவாகக் கீழேவரை ஒலித்தன. அவற்றோடு சேர்த்து அவளைத்தேற்ற முயல்கிற குட்டித்தங்கைகளின் சப்தங்களும் ஒலித்தன. அவளது தோற்றம் எப்படியிருக்க வேண்டுமோ அப்படியேதான் இருக்கிறாள் அவள் எனக் கூறிக்கொண்டிருந்தார்கள் அவர்கள். அம்மாவின் தற்போதைய மனநிலையில், அது கூறப்படக்கூடாத விஷயம் எனத் தோன்றியது. ஆற்றுப்படுத்துகிற தங்களது முயற்சியினிடையே கீழே வேகமாக இறங்கி வந்து நாங்கள் தொலைபேசியில் என்ன பேசுகிறோம் என்பதைப் பார்ப்பதும் பின் மேலே ஓடி ஆற்றுப்படுத்தலை மீண்டும் முயற்சிக்கவும் புதிதாக என்ன அச்சம் அவளுக்குத் தோன்றியிருக்கிறதெனப் பார்க்கவும் செய்தனர். தொலைபேசியை மீண்டும் காதில் பொருத்திக்கொண்ட நான், "பார்த்தாய்தானே? சரி, நீ வரமுடியுமா அக்கா? அவளுக்கு உதவி தேவைப்படுகிறது. அவளுக்கு நீ தேவைப்படுகிறாய். உன் ஒருவரால்தான் இதனை மாற்றியமைக்க முடியும், நீ சொல்வதைக் கேட்கவைக்க முடியும், அவளிடம் பேசி அவளுக்கு உதவி அவளது நம்பிக்கை குறித்தும் ஆடைகள் குறித்தும் ஏதேனும் செய்ய முடியும். என்னால் முடியாது, முடியவில்லை, உன்னால் முடியும். எனவே நீ வருவாயா? உன்னால் வரமுடியுமா? வரமுடியாதா? இப்போது?"

இதைத்தான் நான் பேசினேன். நிஜஆயர் என்பதற்குப் பதிலாக ஒருவரையும் நேசிக்காதவர் என வேண்டுமென்றேதான் நான் கூறினேன். 'ஆயன்' என்கிற வார்த்தையே - அது எந்த ஆயனாக இருந்தாலும் - எங்களுக்கிடையே சலசலப்பை உண்டாக்கியிருக்கும். அவள் தாமதிக்கவில்லை. அவள் இங்கே 'பதினைந்து நிமிடம் மற்றும் பத்து நிமிடத்தில்' இருப்பேன் என்றாள். அதாவது இருபத்தி ஐந்து நிமிடம். இருண்மையும் திகிலுமான பத்து நிமிடப் பகுதியை யாரும் தங்களுடைய சாதாரணமான நேரத்துடன் சேர்த்துக் குறிப்பிட விரும்புவதில்லை என்பது புரிந்துகொள்ள முடிவதே. "நான் அவளிடம் சொல்கிறேன்" என்று கூறிய நான், "நன்றி அக்கா" என்றேன். ஆயன் பற்றிய பிரச்சினை எங்கள் இருவருக்கிடையே

இன்னமும் நீடித்திருந்ததால் அதன்பிறகு உடனடியாக நாங்கள் விடைபெற்றுக் கொண்டோம். இல்லையென்றால் அது வழக்கம் போல நெடுநேரத்திற்கு நீண்டிருக்கும். "வச்சிடறேன்" என்று சொல்லாமலேயோ அல்லது ஒரே ஒரு வச்சிடறேனோடோ முடித்துக்கொள்ளாமல் ஒரு சில வச்சிடறேன்களை நாங்கள் பரிமாறிக்கொண்டதே எங்கள் சகோதரத்துவம் சற்று சீராகிக் கொண்டிருக்கிறதென்பதன் சாட்சியாக இருந்தது. அப்படியாக பெரிய சண்டைகளோ, முகத்தில் அறைதல்களோ, திரும்பப் பெறமுடியாத - இருவரையும் வருந்தச் செய்யக்கூடிய வார்த்தைப் பிரயோகங்களோ இன்றி தொலைபேசி அழைப்பு முடிவுக்கு வந்தது. அவள் வருகிறாள். கடவுள் புண்ணியத்தில் அம்மாவிற்குத் தீர்வு காண்பதற்காக இன்னும் பதினைந்து நிமிடம் மற்றும் பத்து நிமிடத்தில் அவள் இங்கு இருப்பாள். பிறகு அரசின் போலி இனவாதிகள் ஒட்டுக் கேட்டார்களா இல்லையா என்பது பற்றி அதிகக் கவலையின்றி தொலைபேசியின் வாய்ப்பகுதியை அதனிடத்தில் பொருத்தினேன். ஆறுதலாகப் பெருமூச்சு விட்டுக்கொண்ட நான் நினைவு வந்தாற்போல, மாடியில் அம்மாவை எதிர்கொள்வதற்காகத் தயாரானேன்.

உறுதியளித்தது போலவே பதினைந்து நிமிடத்திலும் பத்து நிமிடத்திலும் அக்கா வந்துவிட்டாள். நபருக்கும் நிகழ்வுக்கும் பொருத்தமான ஆடைகளையும் அலங்காரப் பொருட்களையும் கொண்டு வந்திருந்தாள்; கடுமையான தீர்ப்பினால் ஏற்பட்ட காயங்களைத் தானே பார்த்துக் கொள்ளும்படியாக கணவனைத் தன் வீட்டிலேயே விட்டுவிட்டு, இரட்டைச் சிறுவர்களாகிய மகன்களையும் சிறு மகளையும் உடன் அழைத்து வந்திருந்தாள். நான் எதிர்பார்த்தபடியே உடனடியாகப் பொறுப்பினைக் கையில் எடுத்துக் கொண்டாள். அப்படி அவள் செய்தது மிகப் பொருத்தமானதாக இருந்தது. ஏனென்றால் அவள்தான் அம்மாவிற்கு இணக்கமானவள், ஒரே மாதிரியான சிந்தனை உடையவள், ஒற்றுமையாக இருக்கக் கூடியவள், எந்தக் காலத்திலும், என்னால் அம்மாவின் ஆன்மாவை ஊக்கப்படுத்த முடிவதைவிட அவளால் எப்போதும் அது முடியும். அதுமட்டுமின்றி என்ன தேவைப்படுகிறது என்பதைப் பற்றி அவளால் துல்லியமாகப் பிழையின்றிக் கணிக்கமுடிந்தது. என்னை, குட்டித்தங்கைகளை, அவளது குழந்தைகளை எடுபிடி வேலைகளுக்குப் பயன்படுத்திய அவள், தான் அருகில் அமர்ந்து அம்மாவை அமைதிப்படுத்தி தைரியமூட்டினாள். ஆமாம் - ஆனால் அழிக்கப்பட்டிருந்தது, அக்காவிடம் எந்தப் போரும்

புரியாமல் அதுதானே வெளியேறியிருந்தது. மீதமிருக்கிற நாங்கள் அனைவரும் இந்த மீட்பில் பங்குபெற்று உடன் அழைத்துச் செல்லப்பட்டிருந்தோம், அம்மாவிற்காக அதைச்செய்ததில் எங்கள் அனைவருக்கும் மகிழ்ச்சியே. இதற்கிடையே அம்மா ஊக்கமடைந்து ஆறுதலுற்று மிகுந்த நம்பிக்கை பெற்றிருந்தாள். மூத்த அக்காவும் ஊக்கமடைந்து, அவளது கவலைகளும் துயரமும் மிகமிகக் குறைந்து வந்தன. அப்படியாக அம்மா மகிழ்வடைந்து மூத்த அக்கா மகிழ்வடைந்து குட்டித் தங்கைகள் மகிழ்வடைந்து குழந்தைகள் மகிழ்வடைந்து நான் மகிழ்வடைந்த சிறிது நேரத்திற்குப் பிறகு அவர்கள் அதைத் தொடரும்படியும், நான் கீழே சென்று தேநீர்ப் பாத்திரத்தை அடுப்பில் ஏற்றிக்கொள்கிறேன் என்றும் சொன்னேன்.

மருந்துக்காரி எனக்கு விஷம் தந்து இரண்டு வாரங்களுக்கு பிறகு; அவளது மரணம், அம்மா நிஜ ஆயருடனான தனது காதல் மற்றும் அச்சங்களில் விழுந்தது போன்றவற்றிற்குப் பிறகு; சமையல்காரனும் முன்னாள் ஒப்பந்தங்களற்ற ஆண் நண்பனும் தமது தென்னாப்பிரிக்க சாகசப் பயணத்தைத் திட்டமிட்ட இரண்டு நாட்களுக்குப் பிறகு, ஆயன் மரணமடைந்து, அநாமதேயன் தனது காயங்களைச் சரி செய்தபடியே தனது தவறுகளுக்கு வருந்திக் கொண்டிருக்கிறபோது, நான் மீண்டும் எனது இயல்பான வாழ்க்கையை ஆரம்பித்திருந்தேன். சமையலறையில் நான் சிறுமிகளுக்கு இரவுணவு தயாரித்துக் கொண்டிருந்தேன். அவர்கள் சர்வதேச ஜோடியின் வேடத்தை அணிவதற்காக வெளியே கிளம்பிக் கொண்டிருக்க, நான் நஞ்சூட்டப்பட்டதற்குப் பிறகு முதன்முறையாக ஓடுவதற்கான ஆடையில் சாலையில் இறங்கி மூன்றாவது மைத்துனன் வீட்டுக்குச் செல்ல முடிவெடுத்திருந்தேன். சாப்பிட்ட உடனேயே வெளியே செல்வதற்கு, வெளியே சென்று விளையாடுவதற்கு தாங்கள் தயாராகி விட்டதால் நான் விரைவாக உணவு தயாரித்தால் நன்றாக இருக்கும் எனக் கேட்டுக் கொண்டனர். ஃபரே பென்டாஸ் இருந்தால் போதும் என்றவர்கள் கூடவே வறுவல் வேண்டும் என்றனர். அல்லது பாரிஸ் பன்கள் என்று கூறினர், வறுவலோடு என்று சேர்த்தனர். அல்லது வாழைப்பழமும் வறுவலும், அல்லது பாதி வேக வைக்கப்பட்ட முட்டையும் வறுவலும், அல்லது கடையில் வாங்கிய போளியும் வறுவலும் என்றவர்கள், தொடர்ந்து பல்வேறு பதார்த்தங்களை வறுவலோடு சேர்த்துத் தரும்படி கேட்டுக் கொண்டே சென்றனர். வறுவல் கிடையாது என நான் ஏற்கனவே சொல்லியிருந்தேன்தான். ஒரு காரணம் என்னவென்றால் எனக்கு வறுவல் சமைக்கத் தெரியாது. இது இன்னும் நிஜத்தில்

உறுதி செய்யப்பட்டிருக்கவில்லையெனினும் நான் எப்போதேனும் முயன்றால் வீட்டையே எரித்துவிடுவேன் எனத் தோன்றியதால் நான் ஒருபோதும் அதற்கு முயன்றதில்லை. இன்னொரு காரணம் என்னவென்றால் ஆயன் இறந்துவிட்ட போதிலும், ஒருவேளை ஆயன் இறந்துவிட்டதனால் கூட, எனக்கு வறுவல் கடைக்குத் திரும்பச் செல்லும் தைரியம் இருந்திருக்கவில்லை. எனக்குப் பணிந்து போன அந்தக் கடைக்காரர்கள், பணிய வைத்தது நான் இல்லை என்ற போதும், இப்போது தங்களது அதிருப்தியை வெளிப்படையாகக் காட்டி உடனடியாகத் தங்களது பணத்தைத் திருப்பிக் கேட்கவும் என்னைப் பழிவாங்கவும் முயலக்கூடும். எனவே ஆயனுக்கும் எனக்குமான விஷயங்கள் இன்னும் ஓய்ந்திருக்கவில்லை, அது ஒருபோதும் ஓயாது என்பதும் எனக்குத் தெரியும். இது போன்ற விஷயங்களைப் பொருத்தவரை நீங்கள் ஒவ்வொரு நாளையும் ஒவ்வொரு நபரையும் ஒவ்வொரு பழிவாங்குதலையும் ஒரே நேரத்தில் எதிர் கொள்ள வேண்டியிருக்கும். வறுவல்களுக்குப் பதிலாகக் குட்டித்தங்கைகள் தாங்கள் விரும்புகிற எதை வேண்டுமானாலும் - ஃப்ரே பென்டாஸ், கெட்டிப் பழங்கள், எல்லா வகை அதிமதுரங்கள், ஐஸ்கிரீம்கள், உண்ணக்கூடிய காகிதத்திற்குள் பொதியப்பட்ட பறக்கும் தட்டு வடிவிலான - வாய்க்குள் நன்றாக வெடிக்கும்படியான குமிழிகளைக்கொண்ட – இனிப்புகள் (அது அவர்களுக்கு மிகவும் பிடிக்கும் எனத் தெரியும்) மற்றும் வேக வைத்த பீட்ரூட் என எதை வேண்டுமானாலும் சாப்பிடலாம் எனக்கூறினேன். "எது வேண்டுமானாலும் - ஆனால் வறுவல் சேர்க்காமல்" என்று நான் கூறியது அவர்களைப் பாதி மகிழ்ச்சிப்படுத்தி பாதி ஏமாற்றம் அளித்தது. ஆனால் இறுதியில் நான் நஞ்சூட்டப்பட்டு மீண்டுகொண்டிருந்த போது பகல் கனவு கண்ட, குழந்தைகள் விரும்பும் உணவு வகைகளின் மாறுபட்ட வகைகளுக்கு அவர்கள் ஒப்புதல் தெரிவித்தனர். எனவே நான் அவர்களுக்குத் தேநீர் தயாரித்தேன், அதாவது அலமாரியில் இருந்து அதை வெளியே எடுத்துக் கொண்டிருந்தேன். அவ்வளவு நேரமும் அவர்கள், "நடு அக்கா! தயவு செய்து உன்னால் சீக்கிரமாகச் செய்ய முடியாதா? நியாயமான நேரத்தை எடுத்தாக வேண்டும்தான். ஆனால் உன்னால் அதைவிட சீக்கிரமாக சமைக்க முடியாதா?" எனக் கேட்டுக் கொண்டே இருந்தனர்.

சமைத்துக் கொடுத்ததும், சாப்பிட்டுவிட்டு, சர்வதேச ஜோடியாய் நடிப்பதற்கு வெளியே ஓடிவிட்டனர். ஓடுவதற்காக ஆடை மாற்றும் பொருட்டு நான் மாடிக்கு ஏறிய போது, அந்த சர்வதேச

ஜோடி நிஜமாகவே வெகு பிரபலம் அடைந்திருப்பதை ஜன்னலின் வழியாகக்காண முடிந்தது. எங்கே பார்த்தாலும் சிறுமிகள் கீழே விழுந்து கொண்டிருந்தனர். ஊரிலிருந்த எல்லாச் சிறுமிகளுமே வெளியே வந்து நடித்து குதிநடையிட்டுக் கொண்டிருப்பதைப் பார்க்கையில், முதல் பார்வைக்கு அது தங்க ஜரிகையிலான பட்டுத் துணி சேர்த்து கூடுதலாய் அலங்கரித்த சர விளக்குகளின் தோற்றமெனத் தெரிந்தது. நான் வெளியே சென்ற சமயத்தில் எல்லாத் தெருக்களிலும் அவர்களே நிறைந்திருந்தனர். நாடாக்கள் கட்டி, பட்டுத் துணியணிந்து, வெல்வெட் அணிந்து, உயர் குதிசெருப்பு அணிந்து, உரசும் நீள அங்கி அணிந்து, ஜோடியாகவோ அல்லது தனியாகவே ஜோடியாக இருப்பது போல நடித்தோ வால்ட்ஸ் ஆடி அப்பப்போது ஒருவர் மேல் ஒருவர் மோதிக் கொண்டனர். இதற்கிடையே இந்தச் சிறுமிகளை முற்றிலும் மறந்திருந்த சிறுவர்கள், ‘மறுபுறம்’ இருந்து வருகிற ராணுவத்திற்கு எதிரான தாக்குதல்களையும் தற்காலிகமாக நிறுத்தி வைத்திருந்தனர். தற்போது அந்த மறுபுற ராணுவத்தினர் இங்கே வருவதில்லை என்பதாலும் கூட அது அவ்வாறு இருக்கலாம். எனவே அந்தச் சிறுவர்கள் சமீபத்தில் அரசியல் காரணத்தால் இறந்த தியாகியின் கதாபாத்திரத்தில் ஒருவர் மாற்றி ஒருவர் நல்லவனாக நடிக்கிற ஆர்வத்தில் இருந்தனர்: தீவிரவாத அரசின் கொலைப்படை வழக்கமான தங்களது கோழைத்தனமான வழிமுறையில் மறைந்திருந்து குறிவைத்துச்சுட்ட கிளர்ச்சிக்கார நாயகனாகிய ஆயன்.

“ஒழி, ஒழி”

நான் அங்கே வந்திருக்கிறேன் என்பதும் அது நான் தான் என்பதும் அவனுக்குத் தெரியும் என எனக்குத் தெரியும். தோட்டத்தில் எனக்கு முதுகு காட்டியபடி, தனது விளையாட்டு ஆடையில் ஆயத்தப் பயிற்சிகள் செய்தபடியே தனது வழக்கமான முணுமுணுப்பை வெளிப்படுத்திக் கொண்டிருந்தான். அவனது சிறிய வீட்டின் சிறிய வாயிலைக் குனிந்து திறந்து நான் உள்ளே சென்ற போது அவன் என்னைப் பார்க்கவோ நான் வந்ததை உணர்ந்ததாகக் காட்டிக் கொள்ளவோ இல்லை. இன்னமும் அவன் அதைப் பற்றிய, அதாவது நான் ஓட்டத்திற்கு வராதது குறித்து அம்மாவுடன் தொலைபேசியில் பேசியதைக் குறித்த கோபத்தில் இருக்கிறான் எனக் கருதினேன். அதுமட்டுமின்றி, எனது கால்கள் வலுவிழப்பதாக, உடல் ஒருங்கமைவு இல்லாமல் போவதாக, சமநிலை தவறுவதாக, தடுமாறத் தொடங்குவதாக, விழ தொடங்குவதாக நான் முன்பு கூறிய

பிரச்சினைகள் குறித்து அவன் அவநம்பிக்கை கொண்டிருந்ததால், மேற்கொண்டு எந்த விளக்கங்களும் அளிக்காமல் அமைதியாக அவன் அருகில் சென்று உடலை நீட்டி மடக்குகிற பயிற்சிகள் செய்வதுதான் சரியாக இருக்கும். எனவே நான் அவ்வாறே செய்தேன். சிறிது நேரத்திற்கு பிறகு இன்னமும் என்னைப் பார்க்காமலேயே, "நீ ஓடுவதையே விட்டு விட்டாய் என நினைத்தேன்" என்றான். "இல்லை, நஞ்சூட்டப்பட்டதால்தான்" என்றேன். "நாட்களுக்கு மேல் நாட்கள் கடந்து கொண்டே இருந்தன, நீ ஓடவருவது போலவே எனக்குத் தெரியவில்லை" என்றான். "கொலைமுயற்சி மைத்துனனே." "அப்படித்தான் எல்லோரும் சொல்லிக் கொள்கிறார்கள் மைத்துனியே, என்றாலுமே கூட" இந்த இடத்தில் மைத்துனனது குரல் பதற்றமாகவும் நிதானம் இழந்தும் காயமடைந்தாற் போன்றும் ஒலித்தது. அதை முரணாக்குவதற்காக "இல்லை பனிரெண்டு மைல்கள். இல்லை முப்பது மைல்கள்" எனச் சொன்னான். தொடர்ந்து, " 'இல்லை, ஓடுவதில்லை. ஒருபோதும் ஓடப்போவதில்லை' என்று சொல்வதோ உன் அன்னையைச் சொல்ல வைப்பதோ மிக மோசமான விஷயம். அவ்வளவுதான்." என்றான்.

இன்னமும் என்னைப் பார்க்காத அவன் இடுப்பை வளைக்கும் பயிற்சிகளை ஆரம்பித்திருந்தான். அவனது துயரத்தைப் புரிந்து கொண்டு, காயம்பட்ட இதயத்தைச் சமாதானம் செய்து, சூழலை சரிப்படுத்த வேண்டும் என்பது தெரிந்தது. அதற்கான ஒரே வழி அவனை எதிர்த்துப் பேசும்படியாக என்னை அவன் தூண்டச் செய்வதே ஆகும். அதைத்தான் அவனது பங்குக்கு இப்போது முயன்று கொண்டிருக்கிறான். எனவே நான் எனது பங்குக்கு, "சரி, அவ்வளவுதான். நான் போதுமான அளவு செய்து விட்டேன். நாம் இன்று இருபது மைல்கள் ஓடலாம்." என்றேன். ஆனால் இருபது மைல்களைச் சமாளிக்கிற அளவு நான் மீண்டுவிட்டேனா, எனது ஆற்றல் திரும்பக் கிடைத்துவிட்டதா என எனக்கு மிகுந்த சந்தேகமாகத்தான் இருந்தது. பத்து மைல்கள், ஐந்து மைல்கள் குறித்தே கூட நான் உறுதிகூற முடியாது. எனது கால்கள் மீண்டுவருகின்றனவென்றபோதும் அவை ஓடுவதற்குத் தயாராகி விட்டனவா என்றே எனக்குத் தெரியவில்லை. எனவே எங்களால் ஓட முடியாத ஏதோ ஒரு தூரத்தை உத்தேசமாக அடித்து விடலாம் என நினைத்தேன். ஆனால் எனக்கு அதற்கு ஒரு வாய்ப்புக் கிடைக்கும்முன்பே "இன்று நாம் பனிரெண்டு மைல்கள் ஓடப் போகிறோம்" என அறிவித்தான். "பனிரெண்டு

மைல்கள் ஓடப்போவதில்லை" என்றேன் நான். "பதினோரு மைல்களும் கூட இல்லை" என்றது வேண்டிய தந்திரத்தைச் செய்திருந்தது. ஒரே நேரத்தில் ஆறுதலும் அதிர்ச்சியுமுற்றது போல தொனித்தான் அவன். "கண்டிப்பாக பதினொன்று கிடையாது" எனக் கத்தினான். "சரிதான் பதினொன்று கிடையாது. ஒன்பதோ, எட்டோகூடக்கிடையாது" என்றேன் நான். "என்றால் சரி, நாம் ஒன்பது மைல்கள் ஓடலாம்" என்றான். "இல்லை, ஒன்பது என்று நான் சொல்லவில்லை. ஏழு கிடையாது, அல்லது ஆறு, ஐந்து வேண்டுமானால்... சரி நாம் ஆறு மைல்கள் ஓடலாம்" என்றேன். "ஆறு மைல்கள் அதிகமே கிடையாது" எனக்கத்தியவன், "ஆறு மைல்களும், ஆறு மைல்களுக்குப் பிறகு எதுவுமே கிடையாதா? இரண்டு முறை ஆறு மைல்கள் ஓடினால் என்ன மைத்துனியே? அல்லது ஆறு மைல்களும் அதன் பிறகு ஒரு மூன்று மைல்களும்..." "இங்கே கவனி மைத்துனனே, உனக்கு வேண்டுமானால் நீ அதிகமாகச் செய். நாம் ஏன் அவரவர் விரும்புவதைச் செய்யக்கூடாது? உண்மையைச் சொன்னால், ஆயனே இப்போது இறந்துவிட்ட பிறகு நாம் ஏன் சேர்ந்து ஓடவேண்டும்?" என்று நான் பதிலளித்திருக்கலாம். ஏனென்றால் ஆயன் இறந்துவிட்ட இப்போது சேர்ந்து ஓடுவதற்குப் பொருளே இல்லை. ஆனால் நான் இதை எனக்குள்ளேயேகூட வெளிப்படையாகச் சொல்லியிருக்கவில்லை. மோசமான, இரக்கமில்லாத துரோகி ஆகிவிட்டேனென எனக்கே தோன்றிவிட்டால் என்ன செய்வது. ஆனால் உண்மை என்னவென்றால் ஆயனும், அவனுடைய நான் ஒரு ஆண், நீ ஒரு பெண் மற்றும் அவனுடைய உனக்கு இந்த ஓட்டம் தேவையில்லையும் அதற்குப் பின்னிருந்த நீ எதையும் செய்யாதபடிக்கு சீக்கிரமே நான் உன்னைக் கட்டுப்படுத்தி தனிமைப்படுத்தப் போகிறேன்களும் இப்போது இல்லாமலாகியிருந்தன. தடுமாறல்களும் கால்கள் திடீரென செயலிழந்து போனதுமான இரண்டு மாதங்களுக்குப் பிறகு, இப்போது அவை அட்டகாசமாக வேலை செய்ய ஆரம்பித்திருந்தன. எனவே தனியாக ஓடுவதை நான் பாதுகாப்பாகவே உணர்ந்தேன். ஆனால் இப்போதைக்கு, மூன்றாம் மைத்துனன் இன்னொருமுறை அதீதங்கள் மீதான பித்தினால் ஆத்திரம் அடையும் முன்பு நான் அவனுடன் தொடர்ந்து ஓடலாம் எனமுடிவு செய்திருந்தேன். ஆறு மைல்கள் என்று நான் சொன்னதும் இறுதியாக அதை ஏற்றுக் கொண்ட மைத்துனன் "சரி" என்றான். ஆனால் அதில் தனக்கு ஒப்புதல் இல்லை என்றான். கயிற்றாட்டத்தாலோ கூடுதல் முறைகள் உட்கார்ந்து எழுவதாலோ பிறகு குத்துச்சண்டை அரங்கில் முழங்கால்

பயிற்சி மூலமோ அதைத்தான் சரிக்கட்டிக் கொள்வேன் என்றான். எனக்கு இது மகிழ்ச்சியளிக்கவில்லை என்றான். ஆனால் அவனைப் பார்த்தால் அப்படித் தெரியவில்லை. அவன் மகிழ்ச்சியாகக் காட்சியளித்ததிலிருந்து நாங்கள் இருவரும் மீண்டும் நட்பாகி விட்டதை உணர முடிந்தது. அப்பொழுது அவனது மனைவியும் - எனது மூன்றாவது அக்கா - அவளது தோழியர் குழாமும் வந்தனர். எல்லோருமே நன்றாகக் குடித்திருந்ததோடு கைகளிலும் கூடுதலாக பாட்டில்களை வைத்திருந்தனர். நாள்முழுக்க நகரத்தில் இருக்கும் சில்லறை மதுபான விடுதிகளில் தீவிர வேட்டை நடத்தி அவற்றை அவர்கள் வாங்கியிருக்க வேண்டும். அதோடு சிறிய கடைகள் மற்றும் பேரங்காடிகளில் வாங்கியவையும் கைகளில் இருந்தன.

"கடவுளே, கிறங்கிப் போய்விட்டோம் நாங்கள்" என்றுகூறிய அக்கா உள்ளிட்ட அத்தனை பேரும் அந்த அலங்காரப் புதர்வேலியின் மேல் கவிழ்ந்தனர். அக்கா உடனே தனது நவீன பிரெஞ்சு மொழியின் நட்சத்திரக் குறிகள், சதவீதங்கள், குறுக்கெழுத்து அடையாளக் குறிகள், இணைப்புக் குறிகள், கொம்புக் குறிகளை உள்ளடக்கிய "செத்து ஒழி" வகைமையிலான கெட்ட வார்த்தைகளைப் பிரயோகித்தாள். பாட்டில்களையும் கடையில் வாங்கிய பொருட்களையும் எடுத்தபடியே எழுந்து கொண்ட அவளது தோழிகள், "நாங்கள் முன்னரே சொன்னோம் தோழி. முன்னரே எச்சரித்தோம். இது மூர்க்கமாகி கட்டுக்குள் அடங்காமல் போய்க்கொண்டிருக்கிறது, இந்த வேலி ஆபத்தானது. இதை உடனே ஒழித்து விடு." என்றனர். "முடியாது" என்ற அக்கா, "இது எப்படி வளர்ந்து தன்னைத் தனித்துவமாக நிலைநிறுத்திக் கொள்ளப் போகிறது எனப் பார்க்க நான் ஆவலாய் இருக்கிறேன்" என்றாள். "இப்போதே அது எப்படித் தன்னைத் தனித்துவமாக நிலை நிறுத்திக் கொண்டிருக்கிறது என உன்னால் பார்க்க முடியவில்லையா, அது மூன்று வேர்களுடன் பிரம்மாண்டமாக நிலைபெற்று வருகிறது. நம்மைக் கொல்ல முயல்வதாய் அடையாளம் பெற்று வருகிறது." அடுத்து அவர்கள் சிதைந்து கிடந்த வேலியை விட்டுவிட்டுத் தங்களது கவனத்தை எங்களிடம் திருப்பினர்.

மைத்துனன்தான் முதலில் தாக்கப்பட்டான்.

"என்ன நீ, பூங்கா&நீர்த்தேக்கம் பகுதியில் பெண்களைத் தாக்கிக் கொண்டு..." அக்காவின் குறிப்பிட்ட அந்தத் தோழி தனது வாக்கியத்தை முடித்திருக்கும் முன்பே மைத்துனன் நீட்டி மடக்கி கொண்டிருந்த தனது உடற்பயிற்சியை அப்படியே நிறுத்தினான்.

“என்ன?” என அதிர்ந்த அவன், “என்னைப் பற்றிய அப்படி ஒரு விஷயத்தை யார் சொன்னது? என்றான். நிறுத்து எனத் தன் தோழியிடம் கூறிய அக்கா “பாவம் அவர்” என்றாள். அவனிடம் திரும்பி “அதை எல்லாம் கவனிக்காதே. பிரகாசமான உனது உணர்வுகளுக்கு முன்னே அவர்கள் ஈரம் பிடித்து இருண்ட விதைகள்” என்றாள். வெடித்து சிரித்த அவளது தோழிகளது கருத்திற்கேற்றாற்போல், முகத்தைச் சிரிக்காமல் வைத்தவாறு, மூன்றாவது மைத்துனனை இவ்வுலகிற்குப் பொருந்தாத அளவு மென்மை கொண்டவன் எனக் கூறுவது கடினம்தான். ஆனாலுமே அக்கா என்ன சொல்கிறாள் என்பதை என்னால் அதன் உண்மையான பொருளில் புரிந்து கொள்ள முடிந்தது. அங்கே இருந்த எங்கள் அத்தனை பேரிலும் யாரோ ஒருவரை மிகக் கண்ணியமான, எளிதில் அதிர்ச்சியடையக் கூடிய ஒருவராகக் குறிப்பிட வேண்டும் எனில், “ஆமாம் ஆராய்ந்து நோக்கும்போது அது அவனாய்த்தான் இருக்கும்” என்று நானும் எனது அக்காவும் தங்களது சிரிப்பையும் தாண்டி அவளது தோழிகளும் கூறியிருப்போம். “இதோ” என்றபடி தனது கணவனை நோக்கித் துள்ளியபடி வேலியில் தடுக்காமல் அவள் வந்தபோது, அம்மா சொன்னதுபோல, அவளது நடை எவ்வளவு நளினமாகவும் வசீகரமாகவும் இருந்தது என்பதை என்னால் காண முடிந்தது. “அது உண்மையில்லை எனச் சொல்கிறாயா நீ?” எனக் கத்திய மைத்துனன் குறைவாகத்தான் அதிர்ச்சி அடைந்தது போல தோன்றினாலும் இன்னமும் அந்தக் குற்றச்சாட்டிலேயே உழன்று கொண்டிருந்தான். “கண்டிப்பாக அது உண்மை கிடையாது. நீ யாரையேனும் அடிப்பாய் என்பதே...” “நான் அதைச் சொல்லவில்லை” என்ற மைத்துனன் “யாரோ என்னைப் பற்றி இப்படிச் சொன்னதாய்ச் சொல்வது உண்மை இல்லைதானே என்றான்.” “யாரும் உன்னைப் பற்றி அப்படிச் சொல்லவில்லை” என்று கூறிய அக்கா, தனது கணவனுக்கு ஒரு நாடகீயமான அழுத்தமான முத்தத்தை உதட்டில் வழங்கும் விதமாக அவனை நோக்கிச் சாய்ந்தாள். “வேண்டாம், தள்ளி நில்” என்றான் அவன். அவளைத் தள்ளி நிறுத்திய அவன் “முத்தம் கொடுக்கிற மனநிலையில் இல்லை நான் என்றான்.” பிறகு அவன் அவனைச் சங்கடப்படுத்தி அதிர்ச்சியளித்த மற்றவர்களிடம் திரும்பினான். விளையாட்டாகக் கருதப்படக் கூடாத, அவனாலேயே பொறுத்துக் கொள்ள முடியாத அப்படி ஒரு பிரச்சினையை, குறிப்பாக எந்தப் பாலினத்திடமிருந்து அவனது கொள்கை குறித்து இதுபோன்ற கேலிகளை எதிர்பார்த்திருக்க மாட்டானோ, அவர்களே அதைச் சொல்லியிருந்தனர். “அந்தக் குற்றச்சாட்டுகளையும்

கேடுதரும் வார்த்தைகளையும் நிறுத்துங்கள். இது ஒன்றும் வேடிக்கை கிடையாது. நல்ல மனிதர்களின் நற்பெயரைக் கெடுக்கும்படியான விஷயங்களைப் பரப்புகிறீர்கள். நீங்கள் ஒன்றும் இன்னும் குழந்தைகள் கிடையாது. வயதுக்குத் தக்கவாறு நடந்து கொள்ளுங்கள்" என்றான்.

அதனால் எந்த பலனும் இருந்திருக்கவில்லை. பிறகு அவர்கள் என்னிடம் ஆரம்பித்தார்கள். ஏற்கனவே எல்லோரும் என்னைத்தான் பார்த்துக் கொண்டிருந்த போதும் "இங்கே பாருங்கள்" என்றாள் ஒருத்தி. 'இங்கே' என்றபடி மூன்றாவது மைத்துனனை நோக்கிக் கைகாட்டினாள் இன்னொருத்தி. "அப்படியென்றால் நீங்கள் இருவரும் இப்போது வருடாந்திர கன்றிப்போன கண்கள் கூட்டத்திற்கு கிளம்புகிறீர்கள் போல" என்று அவள் கேட்டபோதுதான் மூன்றாவது மைத்துனன் திரும்பி எனது கண்களைப் பார்க்க நானும் அவனது கண்களைப் பார்த்தேன்.

மூன்றாவது மைத்துனனின் கண்கள் அடிக்கடி கன்றிப்போவதில்லை என்றபோதும், அவ்வாறு எனக்கு நேர்வதை ஒப்பிடுகையில், அவனுடையது அரிதானதொன்றும் இல்லை. இன்று காலையில் நான் என்னுடையதைக் கண்ணாடியில் பார்த்தபோது, அநாமதேயனும் சாதாரணமான அடியைப் பெறவில்லை என்பதை நினைவுகூர்வதன் வழியாக மட்டுமே என்னால் அதைக் கடக்க முடிந்தது. அந்தப் பெண்கள், அந்த ஆண்கள், அந்தக் கிளர்ச்சியாளர்கள் என எல்லோரும் தந்ததைச் சேர்த்தால் கிட்டத்தட்ட இருபது அடியையாவது அவன் எண்ணி இருப்பான், இங்கு இருப்பதை விட இன்னும் கருப்பாக அது இருக்கும் என்பதில் எந்தச் சந்தேகமும் இல்லை. "அதுவே அவனுக்குப் பாடம் கற்பித்திருக்கும்" என என் பிம்பத்திடம் கூறிய நான் வேலைக்குச் செல்லலாமா வேண்டாமா என யோசித்தேன். இறுதியாக அதன் மீது டன்கணக்கில் அலங்காரம் செய்து கொண்டு வேலைக்குக் கிளம்பி இருந்தேன். ஆனால் வெளியே சென்று ஆட்களை எதிர்கொண்ட உடனேயே அது நான் நினைத்திருந்த அளவிற்கு வெற்றிகரமாகப் பொருந்தியிருக்கவில்லை என்பதை உணர்ந்து கொண்டேன்.

"அப்படியானால் அது உண்மைதான்" என்றான் மூன்றாவது மைத்துனன். நான் ஒரு வதந்தியைக் கேள்விப்பட்டேன், ஆனால் அது உனது மூத்த மைத்துனனிடமிருந்து வந்ததால் எனக்கு அதைப் பொருட்படுத்தத் தோன்றவில்லை. "ஆனால் அந்த அசிங்கம் பிடித்த அநாமதேயன் உன்னை அப்படிச் செய்தானா?" ஆமாம், ஆனால்

அது பழைய விஷயம் ஆகிவிட்டது, அவனே அவ்விஷயத்தில் பயங்கரமாக மாட்டிக் கொண்டான் எனப் பொருள்படும்படி தோள்களைக் குலுக்கினேன் நான். அப்போது "ப்ச்" என நான் சொன்னது சூழலுக்கு ஏற்றபடி எந்த விதமாக வேண்டுமானாலும் பொருள் கொள்ளப்படலாம். இந்தச் சூழலில் அது "விடு மைத்துனனே" என்பதாக இருந்தது. அதுமட்டுமின்றி, நடக்கிற எல்லாவற்றையும் வைத்துப் பார்க்கும் போது - குறிப்பாக ஆயன் மரணிக்காமல் இருந்திருந்து, அவன் திட்டமிட்டபடியே அதற்கு முந்தைய மாலை என்னைச் சந்தித்திருந்தால் என்னவாகி இருக்கும் என்பதை யோசிக்கும் போது - அநாமதேயனும் துப்பாக்கியாலான அவனது அடியும் பெரிய விளைவுகளை ஏற்படுத்தியதாகவே எனக்குத் தோன்றவில்லை. "குறிப்பிடும்படியாக இல்லை" என்றேன் நான். "ஆனால் எனக்கு அது குறிப்பிடும்படியானதுதான் மைத்துனியே" என்றான் அவன். "கொள்கைகள் என்ன ஆவது? நீ ஒரு பெண். அவன் ஒரு ஆண். நீ ஒரு மங்கை. அவன் ஒரு ஆடவன். நீ எனது மைத்துனி, அவனது குடும்பத்தில் எத்தனை பேர் கொல்லப்பட்டிருக்கிறார்கள் என்பது குறித்தெல்லாம் எனக்கு எந்த அக்கறையும் இல்லை. அவன் ஒரு வேசிமகன், அவர்கள் கொலை செய்யப்பட்டிருக்காவிட்டாலுமே கூட அவன் ஒரு வேசி மகனாகத்தான் இருந்திருப்பான்." அவர்கள் கொலை செய்யப்படவில்லை. வெறும் நால்வர்தான் கொலை செய்யப்பட்டார்கள். மற்ற இரண்டில் ஒன்று தற்கொலை, மற்றொன்று விபத்து.

மைத்துனன் இப்போது மிகத்தீவிரமாக ஆத்திரமடைந்திருந்தான். அவனது ஆத்திரம் என்னை நெகழ்த்தியது. அப்படியானால் அநாமதேயன் செய்தது தவறுதான். இந்த இடத்தில் இருக்கிற மக்களுக்கும் இதிலெல்லாம் அக்கறை இருக்கிறதுதான். ஆனால் மைத்துனன் பற்றி இன்னொரு விஷயம் இருந்தது, வினோதமான விசித்திரமான மனநிலை என்று சமூகத்தால் பெயரிடப்பட்டிருந்த, பெண்களைப் பற்றிய அவனது கொள்கைகள்தான் அது. அவனது உருவ வழிபாடும், பெண்களின் புனிதத்தன்மை குறித்த நம்பிக்கையும், பெண்களை உயர்ந்த படைப்புகள் என்றும் வாழ்க்கையின் ரகசியம் என்றும் கருதுகிற அவனது கொள்கைகளும் சேர்ந்து பெண்களுக்கு எதிரான எந்த ஒரு துர்நடத்தையையுமே வன்கலவி என்பதை தாண்டி வேறு எந்த வகையிலும் கொண்டுவர அவனை அனுமதித்திருக்கவில்லை. மைத்துனனைப் பொருத்தவரை, வன்கலவியில் எந்த வகைமைகளும் இல்லை. அது ஒன்றும் இடக்கரடக்கலோ, வார்த்தைத்தாக்குதலோ, விவாதத்தின் மோசமான

தந்திரமோ, ஏதோ ஒரு விஷயத்தின் கால்பாகமோ, ஏதோ ஒரு விஷயத்தின் அரை பாகமோ, ஏதோ ஒரு விஷயத்தின் முக்கால் பாகமோ கிடையாது. அது ஒன்றும் கூட்டாக வருவதில்லை. வன்கலவி என்பது வன்கலவிதான். அது கன்றிப்போன கண்களும்தான். மார்பில் வைக்கப்பட்ட துப்பாக்கிகளும்தான். பெண்களுக்கு எதிராக ஆண்களால் வேண்டுமென்றோ விபத்தாகவோ பிரயோகிக்கப்பட்ட கைகளும் முஷ்டிகளும் ஆயுதங்களும் கால்களும்தான். **ஒருபோதும் ஒரு பெண்ணிற்கு எதிராக விரல் உயர்த்தாதே** என எழுதப்பட்ட ஒரு *T*-சட்டை இருந்திருந்தால் அதுதான் எல்லோரையும் தர்மசங்கடப்படுத்தும்படி மூன்றாவது மைத்துனனது சட்டையாக இருந்து எல்லோரிடமும் பேசியிருக்கும். அவனுடைய சட்டப் புத்தகத்தின்படி - சமூகமும் ஆயனும் என்னை வேட்டையாடுவதற்கு முன்பு வரை என்னுடையதன்படியும் - வார்த்தையாலோ உடல் ரீதியாகவோ மட்டுமே அது நிகழ முடியும் என்பதாக இருந்தது. அதாவது இந்த இரு வகைமையின்கீழ் வராத எதுவுமே - தொடாமலே ஒருவரை நெருக்குவது, ஆதிக்கம் செய்வது, தசைகளோடு தசைகளோ எலும்புகளோடு எலும்புகளோ மோதாமலேயே கட்டுப்படுத்துவது, வன்தொடர்வது - நிகழ்வதற்கு வாய்ப்பே இல்லை. எனவே ஆயன் என்னை மசிய வைக்க முயல்கிறான் எனக் கேள்விப்பட்ட எல்லோரிலும், மூன்றாவது மைத்துனன் மட்டும்தான் அது நடந்ததைக் கேள்வியின்றி நிராகரித்திருந்தான்.

மனச்சிதைவினைக் கருத்தில் கொள்ளாதது அவனது குறைகளில் ஒன்றாக இருந்தது. எனவே கன்றிப் போயிருந்த கண்ணைப் பொருத்தவரை அவன் அதனைக் கணக்கில் எடுத்தான். "நாம் ஏன் அதனை அப்படியே விட்டு விடக்கூடாது மைத்துனனே" என்ற நான், "அவனை நூற்றுக்கணக்கானோர், ஆயிரக்கணக்கானோர் – நிஜமாகவே - தாக்கி விட்டனர். அது மட்டுமின்றி தூயரசவாதம் என்றழைக்க முடிகிற ஒரு ஒத்திசைவும் முன் திட்டமிடலும் சாதுர்யமும் பிரபஞ்ச ஒன்றுகூடலும் கூட அதில் இருந்தன என்பதையும் நான் சேர்த்துக் கொண்டேன். எனவே "வேறு எந்த நடவடிக்கையும் தேவையில்லை" என்கிற அந்தக் கருத்தினை அவனுக்குப் புரிய வைக்க என்னால் முடிந்தவரை முயன்றேன். அதாவது இந்தக் கண்கள் என்னை சோர்வடையச் செய்திருக்கின்றன, அநாமதேயன் என்னைச் சோர்வடையச் செய்திருக்கிறான், சட்டங்களும் ஊரின் நெறிமுறைகளும் என்னைச் சோர்வடையச் செய்திருக்கின்றன. கொள்கைகளைப் பொருத்தவரை, நான்

இதுபோல ஆற்றல் குறைந்திருக்கும் சமயத்தில் அவற்றைப் 'பெயரளவிலான கொள்கைக'ளாக வைத்துக்கொள்ளலாம். "எனவே நீ எதையும் செய்யத் தேவையில்லை" என்று கூறிய நான், மீண்டும் அவன் அந்த விஷயத்திற்குச் சென்று என்னையும் அதற்கு இட்டுச் செல்வது எங்களது அடுத்த காரியமான ஓட்டத்தை தாமதப்படுத்தும் என்பதையும் எடுத்துச் சொன்னேன். "ஆனால், நன்றி மைத்துனனே," என்ற நான் "நன்றியின்றி நான் நடப்பதாக எண்ணிவிட வேண்டாம், நான் நன்றியுடன்தான் இருக்கிறேன்." என்றேன். ஒரு சிறு இடைவெளிக்குப் பிறகு, என்ன இருந்தாலும் தான் அவனை அடிக்கத்தான் போவதாகக் கூறினான் மைத்துனன். "தேவையில்லை" என்றேன். "என்ன இருந்தாலும்" என்றான். "ப்ச்" என்றேன். "ப்ச், ஒன்றுமில்லை" என்றான். "ம், கண்டிப்பாக." "ஓ, என்ன கண்டிப்பாக?" என்றான். "அப்படித்தான் நீ நினைக்கிறாய் என்றால், கண்டிப்பாக" என்றேன். "கண்டிப்பாக அப்படித்தான் நினைக்கிறேன்." "ம், அப்படியானால் சரி." "ம்" என்றான். "ம்" என்றேன். "ம்" என்றான். "ம்" என்றேன். "ம்."

அப்படியாக அது முடிவுக்கு வந்தது. அடுத்து நாங்கள் எங்களது நீட்டி மடக்குதலைத் தொடர்ந்தோம். எங்களது இந்தச் சிறிய உரையாடலால் ஆச்சரியமடைந்து பின் அச்சிறிய உரையாடலால் அதிர்ச்சி அடைந்த அவர்கள் எங்களை இந்த நீட்டி மடக்குதலில் இருந்து வெளியே தள்ளினர். இறுதியாக "ஆனால் நீ ஒரு பரபரப்பான வாழ்க்கைதான் வாழ்கிறாய் தங்கையே" என்கிற ஒரு வாக்கியத்துடன் முடித்தாள் அக்கா. நான் அதனால் காயப்படவில்லை என்பது மட்டுமின்றி, அதனை வேடிக்கையாகவும் எடுத்துக் கொண்டேன். பிறகு அவர்கள் அனைவரும் திரும்பி மூன்றாவது சகோதரி மற்றும் மூன்றாவது மைத்துனனின் கேலிக்குரிய அளவு சிறிய வீட்டிற்குள் தங்களை நுழைத்துக் கொண்டனர். உடனே அவர்களது வரவேற்புக் கூடத்தின் ஜன்னல் வழியாக பைகள் மோதிக் கொள்கிற, புதிதாக வாங்கிய பொருட்கள் பற்றி ஆச்சரியப்படுகிற, உடனடியாகக் குடிக்க வேண்டிய டம்ளர்கள், சாம்பல் தட்டுகள், மற்றும் எல்விஸ் பற்றிய பேச்சுகளின் சத்தங்கள் எழுந்தன. இதற்கிடையே நாங்கள் மீண்டும் உடற்பயிற்சியைத் தொடர்ந்திருக்க மூன்றாவது மைத்துனன், "சரி, நீ தயாரா?" என்றான். "ஆமாம். வா, நாம் ஆரம்பிக்கலாம்" என்றேன். அந்தக் குட்டி வேலி எங்களது ஓட்டத்தின் பயணத்தைத் தடைசெய்வது குறித்துக் கவலையுற முடியாதென்பதால், நாங்கள் இருவரும் அதைத் தாண்டிக் குதித்தோம். முன்மாலையின் வெளிச்சத்தை உட்சுவாசித்த நான் அது மென்மையாக இருப்பதாக

உணர்ந்தேன். மற்றவர்கள் அதனைச் சற்றே மென்மையாக எனக்கூறக்கூடும். அடுத்து பூங்கா&நீர்த்தேக்கப் பகுதியை நோக்கிச் செல்கிற நடைபாதையைத் தொட்டவுடன் அந்த ஒளியை மூச்சாக வெளியேற்றிய நான், ஒரு நொடி, ஒரே ஒரு நொடி, அநேகமாகக் கிட்டத்தட்டச் சிரித்திருந்தேன்.

●●●

புத்தகத்தில் மொழிபெயர்க்கப்பட்டிருக்கும் பெயர்ச்சொற்களின் ஆங்கில மூலங்கள்:

ஆயன் – Milkman

நிஜ ஆயர் - Real Milkman

ஒப்பந்தங்களற்ற ஆண் நண்பன் - Maybe boy friend

குட்டித் தங்கைகள் - Wee sisters

அநாமதேயன் – Somebody McSomebody

மருந்துக்காரி – Tablets Girl

அணுப்பையன் – Nuclear boy

நன்றி

Katy Nicholson; Clare Dimond; James Smith; Gerard Macdonald; Carlos Peña Martin; Julie Ruggins; Mia Topley-Ruggins; Belle Topley-Ruggins; Lisette Teasdale; Mike Teasdale; Katy Teasdale; Dan Teasdale; George Teasdale; Pat Thatcher; Sarah Evans; the Royal Literary Fund; Joe Burns; Catharine Birchwood; Maggie Butt; Jane Wilde; Judy Hindley; John Hindley; Brian Utton; Sally Utton; Liz Kay; Helen Colbeck; Virginia Crowe; Pat Vigneswaren; K. Vigneswaren; Ann Radley; Nigel Stephens; Tony Dawson; Russell Halil; Annie Drury; Mark Lambert; Archie; Selina Martin; Michaela Hurcombe; David Cox; Marianne Macdonald; Charles Walsh; Astrid Fuhrmeister; Vesna Main; Peter Main; Janine Gerhardt; my agent David Grossman; Louisa Joyner and the team at Faber; Ian Critchley, copyeditor of Milkman; Hazel Orme, copyeditor of Little Constructions; Maureen Ruprecht Fadem; James Gardner, Joan Wignall, Terry Howell, Christine Tutt and John Shaw (the Committee) at Lewes District Churches HOMELINK; Newhaven Food Bank; Nicky Gray (formerly of Sussex Community Development Association at Newhaven); Hampton Allotment Charity; the Society of Authors; the Housing and Council Tax Benefit system; the Department of Work and Pensions system; the First-Tier Tribunal Social Entitlement Chamber (of HM Courts and Tribunals Service), Brighton, consisting of Dr R.D.S. Watson and Judge A.J. Kelly, also the gentle, soothing usher whose name, sadly, I never knew; Elizabeth Finn Grants.

இத்தனை ஆண்டுகளாக, நண்பர்களும் அந்நியர்களும் மிகுந்த அன்புடனும் கவனத்துடனும் எனக்குப் பல பரிசுகளும் ஆதரவும் நல்கியுள்ளனர். அவர்களுக்கெல்லாம் நன்றி சொல்ல ஓர் அட்டகாசமான விருந்தை சீக்கிரமே ஏற்பாடு செய்வேன். இப்போதே என்றால் அவர்களேதான் அதற்கான தொகையினைச் செலுத்த வேண்டியிருக்கும்.

இறுதியாக, எனக்கு நன்றி.

என்னையும் தங்கள் குணப்படுத்தும் பட்டியலில் வைத்திருந்ததற்காக White Eagle Lodge அமைப்பிற்கு நன்றி.

ஆன்ம ஒளிக்கு (Spirit) நன்றி.